செங்கிஸ்கானும்
நவீன உலகின் உருவாக்கமும்

ஜேக் வெதர்ஃபோர்ட், சிறுவயதிலிருந்தே வரலாற்றில் ஈடுபாடுகாட்டி வந்திருப்பவர். எட்டு நூற்றாண்டுகள் மூல ஆவணங்கள் கிடைக்காத நிலையில், பூஜ்யத்திற்கும் கீழான குளிரில் மங்கோலியாவில் தொல்லியலாளரைப் போலத் தேடித் திரிந்து, அறிவியலாளரின் நுண்ணிய ஆய்வு முறையில், செங்கிஸ்கானின் வரலாற்றினை உலகத்திற்கு முன்வைத்துள்ளார்.

மின்னஸோட்டாவின் மகாலெஸ்டர் கல்லூரியில் மானுடவியல் பேராசிரியராகப் பணியாற்றியவர். தற்போது மங்கோலியாவிலும் தெற்கு கரோலினாவின் சார்லஸ்டனிலும் வாழ்ந்து வருகிறார். தொலைக்காட்சிகள், வானொலியில் நிகழ்ச்சிகள் வழங்கி வருகிறார்.

மங்கோலியாவின் மிக உயரிய விருது Order of the Polar star-னை பெற்றுள்ளார். அமெரிக்கப் பூர்வகுடிகளின் பண்பாடுகள் குறித்து இவர் எழுதிய நூல்கள் பல மொழிகளில் மொழிபெயர்க்கப்பட்டுள்ளன.

சா. தேவதாஸ், நவீன தமிழ் இலக்கியத்தின் மொழிபெயர்ப்புப் பணியில் மிகப்பெரும் பங்கு வகிக்கும் சா. தேவதாஸ், தமிழின் குறிப்பிடத்தகுந்த விமர்சகர்களில் ஒருவர். கூட்டுறவுத் துறையில் துணைப்பதிவாளராக இருந்து ஓய்வு பெற்று ராஜபாளையத்தில் வசித்துவருகிறார். இதுவரை ஆறு கட்டுரை நூல்களையும், 30 மொழிபெயர்ப்புகளையும் தமிழுக்குத் தந்துள்ளார். இடலோ கால்வினோ, பாப்லோ நெருடா, ஹென்றி ஜேம்ஸ் போன்றவர்களின் முக்கியப் படைப்புகளை மொழிபெயர்த்துள்ளார். இவர் மொழிபெயர்த்த *'லடாக்கிலிருந்து கவிழும் நிழல்'* எனும் நூலுக்காக, 2014ஆம் ஆண்டின் சாகித்ய அகாடமி விருது கிடைத்திருக்கிறது. பல்வேறு இலக்கிய ஆளுமைகளை தமிழுக்கு அறிமுகப்படுத்தி உள்ளார்.

செங்கிஸ்கானும்

நவீன உலகின் உருவாக்கமும்

ஜேக் வெதர்ஃபோர்ட்

தமிழில்

சா. தேவதாஸ்

எதிர்
வெளியீடு

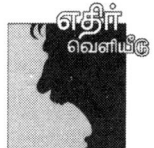

செங்கிஸ்கானும் நவீன உலகின் உருவாக்கமும்
ஜேக் வெதர்ஃபோர்ட்
தமிழில்: சா. தேவதாஸ்

முதல் பதிப்பு: ஜனவரி 2022

எதிர் வெளியீடு,
96, நியூ ஸ்கீம் ரோடு, பொள்ளாச்சி – 642 002
தொலைபேசி: 04259 226012, 99425 11302

விலை: ரூ.499

மெய்ப்புத் திருத்தம்: மே.கா. கிட்டு

Genghis khan and the Making of the Modern World
Jack Weatherford

Translated by Sa. Devadoss
First Edition: January 2022

Published by
Ethir Veliyeedu, 96, New Scheme Road, Pollachi-2
email: ethirveliyedu@gmail.com
www.ethirveliyedu.in

ISBN: 978-93-90811-23-6
Cover Design: Santhosh Narayanan
Printed at Jothy Enterprises, Chennai.

This translation published by arrangement with Crown,
an imprint of Random House, a division of Penguin Randouse House LLC

All rights reserved. No part of this book may be reprinted or reproduced or utilised in any form or by any electronic, mechanical or other means, now known or hereafter invented, including Photocopying and recording, or in any information storage or retrieval system, without permission in writing from the Publisher.

மங்கோலிய இளைஞர்களுக்கு:
உங்கள் வரலாற்றைப் பாதுகாத்திடத் தம் வாழ்க்கைகளைத் தியாகம் புரிந்திட விரும்பிய மங்கோலிய அறிஞர்களை ஒருபோதும் மறந்து விடாதீர்கள்.

உள்ளடக்கம்

மங்கோலிய வம்சங்கள் / 11

முன்னுரை

நழுவிடும் வெற்றியாளர் / 15

பகுதி I

ஸ்டெப்பி வெளி மீது பயங்கரத்தின் ஆட்சி: 1162 – 1206 / 47

(1)
உறைந்த ரத்தம் / 49

(2)
மூன்று நதிகளின் கதை / 87

(3)
கான்களின் யுத்தம் / 120

பகுதி II

மங்கோலிய உலக யுத்தம் : 1211 – 1261 / 153

(4)
பொன்னிற கான் மீது உமிழ்தல் / 155

(5)
சுல்தானுக்கு எதிராக கான் / 190

(6)
அய்ரோப்பாவைக் கண்டறிவதும் வெல்வதும் / 222

(7)
போரிடும் அரசியர் / 260

பகுதி III

உலகளாவிய எழுச்சி: 1262 – 1962 / 305

(8)
குப்ளாய் கானும் புதிய மங்கோலியப் பேரரசும் / 307

(9)
அவர்தம் பொன்னிற ஒளி / 338

(10)
மாயத்தின் பேரரசு / 369

பின்னுரை
செங்கிஸ்கானின் நித்திய உயிர்ப்பு / 402

கலைச்சொற்கள் பயன்பாடு / 411

நூற்பட்டியல் / 412

மங்கோலிய வம்சங்கள்

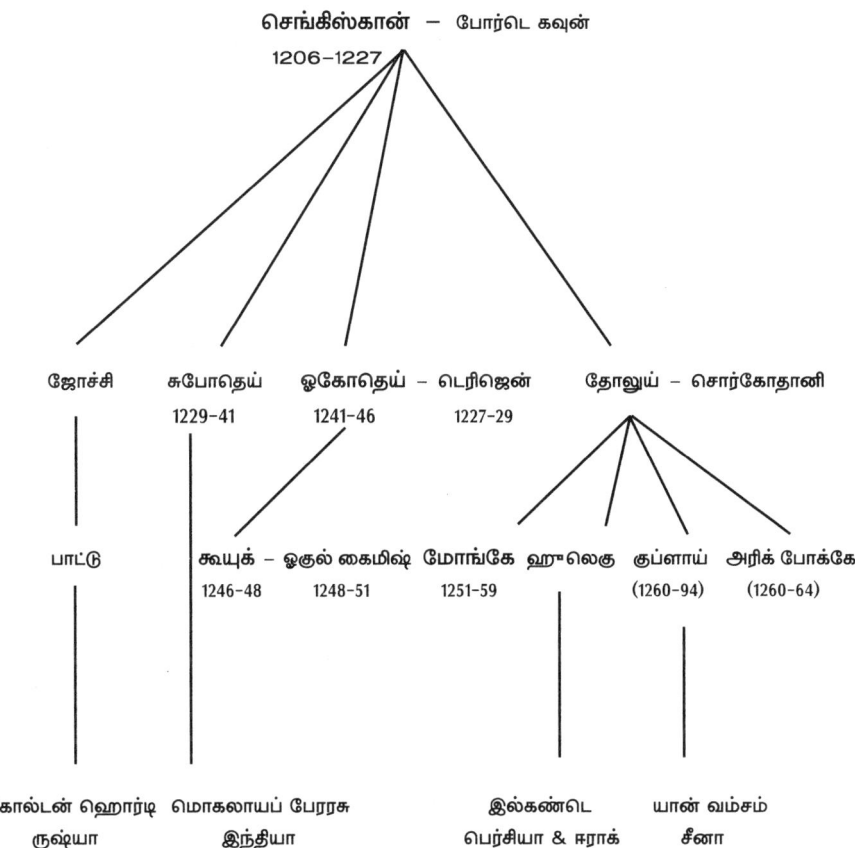

GREAT KHAN
Regent
Dates refer to reigns
(Dates in parentheses refer to contested reign)

உன்னத மன்னர் எனப்பட்டார் செங்கிஸ்கான்.
பெரும்புகழ் பெற்றிருந்தார் தன் காலத்தில்
அனைத்திலும் அவ்வளவு அற்புத அரசர்
எங்கும் எதிலும் இருந்ததில்லை.

– ஜியோஃப்ரே சாஸர்,
"The Squire's Tale,"
The Canterbury Tales (சுமார் 1395)

முன்னுரை

நழுவிடும் வெற்றியாளர்

செங்கிஸ்கான் ஒரு செயல் வீரர்
வாஷிங்டன் போஸ்ட், 1984

நூற்றாண்டுகளாக உண்மையான லாமாக்கள் பாதுகாத்து வந்ததும் போற்றிப் புகழ்ந்ததுமான, கரிய சாங் மலைகளின் கீழே, மூன் நதியின் ஓரமாயுள்ள மத்திய மங்கோலியாவிலுள்ள பௌத்த மடாலயத்திலிருந்து 1937-இல் செங்கிஸ்கானின் ஆன்மா மறைந்தது. 1930-களில் ஸ்டாலினது கையாட்கள் சுமார் 30,000 மங்கோலியரை, அவர்தம் பண்பாட்டுக்கும் மதத்திற்கும் எதிரான போரில் கொன்று குவித்தனர். படைவீரர் மடாலயம் மாற்றி மடாலயமாகச் சிதைத்தனர், பிக்குகளைச் சுட்டனர், துறவுக் கன்னியரைத் தாக்கினர், மதச் சின்னங்களை நொறுக்கினர், நூலகங்களைக் கொள்ளையிட்டனர், புனித நூல்களை எரித்தனர், ஆலயங்களைத் தகர்த்தனர். சாங் மடாலயத்திலிருந்த செங்கிஸ்கானின் ஆன்மாவை யாரோ ஒருவர் ரகசியமாக மீட்டு, உலான்பாத்தரிலுள்ள தலைமையகத்திற்குக் கொண்டுசெல்ல, அங்கே அது அறுதியாக மாயமானது.

உள்ளார்ந்த ஸ்டெப்பிப் புல்வெளிகளின் மேலே நூற்றாண்டுகளாக, தன் சீரிய குதிரைகளிடமிருந்து கிடைத்த மயிர்க்கற்றைகளாலான சூல்டே எனப்படும் உயிர்ப்பதாகையினை (spirit Banner) வீரனான மேய்ப்பாளன் எடுத்துச் சென்றான். அவன் தன் முகாமை நிறுவியபோதெல்லாம், தன் அடையாளத்தை பிரகடனப் படுத்தவும், தனது நிரந்தரக்காவலனாக நிற்கவும், நுழைவாயிலுக்கு வெளியே தன் உயிர்ப்பதாகையை நிறுத்தினான்.

மங்கோலியர் வழிபட்ட நித்திய நீல ஆகாயத்தின் கீழே, இவ்வுயிர்ப்பதாகை எப்போதும் திறந்த வெளியில் இருந்தது. ஸ்டெப்பியின் தென்றலில் அசைந்தாடிய மயிர்க்கற்றைகள், காற்று, ஆகாயம், சூரியனின் ஆற்றலைக் கைக்கொள்ள, இயற்கையின் இந்த ஆற்றலை பதாகை வீரனிடத்தே மாற்றிக் கொடுத்தது. குதிரை முடியிலுள்ள காற்று, வீரனின் கனவுகளுக்கு உத்வேகமூட்டி, தனது ஊழினைப் பின்தொடர்ந்து செல்லுமாறு ஊக்கப்படுத்தியது. காற்றில் குதிரைமுடி அசைந்தாடியது அதன் வீரனை இவ்விடத்திலிருந்து இன்னோரிடத்திற்கு ஈர்த்து, எப்போதும் முன்னோக்கிச் சென்று, சிறந்த மேய்ச்சல் நிலங்களைக் காணவும், புதிய சந்தர்ப்பங்களையும் சாகசங்களையும் தேடவும், இவ்வுலகில் தன் வாழ்வில் தன் விதியை உருவாக்கிக் கொள்ளவும் அழைத்தது. மனிதனுக்கும் இவ்வுயிர்ப் பதாகைக்கும் இடையிலான ஒருமைப்பாடு பின்னிப் பிணைந்ததாக வளரவே, அவன் இறந்ததும் இக்குதிரை முடிக்கற்றைகளில் அவனது உயிர் எப்போதைக்குமாக தங்கி இருக்கும் எனப்பட்டது. வீரன் உயிர்த்திருக்கையில், இம்முடிக்கற்றைப் பதாகை அவனது விதியைத் தாங்கிக் கொண்டிருந்தது; இயற்கையில் அவனது ஆன்மாவாகியது. பௌதிக உடல் சீக்கிரமே இயற்கையிடம் கைவிடப்பட, ஆன்மா, வருங்காலத் தலைமுறைகளுக்கு உத்வேகமளிக்க, அக்குதிரைமுடிக்கற்றைகளில் வாழ்ந்தது.

சமாதான காலத்தில் பயன்படுத்திட, வெண்குதிரைகளிலிருந்து தயாரித்த பதாகையினையும், யுத்தத்தில் வழிகாட்டிட கருங்குதிரைகளிலிருந்து தயாரித்த பதாகையினையும் செங்கிஸ்கான் வைத்திருந்தார். வெண்பதாகை வரலாற்றில் விரைவிலேயே மாயமாகிட, கரும்பதாகையோ அவரது ஆன்மாவின் களஞ்சியமாக உயிர்த்திருந்தது. அவர் இறந்த பிறகு பல நூற்றாண்டுகளாக, மங்கோலியர் அவரது ஆன்மா தங்கியிருந்த பதாகையைத் தொடர்ந்து கண்ணியப்படுத்தினர். 16-ஆம் நூற்றாண்டில், அவரது வம்சாவளியினரில் ஒருவரான, ஜானாபாஸர் பிக்கு, அவரது பதாகையைப்பாதுகாத்து பறக்கவிடும் பொருட்டு, மடாலயத்தை நிர்மாணித்தார். புயல்கள்-பனிப்பாறைச் சரிவுகள், படையெடுப்புகள்-உள்நாட்டுப் போர்கள் வழியே, திபெத்திய பௌத்தத்தின் மஞ்சள்தொப்பிப் பிரிவின் ஆயிரக்கணக்கிலான பிக்குகள், இம்மாபெரும் பதாகையைக் காத்தனர்; ஆனால் அவர்களால், 20-ஆம் நூற்றாண்டின் எதேச்சதிகார அரசியலுக்கு

ஈடுதர முடியாது போயிற்று. பிக்குகள் கொல்லப்பட்டனர், உயிர்ப்பதாகை மறைந்தது.

விதி செங்கிஸ்கானிடம் அவரது ஊழினை கையளிக்கவில்லை; தனக்கென்று அவர் உருவாக்கிக் கொண்டார். உலகெங்கிலும் உயிர்ப்பதாகையைப் பின்தொடர்ந்து செல்வது இருக்கட்டும், ஓர் உயிர்ப்பதாகையை உருவாக்கிக் கொள்ளப் போதுமான குதிரைகளை வைத்திருக்க முடியுமா என்றே தெரியவில்லை. செங்கிஸ்கானாக மாறிய இச்சிறுவன், கொலை, கடத்தல், அடிமைப்படுத்தல் உள்ளிட்ட, அதீதமான பழங்குடி வன்முறை உலகிலே வளர்ந்தான். ஸ்டெப்பி புல்வெளிகளில் மடியுமாறுவிடப்பட்ட, ஒதுக்கப்பட்ட குடும்பத்தினரின் மகனான அவன், தன் குழந்தைப் பருவத்தில் சில ஆயிரம் பேர்களுக்கு மேல் சந்தித்திருக்க மாட்டான்; முறையான கல்வி பெறவில்லை. இக்கடுமையான சூழலில், ஆசை, வேட்கை, குரூரம் என மானுட உணர்வின் முழு வரிசையினையும் பீதியூட்டும் விவரணங்களுடன் கற்றுக் கொண்டான். குழந்தையாயிருந்த போதே தனது மாற்றாந்தாய் சகோதரனைக் கொன்றான், போட்டிக் குலத்தினால் பிடிக்கப்பட்டு அடிமைப்படுத்தப்பட்டான்; தன்னைப் பிடித்தவர்களிடமிருந்து தப்பிவிட்டான்.

இச்சிறுவன், இக்கொடூர நிலைமைகளில், உயிர்த்திருத்தலுக்கும் சுய பாதுகாப்புக்குமான உள்ளுணர்வை வெளிக்காட்டினானே ஒழிய, ஒருநாள் அவன் செய்துகாட்டவிருக்கும் சாதனைகளுக்கான வாக்குறுதியைத் தெரியப்படுத்தவில்லை. குழந்தையாயிருந்த போது அவன் நாய்களுக்குப் பயந்து லகுவில் அழுதுவிடுவான். அவனது தம்பி அவனை விடவும் வலுவானவன், சிறந்த வில்லாளன், மல்யுத்தவீரன்; அவனது மாற்றாந்தாய்வழிச் சகோதரன் அவனை அதிகாரம் செய்து கொண்டிருந்தான். இருப்பினும், பசி, அவமானம், கடத்தப்படல், அடிமைப்படுத்தல் என்னும் இவ்விழிவுபடுத்தும் சூழல்களிலிருந்து, அவன் அதிகாரத்தை நோக்கிய நீண்ட ஏற்றத்தை ஆரம்பித்தான். பருவவயதை எட்டும் முன்னரே, தன் வாழ்வின் இரு முக்கிய உறவுநிலைகளை உருவாக்கிக் கொண்டிருந்தான். தன் இளமையில் மிக நெருங்கிய நண்பனாகி ஆனால் வாலிபத்தில் தீவிர எதிரியாகிவிட்ட, தன்னைவிடச் சற்றே மூத்தவனுடன் நித்திய நட்புக்கும் விசுவாசத்திற்கும் உறுதி பூண்டான்; மற்றும் என்றென்றும் தான் நேசிக்கப்

போகின்றவளை, சக்கரவர்த்திகளின் தாயாக தான் ஆக்கப் போகின்றவளை கண்டறிந்தான். செங்கிஸ்கானின் இளமையில் நட்புக்கும் பகைமைக்குமாக உருவாக்கப்பட்ட இவ்விரட்டைச் சாதுர்யம், அவரது ஆயுளெல்லாம் நீடித்து, அவரது பண்புநலனை வரையறுத்திடும் அம்சமாகிற்று. மூடிய போர்வையின் கீழே அல்லது குடும்பக் கணப்பின் மங்கிடும் நெருப்பொளியில் எழுந்த, நேசம் மற்றும் தந்தைமையின் வதைக்கின்ற பிரச்சனைகள், உலக வரலாற்றின் பெரிய அரங்கில் முன்னிறுத்தப்பட்டன. அவரது தனிப்பட்ட இலக்குகளும் ஆசைகளும் அச்சங்களும் உலகைச் சுற்றிவளைத்தன.

மங்கோலிய ஸ்டெப்பி வெளியிலிருந்த ஒவ்வொரு பழங்குடியையும் வென்றெடுக்கும் மட்டும், ஆண்டுக்கு ஆண்டு தன்னைவிடவும் பலமிக்கவரை படிப்படியாக தோற்கடித்தார். அய்ம்பதாவது வயதில், பெரும்பாலான முக்கிய வெற்றியாளர்கள் தம் போர்க்குணத்தைக் கைவிட்டிருக்க, நூற்றாண்டுகளாக நாடோடிச் சமுதாயங்களை வதைத்து, சித்ரவதைப்படுத்திய, நாகரிக மக்களின் படைகளை எதிர்கொள்ளுமாறு, செங்கிஸ்கானின் உயிர்ப்பதாகை, தொலைதூரத் தாயகத்திலிருந்து வெளிவருமாறு அவரை அழைத்தது. தனது ஆயுளின் எஞ்சிய ஆண்டுகளில் கோபி மற்றும் மஞ்சளாற்றைத் தாண்டி, சீன அரசுகளுக்குள்ளும், துருக்கி-பாரசீகத்தின் மத்திய ஆசிய நிலங்கள் வழியேயும், ஆப்கானிய மலைகளைத்தாண்டி சிந்து நதிக்கும் தன் உயிர்ப் பதாகையைப் பின்தொடர்ந்து திரும்பத் திரும்ப வெற்றிகளை அடைந்தார்.

வெற்றிக்குப் பின் வெற்றியாக பெற்றுவந்த மங்கோலியப்படை, பல்லாயிரக்கணக்கான மைல்களைத்தாண்டியுள்ள, பலமுனைகள் மீது போரிடப்பட்ட கண்டங்களுக்கிடையிலான விவகாரமாக, சண்டையை உருமாற்றியது. செங்கிஸ்கானின் புத்தாக்கமிகு சண்டை உத்திகள், இடைக்கால அய்ரோப்பாவின் கவசம் அணிந்த வீரர்களை காலாவதியாக்கின, ஒருங்கிணைந்த அலகுகளாக நகரும் ஒழுங்கமைவுபெற்ற குதிரைப்படை வீரர்கள் அவர்களை இடம்பெயரச் செய்தனர். தற்காக்கும் அரண் செய்யும் நடவடிக்கைகளை விடவும், யுத்தகளனில் வேகத்தையும் வியப்பையும் அபாரமாகப் பயன்படுத்தினர்; அப்படியே அரண்கொண்ட நகரங்களை முடிவுக்குக் கொண்டுவரும் வகையில், முற்றுகையிடும் யுத்த முறையை முழுமையாக்கினர்.

செங்கிஸ்கான் தன் மக்களுக்கு நம்பமுடியாத தூரங்களைத் தாண்டி போரிடுவதற்கு மட்டுமல்லாமல், ஆண்டுகள், தசாப்தங்கள், இறுதியில் மூன்று தலைமுறைகளுக்கும் மேற்பட்ட தொடர்ச்சியான சண்டையிடுதலுக்கும் கற்பித்துத் தந்தார்.

நானூறு ஆண்டுகளில் ரோமானியர் வெற்றி கொண்டதைவிடவும், 25 ஆண்டுகளில் மங்கோலியப்படை அதிக நிலங்களையும் மக்களையும் அடிமைப்படுத்திற்று. தன் பிள்ளைகள்-பேரப்பிள்ளைகளுடன் சேர்ந்து செங்கிஸ்கான், 13-ஆம் நூற்றாண்டின் மக்கள் நெருக்கம் மிகுந்துள்ள நாகரிகங்களை வெற்றிகண்டார். தோற்கடிக்கப்பட்ட மொத்த மக்கள் எண்ணிக்கை அல்லது இணைத்துக் கொள்ளப்பட்ட நாடுகள் அல்லது ஆக்கிரமிக்கப்பட்ட பரப்பு என எதைக் கொண்டு அளவிட்டாலும், வரலாற்றில் வேறுயாரையும் விட, இருமடங்குக்கு மேலாக செங்கிஸ்கான் வெற்றி கண்டார். பசிபிக் பெருங்கடலிலிருந்து மத்திய தரைக்கடல் வரையிலான ஒவ்வோர் ஆற்று நீரிலும், மங்கோலிய வீரர்தம் குதிரைகளின் குளம்புகள் பதிந்து சிலுப்பின. அதன் உச்சத்தில், 11- லிருந்து 12 மில்லியன் சதுர மைல் அளவுக்கு அப்பேரரசு விரிந்திருந்தது-சுமார் ஆப்பிரிக்க கண்டத்தின் பரப்பினுடையதாக; அமெரிக்கா, கனடா, மெக்ஸிகோ, மத்திய அமெரிக்கா, ஒருங்கிணைந்த கரீபிய தீவுகளை விடவும் பெரிதாக. சைபீரியாவின் துந்திரப் பகுதிகளிலிருந்து இந்தியாவின் வெப்பமண்டலம் வரை, வியட்னாமின் நெல்வயல்களிலிருந்து ஹங்கேரியின் கோதுமை வயல்கள் வரை, கொரியாவிலிருந்து பால்கன் பகுதிவரை அது நீண்டிருந்தது. இன்றைக்குப் பெரும்பாலானவர்கள் வசிப்பது, மங்கோலியரால் வெற்றி கொள்ளப்பட்டது; நவீன வரைபடத்தில், செங்கிஸ்கான் வெற்றிகளில், 3 பில்லியன் மக்களுக்கும் மேலாக உள்ள 30 நாடுகள் அடங்கும். இச்சாதனையின் ஆச்சரியகரமான விஷயம், அவரின் கீழிருந்த ஒட்டுமொத்த மங்கோலியப் பழங்குடியினரின் எண்ணிக்கை சுமார் ஒரு மில்லியன்-நவீன கூட்டு நிறுவனங்கள் சிலவற்றின் வேலையாட்களை விடவும் குறைவானது. இந்த ஒரு மில்லியனிலிருந்து தனக்கான படையைத் தெரிவு செய்தார்-அது ஒரு லட்சத்திற்கும் அதிகமாகாது-நவீன சகாப்தத்தின் பெரிய விளையாட்டரங்குகளுக்குள் எளிதாக அடங்குவது.

கல்விகற்ற வணிகர்கள் அல்லது செல்வந்த விவசாயிகளால் உருவாக்கப்படுவதற்குப் பதிலாக, தனது ஆளுமை, வசீகரம், உறுதிப்பாட்டின் ஆற்றலாலேயே, அந்நிய ஆட்சியிலிருந்து அமெரிக்காவை விடுதலை செய்து, மக்களை ஒன்றுபடுத்தி, அகரவரிசையை உருவாக்கி, அரசமைப்புச் சட்டத்தை எழுதி, அனைவருக்கும் மத சுதந்திரத்தை நல்கி, புதிய யுத்த முறையைக் கண்டறிந்து, கனடாவிலிருந்து பிரேஸிலுக்கு ராணுவத்தை அணிவகுத்துச் சென்று, கண்டங்களெங்கும் நீண்டு கிடக்கும் சுதந்திர வர்த்தக மண்டலத்தில், வணிக வழித்தடங்களைத் திறந்திடும் படிப்பறிவற்ற அடிமைகளுள் ஒருவரால் நிறுவப்பட்டிருந்தால், செங்கிஸ்கானின் சாதனை அமெரிக்க ரீதியில் புரிந்து கொள்ளப்பட்டிருக்கும். ஒவ்வொரு மட்டத்திலும் ஒவ்வொரு நோக்கு நிலையிலும், செங்கிஸ்கானுடைய சாதனைகளின் அளவும் வீச்சும் கற்பனையின் வரம்புகளைச் சவாலுக்கு இழுக்கின்றன மற்றும் ஆய்வாளர்களது விளக்க ஆதாரங்களை மட்டுப்படுத்துகின்றன.

செங்கிஸ்கானின் குதிரைப்படை 13-ஆம் நூற்றாண்டெங்கிலும் பாய்ந்து சென்றபோது, அவர் உலகின் எல்லைகளை மீளவும் மாற்றி அமைத்தார். அவரது கட்டிடக்கலை கல்லில் அல்லாமல் தேசங்களில் இருந்தது. சிறிய அரசுகளின் பெரிய எண்ணிக்கையில் அதிருப்தியுற்ற செங்கிஸ்கான், அவற்றை பெரிய அரசுகளாக திரட்டினார். கிழக்கு அய்ரோப்பாவில் டஜன்கணக்கிலான ஸ்லாவிக் குறுநில அரசுகளையும் நகரங்களையும் பெரும் ரஷ்ய அரசாக மங்கோலியர் ஒன்றுபடுத்தினர். கிழக்கு ஆசியாவில் மூன்று தலைமுறைகளின் காலத்தில், தெற்கில் ஜுர்செட் நிலங்கள் மஞ்சூரியாவிலிருக்க, மேற்கில் திபெத் இருக்க, டாங்குட் அரசு, கோபி மற்றும் கிழக்கு துருக்கிஸ்தானின் உய்குர் நிலங்களை ஒட்டி இருக்க, சங்க் வம்ச எச்சங்களை ஒன்று திரட்டி சீன நாட்டினை உருவாக்கினர். மங்கோலியர் தம் ஆட்சியை விரிவுபடுத்தியபோது, கொரியா, இந்தியா போன்ற நாடுகளை உருவாக்கினர்-தோராயமாக, மங்கோலிய வெற்றியாளர்கள் வடிவமைத்த அதே எல்லைகளுடன் நவீன காலங்கள் வரை அவை உயிர்த்துள்ளன.

செங்கிஸ்கானது பேரரசு, சுற்றியிருந்த பல நாகரிகங்களைப் புதியதொரு உலக அமைப்பாகப் பிணைத்து ஒன்றுசேர்த்தது. 1162இல்

அவர் பிறந்தபோது, பழைய உலகம் மண்டல நாகரிகங்களின் வரிசையினையே கொண்டிருந்தது-அவை ஒவ்வொன்றும் தன் நெருங்கிய அண்டை நாகரிகத்திற்கு அப்பால், எதுவும் தெரியாததாக இருந்தது. சீனத்திலிருந்த யாரும் அய்ரோப்பாவை கேள்விப்பட்டிருக்கவில்லை, அய்ரோப்பாவிலுள்ள யாரும் சீனத்தைக் கேள்விப்பட்டிருக்கவில்லை, நமக்குத் தெரிந்தவரை, ஒன்றிலிருந்து இன்னொன்றிற்கு யாரும் பயணித்ததில்லை. 1227-இல் அவர் இறந்தபோது அரசியல் உறவு வர்த்தகத் தொடர்புகளால் அவற்றைப் பிணைத்திருந்தார்-அது இன்னும் அறாதுள்ளது.

உயர்குடிப் பிறப்பு மற்றும் சிறப்புரிமைகளின் நிலப்பிரபுத்துவ அமைப்பை நொறுக்கிய அவர், தனிநபரின் தகுதி, விசுவாசம் மற்றும் சாதனை மீதமைந்த புதிய, தனித்துவமான அமைப்பை நிர்மாணித்தார். பட்டுவழித்தடத்தை ஒட்டியுள்ள, இணைப்புகளில்லாததும் மந்தமானதுமான வர்த்தக நகரங்களை கைக்கொண்டு, வரலாற்றின் மாபெரும் சுதந்திரச் சந்தை மண்டலமாக அமைத்தார். ஒவ்வொருவருக்கும் வரிகளைக் குறைத்தார், மருத்துவர்கள், ஆசிரியர்கள், புரோகிதர்கள் மற்றும் கல்வி நிறுவனங்களுக்கு விலக்களித்தார். முறையான மக்கள்தொகை கணக்கெடுப்பை நிறுவினார், முதலாவது சர்வதேச அஞ்சல் அமைப்பை ஏற்படுத்தினார். அவருடையது செல்வத்தையும் கருவூலத்தையும் பதுக்கிய பேரரசாக இல்லாது, போரில் பெற்றதைச் சீராக விநியோகித்தது-இதனால் அவர்களால் வணிகச் சுழற்சியில் மீண்டும் நுழைய முடிந்தது. சர்வதேச சட்டத்தை உருவாக்கிய அவர், அனைத்து மக்களின் மீதுள்ள, நித்திய நீல ஆகாயத்தின் அறுதி உன்னத விதியை அங்கீகரித்தார். மிகுதியான ஆட்சியாளர்கள் தம்மை சட்டத்திற்கு மேலானவர்களாக கருதிக்கொண்ட காலத்தில், அடிமட்டத்திலுள்ள மேய்ப்பனைப் போலவே ஆட்சியாளர்களும் சட்டத்திற்குப் பதிலளிக்க வேண்டியவர்களே என்பதை வலியுறுத்தினார். தான் வெற்றிகொண்ட அனைத்து மதத்தினரிடமிருந்தும் முழுமையான விசுவாசத்தை அவர் கோரினாலும், தன் ஆட்சிப் பிரதேசங்களுக்குள் மத சுதந்திரத்தை வழங்கினார். சட்டத்தின் ஆட்சியை வற்புறுத்திய அவர், சித்ரவதையை ஒழித்தார் ஆனால் கொள்ளைக் கூட்டத்தையும் குரூரக் கொலையாளர்களையும் தேடி அழித்திட, பெரும் போர் தொடுத்தார். பிணைக்கைதிகளை

வைத்துக் கொள்வதை நிராகரித்தார்; மாறாக, தான் சண்டையிட்ட பகை நாடுகளைச் சேர்ந்தவர்கள் உள்ளிட்ட அனைத்து தூதுவர்களுக்கும் ராஜதந்திரிகளுக்கும், ராஜதந்திர பாதுகாப்பினை வழங்கினார்.

இத்தகைய திடமான அடித்தளத்துடன் தன் பேரரசைச் செங்கிஸ்கான் விட்டுச் செல்லவே, அது இன்னொரு 150 ஆண்டுகளுக்கு தொடர்ந்து வளர்ந்தது. அப்புறம் அதன் வீழ்ச்சியை அடுத்த நூற்றாண்டுகளில், அவரது சந்ததியர், ரஷ்யா, துருக்கி மற்றும் இந்தியாவிலிருந்து சீனா மற்றும் பாரசீகம் வரை, விதவிதமான சிறிய பேரரசுகளையும் பெரிய தேசங்களையும் தொடர்ந்து ஆட்சிபுரிந்தனர். கான், சக்கரவர்த்தி, சுல்தான், மன்னர், ஷா, எமீர், தலாய்லாமா என விசித்திரமான விருதுப் பெயர்களைக் கொண்டிருந்தனர். அவரது பேரரசின் மிச்சசொச்சங்கள் ஏழு நூற்றாண்டுகள் வரை, அவரது சந்ததிகளின் ஆட்சியில் தங்கியிருந்தன. மொகலாயரைப் போலவே-அவர்களில் சிலர் 1857வரை இந்தியாவை ஆண்டனர்-பிரித்தானியர் இரண்டாம் பகதூர்ஷாவை துரத்திவிட்டு, அவரது இரு மகன்கள் மற்றும் பேரனின் தலைகளை துண்டித்துவிட, செங்கிஸ்கானின் கடைசி சந்ததி ஆலிம்கான், புகாராவின் எமீராக, உஸ்பெகிஸ்தானில் ஆட்சியிலிருந்தார்-சோவியத் புரட்சி அலையால் 1920-இல் பதவியிலிருந்து இறக்கப்படும்வரை.

பெரும்பாலான வெற்றியாளரை வரலாறு பரிதாபமான, அகாலமான மரணங்களடையுமாறு தண்டித்துள்ளது. 33-வது வயதில் பாபிலோனில் மர்மமான சூழலில் மாபெரும் அலெக்ஸாண்டர் இறந்துவிட, அவரது ஆதரவாளர்கள் அவரது குடும்பத்தினரைக் கொன்று, அவரின் நிலங்களை தமதாக்கிக் கொண்டனர். ஜூலியஸ் சீசரை சக உயர்குடி வகுப்பினரும் முந்தைய சகாக்களும் ரோமானிய சட்டமன்ற வளாகத்தில் குத்திக் கொன்றனர். தனது வெற்றிகள் சரிந்து அழிக்கப்படுவதை தாங்கிக் கொண்டபிறகு, தனிமையுணர்வும் கசப்புணர்வும் கொண்டிருந்த நெப்போலியன், புவிக்கோளத்தின் மிகவும் தொலைதூரத்திலுள்ளதும் சென்றுசேர முடியாததுமான தீவுகள் ஒன்றிலே, தனிமைக் கைதியாக, சாவை எதிர்கொண்டார். எனினும் சுமார் 65 வயதான செங்கிஸ்கான், நேசிக்கும் குடும்பத்தினர், உண்மையான நண்பர்கள் சூழ்ந்திருக்க, கட்டளை வந்த மாத்திரத்தில் தம் உயிரைக் கொடுக்கத்

தயாராயுள்ள விசுவாசமான வீரர்கள் இருக்க, தன் முகாம் படுக்கையில் காலமானார். 1227 கோடையில், மஞ்சளாற்றின் மேல்மட்டத்தை ஒட்டியிருந்த டாங்குட் நாட்டுக்கு எதிரான படையெடுப்பின்போது செங்கிஸ்கான் இறந்து போனார்- அல்லது மங்கோலியரது வார்த்தைகளில் சொல்வதானால்,- மரணம் அல்லது நோய் பற்றிப் பேசுவதை அருவருப்பவர்கள் அவர்கள்-"விண்ணகம் ஏறினார்." மரணத்திற்குப் பிந்தைய ஆண்டுகளில் அவரது மரணத்தின் காரணம் ரகசியமாக இருந்து வரவே, யூகங்களை எழுப்பிவிட்டது; பிற்பாடு தீரக்கதைகள் உருக்கொண்டு, காலப்போக்கில், வரலாற்றுண்மையாகத் தோற்றம் தந்தது. மங்கோலியர்களுக்கான முதலாவது அய்ரோப்பியத் தூதுவர் பிளானோ-டி-கார்ப்பினி, செங்கிஸ்கான் மின்னல்தாக்கி மடிந்தார் என்று குறிப்பிட்டார். செங்கிஸ்கானின் பேரன் குப்ளாய்கான் ஆட்சிக் காலத்தில் விரிவாக பயணித்திருந்த மார்கோ போலோ, கணுக்காலில் அம்புபட்ட காயம் காரணமாக இறந்தார் என்றார். இனம் தெரியாத எதிரிகள் நஞ்சூட்டிவிட்டனர் என்று சிலர் கூறினர். அவர் சண்டையிட்ட டாங்குட் மன்னன் ஏவிய சூனியத்தால் கொல்லப்பட்டார் என்கிறது இன்னொரு பதிவு. திசைதிருப்புவோரின் கதைகளுள் ஒன்று, பிடிபட்ட டாங்குட் அரசி தன் குறிக்குள் ஒரு சாதனத்தைப் பொருத்திக்கொள்ள, செங்கிஸ்கான் அவளுடன் உறவு கொண்டதும், அவரது குறிகள் கிழிபட்டு கடும் வேதனையில் இறந்தார் என்கிறது.

அவரது இறப்பினைக் குறித்துள்ள பல கதைகளுக்கு முரண்பட்ட வகையில், ஒரு நாடோடியின் கூடாரத்தில் நடந்த அவரது மரணம், சாராம்சத்தில் அவர் பிறப்பினை ஒத்ததாக, தன் மக்களது மரபார்ந்த வாழ்க்கை முறையைப் பாதுகாப்பதில் அவர் எவ்வளவு வெற்றிகரமாயிருந்தார் என்பதை விளக்கியது; இருப்பினும் முரண்நகைமிக்க விதத்தில், அவர்தம் வாழ்க்கை முறையைப் பாதுகாப்பதில், அவர் மனித சமூகத்தை உருமாற்றியிருந்தார். வீழ்ச்சியுற்ற தம் சக்கரவர்த்தியின் உடலை, மங்கோலியாவில் ரகசியமாக அடக்கம் செய்யும் பொருட்டு அவரது வீரர்கள் கொண்டுசென்றனர். அவர் இறந்த பிறகு, அவரது தாயக மண்ணிலே அவரை அடையாளப்படுத்திடும் சமாதியோ கோயிலோ பிரமிடோ கல்லறையோ கூட இல்லாமல், அவரது ஆதரவாளர்கள் அடக்கம் செய்தனர். மங்கோலிய நம்பிக்கைப்படி, ஆன்மா இல்லாததால் இறந்தவரின் உடலை அமைதியாக விட்டுவிடவேண்டும்,

நினைவுச் சின்னம் தேவையில்லை; அது உயிர்ப்பதாகையில் வாழ்ந்து கொண்டிருக்கும். அடக்கத்தின் போது செங்கிஸ்கான், தான் வந்திருந்த மங்கோலியாவின் பரந்த நிலவியலில் நிசப்தமாக மறைந்து போனார். இறுதி இலக்கு அறியப்படாது இருந்ததால், நம்பகமான தகவல் இல்லாத நிலையில், மக்கள் பலநாடகபூர்வ திருப்பங்களுடன் தம் வரலாற்றை கண்டறிந்து கொண்டனர். அவரது இறுதி ஊர்வலத்தின் 40 நாள் பயணத்தில் படைவீரர்கள் எதிர்ப்பட்ட ஒவ்வொரு நபரையும் விலங்கையும் கொன்றனர்; ரகசிய நல்லடக்கம் முடிந்ததும் 800 குதிரைவீரர் கல்லறைப் பகுதி இருப்பது தெரியாதபடி, மீண்டும் மீண்டும் அதை மிதித்து நசுக்கிவிட்டனர் என்கிறது மிகவும் பரிச்சயமான ஒரு கதை. அப்புறம், இவ்விருப்பிடத்தை இவர்கள் தெரிவித்துவிடாதபடி இன்னொரு வீரர் வரிசையால் இவர்கள் கொல்லப்பட்டனர்; பின்னர் இன்னொரு வீரர் வரிசையால் இவர்களும் கொல்லப்பட்டனர்.

தாயகத்தில் ரகசிய அடக்கம் முடிந்தபிறகு பல நூறு சதுரமைல் பரப்புக்கு ஒட்டுமொத்தப்பகுதியையும் வீரர்கள் மூடி முத்திரையிட்டனர். செங்கிஸ்கானின் குடும்பத்தினரும் அங்கே காவலுக்கு நிறுத்தப்பட்டிருந்தோரும் தவிர்த்து வேறு யாரும் நுழைய முடியாது. சுமார் 800 ஆண்டுகாலம், மாபெரும் விலக்கு எனப்படும் இந்த இகே கோரிக் (Ike Khorig) ஆசியாவின் மையத்திலே மூடுண்டு இருந்தது. செங்கிஸ்கானின் ரகசியங்களெல்லாம் அவரது ரகசிய தாயகத்தில் மூடப்பட்டிருந்ததாகத் தோன்றிற்று. மங்கோலியப் பேரரசு வீழ்ந்து, மங்கோலியப் பகுதிகள் மீது பிற அந்நிய அரசுகள் படையெடுத்த பின்னர் நீண்டகாலம், மங்கோலியர் தம் மூதாதையரின் புனித வளாகத்திற்குள் யாரும் நுழைந்திடாது தடுத்தனர். மங்கோலியர் இறுதியில் பௌத்தத்திற்கு மாறிய பிறகும், அவரது நல்லடக்கத்தை அடையாளப்படுத்திடும் ஆலயமோ மடாலயமோ நினைவுச் சின்னமோ எழுப்ப முற்பட அவரது வாரிசுகள் நிராகரித்துவிட்டனர்.

இருபதாம் நூற்றாண்டில், செங்கிஸ்கானின் பிறப்பு மற்றும் அடக்கம் சார்ந்த பகுதி, தேசியவாதிகளுக்கான போராட்ட புள்ளியாகாமலிருப்பதை உறுதிப்படுத்திட, சோவியத் ஆட்சியாளர்கள் அதனைக் கவனமாகப் பாதுகாத்தனர். மாபெரும் விலக்கு அல்லது செங்கிஸ்கானுடனான தொடர்பைக் குறித்திடும் வரலாற்றுப் பெயர்களுள் ஒன்றைப் பயன்படுத்துவதற்குப்

பதிலாக, பெரிதும் கட்டுப்படுத்தப்பட்ட பகுதி என்னும் நிர்வாக எந்திர அடையாளத்தை சோவியத் ஆட்சியாளர்கள் பயன்படுத்தினர். சூழ்ந்துள்ள மாகாணத்திடமிருந்து அதனைப் பிரித்து, நேரிடையாக மைய அரசாங்கத்தின் கீழ் கொண்டுவந்துவிட, மாஸ்கோவினால் இறுக்கமாக கட்டுப்படுத்தப்பட்டது. சம அளவில் கட்டுப்படுத்தப்பட்ட பகுதியுடன், ஒரு மில்லியன் ஹெக்டேர் அளவிலான பெரிதும் கட்டுப்படுத்தப்பட்ட பகுதி சூழ்ந்திருக்க, சோவியத்துகள் மேலும் முத்திரையிட்டனர். கம்யூனிச சகாப்தத்தின் போது, அப்பகுதிக்குள் பயணிப்பதைத் தடுத்திட, அரசாங்கம் சாலை போடாதும் பாலம் கட்டாதும் இருந்தது. கட்டுப்படுத்தப்பட்ட பகுதிக்கும் மங்கோலியத் தலைநகர் உலான் பாத்தருக்கும் இடையே, மிகவும் அரண் செய்யப்பட்ட MiG விமான தளத்தையும் அணு ஆயுதங்களின் சேமிப்புக் கிடங்கையும் சோவியத்துகள் பயன்படுத்தினர். தடைசெய்யப்பட்ட மண்டலத்திற்குள் நுழைவதைத் தடுத்திட பெரிய சோவியத் பீரங்கித் தளம் இருந்தது; பீரங்கி இயந்திர பயிற்சிக்கும் உத்திகளுக்கும் இப்பகுதியை ரஷ்ய ராணுவம் பயன்படுத்திற்று.

மங்கோலியர்கள் தொழில்நுட்பச் சாதனைகள் செய்யவில்லை, புதிய மதங்களை நிறுவவில்லை, புத்தகங்களோ நாடகங்களோ எழுதவில்லை. புதிய பயிர்வகைகளையோ வேளாண் உத்திகளையோ உலகிற்குத் தந்திடவில்லை. அவர்தம் கைவினைக் கலைஞர்களால் துணியை நெசவு செய்யவோ, உலோகத்தை வார்த்தெடுக்கவோ மண்பாண்டங்கள் வனையவோ, ரொட்டி செய்யவோ கூட இயலவில்லை. அவர்கள் பீங்கானையோ மண்பாண்டங்களையோ தயாரிக்கவில்லை, சித்திரங்கள் தீட்டவில்லை, கட்டிடங்கள் நிர்மாணிக்கவில்லை. எனினும், அவர்தம் ராணுவம் ஒவ்வொரு பண்பாடாக வெற்றிகொண்டது; ஒரு நாகரிகத்திடமிருந்து பெற்ற இத்திறன்களையெல்லாம் இன்னொன்றிற்கு கை மாற்றியது.

செங்கிஸ்கான் நிறுவிய ஒரே நிரந்தர அமைப்புகள் பாலங்கள்தான். கோட்டைகள், கொத்தளங்கள், நகரங்கள், மதில்கள் நிர்மாணிப்பதை வெறுத்த அவர், நிலப்பகுதியில் கடந்து போனபோது, வேறெந்த ஆட்சியாளரையும் விட அதிக பாலங்களைக் கட்டியிருக்க வேண்டும். தன் ராணுவங்களையும் பொருட்களையும் துரிதமாகக் கொண்டு செல்லும் பொருட்டு,

நூற்றுக்கணக்கான ஆறுகளையும் ஓடைகளையும் பாலங்களால் இணைத்தார். பொருட்களின் புதிய வணிகத்திற்காக மட்டுமின்றி, கருத்துகளுக்காகவும் அறிவுக்காகவும் மங்கோலியர் திட்டமிட்டே உலகைத் திறந்துவிட்டனர். மங்கோலியர் ஜெர்மானிய சுரங்கத் தொழிலாளரைச் சீனத்திற்கும், சீன மருத்துவரைப் பாரசீகத்திற்கும் கொண்டுவந்தனர். பிரும்மாண்ட மானவற்றிலிருந்து சாதாரணமானவை வரை இவ்விட மாறுதல்கள் நிகழ்ந்தன. தாம் சென்ற இடங்களிலெல்லாம் தரை விரிப்பின் பயன்பாட்டினைப் பரப்பினர், எலுமிச்சை-கேரட்டினை பாரசீகத்திலிருந்து சீனத்திற்குக் கொண்டுவந்தனர்; அதுபோலவே நூடுல்ஸ்களையும் சீட்டுகளையும்; சீனத்திலிருந்து மேற்கிற்குத் தேயிலையை எடுத்துச் சென்றனர். மங்கோலியாவின் வறண்ட ஸ்டெப்பிவெளியில் நீரூற்றை நிர்மாணிக்க, பாரிஸிலிருந்து ஒரு உலோகப் பணியாளரைத் தருவித்தனர், தம் ராணுவத்தில் மொழிபெயர்த்துச் சொல்ல ஆங்கிலேய கனவானைக் கொண்டுவந்தனர்; சீன அச்சுக் கலையை பாரசீகத்திற்கு எடுத்துச் சென்றனர். சீனத்தில் தேவாலயங்கள் கட்டவும் பாரசீகத்தில் பௌத்த ஆலயங்களையும் ஸ்தூபிகளையும் நிர்மாணிக்கவும் ரஷ்யாவில் இஸ்லாமிய குரான் பள்ளிகளையும் நிறுவவும் நிதியுதவி செய்தனர். மங்கோலியர் பூமியெங்கிலும் வெற்றியாளர்களாக மட்டுமின்றி, நாகரிகத்தின் ஈடு இணையற்ற பண்பாட்டுத் தூதுவர்களாகவும் விளங்கினர்.

செங்கிஸ்கானின் பேரரசை சுவீகரித்தோர் பொருட்களையும் சரக்குகளையும் சுற்று முற்றும் கொண்டு செல்வதில் தீர்மானகரமாக முயன்றனர்; அவற்றை முற்றிலும் புதியனவாக ஆக்குவதிலும் முன்னெப்போதும் இருந்திராத கண்டு பிடிப்புகளைத் தருவதிலும் ஒன்றிணைத்தனர். சீனம், பாரசீகம் மற்றும் அய்ரோப்பாவைச் சேர்ந்த அவர்தம் தேர்ந்த பொறியாளர்கள், சீன வெடிமருந்துடன் இஸ்லாமியப் பொறிபரப்பானைச் சேர்த்து, அய்ரோப்பிய உலோக வார்ப்பு உத்தியினை மேற்கொண்டபோது, பீரங்கியை உற்பத்தி செய்தனர்-முற்றிலும் புதிய தொழில்நுட்பப் புத்தாக்கமான இதனின்றும், கைத்துப்பாக்கிகளிலிருந்து ஏவுகணைகள் வரையிலான நவீன ஆயுதங்களின் கிடங்கு வெளிப்பட்டது. ஒவ்வொன்றும் ஒரு முக்கியத்துவத்தைப் பெற்றிருக்க, வழக்கத்திற்கு மாறான பொருட்களை உருவாக்கிட, தொழில்நுட்ப உத்திகளை மங்கோலியர் தெரிவு செய்து ஒன்றிணைத்ததில் மாபெரும் தாக்கம் ஏற்பட்டது.

மங்கோலியர் தம் அரசியல் பொருளாதார அறிவார்த்த ஈடுபாடுகளில், அர்ப்பணிப்பும் விடாப் பிடித்தன்மையும் மிக்க சர்வதேச வேட்கையை வெளிக்காட்டினர். உலகை வெற்றிகொள்வதற்கு மட்டுமின்றி, சுதந்திர வணிகம் மற்றும் தனியொரு சர்வதேச சட்டத்தின் மீத்மையும் புதிய உலகையும், அனைத்து மொழிகளையும் எழுதுவதற்கான உலகளாவிய லிபியினையும் நிறுவும் பொருட்டும் முற்பட்டனர். செங்கிஸ்கானின் பேரன் குப்ளாய்கான் எங்கும் பயன்படுத்தத்தக்க ரூபாய் நோட்டை அறிமுகப்படுத்தினார்; ஒவ்வொருவரையும் எழுதப்படிக்க தெரிந்தவராக்கும் பொருட்டு, அனைத்துக் குழந்தைகளுக்கும் அடிப்படைக் கல்வி தரும் ஆதாரப் பள்ளிகளை உருவாக்க முற்பட்டார். மங்கோலியர் மிகத் துல்லியமானதும் முன்னர் இருந்திராததுமான 10,000 ஆண்டு காலண்டரை மெருகேற்றி மெருகேற்றி உருவாக்கினர், மிக விரிவான வரைபடத்தை தயாரித்தனர். தம் பேரரசை நோக்கி வணிகர்கள் வருவதை ஊக்கப்படுத்திய அவர்கள், தம் வர்த்தக-ராஜதந்திர உறவுகள் விரிவு கொள்ளும் வகையில், ஆப்பிரிக்கா வரை நிலத்திலும் நீரிலும் சென்று மதிப்பீடு செய்துவர ஆய்வாளர்களை அனுப்பினர்.

மங்கோலியர் வந்துசேர்ந்த, அநேகமாக ஒவ்வொரு நாட்டிலும், இனந்தெரியாத காட்டுமிராண்டிப் பழங்குடியினர் பெற்ற வெற்றியால் உண்டான ஆரம்பகட்ட அழிவு, சீக்கிரமே பண்பாட்டு தொடர்புறுத்தலில் முன்னெப்போதும் இல்லாத உயர்வை ஏற்படுத்திற்று, வணிகத்தை விரிவாக்கியது, நாகரிகத்தை மேம்படுத்தியது. அய்ரோப்பாவில் மங்கோலியர், உயர்குடியைச் சேர்ந்த வீரர்களைப் படுகொலை செய்தனர்; ஆனால் சீனா-இஸ்லாமிய நாடுகளுடன் ஒப்பிடுகையில், கடுமையான வறுமை கண்டு ஏமாற்றமுற்று, நகரங்களைக் கொள்ளையடிப்பது குறித்து கவலைப்படாது, கிராமப்பகுதிகளைக் கொள்ளையிட்டனர், அல்லது விரிவடைந்து கொண்டிருந்த பேரரசுடன் அவற்றை இணைத்தனர். இதனால் சொற்பமாகவே பாதிக்கப்பட்ட அய்ரோப்பா, வெனீஸின் போலோ குடும்பத்தார் போன்ற வர்த்தகர்களின் வாயிலாக அனைத்து நன்மைகளையும் பெற்றது; மங்கோலியப் பேரரசர்களுக்கும் போப்களுக்கும் அய்ரோப்பிய அரசர்களுக்கும் இடையே தூதுவர்கள் பரிமாற்றிக் கொள்ளப்பட்டனர். புதிய தொழில் நுட்பமும் அறிவும் வணிகச் செல்வமும் மறுமலர்ச்சியை உருவாக்கியது; அதிலே அய்ரோப்பா தனது முந்தைய பண்பாட்டின்

சில அம்சங்களை மறுகண்டுபிடிப்பு செய்தது; இன்னும் முக்கியமாக, கிழக்கிலிருந்து அச்சிடுதல், போர்க்கருவிகள், திசைமானி, அபாகஸ் தொழில்நுட்பத்தை உள்ளீர்த்துக் கொண்டது. 13-ஆம் நூற்றாண்டில் ஆங்கிலேய அறிவியலாளர் ரோஜர் பேகன் குறிப்பிட்டபடி, மங்கோலியர் உலகியல் வளத்தால் மட்டுமின்றி, அறிவியலாலும் வெற்றிபெற்றனர். மங்கோலியர் போரிடுவதில் ஆர்வங் காட்டினாலும், "தம் ஓய்வுவேளையை தத்துவக் கோட்பாடுகளில் ஈடுபடுத்தியதால்," இந்த அளவுக்கு முன்னேறி உள்ளனர்.

மங்கோலியர் செல்வாக்கால் மறுமலர்ச்சியின்போது, தொழில் நுட்பம், யுத்தம், ஆடையணிமணி, வர்த்தகம், உணவு, கலை, இலக்கியம், இசை என அய்ரோப்பிய வாழ்வின் ஒவ்வோர் அம்சமும் மாறியதாகத் தோன்றிற்று. புதுவடிவிலான யுத்தம், புது இயந்திரங்கள், புதிய உணவு என்பவற்றுடன், அன்றாட வாழ்வின் மிகச் சாதாரண அம்சங்கள் கூட மாறின-அய்ரோப்பியர் அங்கிகளுக்கும் நீண்ட உடைகளுக்கும் பதிலாக கால்சராய்கள் சட்டைகள் என மங்கோலியர் ஆடைகளை அணிந்த போது, விரல்களால் மீட்டும் முறைகளுக்குப் பதிலாக இசைக் கருவிகளை வில்லால் இசைத்தபோது, புதிய பாணியில் தம் ஓவியங்களைத் தீட்டிய போது. பரஸ்பர உற்சாகத்தையும் ஊக்குவிப்பையும் தெரிவிக்கும் வகையில் அய்ரோப்பியர் மங்கோலியரின் வியப்புச் சொற்களான 'ஹீரே' போன்றவற்றைக் கூடப் பயன்படுத்தலாயினர்.

மங்கோலியரின் சாதனைகள் ஏகமாயிருக்க, ஆங்கில மொழியின் முதல் எழுத்தாளரான ஜியோஃப்ரே சாஸர், மங்கோலிய செங்கிஸ்கான் என்னும் ஆசிய வெற்றியாளருக்கு, காண்டர்பரி கதைகளில் மிக நீண்ட கதையை ஒதுக்கியிருப்பதில் ஆச்சரியப்பட ஒன்றுமில்லை என்றே தோன்றுகிறது. செங்கிஸ்கானையும் அவரது சாதனைகளையும் பற்றி அவ்வளவு பிரமிப்புடன் எழுதினார். எனினும் இப்போது எஞ்சிய உலகத்தினர் ரத்தவெறிகொண்ட காட்டுமிராண்டிகள் என்று பார்க்கும் மங்கோலியரை, மறுமலர்ச்சிக் காலத்து கற்றறிந்தோர் இப்படிக் குறிப்பிடுவது கண்டு ஆச்சரியப்படுகிறோம். சாஸர் அல்லது பேகன் மங்கோலியர் குறித்து விட்டுச் சென்றுள்ள உருவச் சித்திரம், பொன், பெண், குருதியை மோகித்துச் சென்ற காட்டுமிராண்டிக்கும்பல் என செங்கிஸ்கானையும் அவரது படையினையும் சித்தரிக்கும் பிற்கால

புத்தகங்கள் அல்லது திரைப்படங்களிலிருந்து நாம் தெரிந்து கொள்ளும் படிமங்களுடன் ஒட்டும் உறவும் இல்லாதுள்ளது.

அடுத்தடுத்த ஆண்டுகளில் செங்கிஸ்கான் பற்றி நிறையப் படிமங்களும் படங்களும் உருவாக்கப்பட்டாலும், அவரது ஆயுள்காலத்தில் உருவாக்கப்பட்ட உருவச்சித்திரம் நம்மிடமில்லை. வரலாற்றில் எந்தவொரு வெற்றியாளரையும் போலின்றி, செங்கிஸ்கான் தன் உருவத்தைத் தீட்டவோ, சிற்பமாக வடிக்கவோ, நாணயத்தில் அவர் பெயரைப் பொறிக்கவோ யாரையும் அனுமதிக்கவில்லை; உடனிகழ்காலத்தவர்கள் அவரைப் பற்றி விவரித்தவை தகவல் தெரிவிப்பதை விடவும் மருட்சிமிக்கவையாயுள்ளன. செங்கிஸ்கானைக் குறித்த நவீன மங்கோலியப் பாடலின் சொற்களில் கூறுவதானால், "உமது தோற்றத்தை கற்பிதம் செய்த எமது மனங்களோ வெறுமையாயிருந்தன."

செங்கிஸ்கானின் உருவச்சித்திரங்களோ மங்கோலியப் பதிவோ இல்லாத நிலையில், உலகம் அது விரும்பியபடி கற்பிதம் செய்து கொள்ளுமாறு விடப்பட்டது. அவர் இறந்து அரை நூற்றாண்டு வரை யாரும் அவரைத் தீட்டுவதற்குத் துணியவில்லை, அப்புறம் ஒவ்வொரு பண்பாடும் அவரைக் குறித்த தனது குறிப்பான படிமத்தை முன்னிறுத்திற்று. இறகு போன்ற தாடி, வெறுமையான விழிகளுடன், கடுமையான மங்கோலிய வீரனை விடவும், கவனம் சிதறிய சீனத் துறவியைப் போல, சீனர்கள் அவர் உருவச் சித்திரத்தைத் தீட்டினர். அரியாசனத்தில் அமர்ந்துள்ள துருக்கிச் சுல்தானாக, பாரசீக நுண்ணோவியர் அவரை வரைந்தார். குரூரமான தோற்றம், நிலைத்த கொடும் விழிகள், அருவருப்பாயுள்ள காட்டுமிராண்டியாக அய்ரோப்பியர் தோன்றவைத்தனர்.

செங்கிஸ்கானையும் அவரது பேரரசு பற்றியும் எழுத விரும்பிய எதிர்கால வரலாற்றாளர்களுக்கு மங்கோலிய ரகசியமுறை, அசாத்தியமான நடவடிக்கையை விட்டுச் சென்றது. வாழ்க்கை வரலாற்றாளர்களுக்கோ வரலாற்றாசிரியர்களுக்கோ தம் விவரிப்பை மேற்கொள்ள எதுவுமில்லை. வெற்றி கொள்ளப்பட்ட நகரங்கள், தோற்கடிக்கப்பட்ட ராணுவங்களின் காலக்கிரமத்தை அறிவார்கள்; ஆனால் அவரது தோற்றம், பண்பு நலன், உந்துதல் அல்லது தனிப்பட்ட வாழ்க்கை குறித்து நம்பத்தக்க தகவல் இல்லை. அவர் இறந்ததுமே, செங்கிஸ்கான் வாழ்க்கை சார்ந்த

இத்தகவல்களெல்லாம் அவருக்கு நெருக்கமான ஒருவரால் ரகசிய ஆவணத்தில் பதிவு செய்யப்பட்டதாக, நூற்றாண்டுகளாக வதந்திகள் நிலவின. சீன-பாரசீக அறிஞர்கள் இந்த ரகசிய ஆவணத்தைக் குறிப்பிட, மங்கோலியப் பேரரசின் உச்சகாலத்தின் போது இதனைப் பார்த்ததாக சில அறிஞர்கள் கூறியுள்ளனர். செங்கிஸ்கான் இறந்து அநேகமாக ஒரு நூற்றாண்டு கழிந்த பிறகு, பாரசீக வரலாற்றாளர் ரஷீத் அல்தின், மங்கோலிய மரபுத் தொடர்களாலும் எழுத்துக்களாலும் எழுதப்பட்ட "அசலான சரிதமாக" இவ்வெழுத்துக்களை விவரித்தார். 'ஆனால் அது கருவூலத்தில் பாதுகாக்கப்பட்டது, அங்கே அது வெளியாரிடமிருந்து மறைத்து வைக்கப்பட்டிருந்தது' என்றார். மங்கோலியப் பிரதியை புரிந்துகொண்டு ஊடுருவிச் செல்லும் திறமைமிக்கவருக்கு சந்தர்ப்பம் அளிக்கப்படவில்லை என்று அழுத்தம் தந்தார். மங்கோலிய ஆட்சி வீழ்ந்த பிறகு, இந்த ரகசிய ஆவணத்தின் பெரும்பாலான தடயங்கள் மாயமாகிவிட்டதாகத் தோன்றிற்று; இத்தகைய பிரதி இருந்ததே இல்லை, செங்கிஸ்கான் குறித்துள்ள பல தொன்மங்களில் ஒன்றே இது என பல சிறந்த அறிஞர்கள் நம்பலாயினர்.

வெவ்வேறு நாடுகளின் கலைஞர்கள் அவரை வெவ்வேறாகச் சித்தரித்தது போலவே, வெவ்வேறு நாடுகளின் அறிஞர்களும் அப்படியே செய்தனர். கொரியாவிலிருந்து ஆர்மீனியா வரை, செங்கிஸ்கான் வாழ்க்கை குறித்து எல்லா விதமான தொன்மங்களையும் வசீகரமான கதைகளையும் உருவாக்கினர். நம்பகமான தகவல் இல்லாதவிடத்தே, தமது அச்சங்களையும் பீதிகளையும் தம் விவரிப்புக்குள் முன்னிறுத்தனர். நூற்றாண்டுகள் செல்லச் செல்ல, அலெக்ஸாண்டர், சீஸர், சார்லிமாகன், அல்லது நெப்போலியன் போன்றவர்கள் இழைத்த அதிக்கிரமங்களையும் ஆக்கிரமிப்புகளையும், அவர்தம் சாதனைகள் அல்லது வரலாற்றில் சிறப்பு நோக்கங்களின் பின்புலத்தில் அறிஞர்கள் மதிப்பீடு செய்தனர். இருப்பினும், செங்கிஸ்கானையும் மங்கோலியரையும் பொறுத்தவரை, அவர்களின் சாதனைகள் மறக்கப்பட்டுவிட, அவர்கள் இழைத்ததாகக் கூறப்படும் குற்றங்களும் குரூரங்களும் பெரிதுபடுத்தப்பட்டன. நாசத்தினை அதன்பொருட்டே விரும்பிய, ஈவிரக்கமற்ற வெற்றியாளர், ரத்தவெறிமிக்க காட்டுமிராண்டி என்னும் வகைமாதிரியாக செங்கிஸ்கான் மாறினார். செங்கிஸ்கானும் அவரது மங்கோலிய மந்தையும், பெருமளவுக்கு

ஆசிய மக்களும் பொதுவாக ஒற்றைப் பரிமாண உயிரிகளாயினர், நாகரிகமடைந்ததற்கு அப்பாலிருந்தவை அனைத்துக்குமான அடையாளமாயினர்.

18ஆம் நூற்றாண்டின் இறுதியில், அறிவு விளக்க காலத்தில், செங்கிஸ்கானின் சீன வெற்றி குறித்த வால்டேர் நாடகம் *The Orphan of China*-வில் இந்த சஞ்சலப்படுத்தும் படிமமே இடம்பெற்றது: "ஆசியாவின் வளமான நிலங்களை தரிசாக்கிய, ஆவேசமான செங்கிஸ்கான், மன்னர்களின் மன்னர் எனப்பட்டார்." செங்கிஸ்கான் மீதான சாஸரின் புகழ்ச்சிக்குப் பதிலாக, வால்டேர் அவரை, இந்நாசகரமான கொடுங்கோலன்... மன்னர்களின் கழுத்துகளின் மீது பெருமிதத்துடன் நடந்தேகுபவன்... இருப்பினும் ஆயுதந் தாங்கப் பயிற்சிபெற்று, ரத்த வர்த்தகத்தை மேற்கொண்ட, காட்டுத்தனமான சித்திய வீரனுக்கு மேல் ஒன்றுமில்லாதவன்" என்றே விவரித்தார். (அங்கம் 1, காட்சி 1). தன்னைச் சுற்றிலுமிருந்த நாகரிகத்தின் உன்னதப் பண்புகள் மீது சீற்றம் கொண்டு, பண்பட்ட மங்கையரை பாழ்படுத்திடும் காட்டுமிராண்டி வேட்கையால் உந்தப் பெற்ற, தன்னால் புரிந்துகொள்ள முடியாதவற்றை அழித்திட்ட நபராகவே, வால்டேர் செங்கிஸ்கானைச் சித்தரித்தார்.

செங்கிஸ்கானின் பழங்குடி, தார்தார், தத்தார், முகல், மொகல், மோல், மங்கோல் என தினுசான பெயர்களைப் பெற்றது-ஆனால் இப்பெயர்கள் எப்போதும் மோசமான சாபத்தைச் சுமந்திருந்தன. 19ஆம் நூற்றாண்டு அறிவியலாளர்கள், ஆசிய, அமெரிந்திய மக்களின் தாழ்நிலையை எடுத்துக்காட்ட விரும்பியபோது, அவர்களை மங்கொலாய்ட் என வகைப்படுத்தினர். உயரிய வெள்ளை இனத்தின் தாய்மார் ஏன் மன வளர்ச்சி குன்றிய பிள்ளைகளைப் பெற்றெடுத்தனர் என்று விளக்க விரும்பிய மருத்துவர்கள், குழந்தையின் மூதாதையருள் ஒருவர் மங்கோலிய வீரனால் வல்லுறவு செய்யப்பட்டிருக்க வேண்டும் என்பதை, குழந்தைகளின் முகப் பண்புகள் வெளிப்படையாக்குகின்றன என்றனர். இத்தகைய பிள்ளைகள் வெள்ளையரே அல்ல மாறாக மங்கோலிய இனத்தவர்கள். செல்வந்த முதலாளிகள் தம் செல்வப் பகட்டைக் காட்டி, ஜனநாயக விரோத அல்லது சமத்துவ விழுமியங்களுக்கு எதிரான தன்மையை வெளிக்காட்டினால், மொகல்கள் என இழித்துரைக்கப்பட்டனர்-மங்கோலியர் என்பதற்கான பாரசீகப் பெயரே மொகல்கள்.

நாளடைவில், பிற நாடுகளின் தோல்விகளுக்கும் குறைபாடுகளுக்கும் மங்கோலியர் பலிகடாக்கள் ஆயினர். மேற்கின் தொழில்நுட்பத்துடனோ ஏகாதிபத்திய ஜப்பானின் ராணுவ ஆற்றலுடனோ ஈடுதர முடியாதபோது, ரஷ்யா மீது செங்கிஸ்கான் சுமத்திய பயங்கரமான தாத்தாரிய நுகத்தடியே காரணம் என்றானது. அண்டை தேசத்தவரை விடவும் பாரசீகம் பின்தங்கியபோது, மங்கோலியர் அதன் பாசன அமைப்பை நாசமாக்கியதால்தான் என்று கூறப்பட்டது. சீனா, ஜப்பானையும் அய்ரோப்பாவையும் விடப் பின்தங்கிய போது, மங்கோலிய மற்றும் மஞ்சூரிய பிரபுக்களின் ஒடுக்குமுறையும் சுரண்டலுமே காரணம் எனப்பட்டது. பிரித்தானிய காலனிய ஆதிக்கத்தை இந்தியாவால் எதிர்க்க முடியாதபோது, மொகலாய ஆட்சியின் தீராத பேராசையே காரணமாகியது. 20ஆம் நூற்றாண்டில் அரேபிய அரசியல்வாதிகள், மங்கோலியர், அரேபியரின் உன்னத நூலகங்களை எரித்து, நகரங்களைத் தகர்க்காமலிருந்தால், அமெரிக்கருக்கு முன்னரே இஸ்லாமியர் அணுகுண்டினைத் தயாரித்திருப்பர் எனத் தம் ஆதரவாளரிடம் உறுதிப்படுத்தினர். 2002-இல் ஆப்கானிஸ்தானத்தில் அமெரிக்க அணுகுண்டுகளும் ஏவுகணைகளும் தாலிபான்களை அதிகாரத்திலிருந்து துரத்தியடித்தபோது, தாலிபான் வீரர்கள் அமெரிக்கப் படையெடுப்பினை மங்கோலியரது படையெடுப்புடன் சமப்படுத்தினர்-எனவே, ஆவேசமிக்க பழிவாங்குதலாக, ஆப்கானிஸ்தானத்தில் 8 நூற்றாண்டுகளாக வாழ்ந்து வந்த மங்கோலிய ராணுவத்தின் சந்ததியினரான, ஆயிரக் கணக்கிலான ஹஸாராக்களைக் கொன்று குவித்தனர். அடுத்த ஆண்டில், ஈராக் மக்களுக்கு விடுவிக்கப்பட்ட இறுதி உரைகளுள் ஒன்றில், சத்தாம் உசைன், தன் நாட்டின் மீது அமெரிக்கா படையெடுத்து, தன்னை அதிகாரத்திலிருந்து இறக்க இருந்தபோது, இதுபோன்ற குற்றச்சாட்டுகளை மங்கோலியருக்கு எதிராகச் சுமத்தினார்.

இவ்வளவு அரசியல் அடுக்குமொழி, போலி விஞ்ஞானம், அறிஞர்தம் புனைவுகளுக்கிடையே, செங்கிஸ்கானைப் பற்றிய உண்மை புதைந்துகிடக்கிறது, எதிர்கால சந்ததிக்கு கிடைக்காது போய்விட்டதாகத் தோன்றுகிறது. அவரது தாயகமும் அவர் அதிகாரத்திற்கு வந்த பிரதேசமும், 20ஆம் நூற்றாண்டு கம்யூனிஸ்டுகளால் வெளி உலகத்திற்குத் தெரியாமல் மூடியிருந்தன; முந்தைய நூற்றாண்டுகளில் வீரர்கள் செய்திருந்தது போலவே, கம்யூனிஸ்டுகள் அவற்றை மூடி முத்திரையிட்டதாகப்

பராமரித்தனர். மங்கோலிய மூல ஆவணங்கள் The Secret History of the Mangols எனப்படுவது, ரகசியமாயிருந்தது மட்டுமின்றி, மறைந்தும் போயின, செங்கிஸ்கானின் கல்லறையை விடவும் மர்மமான முறையில், வரலாற்றின் ஆழங்களுக்குள் மங்கிப் போனது.

20-ஆம் நூற்றாண்டில், செங்கிஸ்கானைப் பற்றிய மர்மங்கள் சிலவற்றைத் தீர்க்கவும், ஆவணத்தின் ஒரு பகுதியைச் சீர் செய்யவும் இரு விஷயங்கள் எதிர்பாராத சந்தர்ப்பத்தை அளித்தன. முதலாவது, செங்கிஸ்கானின் இழந்துபோன மதிப்புமிக்க வரலாற்றினைக் கொண்டுள்ள கையெழுத்துப்படிகளை வாசிக்க முடிந்தது. மங்கோலியரைப் பற்றிய காழ்ப்புணர்வும் அறியாமையும் இருப்பினும், நூற்றாண்டுகள் எங்கிலும் அறிஞர்கள், செங்கிஸ்கான் வாழ்க்கை குறித்த புனையப்பட்ட மங்கோலியப் பிரதியை அவ்வப்போது கண்டதாகத் தெரிவித்திருந்தனர். அழிந்துபட்டதாக எண்ணப்பட்ட அரிய மிருகம் அல்லது பறவையைப் போல, கையெழுத்துப்படியைக் கண்டதான வதந்திகள், புலமையை விடவும் அவநம்பிக்கையினையே எழுப்பியது. இறுதியில், 19 ஆம் நூற்றாண்டில், சீன லிபியில் எழுதப்பட்ட ஆவணத்தின் நகலொன்று பெய்ஜிங்கில் கண்டறியப்பட்டது. அறிஞர்களால் அந்த லிபியை எளிதாக வாசிக்க முடிந்தது, ஆனால் வார்த்தைகளிலிருந்து அர்த்தம் வெளிப்படவில்லை ஏனெனில், 13 ஆம் நூற்றாண்டின் மங்கோலிய ஒலிகளைப் பிரதிநிதித்துவப்படுத்திட, சீன லிபியைப் பயன்படுத்திய சங்கேத மொழியில் அது பதிவு செய்யப்பட்டிருந்தது. ஒவ்வோர் அத்தியாயத்துடனும் சேர்ந்திருந்த, சிறிய சீனமொழித் தொகுப்புரையினையே அறிஞர்களால் வாசிக்க முடிந்தது; பிரதியிலுள்ள கதை குறித்து திகைப்பூட்டும் குறிப்புகளையே அது வழங்கிற்று, மற்றபடி அந்த ஆவணத்தை விளக்க முடியவில்லை. அந்த ஆவணத்தைச் சூழ்ந்திருந்த மர்மம் காரணமாக, அறிஞர்கள் அதனை The Secret History of the Mongols என்று குறிப்பிட, அப்பெயராலேயே அது அறியப்படலாயிற்று.

இருபதாம் நூற்றாண்டின் பெரும்பகுதியும் The Secret History-னை வாசிப்பது உயிருக்கு ஆபத்தானதாகவே மங்கோலியாவில் இருந்தது. சாதாரண மக்களும் அறிஞர்களும் நெருங்க முடியாதபடியே கம்யூனிச நிர்வாகிகள் இதனை வைத்திருந்தனர்- பிரதி குறித்து காலாவதியான, அறிவியல் பூர்வமற்ற, சோஷலிஸ்ட்

பார்வையல்லாதவற்றால் அவர்கள் முறையற்றவகையில் செல்வாக்கிற்கு உள்ளாகிவிடுவர் என்னும் பயத்தால். ஆனால் *The Secret History*-னை ஒட்டி தலைமறைவான அறிஞர் இயக்கம் ஒன்று வளர்ந்தது. ஸ்டெப்பி வெளியெங்கிலுமுள்ள நாடோடி முகாம்களில், புதிதாய்க் கண்டறியப்பட்டு கிசுகிசுக்கப்பட்ட வரலாறு, நபரிலிருந்து நபருக்கும் முகாமிலிருந்து முகாமுக்கும் பரவிற்று. கடைசியாக, மங்கோலிய நோக்குநிலையிலிருந்து தம் கதையைச் சொன்ன வரலாற்றினை அவர்கள் பெற்றனர். சுற்றிலுமிருந்த உயரிய நாகரிகங்களை இம்சித்த காட்டுமிராண்டிகளுக்கும் உயர்ந்தவர்களாகவே மங்கோலியர் விளங்கியிருந்தனர். மங்கோலிய நாடோடிகளைப் பொறுத்தவரை, *The Secret History*-யின் வெளிப்பாடுகள், செங்கிஸ்கானிடமிருந்தே வந்ததாகத் தோன்றின-தன் மக்களுக்கு நம்பிக்கையும் உத்வேகமும் அளித்திட அவர் திரும்பியிருந்ததாகக் கருதினர். இறுதியில் ஏழு நூற்றாண்டுகால நிசப்தத்திற்குப் பிறகு, அவர் வார்த்தையை அவர்களால் கேட்கமுடிந்தது.

கம்யூனிஸ ஒடுக்குமுறை இருந்தும், இவ்வார்த்தைகளை மீண்டும் இழந்திட மாட்டோம் என்று தீர்மானித்தவர்களாக மங்கோலியர் தோன்றினர். 1953இல் ஸ்டாலினின் மரணத்தை அடுத்த அரசியல் வாழ்வின் தாராளமயமாக்கமும், 1961இல் அய்க்கிய நாடுகள் சபையில் மங்கோலியா அனுமதிக்கப்பட்டதும், மங்கோலியரை ஊக்கமிக்கவர்களாக்கிட, குறுகிய கணத்தில் தம் வரலாற்றை மீண்டும் தேடியறிந்திடும் சுதந்திரத்தை உணர்ந்தனர். செங்கிஸ்கானது பிறப்பின் 800வது ஆண்டு தினத்தைக் கொண்டாடும் வகையில், 1962 இல் நாடு அஞ்சல் தலைகளின் சிறிய வரிசையைத் தயாரித்தது. அரசாங்கத்தில் இரண்டாவது நிலையிலிருந்த டோமோர்-ஒகிர், ஓணோன் நதிக்கருகிலுள்ள செங்கிஸ்கான் பிறந்த இடத்தை அடையாளப்படுத்திட, நினைவுச் சின்னம் எழுப்பவும், வரலாற்றில் மங்கோலியப் பேரரசின் நன்மை-தீமைகளை மதிப்பீடு செய்யும் மாநாடு நடத்தவும் அனுமதித்தார். அஞ்சல் தலையும் நினைவுச் சின்னத்திலமைந்த எளிய கோட்டோவியமும், செங்கிஸ்கானின் காணாது போன சூல்டே- அவர் வெற்றிகொள்ள உடனிருந்த குதிரை மயிர்க்கற்றையாலான உயிர்ப்பதாகை-மற்றும் அவரது ஆன்மா ஓய்வுகொள்ளுமிடம் ஆகியவற்றின் படிமத்தை சித்தரித்தன.

எட்டு நூற்றாண்டுகளுக்குப் பிறகும், மங்கோலியருக்கும் அவர்கள் வெற்றி கண்டிருந்த மக்கள் சிலருக்கும் சூல்டே இவ்வளவு ஆழ்ந்த உணர்வோட்ட அர்த்தத்தைக் கொண்டிருந்ததைக் கண்ட ரஷ்யர்கள், அஞ்சல் தலையிலான வெறும் விவரிப்பை தேசியவாதப் புதுப்பித்தலாக ஆற்றல்வாய்ந்த ஆவேசமாகக் கருதினர். தமது துணைக்கோள் அரசு தன்னிச்சையான பாதையைப் பின்பற்றக்கூடும் அல்லது இன்னும் மோசமான வகையில், சோவியத் ஒன்றியத்தின் ஒருகாலத்து சகாவாயிருந்து எதிராக மாறிய சீனாவின் பக்கம் சாய்ந்து விடலாம் என்னும் அச்சத்தில் சோவியத் அதிகாரிகள், நியாயமற்ற சீற்றத்துடன் எதிர்வினை புரிந்தனர். மங்கோலியாவில் கம்யூனிஸ அதிகாரிகள் அஞ்சல் தலைகளையும் அறிஞர்களையும் அடக்கி வைத்தனர். “செங்கிஸ்கானின் பாத்திரத்தை லட்சியப்படுத்திடும் போக்குகளாக” முத்திரை குத்தப்பட்ட, துரோகத்திற்காக டோமோர்-ஒகிர் பதவியிலிருந்து அகற்றப்பட்டு, உள்நாட்டு நாடுகடத்தலுக்குள்ளாகி, கோடரியால் வெட்டிக் கொல்லப்பட்டார். கட்சியில் களையெடுத்த பின்னர், கட்சிவிரோத சக்திகள், சீன உளவாளிகள், சதிகாரர்கள்/ களைகளென கட்சி முத்திரைகுத்திய, மங்கோலிய அறிஞர்கள் பக்கம் கம்யூனிஸ்டுகள் கவனக் குவிப்பு செய்தனர். அடுத்து வந்த தேசியவாத எதிர்ப்பு நடவடிக்கையில், தொல்லியலாளர் பெர்லீயைச் சிறையிலடைத்து சித்திரவதை செய்தனர்-அவர் டோமோர்-ஒகிரின் ஆசிரியராக இருந்தார் மற்றும் மங்கோலியப் பேரரசின் வரலாற்றை ரகசியமாக ஆய்வு செய்தார் என்பதற்காக, செங்கிஸ்கான் சகாப்த வரலாற்றுடன் ஏதேனும் தொடர்பு கொண்டிருந்த ஆசிரியர்களும் வரலாற்றாளர்களும் கலைஞர்களும் கவிஞர்களும் பாடகர்களும் ஆபத்தில் இருந்தனர். அவர்களில் சிலர் ரகசியமாக தூக்கிலிடப்பட்டனர். மற்ற அறிஞர்கள் தம் வேலையிழந்து, குடும்பத்தினருடன், கடுமையான மங்கோலிய தட்பவெப்பமுள்ள இல்லங்களிலிருந்து வெளியேற்றப்பட்டனர். மருத்துவ வசதியும் அவர்களுக்கு மறுக்கப்பட்டது; அவர்களில் பலர் மங்கோலியாவின் பரந்து விரிந்த வெளியிலுள்ள பல்வேறு இடங்களுக்கு உள்நாட்டு நாடு கடத்தலுக்கு உள்ளாகினர்.

இக்களையெடுப்பின்போது, செங்கிஸ்கானின் உயிர்ப்பதாகை முற்றிலுமாக மறைந்து போனது, மங்கோலிய மக்களுக்குத் தண்டனையாக சோவியத் அதிகாரிகளால் அழிக்கப்பட்டிருக்க வேண்டும். மிருகத்தனமான ஒடுக்குமுறை நிலவினும்,

எண்ணற்ற மங்கோலிய அறிஞர்கள் தம் உயிரைப் பணயம் வைத்து, சிதைக்கப்பட்ட அழிக்கப்பட்ட தம் கடந்த காலத்தின் உண்மையான புரிதலைத் தேடிடும் முயற்சியில், The Secret History-னை தன்னிச்சையாக ஆய்வு செய்ய முற்பட்டனர்.

மங்கோலியாவுக்கு வெளியே, குறிப்பாக ரஷ்யா, ஜெர்மனி, பிரான்ஸ், ஹங்கேரி போன்ற பல நாடுகளின் அறிஞர்கள், பிரதியை வாசித்து நவீன மொழிகளில் மொழிபெயர்ப்பதில் ஈடுபட்டனர். மங்கோலியாவுக்குள்ளேயே ஆதாரங்கள் கிடைக்க வழிவகையின்றி, மிகவும் சிரமமான நிலைமைகளில் உழைத்தனர். 1970களில், தொன்மையான மங்கோலிய மொழியின் அர்ப்பணிப்புள்ள ஆஸ்திரேலிய அறிஞர் இகோர் தெ ரசேவில்ட்ஸின் கவனமிகு கண்காணிப்பிலும் பகுப்பாய்விலும், மங்கோலியன் மற்றும் ஆங்கிலத்தில் ஓர் அத்தியாயம் வெளியானது. அதே வேளையில், அமெரிக்க அறிஞர் ஃபிரான்ஸிஸ் உட்மேன் கிளீவ்ஸ் தன்னிச்சையாக மொழி பெயர்த்திருந்தது, 1982 இல் ஹார்வர்ட் பல்கலைக்கழக அச்சகத்தால் வெளியிடப்பட்டது. கையெழுத்துப்படிகளை வாசித்து, மொழிபெயர்ப்பதை விடவும், அவற்றை புரியும்படி செய்வது இன்னும் பாரதூரமானதாகும். மங்கோலிய அரச குடும்பத்திற்குள் மூடுண்ட ஒரு குழுவுக்காக எழுதப்பட்டிருந்ததால், மொழிபெயர்ப்பில்கூட, அப்பிரதிகள் புரிந்து கொள்ளச் சிரமமாயிருந்தன; 13 ஆம் நூற்றாண்டு மங்கோலியப் பண்பாடு மட்டுமின்றி, அவர்தம் நாட்டின் புவியியல் பற்றியும் ஆழ்ந்த அறிவைக் கொண்டிருந்தன. நிகழ்வுகள் எங்கே நடந்தன என்பது குறித்த விலாவாரியான, களப்பகுப்பாய்வு இன்றி, கையெழுத்துப்படிகளின் வரலாற்றுச் சூழலும் வாழ்க்கை வரலாற்று அர்த்தமும் நெருங்க முடியாதனவாக இருந்தன.

1990 இல் கம்யூனிஸம் வீழ்ந்து, சோவியத்களின் மங்கோலிய ஆக்கிரமிப்பு முடிவுக்கு வந்ததும், இரண்டாவது போக்கு எதிர்பாராதபடி நிகழ்ந்தது. சோவியத் ராணுவம் பின்வாங்கிற்று, விமானங்கள் பறந்து போயின, பீரங்கிகள் விலகிக் கொண்டன. கடைசியில் உட்புற ஆசியாவின் மங்கோலிய உலகம் வெளியாருக்குத் திறந்துவிடப்பட்டது. படிப்படியாகச் சிலர் பாதுகாக்கப்பட்ட பகுதிகளில் நுழைந்தனர். மங்கோலிய வேட்டைக்காரர்கள். மிருகங்கள் நிறைந்த பள்ளத்தாக்குகளில் நுழைந்தனர், அவற்றின் ஓரங்களில் விலங்குகளை மேய்க்க

மேய்ப்பர்கள் வந்தனர்; அவ்வப்போது சாகசத்தை விரும்புவோர் மலையேறினர். 1990களில் தொழில்நுட்பரீதியில் முன்னேறிய அயல் நாட்டவர், செங்கிஸ்கான் மற்றும் அவரது குடும்பத்தினரின் கல்லறைகளைத் தேடி வந்தனர்-அவர்கள் சில வசீகரமான விபரங்களை முன்வைத்தாலும், அவர்தம் அறுதி இலக்கு அவர்களிடமிருந்து நழுவிப் போயிற்று.

சீனா, மத்திய கிழக்கு மற்றும் அய்ரோப்பாவை இணைத்திடும் பட்டுவழிச்சாலை மற்றும் உலக வணிக வரலாற்றில் பழங்குடியினரின் பங்குபணியை ஆய்வு செய்ததாகத் தொடங்கியது எனது ஆராய்ச்சி. பெய்ஜிங்கின் விலக்கப்பட்ட நகரிலிருந்து மத்திய ஆசியா வழியே இஸ்தான் புல்லின் தோப்கபி அரண்மனை செல்லும் வழித்தடமெங்கிலும் தொல்லியல் இடங்களுக்கும் நூலகங்களுக்கும் பயணித்தேன், அறிஞர்களைச் சந்தித்தேன். சைபீரியாவின் மங்கோலிய மாவட்டம் புரியாடியாவுக்குள் முதல் பயணத்தை 1990இல் மேற்கொண்டு, ரஷ்யா, சீனா, மங்கோலியா, உஷ்பெகிஸ்தான், கஜகஸ்தான், தஜிகிஸ்தான், கிரிகிஸ்தான், துர்க்மேனிஸ்தான் வழியே, மங்கோலியரின் பாதையைப் பின்தொடர்ந்தேன். துருக்கிப் பழங்குடிகள் மங்கோலியாவிலுள்ள தமது தாயகத்திலிருந்து மத்தியதரைக்கடலின் போஸ்னியா வரை பரவியிருந்தனர்-ஒரு கோடை காலத்தை, இவர்களது புலம்பெயர் பாதையில் சென்று கழித்தேன். அப்புறம் இந்தியா, பாரசீக வளைகுடாவின் அரபு அரசுகள் மற்றும் வெனிஸுக்கு மலாகா நீரிணை வழியாக, தெற்கு சீனத்திலிருந்து வியட்னாமுக்கு, மார்கோ போலோவின் தோராயமான கடல் வழித்தடத்தின் மூலம், பழைய பேரரசைச் சுற்றி வந்தேன்.

இந்நீண்ட பயணம் ஏராளமான தகவல்களை அளித்ததே தவிர, நான் நம்பியதுபோல், புரிந்துகொள்ளலை அவ்வளவாக அளிக்கவில்லை. இருப்பினும், செங்கிஸ்கானின் இளமைப் பிரதேசம் சார்ந்த பின்புலத்துடனான ஓர் ஆய்வை இறுதிப்படுத்திட, 1998-இல் மங்கோலியாவுக்கு நான் வந்தபோது, எனது ஆய்வு முடிவுக்கு வந்துவிட்டதாகவே எண்ணினேன். அப்பயணம் நான் கற்பிதம் செய்யக் கூடியதை விடவும், இன்னும் தீவிரமான இன்னொரு அய்ந்தாண்டு ஆய்வாக மாறியது. நூற்றாண்டுகளாக அந்நிய ஆட்சியிலிருந்து விடுதலை பெற்ற மங்கோலியர் பரபரத்தனர், அவர்தம் கிளர்ச்சியின் பெரும்பகுதியும் தம் நிறுவனத்

தந்தை செங்கிஸ்கானின் நினைவை கண்ணியப்படுத்துவதில் மையம் கொண்டது. வோட்கா போத்தல்கள், சாக்கலெட் கட்டிகள், சிகரெட்டுகளின் மீது அவரது பெயர் தீவிரத்துடன் வணிகமயப்படுத்தப்பட்டாலும், அவரைப் பெருமைப்படுத்தும் வகையில் பாடல்கள் வெளியிடப்பட்டாலும், வரலாற்று நபர் என்ற அளவில் அவர் இன்னும் நழுவிப் போய்க்கொண்டு தானிருந்தார். மடாலயத்திலிருந்து அவரது ஆன்மா காணாது போனது மட்டுமின்றி, அவரது உண்மையான முகம், அவர்களுடையதும் அதுபோலவே நம்முடையதுமான வரலாறிலிருந்து இன்னும் இல்லாது போய்க் கொண்டிருந்தது. யாரவர்?

இக்கேள்விகளுக்கு விடையளிப்பது யார்? திடீரென்று சாத்தியமாகத் தோன்றிய வேளையில் நான் மங்கோலியா வந்து சேர்ந்தேன். அநேகமாக எட்டு நூற்றாண்டுகளில் முதல் முறையாக, The Secret History ஒரு வழியாக வாசிக்கப்பட்டிருந்தபோது, அவரது குழந்தைப் பருவம் மற்றும் அடக்கம் செய்யப்பட்ட விலக்கப்பட்ட மண்டலம் திறந்து விடப்பட்டது. எந்தவொரு தனிப்பட்ட அறிஞராலும் இதனை முடிக்க முடியாதாகையால், வெவ்வேறு பின்புலங்களிலிருந்து வந்த ஓர் அணியுடன் பணிபுரிந்த எங்களால் விடைகளைக் கண்டறிய முடிந்தது.

12-ஆம் நூற்றாண்டு மங்கோலியாவின் மிக முன்னணி தொல்லியலாளர் டாக்டர் கே.எச். பெர்லீயால் சேகரிக்கப்பட்ட விவரங்களை அணுகும் வாய்ப்புடைய தொல்லியலாளர் கே.எச். கக்வசுரேனுடன் சேர்ந்து பணியாற்றினேன். படிப்படியாக கக்வசுரேன் வாயிலாக, பல ஆண்டுகள் ரகசியமாக இயங்கிவந்த பிற ஆய்வாளர்களைச் சந்தித்தேன்-அவர்களால் எழுதிவைக்கவோ பிரசுரிக்கவோ முடியாது என்றபோதும், கம்யூனிஸ்ட் கட்சி உறுப்பினரான பேரா. ஓ.புரேவ், மங்கோலியரின் மருத்துவ-புரோகித நடைமுறைகளை ஆய்வு செய்திட தனது செல்வாக்கைப் பயன்படுத்திக் கொண்டார்; மற்றும் The Secret History-யில் மறைந்துள்ள அர்த்தங்களை விளக்கிட, அதனை ஒரு வழிகாட்டியாகப் பயன்படுத்திக் கொண்டார். மங்கோலிய ராணுவத்தைச் சேர்ந்த கர்னல் கே.எச். சாக்தர், தன் செல்வாக்கைப் பயன்படுத்தி, The Secret History-இல் விவரிக்கப்பட்டுள்ள செங்கிஸ்கானின் ராணுவ யுத்த தந்திரங்களையும் வெற்றிகளையும், ரஷ்ய ராணுவ ஆவணக் காப்பகத்திலுள்ளவற்றுடன் ஒப்பிட்டு

ஆய்வு செய்தார். மங்கோலிய அரசியல் விஞ்ஞானி டி.போல்ட்-எர்டின், அதிகாரத்தைப் பெற்றிட செங்கிஸ்கான் பயன்படுத்திய அரசியல் உத்திகளைப் பகுப்பாய்வு செய்தார். செங்கிஸ்கானின் வரலாற்றினைத் தேடி மங்கோலியாவெங்கிலும் ஒரு மில்லியனுக்கும் மேற்பட்ட கி.மீ. பயணித்திருந்த, புவியியலாளர் ஓ. சுக்பாதரின் ஆய்வுதான் மிக விரிவானதாக, விவரணமிக்கதாக இருந்தது.

எங்களது அணி சேர்ந்து இயங்கத் தொடங்கியது. *The Secret History*-யிலுள்ள பதிவுகளுடன், டஜன் மொழிகளிலுள்ள முக்கியமான பிரதான மற்றும் இரண்டாம் நிலை பிரதிகளை ஒப்பிட்டுப் பார்த்தோம். வரைபடங்களின் மீது கவிந்தபடி, வெவ்வேறு ஆவணங்கள், மிகப்பழைய பகுப்பாய்வுகளின் துல்லியமான அர்த்தத்தை விவாதித்தோம். சரிசெய்யச் சிரமமான நிரடல்களையும் முரண்பாடுகளையும் நிறையவே கண்டோம். *The Secret History*-யிலுள்ள ஒவ்வோர் வாக்கியமும் உண்மை என்று கருதி, அதனை அறிவியல் சான்றுடன் நிறுவிட முற்பட்ட சுக்பாதர், ஒரு நேர்பொருள்வாதி மற்றும் அதீத அனுபவவாதி என்று சீக்கிரமே கண்டுகொண்டேன். ஆனால் புரேவுக்கு, வரலாற்றிலுள்ள எதனையும் அதன் நேர்பொருளில் எடுத்துக் கொள்ளக் கூடாது. அவரைப் பொறுத்தவரை, செங்கிஸ்கான் வரலாற்றில் மிக ஆற்றல்வாய்ந்த மருத்துவ-புரோகிதர் மற்றும் அவர் ஆட்சிக்கு வந்ததைக் குறியீட்டு வழிகளில் விவரித்த கையெழுத்துப்படியே அப்பிரதி.

எமது ஒருங்கிணைந்த பணி தொடங்கியதிலிருந்து, சம்பவங்கள் நிகழ்ந்த இடங்களைக் கண்டறியாமல், போட்டியிடும் கருத்துகளையும் விளக்கங்களையும் சலித்தெடுக்க இயலாது என்பது வெளிப்படையானது. சம்பவங்கள் நிகழ்ந்ததாகக் கூறப்படும் இடத்தில், தரை மீது விரிக்கப்படும்போதுதான், ஒரு பிரதியின் நம்பகத்தன்மைக்கான அறுதிப் பரிசோதனை நிகழும். புத்தகங்கள் பொய் சொல்லக்கூடும், இடங்கள் பொய் கூறுவதில்லை. பிரதான இடங்கள் குறித்த துரிதமான முழுமையான பரிசீலனை, சில கேள்விகளுக்குப் பதிலளித்தது ஆனால் மேலும் பல கேள்விகளை முன்வைத்தது. நாங்கள் சரியான இடத்தைக் கண்டறிய வேண்டியதுடன், அங்கு நடந்த சம்பவங்களைப் புரிந்து கொள்ள, சரியான தட்பவெப்ப நிலையில்

நாங்கள் அங்கிருக்க வேண்டியதையும் உணர்ந்து கொண்டோம். ஆண்டின் வெவ்வேறு பருவங்களில் அதே இடங்களுக்கு மீண்டும் மீண்டும் திரும்பினோம். ஆயிரக்கணக்கான சதுர மைல்களில் உள்ள நிலவியலெங்கும் இடங்கள் சிதறிக் கிடந்தன; ஆனால் எங்களது ஆய்வுக்கான முக்கியத்துவமுள்ள பகுதி, செங்கிஸ்கானின் மரணத்திலிருந்து மூடப்பட்டிருந்த, சென்று சேர இயலாத, மர்மமிக்க பிரதேசத்தில் இருந்தது. செங்கிஸ்கானின் நாடோடி வாழ்க்கை காரணமாக, எமது பனி நாடோடித் தன்மை மிக்கதாக, வெறுமனே இடமாக இல்லாமல், இயக்கத்தின் தொல்லியலாக மாறியது.

துணைக்கோள் படிமங்கள், சாலைகளற்ற மங்கோலிய நிலவியலைக் காட்டின; எனினும் மலைகளின் வழியே கோபி பாலைவனமெங்கும், ஸ்டெப்பி புல்வெளி மீதான ஒவ்வொரு திக்கிலும் இட்டுச் செல்வதான ஆயிரக்கணக்கிலான பாதைகள் ஊடறுத்துச் சென்றன; எனினும் அவை எல்லாம், மூடுண்ட மண்டலமான இக்கோரிகில் முனையில் நின்றன. செங்கிஸ்கானின் தாயகத்திற்குள் நுழைந்திட, அரண்மண்டலத்தைத் தாண்டவேண்டும்-அது சோவியத்துகளால் ஆக்கிரமிக்கப்பட்டு, யாரும் செல்ல முடியாதிருந்தது. அவர்கள் மங்கோலியாவிலிருந்து வெளியேறிய போது, பீரங்கி பாகங்களும் சிதைந்த லாரிகளும் சிதிலமான விமானங்களும் காலியான பீரங்கி குண்டுகளும் வெடிக்காத வெடி மருந்துகளுமாக, ஒரு மிகையதார்த்த நிலவியலை விட்டுச் சென்றனர். விநோத ஆவிகள் காற்றை நிறைத்தன, விசித்திர மூடுபனி வந்து போனது. தெரியாத நோக்கத்திற்கான கட்டமைவுகளின் விசித்திர எச்சங்களான, திருகு சுழல் போன்ற உலோகச் சிற்பங்கள், பல அடுக்குகள் உயரம் கொண்டிருந்தன. ஒருகாலத்தில் ரகசிய மின்னியல் சாதனங்களைக் கொண்டிருந்த, சரிந்து கிடந்த கட்டிடங்கள், எண்ணெய் சிந்திய உயிரற்ற மணல் திட்டுகளிடையே இப்போது காலியாயிருந்தன. பழைய ஆயுதங்களிலிருந்த சாதனங்கள், கருகிய ஸ்டெப்பி எங்கிலும் கைவிடப்பட்டுக் கிடந்தன. அடையாளங்காண முடியாத வேதிப் பொருட்களின் இருண்டதும் மர்மமிக்கதுமான குளங்கள், சூரிய வெளிச்சத்தில் திகிலுடன் கொதித்தன. இனந்தெரியாத கரும் படிவங்கள் தேங்கிய திரவத்தில் மிதந்தன; குளத்தின் ஓரங்களில் விலங்கின் எலும்புகளும் வற்றிய சடலங்களும் கம்பளிக் கற்றைகளும் இறகுக் குவியலும் சிதறிக் கிடந்தன. 20-ஆம்

நூற்றாண்டின் திகில்களின் கல்லறைத் தோட்டத்திற்கு அப்பால் இருந்தது, சஞ்சலப்படுத்தப்படாத மூடுண்ட செங்கிஸ்கான் தாயகம்-பலநூறு சதுரமைல் பரப்பிலான தூய வனங்களும் மலைகளும் ஆற்றுப் பள்ளத்தாக்குகளும் ஸ்டெப்பிவெளிகளும்.

பெரிதும் கட்டுப்படுத்தப்பட்ட பகுதிக்குள் நுழைவது, காலத்தில் பின்னோக்கிய ஒரு காலடி என்பதற்கும் மேலானது, செங்கிஸ்கானின் உலகை அநேகமாக அவர் விட்டுச் சென்றபடியே அவ்வளவு துல்லியமாக கண்டறிவதற்கான சந்தர்ப்பமாகும். இருபதாம் நூற்றாண்டின் மோசமான தொழில்நுட்ப திகில்களால் சூழப்பட்டும் பாதுகாக்கப்பட்டும் இருந்து, காணாது போன தீவைப் போல அப்பகுதி உயிர்பிழைத்திருந்தது. விழுந்த விருட்சங்களும் அடர்ந்த புதர்களும் பாரிய பாறைகளும் மண்டிக்கிடந்தன, பெரும்பகுதி ஊடுருவிச் செல்ல முடியாதிருந்தது; மற்ற பகுதிகள் எட்டு நூற்றாண்டுகாலமாக ரோந்து செல்லும் வீரர்களை மட்டுமே பார்த்தவை. கட்டுப்படுத்தப்பட்ட அப்பகுதி செங்கிஸ்கானுக்கு உயிருள்ள நினைவுச் சின்னமாயிருக்கிறது; அப்பகுதியில் நாங்கள் பயணித்தபோது, தான் நேசித்திருந்த இடங்களில் மீண்டும் முகாமிட, பாய்ந்தோடும் கலைமான் மீது தன் அம்பினை எறிந்திட, ஓனோன் ஆற்று உறைபனிக் கட்டியில் மீன் பிடிக்கும் பொருட்டு துளையிட, வாழ்விலும் மரணத்திலும் தன்னைத் தொடர்ந்து பாதுகாத்துவந்த புனித மலையான புர்கான் கல்தூணை வணங்கி வழிபட்டிட, அவர் எந்த நேரத்திலும் தன் குதிரையில் பாய்ந்தோடி வரக்கூடும் என்று தோன்றியது.

புதிதாய்க் குற்றம் நடந்த இடத்தை துருவி ஆராய்வது போல, எமது ஆராய்ச்சி அணி இக்கோரிக்கையை அணுகியது. *The Secret History of the Mangols*-னை எமது பிரதான வழிகாட்டியாகக் கொண்டு, சிறு சிறு குன்றுகள், மேடுகளிலிருந்து அப்புராதன நிலவியலை அளந்தறிந்தோம். மலைகள், நதிகள், ஏரிகளின் தெளிவான அடையாளங்களைத் தாண்டியுள்ள திறந்த ஸ்டெப்பி வெளிகளில், நாங்கள் மேய்ப்பவர்களைப் பெரிதும் சார்ந்திருந்தோம்-கடல் தாண்டிச் செல்லும் மாலுமிகள் போல, புல்வெளி தாண்டிப் போவதை பழக்கமாக்கிக் கொண்டவர்கள். மங்கோலிய மாணவர்கள், அறிஞர்கள், உள்ளூர் மேய்ப்பர்கள், குதிரை வீரர்கள் எனத் தொடர்ந்து மாறிக்கொண்டேயிருந்த கூட்டம் ஒன்று எங்களுடன் வந்தது-நான் ஆராய்ந்து கொண்டிருந்த

கேள்விகளுக்குரிய பதில்களை அவர்கள் தம்மிடையே தொடர்ந்து விவாதித்துக் கொண்டனர். அவர்களது முடிவுகளும் பதில்களும் என்னுடையவற்றை விடவும் சிறப்பாயிருந்தன; எனக்குத் தோன்றவே செய்யாத கேள்விகளை அவர்கள் கேட்டனர். மேய்ப்பர்கள் எப்படிச் சிந்தித்தனர் என்பதை அறிவார்கள், இனந் தெரியாத பிரதேசத்தில் அவர்கள் இருந்தபோதும், தம் மூதாதையர் எங்கே முகாமிட்டிருப்பார்கள் அல்லது எத்திசையில் பயணப்பட்டிருப்பார்கள் என்பதை எளிதாக அடையாளங்கண்டு கொண்டனர். கோடை முகாமில் அதிக கொசுக்களைப் பெற்றிருப்பது போல அல்லது குளிர்கால முகாமில் அதிக குளிருக்கு ஆளானது போல, உடனே இடங்களைக் கண்டு கொண்டனர். ஒரு புள்ளியிலிருந்து இன்னொரு புள்ளிக்கு குதிரையைச் செலுத்திட எவ்வளவு நேரம் பிடிக்கும் அல்லது இக்குறிப்பிட்ட இடத்தின் மண்ணும் புல்லும் குதிரையின் குளம்படிகளை எப்படி எதிரொலிக்கிறது எனத் தம் கருத்துகளை பரிசோதித்திட அவர்கள் தயாராயிருந்தார்கள் என்பது மிக முக்கியமானது. குதிரை மீது உறைந்த பனியில் செல்லும்போது, நடந்து செல்லும்போது, பனிக்கட்டியை நொறுக்கி சில்லிட்ட நீருக்குள் நடக்கும் போது, பனிக்கட்டி என்ன பருமனில் இருக்க வேண்டும் என அறிவார்கள்.

சில மங்கோலிய இடப்பெயர்களின் விவரிக்கும் தன்மை, அவற்றை மங்கோலியனில் மீட்டெடுத்திட எங்களை அனுமதித்தது மற்றும் எங்களைச் சுற்றியுள்ள நிலவியலுடன் எளிதாக பொருத்திப் பார்க்கவும் அனுமதித்தது. கரா ஜிரு ஜென் மலையை ஒட்டியுள்ள கோக் ஏரியில் செங்கிஸ்கான் முதலில் குடித்தலைவரானார்-இருதயப் பின்புறவடிவமுள்ள மலையருகே உள்ள நீல ஏரி என்பது அதன் பொருள்-என்கிறது அப்பிரதி. அவ்விடத்தின் அடையாளம் நூற்றாண்டுகளாக பாதுகாக்கப்பட்டிருப்பதால், யாராலும் எளிதாக கண்டு கொள்ள முடியும். அட்டர் ஹில், ஸ்ப்ளீன்லேக் போல அவரது பிறப்புடன் தொடர்புடைய இதரப் பெயர்கள் மிகவும் சவால் கொண்டிருந்தன ஏனெனில், அப்பெயர் அவ்விடத்தின் காட்சிப் பண்பினை அல்லது அங்கு நடந்த சம்பவத்தினைக் குறிக்கின்றதா என்பது உறுதியாயில்லை; குன்றுகள், ஏரிகளின் வடிவம், எட்டு நூற்றாண்டுகளுக்கு மேலான காலகட்டத்தில் காற்றின் அரிமானம் மற்றும் உலர்தலால் வேறுபடமுடியும்.

படிப்படியாக, எங்களுக்குக் கிட்டிய ஆதார அடிப்படையில், எங்களால் முடிந்த மட்டும் சிறப்பான கதையை ஒன்றிணைத்தோம். செங்கிஸ்கானின் குழந்தைப் பருவ இடங்களைக் கண்டறிந்து, நாடெங்கிலுமான நிகழ்வுகளின் பாதையைத் தேடியறிந்து, அவரது வாழ்க்கை குறித்த சில தவறான கருத்தமைவுகளை உடனடியாகத் திருத்திக் கொள்ள முடிந்தது. எடுத்துக்காட்டாக, அவர் பிறந்திருந்த ஓணோன் ஆற்றோரமுள்ள குன்றின் துல்லிய அடையாளம் குறித்து நாங்கள் விவாதித்தாலும், புதர்கள் மண்டியும் மரங்கள் நிறைந்துமுள்ள நதி, பெரும்பாலான நாடோடிகள் வாழ்வதும் செங்கிஸ்கான் வளர்ந்த இடமென்று பல வரலாற்றாளர்கள் அனுமானித்திருந்ததுமான திறந்த ஸ்டெப்பி வெளியிலிருந்து, பெரிதும் வேறுபட்டது. இத்தனித்தன்மை அவருக்கும் பிற நாடோடிகளுக்கும் இடையிலான வேறுபாடுகளை துலாம்பரமாக்கிற்று. செங்கிஸ்கான் குழந்தைப் பருவத்தில் மேய்த்தலை விடவும் வேட்டையாடுதலை ஏன் *The Secret History* குறிப்பிடுகிறது என்பது தெளிவானது. அந் நிலவியலே செங்கிஸ்கானின் ஆரம்ப வாழ்வினை சைபீரிய பண்பாடுகளுடன் திடமாகப் பிணைத்தது-இதனின்றும் திறந்த வெளியின் துருக்கிப் பழங்குடிகளை விடவும் அங்கே மங்கோலியர் தோன்றினர் என்கிறது *The Secret History*. விரோதமிக்க குடிமக்களை மேய்க்கப்பட வேண்டியவர்களாயும், விரோதமிக்க படைவீரர்களை வேட்டையாடப்பட வேண்டிய விலங்குகளாயும் செங்கிஸ்கான் கருதியது மற்றும் அவரது கள அணுகுமுறைகளை வைத்து நாங்கள் ஏற்படுத்தியப் புரிதலில், இத்தகவல் பெரிதும் செல்வாக்கு செலுத்தியது.

எங்களது அணி 5 ஆண்டுகளுக்கும் மேலாக வெவ்வேறான நிலைமைகள் சந்தர்ப்பங்களில் மீண்டும் மீண்டும் சென்றது. தட்பவெப்பம் 65^0 க்கும் மேல் வேறுபட்டது- உயரமான பகுதிகளில் 38^0 க்கும் மேலாகவும், நிலப்பகுதிகளில் நிழலின்றி -46^0 க்கும் சென்றது- ஜனவரி 2001இல் கோர்கோனகி ஸ்டெப்பியில் கடுங்காற்றின் குளிரை கணக்கில் கொள்ளாமல். இத்தகு பகுதிகளில் பயணத்தின் வழமையான சறுக்கங்கள்-வாய்ப்புகளின் கலவையை அனுபவித்தோம். எங்களது வாகனங்கள் குளிர்காலப் பனியிலும் வசந்த காலச் சேற்றிலும் கோடைகால மணலிலும் சிக்கிக் கொண்டன; திடீர் வெள்ளத்தில் ஒரு வாகனம் அடித்துச் செல்லவும் பட்டது. வெவ்வேறு தடவைகளில் எங்கள் முகாம்கள்

காற்றாலும் பனியாலும் அல்லது போதையேறிய போட்டிகளால் அழிக்கப்பட்டன. 20-ஆம் நூற்றாண்டின் இறுதிக் கோடைகளில் முடிவற்ற பால்-இறைச்சியின் சப்ளையை அனுபவித்தோம். ஆனால் இந்நூற்றாண்டின் ஆரம்ப ஆண்டுகளில் விலங்குப் பஞ்சத்தின் கொடுமையான ஆண்டுகளையும் அனுபவித்தோம்- ஸூட் என்றழைக்கப்படும் இதில், எங்களைச் சுற்றிலும் குதிரைகளும் எருமைகளும் அப்படியே இறந்து விழுந்தன, இரவு வேளையில் அவை நின்ற நிலையில் உறைந்து போயின.

இருப்பினும் எமது பணியில் ஒருகணத்திலும் சந்தேகமோ அபாயமோ இருக்கவில்லை. அப்பகுதிகளில் நிரந்தரமாய் வாழ்ந்துவரும் மேய்ப்பர்கள்-வேட்டைக்காரர்களின் சிரமமான அன்றாட வாழ்வுடன் ஒப்பிடுகையில், எங்களுடையது மிகச் சொற்பமான எரிச்சல்களை உடையதாகிவிடும். ஒரு தொந்தரவாகத் தொடங்கிய திட்டமிடப்படாத சம்பவம், அந்நிலம்/மக்கள் தொடர்பாக புதிதாக ஒன்றினை எனக்குக் கற்பிப்பதாக முடியும். ஒரு நாள் குதிரையில் சுமார் 50மைல் சவாரி செய்ததிலிருந்து, வயிற்றைச் சுற்றிலும் இறுக்கமாய்க் கட்டியிருந்த 15 அடிப் பட்டுத்துணி, அவயவங்களை சரியாக நிறுத்தி, குமட்டலைத் தடுத்தது என்று அறிந்து கொண்டேன். இத்தகைய நீண்ட மலையேற்றங்களின் போது, நின்று நிதானித்து சமைத்து சாப்பிட சந்தர்ப்பம் இல்லாத போது, சட்டைப் பையில் உலர்ந்த தயிரினை வைத்திருப்பதன் முக்கியத்துவத்தையும் உணர்ந்து கொண்டேன்; அதுபோலவே மரச்சேணங்களில் சவாரி செய்கையில், டீல் எனப்படும் கெட்டியான மங்கோலிய அங்கியின் பயனையும் உணர்ந்து கொண்டேன். புர்கான் கல்தூண் என்னும் புனித மலையின் அருகே ஓநாயைக் கண்டது, எங்கள் சகாக்களின் பார்வையில் ஆபத்து என்பதைவிடவும் ஆசீர்வாதமாய் இருந்தது; காணாது போய்விடல் அல்லது நொறுங்கிப் போதல் என்னும் எண்ணற்ற நிகழ்வுகள், திசைவழிகள், இயக்குதல், யாரேனும் ஒருவர் வரும் மட்டும் காத்திருக்கும் பொறுமை குறித்து புதிய பாடங்களைத் தந்தன. மங்கோலியர் தம் உலகை எவ்வளவு நெருக்கமாக அறிந்துள்ளனர், அவர்தம் மதிப்பீடு, உடல்திறன், தாராளமாக உதவும் பண்பு போன்றவற்றைச் சீராகவும் முழுதாகவும் என்னால் நம்பமுடியும் என்பவற்றிலிருந்து மீண்டும் மீண்டும் கற்றுக் கொண்டேன்.

நாங்கள் சந்தித்த தட்பவெப்பச் சிக்கல்கள், உணவு, ஒட்டுண்ணிகள், நோய்கள் குறித்த விவரணங்களையோ, வழியில் நாங்கள் எதிர்கொண்ட ஆய்வாளர்கள் மற்றும் மக்களின் ஆளுமை வினோதங்களையோ எடுத்துரைக்காமல், எங்களது ஆய்வு முடிவுகளின் சிறப்பம்சங்களையே இந்நூல் முன்வைக்கிறது. செங்கிஸ்கானையும் உலக வரலாற்றில் அவரின் தாக்கத்தையும் புரிந்து கொள்ளுதல் என்பதே எங்கள் பணியின் குவிமையம்.

நூலின் முதல் பகுதி, ஸ்டெப்பிவெளியில் செங்கிஸ்கான் அதிகாரத்திற்கு வந்தது, 1162-இல் அவர் பிறந்ததிலிருந்து அனைத்துப் பழங்குடிகளையும் ஒன்றிணைத்து, 1206-இல் மங்கோலிய நாட்டினை நிறுவியது வரையிலும், அவர் வாழ்வையும் ஆளுமையையும் வடிவமைத்த சக்திகள் பற்றிய கதைகளை விவரிக்கிறது. இரண்டாம் பகுதி, 5 தசாப்தங்கள் (1211-லிருந்து 1261 வரை) நீடித்த, மங்கோலிய உலகப் போர் வழியே, வரலாற்று மேடையில் மங்கோலியர் நுழைந்து, செங்கிஸ்கானின் பேரன்கள் ஒருவர் மற்றவருடன் சண்டையிடும் வரை பின்பற்றிச் செல்கிறது. மூன்றாம் பகுதி, அமைதியின் நூற்றாண்டு மற்றும் நவீன சமூகத்தின் அரசியல், வர்த்தக, ராணுவ நிறுவனங்களை நிறுவிய புவிக்கோள விழிப்புணர்வைப் பரிசீலிக்கிறது.

பகுதி – I

ஸ்டெப்பி வெளி மீது பயங்கரத்தின் ஆட்சி

(1162–1206)

தேசங்கள்! தேசங்கள் என்பவை யாவை? தார்தார்கள்! மற்றும் ஹுணர்கள்! மற்றும் சீனர்கள்!

பூச்சிகளென மொய்க்கின்றன. அவற்றை நினைக்கத்தக்கதாக ஆக்கிட வீணே முயலுகின்றனர் வரலாற்றாளர்கள்.

ஒரு மனிதன் இல்லாததால் ஏராளமானவர்கள் உள்ளனர். உலகை நிறைத்திருப்பது தனிநபர்களே.

ஹென்றி டேவிட் தோரோ

மே 1, 1851 தினப்பதிவு

Mongol Homeland and Surrounding Tribes: 1200
Mongol homeland
Modern Mongolia
Siberia
Lake Baikal
MERKID
Selenge R.
Orkhon R.
Tuul R.
KEREYID
NAIMAN
Altai Mountains
BLACK KHITAN
Gobi
UIGHUR
TANGUT
Mt. Burkhan Khaldun
Avarga
Onon R.
Kherlen R.
TATARS
JURCHED
MILES
KILOMETERS

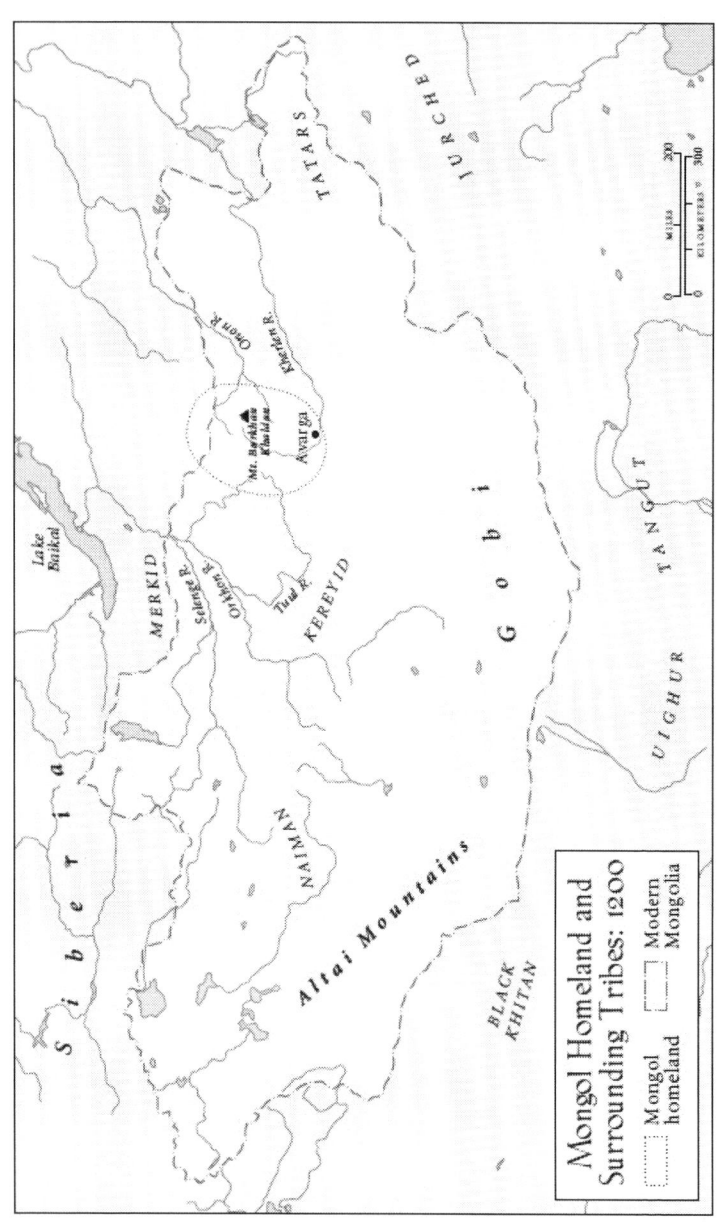

1

உறைந்த ரத்தம்

அவர் விழிகளில் நெருப்பும் அவர் முகத்தில் ஒளியும் உள்ளது

The Secret History of the Mangols.

மங்கோலியர் வெற்றிகொண்ட ஆயிரக்கணக்கிலான நகரங்களில், செங்கிஸ்கான் தான் நுழைந்திடத் தகுதியுடையதாக எண்ணியது ஒன்றுதான் என்கிறது வரலாறு. வெற்றி திடப்பட்டதும், அவரது வீரர்கள் தம் பணிகளை முடித்துக் கொண்டிருக்க, தன் அரசவையினருடன் தொலைதூர, இனிய முகாமுக்கு ஓய்வெடுக்கச் செல்வது அவரது வழக்கமாகும். டிராகன் ஆண்டாகிய 1220-இன் மார்ச் மாத நாளொன்றில், மங்கோலியச் சக்கரவர்த்தி இவ்விநோத மரபை மீறினார்; இப்போதுள்ள உஸ்பெகிஸ்தானிலுள்ள, க்வாரிஸிம் சுல்தானுக்குரிய முக்கிய நகரங்களுள் ஒன்றான, புதிதாய் வெற்றிகொள்ளப்பட்ட புகாரா நகரின் மையத்திற்கு தன் குதிரைப் படையை இட்டுச் சென்றார். தலைநகரமோ பெரிய வர்த்தக நகரமோ அல்லாத புகாரா இஸ்லாமிய உலகெங்கிலும் உன்னத புகாரா என்னும் உன்னத உணர்வோட்ட நிலையை, 'இஸ்லாமின் ஆபரணம், ஆனந்தம்' என்னும் அடைமொழியால் அறியப்படும் மத உணர்வின் மையத்தைப் பெற்றிருந்தது. அந்நகரை வெற்றிகண்டு நுழைவதன் பிரச்சார

மதிப்பை நன்குணர்ந்த செங்கிஸ்கான், நகர வாயில்களினூடே வெற்றிகரமாகச் சவாரி செய்தார். மர வீடுகளையும் சிறு வியாபாரக் கடைகளையும் கடந்து, நகர மையத்திலுள்ள கல் மற்றும் செங்கல் கட்டிடங்களின் குவியலை அடைந்தார்.

புகாராவில் அவர் நுழைந்ததை அடுத்து, ராணுவ வரலாற்றில் மிகவும் ஆச்சரியகரமான அடாவடித் தாக்குதல் முடிவுக்கு வந்தது. ராணுவத்தின் ஒருபகுதி சுல்தானின் எல்லையோர நகரங்களைத் தாக்கும் பொருட்டு, மங்கோலியாவிலிருந்து நேரடி வழித்தடத்தில் சென்றது; இன்னொரு பிரிவினை, எந்தவொரு ராணுவமும் மேற்கொண்டிராத, பாலைவனம், மலைகள், ஸ்டெப்பிவெளி என 2000 மைல் தூரப் பயணம் மேற்கொண்டு, சற்றும் எதிர்பாரா வகையில் எதிரிகளின் பின்னே நிற்கும் வகையில் அனுப்பினார். புகழ்பெற்ற சிவப்பு பாலைவனமான கைஸில்கும்மை வணிக அணிவரிசையைக் கூட தவிர்த்து, நூற்றுக் கணக்கான மைல்கள் சுற்றிச் சென்றது; அத்திக்கிலிருந்து தாக்கிட செங்கிஸ்கான் ஏன் தெரிவு செய்தார் என்பதற்கு அதுவே காரணம். அப்பகுதி நாடோடிகளுடன் நட்புகொண்டு, கல் மற்றும் மணல் பாலை வழியாக, இதுவரை அறியப்பட்டிராத வழித்தடத்தில், தன் ராணுவத்தை நடத்திச் செல்லக்கூடிய திறன் பெற்றிருந்தார்.

வளமான பாலைவனச் சோலையின் மையத்தில் நின்ற, புகாரா நகரத்தை இலக்காகக் கொண்டிருந்தார்; அமுதார்யா நதியின் கிளை நதிகளின் ஒன்றின் பக்கமாய் இருந்தது அச்சோலை; பெரிதும் தஜிக் அல்லது பாரசீக மக்கள் நிறைந்தது; ஆனால் அச்சகாப்தத்தின் வந்துபோகும் பேரரசுகளில் ஒன்றான, புதிதாய் உருவாக்கப்பட்ட க்வாரிஸிம் பேரரசின் துருக்கிப் பழங்குடியினரால் ஆட்சி செய்யப்பட்டது. க்வாரிஸிமின் பேரரசர் மங்கோலிய வணிக அணிவரிசையைக் கொள்ளையிட்டும், அமைதியான வணிகத்திற்காக பேச்சுவார்த்தை நடத்த வந்த மங்கோலியத் தூதுவர்களின் முகங்களைச் சிதைத்தும், செங்கிஸ்கானின் பகைமையைக் கிளறி விட்டிருந்தார். தனது நபர்கள் தாக்கப்பட்டதை அறிந்த செங்கிஸ்கானுக்கு சுமார் 60 வயது இருப்பினும், அனுபவமிக்கதும் ஒழுங்கமைவு நிறைந்ததுமான தன் ராணுவத்தை வரவழைத்து அணிவகுத்துச் செல்ல தயங்கவில்லை.

வரலாற்றின் பெரும் ராணுவம் ஒவ்வொன்றுக்கும் மாறான வகையில், மங்கோலியர் உணவுப் பொருள் இருப்பின்றி, லேசாகவே பயணித்தனர். பாலைவனத்தை குளிர்காலத்தில் கடந்துபோக குறைந்த நீரே பிடிக்கும் என்பதால், அதுவரை காத்திருந்தனர். குதிரைகளின் மேய்ச்சலுக்கு சிறிது புல் தந்ததும், தம் வாழ்வாதாரத்திற்காக மனிதர் ஆவலுடன் வேட்டையாடிய மிருகங்களை ஈர்த்ததுமான இப்பருவத்தில் பனித்துளியும் உருவானது. மந்தமாய்ச் செல்லும் முற்றுகை இயந்திரங்கள், அவற்றுடன் சேர்ந்த கனத்த சாதனங்களை எடுத்துச் செல்வதற்குப் பதிலாக, மங்கோலியர், அங்கேயே கிடைக்கின்றவற்றைக் கொண்டு, துரிதமாய் விரையும் பொறியமைவை எடுத்துச் சென்றனர். பரந்த பாலைகளைத் தாண்டி முதலாவது மரங்களிடம் வந்தடைந்த மங்கோலியர், அவற்றை வெட்டி ஏணிகள், முற்றுகை இயந்திரங்கள், இதர தாக்குதல் சாதனங்களாக்கினார்கள்.

முன்னோடிப் படை பாலையைக் கடந்து முதலாவது சிறு குடியிருப்பைக் கண்ணுற்றதும், துரிதமாய் நகர்ந்த படைப்பிரிவு, உடனே மந்தமான, அசைந்து செல்லும் நடையில், தாக்க வரும் வீரர்கள் என்பதை விடவும் விற்பனை செய்யவரும் வர்த்தகரைப் போல சென்றது. அவர்கள் யாரென்று உள்ளூர் வாசிகள் தெரிந்துகொண்டு எச்சரிக்கை செய்யு முன்பே, விரோத சக்தி நகரின் வாயிலுக்கு கவலையின்றி மெல்லச் சென்றது.

பாலைவனத்திலிருந்து எதிர்பாராதபடி வெளிப்பட்ட செங்கிஸ்கான், உடனே புகாராவைத் தாக்கிட விரைவு கொள்ளவில்லை. தன் ராணுவத்தால் தாக்கப்படும் எல்லைப் புற நகரங்களிலிருந்து எந்த உதவிப்படையும் கிளம்ப முடியாது என்பதை அறிவார்; ஆதலின் பொது மக்களது அச்சம் மற்றும் நம்பிக்கையின் வதைக்கும் தன்மையதான ஆட்டுவித்தலில், வியப்பின் மீது ஆட்டம் காட்டிட அவருக்கு நேரம் இருந்தது. இத்தகு தந்திரங்களின் நோக்கம் எளிமையானது மற்றும் எப்போதும் ஒன்றேயானது: உண்மையான சண்டை தொடங்கு முன்னரே, சரணடையச் செய்யுமாறு எதிரியிடத்தே பீதியூட்டுதல். அப்பகுதியில் முதலில் சிறிய நகரங்கள் பலவற்றைக் கைப்பற்றி செங்கிஸ்கான் ராணுவம், சாதாரணமான மக்களை அகதிகளாக புகாராவை நோக்கி ஓடுமாறு செய்தது-அவர்கள் நகரினை நிரப்பியது மட்டுமின்றி, பீதியின் மட்டத்தையும் உயர்த்தினர். எதிரிப்படைகளின் பின்புறமிருந்து தாக்கியதால், மங்கோலியர் உடனடியாக,

நாடெங்கிலும் பீதியையும் அழிவையும் உண்டாக்கினர். பாரசீக வரலாற்றாளர் அடா-மாலிக் ஜுவைனி, கானின் அணுகுமுறையை இப்படி விவரித்தார்-“மக்கள் தம் கிராமப்புறத்தை சுற்றும் முற்றும் பார்த்தபோது, குதிரை வீரர்களால் மூச்சுத்திணறியது, குதிரைப்படை எழுப்பிய தூசுப் புகையால் காற்று கருத்திருந்தது, அச்சமும் பீதியும் அவர்களை ஆட்கொண்டது.” நகரின் மீதான உளவியல் தாக்குதலைத் திட்டமிட்ட செங்கிஸ்கான், மக்களுக்காக காத்திருந்தவற்றில் இரு எடுத்துக்காட்டுகளுடன் ஆரம்பித்தார். சரணடையுமாறு கூறி, அப்படிச் சரணடைந்தவர்களுக்குத் தாராளமான சலுகைகள் வழங்கினார்; மங்கோலியருடன் அவர்களை இணைத்துக்கொண்டார். ‘பணிந்து சரணடைந்தோர் பாதுகாப்பாய், பீதி-அவமானத்திலிருந்து விடுபட்டவர்களாய் இருந்தனர்’ என்கிறார் அதே பாரசீக வரலாற்றாளர். மறுதலித்தோர் கடுமையாக நடத்தப்பட்டனர்; அவர்களை மந்தையாகத் திரட்டி, அடுத்த தாக்குதலுக்கு இரையாகப் பயன்படுத்தினர்.

இந்த உத்தி, புகாராவைத் தற்காப்பு செய்த துருக்கியினரை பீதிகொள்ளச் செய்தது. புகாராவின் கோட்டைப் பாதுகாவலுக்கு 500 வீரர்களை மட்டும் நிறுத்திவிட்டு, எஞ்சிய 20,000 வீரர்கள் தப்பி ஓடினர். ஆனால் மங்கோலியரின் பொறியில் சிக்கிவிட, அவர்களோ நிதானமாக வெட்டிச் சாய்த்தனர்.

புகாராவின் குடிமக்கள் சரணடைந்தனர், நகர வாயில்களைத் திறந்துவிட்டனர்; கோட்டையிலிருந்த சொற்பமான வீரர்களே, எந்தவொரு முற்றுகையினையும் இப்பிரும்மாண்ட மதில்கள் எதிர்த்து தாக்குப் பிடிக்கும் என நம்பி இருந்தனர். ஒட்டுமொத்த நிலவரத்தை கவனமாக மதிப்பிடும் பொருட்டு செங்கிஸ்கான் நகரத்தில் நுழைவது என்ற, முன்னெப்போதும் இருந்திராத முடிவை எடுத்தார். புகாராவின் மையத்தை அடைந்ததும் அல்லது மக்கள் சரணடைந்ததை ஏற்றுக் கொண்டதும், அவரது முதல் செயல்பாடு, தன் குதிரைகளுக்கு தீவனம் கொண்டுவருமாறு அவர்களுக்கு கட்டளை இட்டதுதான். மங்கோலிய வீரர்களுக்கும் அவர்தம் குதிரைகளுக்கும் உணவூட்டுவது, பணிந்து போதலின் அடையாளமாக வெற்றியாளர்களால் எடுத்துக் கொள்ளப்பட்டது; தீவனத்தைப் பெற்றதும் செங்கிஸ்கான், அம்மக்களை மங்கோலியரது பாதுகாவலுக்கும் தனது கட்டளைக்கும் கட்டுப்பட்ட அடிமைகளாக ஏற்றுக் கொண்டதை அடையாளப்படுத்தினார்.

அவரது மத்திய ஆசிய வெற்றிகளின் காலத்திலிருந்து, சுமார் 60 வயதுள்ள செங்கிஸ்கானைப் பற்றிய சிலவான விவரிப்புகளில் ஒன்று நம்மிடம் உள்ளது. ஜுவைனியை விடவும் மங்கோலியரிடம் அன்பு குறைந்தவரான பாரசீக வரலாற்றாளர் மின்ஹாஜ்-அல்-சிராஜ் ஜூஸ்ஜனி, அவரை 'உயரமானவர், கட்டுறுதியான உடல்வாகு கொண்டவர், முகத்திலுள்ள சொற்பமான முடி நரைத்திருக்கும், பூனைக் கண்களாக இருக்கும், மேதைமை, புரிந்து கொள்ளல், பிரமிக்க வைத்தலுடன் ஆற்றல் மிக்கவர், கொலையாளி, தீர்மானகரமானவர், எதிரிகளைத் தூக்கி எறிபவர், ஈவிரக்கமற்றவர், குரூரமானவர்.' என்கிறார். தனது ராணுவத்தை விடவும் பலமடங்கு பெரிய ராணுவங்களையும் நகரங்களையும் வெற்றி கொண்டு அழித்திடும் திறனை அவர் பெற்றிருந்ததால், செங்கிஸ்கான் "மாயாஜாலம் நிகழ்த்துவதில் வித்தகர், சைத்தான்களில் சில அவருக்கு நண்பர்களாயிருந்தன" என்கிறார்.

புகாராவின் மையத்தை அடைந்த செங்கிஸ்கான், பெரிய மசூதிக்குச் சென்று, நகரில் பெரிய கட்டிடமாக இருந்தமையால், அது சுல்தானின் இல்லமா என வினவினார். அது சுல்தானின் இல்லமில்லை, மாறாக கடவுளின் இல்லம் என்று தெரிவிக்கப்பட்டதும், அவர் ஒன்றும் கூறவில்லை. மங்கோலியரைப் பொறுத்தவரை, ஒரே கடவுள் நித்திய நீல ஆகாயம், அது நான்கு திசைகளிலும் ஒரு திசையிலிருந்து இன்னொன்றிற்கு நீண்டு கிடப்பது. ஒட்டுமொத்த பூமிக்கும் தலைமை வகிப்பவர் கடவுள்; கைதியைப்போல் அடைக்கப்பட்ட விலங்கைப் போல, கல்வீட்டுக்குள் அவரை அடைத்து வைக்க முடியாது, நகர மக்கள் கூறிக் கொள்வது போல அவரது வார்த்தைகளைப் பற்றி ஒரு நூலுக்குள்ளே அடைத்து வைக்கவும் முடியாது. தனது தாயகத்தின் மலைகளைச் சேர்ந்த பரந்து விரிந்த காற்றில் இருந்த கடவுள் இருப்பை செங்கிஸ்கான் அடிக்கடி உணர்ந்து, அவர் குரலைக் கேட்டார்; அவரின் வார்த்தைகளைச் செவிமடுத்து, மாபெரும் நகரங்கள், பெரியநாடுகளின் வெற்றியாளர் ஆனார்.

தன் குதிரையிலிருந்து இறங்கிய செங்கிஸ்கான், அப்பெரிய மசூதிக்குள் நுழைந்தார்-அவரது ஆயுளில் அவர் நுழைந்திருந்த ஒரே கட்டிடமாயிருந்தது அது. தன் கட்டுப்பாட்டின் கீழே வந்த அநேகமாக அனைத்து மத ஊழியர்களையும் போலவே, அறிஞர்களும் முல்லாக்களும் தன் குதிரைகளுக்கு தீவனம் இட்டு, மேலும் அபாயத்திலிருந்து அவற்றை விடுவித்து,

தன் பாதுகாப்பில் கொண்டுவரக் கட்டளையிட்டார். அடுத்து, நகரின் மிகவும் செல்வந்தரான 280 பேரை மசூதிக்கு வருமாறு அழைத்தார். நகரச் சுவர்களுக்குள்ள வரம்புக்குட்பட்ட அனுபவமே பெற்றிருந்த செங்கிஸ்கான், மானுட உணர்வோட்டம்-உணர்வு நெகிழ்ச்சி குறித்து கூரிய புரிந்துணர்வு கொண்டிருந்தார். மசூதியில் கூடியிருந்தவர் முன்னே, செங்கிஸ்கான் மேடையில் ஏறி, புகாரா நகரின் மேட்டுக்குடியினரை நோக்கினார். மொழிபெயர்ப்பாளர்கள் மூலம், சுல்தான் மற்றும் மக்களின் பாவங்கள்-தீமைகள் குறித்துப் பேசினார். "இதற்குப் பொது மக்கள் குற்றஞ்சாட்டப்பட வேண்டியவர்கள் இல்லை, அவர்களிடமுள்ள மேட்டுக்குடியினரே இப்பாவங்களை இழைத்தவர்கள். நீங்கள் பாவம் செய்யாது இருந்திருந்தால், கடவுள் என்னைப் போன்ற தண்டனையை உங்களிடத்தே அனுப்பியிருக்க மாட்டார்." அப்புறம் ஒவ்வொரு செல்வந்தருடனும் ஒரு மங்கோலிய வீரனை அனுப்பி, அவரது செல்வத்தைக் கொண்டு வருமாறு செய்தார். பூமிக்கு மேலே அச்செல்வத்தை எடுத்துக் காட்டாது இருந்தமைக்காக, செல்வந்தரை நிந்தித்தார்; உதவியின்றி மங்கோலியரால் அவற்றைக் கண்டறிய முடியவில்லை. மறைத்து / புதைத்துவைக்கப்பட்டிருந்த செல்வத்திடம் அவர்களை வழிகாட்டுமாறு விரும்பினார்.

நகரைத் திட்டமிட்டு அழிக்க முற்பட்டிருந்த செங்கிஸ்கான், இன்னும் புகாரா கோட்டைக்குள் மூடி முத்திரையிட்டு, அலட்சியத்துடன் இருந்த, துருக்கி வீரர்களைத் தாக்குவதில் கவனம் செலுத்தினார். குறிப்பாக மங்கோலியருடன் பரிச்சயம் இல்லாத போதும், புகாரா மற்றும் சாமர்கண்ட் போன்ற மத்திய ஆசிய நகரங்களின், நகர்மயமான பாலைவனச் சோலைகளின் மக்கள், நூற்றாண்டு காலங்களில் பல காட்டுமிராண்டித்தனமான ராணுவங்கள் வந்து போனதைப் பார்த்திருந்தனர். இதற்கு முன்னர், எவ்வளவு தீரமானது அல்லது ஒழுங்கமைவுடையது என்றாலும், கடுமையான ஆபத்தைக் கொண்டிருக்கவில்லை-ஏனெனில் உணவும் நீரும் இருக்கும் மட்டும், நகர்ப்புற ராணுவங்கள், தம் கோட்டைகளின் பிரும்மாண்ட சுவர்களின் பின்னே முடிவின்றி தாக்குப் பிடிக்க முடியும். புகாராவில் தாம் எதிர்கொண்ட, பயிற்சி பெற்ற தொழில்முறை படைவீரர்களுக்கு மங்கோலியரால் ஈடு தந்திருக்க வாய்ப்பில்லை. மங்கோலியர் பொதுவாக அற்புத வீரர்களைக் கொண்டிருந்தாலும், ஒவ்வொருவரும் தனக்குரிய வில்லை செய்து கொள்ளவோ/பெற்றுக் கொள்ளவோ பொறுப்பாவார்கள்; உழைப்பின் தரம் வெவ்வேறானதாயிருந்தது.

அது போலவே மங்கோலிய ராணுவம், அப்பழங்குடியின் அனைத்து ஆண்களாலும் நிரம்பியிருந்தது; தம் பயிற்சிக்கு மந்தை விலங்குகளை வளர்த்தெடுப்பதன் முரட்டுத் தன்மையைச் சார்ந்திருந்தனர்; அவர்கள் கடுமையாயும் ஒழுங்கமைவு உள்ளவர்களாயும் தம் பணியில் அர்ப்பணிப்பு மிக்கவர்களாயும் இருக்க, புகாரா கோட்டையைத் தற்காப்பு செய்பவர்களின் தொழில்முறைத் தெரிவும் பயிற்சியும் இல்லாதவர்கள். கோட்டையின் பிரும்மாண்டமான கல்சுவர்களின் பின்னே காவல்புரிந்த வீரர்களின் மாபெரும் அம்சம், எந்தப் பழங்குடி ராணுவமும் முற்றுகை வியூகத்தின் நுட்பத்தை ஒருபோதும் கற்றிருந்ததில்லை, ஆனால் அவர்களுக்கு எடுத்துக்காட்டிட, செங்கிஸ்கான் சிறிது அறிந்திருந்தார்.

அத்தாக்குதல் அதீத வல்லமையை எடுத்துக் காட்டுவதாய் இருந்தது-ஆனால் அதற்கான பார்வையாளர்கள் புகாரா நகர மக்களில்லை மாறாக, அவரது அணிவகுப்பில் அடுத்ததாயிருந்த சாமர்கண்டின் ராணுவமும் மக்களுமே. கவண்கள், ஏவுகணை செலுத்தும் கருவிகள் என மங்கோலியர் அமளி செய்தனர்-இச்சாதனங்கள் கற்களையும் நெருப்பினையும் வீசின-பற்றியெரியும் திரவங்களையும் பொருட்களையும் பயன்படுத்தினர். மதில்களில் உள்ள தற்காப்பாளர்களை வீழ்த்தும் அளவுக்கு, வில்போன்ற சாதனங்களையும் ஏணிகள் தாங்கிய நடமாடும் கருவிகளையும் இயக்கினர். அதே வேளையில் வான்வழியே தாக்கினர்; சுரங்கத் தொழில் பரிச்சயமானவர்கள் பூமியில் தோண்டி மதில்களைத் தகர்க்க முற்பட்டனர். காற்றிலும் நிலத்திலும் பூமிக்குக் கீழேயும் இப்படி தொழில்நுட்ப ஆற்றல்களைப் பிரமிக்கத்தக்க அளவில் பிரயோகித்தனர். உளவியல் ரீதியிலான அழுத்தத்தை செங்கிஸ்கான் அதிகரித்தார். கோட்டைக் காப்பாளர்களில் சிலர் கைதிகளாகினர்; விரைந்தோடிய சிலர் அகழிகளில் விழநேர்ந்தது.

மங்கோலியர் தாம் தொடர்பு கொண்டிருந்த வெவ்வேறு பண்பாடுகளிலிருந்து போர்க்கருவிகளை வடிவமைத்து, பயன்படுத்தினர்; தாம் எதிர்கொள்ளும் நிலவரத்திற்கேற்ப மாற்றியமைத்துக்கொள்ளும் புவிக்கோள ஆயுதக் கிடங்கை உருவாக்கினர். பற்றியெரிகின்ற, வெடிக்கும் கருவிகளில், சிறு பீரங்கி, பெரும் பீரங்கியின் முன்னோடி வடிவங்களில் பரிச்சயம் மிகுந்திருந்தனர். ஜுவைனியின் விவரிப்பில், தம்மைச் சுற்றிலும் என்ன நிகழ்ந்தது என்பதில் சாட்சிகளின் குழப்பத்தை உணருகிறோம்.

மங்கோலியத் தாக்குதல்களை அவர், “இடைவெளிகளில் திடமான குச்சிகள் சொருகப்பட்டு எரியும் சூடான சிவப்பு கொதிகலன் போலிருக்க, அதன் அடிப்பகுதியிலிருந்து பொறிபறந்தது” என விளக்கினார். ஸ்டெப்பி வீரனின் மரபுவழிக் கடுமை மற்றும் வேகத்துடன், சீன நாகரிகத்தின் உயரிய தொழில் நுட்பத்தையும் இணைத்ததாயிருந்தது செங்கிஸ்கானின் ராணுவம். செங்கிஸ்கான், எதிரியின் தரைப்படைக்கு எதிராக, துரிதமாய் இயங்குவதும் நன்கு பயிற்சி பெற்றதுமான குதிரைப்படையை ஏவினார்; கோட்டையை ஊடுருவிச் சென்று அதன் காவலர்களை அதிர்ச்சிக்குள்ளாக்கிட, வெடிமருந்தையும் முன்னெப்போதும் இருந்திராத நாசகார இயந்திரங்களையும் பயன்படுத்திடும், குண்டுவீச்சின் புதிய தொழில் நுணுக்கத்தால், கோட்டை மதில்களின் தற்காப்பு வலிமையை இல்லாது போகச் செய்தார். கோட்டையிலிருந்த சுல்தானின் வீரர்கள் மீது நெருப்பும் இறப்பும் மழையெனக் கொட்ட, “அழிவின் பெருங்கடலில் சீக்கிரமே மூழ்கிப் போயினர்.”

யுத்தம் ஒரு விளையாட்டு நிகழ்வோ போட்டியாளர்களுக் கிடையிலான பந்தயமோ அல்ல, இன்னொரு மக்களுக்கு எதிரானவர்களின் முழுமையான கடப்பாட்டு நிலை என்பதை செங்கிஸ்கான் கண்டுகொண்டிருந்தார். விதிகளுக்கு ஏற்ப ஆடியவனுக்கு வெற்றி வந்து சேரவில்லை; விதிகளை ஏற்படுத்தி அவற்றை எதிரிகளிடம் திணித்தவனுக்கு வந்து சேர்ந்தது. வெற்றி பாரபட்சமானதாயிருக்க முடியாது. அது முழுமையானது, மொத்தமானது, மறுதலிக்க முடியாதது-அல்லது ஒன்றுமற்றது. யுத்தத்தில் கொடூரத்தையும் ஆச்சரியத்தையும் கட்டற்ற வகையில் பயன்படுத்துவதை இது குறித்தது. சமாதானத்தில், பொதுமக்களிடையே விசுவாசத்தை உருவாக்கிய, அடிப்படையான ஆனால் ஊசலாட்டமற்ற கொள்கைகளைச் சீராகப் பின்பற்றுவதைக் குறித்தது. எதிர்ப்பினை இறப்பும் விசுவாசத்தை பாதுகாப்பும் சந்திக்கும்.

புகாரா மீதான அவரது தாக்குதல் வெற்றியாக மதிப்பிடப்பட்டது, அந்நகர மக்கள் சரணடைந்தனர் என்பதால் மட்டுமின்றி, மங்கோலிய படையெடுப்புச் செய்தி சாமர்கண்டின் தலைநகரை எட்டியதும், ராணுவமும் சரணடைந்தது என்பதாலும். சுல்தான் தன் அரசிலிருந்து தப்பியோட, மங்கோலியத் தேர் முன்னோக்கிச் சென்றது. ஆப்கானிஸ்தானின் மலைகளினூடேயும் சிந்து நதிக்கும் சென்ற ராணுவத்தின் பிரதான பகுதியில் செங்கிஸ்கானே

சேர்ந்துகொள்ள, இன்னொரு பிரிவு, காகஸஸ் மலைகளின் வழியே ரஷ்யாவின் சமவெளிக்கு செல்ல, காஸ்பியன் கடலை வட்டமிட்டது. 1220-ஆம் ஆண்டின் அன்றைய தினத்திலிருந்து, சோவியத்துகள் நுழைந்த 1920 வரை, செங்கிஸ்கானின் சந்ததியர் துல்லியமாக ஏழு நூற்றாண்டு காலம், கான்களாக எமீர்களாக, வரலாற்றின் மிக நீண்ட குடும்ப வம்சங்களில் ஒன்றாக, புகாரா நகரை ஆட்சி செய்து வந்தது.

மக்களையும் தொழில்நுட்பத்தையும் ஆட்டிவைத்திடும் செங்கிஸ்கானின் திறமை, அநேகமாக தொடர்ச்சியான யுத்தத்தின் நான்கு தசாப்தங்களுக்கும் மேலான அனுபவ அறிவை பிரதிநிதித்துவப்படுத்தியது. தனது ஆயுளின் எந்தவொரு தருணத்திலும் போரின் மேதைமையினையோ, தன் ஆதரவாளர்களின் விசுவாசத்திற்கு உத்வேகமளிக்கும் திறனையோ, அல்லது உலகெங்கிலும் ஏற்பாடு செய்திடும் முன்னெப்போதும் இருந்திடாத திறனையோ அவர் திடீரென்று பெற்றதில்லை. இவை தெய்வீக அறிவு விளக்கத்திலிருந்தோ முறையான கல்வியிலிருந்தோ கிட்டவில்லை மாறாக நடைமுறை அறிவு, பரிசோதனை சார்ந்து மேற்கொள்ளல் மற்றும் தனித்துவமான ஒழுங்கமைவுள்ள மனம்-குவிமையம் கொண்ட விருப்பாற்றலினால் உந்தப்பெற்ற சீரான மறுபரிசீலனை என்பவற்றின் விடாப்பிடியான சுழற்சியிலிருந்து கிட்டியவை. அவரது போராட்ட வாழ்வு, புகாரா வந்த அவரது பெரும்பாலான வீரர்கள் பிறக்கு முன்பே ஆரம்பித்தது; ஒவ்வொரு சண்டையிலும் புதிதாக ஒன்றை கற்றுக் கொண்டார். ஒவ்வொரு மோதலிலும், கூடுதலான சண்டையுத்திகளுடன் மேலும் ஆதரவாளர்களைப் பெற்றார். ஒவ்வொரு போராட்டத்திலும் புதிய கருத்துகளை, ராணுவத்தந்திரங்கள், உத்திகள், ஆயுதங்களின் தொடர்ந்து மாறிக்கொண்டிருக்கும் வரிசையுடன் இணைத்துக் கொண்டார். ஒரே யுத்தத்தை அவர் இருமுறை நிகழ்த்தியதில்லை.

உலகின் மாபெரும் வெற்றியாளராக விதிக்கப்பட்டிருந்த சிறுவனின் கதை, நவீன மங்கோலியா மற்றும் சைபீரியாவின் எல்லையருகே, யூரேஷியாவின் உள்ளார்ந்த வெளிகளின் தொலைதூர இடங்களில் ஒன்றான, புகாராவின் மங்கோலிய வெற்றிக்கு ஆறு தசாப்தங்கள் முன்னரே ஆரம்பித்தது. பழங்கதையின் படி, மாபெரும் ஏரியின் கரைகளின் மேலே, அழகிய சிவப்பு பெண் மானுடன் நீலச் சாம்பல் ஓநாய் கூடியபோது, மலைக்காட்டில் மங்கோலியர் தோன்றினர். செங்கிஸ்கான் இறந்தபோது மங்கோலியர் இத்தாயகத்தை

நிரந்தரமாக மூடிவிட்டதால், அது குறித்த வரலாற்றுப் பதிவுகள் நம்மிடம் இல்லை. அதன் ஆறுகள்-மலைகளின் பெயர்கள், வரலாற்று இலக்கியத்தில் அறியப்படாதவை, நவீன வரைபடங்கள்கூட, தினுசு தினுசான எழுத்து வேறுபாடுகளுடன், அதன் அம்சங்களுக்கு முரண்பட்ட பெயர்களைத் தருகின்றன.

மங்கோலியக் குலங்களின் பிரதேசம், இப்போது மங்கோலியா எனப்படும் வடகிழக்கு நாட்டின் சிறிய பகுதியையே கொண்டிருந்தது. ஆசியாவின் வேளாண் நாகரிகங்களின் வளமான கடற்கரை வெளிகளுக்கு நீரளித்திடும், பசிபிக் பெருங்கடலின் ஈரப்பதமிக்க காற்றுகளின் வரிசைக்கு அப்பாலுள்ள, வட-மத்திய ஆசியாவின் பீடபூமியினூடே, நாட்டின் பெரும்பகுதியும் இப்போது பரவியுள்ளது. இதற்கு நேர் எதிரான வகையில், மங்கோலியப் பீடபூமியை எட்டும் காற்றுகள், பெரிதும் வடமேற்கின் ஆர்க்டிக்கிலிருந்து வீசுகின்றன. இக்காற்றுகள் வடக்கு மலைகளுக்கு தாம் கொண்டு செல்லும் சொற்பமான ஈரப்பதத்தை விடுவித்து, நாட்டின் தென்பகுதியை வறண்டதாக விட்டுச் செல்கின்றன-இப்பிரதேசம் கோவி அல்லது கோபி (வெளிநாட்டவருக்கு) என அறியப்படுகிறது. கடுமையான கோபிக்கும் வடக்கிலுள்ள நடுத்தரமான நீர்பெறும் மலைகளுக்கும் இடையே, மழை கிடைத்தால் கோடையில் பசுமையாகிவிடும் பரந்த ஸ்டெப்பிவெளிகள் உள்ளன. இப்புல்வெளிகளினூடே தான் புல்லைத்தேடி கோடையில் மந்தைகள் நகர்ந்து செல்லும்.

கடல் மட்டத்திற்கு மேல் சுமார் 10,000 அடி உயரமே கொண்டிருப்பினும், மங்கோலியாவின் கெண்டி மலைத்தொடர், புவிக் கோளத்தின் தொன்மையான மலைகள் சிலவற்றைப் பெற்றிருக்கிறது. மலையேற்றப் பயிற்சியுடனேயே ஏறக்கூடிய கரடுமுரடான, கூரிய, இளமைமிக்க இமாலய மலைகளைப் போலின்றி, தொன்மையான கெண்டி மலைகள், மில்லியன் கணக்கிலான ஆண்டுகளின் அரிமானத்தால் மிருதுவாக்கப்பட்டு, அளவான சிரமத்துடன் ஒரு குதிரையும் மனிதனும் அதனை எட்டிவிட முடிவதாக உள்ளன-கோடையில் சில சிகரங்களை மட்டும் அடைய இயலாது. இரு புறங்களிலும் சிதறிக் கிடக்கும் சதுப்புகள், நீண்ட குளிர்காலங்களில் திடமாக உறைந்து விடுவன. மலையோரங்களிலுள்ள ஆழமான உட்பகுதிகள் சேகரிக்கும் பனியும் நீரும் உறைந்து, குளிர்காலத்தில் பனிப்பாறைகளாகத் தோன்றும்; ஆனால் குறுகிய கோடையில், அவை கோபால்ட்

நீலத்தில் அழகிய ஏரிகளாகிவிடும். வசந்தத்தில் பனிக்கட்டியும் பனியும் இளகி ஏரிகளில் வழிந்தோடி, மலைகளிலிருந்து இறங்கி சிறுசிறு நதிகளாகி ஸ்டெப்பியில் பாயும்; சிறந்த கோடை காலங்களில் மரகதம் போல புற்கள் மிளிரும்; ஆனால் மோசமான காலங்களில் தொடர்ச்சியாக பல ஆண்டுகளுக்கு கரிந்துபோன பழுப்பாயிருக்கும்.

கெண்டி மலைகளிலிருந்து வெளிப்படும் ஆறுகள் சிறியவை, ஆண்டின் பெரும்பகுதியும் உறைந்து கிடப்பவை-குதிரை வீரர்களின் அணியை, சமயங்களில் பாரமேறிய ஜீப்பினை தாங்கிட பனிக்கட்டி அடர்ந்திருக்கும் மே மாதத்தில் கூட அப்படி இருக்கும். இச்சின்னஞ்சிறு ஆறுகளினூடே நீண்டு கிடக்கும், நீண்டு பரந்த ஸ்டெப்பிகள், ஈரேஷியாவின் பல்வேறு மண்டலங்களை நோக்கி மங்கோலியருக்கு நெடுஞ்சாலைகளாகப் பணியாற்றும். இவ்வெளியின் புதர்கள் கிழக்கு அய்ரோப்பாவின் ஹங்கேரி மற்றும் பல்கேரியாவுக்குள் நீண்டு கிடக்கும். கிழக்கில், அவை மஞ்சூரியாவைத் தொடும்; கொரிய தீபகற்பத்தைத் துண்டிக்கும் கடற்கரை சார்ந்த மலைகளின் விளிம்பால் தடுக்கப்படாவிட்டால், பசிபிக் பெருங்கடலைத் தொடும். கோபியின் தென்புறத்தில், புல்வெளிகள் மெல்ல எழுந்து, மஞ்சளாற்றின் விரிவான வேளாண் சமவெளிகளுடன் இணைந்து, ஆசிய கண்டத்தின் மையத்தை ஒன்றிணைக்கும்.

நிலவியலின் இதமான ஓட்டம் இருப்பினும், தட்பவெப்பம் கடுமையானது, திடீரென மாறும். மனிதரும் மிருகங்களும் தட்பவெப்பத்திலிருந்து தொடர்ந்து சவால்களை எதிர்கொள்ளும் இது அதீத நிலைமைகளின் நிலமாகும். கெண்டி மலைகளில் ஒரு நாளில் நான்கு பருவங்களையும் அனுபவிக்க முடியும் என மங்கோலியர் கூறுவர். மே மாதத்தில்கூட, ஒரு குதிரை பனிக்கட்டிப் பரப்பில் அமிழ்ந்து தலையைத் தூக்க முடியாது போவதுண்டு.

ஓணோன் நதியை ஒட்டிய இப்பகுதியில், செங்கிஸ்கானாக அறியப்படுமாறு விதிக்கப்பட்டிருந்த சிறுவன் பிறந்தான். இவ்விடத்தின் இயற்கை அழகுக்கு நேர்மாறாக, ஆசிய காலண்டரின்படி, குதிரை ஆண்டான 1162-இன் வசந்தத்தில் அவன் பிறப்பதற்கு நீண்டகாலம் முன்னரே, அதன் மானுட வரலாறு தொடர்ச்சியான பூசலும் சிரமமும் கொண்டதாய்

இருந்தது. தொலைதூரத்து ஓணோன் ஆற்றைப் பார்த்தபடியுள்ள, தனித்ததும் வழுக்கையானதுமான குன்றில், கடத்திவரப்பட்ட யுவதி ஹேலூன் தன் முதல் குழந்தையைப் பெற்றுவிட, போராடிக் கொண்டிருந்தாள். அவளை வளர்த்த குடும்பம், அவளறிந்த உலகத்திற்கு வெகு தொலைவில், அந்நியர் சூழ்ந்திருக்க சிரமப்பட்டுக் கொண்டிருந்தாள். இவ்விடம் அவளது இல்லமில்லை, இவளைத்தன் மனைவியாக இப்போது கூறிக் கொண்டவன், அவள் மணமுடித்தவன் அல்ல.

சிறிது காலத்திற்கு முன்னர் அவளது ஊழ் வேறானதாகத் தோன்றிற்று; மெர்கிட் பழங்குடியின் இளம் வீரன் சிலெடு வின் மனைவியாயிருந்தாள். அழகிய பெண்டிருக்குப் பெயர் பெற்ற ஓல்குநுட் பழங்குடியைச் சேர்ந்த அவளை ஈர்ப்பதற்காக, கிழக்கு ஸ்டெப்பிக்கு அவன் பயணம் செய்திருந்தான். ஸ்டெப்பி மரபுப்படி, அவளைத் தன் மணப்பெண்ணாக கொண்டுவருமுன்பு, அவளது பெற்றோருக்கு அவன் அன்பளிப்புகள் தந்து, பல ஆண்டுகள் அவர்களுக்காக வேலை செய்திருக்கவேண்டும். மணமானதும் இருவரும் அவனது இல்லத்தை அடைந்திட, பல வாரங்கள் மலை ஏற வேண்டியிருக்கும். The Secret History கூறுவது போல, எருதோ எருமையோ இழுத்துப்போகும் சிறுவண்டியில் அவள் சவாரி செய்ய, அவளது பெருமிதமிக்க கணவன், வண்டியின் பின்னே தன் குதிரையில் ஏறி வருவான். ஹேலூனுக்கு 16 வயதுக்கு மேலிராது.

ஓணோன் ஆற்றைத் தொடர்ந்து, ஸ்டெப்பியில் அவர்கள் லகுவாகப் பயணித்தனர், அப்புறம் மெர்கிட் நிலத்திலிருந்து தம்மைப் பிரித்திட்ட மலைப்பகுதியில் நுழைய ஆயத்தமாயினர். மெர்கிட் மேய்ச்சல்காரரது வளமான புல்வெளிக்குள் அவர்கள் செல்லுமுன்னர், அவர்களுக்கு முன்னே, தனிமைப்படுத்தப்பட்ட மலைப் பள்ளத்தாக்குகளினூடே சில தினங்களின் பயணம் இருந்தது. தன்னைத் தாக்க வரும் குதிரை வீரர் பற்றித் தெரியாமல், அவ்விளம் மணப்பெண் தன் சிறு வண்டியின் முன்னே அமர்ந்திருந்தாள்-அந்த ஆவேசத்தாக்குதல் அவளது வாழ்வை எப்போதைக்குமாக மாற்றியது மட்டுமின்றி, உலக வரலாற்றின் போக்கையும் மாற்றிவிட்டது.

அருகிலுள்ள குன்றின் உச்சியிலுள்ள தன் ராஜாளியுடன் தனியொரு குதிரைவீரன் வேட்டையாடக் காத்திருந்தான்; ஹேலூனையும்

சிலெடுவையும் கவனித்தான். தன் பறவையுடன் அவன் சாதிக்க முடிவதைவிடவும் அதிகமானதை ஹேலூனும் அவளது வண்டியும் உறுதியளித்தனர்.

புதிதாய்த் திருமணமான அவர்கள் தன்னைப் பார்த்துவிடாமல், தன் இரு சகோதரர்களையும் பார்ப்பதற்கு முகாமிற்கு அவ்வேடன் சென்றான். ஹேலூன்போன்ற மனைவியை மணப்பதற்காக தேவைப்படும் அன்பளிப்புகளைத் தர முடியாத ஏழைகளாதலாலும், அவளது பெற்றோருக்கு மரபார்ந்த மணப்பெண் சேவை செய்ய விருப்பம் இல்லாததாலும், கடத்தி வந்துவிட வேண்டும் என்பதைக் குதிரை வேடன் தெரிவு செய்தான். மூன்று சகோதரர்களும் சந்தேகப்படாத தம் இரையைப் பின்தொடர்ந்தனர். வண்டியை அவர்கள் நெருங்கிய மாத்திரத்தில் சிலெடு உடனடியாகப் பாய்ந்து வர, அவனை அவர்கள் துரத்திச் சென்றனர். தன் மணப் பெண்ணை அடைந்திட மலையடிவாரத்தைச் சுற்றி வருவது போல் போக்குக் காட்டிய அவன் ஏமாந்து போனான். அவர்கள் திரும்பி வந்துவிடுவார்கள் என்பதை ஹேலூன் அறிந்திருந்தாள். தன் கணவன் உயிர்வாழ வேண்டுமானால் தன்னைக் கடத்த வந்தவர்களிடம் சரணடைய வேண்டும் என்பதைப் பதின் வயது பெண்ணான அவள் உணர்ந்து கொண்டாள். சிலெடுவுடன் ஒரு குதிரையில் அவள் தப்பியோடினால், அவர்கள் பிடிபட்டு, கொல்லப்படுவார்கள். ஆனால் அவன் தனியே தப்பியோடினால், அவள் மட்டுமே பிடிபடுவாள்.

தன் திட்டத்தில் தன்னுடன் ஒத்துழைக்குமாறு கணவனை வேண்டிக்கொண்ட மனைவி, “நீ உயிர் வாழ்ந்தால், ஒவ்வொரு முனையிலும் ஒவ்வொரு வண்டியிலும் உனக்குக் கன்னியர் கிடைப்பார்கள். உனது மணப்பெண்ணாக இன்னொருத்தியை பார்க்க முடியும், எனக்குப் பதிலாக அவளை ஹேலூன் என்று அழைக்க முடியும்” என்றாள். அவள் சீக்கிரமே தன் ஜாக்கெட்டை கழற்றி, தன் கணவனை சீக்கிரமே தப்பியோடுமாறு வேண்டினாள். பிரிவின் சமிக்ஞையாக தன் ஜாக்கெட்டை அவன் முகத்தின் மேல் எறிந்தாள். ‘இதனை உன்னுடன் கொண்டுபோ, நீ செல்கையில் என்னுடைய வாசத்தை உன்னுடன் வைத்திருப்பாய்.’

ஸ்டெப்பிப் பண்பாட்டில் வாசனை ஆழமான, முக்கிய இடத்தை வகிக்கிறது. இதர பண்பாடுகளில் மக்கள் சந்திக்கும்போது / பிரியும்போது தழுவிக் கொள்வது / முத்தமிடுவதாயிருக்க, ஸ்டெப்பி

நாடோடிகள், கன்னத்தில் முத்தமிடுவதென, ஒருவரையொருவர் முகர்ந்து கொள்வர். முகர்தல் ஆழ்ந்த உணர்வோட்ட அர்த்தங்களைக் கொண்டிருக்கும்-பெற்றோருக்கும் குழந்தைக்கும் இடையிலான பாசமிக்க முகர்தலிலிருந்து காதலருக்கிடையிலான காம முகர்தல்வரை வெவ்வேறான மட்டங்களில் இருக்கும். ஒவ்வொருவரின் சுவாசமும் தனித்துவமான உடலும் அவரின் ஆன்மாவின் பகுதியாக அமைந்துள்ளது. தன் கணவன் மீது ஜாக்கெட்டை எறிந்த ஹேலூன், தன் காதலின் முக்கியமான ஞாபகத்தை அவனுக்கு வழங்கினாள்.

அப்புறம் ஹேலூனுக்கு நீண்டதும் நிகழ்வுகள் நிரம்பியதுமான வாழ்க்கை கிடைத்திருக்கும், ஆனால் தன் முதல் காதலனைத் திரும்பவும் காணுமாறு விதிக்கப்பட்டிருக்கவில்லை. தன் மனைவியின் கடத்தல்காரர்களிடமிருந்து தப்பிச் சென்ற சிலெடு, தன் மனைவியின் ஜாக்கெட்டை முகர்ந்தபடி, அவளைப் பலமுறை திரும்பிப் பார்த்தான்; அவனது நீண்ட முடிக் கற்றைகள் அவன் நெஞ்சிலிருந்து தோள்களுக்கு முன்னும் பின்னுமாக ஆடின. தன் கணவன் கணவாயைக் கடந்து பார்வையிலிருந்து மறைந்ததும், ஹேலூன் தன் இருதயத்தில் அழுது தீர்த்தாள். *The Secret History*-ன் படி, 'ஓணோன் நதியைக் கலக்கம் கொள்ளும்படி,' 'வனங்களையும் பள்ளத்தாக்கினையும் உலுக்கி எடுக்கும்படி' அழுது கூக்குரலிட்டாள்.

அவளைக் கைப்பற்றியவனும் அவளது கணவனாக விதிக்கப்பட்டிருந்தவனும், ஒரு நாளில் மங்கோலியராக அறியப்படப்போகும், சின்னஞ்சிறு கூட்டத்தினைச் சேர்ந்த எசுகை ஆவான்; ஆனால் இப்போது மிகவும் ஆற்றலுள்ள தாயிசியுட் உறவினர்களுக்கு அடிமைப்பட்ட போரிஜின் குலத்து உறுப்பினன் மட்டுமே. அவன் ஏற்கனவே ஒரு மனைவி / காமக்கிழத்தியையும், அவள் மூலம் ஒரு மகனையும் வைத்திருந்தான். ஹேலூன் இக்குடும்பத்திற்கு வந்திருந்தால் தன் நிலைக்காக போராடவேண்டியிருந்திருக்கும். நல்வாய்ப்பு பெற்றிருந்தால் இரு பெண்களும் தனித்தனிக் கூடாரங்களில் வசித்திருப்பார்கள்-ஒரே கூடாரத்தில் இல்லாவிட்டாலும், தினசரி வாழ்வில் நெருக்கமாய் இருந்திருப்பார்கள்.

ஹேலூன் பரந்துவிரிந்த புல்வெளியில் வளர்ந்தாள்-ஒவ்வொரு திசையிலும் காணப்பட்ட பரந்த வெளிகளில், குதிரைகள்,

பசுக்கள், ஆடுகள்-வெள்ளாட்டு மந்தைகள் கோடையில் மேய்ந்து கொழுத்தன. ஸ்டெப்பி வாழ்வில் கிட்டிய அபரிமிதமான பால் மற்றும் இறைச்சி உணவுக்குப் பழகிப் போயிருந்தாள். இதற்கு நேர்மாறாக, அவளது கணவனின் சிறிய பழங்குடி, மேய்ச்சல் உலகின் வடக்கு விளிம்பில் உயிர்த்திருந்தது; மரங்கள் மண்டிய மலைகளின் பின்புலத்தே, பெரிய மந்தைகளின் மேய்ச்சலுக்குப் போதுமான புல்வெளி இல்லாமல், ஸ்டெப்பிகள் ஓரங்கட்டப்பட்டிருந்தன. மர்மோட் விலங்குகள், எலிகள், பறவைகள், மீன், அவ்வப்போது மான் என கடுமையான வேடனின் உணவு வகையை அவள் சாப்பிடவேண்டும். ஸ்டெப்பிப் பழங்குடியினர் மத்தியில் மங்கோலியர் தொன்மையான, புகழ்மிக்க வரலாற்றினைக் கூறிக் கொள்வதில்லை. சிறுமிருகங்களை வேட்டையாடுவதில் ஓநாய்களுடன் போட்டியிட்ட, பிணந்தின்னிகளாக (scavengers) கருதப்பட்டனர்; சந்தர்ப்பம் வாய்த்தால் ஸ்டெப்பியின் மேய்ச்சல்காரரிடமிருந்து மிருகங்களையும் பெண்களையும் திருடிவிடுவர். அவர்களால் கைப்பற்றப்பட்ட விலங்குகளுக்குச் சற்று உயர்வாகவே ஹேலூனை வைத்திருப்பார்கள்.

ஹேலூனின் முதல் குழந்தை வலக்கையின் விரல்களில் மர்மமானதும் கேடானதுமான ஒன்றைப் பற்றியபடி உலகில் சிரமப்பட்டது என்று கூறப்படும். பயப்பட்டாலும் இதமாக ஹேலூன் ஒவ்வொரு விரலாக விடுவிக்க, விரற்கணு எலும்பின் அளவில் கருத்த ரத்தக் கட்டி காணப்பட்டது. தாயின் கருப்பையில் இருந்தபோது, இக்குழந்தை இக்கட்டியைப் பற்றி இவ்வுலகத்திற்குக் கொண்டு வந்திருக்க வேண்டும். அனுபவமில்லாத, எழுதப்படிக்கத் தெரியாத, மிகவும் தனிமைப்பட்ட யுவதி, தன் மகனின் கையிலிருந்த இவ்விசித்திர அடையாளத்தை வைத்து என்ன செய்ய முடியும்? எட்டு நூற்றாண்டுகள் கடந்த பின்னரும், அவளைப் போலவே நாமும் பதிலளிக்கச் சிரமப்படுகிறோம். ரத்தக்கட்டி ஒரு தீர்க்க தரிசனத்தை / சாபத்தை பிரதிநிதித்துவப்படுத்தியதா? நல்வாய்ப்பினை / தீவினையை முன்கூறியதா? அவள் பெருமிதம் கொள்ளவேண்டுமா பீதிகொள்ளவேண்டுமா? நம்பிக்கை கொண்டிருப்பதா அஞ்சுவதா?

12-ஆம் நூற்றாண்டில் டஜன் கணக்கிலான பழங்குடியினரும் குலத்தவரும், நாடோடி மக்களுக்குரிய பண்புகளுடன் ஸ்டெப்பியில் வாழ்ந்தனர். ஸ்டெப்பிப் பழங்குடியினருள், மங்கோலியரின் நெருங்கிய உறவினர்கள் கிழக்கே தாத்தாரியரும்

கிடானும்; தொலைதூர கிழக்கே மஞ்சுக்கள்; மேற்கில் மத்திய ஆசியாவின் துருக்கிப் பழங்குடியினர். இம்மூன்று இனவரைவியல் குழுக்களும், சைபீரியப் பழங்குடிகள் சிலவற்றுடன் பொதுவான பண்பாட்டு-மொழியியல் பாரம்பர்யத்தைக் கொண்டிருப்பவை-சைபீரியாவில் இவையெல்லாம் தோன்றியிருக்கக்கூடும். தாத்தாரியருக்கும் துருக்கிப் பழங்குடியினருக்கும் இடையிலுள்ள இவர்கள், அந்நியரால் அவர்களுடன் குழப்பிக் கொள்ளப்பட்டனர்; மங்கோலியர் சிலவேளைகளில் நீலத் துருக்கியர் அல்லது கருப்பு தாத்தாரியர் எனப்பட்டனர். மேற்கு மங்கோலியாவிலுள்ள அல்டாய் மலைத் தொடரின் பெயரால், அல்டாய் மொழிகள் பேசுவோரின் மொழிகள், கொரிய, ஜப்பானிய மொழிகளுடன் லேசான ஒப்புமை கொண்டிருந்தன, ஆனால் எதுவும் சீன மொழியுடனோ இதர ஆசிய தொனி சார்ந்த மொழிகளுடனோ ஒப்புமை அற்றவை.

துருக்கிப் பழங்குடிகளும் தாத்தாரியரும் ஏராளமான பழங்குடி கூட்டமைப்புகளாக இணைந்து கொண்டாலும், மங்கோலியர் ஒரு கான் தலைமையில் சிறு சிறு குழுக்களாகப் பிளவுபட்டு, உறவுமுறைப் பந்தங்கள் மீது இருந்தனர். மங்கோலியரே துருக்கி-தாத்தாரியக் குழுக்களிலிருந்து தனித்துவ அடையாளத்தை கூறிக் கொண்டனர். மூன்றாம் நூற்றாண்டில் உயரிய ஸ்டெப்பிகளின் மேல் முதல் பேரரசை நிறுவிய ஹுணர்களிடமிருந்து நேரடியாக வந்தவர்கள் என அவ்வப்போது அவர்கள் உறுதிப் படுத்திக் கொண்டனர். ஹுண் என்பது மனிதரைக் குறிக்கும் மங்கோலியச் சொல், தம் ஹுணர் மூதாதையரை சூரியனின் மக்கள் என்னும் பொருளில் *Hun-nu* என அழைத்தனர். நான்கைந்து நூற்றாண்டுகளில், மங்கோலிய ஸ்டெப்பிகளிலிருந்து பரவிய ஹுணர்கள், இந்தியாவிலிருந்து ரோம் வரை வெற்றி கொள்ளக் கிளம்பினர். ஆனால் வெவ்வேறு குலங்களிடையே இணக்கமான தொடர்பை ஏற்படுத்திக் கொள்ளாத அவர்கள், தாங்கள் வெற்றிகொண்ட பண்பாடுகளை விரைவில் உள்ளீர்த்துக் கொண்டனர்.

ஹேஓலுனைக் கடத்தி வந்த பின்னர் எசுகை, தாத்தாரியருக்கு எதிராகப் படையெடுத்து, டெமுஜின் உகே எனப்படும் வீரனைக் கொன்றார். தன் மகன் பிறந்த பிறகு அப்போதே திரும்பியிருந்த அவர், தன் மகனுக்கு டெமுஜின் என்று பெயரிட்டார். ஸ்டெப்பி மக்கள் தம் ஆயுளில் ஒரேயொரு பேரைப் பெற்றதால், அதனைத்

தெரிவு செய்து பெரிய குறியீட்டுத் தன்மையைக் கொண்டிருந்தது-பல மட்டங்களில்; அப்பெயர் குழந்தைக்கு அதன் பண்புநலன், விதி மற்றும் ஊழினை உணர்த்திற்று. டெமுஜின் எனப் பெயரிட்டது, மங்கோலியருக்கும் தாத்தாரியருக்கும் இடையிலான நீடித்த பகைமையினை வலியுறுத்தி இருக்கக்கூடும்; ஆனால் டெமுஜினினது பெயரின் அல்லது அவரது தந்தையால் சூட்டப்பட்டதின், துல்லிய அர்த்தத்தைச் சூழ்ந்ததாக, பெரும்பகுதியான ஆய்வுபூர்வ-கற்பிதமான விவாதம் அமைந்தது. உத்தேசிக்கப்பட்ட அர்த்தத்திற்கான சிறந்த குறிப்பு, ஒரு சொல்லின் பொது வேரிலிருந்து பெறப்பட்ட, ஏராளமான சிறுவர் பெயர்களை இடும் மங்கோலிய நடைமுறையிலிருந்து வருகிறது. டெமுஜின்னுக்கும் ஹேலூன் பெற்றெடுத்த நான்கு குழந்தைகளில், ஹேலூனின் இளைய மகனுக்கும் டெமுஜின் என்று பெயர். கடைசிப் பெண் குழந்தைக்கு டெமுலுன் என்று பெயர். இப்பெயர்களெல்லாம் temul என்னும் பொது வேர்ச் சொல்லைப் பெற்றுள்ளதாகத் தோன்றுகின்றன-நேராக மோதுவது, உத்வேகம் கொள்வது, படைப்பாக்கச் சிந்தனை பெறுவது, புனைவுலகில் பறந்து செல்வது என. ஒரு மங்கோலிய மாணவன் எனக்கு விளக்கியது போல, "சவாரி செய்பவன் விரும்புவது எதுவாயினும், தான் போகவிரும்பும் இடத்திற்கு விரைகின்ற குதிரையின் பார்வையில்" அச்சொல் சிறப்பாக விளக்கிக் காட்டப்படுகிறது.

மங்கோலிய உலகம் தனிமைப்பட்டிருந்தாலும், அப்பழங்குடிகள் உலக நிகழ்வுகளின் போக்கிலிருந்து முழுமுற்றாக துண்டிக்கப்பட்டிருக்கவில்லை. செங்கிஸ்கான் பிறப்பதற்கு பல நூற்றாண்டுகளுக்கு முன்பே, சீன, இஸ்லாமிய, இந்து, கிறித்தவ நாகரிகங்கள் மங்கோலியத் தாயகத்திற்குள் வடிகட்டப்பட்டன; எனினும், உயர்ந்த ஸ்டெப்பிகளின் கடுமையான சூழல், அவர்தம் பண்பாட்டின் சிறுபகுதியைத் தகவமைத்துக் கொள்வதாகச் செய்யவில்லை. நாடோடிப் பழங்குடிகள், சீனத்திலும் மத்திய ஆசியாவிலும் உள்ள நாடுகளின் தொடர்ந்து மாறிடும் வடிவத்துடன், தொலைதூர ஆனால் சிக்கலான வர்த்தக, மத, ராணுவ உறவுகளைக் கொண்டிருந்தன. தொலைதூர வடக்கில் வாழ்ந்த மங்கோலியர், வணிகவழித் தடங்களின் எல்லைக்கு வெளியே இருந்து வந்தனர்; இவையே பின்னர் பட்டுவழித்தடமாக அறியப்பட்டது; அது கோபி பாலைவனத்திற்கு தெற்கே சென்றது, சீன-இஸ்லாமிய சமூகங்களைச் சுற்றி வளைத்தும் ஏகதேசமாகவும்

இணைத்தது. இருப்பினும் போதுமான வணிகப் பொருட்கள் வடக்கில் வடிகட்டப்பட்டு, தெற்கில் கிடந்த கருவூலங்களை மங்கோலியர் அறியச் செய்தன.

நாடோடிகளுக்கு அண்டை அயலாருடன் வர்த்தகம் புரிவதும் சண்டையிட்டுக் கொள்வதும் வருடாந்திர வாழ்க்கைச் சந்தத்தின் பரஸ்பரத் தொடர்புடைய பகுதியாயிருந்தது-வசந்தத்தில் விலங்குகள் ஈன்ற குட்டிகளை வளர்ப்பது, கோடையில் மேய்ச்சல் நிலம் தேடுவது அல்லது இலையுதிர் காலத்தில் இறைச்சியையும் பால் பொருட்களையும் உலர வைப்பதும் போல அவ்வளவு வழமையானதாக, கணிக்கக் கூடியதாக. நீண்ட, சில்லிடும் குளிர்காலம் வேட்டைக்கான பருவம். சிறிய குழுக்களாகக் கிளம்பும் ஆண்கள் மலைகளில் அலைந்து திரிந்து, காடுகளில் ஊடுருவிப் போய், முயல்கள், ஓநாய்கள், சேபிள்கள் (பழுப்பு நிறமுள்ள சிறு விலங்குகள்), எல்க்ஸ் இபெக்ஸ், காட்டு ஆடுகள், காட்டுப் பன்றிகள், கரடிகள், நரிகள், நீர் நாய்களை வேட்டையாடினார்கள். சமயங்களில் ஒட்டுமொத்த சமுதாயமே வேட்டையில் ஈடுபட்டது-அவர்கள் வட்டமாகச் சூழ்ந்து நின்று, வேட்டை மிருகத்தை கொலைபுரியும் மையத்திற்கு தள்ளிவிடுவார்கள். மிருகங்கள் இறைச்சி, தோல், ரோமம் ஆகியவற்றை மட்டுமல்லாது, கொம்புகள், தந்தங்கள், பற்கள், எலும்புகளையும் வழங்கின-அவற்றை நாடோடிகள் தினுசு தினுசான கருவிகள், ஆயுதங்கள், அலங்காரப் பொருட்களாக வடிவமைத்தனர்; உலர்த்தப்பட்ட அவயங்களை மருந்துகளில் பயன்படுத்தினர். வியாபாரத்திற்கும் அன்றாட வாழ்வுக்குமாக காடு வேறு பொருட்களையும் அளித்தது.

நாடோடிகள் வனப் பொருட்களைக் குடும்பத்திலிருந்து குடும்பமாக, கூடாரத்திலிருந்து கூடாரமாக தெற்கு நோக்கி விற்றனர்; உலோகம், ஜவுளி எனத் தயாரிக்கப்பட்ட பொருட்கள், கோபி பாலைவனத்திற்கு தெற்கிலுள்ள வர்த்தக மையங்களிலிருந்து மெல்ல வடக்கில் நகர்ந்தன. ஸ்டெப்பியும் வடக்கு சைபீரியக்காடும் சந்திக்கும் புள்ளியில், உலகின் மிக வடக்கு விளிம்பிலுள்ள பிரதேசத்தில் மங்கோலியர் வாழ்ந்தனர். ஸ்டெப்பிகளில் மிருகங்களை மேய்த்தும் காடுகளில் வேட்டையாடியும் அவர்கள் வாழ்ந்தனர். இரு தரப்பினதுமான அதீத பண்பு நலன்களைப் பெற்றிருந்தனர். வடக்கு துந்திரப் பகுதியையும் ஸ்டெப்பியையும் தெற்கின் வயல்களுடனும்

ஆலைகளுடனும் பிணைத்திடும், மெல்லிய, நாசூக்கான இழைகளைப் பற்றியிருந்தனர். எனவே தொலைதூர வடக்கிற்குப் பொருட்கள் அவ்வளவாகச் செல்லவில்லை-ஒரு ஜோடி இரும்பு சேண வளையங்களுள்ளவன் மங்கோலியரிடையே உயரிய பிரபுவாக கருதப்பட்டான் என்று சொல்லப்பட்டது.

சில வருடங்களில் வேட்டை மோசமாயிருந்த போது, குளிர்காலத்தின் தொடக்கத்திலேயே மக்கள் பட்டினி கிடப்பர், விற்பதற்கு எந்த வனப் பொருளும் கிடைக்காது. அந்த ஆண்டுகளில் மங்கோலியர் இன்னும் தம் வேட்டைகளை நிகழ்த்தினர். விலங்குகளை வேட்டையாட வடக்கில் செல்வதற்குப் பதிலாக, மனிதரை வேட்டையாட ஸ்டெப்பியைத் தாண்டிச் செல்வர். விற்பதற்கு எதுவும் இல்லாத மங்கோலியர் ஸ்டெப்பிகளில் தாம் காணும் அல்லது தனிமைப்பட்ட பள்ளத்தாக்குகளில் காணும் மேய்ப்பர்களிடம் கொள்ளையடிப்பர். மனிதரை அணுகும்போது, விலங்குகளிடம் காட்டும் அதே தந்திரங்களையே மேற்கொள்வர்- தாக்குதலின் முதல் சமிக்ஞையாக, இலக்காக்கப்பட்ட மிருகம், இதர விலங்குகளை பொருட்களை விட்டு விட்டு பறந்தோடும்; தாக்குதலின் நோக்கம் பொருட்களாதலால், பறந்தோடும் மிருகங்களைப் பின் தொடராமல், கூடாரங்களைக் கொள்ளையிட்டு, விலங்குகளை வளைத்துக் கொள்வர். இத்தகைய தருணங்களில் விலங்குகள் மடிவது சொற்பமாயிருக்கும். யுவதிகளை மனைவியராகவும் சிறுவர்களை அடிமைகளாகவும் கடத்தினர். முதிய பெண்களும் குழந்தைகளும் விலக்கப்பட்டனர்; சண்டையிடும் வயதில் உள்ளோர் முதலில் முரட்டுத்தனமான, துரிதமான குதிரைகளில் ஏறி தப்பித்தனர்-ஏனெனில் அவர்களே முதலில் கொல்லப்படும் நிலையில் இருந்தனர்; ஒட்டுமொத்த குழுவின் வாழ்வாதாரம் அவர்களையே சார்ந்திருந்தது.

தப்பியோடுவோர் துரிதமாகத் தம் சகாக்களுடன் சேர்ந்து கொண்டால், தம்மைத் தாக்கியோரைப் பின்தொடர்ந்து தம் பொருட்களை மீட்க முற்படுவர். இல்லாது போனால், தோற்கடிக்கப்பட்ட பழங்குடியினர், தம்மைப் பிடிப்பவரிடமிருந்து தப்பிய விலங்குகள் போலவே, வட்டமிட்டு, சுபவேளையில் மறுதாக்குதலுக்கு திட்டமிடுவது போலவே, தம் வாழ்வை மறு ஒழுங்கு செய்து கொள்வர்.

மங்கோலியருக்கு, சண்டை போடுவது, உண்மையான யுத்தத்தை அல்லது நீடித்த குடும்பப் பூசலை விடவும், கொள்ளையிடுதலின் சுழற்சி அமைப்பாகச் செயல்பட்டது. பழிவாங்குதல், கொள்ளைக்கான சந்தர்ப்பமாகியது ஆனால் அது உண்மையான உந்துவிசையில்லை. சண்டையில் பெரும் வெற்றி, வெல்பவனுக்குப் பெருமிதத்தைச் சேர்க்கும்-கொண்டுவரப்படும் பொருட்கள், அவை குடும்பத்தினருடன் பகிர்ந்து கொல்லப்படுதல் என்பதைப் பொறுத்தது; யுத்தகளத்தின் சூக்குமமான கண்ணியத்தைச் சண்டை சுற்றுவதில்லை. வெற்றிகரமான வீரர்கள் தம் கொலைகளில் பெருமிதம் கொண்டு, நினைவில் வைத்திருந்தனர் ஆனால் தலைகளை / கபாலங்களைச் சேகரிக்கும் படாடோபமில்லை; போரில் கொல்லப்பட்டவர்களின் எண்ணிக்கையினைப் பிரதிநிதித்துவப்படுத்திட வெட்டுக் குறிகளோ அடையாளங்களோ இருக்காது. பொருட்கள் தான் முக்கியமே ஒழிய கொல்வதில்லை.

ஆரம்பகால மங்கோலியப் பழங்குடிகளின் வாழ்வில் வேட்டையும் வணிகமும் மேய்த்தலும் சண்டையிடலும், இருத்தலின் வலைப்பின்னலாய் இருந்தன. தன்னால் குதிரைச்சவாரி செய்யத் தெரிந்ததிலிருந்து ஒவ்வோர் ஆணும் இவற்றைக் கற்றுக் கொள்ளத் தொடங்குகிறான், இவற்றில் ஒன்றை மட்டும் கொண்டு எந்தக் குடும்பமும் உயிர்த்திருக்க இயலாது. கொள்ளையடித்தல், வடக்கில் தோற்றம் கொண்ட ஒரு புவியியல் வகைமாதிரியைப் பின்பற்றியது. பட்டுவழித்தடத்தின் வணிக நகரங்களுக்கு நெருக்கமாய் வாழ்ந்துவந்த தெற்குப் பழங்குடிகள், தொலைதூர வடக்குப் பழங்குடிகளை விடவும் எப்போதும் அதிகப் பொருட்களைக் கொண்டிருந்தன. சிறந்த ஆயுதங்களை வைத்திருந்த தெற்கு ஆண்களை வெற்றி கொண்டிட, வடக்கின் ஆண்கள் துரிதமாக இயங்கவும் புத்திசாலித்தனமாகச் சிந்திக்கவும் கடுமையாகச் சண்டையிடவும் வேண்டியிருந்தது. வணிகமும் கொள்ளையிடுதலுமான மாற்றி மாற்றி நடக்கும் இவ்வகைமாதிரி, மெதுவான ஆனால் சீரான உலோக-ஜவுளிப் பொருட்களை வடதிசை நோக்கி வழங்கியது-அங்கே தட்பவெப்பம் மோசமாயும் மேய்ச்சல் சொற்பமாயும் மனிதர் மிகுந்த முரட்டுத்தனமும் வன்முறையும் கொண்டிருந்தனர்.

டெமுஜினின்னின் ஆரம்ப நிலை குழந்தைப் பருவத்திலிருந்து சில விவரணங்களே தப்பியுள்ளன; அவர் தந்தையால் மிகவும் மதிக்கப்பட்டார் என்பதை அவை உணர்த்துவதாயில்லை.

ஒருமுறை அவர்கள் இன்னொரு முகாமுக்குச் சென்றபோது, அவரது தந்தை சந்தர்ப்பவசமாக டெமுஜின்னை விட்டுவிட்டுப் போய்விட்டார். தாயிசியுட் குலத்தினர் அவரைக் கண்டுகொள்ள, அவர்களது தலைவர் தார்குடாய், தன் இல்லத்துக்கு எடுத்துச் சென்று, சிறிது காலம் வைத்திருந்தார். பிற்பாடு, டெமுஜின் ஆற்றல் மிக்கவரானபோது, கவனமிக்க அக்கறையுடனும் பாசமிக்க கண்டிப்புடனும் டெமுஜின்னுக்கு பயிற்சி அளித்திருந்ததாக தார்குடாய் பெருமைப்பட்டுக் கொண்டார்-மேய்ப்பாளர்களின் மதிப்பு மிக்க உடைமையான குதிரைக் குட்டியை பழக்குவது போல செய்தேன். அடுத்த நிகழ்ந்தவற்றின் விவரணங்களோ தொடர்ச்சியோ தெரியாத நிலையில், கடைசியில் அச்சிறுவனும் குடும்பமும் ஒன்றிணைந்தனர்-தார்குடாய் அவனை அவனது குடும்பத்திடம் ஒப்படைத்ததாலோ அல்லது அக்குடும்பம் தார்குடாயினுடையதுடன் சேர்ந்து கொண்டதாலோ.

மங்கோலியக் கணக்கின்படி ஒன்பதாவது வயதில், மேற்கத்தைய கணக்கின்படி எட்டாவது வயதில், டெமுஜின்னின் தந்தை தன் மகனுக்கு மனைவியைத் தேடத் தொடங்கியபோது, அறியப்பட்டுள்ள அடுத்த சம்பவம் நிகழ்ந்தது. எசுகையும் டெமுஜின்னும் கிழக்கில் ஹேலூனின் குடும்பத்தைக் கண்டறிய தனியே புறப்பட்டனர்; தன் மகன் தன் பழங்குடிவகுப்பினரை மணம் செய்யவேண்டும் அல்லது குறைந்தது தன் குடும்பத்தைத் தெரிந்துகொள்ள வேண்டும் என ஹேலூன் விரும்பியிருக்கக்கூடும். இருப்பினும் ஹேலூனின் ஆசைகளை விடவும், எசுகை அவரிடமிருந்து விடுபட விரும்பினான் என்பது முக்கியமானது, தன் மகன் டெமுஜின்னுக்கும், முதல் மனைவி சோஸிஜெல்லிடம் பிறந்த மகன் பெக்டருக்கும் இடையே மூளவிருக்கும் போராட்டத்தை தந்தை உணர்ந்திருக்க வேண்டும். இளம் வயதில் டெமுஜின்னை தொலை தூரத்திற்கு இட்டுச் செல்வதன் மூலம், தன் சிறிய குடும்பத்தில் எழவிருந்த போட்டி, பிரச்சனையாக வெடிப்பதைத் தடுத்திடுவதற்கு தந்தை எண்ணியிருக்க வேண்டும்.

மணமகளாக வரப்போகின்றவளின் பெற்றோருக்கு பரிசளிக்க, கூடுதலாக ஒரேயொரு குதிரை இருக்கும் நிலையில், டெமுஜின்னை ஒரு தொழிலாளியாக பல ஆண்டுகளுக்கு ஏற்கின்ற குடும்பத்தை எசுகை கண்டறிய வேண்டியிருந்தது-பதிலுக்கு அக்குடும்பம் தன் மகளை மணம் செய்து கொடுக்கும். டெமுஜின்னைப் பொறுத்தவரை தன் தாயகத்திலிருந்து வெளியேறி, ஓணோன்

நதியோரமாகப் பயணித்தது முதல் முறையாகும். பரிச்சயமற்ற பிரதேசங்களில் காணாமல் போவது எளிது, காட்டு விலங்குகள், கடுமையான தட்ப வெப்பம், எல்லாவற்றுக்கும் மேலாக மற்ற மனிதர்கள் ஆகிய மூன்று அபாயங்களை பயணி எதிர்கொள்ள வேண்டும். ஹேலூனின் குடும்பத்தினரிடம் டெமுஜின்னைக் கொண்டு செல்ல தந்தை அக்கறை கொள்ளவில்லை என்று தெரிகிறது. போகின்ற வழியில் அவர்கள் ஒரு குடும்பத்துடன் தங்கினர்; அக்குடும்பத்தினரின் மகள் போர்டே, டெமுஜின்னை விடவும் சற்றே மூத்தவளாயிருந்தாள். அவர்கள் ஒருவரையொருவர் விரும்பவே, அவர்களுக்கு நிச்சயம் செய்திட தந்தையர் இசைந்தனர். இப்பயிற்சி காலத்தில் அல்லது மணப்பெண் சேவையில், டெமுஜின் மாமனார்-மாமியாரின் கண்காணிப்பில் பணிபுரிந்து வாழவேண்டியிருந்தது. படிப்படியாக மகளும் மருமகனும் நெருக்கமாகினர். மணமகனை விடவும் மணமகள் சற்று மூத்தவளாக இருந்தமையால், இருவருக்கும் பொருத்தமான வேளையில், பாலியல் நெருக்கத்திற்கு அவள் அவனை அறிமுகம் செய்துவைப்பாள்.

டெமுஜின்னை விட்டுவிட்டு வீடு திரும்பிக் கொண்டிருந்த நீண்ட நேர சவாரியில் எசுகை, தாத்தாரியர்கள் ஒரு விழாவைக் கொண்டாடிக் கொண்டிருந்ததைச் சந்திக்க நேர்ந்தது. அக்கொண்டாட்டத்தில் கலந்து கொள்ள அவர் விரும்பினார், ஆனால் அவர் தன் அடையாளத்தை வெளிப்படுத்திவிடக்கூடாது, ஏனெனில் அவர்களின் உறவுக்காரன் டெமுஜின் உகேவை, எட்டாண்டுகளுக்கு முன் நடந்த சண்டையில் இவர் கொன்றிருந்தார். அவர் என்னதான் முயன்றாலும், யாரோ ஒருவன் கண்டுவிடவே, ரகசியமாக நஞ்சூட்டிவிட்டனர். இதனால் பாதிக்கப்பட்டாலும் எசுகை ஒருவழியாக வீடு திரும்ப முடிந்தது. அப்புறம் டெமுஜின்னை அழைத்துவர ஒருவரை அனுப்பினார். மரணப்படுக்கையிலிருந்த தந்தையைப் பார்க்க டெமுஜின், போர்டேயிடமிருந்து கிளம்பவேண்டியிருந்தது. அவன் வீடுவந்து சேர்ந்தபோது தந்தை இறந்து கிடந்தார். இரு மனைவியரையும் பத்து வயதுக்குட்பட்ட ஏழு பிள்ளைகளையும் எசுகை விட்டுச் சென்றார். அப்போது அக்குடும்பம் ஓணோன் நதிக்கரையோரமாக தாயிசியுட் குலத்தினருடன் வசித்து வந்தது. மூன்று தலைமுறைகளாக தாயிசியுட், எசுகையின் போரிஜின் குலத்தில் மேலோங்கி இருந்தார். சண்டையிலோ வேட்டையிலோ உதவிட எசுகை இல்லாத நிலையில், இரு விதவைகளுக்கும்

ஏழு பிள்ளைகளுக்கும் எந்தப் பயனுமில்லை என தாயிசியுட் குலத்தினர் தீர்மானித்தனர். ஓனோன் நதியின் கடுமையான தட்பவெப்ப நிலைமைகளில், அக்குலத்தினரால் கூடுதலாக ஒன்பது பேருக்கு உணவளிக்க முடியாது.

ஸ்டெப்பி மரபுப்படி ஹேலூனைக் கடத்துவதில் துணை நின்ற எசுகையின் சகோதரரில் ஒருவர், அவளை மனைவியாக்கிக் கொள்ளவேண்டும். மங்கோலிய மணமுறைக் கேற்ப, எசுகைக்கு சோஸிஜெல்லிடத்தே பிறந்த மகன்களில் ஒருவன்கூட, குடும்பத்தைத் தாங்கிடும் வயது வந்திருப்பின், அவளுக்குப் பொருத்தமான கணவனாயிருக்க முடியும். இறந்துவிட்ட கணவன் இல்லத்தில் மிகவும் இளைஞர்களை மங்கோலியப் பெண்டிர் மணமுடித்தனர் ஏனெனில் தமது குடும்பத்திற்கு ஏராளமான பரிசுப் பொருட்கள் தராமல் அல்லது கடுமையான மணப்பெண் சேவை புரியாமல், அனுபவமிக்க மனைவியைப் பெற்றிடும் வாய்ப்பை அது இளைஞனுக்குத் தந்தது. இன்னும் யுவதியாயிருந்தும், இருபதுகளின் மத்தியிலிருந்த ஹேலூன் பராமரித்திட ஏற்கனவே நிறையப் பிள்ளைகளைக் கொண்டிருந்தாள். தன் தாயகத்திலிருந்து தொலைதூரத்தில் அடைபட்ட மனைவியாயிருந்த அவள், கணவனாக அமைகின்றவனுக்கு குடும்பச் சொத்தினையோ நலன்புரியும் குடும்ப உறவுகளையோ தரக்கூடியவளாயில்லை.

கணவன் இறந்து, அவளை ஏற்றுக்கொள்ள யாரும் இல்லாத நிலையில், ஹேலூன் இப்போது குடும்பத்திற்கு வெளியில் இருக்க, அவளுக்கு உதவிடும் பொறுப்பு யாருக்கும் இல்லாதிருந்தது. அதாவது இப்போது அவள் எந்தக் கூட்டத்தின் பகுதியாயும் இல்லை-மங்கோலியர் உணவின் மூலமாகவே உறவு நிலைகளை அடையாளப்படுத்தினர். வசந்தத்தில் முந்தைய மன்னனின் விதவைகள் இருவர், குடும்ப மூதாதையரைக் கண்ணியப்படுத்தும் வகையில் ஆண்டு நினைவு விருந்துக்கு ஏற்பாடு செய்தபோது, ஹேலூனுக்குத் தெரிவிக்கவில்லை-அதன்மூலம் அவளை விருந்திலிருந்து மட்டுமின்றி, குடும்ப உறுப்பினர் பொறுப்பிலிருந்தும் துண்டித்து விட்டனர். அவளும் அவளது குடும்பமும் தாமே உணவு தேடி தம்மை பாதுகாத்துக் கொள்ள வேண்டியதாயிற்று. அக்குலத்தினர், கோடை காலத்திற்கு ஓனோன் நதி வழியே செல்ல ஆயத்தமானபோது, ஹேலூனையும் அவளது பிள்ளைகளையும் விட்டுச் செல்ல தீர்மானித்தனர்.

The Secret History-யின் படி, இரு பெண்களையும் ஏழு பிள்ளைகளையும் விட்டுவிட்டு அக்கூட்டத்தினர் புறப்பட, அக்கூட்டத்தின் கீழ் நிலையிலுள்ள ஒரு முதியவன் மட்டும் அதனை ஆட்சேபித்தான். கிளம்பிச் செல்லும் தாயிசியுடில் ஒருவன், அம்முதியவனிடம் தம்மை விமர்சிக்க அவனுக்கு உரிமையில்லை என்று கத்திவிட்டு, முதியவன் மீது ஈட்டியை எறிந்து கொன்றான் என்கின்ற இச்சம்பவம் டெமுஜின்னிடம் ஆழ்ந்த மனப்பதிவை ஏற்படுத்திற்று. இத்தருணத்தில் பத்து வயதுக்கும் மேற்பட்டிராத டெமுஜின், இறந்து கொண்டிருந்தவனுக்கு உதவிடப் பாய்ந்து சென்றான், ஆனால் ஏதும் செய்ய முடியாது போகவே, கோபத்திலும் மனம் புண்பட்டும் அழுது தீர்த்தான்.

ஒரு தசாப்தத்திற்கு முன்னர் கடத்தப்பட்ட போது தெளிவாகக் காணப்பட்ட ஹேலூன் இப்புதிய நெருக்கடியின்போதும் தீர்மானகரமான தன்மையையும் வலிமையையும் வெளிக்காட்டினாள். தாயிசியுடினரை அவமானப்படுத்தி தன்னைக் குடும்பத்தில் சேர்த்துக் கொள்ளும் வகையில், ஆவேசத்துடனும் அலட்சியத்துடனும் தனது கடைசி முயற்சியை மேற்கொண்டாள். முகாமை விட்டு அக்குலத்தினர் வெளியேறியதும், இறந்துவிட்ட தன் கணவனின் மயிர்க்கற்றை உயிர்ப்பதாகையைப் பற்றியபடி, தன் குதிரையில், ஏறி, அவர்களைப் பின்தொடர்ந்தாள். உயிர்ப்பதாகையைத் தலைக்கு மேல் உயர்த்தி, காற்றில் ஆவேசமாக அசைத்து, தப்பியோடுபவரை வட்டமிட்டாள். ஹேலூன் அப்படிச் செய்தது, அவரின் அடையாளத்தை அசைத்துக் காட்டுவது மட்டுமல்லாமல், விட்டுச் செல்லும் பழங்குடியினரின் முன்னே அவரது ஆன்மாவையே நடத்திக்காட்டுவதுமாகும். அவரது ஆன்மாவின் இருப்பில் அவ்வளவு அவமானமுற்றவர்கள், அதிமானுட பழிவாங்கலுக்குப் பயந்து, தற்காலிகமாக முகாமுக்குத் திரும்பினர். இரவு கவியும் வரை காத்திருந்தவர்கள் ஒருவர்பின் ஒருவராக, குடும்பத்தின் மிருகங்களைப் பிடித்துக் கொண்டு நழுவிவிட்டனர்-இரு விதவையரையும் ஏழு பிள்ளைகளையும் குளிரில் சாகும்படி விட்டுவிட்டு.

ஆனால் அக்குடும்பம் சாகவில்லை. அசாத்தியமாக முயன்று ஹேலூன் அவர்களையெல்லாம் காப்பாற்றிவிட்டாள். The Secret History-யில் விவரிக்கப்பட்டுள்ளபடி, தலையை மூடிக்கொண்டு, குட்டைப்பாவாடையைச் சொருகிக்கொண்டு, பசியாயுள்ள அய்ந்து குழந்தைகளுக்கு உணவூட்டும் பொருட்டு,

இரவு பகலாக ஆற்றினைத் துளாவிப் பார்த்தாள். சிறு சிறு பழங்களை எடுத்தாள். ஆற்றோரமாக வளர்ந்த தாவரங்களின் வேர்களைத் தோண்டிப் பார்க்க, ஒரு மூலிகைத் தண்டினைப் பயன்படுத்தினாள். உணவு தேடுவதற்காக டெமுஜின், எலிகளை வேட்டையாட, கூரிய எலும்புகள் பொருத்தப்பட்ட அம்புகளை எய்தார்; அம்மாவின் தையல் ஊசிகளை மீன் வளையங்களாகப் பயன்படுத்தினார். சிறுவர்களுக்கு வயதேறவும், பெரிய மிருகங்களை வேட்டையாடினர். 50 ஆண்டுகளுக்குப் பிறகு மங்கோலியரைப் பார்த்த, பாரசீக வரலாற்றாளர் ஜுவைனியின் வார்த்தைகளில் கூறுவதாயின், "அக்குடும்பத்தினர் நாய்கள்-எலிகளின் தோலாடை அணிந்திருந்தனர், மிருகங்கள் மற்றும் இறந்தவற்றின் இறைச்சியை உணவாகக் கொண்டனர்." இது துல்லியமானதோ இல்லையோ, சுற்றியுள்ள பிற பழங்குடியினரைப் போல, மிருகங்களென பட்டினியின் விளிம்பில் வாழ்ந்து கொண்டிருந்தோரின் தீவிரமான, தனிமைப்பட்ட போராட்டத்தை எடுத்துக் காட்டுகிறது. கடுமையான வாழ்வுடைய நிலத்தில், ஸ்டெப்பி வாழ்வின் தாழ் நிலைக்கு அவர்கள் வீழ்ந்திருந்தனர்.

சமூகத்திலிருந்த விலக்கப்பட்ட ஒரு குழந்தை, இக்கீழான நிலையிலிருந்து எப்படி மங்கோலியாவின் மாபெரும் கானாக முடிந்தது? The Secret History-யில் டெமுஜின் வளர்ந்து வருவது குறித்த விவரிப்பினூடாகத் தேடுகையில், அவரது பண்பு நலன்களை வடிவமைப்பதிலும் அவர் அதிகாரத்திற்கு வருவதிலும், இவ்வாரம்பகட்ட அதிர்ச்சி நிகழ்வுகள் வகித்திருக்கும் ஆற்றல் மிக்க பாத்திரத்திற்கான குறிப்புகளைக் காண்கிறோம். அவரது குடும்பம் தாங்கிக்கொண்ட துயரங்கள், ஸ்டெப்பியின் கறாரான சாதிக் கட்டமைவை மீறவும், தன் விதியின் பொறுப்பேற்றுக் கொள்ளவும், தனது ஆதார ஆதரவுத் தளமாக தன் குடும்பத்தையோ தன் பழங்குடியையோ கொள்வதை விடவும், நம்பிக்கையுள்ள சகாக்களுடனான அணிசேர்க்கையினைச் சார்ந்திருக்கவும், அவரிடத்தே ஆழமான உறுதிப் பாட்டினைப் பதித்திருந்ததாகத் தோன்றிற்று.

இந்த அணிசேர்க்கைகளில் முதலாவது, சற்று மூத்தவனான ஜமுகாவுடன் கொண்டிருந்த நட்பாகும்; அவனது குடும்பம் டெமுஜின் குடும்பத்தினருகே ஓனோன் நதிக்கரையில் அடிக்கடி முகாமிட்டிருந்தது; ஜடாரன் குல உறுப்பினராக, டெமுஜின்னின் தந்தை குலத்துடன் ஒருவகையில் உறவுடையதாயிருந்தது.

மங்கோலியப் பண்பாட்டு லட்சியங்களில், உறவுமுறை இதர சமூக நெறிகளை விடவும் உயர்ந்து ஆட்சி புரிந்தது. உறவு முறை வலைப் பின்னலுக்கு வெளியிலுள்ள யாரும் எதிரியே; உறவு முறை எவ்வளவு நெருங்கியதோ, பிணைப்பு அவ்வளவு நெருக்கமாயிருக்கும். டெமுஜின்னும் ஜமுகாவும் தூரத்து உறவினர்கள். ஆனால் அவர்கள் நெருங்கிவந்து, சகோதரர்களாகிவிட விரும்பினார்கள். தம் குழந்தைப் பருவத்தில் இருமுறை அவர்கள், நித்திய சகோதரத்துவ உறுதி பூண்டனர்-மங்கோலிய மரபுப்படி ரத்த சகோதரர் ஆயினர். இவ்விதிவசமான நட்பின் கதை மற்றும் இவ்வாரம்பகட்டவாழ்வின் முக்கிய நிகழ்வுகள், தீமையை எதிர்த்திடும் டெமுஜின்னின் அசாதாரணத் திறமை மற்றும் ஸ்டெப்பியில் கோலோச்சிய, பழங்குடிக்கு எதிரான பழங்குடியின் கட்டற்ற வன்முறையை அறுதியாக வசப்படுத்தத் தேவையான ஆதாரங்களைத் திரட்டுதல் குறித்து பல விவரணங்களை வெளிப்படுத்துகின்றன.

டெமுஜின்னும் ஜமுகாவும் வேட்டையாடிய போதும் மீன்பிடித்தபோதும், தம் அன்றாடத்திறன்களை வளர்த்துக்கொள்ள சிறுவர்களுக்குக் கற்பிக்கப்பட்ட விளையாட்டுகளை விளையாடிய போதும், நெருக்கமான நட்பினை உருவாக்கிக் கொண்டனர். பையன்களும் சிறுமிகளுமான மங்கோலியச் சிறுவர்கள் குதிரைகள் மீது வளர்ந்தனர். குழந்தைப் பருவத்திலிருந்தே தம் பெற்றோருடன் அல்லது மூத்த சகோதரர்களுடன் சவாரி செய்யக் கற்றனர்-சில ஆண்டுகளில் தாமாகவே குதிரைகளைக் கட்டுப்படுத்தத் தெரிந்து கொள்ளும் வரை. நான்கு வயதில் சிறுவர்கள் குதிரை மீது சவாரி செய்வதைத் தேர்ந்து, கடைசியில் குதிரை மீது நிற்கக் கற்றுக் கொள்வார்கள். குதிரை மீது நின்றபடி, மற்றவரை எப்படி கீழே தள்ளிவிடுவது என்பதில் அக்கறைகொண்டு ஈட்டி யுத்தம் செய்வார்கள். சேண வளையம் எட்டுமளவுக்கு அவர்களது கால்கள் வளர்ந்தபோது, அம்புகளை எய்யவும் கயிறு வீசி குதிரைகளைப் பிடிக்கவும் கற்றுக் கொடுக்கப்பட்டார்கள். கம்பங்களில் தொங்கும் தோல்பைகளை இலக்காகக் கொண்டு, பல்வேறு தூரங்களிலிருந்து வெவ்வேறு வேகங்களில், குதிரை மீது இருந்தபடி தாக்குதல் செய்ய இளைஞருக்குப் பயிற்சி தரப்படும். பிற்பாடு குதிரைகளைக் கையாள்வதில் இப்பயிற்சிகள் மதிக்க முடியாத தன்மை கொண்டிருக்கும்.

ஆட்டின் கணுக்கால் எலும்புகளிலிருந்து செய்யப்படும் பகடையாட்டம் இன்னொரு விளையாட்டு. இத்தகைய பகடைக்காய்கள் நான்கு கொண்ட ஒரு செட்டினை ஒவ்வொரு சிறுவனும் எடுத்துச் செல்வான்-எதிர்காலத்தை உரைக்கவோ, பிரச்சனைகளைத் தீர்க்கவோ அல்லது விளையாட்டாக ஆடவோ அவை உதவும். அத்துடன் ஜமுகாவும் டெமுஜின்னும் உறைந்த நதி மீது இன்னொரு வீரிய ஆட்டத்தை ஆடினர். விளையாட்டின் பொருட்டும் மிருகங்களைப் பின்தொடர்ந்தும், உறைந்த ஏரிகள்-நதிகள் மீது ஓடிடத் தம் பாதங்களில் எலும்புகளைக் கட்டிக் கொண்டதை, அய்ரோப்பியப் பயணி ஒருவர் குறிப்பிட்டார்.

இத்திறன்கள் பின்னர் மங்கோலியருக்கு பெரும் நன்மையை அளித்தன. ஏனெனில், மற்ற ராணுவம் ஒவ்வொன்றையும் போலின்றி, மங்கோலியர் எளிதாகச் சவாரி செய்தனர், உறைந்த ஏரிகள்-நதிகள் மீதும் சண்டையிட்டனர். படையெடுப்பிலிருந்து பாதுகாப்பானதாக அய்ரோப்பியர் சார்ந்திருந்த வோல்கா, டான்யூப் போன்ற நதிகள், மங்கோலியருக்கு நெடுஞ்சாலைகளாயின-சண்டையிடுவதற்கு ஆயத்தமற்றதான பருவகாலத்தின்போது, நகரத்து மதில்கள் வரை அய்ரோப்பியர் தம் குதிரைகளில் சவாரி செய்து சென்றிட அனுமதித்தன.

டெமுஜின்னின் இளமையின் பெரும்பகுதியும் தன் குடும்பம் பிழைத்திருக்க துணை நிற்பதிலேயே கழிந்தது. ஓணோன் நதி மீது டெமுஜின்னும் ஜமுகாவும் ஆடியவையே அறியப்பட்ட விளையாட்டுகள். டெமுஜின்னுக்கு 11 வயது ஆகியிருந்த போதுதான், டெமுஜின்னும் ஜமுகாவும் ஒருவருக்கொருவர் விசுவாசமாய் இருக்கவேண்டும் என முதல்முறையாக உறுதிபூண்டனர். இதன் அடையாளமாக பொம்மைகளைப் பரிமாற்றிக் கொண்டனர். ஜமுகா டெமுஜின்னுக்கு ஆண்மானின் விரல்முஷ்டி எலும்பைத்தர, டெமுஜின், நீண்ட தூரம் பயணித்திருந்த அரிய கருவூலமான, சிறிய பித்தளை பதித்த ஒன்றை வழங்கினார். அடுத்த ஆண்டு வாலிபர்களின் அன்பளிப்பான அம்புநுனிகளைப் பரிமாற்றிக் கொண்டனர். பசுங் கன்றின் இரு கொம்புகளில் துளையிட்டு, விசிலடிக்கக் கூடிய அம்பு நுனி செய்து ஜமுகா, டெமுஜின்னுக்குத் தந்தான்; டெமுஜின் சைப்ரஸ் மரத்தில் செதுக்கி எடுக்கப்பட்ட நேர்த்தியான அம்பு நுனியை ஜமுகாவுக்கு அளித்தான். தலைமுறைகளாக வேட்டைக்காரர்கள் செய்து வந்ததுபோல, மற்றவர்கள் புறக்கணித்திடும் அல்லது

கேட்க முடியாத சப்தங்களின் வழி ரகசியமாகத் தொடர்புறுத்திட விசில்போடும் அம்பினை எப்படிப் பயன்படுத்துவது என டெமுஜின் கற்றுக் கொண்டான்.

இரண்டாவது உறுதிபூணும் சம்பிரதாயத்தின் பகுதியாக, பையன்கள் ஒருவர் மற்றவரின் ரத்தத்தைக் கொஞ்சம் பருகவேண்டும், அதன் மூலம் தம் ஆன்மாவின் பகுதியை பரிமாறிக் கொள்வர். மறக்கவே முடியாததான, ஒருவர் மற்றவரது வார்த்தைகளைப் பேசியதாகவும், இருவரும் சேர்ந்து "செரிக்கமுடியாத பெயரிடப்படாத உணவை" உண்டதாகவும் ஜமுகா கூறினான். இந்த உறுதியுடன் இரு சிறுவரும் *andas* ஆகினர்-அது உடன்பிறந்த சகோதரர்களுக்கு இடையிலான பந்தத்தை விடவும் வலுவானதாக கருதப்பட்டது- ஏனெனில் *andas* சுதந்திரமாகத் தம் பந்தத்தை தெரிவு செய்யும். டெஜிமுன்னின் வாழ்விலிருந்த ஒரே *anda*, ஜமுகாவே.

ஜமுகாவின் குலத்தினர் அடுத்த குளிர்காலத்தில் திரும்பவில்லை, வரும் ஆண்டுகள் இவர்களைப் பிரித்தன. குழந்தைப் பருவத்தில் வார்த்தெடுக்கப்பட்ட இப்பந்தம் பின்னர் டெமுஜின்னின் பெரும் சொத்தாகியது மற்றும் அவர் அதிகாரத்திற்கு வருவதில் பெருந்தடையாகியது.

ஜமுகாவுடனான ஆரம்பகட்ட நெருக்கத்திற்கு நேர்மாறாக, டெமுஜின் தன் வீட்டில் தனது மாற்றாந்தாயின் மகனான மூத்த சகோதரனின் (பெக்டர்) அதிகாரச் சாடலால் கோபமுற்றான்; இருவரும் பதின்பருவத்தை நெருங்குகையில் இப்பகைமை இன்னும் தீவிரமாகியது. இப்போது போலவே அப்போதும் மங்கோலிய மேய்ப்பரின் குடும்ப வாழ்வில், கறாரான படிமுறை ஆட்சி செய்தது. ஆட்கொல்லிகள் மற்றும் தட்பவெப்ப நிலை இரண்டிடமிருந்துமான அன்றாட அபாயங்கள் பலவற்றின் முன்னிலையில், சிறுவர்கள் பெற்றோர்களுக்கு கேள்விகேட்காது கீழ்ப்படிய வேண்டும் என்னும் அமைப்பை மங்கோலியர் வளர்த்தனர். சிலமணி நேரங்களுக்கு அல்லது மாதக்கணக்கில் அப்பா இல்லாதபோது, மூத்தமகன் அப்பொறுப்பை ஏற்றுக் கொள்வான். அவர்தம் ஒவ்வொரு செயலையும் கட்டுப்படுத்திடவும், அவர்களுக்கு எந்தப் பணியையும் ஒதுக்கீடு செய்யவும், தான் விரும்பியவற்றை அவர்களிடமிருந்து எடுத்துக் கொள்ளவும் அல்லது தரவும் அண்ணனுக்கு உரிமையுண்டு. அவர்கள் மீது அவன் முழுக் கட்டுப்பாட்டைக் கொண்டிருந்தான்.

பெக்டர் டெமுஜின்னை விடவும் சற்றே மூத்தவன்; தந்தை கொல்லப்பட்ட பிறகு, படிப்படியாக மூத்த ஆணின் சிறப்பான உரிமைகளைப் பிரயோகிக்கத் தொடங்கினான். முதலில் அற்பமானதாகத் தோன்றிய சம்பவத்திலிருந்து டெமுஜின்னின் சீற்றம் வெளிப்பட்டது. டெமுஜின் எய்திருந்த வானம்பாடியைப் பெக்டர் பிடித்துவிட்டதாகத் தோன்றுகிறது. குடும்பத்தலைவன் என்ற முறையினை விடவும் வேறெந்த முறையிலும் பெக்டர் அதனை எடுத்துக் கொண்டிருக்கமாட்டான். சீக்கிரமே டெமுஜின்னும் வயதில் அவனுக்கு அடுத்திருந்த தம்பி காஸரும் தம் மாற்றாந்தாய்வழிச் சகோதரர்கள் பெக்டர் மற்றும் பெல்குடெயுடன் சேர்ந்து, ஓணோன் நதியில் மீன்பிடித்துக் கொண்டிருந்தனர். டெமுஜின் பிடித்த சிறிய மீனை, மாற்றாந்தாய்வழிச் சகோதரர்கள் பறித்துக்கொண்டனர். கோபமும் விரக்தியுமடைந்த டெமுஜின்னும் காஸரும் தம் தாய் ஹேலூனிடம் சொல்ல ஓடினர். எனினும் அவள் தன் பிள்ளைகளின் பக்கம் சாராது, பெக்டர் பக்கம் நின்று, அண்ணன்மார்களுடன் சண்டையிடுவதைத் தவிர்த்து, தம்மைக் கை விட்டுச் சென்ற எதிரிகள் தாயிசியுடுடன் சண்டையிடுவது பற்றியே கவலைப்பட வேண்டும் என்று கூறினாள்.

ஹேலூன், பெக்டர் பக்கம் நின்றது, டெமுஜின் கட்டுப்பட முடியாத எதிர்காலத்தை முன்னுரைப்பதாயிருந்தது. மூத்த மகன் என்ற நிலையில், தன் தம்பியரின் நடவடிக்கைகளைக் கட்டுப்படுத்தியது மட்டுமின்றி, பெக்டர் தனது தாய் ஒருபுறம் இருக்க, தன் தந்தையின் விதவைகளில் யாரிடத்திலும் பாலியல் நெருக்க உரிமைகள் உள்ளிட்ட, பரந்துபட்ட சிறப்புரிமைகள் பெற்றிருந்தான். தன் கணவனின் சகோதரர்களில் ஒருவரால் மணம் செய்து கொள்ளப்படாத விதவையான ஹேலூனின் துணைவனாக இருக்கக்கூடியவன் பெக்டரே-இன்னொரு மனைவி மூலம் தன் கணவனுக்குப் பிறந்தவன் என்பதால்.

பயங்கரமான குடும்பப் பதற்றம் மற்றும் அபாயகரமான சீர்குலைவின் இத்தருணத்தில், கோபமுற்ற ஹேலூன் தன் பிள்ளைகளிடம் அழகிய ஆலனின் கதையைக் கூறினாள்-கணவன் இறந்த பிறகு ஏராளமான பிள்ளைகள் பெற்ற, மங்கோலியரின் நிறுவன மூதாதையான ஆலனைப் பற்றிய கதை அது. இக்கதையின் உணர்த்தல்கள் தெளிவானவை: பெக்டருக்கு உரிய வயது வருகையில் ஹேலூன் அவனைக் கணவனாக ஏற்றுக் கொள்வாள், அதன் மூலம் எல்லாவகையிலும்

அவன் குடும்பத்தின் தலைவனாகிவிடுவான். எனினும் பெக்டரின் இந்நிலவரத்தை சகித்துக்கொள்ளப் போவதில்லை என டெமுஜின் தீர்மானித்துவிட்டான். பெக்டர் தொடர்பாக தாயுடன் கொண்ட மோதலுக்குப் பிறகு, டெமுஜின், வாசலில் தொங்கிய திரையைக் கிழித்தெறிந்து விட்டான்-மங்கோலியப் பண்பாட்டில் அது முறையற்ற செயலாகும்; தன் தம்பி காஸருடன் வெளியேறிவிட்டான்.

ஸ்டெப்பியைப் பார்த்தபடி சிறிய மேடை மீது நிசப்தமாக அமர்ந்திருந்த பெக்டரைக் கவனித்தபடியே, இரு சகோதரர்களும் புல்வெளியினூடே கவனத்துடன் நெருங்கினர். குடும்பத்தில் சிறந்த வகையில் குறிபார்த்து அடிப்பவனாகிய தம்பி காஸரை, மேடை முன்பாக வட்டமிடுமாறு அறிவுறுத்திய டெமுஜின், பின்புறத்தில் ஏறினான். ஓய்வெடுக்கும் மானை அல்லது மேய்ந்து கொண்டிருக்கும் மானைப் பின் தொடர்வது போல நெருங்கினர். தாக்கிடும் தூரத்திற்கு வந்ததும், ஒவ்வொருவரும் தம் வில்லில் அம்பினைப் பொருத்தி, புல்வெளியிலிருந்து திடீரென வெளிப்பட்டனர். பெக்டர் ஓடவுமில்லை, தற்காத்துக் கொள்ளவுமில்லை; தன் தம்பியர் முன்னே பயத்தைக் காட்டிக்கொள்ள விரும்பவில்லை. அவர்களது தாயைப் போல அவர்களைக் கண்டித்து, அவர்களது உண்மையான எதிரி தாயிசியுட் என்பதை வலியுறுத்தினான். “நான் உங்கள் கண்களிலுள்ள உறுத்தல் இல்லை, உங்கள் வாயிலுள்ள இடையூறு இல்லை. நானின்றி உங்களுக்குச் சகா யாருமில்லை, உங்களது நிழல் மட்டுமே இருக்கும்.” அவனது தம்பியர் நெருங்கி வந்து கொண்டிருக்க, இன்னும் சம்மணமிட்டபடி அமர்ந்திருந்தான். தனக்காகக் காத்திருந்த விதியை நன்கறிந்த பெக்டர், இன்னும் சண்டையிட மறுத்தான். மாறாக, தன் தம்பி பெல்குடெயை விட்டுவைக்குமாறு இறுதியாக வேண்டினான்.

தூரத்தில் நின்றபடியே டெமுஜின்னும் காஸரும் நேராக பெக்டர் மீது அம்புகளை எய்தினர். டெமுஜின் பின்னிருந்து தாக்க, காஸர் முன்புறம் தாக்கினான். அவனிடம் நெருங்கி, அவன் குருதியால் தீட்டடைவதற்குப் பதிலாக, அவர்கள் அவனைத் தனியே மடியுமாறு விட்டுவிட்டுச் சென்றனர்-பெக்டரின் குருதி பூமியில் பாய்ந்து கொண்டிருந்தது. அவன் சீக்கிரமே இறந்து விட்டானா அல்லது நீண்டநேரம் குருதி வடிந்து மடிந்தானா என்பதை *The Secret history* விளக்கவில்லை. மங்கோலிய

மரபில், குருதி/மரணம் என்று சொன்னாலே விலக்கினை மீறுவதாகும்; ஆனால் இக்கொலை டெமுஜின்னின் வாழ்வில் முக்கியத்துவமுள்ளதாகக் கருதப்பட்டதால், இது விலாவரியாக பதிவு செய்யப்பட்டிருக்கிறது.

டெமுஜின்னும் காஸரும் வீடு திரும்பியதும், அவர்கள் என்ன செய்திருந்தார்கள் என்பதை அவர்தம் முகங்களிலேயே வாசித்துவிட்ட ஹேலுன், டெமுஜின்னைப் பார்த்து அழுது அரற்றினாள்:

"நாசகாரன்! நாசகாரன்! என் கதகதப்பான கருப்பையிலிருந்து உதிரக்கட்டியைப் பிடித்தபடி வெளிவந்தவன்." காஸரைப் பார்த்துப் பழித்தாள்:

"காட்டு நாய்போல தன்னுடையதையே தின்று தீர்த்தாய்." The Secret History-யில் இடம் பெற்றுள்ள நீண்ட தனிமொழிகளில் ஒன்றில், டெமுஜின் மீதான சீற்றம் வெளிப்பட்டிருக்கிறது.

"தாக்குகின்ற சிறுத்தை போல, கட்டுப்பாட்டை இழந்த சிங்கத்தைப் போல, தன் இரையை உயிருடன் தின்னும் அரக்கனைப் போல" என்று தன் பிள்ளைகளைத் திட்டுகிறாள். கடைசியில், ஓய்ந்து போன அவள், பெக்டரின் ஆரம்ப எச்சரிக்கையினை சாபத்தைப் போல திருப்பி உரைத்தாள்:

"இப்போது உனது நிழல் தவிர்த்து வேறெந்தச் சகாவும் உனக்கில்லை."

இவ்விளம் வயதிலேயே டெமுஜின், கண்ணியத்திற்காகவோ பெருமிதத்திற்காகவோ மட்டுமல்லாது, வெற்றி பெறுவதற்காகவும் வாழ்க்கை விளையாட்டினை ஆடியிருந்தான். மிருகத்தை வேட்டையாடுவதுபோல, தன் சகோதரனைக் கொன்றிருந்தான்- பிற்பாடு, வேட்டைத்திறன்களை யுத்தத்தின் உத்திகளாக மாற்றிடும் மேதைமையைப் பெற்றுள்ளதாக நிரூபணம் செய்யப்போவது போல. குறிபார்த்து அடிப்பதில் கில்லாடியான காஸரை முன்னிறுத்தி, தான் பின்பக்கம் நின்று, செயல்தந்திர நுட்பத்தை எடுத்துக்காட்டினான். ஒவ்வொரு பந்தயத்திலும் முதலாக வரவேண்டிய குதிரைபோல, தான் தலைமை தாங்குவேனேயொழிய பின்தொடர மாட்டேன் எனத் தீர்மானித்திருந்தான். தனது முதலிடத்தைச் சாதித்திட, சம்பிரதாயத்தைத் தாண்டவும் தாயை

மீறவும், தன் பாதையில் எது குறுக்கிட்டாலும், அது தன் குடும்ப உறுப்பினராயினும், கொல்லவும் ஆயத்தமாயிருந்ததை நிரூபணம் செய்தான்.

பெக்டரைக் கொன்று, தன் மாற்றாந்தாய்வழிச் சகோதரரின் மேலாதிக்கத்திலிருந்து விடுபட்ட டெமுஜின், தன் குடும்பத்தை இன்னும் பெரிய சிக்கலில் ஆழ்த்திவிட்ட, விலக்கினைச் செய்திருந்தான். அவர்கள் உடனே அங்கிருந்து வெளியேற வேண்டியிருந்தது, வெளியேறினர். மங்கோலியச் சம்பிரதாயப்படி, பெக்டரின் உடல் திறந்தவெளியில் அழுகுமாறு விட்டுப் போயினர்; அவனது தடயம் இருக்குமட்டும் அங்கு திரும்புவதைத் தவிர்த்தனர். பெக்டரும் ஹேலூனும் நிந்தித்தது போலவே, டெமுஜின்னுக்கு இப்போது பாதுகாவலரோ சகாவோ இல்லை, அவன் சீக்கிரமே வேட்டையாடப்படுவான். ஓர் இல்லத்தலைவனாக இருந்த அவன், ஒரு துரோகியாக ஆபத்திலும் இருந்தான்.

இதுவரையிலும் ஹேலூனின் குடும்பம் சமூகத்திலிருந்து வெளியேற்றப்பட்ட கூட்டமாக இருந்ததே ஒழிய, குற்றவாளிகளினுடையதாக இருக்கவில்லை. ஓணோன் நதியின் உயர்குடி வம்சத்தினராக தம்மைக் கருதிக்கொண்ட தாயிசியுட்கள், தம் பிரதேசத்தில் நடந்த கொலையின் பொருட்டு டெமுஜின்னைத் தண்டித்திட, ஒரு வீரர் கூட்டத்தை அனுப்பினர். திறந்த ஸ்டெப்பி வெளியில் ஒளிந்துகொள்ள இடமின்றி, டெமுஜின் மலைகளை நோக்கி ஓடினான், ஆனால் அவனைப் பின்தொடர்ந்து வந்தவர்கள் பிடித்துவிட்டனர். தம் பிரதான முகாமிற்கு அவனைக் கொண்டுவந்த தாயிசியுட்கள், அவனது விருப்புறுதியை நொறுக்கிடும் வில், நுகத்தடி போன்ற ஒன்றில் அவனை மாட்டிவிட்டனர்; நடக்க முடிந்த அவனால் உணவருந்தவோ நீர் குடிக்கவோ முடியாது, கைகளை அசைக்க இயலாது. நாள்தோறும் அவனைக் கவனித்துக் கொள்வதும் காவல்காத்து நிற்பதும் ஒவ்வொரு குடும்பப் பொறுப்பாயிருந்தது.

தாயிசியுட்களுக்கு கீழ்பட்ட நிலையில் வம்சாவளியினராக இருந்த பல குடும்பத்தினர் அவர்களுக்கு குற்றேவல் செய்துவந்தனர்; இந்தச் சேவகம் புரியும் குடும்பங்களிடம்தான் டெமுஜின் கைதியாக ஒப்படைக்கப்பட்டான். தாயிசியுட்கள் போலின்றி, டெமுஜின் இவர்களிடம் அனுதாபத்தையும் ஆறுதலையும் பெறமுடிந்தது; இரவில் தம் கூடாரங்களுக்கு அவனை இட்டுச் சென்றனர்.

அவனுடன் உணவைப் பகிர்ந்து கொண்டனர்; நுகத்தடியால் கழுத்தில் ஏற்பட்ட புண்ணை முதியவள் ஒருத்தி இதமாகக் குணப்படுத்தினாள். அங்குள்ள சிறுவர்கள் வற்புறுத்தியபடி அவர்தம் பெற்றோர் இரவில், நுகத்தடியை எடுத்தும் விட்டனர்.

சாத்தியமற்ற இந்நிலவரத்திலிருந்து டெமுஜின் தப்பித்த கதை, அவனது பண்பு நலனுக்கு மேலுமொரு அத்தாட்சி ஆகும்-அவன் அதிகாரத்திற்கு வருவதை வடிவமைக்க இருப்பதாகும். ஒருநாள் தாயிசியுட்கள் குடிபோதையிலிருக்க, டெமுஜின் பலவீனமான சிறுவனின் பொறுப்பில் விடப்பட்டிருந்தான்; கைதியான டெமுஜின் தன் கழுத்திலிருந்த நுகத்தடியால் ஆவேசமாக சிறுவனைத் தாக்கிச் சாய்த்தான். நுகத்தடியுடன் ஸ்டெப்பி வெளியில் தப்பியோடி மரணத்தை உறுதிப்படுத்தாமல், அருகிலுள்ள ஆற்றின் புதரில் ஒளிந்துகொண்டான். தேடல் தொடங்கியதுமே, அவனை அன்புடன் நடத்திய குடும்பத்தலைவரால் கண்டுபிடிக்கப்பட்டான். எச்சரிக்கை செய்வதற்கு மாறாக, அவ்வயதானவர் இரவு வந்ததும் தப்பியோடுமாறு ஆலோசனை கூறினார். ஆற்றை விட்டுக் கிளம்பிய டெமுஜின் தப்பியோடவில்லை. வயதானவரின் கூடாரத்தை அடைந்து அவர்களைத் திகிலுள்ளாக்கினான். ஆபத்தை உணர்ந்திருந்தும் அக்குடும்பத்தினர், நுகத்தடியைக் கழற்றி எரித்துவிட்டனர். கம்பளி ரோமக் குவியலில் அவனை மறைத்திருந்தனர்-அப்போது தாயிசியுட்கள் அவனை வேட்டையாடுவதைப் புதுப்பித்திருந்தனர். வறுமையிலிருந்த போதும் அக்குடும்பத்தினர் ஓர் ஆட்டினைச் சமைத்து அவனுக்குத் தந்து, ஒரு குதிரையுடன் அனுப்பினர்; தப்பிச் சென்ற அவன், தொலைதூரத்திலுள்ள தன் தாயின் முகாமுக்குத் திரும்பினான்.

ஏழைக் குடும்பத்தினர் தம் உயிரைப் பணயம் வைத்து, மதிப்புமிக்க இவ்வளவு உதவிகளைச் செய்வதென்றால், டெமுஜின்னுக்கு தனிச் சிறப்பான ஈர்ப்போ திறனோ இருந்திருக்க வேண்டும். இதற்கிடையே அடக்கமான இக்குடும்பம் அவனைப் பெரிதும் ஈர்த்திருந்தது. நெருங்கிய உறவுமுறை கொண்டிருந்த தாயிசியுட்கள் அவனது குடும்பத்தை ஒருமுறை சாகுமாறு விட்டுவைத்தது, இப்போது அபாயத்தில் நிறுத்தியது; ஆனால் அவனுக்கு உறவேதுமில்லாத ஏழைக் குடும்பத்தினர் அவனுக்கு உதவிட தம் உயிரைப் பணயம் வைத்தனர். இச்சம்பவம், அவனிடத்தே உயர் மட்டத்தவர் மீது அவநம்பிக்கையினையும், தன் குலத்திற்கு வெளியிலுள்ள சிலர்கூட நம்பத் தகுந்தவர்களாக இருப்பார்கள்

என்னும் எண்ணத்தைப் பதித்துச் சென்றது. பிற்பாடு, உறவு முறையை வைத்தல்லாமல், அவர்களது நடவடிக்கையை வைத்து மற்றவர்களை மதிப்பிட்டான்-அது ஸ்டெப்பிச் சமூகத்தில் புரட்சிகர கருத்தமைவாக இருந்தது.

மங்கோலிய மரபுகளும் ஆதாரங்களும் டெமுஜின்னைப் பிடித்தது, அடிமைப்படுத்தியது என்னும் இச்சிறு காலகட்டத்தையே ஏற்றுக்கொள்கின்றன. ஆனால் உடனிகழ்கால சீனத்து வரலாற்றாளர், பத்தாண்டுகளுக்கும் மேலாக அடிமைத்தனத்தில் டெமுஜின் இருந்ததாகப் பதிவு செய்கிறார். அவன் திரும்பத் திரும்ப அடிமைப்படுத்தப்பட்டிருக்க வேண்டும் அல்லது இச்சம்பவம் *The Secret History* கூறுவதை விடவும் நீண்டகாலம் நீடித்திருக்க வேண்டும். இத்தகைய நீண்டகால அடிமைப்படுத்தல், அவனது குழந்தைப் பருவம் சார்ந்து விலாவரியான விபரங்கள் இல்லாமைக்கு காரணமாக இருக்கக்கூடும் என சில அறிஞர்கள் சந்தேகிக்கின்றனர். பிற்பாடு, அடிமைப்பட்டிருந்த காலம் செங்கிஸ்கானுக்கு அவமானகரமான சம்பவமாக இருந்திருக்கும், இன்னும் முக்கியமானது, அவனை அடிமைப்படுத்திய குடும்பத்தின் சந்ததியருக்கு பயங்கரமான ஆபத்தாக இருந்திருக்கும் என்பது. அடிமை நிலையுடன் தொடர்புடைய ஒவ்வொருவரும் நிசப்தமாயிருந்திடவும் அதனைக் குறுகியதாக வைத்திடவும் நல்ல காரணமிருந்தது. மங்கோலிய மரபும் தப்பித்தலின் வீரதீர இயல்பை அழுத்தியும் அடிமை நிலையைக் கோடி காட்டியும் சென்றுவிடும்.

1178-இல் டெமுஜின்னுக்கு 16 வயதானது. ஏழு ஆண்டுகளுக்கு முன்னர் தந்தை இறந்ததிலிருந்து தனக்கு மனைவியாக வரப் போகின்ற போர்டேயை அவன் பார்த்திருந்ததில்லை; ஆனால் மீண்டும் சென்று அவளைக் கண்டறிந்து விடுவதில் நிச்சயமாயிருந்தான். தனது மாற்றாந்தாய்வழிச் சகோதரன் பெல்குடெய் உடன்வர, அவளது குடும்பத்தைத் தேடி, கெர்லென் நதியில் பயணித்தான். போர்டேயின் தந்தை தெய்-செசெனின் கூடாரத்தைக் கண்டதும், போர்டே தனக்காகக் காத்திருந்தது அறிந்து மகிழ்ந்தான்; 17/18 வயதில் அவள் அநேகமாக திருமண வயதைக் கடந்திருந்தும். தாயிசியுட் குலத்தினருடான டெமுஜின்னின் பிரச்சனைகளை நன்றாக அறிந்திருந்த தெய்-செசென், அப்பொறுத்தத்தை ஏற்கக்கூடியவராகவே இருந்தார்.

டெமுஜின்னும் பெல்குடெயும் போர்டேயுடன் வீடு நோக்கிப் புறப்பட்டனர். கணவனின் பெற்றோருடன் வாழ்வதற்கு வரும் மணப்பெண், அவர்களுக்கு துணிமணிகளைப் பரிசாகக் கொண்டுவரவேண்டும். நாடோடிகளைப் பொறுத்தவரை, பெரும் பரிசுகள் சாத்தியமில்லை, ஆனால் உயர் ரகத் துணிமணிகள் கௌரவத்துடன் மதிப்பு வாய்ந்த பயன்பாட்டையும் பெற்றிருக்கும். ஸ்டெப்பி வெளியின் மிகவும் மதிக்கத்தக்க கரும் சேப்ளேயின் உரோமத்தாலான கோட்டினை-போர்டே கொண்டுவந்தாள். சாதாரண நிலைமைகளில் டெமுஜின் தன் தந்தைக்கு இத்தகு பரிசைத் தந்திருப்பான்; ஆனால் தந்தை இல்லாத நிலையில், இதனைப் பெறக் கூடியவருக்கு மிகப்பெரிய மதிப்பு இருக்கும் என்பதை உணர்ந்து கொண்டான். தன் தந்தையின் பழைய நட்பினைப் புதுப்பித்திட, அக்கோட்டைப் பயன்படுத்துவதென அவன் தீர்மானித்தான்; அதன்மூலம் ஓர் அணிசேர முடியும் மற்றும் வளர்ந்து வரும் குடும்பத்திற்கு சிறிது பாதுகாப்பு கிட்டும்.

இம்மனிதர் கெரியத் பழங்குடியைச் சேர்ந்த, ஓங்கான் எனப் பின்னர் பொதுவாக அறியப்பட்ட டோர்கில் ஆவார். அப்பழங்குடியினர், துவுல் ஆற்றினை ஒட்டி, ஊசியிலை மரங்கள் மண்டிய கருப்பு வனத்திற்கும் ஓர்கோன் நதிக்கும் இடைப்பட்ட மத்திய மங்கோலியாவின் மிக வளமான ஸ்டெப்பிகள் சிலவற்றில் வாழ்ந்து வந்தனர். மங்கோலியரின் சிதறுண்ட வம்சாவளிகள்-குலங்களைப் போலின்றி, கெரியத்துகள், ஒரு கானின் கீழ் ஒன்றுபட்ட ஆற்றல்மிக்க பழங்குடிகளின் பெரிய குழுவைக் கொண்ட கூட்டமைப்பைப் பெற்றிருந்தனர். கோபிக்கு வடக்கிலுள்ள பரந்து விரிந்த ஸ்டெப்பி இப்போது மூன்று பெரும் பழங்குடிகளின் கட்டுப்பாட்டில் இருந்தது. இதில் மையப்பகுதி ஓங்கானாலும் அவரது கெரியத் பழங்குடியாலும் கட்டுப்படுத்தப்பட, மேற்குப் பகுதி தயாங்கான் தலைமையிலான நைமான் பழங்குடியால் கட்டுப்படுத்தப்பட, கிழக்குப்பகுதி தாத்தாரியர்கள் ஆக்கிரமித்திருந்தனர்-இவர்கள் அடல்டான்கன் தலைமையிலான வட சீனத்தின் ஜுர்செட்களின் அடிமைகள். இம்மூன்று பெரும் பழங்குடிகளின் தலைவர்கள் தமது பெரிய எதிரிகளுக்கு எதிரான சண்டைகளில், தம் எல்லைகளை ஒட்டியுள்ள சிறிய பழங்குடிகளை நிரந்தரமாகத் தம்முடன் இணைத்துக் கொள்ள விரும்பி, அணிசேர்ந்தனர், சண்டையிட்டனர். இவ்வாறு டெமுஜின்னின் தந்தை எசுகை கெரியத்களுடன் உறவுமுறை இல்லாதிருந்தார், ஆனால் ஒருமுறை ஓங்கானின் *anda*-வாக

இருந்தார்; அவர்கள் ஒன்றிணைந்து பல எதிரிகளை எதிர்த்து, சண்டையிட்டனர். மனிதர்களுக்கிடையேயான பந்தம், வெறுமனே புரவலர்-அடிமை என்பதை விடவும் மேலானதாக இருந்தது ஏனெனில் அவர்கள் மிக இளமையாயிருந்தபோது, தனது மாமா குர்கானை (உயரிய மன்னர்) தூக்கியெறிந்து கெரியத்துகளின் கானாகிட ஓங்கானுக்கு எசுகை உதவினார். அத்துடன், எசுகை தாத்தார்களுக்கு எதிராக நின்றபோது, அவர்கள் ஒன்றிணைந்து மெர்கிட்களை எதிர்த்தனர் மற்றும் டெமுஜின் பிறந்தபோது அணி சேர்ந்திருந்தனர்.

ஸ்டெப்பிப் பண்பாட்டில், ஆண் உறவு முறை மரபில் அரசியல் நடத்தப்பட்டது. சகாக்களாயிருக்க ஆண்கள் ஒரே குடும்பத்தைச் சேர்ந்தவர்களாயிருக்க வேண்டும், எனவே உயிரியலுடன் பந்தமற்ற மனிதர்களுக்கிடையிலான ஒவ்வொரு அணி சேர்க்கையும், சம்பிரதாய அல்லது கற்பித உறவுமுறை கொண்டதாக உருமாற வேண்டியிருந்தது. இவ்வகையில், டெமுஜின்னின் தந்தையும், கெரியத் தலைவராக வரப்போகின்றவரும் andas என்ற வகையில், சம்பிரதாயச் சகோதரர்களாக இருந்துள்ளனர். இப்போது டெமுஜின் வயதானவரின் மகனாக கருதப்பட வேண்டும் என விரும்பினான். ஓங்கானுக்கு மணப்பரிசு அளித்து, அவரைத் தன் தந்தையாக டெமுஜின் அங்கீகரித்தான்; ஓங்கான் ஏற்றுக்கொண்டால், அவன் டெமுஜின்னை மகனாக அங்கீகரிப்பான், ஆகவே பாதுகாப்புக்கு உரிமை பெற்றவனாவான். பெரும்பாலான ஆண்களுக்கு இத்தகைய சம்பிரதாய உறவு முறை, தமது உண்மையான உறவுநிலைகளுக்கு இணையானதாக நின்றது; டெமுஜின்னுக்கு, இத்தகைய தெரிவு செய்யப்பட்ட கற்பித உறவுமுறைகள், உயிரியல் உறவாக பந்தங்களை விடவும் மிகவும் பயனுள்ளதாக இருந்தது.

கெரியத்களும் மேற்கின் நைமன்களும் பெரும் அரசியல் அலகுகளை மட்டும் பிரதிநிதித்துவப் படுத்தவில்லை; மாறாக, பலநூற்றாண்டுகளுக்கு முன்னர் கிழக்கின் அஸ்ஸிரிய தேவாலய இறைப் பணியாளரால் கிறித்தவத்திற்கு மாற்றப்பட்டதன் வழியே, மத்திய ஆசியாவின் வர்த்தக-மத வலைப் பின்னலுக்குள் தற்காலிகமாக மேலும் வளர்ச்சியுற்ற பண்பாடுகளாக பிணைப்புக் கொண்டிருந்தன. நாடோடிகளுக்கிடையே தேவாலயங்களோ மடாலயங்களோ இல்லாது, கிறித்துவத்தின் பழங்குடிக்கிளை, அபோஸ்தலர் தாமஸிடமிருந்து வம்சாவளி கொண்டிருந்ததாகக்

கூறி, அலைந்து திரியும் நாடோடிகளைச் சார்ந்திருந்தது. அவர்கள் தம் கூடாரங்களில் உள்ள சரணாலயங்களில் தம் மதத்தை அனுசரித்தனர்; பொதுவான மருத்துவ அக்கறையுடன் சேர்ந்து, புனித நூல்களை வெவ்வேறாக வாசித்துக் கொள்வதற்கு ஆதரவாக, இறையியலுக்கும் இறுக்கமான நம்பிக்கைக்கும் அழுத்தம் அளிக்கவில்லை. நாடோடிகளிடம் ஏசு வலுவான வசீகரத்தைப் பெற்றிருந்தார் ஏனெனில் நோயுற்றவரைக் குணப்படுத்தினார், இறந்தவரைப் பிழைக்க வைத்தார். மரணத்தை வென்ற ஒரே மானுடராக, முக்கியமான ஆற்றலுள்ள மருத்துவர்-புரோகிதராக ஏசு கருதப்பட்டார்; சிலுவை, உலகின் நான்கு திசைகளின் அடையாளமாக புனிதமாயிருந்தது. முல்லை நில மக்களான ஸ்டெப்பி மக்கள், பைபிளில் விளக்கிக் காட்டப்படும் தொன்மையான எபிரேயப் பழங்குடிகளின் முல்லைச் சம்பிரதாயங்களையும் நம்பிக்கைகளையும் நெருக்கமானவையாக உணர்ந்தனர். எல்லாவற்றுக்கும் மேலாக, தாவர உணவு உட்கொள்ளும் பௌத்தரைப் போலின்றி கிறித்தவர்கள் மாமிசம் உண்டனர்; சுய கட்டுப்பாடுள்ள முஸ்லீம்களுக்கு மாறாக, கிறித்தவர்கள் மதுபானங்களை அனுபவித்ததுடன், தம் வழிபாட்டின் முக்கிய அம்சமாயும் கொண்டிருந்தனர்.

மணப்பெண் போர்டேயை தன் தாயுடன் கூடாரத்தில் விட்டுவிட்டு, டெமுஜின் தன் தம்பி காஸர், மற்றும் மாற்றாந்தாய்வழிச் சகோதரன் பெல்குடெயுடன், கிறித்தவரான ஓங்கானிடம் கோட்டை ஒப்படைத்திடப் புறப்பட்டான்-பரிசினை ஆர்வமுடன் பெற்றுக்கொண்ட அவர், அவர்கள் ஒவ்வொருவரையும் வளர்ப்பு மகனாக ஏற்றுக் கொண்டதன் சமிக்ஞையை வெளிக்காட்டினார். இதர இளம் வீரர்களின் உள்ளூர்த் தலைவனாக டெமுஜின்னை ஆக்கிட ஓங்கான் முன்வந்தார். ஆனால், மரபார்ந்த விஷயங்களில் அக்கறையற்ற டெமுஜின் அதனை நிராகரித்தான். மாறாக, தன் குடும்பத்திற்கு கானின் பாதுகாப்பு தேவை, அது உறுதிப்பட்டதும் அவனும் அவனது சகோதரர்களும் கெர்லென் ஆற்றங்கரை மீதுள்ள தம் முகாமிற்குத் திரும்பினர். அங்கே இளம் மணமகன் தன் மணமகளுடனும் குடும்பத்துடனும் தன் அரிய நேரத்தைச் செலவிட முற்பட்டான்.

டெமுஜின்னது ஆரம்பகட்ட வாழ்வின் பிரச்சனைகளெல்லாம் இப்போது அவனுக்கும் அவன் குடும்பத்திற்கு பின்னே போய்விட்டதாகத் தோன்றியிருக்க வேண்டும்; இப்போது

ஒவ்வொருவரும் ஏதேனும் ஒரு விதத்தில் வேலை செய்ய வயது வந்தவர்களாக இருந்தனர். டெமுஜின்னின் சகோதரர்களுடன், வேறு இரு இளைஞர்களும் குடும்பத்தில் சேர்ந்தனர். திருடுபோன குதிரைகளைத் தேடிச்சென்றபோது, சந்தர்ப்பவசமாக சந்திக்க நேர்ந்த பூர்ச்சுவை டெமுஜின் சேர்த்துக் கொண்டான்; ஜெல்மி என்பவனை அவனது தந்தையே டெமுஜின்னிடம் ஒப்படைத்தார். இப்போது வேட்டையாடவும் குழுவைப் பாதுகாக்கவும் ஏழு பதின் வயதுப் பையன்கள் முகாமில் இருந்தனர். மணப்பெண் போர்டேயுடன் அவனது சகோதரி மற்றும் மூன்று முதிய பெண்களும் இருந்தனர்-மூதாதையும் அவனது தாயுமான ஹேலூன், டெமுஜின்னின் மாற்றாந்தாய்வழிச் சகோதரன் பெல்குடெயின் அம்மா சோஸிஜெல் மற்றும் அவர்களுடன் தங்கியிருந்த இனந்தெரியாத முதியவள் ஒருத்தி.

இந்நெருக்கமான குலத்தின் ஆட்சியாளராக இருக்கவே டெமுஜின் விரும்பியிருப்பான் ஆனால் பழங்குடித் தாக்குதலும் எதிர்த்தாக்குதலும் சூழ்ந்திருந்த உலகம் அவ்வளவு நிம்மதியான வாழ்வை அவனுக்கு அனுமதித்திருக்காது. நூற்றாண்டு காலங்களின் தலைமுறைகளாக, ஸ்டெப்பியின் பழங்குடிகள் ஒன்றையொன்று ஈவிரக்கமின்றி இரையாக்கிக் கொண்டிருந்தது. கடந்தகால அத்துமீறல்களின் ஞாபகம் படிந்திருந்தது. ஒரு பழங்குடிக்குள்ளே எந்தக் குடும்பத்தில் ஏற்படுத்தப்பட்ட காயமும் பழிதீர்த்தலுக்கான அனுமதியாயிற்று மற்றும் பல ஆண்டுகளுக்குப் பிறகும் கொள்ளையடிப்பதற்கான சந்தர்ப்பமாக இருந்தது.

அவனது குடும்பத்தினர் அடைந்த துயரங்களின் 18 ஆண்டுகளுக்குப் பிறகு, டெமுஜின்னின் தாய் கடத்தப்பட்டிருந்த பழங்குடியான மெர்கிட், அதன் பொருட்டு பழிதீர்க்கத் தீர்மானித்தது. வயதாகி, தன் அய்ந்து பிள்ளைகளை வளர்க்கச் சிரமப்பட்டுக் கொண்டிருந்த விதவை ஹேலூனை மீட்க மெர்கிட்கள் வரவில்லை மாறாக டெமுஜின்னின் இளைய மணப்பெண் போர்டேக்காக-தம்மிடமிருந்து ஹேலூன் கடத்தப்பட்டதற்கு ஈடுசெய்யும் விதத்தில். ஓங்கானுடன் டெமுஜின் புத்திசாலித்தனமாக மேற்கொண்டிருந்த அணிசேர்க்கை, இந்நெருக்கடியில் அவனுக்குத் துணை நின்றது; மெர்கிட்கள் முன்வைத்த சவால்கள், பெருமையின் பாதையில் அவனை நிறுத்திடும் தீர்மானகரமான போட்டியாக அமையும்.

2

மூன்று நதிகளின் கதை

செங்கிஸ்கானின் நல்வாய்ப்பின் பதாகை உயர்த்தப்பட்டது
மற்றும் வெளிப்பட்டன அவை

Ata-Malik Juvaini
Genghis khan: The History of the world conqueror

கெர்லென் நதியின் மேட்டுப்பகுதிகளில் தனித்திருந்த ஸ்டெப்பி மீது தனியாக இருந்த தம் கூடாரத்தில், ஓர் அதிகாலைப் பொழுதில் அக்குடும்பத்தினர் தூங்கிக் கொண்டிருந்த போது, மெர்கிட்டுகளின் கொள்ளைக் கும்பல் ஒன்று அவர்களை நோக்கிப் பாய்ந்து வந்தது. தரையில் படுத்திருந்த முதியவள், வயதானவர்கள் செய்வது போல, விடிவதற்கு முந்தைய வேளையில் அங்குமிங்கும் நடமாடிக் கொண்டிருந்தாள். குதிரைகள் நெருங்கிவர, குளம்படிகளின் அதிர்வுகளைத் தரையில் உணர்ந்தாள். சட்டென்று மற்றவர்களை எழுப்பி விடுவதற்காகக் கூச்சலிட்டாள். ஏழு சிறுவர்களும் குதித்தெழுந்து தட்டுத்தடுமாறி பூட்ஸுகளைப் போட்டுக்கொண்டு, தம் குதிரைகளிடம் விரைந்தனர். தனது புதிய மணப்பெண், வளர்ப்புத்தாய் சோஸிஜெல் மற்றும் அவர்களைக் காப்பாற்றியிருந்த முதியவளை விட்டுவிட்டு, தன் தாய்-சகோதரியை அழைத்துக்கொண்டு, ஆறு சகாக்களுடன் டெமுஜின்

பறந்தோடினான். அன்றாட வாழ்க்கை, கனபரிமாணமுள்ள துயரம், அழித்தலுடன் அவ்வளவு நெருக்கம் கொண்டுள்ள அபாயகரமான பழங்குடி வாழ்வில், செயற்கையான வீர தீரங்களின் ஆடம்பரத்திற்கு யாரும் உரிமைகோர இயலாது. இம்மூன்று பெண்களையும் கொள்ளைப் பொருளாக விட்டுவிட்டு, பயன்பாட்டுக் கணக்கில் துரிதமான முடிவில், மற்றவர்கள் தப்பிக்கப் போதுமான நேரம் இருந்திருக்கும். தப்பியோடும் டெமுஜின்னின் கூட்டத்திற்கு திறந்த ஸ்டெப்பிவெளி புகலிடம் எதனையும் தரவில்லை; வடக்கிலுள்ள மலைகளில் பாதுகாப்பாக இருந்திட அவர்கள் சிரமப்பட்டு சவாரி செய்ய வேண்டியிருந்தது.

தாக்குபவர்கள் கூடாரத்தை அடைந்தபோது, டெமுஜின்னும் அவனது கூட்டமும் அதிகாலை இருளுக்குள் பாய்ந்திருந்தனர்; முதியவள் இட்டுச் சென்ற மாட்டு வண்டியில் போர்டே ஒளிந்திருந்ததைத் தாக்குபவர்கள் பார்த்துவிட்டனர். மெர்கிட்கள் பல தினங்கள் அங்கே சுற்றிவர, தொடர்ந்து நகர்ந்து கொண்டும், மலைச் சரிவுகளிலும் காடுகளிலும் ஒளிந்தும் டெஜிமுன் நழுவிவிட்டான். கடைசியில் மெர்கிட்கள் தம் தேடலைக் கைவிட்டு, சைபீரியாவின் பைகால் ஏரியின் துணை நதியான, தொலைதூர செலங்கி ஆற்றங்கரை மீதுள்ள தம் இல்லத்தை நோக்கி, வடமேற்கில் புறப்பட்டனர். அவர்கள் பின்வாங்கிச் சென்றது தன்னைச் சிக்க வைப்பதற்கான பொறியாக இருக்கக் கூடும் என்று பயந்த டெமுஜின், பெல்குடெய் மற்றும் அவர்களின் இரு நண்பர்கள் பூர்ச்சு மற்றும் ஜெல்மியை அனுப்பிவிட்டு, கடத்தல்காரர்கள் சென்று திரும்பவில்லை என்பதை உறுதிப்படுத்திட மூன்று தினங்கள் கவனித்துக் கொண்டிருந்தான்.

புர்கான் கல்தூண் மலையில் ஒளிந்திருந்த டெமுஜின், தன் மனைவியைக் கடத்திக் கொண்டு சென்றது குறித்து என்ன செய்வது என யோசித்தான். போர்டேயை மீண்டும் கைப்பற்றி வர இயலாது என்பதை ஒத்துக்கொள்வதே எதிர்பார்க்கப்பட்ட வழியாகும்; ஆற்றல் மிக்க மெர்கிட்களை வெல்வது, அவனது சிறிய குழுவால் முடியாது என்பதால். உரிய வேளையில் டெமுஜின் இன்னொரு மனைவியைத் தேடிக்கொள்ள முடியும், ஆனால் தன் தாயை தந்தை கடத்தி வந்ததுபோல, அவளை அவன் கடத்த வேண்டிவரும், ஏனெனில் சக்திமிக்கவர்களிடம் ஒரு மனைவியை இழந்துள்ளவனுக்கு எந்தக் குடும்பமும் தன் மகளை மணமுடித்துத் தராது.

கடந்த காலத்தில் சண்டையிடுவதா தப்பி ஓடுவதா என முடிவெடுத்திட டெமுஜின் தன் அறிவுத் திறனைச் சார்ந்திருந்தான்; ஆனால் அம் முடிவுகள் திடீர் அபாயம் அல்லது சந்தர்ப்பத்திற்கான தன்னெழுச்சிமிக்கனவாயிருந்தன. இப்போது அவன் தெளிவாகச் சிந்தித்து, தன் வாழ்க்கை முழுவதிலும் செல்வாக்குச் செலுத்த இருக்கும் செயல் திட்டத்தை வகுக்க வேண்டியிருந்தது. தனது ஊழினைத் தானே தெரிவு செய்யவேண்டியிருந்தது. தான் பதுங்கியிருந்த மலையால் தான் காப்பாற்றப்பட்டதாக நம்பிய அவன், மலையின் ஆன்மாவிடம் பிரார்த்தித்தான். பௌத்தம், இஸ்லாம் அல்லது கிறித்தவ சாத்திர-புரோகித மரபுகளை தழுவிக்கொண்டே மற்ற ஸ்டெப்பிப் பழங்குடிகளைப் போலன்றி, மங்கோலியர் தம்மைச் சுற்றியுள்ள ஆவிகளை வேண்டிடும் ஆவி வழிபாட்டினராகவே இருந்தனர். நித்திய நீல ஆகாயம், சூரியனின் பொன்னிற ஒளி மற்றும் இயற்கையின் கணக்கற்ற ஆன்மிக ஆற்றல்களை அவர்கள் தொழுதனர். இயற்கை உலகத்தை, பூமி மற்றும் ஆகாயம் என இரண்டாகப் பிரித்தனர். மானுட ஆன்மா, அசைவற்ற உடலின் அங்கங்களில் அல்லாமல், குருதி, சுவாசம், வாசனை என நகரும் சாராம்சங்களில் அடங்கியிருத்தல் போன்றே, பூமியின் ஆன்மா அதன் நகர்ந்துபோகும் நீரில் அடங்கியுள்ளது. உடலின் மூலம் குருதி பாய்வது போல, ஆறுகள் பூமியினூடே பாய்ந்து செல்கின்றன. அந்த ஆறுகளில் மூன்று இம்மலையில் ஆரம்பிக்கின்றன.

"பொன்னிற மலை" என்று பொருள்படும் மிக உயரிய புர்கான் கல்தூண் அப்பகுதிக்கு மன்னராக இருந்தது, நித்திய நீல ஆகாயத்திற்கு மிக நெருங்கிய பூமிப் பகுதியாய் இருந்தது. மூன்று நதிகளின் தோற்றுவாயான புர்கான் கல்தூண் மங்கோலிய உலகின் புனித இதயமாயும் இருந்தது.

மெர்கிட்களிடமிருந்து தப்பியமைக்காக நன்றியுணர்வு மிகுந்திருந்த டெமுஜின் மலையைப் பிரார்த்தித்தான், ஆகாயத்தினூடே எழுந்த சூரியனை வணங்கினான். மரநாய்போல செவிமடுத்து மற்றவர்களைக் காப்பாற்றி, பிடிபட்ட முதியவளுக்குச் சிறப்பாக நன்றி பாராட்டினான். மங்கோலிய சம்பிரதாயப்படி தன்னைச் சூழ்ந்துள்ள ஆவிகளுக்கு நன்றி பாராட்டிட, காற்றிலும் தரையிலும் பால் தெளித்தான். அங்கியைக் கட்டியிருந்த இடுப்புப்பட்டையைக் கழற்றி கழுத்தில் போட்டுக் கொண்டான். மரபார்ந்த வழியில் ஆண்களால் மட்டுமே அணியப்படும் இடுப்புப் பட்டை

மங்கோலிய ஆணின் அடையாளமாயிருந்தது. டெமுஜின் இப்படித் தன் இடுப்புப் பட்டையை கழற்றியிருந்தது, தன் வல்லமையை நீக்கி, தன்னைச் சுற்றியுள்ள தெய்வங்களின் முன்னே ஆற்றல் இழந்ததுபோல் தோன்றுவதாகும். அப்புறம் அவன் தன் தொப்பியை எடுத்தான், மார்பில் கைவைத்தான், அடுத்து சூரியன் மற்றும் புனித மலையின் முன்னே வணங்கும் பொருட்டு ஒன்பது தடவைகள் தரையில் படிந்தான்.

ஸ்டெப்பிப் பழங்குடியினரைப் பொறுத்தவரை, உலகியல் ஆற்றல் அதீத இயற்கை ஆற்றலிலிருந்து பிரிக்க முடியாதது ஏனெனில் இரண்டும் நித்திய நீல ஆகாயம் என்னும் ஒரே தோற்றுவாயிலிருந்து வந்தவை. வெற்றியடையவும் மற்றவர்களை வெற்றிகாணவும், முதலில் ஆவி உலகத்திலிருந்து அதீத இயற்கை ஆற்றல்களைப் பெற்றாக வேண்டும். உயிர்ப்பதாகை, வெற்றிக்கும் அதிகாரத்திற்கும் இட்டுச் சென்றிட, முதலில் அது அதீத இயற்கை ஆற்றலைப் பெற்றாக வேண்டும். புர்கான் கல்தூணில் டெமுஜின் மறைந்திருந்த போதான மூன்று நாள் பிரார்த்தனை, இம்மலையுடனும் அது வழங்கியதாக அவன் நம்பிடும் சிறப்புப் பாதுகாப்புடனும் அவன் பராமரிக்கப்போகும் நெருக்கமான மற்றும் நீண்ட ஆன்மிக உறவு நிலையின் ஆரம்பத்தை அடையாளப்படுத்திற்று. இம்மலை அவனது வல்லமையின் ஆதாரமாயிருக்கும்.

புர்கான் கல்தூண் வெறுமனே அவனுக்கு அதிகாரத்தை வழங்குவதற்குப் பதிலாக, சிரமமான ஒன்றால் அவனைப் பரிசோதிப்பதாகத் தோன்றிற்று. அம்மலையிலிருந்து பாய்ந்த மூன்று நதிகளில் ஒவ்வொன்றும் அவனுக்கு மாற்று செயல்திட்டத்தை வழங்கிற்று. ஸ்டெப்பியில் அவன் வாழ்ந்து கொண்டிருந்த கெர்லென் ஆற்றின் கீழ்ப்புறத்தே, தென் கிழக்கில் அவன் திரும்பக்கூடும், ஆனால் ஒரு மேய்ப்பனாக எவ்வளவு விலங்குகளை / ஓநாய்களை அவனால் திரட்ட முடிந்தாலும், மெர்கிட்கள் தாயிசியுட் அல்லது வேறு குழு மீதான இன்னொரு கொள்ளையில் அவற்றை இழந்திடும் ஆபத்து உண்டு. அவன் பிறந்திருந்த ஓணோன் ஆற்றுத் தீரம் வடகிழக்கில் பாய்ந்து இன்னொரு தெரிவை முன்வைத்தது. கெர்லென் ஆற்றை விடவும், காடு மண்டிய தனித்து விடப்பட்டுள்ள நிலத்தின் வழியே சுற்றி வளைத்து ஓடிய ஓணோன், அதிக இருப்பிடத்தைத் தந்தது, ஆனால் விலங்குகளுக்கு மேய்ச்சல் நிலம் இல்லாதிருந்தது.

தன் இளமையில், மீன் பிடிக்கும் போதும் பறவைகளைப் பொறிவைத்துப் பிடிக்கும் போதும், எலிகளை மற்றும் சிறு பாலூட்டிகளை வேட்டையாடும் போதும் இருந்தது போல, அங்கே வாழ்ந்திடுவதற்கு குழு போராடியாக வேண்டும். ஓனோன் மீதான வாழ்க்கை பாதுகாப்பானது ஆனால் வளமோ கண்ணியமோ அற்றது. மூன்றாவது தெரிவு துவுல் ஆற்றைப் பின் தொடர்வது- ஓங்கானின் உதவியை நாட, அது தென்மேற்கில் பாயும்- மேல்கோட்டினை அவன் வழங்கியிருந்தது ஓங்கானுக்குத்தான். அப்போது ஓங்கானின் அதிகாரத்தின் கீழ் தன்னைக் கீழ் நிலையிலுள்ள தலைவராக்கிடும் சந்தர்ப்பத்தை டெமுஜின் மறுதலித்திருந்தான். ஓராண்டுக்குப் பிறகு இப்போது, அவன் தெரிவு செய்திருந்த வாழ்க்கை மெர்கிட் கொள்ளையரால் சின்னா பின்னமாகிக் கிடக்க, கானுக்கு எதிராக கான் என்னும் தீராத போராட்டத்தில் இறங்கிட இன்னும் தயக்கம் கொண்டிருந்தான்; ஆனால் தன் மணப்பெண்ணை மீண்டும் பெற்றிட வேறு வழி இல்லாததாகத் தோன்றிற்று.

ஸ்டெப்பி போரின் தொடர்ச்சியான கொந்தளிப்பிலிருந்து விலகி, அமைதியான வாழ்க்கை உருவாக்கிட அவன் முற்பட்டாலும், அத்தகைய வாழ்வு நாடவேண்டிய ஒன்றல்ல என்பதை மெர்கிட்டுகளின் கொள்ளை அவனுக்குக் கற்பித்திருந்தது. அவனது முகாம் மீது கொள்ளையரால் தாக்கப்பட்டுவிடும் அபாயம் இருக்க, வறுமைப்பட்ட அநாதையின் வாழ்வை வாழ அவன் விரும்பவில்லை எனில், இப்போது ஸ்டெப்பி வீரர்களின் படிவரிசையில் தன்னிடத்திற்குப் போராடவேண்டியிருக்கும்; இதுவரை அவன் தவிர்த்திருந்த, தொடர்ச்சியான போர் என்னும் கடுமையான வேட்டையில் அவன் சேர்ந்து கொள்ள வேண்டியிருக்கும்.

அரசியல், படிவரிசை, ஆன்மிக ஆற்றல் என்னும் பிரச்சனைகளெல்லாம் ஒருபுறமிருக்க, தனக்கு ஆனந்தத்தைக் கொண்டு வந்திருந்த, குறுகியதும் துயரம் தோய்ந்ததுமான வாழ்வுடைய ஒரு நபரான போர்டே இல்லாதது அவனுக்குப் பெரும் வேதனையாயிருந்தது. மங்கோலிய ஆண்கள் பொதுவெளியில், குறிப்பாகப் பிற ஆண்களின் முன்னிலையில் காட்டவேண்டுவதாக எதிர்பார்க்கப்படும் உணர்வுக் கட்டுப்பாடு நிலவினும், டெமுஜின் போர்டே மீதான நேசம் மற்றும் அவளில்லாத வேதனையை கூர்மையாக வெளிக்காட்டினான்.

தாக்குதல்காரர்கள் தன் படுக்கையை வெறுமையாக்கியது மட்டுமின்றி, தன் நெஞ்சைப் பிளந்து இருதயத்தை நொறுக்கியதாக அவன் வருந்தினான்.

டெமுஜின் போராடுவதைத் தெரிவு செய்தான். தன் மனைவியைக் கண்டறிவான் அல்லது அதில் மாய்வான். மலையில் சிந்திப்பது, பிரார்த்தித்திருப்பது, திட்டமிடுவது என்னும் மூன்று சிரமமிக்க தினங்களுக்குப் பிறகு, ஓங்கானின் முகாமைத்தேடி மற்றும் அவரது உதவியை நாடி, துவுல் ஆற்றைப் பின்தொடர்ந்தான். ஆனால் அதனைத் தனித்த அநாதையாக அல்லாமல், ஆற்றல்மிக்க ஓங்கானுக்கு மதிப்பு மிக்க மேல்கோட்டை அளித்து விசுவாசமாயிருந்த, உரிமையுள்ள மகனாக மேற்கொள்வான்.

டெமுஜின் ஓங்கானைப் பார்த்து, மெர்கிட்கள் மீது கொள்ளை நிகழ்த்த விரும்புவதாகத் தெரிவித்ததும், வயதான கான் உடனே உதவுவதற்கு ஒத்துக்கொண்டார். தான் சண்டையிட விரும்பாது இருந்திருந்தால், ஓங்கான் எளிதாக விலகியிருக்கலாம்; மாறாக தன் முகாமிலிருந்து இன்னொரு மனைவியைத்தர முன்வந்தார். மெர்கிட்களிடம் வயதான கானுக்கு ஏற்கனவே ஒரு பூசல் இருக்கவே, டெமுஜின்னின் வேண்டுகோள் மீண்டும் தாக்கி, கொள்ளையிடுவதற்கான சந்தர்ப்பத்தை அளித்தது.

கான்களின் எழுச்சி கொண்டுவரும் மங்கோலிய சகா ஒருவனிடமிருந்து, தேர்ந்த வீரனாகத் தன்னை நிறுவி, கணிசமான ஆதரவாளர்களைக் கொண்டுள்ளவனிடமிருந்து கூடுதல் ஆதரவு தேடிவருமாறு ஓங்கானும் டெமுஜின்னை அனுப்பினார். இந்நபர் டெமுஜின்னிடம் உறுதிபூண்ட *anda* வான, ஜடாரன் குலத்தின் ஜமுகாதான். மெர்கிட்டுகளுக்கு எதிரான சண்டையில், தன் இளமையான ரத்த சோதரனுக்கு உதவுமாறு தன் கானிடமிருந்து வந்த அழைப்பாணையை ஜமுகா உடனே ஏற்றுக் கொண்டான். ஓங்கான் வலது (மேற்கு) பிரிவுக்குத் தலைமை தாங்கிடவும் ஜமுகா இடது (கிழக்கு) பிரிவுக்குத் தலைமை தாங்கிடவும், அவர்கள் நல்ல ராணுவத்தின் ஸ்டெப்பி லட்சியத்தை உருவாக்க முடியும். புர்கான் கல்தூண் அருகே ஓனோன் நதியின் தோற்றுவாயில் டெமுஜின்னின் சிறு கூட்டத்துடன், ஓங்கான் மற்றும் ஜமுகாவின் ராணுவங்கள் ஒன்று திரண்டன-அங்கிருந்து அவர்கள் மலைகளைத்தாண்டி, பைகால் ஏரியின் திசையிலுள்ள

செலெங் ஆற்றினோரமாயுள்ள மெர்கிட் பிரதேசத்திற்குள் உள்ள ஸ்டெப்பி மீது இறங்குவார்கள்.

உண்மையான கொள்கையில் ஈடுபடாமலேயே டெமுஜின் தனது குறுகிய வாழ்வில், பல சிக்கல்களிலிருந்து உயிர்தப்பியுள்ளான். இக்கொள்கை தோல்விதான் என்றாலும், அப்பணிக்கு ஏற்றவனாக அவன் தன்னை நிரூபணம் செய்வான். மலைகளில் இரவு வேட்டையிலிருந்து மெர்கிட்களில் சிலர், தாக்கவரும் படையைப் பார்த்ததும், தம் மக்களை உஷார்படுத்திட விரைந்தனர்-படையெடுத்துவரும் குதிரை வீரர்களுக்கு சற்று முன்னரே போய்ச் சேர்ந்தனர். மெர்கிட்கள் பாதுகாப்பான ஆற்றுக்கு தப்பியோடத் தொடங்கினர், முகாம் முழுவதும் பீதி கவ்வியிருந்தது. கொள்ளையர்கள் மெர்கிட் கூடாரங்களில் கொள்ளையினைத் தொடங்க, போர்டேயின் பெயரைக் கத்தியபடி விட்டுச் செல்லப்பட்டவர்களிடையே, முகாமிலிருந்து முகாமாக டெமுஜின் ஓடிக்கொண்டிருந்தான்; ஆனால் வயதான மெர்கிட் வீரனுக்கு மனைவியாகத் தரப்பட்டிருந்த போர்டே, ஒரு வண்டியில் ஏற்றப்பட்டு, சண்டை நடக்கும் இடத்திலிருந்து அனுப்பப்பட்டிருந்தாள். தன் புதிய இல்லத்தைத் தாக்குவோர் யாரென்று அறியாத அவள், மீண்டும் கடத்தப்படுவதை விரும்பவில்லை; இத்தாக்குதல் தன்னை மீட்க ஏவிவிடப்பட்டது என்று சந்தேகிக்க அவளுக்கு காரணம் தெரியவில்லை.

தன்னைச் சுற்றியிருந்த குழப்பம்-அமளிக்கு மத்தியில் திடீரென, தன் பெயரைக் கூவியழைத்திடும் குரலைக் கேட்டவள், அது டெமுஜின்னுடையது எனக் கண்டு கொண்டாள். வண்டியிலிருந்து குதித்து, இருளினூடே அக்குரலை நோக்கி ஓடினாள். இரவில் தன் சேணத்தில் கால்பதித்தபடி சுழன்று வந்த டெமுஜின் மீண்டும் மீண்டும் அவள் பெயரை கத்திக் கொண்டிருந்தான். தன்னை நோக்கி ஓடிவரும் அவளைத் தன் தீவிரத்தில் அறிந்து கொள்ளாதிருக்க, அவன் குதிரையின் கடிவாளத்தை அவள் பற்றியபோது, விலக்கியெறிந்து அநேகமாகத் தாக்கிவிட்ட நிலையில், ஒருவரையொருவர் 'தழுதழுக்கத்'தழுவிக் கொண்டனர்.

மற்ற இருவரும் மீட்கப்படாதபோதும், டெமுஜின் தன் மனைவியை மீட்டுவிட்டதால், வேறெதுவும் இப்போது பிரச்சனையில்லை. மெர்கிட்கள் தனக்குத் தந்த அதே வழியை டெமுஜின் அவர்களுக்குத் தந்தான், வீடு திரும்ப

ஆயத்தமாயிருந்தான். அப்போது தன் வீரர்களிடம் கூறினான்: "அவர்தம் நெஞ்சங்களை வெறுமையாக்கியுள்ளோம்... அவர்தம் படுக்கைகளை வெறுமையாக்கியுள்ளோம்... அவர்களுக்கும் அவர்களது சந்ததிகளுக்கும் முடிவு கட்டியுள்ளோம்... எஞ்சியிருந்தவர்களை நாசமாக்கியுள்ளோம்... மெர்கிட்கள் சிதறிவிட்டதால் நாம் பின்வாங்கிக் கொள்வோம்.."

மெர்கிட்கள் மீதான தீர்மானகரமான வெற்றி மற்றும் டெமுஜின்னுடன் போர்டே நெகிழ்ச்சியுடன் மீண்டும் இணைந்ததற்குப் பின், இன்னும் இருபது வயதுக்குட்பட்ட, புதிதாய் ஒன்று சேர்ந்த தம்பதியர், ஒன்றிணைந்து வாழ்ந்திட குறைந்தபட்சம், சிறிது காலமாவது நம்பிக்கை பெற்றிருப்பர். ஆனால் வாழ்வில் நிகழ்வது போலவே, ஒரு பிரச்சனைக்குரிய தீர்வு, இன்னொரு பிரச்சனையினை உருவாக்க முடியும். போர்டே கருவுற்றிருந்ததை டெமுஜின் கண்டான். தம்பதியர் மீண்டும் ஒன்று கூடியதன் பயங்கர ஆனந்தத்தை விவரிப்பதற்குப் பதிலாக கருவுற்றகாலம் முழுக்க *The Secret History* நிசப்தமாயிருக்கிறது. அடுத்த நூற்றாண்டின் மொகலாய அரசியல் வழியே, போர்டேயின் மூத்த குழந்தைக்குத் தந்தை யார் என்னும் நீண்ட விவாதத்தில் இந்நிசப்தம் அதிர்வு கொள்ளும். 1179-இல் போர்டே தன் முதல் மகனைப் பெற்றெடுத்தாள். டெமுஜின் அவனுக்கு 'பார்வையாளர்' அல்லது 'விருந்தினர்' என்னும் பொருளுடைய 'ஜோச்சி' எனப் பெயரிட்டான். அக்குழந்தை தன்னுடையதல்ல என்று தெரிந்துள்ள டெமுஜின், அக்குழந்தை பிறந்தபோது அவர்களெல்லாம் ஜமுகாவின் கூட்டத்தினுடைய விருந்தினர்கள் என்பதைக் குறிக்கும் வகையில், அப்பெயரினை இட்டிருக்கக்கூடும் எனப் பல அறிஞர்கள் அபிப்பிராயப்படுகின்றனர்.

அப்போது *The Secret History* விலாவாரியாகப் பேசுகின்ற உறவுநிலை, டெமுஜின் ஜமுகாவுடன் கொண்டிருந்த, புதுப்பிக்கப்பட்ட விசுவாசமாகும். போர்டே நாடகபூர்வமாக மீட்கப்பட்ட பிறகு, டெமுஜின் தன் சின்னஞ்சிறு கூட்டத்தை ஜமுகாவின் பெரும் ஆதரவாளர் குழுவுடன் இணைத்திடத் தீர்மானித்தான். டெமுஜின்னின் மூதாதை வழிவந்த ஓனோன் நதிக்கும் கெர்லென் நதிக்குமிடையில் அமைந்து, கோர்கோணக் பள்ளத்தாக்கு என்றறியப்படும் பெரும் வளமான பகுதியிலுள்ள ஜமுகாவின் முகாமுக்கு டெமுஜின் தன் சிறு கூட்டத்தை நடத்திச் சென்றான்.

தம் இளமை வாழ்வில் மூன்றாம் முறையாக டெமுஜின்னும் ஜமுகாவும் தம் சகோதரத்துவத்திற்கு உறுதிபூண்டனர். இம்முறை தம் ஆதரவாளர்கள் சாட்சியமாயிருக்க, பொது விழாவில் இரு வளர்ச்சியுற்ற மனிதர்கள் தம் நட்புக்கு உறுதிபூண்டனர். ஒரு பாறை முகட்டின் விளிம்பிலுள்ள ஒரு விருட்சத்தின் கீழ் நின்று அவர்கள் பொன்னிற பட்டிலான இடுப்புப் பட்டைகளையும் வலுவான குதிரைகளையும் பரிமாறிக் கொண்டனர். உடைகளைப் பரிமாறியதன் மூலம் ஒவ்வொருவரும் தம் உடல் வாசனையைப் பகிர்ந்து கொள்ளவே, தன் ஆன்மாவின் சாரத்தை மற்றவருடையதுடன் பரிமாறிக் கொண்டனர்; குறிப்பாக இடுப்புப் பட்டை தம் ஆண்மையின் அடையாளத்தைப் பொதிந்து வைத்திருந்தது. ஒருவரையொருவர் நேசிப்போம் இரு வாழ்க்கைகளை ஒன்றாக்குவோம், ஒருவரை மற்றவர் ஒருபோதும் கைவிடமாட்டோம் என்று அவர்கள் எல்லோர் முன்னிலையிலும் உறுதி பூண்டனர். மதுபான விருந்துடன் தம் உறுதிபூணலைக் கொண்டாடினர். உண்மையான சகோதரர்கள் ஒரே போர்வையைப் பகிர்ந்து வளர்ந்து வருவதைப் போல, அவர்கள் இருவரும் மற்றவர்களிடமிருந்து விலகி, ஒரு போர்வையில் தூங்கி தம் சகோதரத்துவத்தை பொதுவில் அடையாளப்படுத்தினர்.

மலைகளின் பாதுகாப்பிலிருந்து தன் சிறு குழுவை நகர்த்தி, ஜமுகாவுடன் ஸ்டெப்பி வெளியில் கொண்டுவந்ததன் மூலம், டெமுஜின், வேட்டைக்காரனின் வாழ்வை மேய்ப்பனின் வாழ்வுக்கு விற்றுக் கொண்டான். தன் வாழ்வெங்கிலும் வேட்டையை விரும்பினாலும், டெமுஜின்னின் குடும்பம் மீண்டும் தம் பிழைப்புக்கு அதனையே சார்ந்திருக்கவில்லை; ஜமுகாவின் குழுவினராக இறைச்சியும் பால் பொருட்களும் சீராகக் கிடைத்துவர, உயரிய வாழ்க்கைத் தரத்தை அனுபவித்து வந்தனர். மேய்ச்சல் வாழ்க்கைமுறை குறித்து ஜமுகாவின் மக்களிடமிருந்து டெமுஜின் நிறையவே கற்றுக்கொள்ள வேண்டியிருந்தது; ஆண்டு வழமையின் அனைத்தம்சங்களையும் நன்கு நிறுவப்பட்ட சம்பிரதாயங்கள் நிர்வகித்தன; மிருகங்களைப் பற்றிய தனிச்சிறப்பான அறிவு, பசுக்கள், எருமைகள், குதிரைகள், வெள்ளாடுகள், ஆடுகள், ஒட்டகைகளை பராமரிப்பதைச் சுற்றி எழுந்தது-அதனை மங்கோலியர் பஞ்ச முகப்புகள் என்றனர் ஏனெனில் அவர்கள் எருமைகளையும் பசுக்களையும் ஒன்றாக்கினர். ஒவ்வொரு மிருகமும் முக்கிய வாழ்வாதாரத்தை, உணவு

உட்பட, வழங்கியது; இவற்றில் குதிரை உயர்மட்டத்தினதாக, வேலைக்கல்லாமல், சவாரிக்கு மட்டும் பயன்படுத்தப்பட்டது.

குடிகளிடையே தொடர்ந்து பூசல் நிலவி வருவது இருக்க, ஜமுகாவுடன் இணைந்த டெமுஜின்னும், ஸ்டெப்பி வீரனின் வாழ்வை மேற்கொள்ள தெரிவு செய்து கொண்டிருந்தான்- அப்பாத்திரத்தில் அவன் தேர்ச்சி கொள்ள இருந்தான். அவர்களது anda உறவுமுறை, பெரியதொரு படிமுறையில் டெமுஜின்னுக்கு தனிச்சிறப்பான தகுதிநிலையை அனுமதிக்கவே, முறையான ஆதரவாளராகச் சேராமல் ஒன்றரை வருட காலம் நீடித்து, ஜமுகாவின் தலைமையைப் பின்பற்றி அவனிடமிருந்து கற்றுக்கொள்வதில் திருப்தியுற்றதாகத் தோன்றிற்று. ஆனால் மாற்றாந்தாய்வழி மூத்த சகோதரனின் மேலாதிக்கத்திற்கு அடங்கிப்போவதை விடவும் அவனைக் கொன்றுவிட்ட இளைஞனுக்கு, இத்தகு ஏற்பாடு நிச்சயம் எரிச்சலூட்டுவதாக இருந்திருக்கும்; இவ்விஷயத்தில் சாதிப் படிமுறையின் ஸ்டெப்பி சம்பிரதாயங்களும் பங்காற்றின.

உறவுமுறைப் படிவரிசையில் ஒவ்வொரு வம்சாவளியும் ஓர் எலும்பாக அறியப்பட்டது. பரஸ்பர மணமுறை அனுமதிக்கப்படாத, நெருக்கமான வம்சாவளிகள், வெள்ளை எலும்புகளாக அறியப்பட்டன. பரஸ்பர மணமுறை அனுமதிக்கப்பட்ட மிகவும் தொலைதூர உறவுமுறை கருப்பு எலும்பு வம்சாவளிகளாக அறியப்பட்டன. அவை உட்தொடர்பு கொண்டிருந்தமையால், ஒவ்வொரு வம்சாவளியும் முக்கியத்துவமிக்க ஒன்றிலிருந்து வந்ததாகக் கூறிக்கொண்டன, ஆனால் அக்கூற்றின் வலிமை, அதனை அமல்படுத்துவதைச் சார்ந்திருந்தது. டெமுஜின்னும் ஜமுகாவும் தொலைதூர ஒன்றுவிட்ட சகோதரர்கள், ஆனால் வெவ்வேறு எலும்புகளைச் சேர்ந்தவர்கள்; ஏனெனில் அவர்கள் தம் மூதாதையை ஒரே பெண்ணிடம் ஆனால் இருவேறு கணவரிடம் கொண்டு செல்கின்றனர். ஸ்டெப்பி மேய்ச்சல்காரனாயிருந்த அவளது முதல் கணவனிடமிருந்து ஜமுகா வர, முட்டாள் போடேஞ்சார் என வாய்மொழி வரலாற்றில் அறியப்பட்ட வன வேட்டைக்காரனிடமிருந்து வந்தவன் டெமுஜின்-அவளது கணவனைக் கொன்ற பிறகு அவளைக் கடத்தியிருந்தவனே இவ்வேட்டைக்காரன். இவ்வம்சாவளிப்படி, முதலில் பிறந்த மகனிடமிருந்து வந்து, ஸ்டெப்பி மனிதர் ஒருவரால் பெற்றெடுக்கப்பட்டதால், தனது வம்சாவளி உயரியது என ஜமுகா

கூறிக்கொள்ள முடியும். பந்தங்கள் தேவைப்படும்போது இத்தகு கதைகள் ஸ்டெப்பி சமூகங்களில் பயன்படுத்தப்படுகின்றன; ஆனால் அவை விரோதத்தற்கான சந்தர்ப்பத்தையும் முன்வைக்கின்றன; டெமுஜின்னுக்கும் ஜமுகாவுக்கும் இடையிலான உறவுநிலையில், அவர்தம் உறவுமுறையின் கதை, இருவழிகளிலும் செயல்படக்கூடியது. மக்கள் தம் சமூகக் கோரிக்கைகளை உருவாக்கி, பேரம்பேசி, அமல்படுத்திடும் பொது மரபாக அது இருந்தமையால், உறவுமுறை உறவுமுறைக்குப் பாதகமாக இருக்கவில்லை.

ஜமுகாவின் கூட்டத்தில் டெமுஜின் இருந்தவரை, ஜமுகாவின் குடும்பம் வெள்ளை எலும்பினதாக தரப்படுத்தப்பட்டது, டெமுஜின்னுடையது தொலைதூர, கருப்பு எலும்பு உறவின் பகுதியாக இருந்தது. தன் குழுவை தன்னுடன் நிறுவிக் கொண்டால்தான், மத்தியிலுள்ள தன் வம்சாவளி வெள்ளை எலும்பினுடையதாக தரப்படுத்தப்படும். ஜமுகாவின் தலைமையை டெமுஜின் ஏற்றுக்கொண்டு மாதங்கள் கடந்து செல்ல, ஜமுகாவை anda-வை விடவும் கூடுதலாக, தம்பியைப் போல நடத்தத் தலைப்பட்டான்; ஜமுகாவின் குலம், பொது மூதாதையின் மூத்த மகனிடமிருந்து வந்தது என்பதையும் அழுத்திக் கூறினான். அவனது குடும்ப உறவு நிலைகளில் ஏற்கனவே கண்டுள்ளது போல, கீழ்நிலைப்பட்டவனாக நடத்தப்படுவதை ஏற்காதவன் டெமுஜின்; இந்நிலைமை சீக்கிரமே அவனுக்கு ஏற்க முடியாததாயிருந்தது.

1181-ஆம் ஆண்டின் மே மாத மத்தியில், குளிர்கால முகாமைக் கலைத்துவிட்டு தொலைதூரத்திலுள்ள கோடைகால மேய்ச்சல் நிலங்களை நோக்கிச் செல்லுமாறு ஜமுகா தெரிவித்தார். நீண்ட வரிசையிலான ஆதரவாளர்கள், விலங்குகளின் முன்னே, ஜமுகாவும் டெமுஜின்னும் வழக்கம் போலச் சேர்ந்து சவாரி செய்தனர். ஆனால் அன்று டெமுஜின்னுடன் தலைமையைப் பகிர்ந்துகொள்ள விரும்பவில்லை எனத் தீர்மானித்தான். கூட்டத்தின் மற்ற உறுப்பினர்களிடையே டெமுஜின் செல்வாக்குப் பெற்றுவர வேண்டும் அல்லது அவனது இருப்பால் ஜமுகா சலிப்படைந்திருக்க வேண்டும். 'குதிரைகளையும் முகாமையும் மலைகளுக்கு நெருக்கமாகக் கொண்டுபோகின்றேன், நீ சற்றுக் கீழ்நிலையிலுள்ள வெள்ளாடுகளையும் செம்மறியாடுகளையும் இட்டுச்சென்று ஆற்றை ஒட்டி இன்னொரு முகாம் அமைத்துக்கொள்' என்று ஜமுகா டெமுஜின்னிடம் கூறினான். வெள்ளை எலும்புக்காரனான

ஜமுகா, தன்னை குதிரை மேய்ப்பன் என்னும் அதிகார நிலையில் உறுதிப்படுத்திக் கொண்டு, டெமுஜின்னை கருப்பு எலும்பு மேய்ச்சல் சிறுவனாக நடத்தியதாகத் தோன்றிற்று.

உடனே அணிவரிசையின் பின்னே வந்து கொண்டிருந்த தன் குடும்பத்தையும் விலங்குகளையும் நிறுத்தினான்; ஹேலூனுடன் ஆலோசித்தான். எப்படி எதிர்வினையாற்றுவது என்று தெரியாது குழம்பினான். தன் கணவன் ஜமுகாவிடமிருந்து விலகி வந்து தனக்கென்றுள்ள ஆதரவாளர்களுடன் தனித்து முகாமிட வேண்டும் என்று போர்டே கோபத்துடன் கூறினாள். பிற்பாடு அன்று, முகாமிட்டு இரவில் ஓய்வெடுக்கும் பொருட்டு ஜமுகா நின்றபோது, டெமுஜின்னும் அவனது கூட்டத்தினரும் ரகசியமாக வெளியேறி, முடிந்தவரை தொலைதூரத்தை எட்டிவிட வேண்டும் என இரவெல்லாம் சென்று கொண்டிருந்தனர். திட்டமிட்டபடியோ தன்னெழுச்சியாகவோ, ஜமுகாவின் ஆதரவாளர்கள் பலர் தம் விலங்குகளுடன் டெமுஜின்னுடன் சேர்ந்துகொண்டனர். தன் குழு கலைந்தாலும், ஜமுகா அவர்களைப் பின்தொடரவில்லை.

அக்கோடை காலத்தின் ஆரம்பகட்ட இரவன்று இவ்விரு இளைஞர்களுக்கிடையே ஏற்பட்ட பிளவு, முன்னோடி மங்கோலிய வீரர்களாக அவர்கள் செல்வாக்குடன் வளர்ந்து, கடுமையான எதிரிகளாக மாறிடும், இரு தசாப்த யுத்தமாக உருக்கொண்டு விட்டது. 19-வயதில் ஜமுகாவுடன் ஏற்பட்ட விரிசலுக்குப் பிறகு, போர்வீரனாகி, தன் ஆதரவாளர்களை ஈர்த்து, அதிகார தளத்தை நிறுவி, கடைசியில் தலைவராகி, ஒழுங்கற்ற மங்கோலியப் பழங்குடியை ஒன்றுபடுத்துபவராக வேண்டும் என டெமுஜின் தீர்மானித்ததாகத் தோன்றிற்று. அந்நிகழ்வுப் போக்கில், அவனது பிரதான எதிரி ஜமுகாவாயிருப்பான், அவர்களது பூசல் எல்லா மங்கோலியரையும் ஒரு உள்நாட்டுப் போரில் வளைத்து விடும். இவ்விரு போட்டியாளர்களும் அடுத்த கால் நூற்றாண்டினை, ஒருவரிடமிருந்து மற்றவர் விலங்குகளையும் பெண்களையும் திருடியும், ஒருவர் மற்றவரது ஆதரவாளர்களைக் கொள்ளையடித்தும் கொன்று தீர்த்தும், இறுதியில் அனைத்து மங்கோலியரையும் ஆளப் போவது யாரென்று போராடுவதிலும் கழித்தனர்.

அடுத்து வந்த ஆண்டுகளில், தோன்றி மறையும் அணி சேர்க்கைகள்-நடைமுறை விசுவாசங்களின் தொடர்ந்து மாறிவரும் நிலையில், மங்கோலியரிடையே அவர்கள் ஒவ்வொருவரும்

குடும்பங்கள்-குலங்களின் ஆதரவாளரைப் பெற்றனர்; இருப்பினும் இன்னும் ஆற்றல்மிக்க கெரியத்கள், தாத்தாரியர்கள், நைமன்கள் போல, அனைத்து வம்சாவளியினரையும் தனியொரு பழங்குடியாக ஒருங்கிணைத்திட யாராலும் இயலவில்லை. மங்கோலிய வாய்மொழி வரலாற்றின்படி, ஒருகாலத்தில் அவர்கள் தனியொரு கானின் கீழ் ஒன்றுபட்டிருந்தனர்; ஆனால் சமீபத்தைய தலைமுறைகளில் யாராலும் அவர்களை மீண்டும் ஒன்றுபடுத்த இயலவில்லை. ஜமுகாவுடன் ஏற்பட்ட பிரிவின் 8 ஆண்டுகளுக்குப் பிறகு, சேவல் ஆண்டான 1189-இன் கோடையில், 27 வயதான டெமுஜின் மங்கோலியரின் தலைவன் என்னும் கான் பட்டத்திற்காக ஒரு நாடகம் தயாரிக்கத் தீர்மானித்தான்; அப்பட்டத்தைப் பெற்றுவிட்டால், ஜமுகாவின் ஆதரவாளர்களை இன்னும் தன் பக்கம் சேர்த்துவிட முடியும், அப்போது தன் கூற்றினைத் தானே நிறைவேற்றிய தீர்க்க தரிசனமாக்க முடியும் என்று நம்பினான். இல்லாது போனால் குறைந்த பட்சம், அவ்விருவருக்கும் இடையே இறுதிப் போராட்டத்தைத் தூண்டி விட்டு, இப்போட்டிகளுக்கு இன்னும் உறுதியான தீர்வு கிட்டிவிடும்.

'குறில்தாய்' என்னும் மரபார்ந்த கூட்டத்தை அவர்கள் நடத்திடும், இருதயரூப மலையடிவாரத்திலுள்ள நீல ஏரியை ஒட்டிய ஸ்டெப்பிக்கு அவன் தன் ஆதரவாளர்களை அழைத்தான். குடும்பங்களும் வம்சாவளிகளும் குலங்களும் தமது இருப்பால் வாக்களித்தனர். அவர்தம் இருப்பே டெமுஜின்னை கானாக அதிகாரபூர்வமாக அங்கீகரித்தது; கூட்டத்திற்கு வராவிட்டால் அவனுக்கு எதிரான வாக்காகும். குறைந்தபட்சப் பெரும்பான்மை வெற்றியைத் தந்துவிடும். இத்தகைய சந்தர்ப்பத்தில், ஒரு பட்டியல் வழமையாகத் தயாரிக்கப்பட்டு, தேர்தல் சரிபார்ப்பாக மனனம் செய்யப்படும், ஆனால் எந்த கணக்கும் கிடைக்காததால், அளவான நபர்கள் கூடியிருக்க வேண்டும். அதிக எண்ணிக்கையிலான வம்சாவளிகள், பெரும்பான்மையாகக்கூட இருக்கலாம், இன்னும் ஜமுகாவை ஆதரித்தன.

டெமுஜின்னின் குடும்பம், விசுவாசமான ஆதரவாளர்கள், சிதறுண்ட குடும்பங்களைக்கொண்ட அவனது பழங்குடி இப்போது, மற்ற ஸ்டெப்பிப் பழங்குடிகளுடன் ஒப்பிடுகையில், சிறியதாகவே இருந்தது, அவன் இன்னும் ஓங்கானின் அடிமையாகவே இருந்தான். தன் புதிய பொறுப்பு ஓங்கானுக்கான சவால்

இல்லை என்று எடுத்துக்காட்டும் வகையில், தன் விசுவாசத்தை உறுதிப்படுத்தியும் அவரது ஆசீர்வாதத்தை வேண்டியும், கெரியத் தலைவரிடம் ஒரு தூதரை அனுப்பினான். ஓங்கான் மற்றும் கெரியத் பழங்குடியின் கீழ், சிதறிக்கிடந்த மங்கோலியக் குலங்களை ஒன்றுபடுத்தவே டெமுஜின் முற்படுவதாக அத்தூதர் ஓங்கானிடம் விளக்கினார். அதனை ஏற்றுக்கொண்ட ஓங்கான், மங்கோலியர் விசுவாசமாயிருக்கு மட்டும், அவர்கள் ஒன்றுபடுவதில் பிரச்சனையில்லை என்றெண்ணியதாகத் தோன்றியது. அடிமைப்பட்ட மங்கோலியரை ஓங்கான் பிளவுபட்டவராகவே வைத்திருந்தார். இரு இளைஞரது பேராசைகளையும் ஊக்குவித்து, ஒருவரை எதிர்த்து மற்றவர் போட்டியிட்டு வருவது அவர்களைப் பலவீனப்படுத்தி, கெரியத்துகளின் கானாக தனது கட்டுப்பாட்டில் வைத்திருக்கும் என்பது ஓங்கானின் நிலையாக இருந்தது.

ஆதரவைப் பெற்றதும் சிறிய குழுவின் கானாக இயங்கிடப் போதுமானது என்று அவன் கருதினான். தன் இளம் பருவப் பாடங்களை வழிகாட்டியாகக் கொண்டு, தன் பழங்குடிக்குள்ளேயே புதியதொரு ஆற்றைலமைப்பை நிறுவுதல் என்னும் தீவிர நிகழ்வுப் போக்கை ஆரம்பித்தான். தன் பழங்குடி மையமாக அல்லது நீதிமன்றமாக இயங்கிய தலைவனின் கூடாரங்களின் வலைப்பின்னல் ordu அல்லது horde எனப்பட்டது. பெரும்பாலான ஸ்டெப்பிப் பழங்குடிகளில், கானின் ordu என்பது, அவனது உறவினர்களால் ஆனது, பழங்குடி மீது ஒருவித உயர்குடியாக இயங்குவது , மற்றும் அதனைப் பராமரித்து தலைமை தாங்குவது. எனினும், உறவு முறையைப் பார்க்காமல், தனிநபரின் திறமைக்கும் விசுவாசத்திற்கும் ஏற்ப, டெமுஜின் டஜன் கணக்கிலான பொறுப்புகளை ஒதுக்கீடு செய்தான். ஒரு தசாப்தத்திற்கும் மேலாக விடாது விசுவாசமாயிருந்துள்ள, பூர்ச்சு மற்றும் ஜெல்மி ஆகிய முதலிரு ஆதரவாளர்களைத் தனது தனிப்பட்ட உதவியாளர்களாக ஆக்கினான். ஒருவனின் திறமைகளை அறிந்து அதனடிப்படையில் சரியான பணியை ஒப்படைப்பது அன்றி வம்சாவளி சார்ந்து டெமுஜின் தீர்மானிப்பதில்லை.

முதலாவது நியமனங்கள், விலங்குகளைக் கொன்று வெட்டி பெரிய பாத்திரங்களில் இட்டு வேகவைக்கின்ற சமையல்காரர்கள் தொடர்பானது. ஆனால் அவனது தந்தை நஞ்சூட்டப்பட்டிருந்ததால், அவன் எச்சரிக்கை கொண்டு பயந்திருந்ததும் அதுவே; மிகவும் தற்காப்பு கொண்டிருந்தான். சிலர் வில் வீரர்களாயினர், பலர்

மந்தைகளைக் காத்து நிற்கும் பொறுப்புகளைப் பெற்றனர்-அது பிரதான முகாமிலிருந்து மிகத்தொலைவில் மேற்கொள்ளப்பட வேண்டியிருந்தது. அவனது வலிமைமிக்க சகோதரன் காஸரை, முகாமைக் காத்திடும் வீரர்களுள் ஒருவனாக்கினான்; பிரதான முகாமுக்கு நெருக்கமாக.

எப்போதும் இருந்த, காயடிக்கப்பட்ட குதிரைகளின் கூட்டத்திற்குப் பொறுப்பாக, தனது மாற்றாந்தாய்வழிச் சகோதரன் பெல்குடெயை நியமித்தான். எல்லா நேரத்திலும் தன் முகாமைச் சுற்றிலும் இரவுக் காவலர்களாக 80 பேரும் பகல் காவலர்களாக 70 பேரும் இருக்கும் வகையில் 150 காவலர்களையும் உருவாக்கினான். டெமுஜின்னின் கீழ், ஆரம்பநிலை மங்கோலியப் பழங்குடி நிர்வாகம், டெமுஜின்னின் இல்லத்தின் நீட்சியானது.

ஒரு கானாகவும் தன் நிர்வாக நீதிமன்றத்தை நிறுவுவதிலும் அங்கீகரிக்கப்பட்டு டெமுஜின் வெற்றி பெற்றாலும், அனைத்து மங்கோலியக் குலங்களின் கானாக டெமுஜின்னை ஏற்க மறுத்த, ஜமுகா தன் ஆதரவாளர்களை இன்னும் கட்டுப்படுத்தினார். ஜமுகா மற்றும் அவரது உயர்குடி வெள்ளை-எலும்பு வம்சாவளியினரைப் பொறுத்தவரை, டெமுஜின் கருப்பு எலும்பினரால் வழிபடப்பட்ட துடுக்கான பேர்வழியே தவிர வேறொன்றுமில்லை; அவனுக்குப் பாடம் கற்பித்து அடக்கிவைக்க வேண்டும். டெமுஜின் தெரிவு செய்யப்பட்ட ஓராண்டுக்குப் பிறகு 1190-இல், ஒரு கால்நடைக் கொள்ளையின்போது டெமுஜின்னின் ஆதரவாளர்களில் ஒருவனால், ஜமுகாவின் உறவுக்காரன் கொல்லப்பட்டதைச் சந்தர்ப்பமாக்கி, தன் ஆதரவாளர்களையெல்லாம் சண்டைக்கு அழைத்தான். இருதரப்புகளிலும் நூற்றுக்கு மேலானவர்கள் திரண்டனர். இச்சண்டையில் ஜமுகாவின் வீரர்கள் டெமுஜின்னின் ஆதரவாளர்களை வீழ்த்தினர். அந்த ஆதரவாளர்கள் மீண்டும் அணிசேர்வதைத் தடுத்திட, ஸ்டெப்பி வரலாற்றில் பதியப்பெற்ற மிகக் குரூரமான செயல்களில் ஒன்றினை ஜமுகா நிகழ்த்தினான். முதலில், பிடிபட்ட தலைவர்களில் ஒருவனது தலையைத் துண்டித்து, அவனது குதிரை வாலில் கட்டிவிட்டான். ரத்தம் சிந்தியது மற்றும் உடலின் மிகவும் புனிதமான பகுதி அவமதிக்கப்பட்டது, இறந்தவனின் ஆன்மாவை இழிவுபடுத்திற்று; குதிரையின் ஆபாசமான பகுதியில் தலையைப் பிணைத்தது அவனது குடும்பத்தையே அவமதிக்கச் செய்தது.

அப்புறம், ஜமுகா, பிடிபட்ட கைதிகளில் 70 பேரை உயிரோடு கொதிக்க வைத்தான்-அவர்தம் ஆன்மாக்களை அழித்திருப்பதான அம்மரணம், முழுதாக அவர்களை அழித்தொழித்தது. மங்கோலியருக்கு ஏழு என்பது கெடுவாய்ப்பான எண் என்பதால், 70 கொதிகலங்களின் இக்கதை, நாடகபூர்வமானதாக இருக்கக்கூடும், ஜமுகா மக்களைப் பெரிதும் திகிலடையச் செய்தான் தன் புகழுக்குக் கேடு இழைத்துக் கொண்டான். ஜமுகாவினால் இழைக்கப்பட்ட தேவையற்ற இக் குரூரம், சுவீகரிக்கப்பட்ட அதிகாரத்தின் மீதமைந்த பழைய உயர்குடி வம்சாவளிகளுக்கிடையிலான பிளவுகளுக்கு அழுத்தமளித்தது; திறமை-தனிப்பட்ட விசுவாசம் மீதமைந்த தாழ்ந்த நிலையிலானவற்றை அவமதித்தது. சண்டையில் தோற்றாலும் மங்கோலியரிடையே ஆதரவையும் அனுதாபத்தையும் பெற்ற டெமுஜின்னுக்கு இச்சம்பவம் தீர்மானகரமான திருப்புமுனையாயிருந்தது-மங்கோலியர் ஜமுகாவின் குரூரம் பற்றி அதீத அச்சம் கொண்டிருந்தனர். டெமுஜின்னின் வீரர்கள் தோற்கடிக்கப்பட்டாலும், அவர்கள் தம் இளமையான கானின் கீழே மெல்லத் திரண்டெழுவார்கள்.

ஜமுகாவுடனான பகைமை இன்னும் முடிந்துவிடவில்லை; ஆனால் 1195-இல், டெமுஜின்னுக்கு 33 வயதாக இருந்தபோது, அந்நியக் கொள்ளைக்கும் படையெடுப்புக்கும் எதிர்பாராத சந்தர்ப்பம் வாய்ந்தது-அது அவனின் ராணுவப் பெருமிதத்தையும் மங்கோலியரிடையிலான பொருளாதார அதிகாரத்தையும் பெரிதும் அதிகரிக்கச் செய்தது. கோபியின் தெற்கிலுள்ள கேதேயின் பண்பட்ட ஜுர்செட் ஆட்சியாளர்கள், பழங்குடியினரை ஒருவருக்கு எதிராக இன்னொருவரை சதா சண்டையிடும் வகையில், ஸ்டெப்பி அரசியலுக்குள் அடிக்கடி இறங்கினர்; இதனால் தமது அதிகாரத்தையே மிரட்ட முடியாதவாறு மிகப் பலவீனராயிருந்தனர். மரபு வழியில் அவர்கள் தாத்தாரியரின் சகாக்களாக இருந்தபோதும், தாத்தாரியர்கள் மிகவும் வலுப்பெற்று வருவதைக் கண்டு பயந்து, அவர்களைத் தாக்கும் பொருட்டு ராணுவத்தை வளர்த்தெடுக்குமாறு ஓங்கானை சீண்டிவிட்டனர். இதனால், ஜுர்செட்களின் பொன்னிற கான் மற்றும் டெமுஜின்னின் உதவியுடன், மிகவும் வளமான தாத்தாரியப் பழங்குடியைத் தாக்கி கணிசமாகக் கொள்ளையிட முடியும் என ஓங்கான் திட்டமிட்டான்.

1196 குளிர்காலத்தில் கெரியத் ஆட்சியாளரான ஓங்கான் மற்றும் மங்கோலிய ஆதரவாளர்கள் சேர்ந்த டெமுஜின் தாத்தாரியர்களுக்கு

எதிரான படையெடுப்பில் இறங்கினர்; வகை மாதிரியான ஸ்டெப்பி தாக்குதலின் அதே தந்திரங்களுடன் ஆனால் பெரிய அளவில், மேற்கொள்ளப்பட்ட அப்படையெடுப்பு, துரிதமானதும் எளிதானதுமான வெற்றியைக் கொண்டுவந்தது. யுத்தம் அளிக்கக்கூடிய அபரிமிதமான கொள்ளைப் பொருளால் டெமுஜின் மிகவும் வியப்புற்றான். ஜுர்செட் அரசுடனான அண்மைத்தன்மை, சீனப் பேரரசின் நவீனமான பொருட்கள் காரணமாக தாத்தாரியர்கள், ஸ்டெப்பியின் வேறெந்த பழங்குடியைவிடவும் அதிக வர்த்தகப் பொருட்களைப் பெற்றிருந்தனர். கைப்பற்றப்பட்ட பொருட்களில் மங்கோலியரை ஈர்த்த அரிதான ஒன்று-வெள்ளியில் பதிக்கப்பட்ட தொட்டிலை, பொன்னிழைகளாலும் முத்துக்களாலும் அலங்கரிக்கப்பட்ட பட்டுப் போர்வை மூடியிருந்தது. பிடிபட்ட தாத்தாரியக் குழந்தைகள்கூட, பொன்னிழைகளால் அலங்கரிக்கப்பட்ட சாடின் ஆடைகளை உடுத்தியிருந்தனர், ஒரு சிறுவன் மூக்கிலும் காதுகளிலும் பொன் வளையங்கள் மாட்டியிருந்தான். வறுமைப்பட்ட மங்கோலியரில் யாரும், குழந்தைகூட, இத்தகு ஆடம்பரப் பொருட்களை கண்டதே இல்லை.

ஆற்றல்மிக்க ஜுர்செட் அரசு எப்படி ஓர் எல்லைப் பழங்குடியை இன்னொன்றுடன் சண்டையிட எப்படிப் பயன்படுத்தியது என்பதை டெமுஜின் தெளிவாக அறிந்து கொண்டான். ஓராண்டில் கெரியத்துகளுக்கு எதிராக தாத்தாரியருடன் சேர்ந்து கொள்வார்கள், அடுத்த ஆண்டு தாத்தாரியர்களுக்கு எதிராக கெரியத்துகள் மற்றும் மங்கோலியருடன் சேர்ந்து கொள்வார்கள். ஜமுகாவின் நிலைபாட்டைப் போலவே, இன்றைய சகாக்கள் நாளைய எதிரிகளாக முடியும்; இன்றைக்கு வெல்லப்பட்ட பழங்குடி, முடிவுறாத பூசல் மற்றும் சண்டையின் சுழற்சியில், திரும்பத்திரும்ப வெல்லப்பட வேண்டியிருந்தது. எந்த வெற்றியும் தீர்மானகரமானதில்லை, எந்த அமைதியும் நிரந்தரமானதில்லை. இந்த அழிவிலிருந்து டெமுஜின் வடிவமைக்க இருக்கும் புதிய உலகில் இப்பாடம் இறுதியில் ஆழ்ந்த தாக்கத்தைக் கொண்டிருக்கும், ஆனால் இப்போது இக்குறிப்பிட்ட சண்டையின் விசித்திரங்கள், முன்னெப்போதும் இருந்திராத அளவில் பொருட்களை அவன் மக்களுக்குக் கொண்டு வந்தது, அவர்களிடையேயான அவனது செல்வாக்கை அதிகரிக்கச் செய்தது.

மங்கோலியரைக் கட்டுப்படுத்துவதில், ஜமுகாவுக்கு எதிரான போராட்டத்தை டெமுஜின் இன்னும் கொண்டிருந்தான். தாத்தாரியரிடமிருந்து எடுத்துவரப்பட்ட கொள்ளைப் பொருட்கள், மேலும் ஆதரவாளர்களை ஈர்த்தது; பிற மங்கோலிய வம்சாவளிகளிடையே தனது அதிகாரத்தை அதிகரிக்கத் தொடங்கி, அவர்தம் பிரதேசங்களுக்குள் விரிவாக்கம் செய்தான். பெரிய பழங்குடியினரின் பகுதிகளுக்குள் அவனால் விரிவாக்கம் செய்ய முடியவில்லை ஆனால், கெர்லென் ஆற்றங்கரை ஓரமாக டெமுஜின்னின் குழுவுக்கு தெற்கேயுள்ள சிறியதொரு மங்கோலிய வம்சாவளியான ஜுர்கின் போன்ற சிறியவற்றைத் தள்ளிவிட முடிந்தது.

தாத்தாரியருடன் சண்டையிட டெமுஜின் சம்மதித்தபோது, ஜுர்கின் உறவினர்களது உதவியை உறுதிப்படுத்தியிருந்தான்- அவர்கள் முதலில் சம்மதித்திருந்தனர். ஆனால் படையெடுப்புக்கு டெமுஜின் தயாரானபோது, ஜுர்கின்கள் வந்து சேர்வதற்காக ஆறு தினங்கள் காத்திருந்தான், அவர்கள் வரவே இல்லை, குறில்தாயில் வெறும் இருப்பே ஆதரவு வாக்காக கருதப்படுவது போலவே, படையெடுப்பில் சேராதிருப்பது, படையெடுப்புத் தலைவரிடத்தே நம்பிக்கை இல்லா வாக்காகும். ஜுர்கின் மற்றும் டெமுஜின் ஆதரவாளர்களுக்கிடையிலான உறவுகள் முன்னரே சீர்கெட்டிருந்தன. தம்மைச்சுற்றியிருந்த ஒவ்வொருவரையும் போலவே, ஜுர்கின் வம்சாவளி டெமுஜின்னின் வம்சாவளியைக் குறைத்து மதிப்பிட்டது; டெமுஜின்னையும் அவரது ஆதரவாளரையும் இகழ்ச்சியுடன் நடத்தியது.

இவ்விரு குழுக்களிடையே வளர்ந்த விரோதத்தைப் பற்றிய சுவையான கதையொன்று உண்டு. தாத்தாரிய படையெடுப்பு தொடங்குவதற்குச் சற்று முன்பு, டெமுஜின் ஜுர்கின்களை ஒரு விருந்திற்கு அழைத்திருந்தான்; ஆனால் டெமுஜின்னின் மாற்றான் தாய்வழிச் சகோதரன் இழிவான முறையில் தாக்கப்பட்டபோது, அமளி வெடித்தது. டெமுஜின் கூட்டத்தின் குதிரைகளுக்கு காவலராக நியமிக்கப்பட்டிருந்தவர் பெல்குடெய்; விருந்து நடந்து கொண்டிருந்தபோது அவர் கண்காணித்துக் கொண்டிருந்தார். ஜுர்கின் குழுவைச் சேர்ந்த ஒருவர் ஒரு குதிரையைத் திருட முற்பட்டதும், பெல்குடெய் அவரைத் துரத்தினார், ஆனால் இன்னொரு ஜுர்கின் நபர், மல்யுத்த வீரர் புரியால் தடுத்து நிறுத்தப்பட்டார். புரியுடன் சண்டையிடத் தயாராயிருந்த

பெல்குடெய் அவனது சட்டையினை இழுத்துவிட அவனது மேல்பாகம் உடையின்றி வெளிப்பட்டது. பெல்குடெயுடன் சண்டையிடுவது தன் தகுதிக்குரியதல்ல என்பதால் புரி தன் வாளை உருவி பெல்குடெயின் தோளில் கீறினான். இப்படிச் செய்வது பெரிய புண்படுத்தலாகும். குடிபோதையிலிருந்த விருந்தினர்கள் தமக்குள் சண்டையிட ஆரம்பித்தனர். ஆயுதங்களில்லாததால் உணவுப் பொருட்களை வீசியும் அகப்பைகளால் தாக்கியும் சண்டையிட்டனர்.

தாத்தாரியர்களுக்கு எதிரான சண்டையில் ஜுர்கின்கள் சேர்ந்து கொள்ளாததுடன், டெமுஜின் இல்லாததைப் பயன்படுத்தி, அவனது முகாமைத்தாக்கி ஆதரவாளர் பலரைக் கொன்றனர், அவர்தம் உடைகளைக் கிழித்தனர். எனவே தாத்தாரியர்களுக்கு எதிரான வெற்றியை ஒட்டி தன் ஆட்சிப் பிரதேசத்தை விரிவாக்க டெமுஜின் முற்பட்டபோது, அவன் முதலில் தாக்கியது ஜுர்கின்களையே, 1197-இல் அவர்கள் மேல் படையெடுத்திருந்தவன், இப்போது வீரனாகவும் தளபதியாகவும் திறன்கள் மேம்பட்டிருக்கவே, எளிதாக அவர்களைத் தோற்கடித்தான். இத்தருணத்தில், டெமுஜின் தனது ஆட்சிப் பாணியில் இரண்டாவது அடிப்படை மாற்றத்தை மேற்கொண்டான்-முதலாவது மாற்றத்தில், குடும்ப உறுப்பினர்களுக்குப் பதிலாக விசுவாசமிக்க சகாக்களை முக்கிய பொறுப்புகளில் நியமித்திருந்தான்-அது அவன் அதிகாரத்தில் உயர்ந்ததை அடையாளப்படுத்திற்று.

ஸ்டெப்பிப் போர் முறையின் நீண்ட வரலாற்றில், தோற்கடிக்கப்பட்ட பழங்குடி கொள்ளையடிக்கப்படும், சில உறுப்பினர்கள் கைதிகளாக்கப்படுவர், எஞ்சியவர்கள் அவர்கள் வழியில் விட்டுவிடப்படுவார்கள். தோற்கடிக்கப்பட்ட குழுக்கள் மாற்றியமைக்கப்படும் அல்லது எதிர்தாக்குதல் செய்யும் அல்லது விலகிச்சென்று எதிரிப் பழங்குடிகளுடன் சேர்ந்து கொள்ளும் எனினும் ஜுர்கின்களை வென்ற டெமுஜின், தீவிரமிக்க புதிய கொள்கையைப் பின்பற்றினான்-தாக்குதல்-எதிர்தாக்குதல் மற்றும் கூட்டணிகளை உருவாக்குதல்-கலைத்தல் என்னும் சுழற்சியை அடிப்படையில் மாற்றிவிடும் பேராசையை வெளியிட்டான். போரில் தன்னுடன் சேர்ந்து கொள்ளும் வாக்குறுதியை நிறைவேற்றத் தவறியமைக்காகவும் மற்றும் தான் இல்லாதபோது தன் முகாமினைத் தாக்கியமைக்காகவும், ஜுர்கின்களது உயர்குடித் தலைவர்களைப் பொது விசாரணைக்குள்ளாக்கிட,

தன் ஆதரவாளர்களது குறில்தாயைக் கூட்ட அழைப்பு விடுத்தான். அவர்கள் குற்றவாளிகள் என்பது தெரிய வந்ததும், அவர்களைத் தூக்கிலிட வைத்தான்-சகாக்களுக்கு காட்டவேண்டிய விசுவாசத்தின் மதிப்பு மற்றும் இனியும் தனிச்சிறப்பான உரிமைகளுக்குரியவர்களல்ல என எல்லா வம்சாவளிகளின் உயர்குடித் தலைவர்களுக்குமான தெளிவான எச்சரிக்கை என்பவை குறித்த பாடமாக இருக்கும் வகையில். அடுத்து, ஜுர்கின்களது நிலங்களை ஆக்கிரமித்து, எஞ்சியுள்ள உறுப்பினர்களைத் தன் குலத்தவரிடம் ஒப்படைத்து, முன்னெப்போதும் மேற்கொண்டிராத காலடியை எடுத்துவைத்தான். இரு குலங்களையும் சேர்ந்த சிலர் இதனை, ஜுர்கின்கள் அடிமைகளாக்கப்படுவதாகக் கருதினர்-அது ஸ்டெப்பி சம்பிரதாயத்தில் இருப்பதுதான். ஆனால் *The Secret History* யின்படி, டெமுஜின் அவர்களை அடிமைகளாக அல்லாமல், நல்ல நிலையில் உறுப்பினர்களாகவே ஆக்கிக் கொண்டான். இதற்கு அடையாளமாக, ஜுர்கின்களது அநாதைச் சிறுவனை ஹேலூனிடம் தந்து அவளது மகனாகவே வளர்க்கச் செய்தான். டெமுஜின் முன்னர் செய்திருந்ததுபோல, மெர்கிட், தாயிசியுட், தாத்தாரியர் எனத் தோற்கடிக்கப்பட்ட ஒவ்வொரு பழங்குடியிடமிருந்தும் ஒரு சிறுவனை எடுத்து அவர்களைத் தம்பியராக்கியது போல, அந்த ஜுர்கின் சிறுவனைத் தன் தாய் தனது தத்துப்பிள்ளையாக்கிக்கொள்ள வைத்தான். உணர்வோட்ட காரணங்களுக்காக / அரசியல் காரணங்களுக்காக இந்நடவடிக்கைகள் மேற்கொள்ளப்பட்டாலும், இக் கற்பித உறவு நிலையைப் பயன்படுத்துவதன் வாயிலாக, தன் ஆதரவாளர்களை ஒன்றுபடுத்துவது, குறியீட்டு முக்கியத்துவமும் நடைமுறை நன்மையையும் கொண்டதாயிற்று. அதே வழியில், தன் குடும்பத்தில் இச்சிறுவர்களை ஏற்றுக் கொண்டதன் மூலம், வெற்றிகொள்ளப்பட்டவர்களைத் தன் பழங்குடிகளுக்குள் ஏற்று, எதிர்கால வெற்றிகளிலும் தன் ராணுவத்தின் வளத்திலும் சமமாகப் பகிர்ந்து கொள்ளும் வாய்ப்பினை அனுமதித்தான்.

தன் புதிய அதிகாரத்தை வெளிக்காட்டும் வகையில், வெற்றிகொண்ட மங்கோலியர் மற்றும் புதிதாக ஏற்றுக்கொள்ளப்பட்ட உறவினர் இருவருக்குமான விருந்துடன் டெமுஜின், ஜுர்கின் சம்பவத்தை நிறைவு செய்தார். ஓராண்டுக்கு முந்தைய விருந்தில் பெல்குடெயின் தோளைக் கீறிய மல்யுத்த வீரன் புரியை வரவழைத்து, அவ்விருவருக்கிடையே ஒரு மல்யுத்தப் போட்டிக்கு ஏற்பாடு செய்தார். யாரும் புரியைத் தோற்கடித்திருந்ததில்லை ஆனால்

டெமுஜின்னின் சீற்றத்திற்குப் பயந்து, பெல்குடெய் தன்னைத் தூக்கி எறிந்திட அனுமதித்தான். இயல்பாக இப்புள்ளியில் போட்டி முடிந்துவிடும்; ஆனால் டெமுஜின்னும் பெல்குடெயும் வேறொரு திட்டத்தை வகுத்தனர். பெல்குடெய் புரியின் தோள்களைப் பற்றி, குதிரையைப் போல அவன் பிருஷ்டங்களில் ஏறி, டெமுஜினிடமிருந்து சைகை வந்ததும், தன் முழங்காலால் உதைத்து அவன் முதுகெலும்பை முறித்து விட்டான். அப்புறம் பெல்குடெய் புரியின் உடலை இழுத்துச் சென்று முகாமுக்கு வெளியே போட, அங்கு தனியே இறந்து கிடந்தான்.

டெமுஜின், ஜுர்கின்களது தலைவர்களை எல்லாம் வெளியேற்றி இருந்தான். ஸ்டெப்பியிலுள்ள தொடர்புடைய குலங்களுக்கெல்லாம் இதன் செய்தி தெளிவானது. டெமுஜின்னை உண்மையாக ஆதரிப்போருக்கு வெகுமதி கிட்டும், ஒன்றாக நடத்தப்படுவார்கள். அவனைத் தாக்க முற்படுவோர்களிடம் அனுதாபம் காட்ட மாட்டான்.

ஜுர்கின்களைத் தோற்கடித்தபிறகு அவன் தன் ஆதரவாளர்களுடன் கெர்லென் ஆற்றையடுத்த பிரதேசத்திற்கு வந்தான். கெர்லெனுடன் ஸெங்கெர் என்னும் சிறிய நதி சங்கமிக்கும் இடத்தில் டெமுஜின் தன் ஆதார முகாமை நிறுவினான். பின்னாட்களில் இது அவர்கா என்றழைக்கப்படும் தலைநகரமாயிற்று, ஆனால் இச்சமயத்தில் ஒரு தொலைதூர முகாமாகவே இருந்தது. இவ்விரு நதிகளுக்கு இடைப்பட்ட நிலம், மங்கோலியனில் தீவு எனப் பொருள்படுகின்ற aral எனப்பட்டது. ஸெங்கெர் மற்றும் கெர்லென் நதிகளுக்கு இடைப்பட்ட தீவு, பரந்து விரிந்த மேய்ச்சல் நிலத்தை வழங்கியதால், 'கிராமத்தீவு' என்று பொருள்படும் வகையில், கொடோ அரால் என்றழைத்தனர்; செவ்வியல் மங்கோலியனில் 'வெற்று நிலம்' எனப்பட்டது-மரங்களற்ற பரந்து விரிந்த ப்ரைரிக்கு மத்தியில் இருந்த இத்தனிமைப்பட்ட இடத்துக்குப் பொருத்தமான பெயராக அது இருந்தது.

அவர்கா வேற்று நிலமாயிருப்பினும், ஸ்டெப்பி மேய்ப்பர்களின் லட்சியபூர்வ இல்லமாயிருந்தது. தெற்குச் சூரியனின் ஒளியையும் கதகதப்பையும் வாசல்வழியே நுழைந்திடவும் அதேபோல சில்லிடும் வடகாற்றினை நுழையாது தடுத்திடவும் ஏற்றவகையில், கூடாரம் தெற்கு நோக்கி இருப்பதை மேய்ப்பர்கள் விரும்புவார்கள். தண்ணீரைப் பார்த்திருப்பது அவர்களுக்குப்

பிடித்தாலும் மிகவும் சமீபத்திருப்பதை விரும்பமாட்டார்கள். மனிதக் கழிவால் மாசுபடுவதைத் தவிர்த்திட, ஆற்றிலிருந்து முப்பது நிமிட நடை, சரியான தூரமாகத் தோன்றும்.அந்தத் தூரம், கோடைகாலத்துப் பூச்சிகளிடமிருந்தும், சிலவேளைகளில் ஆற்றுச் சமவெளிகளினூடே ஏற்படும் திடீர் வெள்ளங்களிடமிருந்தும் பாதுகாப்பையும் அளிக்கும். அத்துடன், அவர்கா, டெமுஜின் பிறந்த இடம் மாம் புர்கான் கல்தூண் என்னும் புனித மலைக்கு நெருக்கமாயிருந்தது; கெர்லென் ஆற்றின் தோற்றுவாயில் சுமார் 130 மைல் உயரத்தில் இருந்தது அப்புனிதமலை. 1197-லிருந்து டெமுஜின்னின் இறுதிவரையிலும் அவனின் இயங்கு தளமாகி, இவையனைத்தையும் அவனுக்கு வழங்கிற்று.

டெமுஜின்னின் ஆதரவாளர்கள் தம் புதிய இல்லத்தில் நான்காண்டுகள் செழித்தோங்கினாலும், அவனது பழங்குடி அளவில் பெருகிவர, அவனது தலைமையை அங்கீகரிக்க ஜமுகா மறுதலித்தான்; தம் மரபார்ந்த வாழ்க்கை முறையில் டெமுஜின் கொண்டு வந்த தீவிர மாற்றங்களை விரும்பாத உயர்குடிக் குலத்தவருக்கு ஜமுகாவே தொடர்ந்து மையமாக இருந்து வந்தான். சேவல் ஆண்டான 1201-இல், அவர்களது ஆதரவுடன் மங்கோலிய மக்கள் அனைவருக்குமான ஆட்சியாளர் ஆகிட ஒரு நாடகமாடினான். டெமுஜின் மற்றும் ஓங்கான் இருவருக்கும் சவால்விடுக்கும் வகையில், ஜமுகா ஒரு குறில்தாயினைக் கூட்டினான்; அது அவனுக்கு தொன்மையானதும் கண்ணியமிக்கதுமான குர்-கா அல்லது குர்-கான் என்னும் விருதை அளித்தது-தலைவர்களின் தலைவன் அல்லது கான்களின் கான் என்று அதற்குப் பொருள். அவனது மக்கள் புதிய விசுவாசப் பிரமாணம் மேற்கொண்டனர்-அதனைக் கண்ணியப்படுத்தும் வகையில் ஓர் ஆண் மற்றும் ஒரு பெண் குதிரையைப் பலியிட்டனர்.

அவ்விருது தொன்மையதானது என்பதற்காக மட்டும் ஜமுகா அதனைத் தெரிவு செய்யவில்லை; இன்னும் கேடான நோக்கமும் கொண்டிருந்தான். குர்-கான் என்னும் விருதைக் கடைசியாகக் கொண்டிருந்தது, ஓங்கானின் மாமா; அவர் தனக்கு எதிராக ஓங்கான் கிளர்ச்சி செய்யும் வரை கெரியத் மக்களை ஆட்சி செய்திருந்தார்; அக்கிளர்ச்சியின் போது ஓங்கான் அவரையும் அவரது சகோதரரையும் கொன்றுவிட்டான். இக்கிளர்ச்சியின் போதுதான் டெமுஜின்னின் தந்தை எசுகை ஓங்கானின் சகாவானார். இவ்விருதைத் தெரிவு செய்ததன் மூலம், ஜமுகா, ஓங்கான் மற்றும்

தனக்குக் கீழிருந்த டெமுஜின் இருவரின் அதிகாரத்திற்கும் சவால் விட்டான்.

ஜமுகாவால் இச்சண்டையில் வெல்ல முடிந்தால், மத்திய ஸ்டெப்பியின் உயரிய தலைவனாவான். தாயிசியுட் போன்ற முக்கியமான, உயர்குடிக் குலங்கள் அவன் பக்கம் இருந்தன- டெமுஜின் குடும்பம் கீழ்பட்டிருந்தது தாயிசியுட்களுக்குத்தான் மற்றும் அவர்களே சிறுவனாயிருந்த டெமுஜின்னை அடிமைப்படுத்தியதும், இவ்விரு மங்கோலிய குழுக்களுக்கிடையே வளரத் தொடங்கிய போராட்டம், கொள்ளையிடவும் சிறைப்பிடிக்கவுமான படையெடுப்புகளின் வரிசையாக மட்டும் இல்லை; அனைத்து மங்கோலியரது தலைமைக்காக, ஜமுகாவுக்கும் டெமுஜின்னுக்கும் இடையிலான மரணப் போராட்டமாகவும் இருக்கப்போகிறது. டெமுஜின்னுக்கு ஆதரவாக ஓங்கான் தன் வீரர்களைத் திரட்டி, ஜமுகாவுக்கு எதிராக தலைமை தாங்கி வெளிவந்தார்.

இத்தகைய படையெடுப்புகளின் நோக்கம், உண்மையில் சண்டையிடுவதல்ல, மாறாக, மறுதரப்பை மிரட்டி ஓடவைப்பதுதான். இப்பயத்தைத் தூண்டிவிட ஸ்டெப்பி வீரர்கள் பல தந்திரங்களை மேற்கொண்டனர். அவற்றில் ஒன்று, எதிர்த்தரப்பினரதும் அவர்தம் மூதாதையினருடையதுமான உயிர்ப்பதாகைகளை எடுத்துக் காட்டுவது. சண்டை தொடங்குமுன் வீரர்கள், தமது வழிகாட்டும் ஆன்மாக்களுக்கும் அவற்றின் மூதாதையருக்கும், உயிர்ப்பதாகையின் முன்னே மிருக பலியிடுவர். இத்தகைய ஆன்மிக நாடகங்கள் உணர்வுகளை எழுப்பி, பதற்றத்தை அதிகரித்துவிடும். தம் பொது மூதாதையின் உயிர்ப்பதாகையினை மறுதரப்பினரின் உறவினர் எடுத்துச் சென்றால், ஒரு தரப்பின் வம்சாவளியினர் சண்டையிடுவது சிரமமாயிருக்கக் காண்பர் அது ஒருவரின் தாத்தாவை அவரே தாக்குவது போன்றதாகிவிடும்.

சண்டைக்கு முந்தைய பரப்புரையில், முரசங்கள் மற்றும் அனைத்துச் சடங்கியல் சாதனங்களைச் சேர்த்துக்கொண்டு மருத்துவர்-புரோகிதர் இடம்பெறுவார். சண்டைக்கு முன்னர், எதிரியின் மருத்துவர்-புரோகிதர்கள் செம்மறியாட்டின் கருகிய தோள் எலும்புகளிலுள்ள விரிசல்களை வாசித்து, எதிர்காலத்தை முன்னுரைத்து விடுவார்கள். ஒரு மருத்துவ-புரோகிதரின்

இருப்பு, தன் தரப்புக்கு வெற்றியை முன்னுரைத்துள்ளதாக எடுத்துக்காட்டும்; அம்முன்னுரைப்பின் ஆற்றல், வெல்லுகின்ற தரப்பினை அவர் தெரிவு செய்திட்ட, கடந்தகால அனுபவத்தைப் பொறுத்தது. தன்னிடம் கனவுகளை வெளிப்படுத்திய எண்ணற்ற மருத்துவர்-புரோகிதர்களை டெமுஜின் தன் பால் ஈர்த்திருந்தான். பிற்பாடு முக்கிய பங்காற்றவிருந்த டெப் சென்ஜெரி அவர்களுள் ஒருவர். மருத்துவர்-புரோகிதர்கள் ஒரு திட்டின் மீதேறி முரசங்களை அறைந்து, மாயப்பாறைகளை அடித்து, ஆதரிக்கும் ஆன்மாக்களை வரவழைத்து காலநிலையைக் கட்டுப்படுத்துவர். இதன் நோக்கம், மறுதரப்பிலுள்ள வீரர்களை ஈர்த்து, உயரிய தரப்புக்கு மாறவைப்பது அல்லது தப்பியோட வைப்பதாகும்.

ஜமுகா கெரியத்துகளுக்கு எதிராக தன் ராணுவத்தை நிறுத்தியபோது, எண்ணிக்கையின் சாதகநிலை ஓங்கானுக்கும் டெமுஜின்னுக்கும் உரியதாயிருந்தது. மரியாதைக்குரிய மருத்துவர்-புரோகிதரின் டெமுஜின் அணியினரின் உளவியல் நன்மை, அவனது நிலையை வலுப்படுத்திற்று-குறிப்பாக, இரு தரப்புகளும் மருத்துவர்-புரோகிதரின் மாயாஜாலம் என்று கற்பித்த, தீவிர இடி-மின்னல் சேர்ந்த பயங்கரப் புயல் வீசிய பிறகு, ஜமுகாவின் ஆதரவாளர்கள் பலர் பயந்தோடி, ஜமுகாவைப் பின்வாங்குமாறு செய்தனர். ஓங்கானின் வீரர்கள் ஜமுகாவையும் அவனது படையின் பிரதான பகுதியையும் துரத்திச் சென்றனர்; ஓணோன் நதியை நோக்கி ஓடிய தாயிசியுட்களைப் பின்தொடருமாறு டெமுஜின்னுக்குக் கட்டளையிட்டார்.

டெமுஜின் தாயிசியுட்களை நெருங்கியதும் அவர்களைத் தோற்கடிப்பது எதிர்பார்த்ததை விடவும் சிரமமானதாயிருந்தது. ஸ்டெப்பியின் போர் முறை பிரதானமாக, குதிரை மேலிருந்து ஒருவர் இன்னொருவர் அம்புகளை எய்வது அல்லது பாறைகளுக்குப் பின்னுள்ள நிலைத்த இருக்கைகளிலிருந்து எய்வது அல்லது மரங்களடர்ந்த ஓணோன் பகுதியில், அவசர கோலத்தில் மரத்தடைகளைப் போடுவதாயிருக்கும். சண்டையிடுகையில், ஸ்டெப்பி வீரர்கள் குருதி சிந்துவதைத் தவிர்க்க முற்படுவர், எனவேதான் நேருக்கு நேரான மோதலில் அரிதாகவே சண்டையிடுவர். எதிரியின் சுவாசமோ வாசனையோ, அவனது ஆன்மாவின் அங்கத்தை எடுத்து வரும், இவ்வகையில் வீரர்கள் எதிரியை நுகர்ந்து மாசுபடுவதையும் தவிர்க்க முற்படுவர். தாக்குவோர் தம் எதிரிகளை நோக்கி குதிரையில் மொய்த்து,

நெருங்கிச் செல்கையில் ஓடுகையில் தொடர்ந்து எறிவார்கள். சில வேளைகளில் நீண்ட கழிகளுடன் சவாரி செய்யும் தாக்குவோர், தம் எதிரிகளை அவற்றால் தள்ளிவிட்டு, அவர்களைச் சுட்டு வீழ்த்தி, தம் காலடிகளில் விழவைப்பர்.

டெமுஜின் தரப்பினர் தம் எதிரிகளிடத்தே தோல்வியின் பெரும் பயத்தை பதித்துவிட்டாலும், டெமுஜின் மற்றும் தாயிசியுட் படைகள் எந்தத் தரப்பும் வெல்லாதபடி, நாளெல்லாம் சண்டையிட்டுக் கொண்டிருந்தனர். அன்றைய தினம் அம்பொன்று டெமுஜின் கானின் கழுத்தைத் துளைத்துச் சென்றது. இரவு கவிந்ததும், இரு தரப்பினரும் தம் ஆயுதங்களைக் கீழே போட்டுவிட்டு, அவர்கள் நாளெல்லாம் சண்டையிட்டிருந்த அதே களத்தில், நெருக்கமாக முகாமிட்டனர். இது விசித்திரமாகத் தோன்றினும், இரவில் நெருங்கியிருப்பதன் மூலம், அவர்கள் ஒருவரையொருவர் உன்னிப்பாகக் கவனித்து, திடீர் தாக்குதலைத் தடுக்க முடியும்.

டெமுஜின்னின் காயம் ஆழமிக்கதாக இல்லாதுபோயினும், அஸ்தமனத்தின் பின்னே பிரக்ஞையிழந்து விட்டான். இத்தகு காயங்கள் தொற்றுக்கு உள்ளாகும் அல்லது அம்பில் நஞ்சு தோய்க்கப்பட்டிருக்கலாம். அவனது விசுவாசமிக்க ஆதரவாளனும் அடுத்த நிலையிலிருந்த தளபதியுமான ஜெல்மி, அம்மாலைப் பொழுதெல்லாம் உடனிருந்து, காயத்திலிருந்து குருதியை உறிஞ்சியெடுத்தான். அக்குருதியை தரை மீது உமிழ்ந்து பூமியைப் பாதிப்படையச் செய்யாமல், அதனை விழுங்கிவிட்டான். அதன் பின்னுள்ள மதரீதியிலான காரணங்களுடன், குருதியை மறைப்பது, சிந்தப்பட்ட குருதி எவ்வளவு அதிகம் என மற்ற வீரர்கள் பார்ப்பதைத் தடுத்துவிடும் நடைமுறை மதிப்பை உடையது. இனியும் விழுங்க இயலாது என ஜெல்மி குருதியால் நிரம்பி, அவன் வாயிலிருந்து சிந்தத் தொடங்கியதும், தரையில் உமிழத் தொடங்கினான்.

நள்ளிரவுக்குப் பின், டெமுஜின் தற்காலிகமாக சுய நினைவு பெற்று, அய்ரக் என்னும் நொதிக்க வைக்கப்பட்ட குதிரையின் பால் வேண்டும் என மன்றாடினான். யுத்த களனில் முகாமிட்டிருந்தால், ஜெல்மியிடம் சிறிது தண்ணீர் தவிர வேறெதுவும் கிடையாது; ஆனால் தம் முகாமின் மத்தியில் தாயிசியுட்களிடம் ஏராளமான வாகனங்கள் தற்காப்பு வளையத்தில் நின்றன என்பதை

அறிவான். தன் உடைகளைக் கிழித்து, யுத்த களனிலிருந்து நழுவி, குதிரைப் பால் தேடி, எதிரிப்படையினரிடையே நிர்வாணமாக நடந்து போனான். மங்கோலியரைப் பொறுத்தவரை பொதுவில் நிர்வாணமாயிருத்தல் இழிநிலையின் பெரிய அடையாளம்; தாயிசியுட்களில் ஒருவன், இரவில் அப்படி ஒருவன் நிர்வாணமாகத் திரிவதைக் கண்டால், இயற்கை உபாதையைத் தீர்க்கப் போகிறான் என யூகித்துக் கொள்வான். தம்முடைய வீரர்களில் ஒருவனையே அவமதிப்பதாகும் என்னும் பயத்தில், வேறுபக்கம் திரும்பிக் கொள்வர். அவர்கள் அடையாளங்கண்டு கொண்டால், சக மங்கோலியரால் நிர்வாணமாக்கப்பட்டு அவமதிக்கப்பட்டுவிட்டதால், தாயிசியுட்களிடம் தப்பி வந்திருப்பதாகக் கூறிக் கொள்ளலாம் என ஜெல்மி எண்ணியிருந்தான். எந்தவொரு மங்கோலிய வீரனும் வேண்டுமென்றே நிர்வாணமாகப் பிடிபடுவதை விரும்பமாட்டான் என்பதால் அவர்கள் நம்பியிருக்கக் கூடும். தாயிசியுட்கள் விழித் தெழவில்லை; ஜெல்மிக்கு குதிரைப்பால் கிட்டாது போயினும் நொதிக்க வைக்கப்பட்ட தயிர்வாளி இருக்கவே, அதனை எடுத்துச் சென்றான்.

தண்ணீர் கலந்த தயிரினை இரவெல்லாம் டெமுஜின்னுக்கு ஊட்டினான். விடிந்ததும் டெமுஜின் தெளிவுபெற்று, தன்னைச் சுற்றிச் சிந்திக் கிடந்த குருதியையும் அரைபாதி ஆடையிலிருந்த சகாவையும் பார்த்தான்; குழப்பத்திலிருந்தவன் என்ன நடந்தது என வினவினான். நடந்ததைக் கேட்டறிந்தவன், குருதியை வேறெங்காவது உமிழ்ந்திருக்கக் கூடாதா என ஜெல்மியிடம் கேட்டான்.

வெளிப்பார்வைக்கு டெமுஜின்னிடம் நன்றி பாராட்டாமை தெரிந்தாலும், தாயிசியுட்களிடமிருந்து ஜெல்மி எப்படிக் காப்பாற்றினான் என்பதை மறக்காமல், பிற்பாடு முக்கியமான மங்கோலிய வெற்றிகளின் படையெடுப்புகள் சிலவற்றை அவனிடம் ஒப்படைத்தான்.

அவனது கால ஸ்டெப்பிப் பழங்குடிகள் சிறிது சீண்டலிலேயே அணி மாறினாலும், படைவீரர்கள் தம் தலைவர்களை விட்டுச் சென்றாலும், டெமுஜின்னின் தளபதிகளில் யாரும் அவனது 60 ஆண்டு கால வாழ்வில், கைவிட்டதில்லை. டெமுஜின்னும் தன் தளபதிகளில் யாரையும் தண்டித்ததுமில்லை, அவர்களுக்குத்

தீங்கிழைக்கவுமில்லை. வரலாற்றின் மாபெரும் மன்னர்கள், வெற்றியாளர்களிடையே இந்த விசுவாசப் பதிவு தனித்துவமானது.

தாயிசியுட்களுக்கு டெமுஜின்னின் காயம் பற்றித் தெரியாது; இரவில் அவர்களில் பலர் யுத்தகளனிலிருந்து நழுவத் தொடங்கினர். அடுத்த நாள் காலை, பெரும்பாலான வீரர்கள் தப்பியோடியிருந்தனர், டெமுஜின் அவர்களைத் தேடி தன் வீரர்களை அனுப்பினான். தோற்கடிக்கப்பட்ட ஜுர்கின்களை நடத்தியது போல, பெரும்பாலான தலைவர்களைக் கொன்று, எஞ்சியவர்களைத் தன் ஆதரவாளர்களாக ஏற்றுக் கொண்டான். தாயிசியுட்களால் அவன் பிடிக்கப்பட்டு சிறைவைக்கப்பட்டு சுமார் 30 ஆண்டுகளுக்குப் பிறகு, தான் தப்பிச் செல்ல உதவிய குடும்பத்தை அடிமைத்தளையிலிருந்து விடுவித்து வெகுமதி அளித்தான்.

டெமுஜின் தாயிசியுட்களைத் தோற்கடித்துக் கொண்டிருக்க, ஜமுகா, ஓங்கானின் ராணுவத்திலிருந்து தப்பிவிட்டான். ஜமுகா, தாயிசியுட்களை இழந்தபோதும், விசுவாசமான வேறுபல குலங்களைக் கொண்டிருந்தான்; ஸ்டெப்பியின் தொலைதூரப் பகுதிகளுக்கு தப்பி ஓடியபோது, புதிய சகாக்களைத் தன்னுடன் சேர்த்துக் கொண்டான்.

அவனுக்கும் டெமுஜின்னுக்கும் இடையிலான இறுதிப் பலப்பரிட்சை இன்னும் நிகழவில்லை.

தாயிசியுட்களிடம் டெமுஜின் தோற்றிருந்த மறு ஆண்டான, நாய் வருடமாகிய 1202-இல், கிழக்கில் தாத்தாரியரிடமிருந்து கொள்ளையடித்து வருமாறு இன்னொரு படையெடுப்பு நிகழ்த்திட டெமுஜின்னை அனுப்பிய ஓங்கான், மெர்கிட்களை எதிர்த்த இன்னொரு படையெடுப்புக்காக தன் இல்லத்தருகே இருந்தார்.

தாத்தாரியர்களுக்கு எதிரான இப்படையெடுப்பில், டெமுஜின், நீண்டகாலமாக ஸ்டெப்பி வாழ்வை நிர்வகித்து வந்த விதிகளில் தீவிரமாற்றங்களைச் செய்தான்; இம் மாற்றங்கள், அவனது ஆதரவாளர் சிலர் மற்றும் உயர்குடி வம்சாவளியினர் இருவரையும் பகைப்பதாயிருந்தன; சீர்திருத்தங்கள், பொருட்களை வழங்குதல்களால் செழுமைப்படுத்தப்பட்ட வாழ்வுடைய, தாழ்ந்த வம்சாவளியினர் பலரது விசுவாசத்தை ஆழப்படுத்திற்று. படையெடுப்பை அடுத்து படையெடுப்பாக நிகழ்த்திக் கொண்டிருந்த

டெமுஜின், கூடாரங்களைக் கொள்ளையடிப்பதற்கான அவசரம், இன்னும் முழுமையான வெற்றிக்குத் தடையாக இருந்ததை உணர்ந்து கொண்டிருந்தான். படையெடுக்கப்பட்ட முகாம்களின் வீரர்களைத் துரத்தியடிப்பதற்குப் பதிலாக, தாக்குபவர்கள் பொதுவாக அவர்களைத் தப்பியோட விட்டுவிடுவார்கள்; உடனடியாக அவர்களது முகாம்களைக் கொள்ளையடிப்பதில் குவிமையம் கொள்வர். இந்த முறை, தோற்கடிக்கப்பட்ட பல வீரர்களைத் தப்பச் செய்து, எதிர்தாக்குதல் செய்யத் திரும்பிவருமாறு செய்துவிட்டது; ஆகவே இப்படையெடுப்பில், தாத்தாரியர் மீதான இரண்டாவது வெற்றியில், தாத்தாரிய வீரர்களை முழுதாக வென்ற பிறகே கொள்ளை நடத்தப்படவேண்டும் என டெமுஜின் தீர்மானித்தான்; அப்போது முறையான வகையில் கொள்ளையை நிகழ்த்த முடியும்; கொள்ளையிடப்பட்ட பொருட்களையெல்லாம் அவனது மையக் கட்டுப்பாட்டில் கொண்டுவரப்பட, அவன் தகுதியானவர்களாக கருதுவோர்களுக்கு விநியோகிக்கப்பட்டன. குழுவேட்டை முடிவில் வேட்டைப் பொருட்களை வேடுவர்கள் மரபார்ந்த வழியில் பிரித்தளிப்பது போல அவன் விநியோகித்தான்.

இன்னொரு புதுமையாக, படையெடுப்பில் கொல்லப்பட்ட ஒவ்வொரு வீரரது விதவைக்கும் அநாதைக்கும் ஒரு படைவீரரது பங்கு ஒதுக்கீடு செய்யப்படவேண்டும் என அவன் கட்டளையிட்டான். தாத்தாரியர்கள் தன் தந்தையைக் கொன்றபோதான தன் தாயின் நிலை குறித்த நினைவாலோ மேலும் அரசியல் நோக்கங்களுக்காகவோ அவன் இதனைச் செய்திருந்தாலும், இது ஆழ்ந்த தாக்கத்தைக் கொண்டிருந்தது. இக்கொள்கை, தன் பழங்குடியின் மிகவும் வறியவர்களது ஆதரவை அவனுக்கு உறுதிப்படுத்தியது மட்டுமின்றி, அவனது வீரர்களிடையே விசுவாசத்தையும் ஏற்படுத்திற்று-தாம் மடிந்தால்கூட, பிழைத்திருக்கும் தம் குடும்பங்களை அவன் கவனித்துக் கொள்வான் என்பதை அவர்கள் அறிந்திருந்தனர்.

தாத்தாரியர்களைத் தோற்கடித்த பிறகு, டெமுஜின் ஆதரவாளர்களில் சிலர், தனிப்பட்ட கொள்ளை கூடாது என்னும் அவனது உத்தரவைப் புறக்கணித்தனர்; இச்சீர்திருத்தத்தைக் கொண்டுவருவதில் தான் எவ்வளவு தீவிரம் கொண்டுள்ளதை வெளிக்காட்டும் விதமாக, கடுமையான ஆனால் பொருத்தமான தண்டனையை அளித்தான். அவர்களிடமிருந்த பொருட்களையெல்லாம் இழக்குமாறு செய்தான். கொள்ளையிட்டவற்றை விநியோகம் செய்ததைக்

கட்டுக்குள் கொண்டுவந்து, தனக்குக் கீழிருந்த உயர்குடி வம்சாவளியினரின் மரபுவழி உரிமைகளை மீறினான். அவனது சீர்திருத்தங்களின் தீவிரத்தன்மை பலருக்கு கோபத்தை உண்டு பண்ணிற்று, சிலர் அவனிடமிருந்து விலகி ஜமுகாவின் குழுவில் சேர்ந்தனர்.

மங்கோலிய அணிகளின் சிறுபான்மையினரின் அதிருப்தி இருப்பினும், டெமுஜின்னின் புது அமைப்பு, உடனடி ஆற்றல் பெற்றிருந்தது. படையெடுப்பு முடியும்வரை, கொள்ளையிடலை ஒத்திவைத்ததன் வாயிலாக, டெமுஜின் ராணுவம் முன்னெப்போதையும் விட அதிகப் பொருட்களையும் விலங்குகளையும் திரட்டியது. ஆனால் புது அமைப்பும் புதுப் பிரச்சனையொன்றை முன்வைத்தது; மங்கோலியர் தாத்தாரியரைத் தோற்கடித்ததுடன், ஒட்டுமொத்த ராணுவத்தையும் மக்களையும் கூட கைப்பற்றினர்.

மரபுவழிவந்த ஸ்டெப்பிச் சிந்தனைப்படி, உறவுமுறை வலைப் பின்னலுக்கு வெளியிலுள்ள ஒவ்வொருவரும் எதிரி, தத்தெடுத்தல் அல்லது திருமண பந்தமூலம் எவ்வாறேனும் குடும்பத்திற்குள் கொண்டுவராதவரை, எப்போதும் எதிரிதான். இத்தகு குழுக்களுக்கிடையிலான தொடர்ந்த சண்டைக்கு முற்றுப்புள்ளி வைக்க விரும்பிய டெமுஜின் அதே வழியில் தாத்தாரியரிடம் அணுக முற்பட்டான்; ஜுர்கின்கள், தாயிசியுட்களிடம் நடந்தது போலவே, தலைவர்களைக் கொன்று, தப்பிப் பிழைத்தவர்களையும் அவர்தம் பொருட்களையும் விலங்குகளையும் தன் பழங்குடிக்குள் உள்ளீர்த்துக் கொண்டான். நூற்றுக் கணக்கிலான எண்ணிக்கையுள்ள குலங்களில் இது சரியாயிருந்தது; தாத்தாரியர்களோ ஆயிரக்கணக்கில் இருந்தனர். இத்தகைய பெருந்திரள் உருமாற்றத்திற்கு, ஆதரவாளர்களின் முழு ஆதரவு தேவைப்பட்டது; அந்த ஆதரவைப் பெற்றிட, தன் வெற்றிகரமான வீரர்களது குறில்தாய்க்கு அழைப்பு விடுத்தான்.

குறில்தாய் உறுப்பினர்கள் இத்திட்டத்திற்கு சம்மதித்தனர்; வண்டியின் சக்கரங்களைத் தாங்கியுள்ள அச்சாணியை விடவும் உயரமான தாத்தாரிய ஆண்களைக் கொல்லத் தீர்மானிக்கப்பட்டது- கடல்வாழ் மக்கள் போல, அது வாலிபத்தின் அளவீடாக மட்டுமல்லாது தேசத்தின் குறியீட்டுப் பொறுப்பாயும் இருந்தது. மீண்டும் கொல்வதற்குப் பதிலாக, உயிர்பிழைத்துள்ள

தாத்தாரியர்களை அடிமைகளாக அல்லாமல், முழுநேர உறுப்பினர்களாகவே சேர்த்துக்கொள்ள டெமுஜின் விரும்பினான். இதனை வற்புறுத்தும் வகையில், இன்னொரு தாத்தாரியக் குழந்தையைத் தன் தாய்க்கு தத்தெடுத்துக் கொண்டதுடன், பரஸ்பர திருமணத்தையும் ஊக்குவித்தான். அதுவரையிலும் அவன் போர்டே என்னும் ஒரு மனைவியை மட்டுமே கொண்டிருந்தான்- அவள் அவனுக்கு நான்கு மகன்களையும் எண்ணற்ற மகள்களையும் பெற்றெடுத்தாள். இப்போது அவன் உயர்குடியைச் சேர்ந்த தாத்தாரிய எசுகென் மற்றும் அவளது அக்கா எசுயி ஆகியோரைக் கூடுதல் மனைவியராகப் பெற்றான். மங்கோலியரை விடவும் தாத்தாரியர்கள் பெரும் புகழைக் கொண்டிருக்கவே, இந்த யுத்தத்திற்குப் பிறகு, மங்கோலியர் பல தாத்தாரியர்களை ஈர்த்துக் கொண்டனர், அவர்களில் பலர் மங்கோலியப் பேரரசில் உயர் பொறுப்புகளிலும் முக்கியத்துவத்திலும் உயர்ந்தனர். தாத்தாரியர் என்னும் பெயர் மங்கோலியர் என்பதுடன் ஒத்ததாகியது, பல நேர்வுகளில் சிறப்பானதாக அறியப்பட்டது, பல நூற்றாண்டுகளில் மிகுந்த வரலாற்றுக் குழப்பத்திற்கு இட்டுச் சென்றது.

எனினும், டெமுஜின்னின் இலக்கை அடைந்திட, இரு பண்பாட்டு குழுக்களை ஒரே மக்களாக ஒன்றுபடுத்திட, பரஸ்பர திருமணமும் தத்தெடுப்பும் போதுமானதாக இல்லை. உறவுமுறை குழுக்கள் கட்டோடு இருந்திட அனுமதிக்கப்பட்டால், மிகப்பெரிய குழு நாளடைவில் பிளவுறும் எனவே 1203-இல், தாத்தாரிய வெற்றி பெற்று ஓராண்டு கழிந்த பிறகு, மங்கோலிய ராணுவம் மற்றும் பழங்குடியினைச் சீர்திருத்திடும் இன்னொரு தீவிரத் திட்டத்தை டெமுஜின் ஆணையிட்டான்.

தன் வீரர்களைப் பத்துப் பேர் கொண்ட குழுவினராகப் (squad) பிரித்தான், அவர்கள் ஒருவருக்கொருவர் சகோதரர்களாக இருக்கவேண்டும். அவர்தம் உறவுமுறைக் குழு எதுவாயினும் பழங்குடித் தோற்றுவாய் எதுவாயினும், சகோதரர்களாக விசுவாசத்துடன் வாழவேண்டும், போர்தொடுக்க வேண்டும் என உத்தரவிடப்பட்டது; உறவுமுறையின் அறுதி நிச்சயப்படுத்தலாக, சண்டையில் இன்னொருவரைக் கைதியாக விட்டுவரக்கூடாது. எந்தவொரு சகோதரர் குடும்பத்திலும் மூத்தவன் முழுக்கட்டுப்பாட்டினைக் கொண்டிருப்பது போல, மங்கோலியக் குழுவிலும் மூத்தவன் தலைமைப் பொறுப்பேற்றான்; இன்னொருவரைத் தலைமை ஏற்குமாறும் தீர்மானிக்கப்படலாம்.

பத்துக் குழுக்கள் ஒரு கம்பெனியை (Zagun) உருவாக்கி நூறுபேரில் ஒருவனைத் தம் தலைவனாக்கிக் கொள்ளும். கூட்டுக் குடும்பங்கள் சேர்ந்து வம்சாவளிகளை உருவாக்கிக் கொள்வதுபோல, பத்து மங்கோலிய கம்பெனிகள் சேர்ந்து ஒரு பட்டாலியனை (mingan) 1000 வீரர்களுடன் உருவாக்கின. பத்துப் பட்டாலியன்கள் சேர்ந்து 10,000 வீரர்களுடைய tumen-னை உருவாக்கின; ஒவ்வொரு துமெனின் தலைவனையும் டெமுஜின் தெரிவு செய்தான்-இத்தகைய தலைமைப் பொறுப்புக்குத் தேவைப்பட்ட பண்புகளை அவன் அறிந்திருந்தான். நடைமுறையில் தேவைப்பட்டபோது தந்தையரும் தனயரும் சகோதரர்களும் ஒன்றுவிட்ட சகோதரர்களும் கூடியிருக்க அனுமதிக்கப்பட்டனர் ஆனால் யாராலும் விலகிச் செல்லவோ மாறிக் கொள்ளவோ முடியாத புதிய பிரிவுகளில் சேருமாறு அவர்களைக் கட்டாயப்படுத்தி, மீறினால் மரணதண்டனை விதித்து, வம்சாவளிகள், குலங்கள், பழங்குடிகள், இனவரைவியல் அடையாளங்கள் கொண்ட பழைய அமைப்பின் வலிமையை நொறுக்கிவிட்டான். அவன் மறுசீரமைத்தபோது, ஆயிரம் பேர்கொண்ட பட்டாலியன்கள் 95 இருந்தன; சில பிரிவுகளில் முழுதாக வீரர்கள் இல்லாமையால் மொத்த வீரர் எண்ணிக்கை 80,000 அளவுக்கு குறைந்திருக்கலாம்.

ஒட்டுமொத்த பழங்குடியும் ராணுவத்தின் மூலம் ஒருங்கிணைக்கப்பட்டது. இப்புது அமைப்பில், பழங்குடியின் உறுப்பினரெல்லாம்-வயது பாலின பேதமின்றி-ஒருவித பொதுச்சேவையை செய்யவேண்டியிருந்தது. ராணுவக் கடமை செய்ய முடியாதவர்கள், அதற்கு இணையாக, வாரத்தில் ஒருநாள் பொதுத் திட்டங்களில் வேலை செய்யவேண்டும், மன்னருக்கு சேவை புரியவேண்டும். வீரர்களின் மந்தைகளைக் கவனித்துக் கொள்ளுதல், சாணம் / எரிபொருள் சேகரித்தல், சமையல், கருவிகளைப் பழுதுநீக்கல், அல்லது வீரர்களை ஆடியும் பாடியும் களிப்படையச் செய்தல் என்பன இதில் அடங்கும். புது அமைப்பில் அனைவரும் ஒரே எலும்பினைச் சேர்ந்தவர்கள். தனது தாழ்நிலையிலான பிறப்பால் திரும்பத் திரும்ப நிராகரிப்புகளைச் சந்தித்திருந்த டெமுஜின் என்னும் சிறுவன், இப்போது கருப்பு-வெள்ளை நிற எலும்புகளுக்கிடையிலான பேதங்களை ஒழித்தான். அவனது ஆதரவாளர்களெல்லாம் இப்போது ஓர் ஒன்றுபட்ட மக்கள்.

டெமுஜின் எப்படி தன் மக்களைப் பதின் முறையில் பகுத்திருந்தான் என்பது குறித்த வரலாற்று யூகங்கள் நிறையவே உண்டு. பத்தின் அலகுகளால் அமைந்த இதுபோன்ற ராணுவ அமைப்பை ஆரம்பகட்ட துருக்கிப் பழங்குடிகள் சில பயன்படுத்தின, அவர்களிடமிருந்து டெமுஜின் இரவல் பெற்றிருக்கலாம். எனினும் டெமுஜின் இவ்வமைப்பினை யுத்தத்திற்கான ராணுவ செயல் தந்திரமாக மட்டுமின்றி, ஒட்டுமொத்த சமூகத்திற்கான நிரந்தர அமைப்பாயும் மேற்கொண்டான்.

இரண்டாயிரம் ஆண்டுகளுக்கு முன்னர், ஏதென்ஸின் சட்ட வரைவாளர் கிளைஸ்தெனிஸ் உருவாக்கிய தீர்வினை டெமுஜின்னின் தீர்வு ஒத்திருந்தது-வரலாற்றின் இப்பகுதியை டெமுஜின் கேள்விப்பட்டிருக்க வாய்ப்பில்லை என்ற போதும். ஏதென்ஸில் மரபுவழியிலான போட்டிகள்-பூசல்களை ஒழித்திட, கிளைஸ்தெனிஸ் பழங்குடிகளைக் கலைத்து, ஒவ்வொருவரையும் பத்துக்குப் பத்து அலகுகளில் பிரித்து, பழங்குடி நகரினை, வலிமையான ராணுவ, வர்த்தக, கலை, அறிவார்ந்த ஆற்றலுடைய நகர அரசாக, மத்திய தரைக் கடலின் கிழக்குக் கரை ஓரம் வளருமாறு உருமாற்றினார். அநேகமாக அதே போன்ற சீர்திருத்தம், உட்புற ஆசியாவின் ஸ்டெப்பிகளிலுள்ள மங்கோலியருக்கு, இன்னும் ஆச்சரியப்படத்தக்க விளைவுகளைக் கொண்டிருந்தது.

தன் ராணுவத்தை மாற்றியமைத்த பிறகு, டெமுஜின், சிறியதாகத் தோன்றிடும் மேலுமொரு சீர்திருத்தத்தை மேற்கொண்டான். கெர்லென் ஆற்றங்கரை மீதிருந்த அவர்காவில் தன் தலைமை முகாமை வைத்துக்கொண்டு, மெர்கிட்களிலிருந்து தான் புகலிடம் கொண்ட, புர்கான் கல்தூண் புனித மலையைச் சுற்றியுள்ள, ஓணோன், கெர்லென், துவுல் நதிகளின் தோற்றுவாய்களிலுள்ள மங்கோலியப் பழங்குடியின் தாயகமாக, ஒரு மூடுண்ட பிரதேசத்தை உருவாக்கத் தீர்மானித்தான். ‘இம் மூன்று நதிகளின் தோற்றுவாயில் யாரும் முகாமிட வேண்டாம்’ என்று கட்டளை இட்டான். அடுத்து இரு நூற்றாண்டுகளில் இறந்தோரைப் புதைத்து வந்ததும், குடும்ப நிகழ்வுகளுக்கும் சந்திப்புகளுக்கும் அந்நியரின்றி வந்து போனதுமான மங்கோலிய அரச குடும்பத்தினர் தவிர்த்து மற்றவருக்கெல்லாம் இம் மங்கோலியத் தாயகம் மூடப்பட்டிருந்தது. மூன்று நதிகள் தோன்றிய மலைகளை மங்கோலியர் தம் தாயகமாக எப்போதும் கருதினர்; ஆனால் புதிய சட்டத்தின் படி, நாளடைவில் மங்கோலியப் பேரரசாக

ஆகிவிட்டதன் ரகசிய சடங்கு மையமானது. புர்கான் கல்தூணைச் சுற்றியிருந்த நிலம், பூமியின் மையத்தை மட்டுமின்றி, பிரபஞ்சத்தின் மையத்தையும் கொண்டுள்ள, மங்கோலிய பிரபஞ்சத்தின் அதிகாரபூர்வ புனித இடமானது.

ஒரேயொரு இனவரைவியல் / பழங்குடிப் பெயரைப் பயன்படுத்துவதற்குப் பதிலாக, மங்கோலியரின் கூடார வடிவைக் குறிக்கும் வகையில், தன் ஆதரவாளர்களை டெமுஜின், ரோமக் கூடார மக்கள் என்று குறிப்பிட்டு வந்தான். தாத்தாரியர்களை வென்ற பிறகு இத்தொடரை பயன்படுத்துவதானது. ஸ்டெப்பியிலுள்ள அனைத்து மக்களையும் ஒன்றுபடுத்திடும் பேராசையை அவன் கொண்டிருந்தான் என்பதை முதலில் சுட்டிக் காட்டியது.

வலிமை வாய்ந்த தாத்தாரியரையும் அதுபோலவே சிறிய குழுக்களான தாயிசியுட், ஜுர்கின் போன்றவற்றையும் தோற்கடித்து இணைத்துக்கொண்ட டெமுஜின் ஸ்டெப்பிகளின் உலகில் கணிசமான பெருமிதத்தை அடைந்தான்-அவனது நீண்ட நாளைய பிரபு ஓங்கானால் எதிர்பார்த்திராத அதிகாரத்தை எட்டினான். பெரிதும் விரிவாக்கப்பட்ட ஆதரவாளர்களிடத்தே டெமுஜின் தன் ஆட்சியை நிலைநாட்டி விட்டாலும், அவனது புது அமைப்பை தீர்மானகரமான சோதனைக்கு உள்ளாக்கும் இன்னொரு பெரிய சவாலுடன் மோதி நிற்கவேண்டும். டெமுஜின்னின் வளர்ந்து வரும் வலிமையுடனும் செல்வாக்குடனும் பொருதிட, அவனது ஆயுட்கால எதிரி ஜமுகாவைத் தன் சடங்கியல் தந்தை ஓங்கானுடன் அணிசேருமாறு உந்தித் தள்ளுவதே அவனது அடுத்த நடவடிக்கையாயிருக்கும்.

3

கான்களின் யுத்தம்

அனைத்துப் பழங்குடிகளும் ஒரு நிறத்தவை
மற்றும் அவனது ஆணைக்கு கட்டுப்பட்டவை.

Ata-Malik Juvaini

Genghis khan: The History of The World conqueror

ஓங்கான் தன் பொறுப்பின் இறுதியை நெருங்கிக் கொண்டிருந்தார் என்பதை ஒவ்வொருவரும் உணர்ந்து கொண்டனர்; ஆனால் அவரிடத்திற்கு யார் வருவார் என ஒருவருக்கும் தெரியாது. 20 ஆண்டுகளுக்கும் அதிகமான போராட்டத்திற்குப் பிறகு, டெமுஜின் மங்கோலியரில் பெரும்பான்மையினரைக் கட்டுப்படுத்தினான், ஆனால் தன் எதிரி ஜமுகாவை இன்னும் வெல்லவில்லை. பொதுவாக டெமுஜின் பக்கம் நின்றுவந்த ஓங்கான், கீழ்நிலையிலுள்ள இரு கான்களையும் ஒருவரை எதிர்த்து மற்றவர் சண்டையிடச் செய்து விளையாட்டு காட்டிக் கொண்டிருந்தார். தாத்தாரிய வெற்றி பெற்ற ஓராண்டுக்குப் பிறகு, பன்றி ஆண்டான 1203-இல், ஓங்கானின் மகளுக்கும் டெமுஜின்னின் மூத்த மகன் ஜோச்சிக்குமிடையே திருமணத்தை வேண்டி, இப்பிரச்சனையை வெளியே கொண்டுவந்து தீர்த்துக்கொள்ள டெமுஜின் தீர்மானித்தான். இம்முன்மொழிவை ஓங்கான்

ஒத்துக்கொண்டால், ஜமுகாவை விடவும் டெமுஜின்னைத் தனக்கு அபிமானமுள்ளவனாக இருப்பதை ஏற்றுக் கொள்வதாகும்.

திறமையோ ஆதரவோ இல்லாதுள்ள தன் மகன் செங்கும் மின் வற்புறுத்தலால், ஓங்கான் திமிருடன் இத்திருமணத்தை மறுதலித்தார். டெமுஜின் தன் ஆதரவாளர்களை மயிர்க்கூடார மக்கள் எனப் புனைவு செய்துகொண்டு, குலங்களிடையேயான பிரிவினையை அங்கீகரிக்க மறுத்தாலும், உயர்குடியைச் சேர்ந்த கெரியத் அரச குடும்பத்தின் விழிகளில், அவன் ஒரு சாதாரண துடுக்கானவனே. சுமார் ஒரு நூற்றாண்டுக்குப் பின்னர், மணப்பெண்ணை தனக்காகவே டெமுஜின் வேண்டினான் என எண்ணிக்கொண்ட மார்கோ போலோ, ஓங்கான் கூறியதாக மங்கோலியரின் வார்த்தைகளில், இப்படிப் பதிவு செய்தார்: "செங்கிஸ்கான் என் மகளை மணந்து கொள்வதாகக் கேட்பதற்கு வெட்கப்படவில்லையா? எனது அடிமை மற்றும் ஊழியன் என்பதை அவன் அறியாதவனா? அவனுக்கு மணம் செய்து கொடுப்பதைவிடவும் நெருப்புக்கு பலியாக்கிவிடுவேன் என அவனிடம் சென்று கூறுங்கள்."

எனினும் வயதாகி வந்த கான், தனது திமிரான நிராகரிப்புக்கு வருந்தி, டெமுஜின் எப்படி எதிர்வினையாற்றப் போகிறானோ எனப் பயந்தார். டெமுஜின் இப்போது ஸ்டெப்பியில் மிகச்சிறந்த ராணுவத் தலைவன் என்பதை ஆட்சேபிக்க இடமில்லை, யுத்தத்தில் அவனை எதிர்த்து நிற்கும் ஆபத்தை மேற்கொள்ள இயலாதென்பதை ஓங்கான் அறிந்தார். தாத்தாரியர் டெமுஜின்னின் தந்தையைக் கொன்றது போல, தந்திரத்தால், டெமுஜின் முன்வைத்த பெரிய அபாயத்திலிருந்து தன்னை விடுவித்துக்கொள்ள, ஒரு திட்டத்தை வகுத்தான். தன் மனதை மாற்றிக் கொண்டு, தம் குடும்பங்களுக்கிடையிலான திருமணத்தை வரவேற்பதாக டெமுஜின்னுக்குத் தெரிவிக்குமாறு ஓங்கான் ஒரு செய்தி அனுப்பினார். தம் சந்ததியருக்கிடையேயான திருமணத்தைக் கொண்டாடி, ஓங்கான் நாள் குறித்து, குடும்பத்துடன் டெமுஜின்னை வருமாறு அழைத்தார். இரு தசாப்தங்களுக்கும் மேலாக, சடங்கியல் தந்தையாக இருந்து வந்துள்ள கானை நம்பிய டெமுஜின், திருமண விருந்திற்காக ஏற்பாடு செய்யப்பட்டுள்ள இடத்திற்கு தன் ராணுவம் இல்லாமல் சிறு கூட்டத்துடன் புறப்பட்டான். இத்திருமணம் வெற்றிகரமாக முடிந்தால், ஓங்கானின் கீழ் கெரியத்துகள் இருக்க, ஏற்கனவே தன் ஆட்சியிலிருப்பவர்களுடன்

சேர்ந்து, அனைவரையும் ஒன்றுபடுத்திடும் அவனது செல்வாக்கின் உச்சமாயிருக்கும்; மற்றும் இத்திருமணம் அவனை வலுவான நிலையில் நிறுத்தி, ஓங்கானுக்கு அடுத்து எதிர்கால மத்திய ஸ்டெப்பிகளின் ஆட்சியாளராக்கும்.

ஓங்கானின் அரசவையை அடைய ஒருநாள் பயணமே இருந்த நிலையில்தான், இத்திருமண அழைப்பு தனக்கெதிரான சதி என்பதை டெமுஜின் அறிய முடிந்தது. ஓங்கான் தன் ராணுவத்தை ரகசியமாகத் திரட்டி, அவனைக் கொன்று அவன் குடும்பத்தை துடைத்தழித்திட உத்தேசித்திருந்தார். டெமுஜின் எதிர்பார்த்திருந்த வெற்றித் தருணத்தில், திருமணம் நடக்காததுடன், அவனது உயிரும் அவனது குடும்பம் தப்பிப்பதும் ஆபத்தானது என்பதை அறிந்து கொண்டான். சிறு வீரர் கூட்டமும் அதுவும் தன் பிரதான ஆதரவாளர்களுக்குத் தொலைதூரத்தில், டெமுஜின்னால் அபாயத்தை மேற்கொண்டு சண்டையிட முடியாது. ஏகப்பட்ட எதிர்மறைகளின் முன்னே ஸ்டெப்பி மக்கள் வழமையாக என்ன செய்திருந்தார்களோ அதையே அவன் செய்தான்: தன் சிறு குழு நாலாபுறமும் சிதறியோடுமாறு கட்டளையிட்டுவிட்டு, அவனும் அவனது சகாக்களும், ஓங்கானின் ராணுவம் பின்தொடரும் முன்பு, கிழக்கு நோக்கி ஓடினர்.

அவனது திறன்களுக்கு பெரும் சோதனையாயிருக்கும் ஒரு நெருக்கடியை டெமுஜின் சந்தித்தான். ஓங்கானின் வீரர்களுக்கு முன்னே அவன் தப்பியோடியது, இரு தசாப்தங்களுக்கு முன்னதாக, போர்டேயை கடத்திய மெர்கிட்களிடமிருந்து அவன் ஓடியதைப் போன்றிருந்தது. ஸ்டெப்பிப் படையெடுப்புகளின் முடிவுறாத சுழற்சி முடிவுறுவதாகத் தெரியவில்லை. தன் வாழ்வில் அவன் ஒவ்வொன்றையும் செய்து முடித்திருந்தும், அவனை விடவும் சமூக நிலையில் உயர்ந்தவர்கள் மற்றும் அரசியல் ரீதியில் மிக மேலானவர்களிடமிருந்து மீண்டும் ஓடியதால், எதுவும் மாறியிருக்கவில்லை.

ஆயத்தமில்லாத தம் தலைவன் தப்பியோட, டெமுஜின்னின் புதிதாக ஒன்றிணைக்கப்பட்ட, மயிர்க் கூடாரத்தின் மக்களாகிய பழங்குடியினர், அதன் முதல்பெரும் ஆபத்தை எதிர்கொண்டனர். அது நிலைத்திருக்குமா? வெவ்வேறு பழங்குடிகள்-குடும்பங்களைச் சேர்ந்த மக்கள், இப்போது அவன் எங்கே தப்பியோடினாலும், அவனிடத்தேயான விசுவாசத்தையும் நம்பிக்கையையும் அப்படியே வைத்திருப்பார்களா? அல்லது தமது அசலான

தாயகங்களுக்கு திரும்பிச் செல்வார்களா, அல்லது ஓங்கான் / ஜமுகாவின் பாதுகாப்பில் தமக்கென புது ஏற்பாடு செய்துகொள்ள அவசர கதியில் முற்படுவார்களா? அடுத்துவந்த நிகழ்வுகள், டெமுஜின்னின் வாழ்விலான மாபெரும் சோதனை மற்றும் வெற்றி போன்றே, மங்கோலியரிடையே, மிகவும் புகழ்பெற்றன.

நாட்கணக்கில் உணவின்றி தொடர்ந்து ஓடி ஓய்ந்துவிட்ட டெமுஜின், சேறும் சகதியுமான பல்ஜுனா ஏரிக்கரையை அடைந்தான். எவ்வளவு பேர் உயிர்பிழைத்துள்ளனர் என்றறிந்துகொள்ள, சுற்று முற்றும் நோக்கினான். 17 பேரே காணப்பட்டனர். இத்தொலைதூர இடத்தில் பட்டினி கிடந்தனர். பல்ஜுனா நீரால் சற்று ஆசுவாசப்படுத்திக் கொள்வதற்காக அவர்கள் சற்று தாமதித்தபோது, எதிர்பாராமல் காட்டுக் குதிரை ஒன்று வடக்கிலிருந்து தென்பட்டது; டெமுஜின்னின் தம்பி காஸர் அவர்களை நோக்கி வந்து கொண்டிருந்தான். வந்து அக்குதிரையைத் தரையில் சாய்க்க, அவர்கள் உடனே தோலுரித்தனர். விறகால் எரித்து பாத்திரங்களில் கொதிக்கவைக்காமல், தொன்மையான சமையல் உத்தியை மேற்கொண்டனர். குதிரையை வெட்டித் துண்டித்து, குதிரைத் தோல் பையில் இறைச்சியையும் நீரையும் சேர்த்து மூட்டை கட்டினர். பாறைகள் சூடாகிப் பிரகாசிக்கும்வரை எரியவிட்டுப் பின் அவற்றை இறைச்சியும் நீருமுள்ள கலவைக்குள் போட்டனர். பாறைகள் நீரைச் சூடேற்ற, பையைப் பாறைகள் பொசுக்கிவிடாது இருக்குமாறு தண்ணீர் தடுத்தது. சில மணி நேரங்களில் பட்டினி கிடந்தோர் விருந்துண்டான.

காஸர் தவிர, அங்கு கூடியிருந்தோர் அவனது உறவினரல்ல, நண்பர்களே. அவனது குடும்ப உறுப்பினர்களில் சிலர் தற்காலிகமாக ஸ்டெப்பியில் காணாது போயினர், மற்ற உறுப்பினர்கள் டெமுஜின்னை விட்டு விலகி, ஓங்கானுடன் அல்லது ஜமுகாவுடன் இணைந்தனர். குறிப்பாக அவனது மாமா, மெர்கிட் கணவனிடமிருந்து டெமுஜின்னின் தாயைக் கடத்துவதற்கு உதவிபுரிந்த, அவனது தந்தையின் இரு சகோதரர்களில் ஒருவர், தன் மருமகனுக்கு எதிராக ஓங்கானுடன் சேர்ந்து கொண்டார்.

அவர்களை ஆறுதல்படுத்திட அல்லது எதிர்காலத்திற்கு ஊக்கமளித்திட எதுவுமற்ற நிலையில், ஓய்ந்து போனவர்கள் குதிரை கிடைத்ததை, தங்களுக்கு உணவுக்கும் மேலாக அதீத இயற்கை ஆற்றல் மிக்க கொடையாகக் கண்டனர். மங்கோலிய உலகின் முக்கியமானதும் கண்ணியமானதுமான விலங்கான

குதிரை, சந்தர்ப்பத்தைப் பவித்திரப்படுத்தி, தெய்விகக் குறுக்கீடு மற்றும் ஆதரவின் அடையாளமாக விளங்கிற்று. எந்தவொரு பெரிய யுத்தம் அல்லது குறில்தாயின் முன்னே, டெமுஜின்னின் ஊழினது ஆற்றல் மற்றும் அதன் பலியின் அடையாளமாகி, மனிதருக்கு உணவளித்தது மட்டுமின்றி, டெமுஜின்னின் உயிர்ப்பதாகைக்கு மேலும் ஆற்றலளித்தது. குதிரை உணவினை உண்டு முடித்ததும், அருந்துவதற்கு பல்ஜுனாவின் சேறு கலந்த தண்ணீரே இருக்க, டெமுஜின் ஒரு கையினை வானுக்கு உயர்த்த, இன்னொரு கையில் பல்ஜுனாவின் சேற்று நீரை வாழ்த்தாக வைத்திருந்தான். தனது நபர்களின் விசுவாசத்திற்கு நன்றி பாராட்டி, ஒருபோதும் மறக்கப்போவதில்லை என உறுதியளித்தான். அவர்களும் அச்சேற்று நீரை அருந்தி நிரந்தர விசுவாசம் கொண்டிருக்கப்போவதாக உறுதிபூண்டனர். வாய்மொழி வரலாற்றின் மறு விவரிப்பில் இது பல்ஜுனா ஒப்பந்தமாக அறியப்படலாயிற்று; டெமுஜின்னின் ராணுவ நல்வாய்ப்புகளில் மிகவும் தாழ்நிலைப்புள்ளியாக, ஒருவித தொன்ம ஒளிவட்டத்தைப் பெற்றது; மங்கோலியப் பேரரசின் அடையாளமும் வடிவமும் எழுகின்ற நிகழ்வாகவும் குறிக்கப்பட்டது.

உறவுமுறை, இனவரைவியல், மதம் ஆகியவற்றைத் தாண்டிய, பரஸ்பரக் கட்டுப்பாடு மற்றும் விசுவாசத்தின் மீதமைந்த, மங்கோலிய மக்களின் பல்திறப்பாட்டின் குறியீட்டு பிரதிநிதித்துவமாக இந்நிகழ்வு ஆகிற்று. டெமுஜின் கானுடனிருந்த 19 பேரும் ஒன்பது வெவ்வேறான பழங்குடிகளிலிருந்து வந்தவர்கள். டெமுஜின்னும் அவனது தம்பி காஸரும் மட்டுமே மங்கோலிய குலத்தினர். மெர்கிட், கைதான், கெரியத் என்பன பிற குலங்கள். நித்திய நீல ஆகாயத்தையும் புர்கான் கல்தூணின் தெய்வ மலையையும் வழிபட்ட, பக்தி நிறைந்த மருத்துவர்-புரோகிதனாக டெமுஜின் இருக்க, கிறித்தவர் பலரும், இஸ்லாமியர் மூவரும் பௌத்தர் பலரும் பத்தொன்பது பேரில் அடக்கம். டெமுஜின்னிடத்தேயான தமது பக்தியிலும் அவனிடத்தும் ஒருவர் மற்றவரிடத்தும் கொண்ட விசுவாசத்திலும் மட்டுமே அவர்கள் ஒன்றுபட்டவர்கள். பல்ஜுனாவில் மேற்கொள்ளப்பட்ட உறுதிப் பிரமாணம் ஒருவித சகோதரத்துவ அமைப்பை உருவாக்கிற்று; உறவுமுறை, இனவரைவியல், மதத்தைத் தாண்டி, தனிநபர் தேர்வு மற்றும் கடப்பாட்டின் மீதமைந்த நவீன குடிமையுரிமை அமைப்புக்கு நெருக்கமானதாகியது. இத்தொடர்பு டெமுஜின் ஆதரவாளர்களிடையே புதுவித சமுதாயத்திற்கான உருவகமாகிற்று-

அது நாளடைவில் மங்கோலியப் பேரரசுக்குள்ளே ஒருமைப்பாட்டு அடித்தளமாக மேலாதிக்கம் செலுத்திற்று.

பல்ஜுனாவில் ஒளிந்திருந்த பின்னர் டெமுஜின் எதிர்தாக்குதல் திட்டத்தை உருவாக்கினான். டெமுஜின்னின் மிரட்டலிலிருந்து நிரந்தரமாக விடுபட்டதான போலி நம்பிக்கையில், ஓங்கான் குளிர்காய்ந்து கொண்டிருந்தபோது தான் துரிதமாக இயங்கவேண்டும் என்பதை அவன் அறிவான். ஸ்டெப்பி எங்கிலும் சிதறிக் கிடந்த தன் ஆதரவாளர்களுக்கு தன் திட்டம் தெரியவேண்டும் எனச் செய்தி அனுப்பினான்; தன்னையும் தன் ஆதரவாளர்களையும் பாதுகாத்த குதிரையின் அதிசயத் தோற்றம் சார்ந்த கதையும் இச்செய்தியில் சேர்ந்திருக்க வேண்டும். அடுத்து வந்த நாட்களில், டெமுஜின்னே எதிர்பார்த்திராத அளவுக்கு, புதிதாய் நிறுவப்பட்ட பத்துக்கள்-ஆயிரங்களின் அலகுகள் தாமே ஸ்டெப்பியெங்கிலும் திரண்டன. பல்ஜுனாவிலிருந்து ஓங்கானின் நிலங்களை நோக்கி, மேற்கில் டெமுஜின் அணிவகுத்துச் செல்ல, அவனது ஆதரவாளர்கள் நாலாபுறத்திலிருந்தும் அவனிடம் திரும்பி வந்தனர். அத்துடன், அவனது தாய் மற்றும் மனைவி போர்டே வழியிலான உறவினர்கள், ஓங்கானின் விசுவாசமிக்க ஆதரவாளராயிருந்தவர்களெல்லாம் தமது கெரியத் தலைவரை விட்டுவிட்டு, டெமுஜின் முகாமை நாடி வந்தனர்.

இதற்கிடையே டெமுஜின் மீதான தனது வெற்றியைக் கொண்டாடிட, இன்னும் சந்தேகம் வராத ஓங்கான், தான் செல்லுமிடங்களுக்கெல்லாம் எடுத்துவரச் செய்யப்படும் பொன் கூடாரத்தில் பெரிய விருந்துக்கு ஏற்பாடு செய்தார். தன் ஆதரவாளர்களிடத்தே அதீத நம்பிக்கை மிகுந்தும், ஸ்டெப்பியில் என்ன நிகழ்ந்து கொண்டிருந்தது என்பதை அறியாமலும் இருந்த ஓங்கான், டெமுஜின்னின் ஆதரவாளர்கள் கலைந்து போயினர் மற்றும் டெமுஜின்னும் எங்கோ கிழக்கில் தொலைதூரத்தில் உள்ளான் என்னும் மயக்கத்தில், கொண்டாடினார்.

டெமுஜின்னின் ராணுவம் விருந்து நடந்த இடம் நோக்கி விரைந்தது. ஒரு பிரிவு குதிரைப்படையினர் ஓய்ந்துபோனால் இன்னொரு பிரிவு அதனிடத்தை ஏற்றுச் செல்ல, விசுவாசமான ஆதரவாளர்கள் அவர்களுக்கு முன்சென்று காத்திருந்தனர். இடையில் நிற்காமல் நள்ளிரவில் மின்னல்வெட்டும் முன்னேற்றம் எனப்பட்டதாக ராணுவம் துரிதம் காட்டியது. ஸ்டெப்பியினூடாகச் சென்று நேரடியாக கெரியத் அரசவையை நெருங்காமல், காவல்

இல்லாத சுற்றுவழியில் டெமுஜின் தன் படையை இட்டுச் சென்றான்.

பலநாள் பயண தூரத்தில் இருந்ததாகக் கருதப்பட்ட டெமுஜின் திடீரென்று தன் எதிரிகள் மேல் பாய்ந்தான்; ஒட்டுமொத்த முகாமையும் அவனது ஆட்கள் வளைத்துக் கொண்டனர். அடுத்து மூன்று நாட்கள் நடந்த கடும் சண்டையில், டெமுஜின்னின் முன்னோடிப்படை வந்துசேருமுன்பே, கெரியத்துகள் பின்வாங்கினர். ஓங்கானின் ஆதரவாளர் பலர் அவரிடமிருந்து வெளியேறி, டெமுஜின் பக்கம் வந்தனர்; அவன் தனது கொள்கைப்படி, முந்தைய தலைவனிடமிருந்து வந்தது தவிர்த்து, அவனுக்கு வேறெந்த துரோகமும் இழைக்காது அல்லது எந்தச் சதிவேலையும் செய்யாதவரை, அவர்களை ஏற்றுக்கொண்டான்.

டெமுஜின்னின் ஆதரவாளர்களால் தோற்கடிக்கப்பட்டதை விடவும், ஓங்கானின் ராணுவத்தை உள்ளீர்த்துக் கொண்டதே அதிகம். கெரியத்தின் அரசவையினர் ஆளாளுக்கு நாலாபுறமும் தெறித்தோடினர். தெற்கில் ஓடிய ஓங்கானின் மகன், தன் ஊழியர்களால் கைவிடப்பட்டபின், பாலைவனத்தில் தாகத்தால் மடிந்தான்; ஜமுகாவும் அவனது குறைந்து வந்த ஆதரவாளர்களும் நைமனின் பிரதேசம் நோக்கி மேற்கில் தப்பியோடினர்-இவர்கள் டெமுஜின்னால் இன்னும் தோற்கடிக்கப்படாதிருந்த கடைசி மூன்று பெரும் ஸ்டெப்பிப் பழங்குடிகளாவர். ஓங்கானும் நைமன் பழங்குடியின் சரணாலயத்திற்கு தனியே செல்ல முற்பட்டார்.

தன் எதிரிகளின் தலைவனை அல்லது பழைய கானின் மகனை சிறைப் பிடிப்பதில் தோற்றுவிட்டதால், மங்கோலியர் அவரது தோல்விக்கான காரணத்தைக் கண்டறிந்து, அதன் முக்கியத்துவத்தை ஒதுக்கித்தள்ளினர். ஓங்கானின் புகழை இழிவுபடுத்தும் விதத்திலும், அவர் இறந்துவிட்டார் இன்னும் ஆபத்தாக இல்லை என எல்லாத் தரப்புகளிலுமிருந்தவர்கள் தெரிந்துகொள்ளும் விதத்திலும் டெமுஜின்னின் ஆதரவாளர்கள் கதைகளைப் பரப்பிவிட்டனர். மங்கோலியரால் சுற்றுக்குவிடப்பட்ட செய்தியின்படி, நைமன் எல்லையைப் பாதுகாப்பாக அடைந்ததும், எல்லைக் காவலன் ஒருவனுடன் மோத வேண்டியிருந்தது; தன் முன் தனித்து நின்றவன் புகழ்பெற்ற கெரியத்துகளின் கான் என்பதை நம்ப மறுத்து, அவருடன் சண்டையிட்டு, கொன்றுவிட்டான். ஓங்கானைக் கொன்றதற்குப் பரிகாரமாக, நைமன் அரசி, அத்தலையைத் தன்னிடம் கொண்டுவருமாறு செய்து, புனிதமான வெள்ளைத்

துகிலில் வைத்து, கூடாரத்தின் பின்னே நிறுத்தி, காணிக்கையிட்டும் பிரார்த்தனை செய்தும் வந்தார். மங்கோலியரைப் பொறுத்தவரை, வீட்டுக்குள்ளே இப்படி அருவருப்பான ஒன்றாக வேறெதுவும் இருக்க இயலாது, ஓங்கானின் ஆன்மா தங்குமிடமான தலையை விடவும் அபாயகரமானது வேறெதுவும் இருக்க இயலாது. எனினும், அரசியின் மருமகள்கள் அத்தலையின் முன்னே ஆடிப்பாடுகையில், ஓர் இசைக்கலைஞர் குதிரைத் தலை வயலினை வாசிக்குமாறு ஆணையிட்டாள்; ஓங்கான் இன்னும் உயிர்த்திருப்பதாகவும் தன்னுடைய கண்ணியமிகு விருந்தினராக இருப்பதாகவும் எண்ணி அவள் சம்பிரதாயமாக ஒயினைக் காணிக்கையாக்கினாள். நைமன் ஆட்சியாளர் தயாங்கான் அங்கு வந்து துண்டிக்கப்பட்ட தலையைப் பார்த்ததும், அது தன்னைப் பார்த்து இழித்ததாகக் கருதி, ஆவேசமுற்று கூச்சலிட்டு மயங்கிவிட்டார். அப்புறம் அதனை உதைத்தெறிந்து நொறுக்கி விட்டார்.

வயதான கான் நிஜமாகவே இறந்துவிட்டார், அதே வேளையில், நைமன் அரசவையில் அவமதிப்பையும் இழிவையும் கொட்டினர் என்பதை இக்கதைகள் உறுதிப்படுத்துகின்றன-டெமுஜின் படையெடுப்பிலுள்ள அடுத்த இலக்கு நைமன்தான். பரப்புரையும் பொது மக்கள் அபிப்பிராயத்தைக் கட்டுப்படுத்துவதும் டெமுஜின்னுடைய பிரதான ஆயுதங்களாகின. தம் எதிரிக்கு எதிராக ஆதரவாளர்களிடையே கோபத்தை எழுப்பிட, நைமன் அரசி மங்கோலியரை அருவருப்பானவர்களாகவும் நாறும் காட்டுமிராண்டிகளாகவும் அவமதித்ததாக மங்கோலியத் தலைவர்கள் கதையை இட்டுக் கட்டினர். தம் ஆதரவாளரிடத்தே நம்பிக்கையைப் பதித்து, எதிரிகளிடத்தே உறுதியைக் குலைத்திட, தயாங்கானின் மகன் அவரை வயதான பெண் தயாங் என்று பரிகசித்ததாகவும், கருவுற்ற பின் சிறுநீர்கழிப்பதற்காக தன் கூடாரத்தை தாண்டிவிடாதது போல, அவர் வேறெங்கும் சென்றிட மாட்டார் என மங்கோலியர் வதந்தியைப் பரப்பினர்.

அதே வேளையில் நைமன் அரசவை பற்றிய விசித்திரக் கதைகளையும், தம்மைப் பற்றி எப்படிப் பயந்தனர் என தம்மை உற்சாகப்படுத்திக் கொள்வதற்கான கதைகளையும் பரவவிட்டனர். ஜமுகா நைமன்களுடன் சேர்ந்திருந்ததால், டெமுஜின் வீரர்களது சாகசங்களை நைமன்களிடம் விவரித்து பீதிக்குள்ளாக்கியிருக்க வேண்டும் என்று கதைகள் சுழற்சிக்கு

விடப்பட்டன. மங்கோலியரைப் பற்றி The Secret History தரும் திகிலூட்டும் விவரிப்பு: "அவர்கள் மூக்குக்குப் பதிலாக உளிகளையும் நாக்குக்குப் பதிலாக துளைக் கருவியையும் கொண்டுள்ளனர். அவர்களால் பனித்துளியை உண்டு வாழமுடியும் காற்றில் சவாரி செய்யமுடியும்." பட்டினி கிடக்கும் ராஜாளியுடன் டெமுஜின்னை ஒப்பிட்டு, 'அவனது உடல் தாமிரத்தால் ஆனது, இரும்பால் இறுக்கமாகக் கட்டப்பட்டது, எந்தத் துளைக் கருவியாலும் துளைக்க முடியாதது' என்கிறது.

இதற்கு நேர் எதிராக, நைமன்களது முன்னோடிக் காவலரால் சிறைப்பிடிக்கப்பட்ட முதல் மங்கோலியன், எலும்பும் தோலுமான குதிரையில் மிகவும் பழைய காலச் சேணத்தில் சவாரிசெய்து வந்தான்; நைமன்கள் அக்குதிரையையும் சேணத்தையும் ஒவ்வொரு முகாமாக அனுப்பிப் பரிகசித்தனர்-மங்கோலியர் எவ்வளவு பரிதாபத்திற்குரியவர்களாக உள்ளனர் என்றெண்ணினர். டெமுஜின் இச்சம்பவத்தை வேறொரு தந்திரத்தால் எதிர்கொண்டான். நைமன்களை விடவும் குறைவான வீரர்களையே பெற்றிருந்த அவன், ராணுவம் முகாமிட்டுள்ள குன்றுகளில் ஒவ்வொருவரும் 5 கணப்புகளை மூட்டவேண்டும் என்று உத்தரவிட்டான். வானிலுள்ள நட்சத்திரங்களை விடவும் அதிக கணப்புகள் தெரிந்ததால், தொலைவிலிருந்து பார்க்க ராணுவம் பெரியதாகத் தோன்றும்.

மங்கோலியரின் முழுக்கட்டுப்பாட்டிற்கான இறுதி யுத்தம், எலி ஆண்டான 1204-இல், புர்கான் கல்தூணுக்கு சுமார் 300 மைல் மேற்கில் நடந்தது. யுத்த நாள் வரையிலான தினங்களில் டெமுஜின் பத்துப் பேருடைய ஸ்குவாட் அடிப்படையிலான தன் புது ராணுவத்தைச் சோதித்துப் பார்த்தான். சிறிய எண்ணிக்கையிலான தன் வீரர்களுடன் எளிதாகத் தோற்றுவிடக் கூடிய, அனைத்துத் தரப்பிலான சண்டைக்குப் பதிலாக, சிறிய அளவில் தாக்குவதும் ஓடுவதுமான தந்திரங்களிலிருந்து தொடங்கினான். முதல் நிகழ்வில், நகர்கின்ற புதர் எனப்படும் முறையில் விடிவதற்குச் சற்று முன்னர், தன் வீரர்களை முன்னேறிச் செல்லுமாறு ஆணையிட்டான். பெரும் பிரிவுகள் தாக்குவதற்கு பாய்ந்தோடுவதற்குப் பதிலாக, பத்துப் பேருடைய ஸ்குவாட்களின் சிதறிய அணி, வெவ்வேறு புள்ளிகளிலிருந்து கடுமையாகவும் நிசப்தமாகவும் முன்னேறின-விடிவதற்கு முந்தைய இருளில் தம் தோற்றத்தை சிறியதாகப் பராமரித்தபடியே, எவ்வளவு பேர் தாக்க வருகின்றனர்

என்பதைக் காண முடியாதபடி இது தடுத்துவிட்டது அல்லது தனியொரு திசையிலிருந்து தாக்குவதற்கான ஆயத்தவேலையை மேற்கொள்ள முடியாமல் தடுத்துவிட்டது. தாக்கிய பிறகு ஸ்குவாட்கள் வெவ்வேறு திசைகளில் தப்பியோடின-எதிரியைக் காயப்படுத்திவிட்டு, ஆனால் தாக்குதல்காரர்கள் மறையுமுன்பு பதிலடி தரமுடியாதபடி.

நகரும் புதரின் ஏகபோக தாக்குதல்களை, ஏரி உருவாக்கம் என்னும் உத்தியிலும் டெமுஜின் பிரயோகித்தான். நீண்ட வரிசையிலான துருப்புகள் முன்னேறிச் சென்றன, அம்புகளை எய்தன, அப்புறம் அதனிடத்தில் இன்னொரு வரிசை இடம்பெற்றது. தாக்குவோரின் நீண்ட வரிசையை எதிர்கொண்டிட, நைமன்கள் நீண்ட, மெல்லிய வரிசையை உருவாக்க வேண்டியிருந்தது. நைமன்கள் இந்நிலைக்கு வந்த மாத்திரத்தில், டெமுஜின் மூன்றாம் உத்தியை மேற்கொண்டு தாக்குவான். ஸ்குவாட்களை ஒன்றன்பின் ஒன்றாக உளி உருவாக்கத்தில் நிறுத்துவான்-முகப்பில் குறுகி ஆனால் மிக ஆழம் கொண்டு, இப்போது மெல்லிதாகிவிட்ட நைமன்களின் படைமீது ஒரு புள்ளியில் அதிகபட்ச ஆற்றலை மடை மாற்றிடவும் ஊடுருவிச் செல்லவும் அனுமதிக்கும்.

இந்த உத்திகள் குறைந்த பட்சம் பகுதி அளவில், பழைய சண்டை உத்திகளையும் வேட்டைத் தந்திரங்களையும் ஒன்றிணைத்ததாகத் தோன்றின; எனினும் இவ்வகையான யுத்த முறையினை எதிர்கொள்ள முடியாத, குழப்பமுற்ற எதிரியின் தொடர்ச்சியான திறமையின்மை, இந்த யுத்த தந்திரங்களைத் தனக்கே உரித்தான வகையில், போதுமான புதுமைகளை டெமுஜின் அறிமுகப்படுத்தியிருந்தான் என்பதைச் சுட்டிக் காட்டிற்று. பல்வேறு வகையிலான செயல் தந்திரங்களின் அடிப்படையில், புதுவிதமான ஸ்டெப்பி ராணுவத்தை உருவாக்கியிருந்தான்; வீரர்கள் மத்தியில் நெருக்கமான ஒத்துழைப்பு மற்றும் தளபதிகளிடத்தே முழுமையான கீழ்ப்படிதல் இதில் முக்கியமாயிருக்கும். அவர்கள் தாக்கிடக்குவியும் தனிநபர்களாக அல்லாமல், ஒன்றுபட்ட உருவில் இருந்தனர். ஒவ்வொருவரும் அறிந்திருக்க வேண்டிய, அதன் பொருட்டு சிறிதும் தயக்கமின்றி துல்லியமாக எதிர்வினையாற்ற வேண்டிய, உத்திகளின் வரிசையை டெமுஜின் பயன்படுத்தினான். 'அவன் என்னை நெருப்புக்குள் அல்லது நீருக்குள், அனுப்பினால் போய்விடுவேன். அவனைத்தேடி' என்று ஒரு பழமொழி

மங்கோலியரிடையே உண்டு. இது ஒரு லட்சியத்தை மட்டுமல்லாது, புதிய மங்கோலிய போர்முறையையும் பிரதிபலித்தது.

மங்கோலியர் சாதக நிலையில் இருந்தாலும் டெமுஜின் வெற்றிக்கு அவசரப்படவில்லை. தீர்மானகரமான சண்டையாயிருக்கும் என ஒவ்வொருவரும் எதிர் பார்த்திருந்த முந்தைய இரவன்று, தன் ஆதரவாளர்களை நன்கு தூங்கும்படி கூறினான். எதிர்தரப்பில் குழப்பமடைந்து, சீர்குலைந்து, செய்தித் தொடர்பு அறுந்திருந்த நைமன்கள் இரவில் தப்பியோடத் தொடங்கினர். எனினும் டெமுஜின் தன் வீரர்களைக் கட்டுப்படுத்தி அவர்களைப் பின்தொடராது செய்தான். இரவு நிலவின்றி இருண்டிருந்ததால், தப்பிச் செல்லும் ஒரே வழியாயிருந்தது, மலையின் செங்குத்தான பின்புறமே. இதனைப் பார்க்க முடியாத எதிரிகள் தம் குதிரைகளுடன் அதலபாதாளத்தில் சரிந்தனர். பாறை முகப்பின் கீழ் 'அழுகிய மரக்கட்டைகளென' அவர்தம் உடலங்கள் குவிந்து கிடந்தன.

அடுத்த நாள் காலையில் மங்கோலிய வீரர்கள் எஞ்சியிருந்த நைமன்கள் சிலரைத் தோற்கடித்து, தயாங்கானை "முடித்துவிட்டனர்." வெற்றிகரமாகத் தப்பியோடியவர்களில், தயாங்கானின் மகன் குச்லுக் தொலைவிலுள்ள கருப்பு கைதானின் டியான் ஷான் மலைகளுக்குத் தப்பியோட, ஜமுகா காட்டுக்குள் மறைந்து விட்டான். ஜமுகா புகலிடம் அடைந்திருக்கக் கூடிய இடத்திலே குழுவினர் யாரும் இல்லாததால் அவனின் முடிவு, இறுதிப் போராட்டமில்லாமல், மெதுவான சிணுங்கலில் வந்திருக்கும். எஞ்சியிருந்த சிலவான மெர்கிட் குழுக்களும் வளர்ந்து வந்த மங்கோலிய தேசத்தால் விழுங்கப்பட்டன; நாற்பது வயதான ஜமுகா சிறு ஆதரவாளர் கூட்டத்துடன், சமூகத்திலிருந்து விலக்கப்பட்ட கொள்ளையனாக வாழ்ந்தான்; காட்டு மிருகங்களைப் புசித்தனர். விதியின் விளையாட்டால், டெமுஜின்னின் தந்தை இறந்த போது, இளம் டெமுஜின் எதிர்கொண்டிருந்த அதே நிலைக்கு, ஒரு காலத்தில் உயர்குடியைச் சேர்ந்தவனான ஜமுகா உள்ளாக்கப்பட்டிருந்தான். நைமன்கள் மீது வெற்றிகொண்ட ஓராண்டுக்குப் பிறகு, எருது ஆண்டான 1205-இல் நெருக்கடியில் தோற்கவேண்டியிருந்த ஜமுகாவின் ஆதரவாளர்கள் அவனைப் பிடித்து டெமுஜின்னிடம் ஒப்படைத்தனர். அவர்களுக்கிடையே பகைமை நிலவினும், டெமுஜின் எல்லாவற்றுக்கும் மேலாக, விசுவாசத்தை மதித்தான். ஜமுகாவைத் தன்னிடம் ஒப்படைத்த

வீரர்களுக்கு வெகுமதி அளிப்பதற்குப் பதிலாக, அவர்கள் காட்டிக் கொடுத்திருந்த தலைவனின் முன்னே அவர்களைத் தூக்கிலிட்டான்.

இருபதாண்டுகளுக்கு மேலாக ஒருவருடன் ஒருவர் சண்டையிட்டு வந்த, அவர்களுக்கிடையிலான இறுதிச் சந்திப்பு, உணர்வோட்டத்தின் உச்சத்தைத் தொட்டது. இப்போது தனக்கு மிரட்டலாயில்லை என்ற புள்ளியைக் கடந்திருந்த ஜமுகாவைப் பழிவாங்குவதற்குப் பதிலாக, மீண்டும் அவனுடன் ஒன்றுபட முன்வந்தான். "தோழர்களாயிருப்போம். மீண்டும் ஒன்று சேர்ந்துள்ள நாம் இப்போது, நாம் மறந்து போனவற்றை ஞாபகப்படுத்திக் கொள்வோம். நம் தூக்கத்திலிருந்து விழித்தெழுவோம். என்னிடமிருந்து விலகிச்சென்றபோதும், நல்வாய்ப்புடைய, ஆசீர்வதிக்கப்பெற்ற சகோதரனாகவே இருந்தாய். கொல்லுதல்-கொல்லப்படுதலான இந்நாட்களில், உனது வயிறு மற்றும் இருதயத்தின் பள்ளம் நிச்சயமாக எனக்காக வலித்தது. அழித்தல்-அழிக்கப்படுதலான இந்நாட்களில் உனது நெஞ்சும் இருதயமும் எனக்காக வலித்தன."

ஒரு காலத்தில் ஜமுகா உரிமையாக்கி இருந்ததும் இன்னும் அதிகமான பிரதேசத்தை இப்போது ஆட்சி செய்கின்ற, தனது இளைய சகாவின் வேண்டுகோளாலும் உணர்வோட்டத்தாலும் நெகிழ்ந்து போனதாகத் தோன்றினான் ஜமுகா. தம் இளமையின் சகோதரத்துவத்திற்கான ஏக்கத்தில் கணநேரம் சரிந்துவிட்டதாகத் தோன்றினான். ஜமுகாவின் எதிர்வினை: "செரிக்கப்படக்கூடாத உணவை நாம் உண்டோம், மறக்கப்படக்கூடாத வார்த்தைகளைப் பேசினோம், ஒரு படுக்கையில் நாம் துயின்றபோது." பெயர் சொல்லப்படாத இன்னொரு நபரின் செல்வாக்கால் அவர்கள் பிரிய நேர்ந்ததை ஜமுகா குறிப்பிட்டான்: 'நம்மை ஊடுருவிச் செல்லும் நபரால் சீண்டிவிடப்பட்டோம். அருகிலிருந்து வந்த ஒருவரால் காழ்ப்புணர்வு கொண்டோம்"

ஜமுகாவின் நீண்ட பாவ அறிக்கையிடலையும் வருத்தத்தையும் The Secret History கொண்டுள்ளது, ஆனால் படாடோப நடையும் விவரணங்களும் அதனைச் சந்தேகத்திற்குள்ளாக்குகின்றன. ஜமுகா கூறுவதாக உள்ள பகுதி: "உலகம் உனக்கு ஆயத்தமாக இருக்கும் இப்போது, நான் உனக்குச் சகாவாக ஆவதில் என்ன பயன் இருக்கப் போகிறது? உறுதிபூண்ட சோதரனே, கரிய இரவில் உன் கனவுகளை அலைக் கழிப்பேன், பிரகாசமான பகலில் உன்

இருதயத்தைச் சஞ்சலப்படுத்துவேன். உன் கழுத்துப்பட்டையில் பேனாக இருப்பேன். கதவுச் சட்டத்தின் சிம்புவாயிருப்பேன்"

உளவியல் பிரச்சனைகள் மற்றும் உணர்வோட்ட ஊசலாட்டங்கள் அடிப்படையில் கருணை காட்டுமாறு மன்றாடும் நவீன வழக்குரைஞரைப் போல, டெமுஜின் பக்கம் ஏன் காட்டிக் கொடுத்தான் என்பதற்கான விளக்கத்தைத் தேடி, தம் இளமைப் பருவம் பற்றி ஜமுகா சிந்தித்தான். தானும் தன் இரு பெற்றோரை இழந்து, உடன் பிறந்தோரோ நம்பிக்கைக்குரிய சகாக்களோ இன்றி, மனைவிக்குப் பதிலாக இழிபிறவி ஒன்றைப் பெற்றிருப்பதாக ஜமுகா விளக்கினான். இறுதியில் கருணையை வேண்டுவதற்கு மாறாக, ஒரு வேண்டுகோளுடன் இறப்பினை வேண்டினான்- உயர்குடியினருக்குரிய வழியில் பூமியில் தன் குருதி சிந்தாது சூரியனும் ஆகாயமும் பார்க்காதவாறு தன்னை அவர்கள் கொல்லவேண்டும்.

வாழ்வில் டெமுஜின்னிடம் உறுதிப்பட நடக்காது போயினும், மரணத்தில் சிறந்த நண்பனாக இருந்திட முன்வந்தான். டெமுஜின் தன் உடலை உயர்ந்த இடத்தில் கிடத்தினால், டெமுஜின்னையும் அவனது சந்ததியரையும் கவனித்துக் கொள்ள முடியும் என்று வாக்குறுதி தந்தான். "என்னைக் கொன்று, இறந்த என் எலும்புகளை உயர்ந்த மேடையில் போடவும். அப்புறம் நித்தியமாயும் நிரந்தரமாயும் உனது வித்தின் வித்தினைப் பாதுகாப்பேன், அவர்களுக்கு ஆசீர்வாதமாவேன்." சகோதரத்துவ (andas) வாக்குறுதியை அவர்கள் எடுத்துக்கொண்டபோது, ஜமுகாவிடம் டெமுஜின் அளித்திருந்த பொன்னிற இடுப்புப் பட்டையில் ஜமுகாவை அடக்கம் செய்தான் என்கிறது பழ மரபுக்கதை

டெமுஜின்னின் முதல் எதிரியாயிருந்த ஜமுகா, இப்போது அவனை எதிர்க்கும் கடைசி மங்கோலிய உயர்குடியினனாக தன் வாழ்வை முடித்துக்கொண்டான். மங்கோலிய குலங்களைக் கட்டுப்படுத்துவதற்கான டெமுஜின்னின் நீண்ட தேடலில், அவன் ஸ்டெப்பியிலுள்ள ஒவ்வொரு பழங்குடியினையும் தோற்கடித்தான்; ஆண்களைக் கொன்றும் பெண்களைத் தன் பிள்ளைகளுக்கும் இதர ஆதரவாளர்களுக்கும் மணமுடித்து வைத்தும், ஒவ்வொரு உயர்குடி வம்சாவளியினரின் ஆபத்தை நீக்கினான். தனக்கு மேல் நின்ற ஒவ்வொரு அதிகாரத்தின் கீழும் பொறுமினான். பெக்டரின் குடும்பத்தை ஆளும் பொருட்டு அவனைக் கொன்றான்.

மெர்கிட்கள் தன் மனைவியை அபகரித்ததால், அவர்களை அழித்தான். தன் தந்தையைக் கொன்று, மங்கோலியரை ஸ்டெப்பி எலிகளாகப் பரிகசித்த தாத்தாரியரை கொன்று குவித்தான். தனது மங்கோலிய மக்களின் பிரபுக்களைத் தூக்கியெறிந்து, தாயிசியுட் மற்றும் ஜுர்கின்களது உயர்வரிசை மங்கோலியக் குலங்களை ஒவ்வொன்றாக வெளியேற்றினான். அவனது சகாவும் தந்தையைப் போன்றவருமானவர் தம் குடும்பங்களுக்கிடையிலான திருமணத்திற்கு மறுதலிப்பு செய்தபோது, அவரையும் அவரது குலத்தையும் அழித்தான். நைமன் அரசி, மங்கோலியரை இழிந்தவர்களாகப் பரிகசித்தபோது, அப்பழங்குடியைத் தாக்கினான், அவளது கணவனைக் கொன்றான், தன் ஆதரவாளன் ஒருவனிடம் அவளை மனைவியாகத் தந்தான். இறுதியில், தன் வாழ்வில் பெரிதும் நேசித்தவர்களில் ஒருவனான ஜமுகாவைக் கொன்று, உயர்குடி ஜடாரன் குலத்தை அழித்தான்.

டெமுஜின் இப்போது, தெற்கில் கோபியிலிருந்து வடக்கில் ஆர்க்டிக் துந்திரப் பிரதேசம் வரையும், கிழக்கில் மஞ்சூரியக் காடுகளிலிருந்து மேற்கில் அல்டாய் மலைகள் வரையுமுள்ள ஒவ்வொன்றையும் கட்டுப்படுத்தி, பரந்து விரிந்த நிலத்தின் ஆட்சேபணையற்ற ஆட்சியாளராகத் தரப்படுத்தப்பட்டான். அவனது பேரரசு புல்வெளியாயிருந்ததால், மனிதரை விடவும் விலங்குகளை அதிகம் பெற்றிருந்தது. பிரதேசத்திலுள்ள ஒவ்வொரு பகுதியைச் சேர்ந்த பிரதிநிதிகளின் குறில்தாயினால் பொதுவில் அறிவிக்கப்படும்வரை, யுத்தகளத்திலான வெற்றி மட்டுமே ஆட்சியை நியாயப்படுத்துவதில்லை. ஒரு குழு தன் பிரதிநிதியை அனுப்ப மறுத்து விட்டால், அது கானின் ஆட்சியினை நிராகரித்ததாகும். கான் அதனை ஆட்சிபுரிவதாக கூறிக்கொள்ள முடியாது, அவர்கள் அவரது பாதுகாப்பைக் கோர முடியாது என்பது முக்கியமானது.

ஆட்சிப் பொறுப்பேற்க குறில்தாயைக் கூட்டு முன்பு, சமாதானத்தை மீட்கவும் உறவுகளைச் சரிசெய்து கொள்ளவும் டெமுஜின் ஓராண்டு விட்டுவைத்தான். புலி ஆண்டான 1206-இல், தனது புனித மலை புர்கான் கல்தூணுக்கு அருகிலுள்ள ஓணோன் நதித் தலைமையகத்திற்குத் திரும்பி, குறில்தாய்க்கு அழைப்பு விடுத்தான்-ஸ்டெப்பி வரலாற்றில் நிகழ்ந்த மிகப் பெரியதும் முக்கியமானதுமாக அது இருந்திருக்கும். விருந்துகளில் பாலும் இறைச்சியும் தந்திட ஆயிரக்கணக்கிலான விலங்குகள்

நிறுத்தப்பட்டிருந்தன. டெமுஜின்னின் முகாமிலிருந்து ஒவ்வொரு திசையிலும் மைல் கணக்கில் கூடாரங்கள் நீண்டிருந்தன; எல்லாவற்றுக்கும் மையத்தில், டெமுஜின்னை இந்நிகழ்வுக்கு வழிகாட்டியிருந்த, உயிர்ப்பதாகை நின்றது. பவித்திரமும் பிரும்மாண்ட வைபவமுமான தினங்கள் கொண்டாட்டம், விளையாட்டு, இசையின் தினங்களுடன் அடுத்தடுத்து நிகழ்ந்தன. டெப் டென்ஜெரி உள்ளிட்ட அரசவையின் மருத்துவர்-புரோகிதர்கள் பகலில் முரசறைந்து பாட, அந்தியில் இசைக்கலைஞர்கள் பாடினர். இரவு நேரக்காற்றில் மங்கோலியரது தனித்துவமான மயக்கும் வாய்ப்பாட்டு நிரம்பியிருந்தது-ஒரேவேளையில் இரு இசைக் கோவைகளை வெளிப்படுத்தினர். ஒவ்வொரு பெரிய அரசியல் நிகழ்வின் போதும், மங்கோலியரின் மரபுவழி விளையாட்டுகளான மல்யுத்தம், குதிரைப் பந்தயம், வில்வித்தை என்பவற்றில் இளைஞர்கள் போட்டியிடுவர்.

நவீன மேற்கு அய்ரோப்பாவின் அளவிலுள்ள பரந்த பிரதேசத்தையும் வெவ்வேறு நாடோடிப் பழங்குடிகளைச் சேர்ந்த சுமார் ஒரு மில்லியன் மக்களையும் 15-லிருந்து 20 மில்லியன் வரையிலான விலங்குகளையும் டெமுஜின் தன் கட்டுப்பாட்டில் வைத்திருந்தான். தாத்தாரியர், கெரியத் அல்லது நைமன்களின் கானாக மட்டும் அவன் ஆட்சி செய்யவில்லை. மயிர்க்கூடார மக்களனைவரது ஆட்சியாளனாக இருக்க இருந்தான்; அப்புதிய பேரரசுக்கு, தன் பழங்குடியிலிருந்து பெறப்பட்ட புதிய அதிகாரபூர்வ பெயரைத் தெரிவு செய்தான். மாபெரும் மங்கோலிய தேசம் என்று பொருள்படும் yeke Mongolulus என்பதைத் தன் மக்களுக்கு பெயராகச் சூடினான். எல்லா மக்களையும் ஒன்றிணைத்த பிறகு, அவர்தம் வம்சாவளிகளின் குலங்களின் பழங்குடிகளின் சுவீகரிக்கப்பட்ட உயர்குடி விருதுகளை ஒழித்தான். இத்தகைய பொறுப்புகளெல்லாம் அரசுக்கு உரியனவே அன்றி, தனிநபர்களுக்கல்ல; அவை புதிய ஆட்சியாளரின் விருப்பப்படி வழங்கப்படும். தனக்கிருந்த பழைய பழங்குடி விருதுப் பெயர்களான குர்-கான் அல்லது தயாங்கான் போன்றவற்றை நிராகரித்துவிட்டு, தனது ஆதரவாளர்கள் தனக்காகப் பயன்படுத்திய சிங்கிஸ்கான் என்பதைத் தெரிவு செய்தான்; பிற்பாடு பாரசீக எழுத்துக்களில் மேற்குலகில் செங்கிஸ்கான் என்பதாயிற்று இப்பெயர். சின் என்னும் மங்கோலியச் சொல் வலுவான, உறுதியான, அசைக்க முடியாத, அச்சமற்ற எனப் பொருள் தந்து, ஓநாயைக் குறிக்கும் சினோ என்னும் மங்கோலியச் சொல்லுக்கு

நெருங்கிவரும்,-மங்கோலியர் தம் மூதாதையாகக் கருதுவது ஓநாயை. அது எளிமையான ஆனால் பொருத்தமான பெயராக புதிய கானுக்கு இருந்தது.

பெரும்பாலான வெற்றிகரமான ஆட்சியாளர்களைப் போலவே செங்கிஸ்கான், பவித்திரமான வைபவம் மற்றும் பிரும்மாண்ட நிகழ்வின் அரசியல் சக்தியைப் புரிந்து கொண்டார். அரண்மனைகள், ஆலயங்கள் போன்றவற்றில் கட்டுண்டு விடும் பெரும்பாலான ஆட்சியாளர்களைப் போலின்றி, செங்கிஸ்கானின் பொறுப்பேற்றல் பரந்துவிரிந்த ஸ்டெப்பியில் நிகழ்ந்தது-ஆயிரக்கணக்கானோர் அங்கே பங்கேற்றனர்.

மங்கோலியப் பொது வைபவங்கள், பார்வையாளர்கள் மற்றும் வரலாற்றாளர்களிடத்தே அழுத்தமான மனப்பதிவை ஏற்படுத்தின. கிடைக்கின்றவற்றில் முழுமையான பதிவாயிருப்பது பிரெஞ்சு வாழ்க்கை வரலாற்றாளர் பிராங்கோயி பெடி தெ லா க்ராய்க்ஸினுடையதாகும்-அச்சகாப்தத்தின் பாரசீக-துருக்கி ஆவணங்கள் அவருக்கு கிடைத்தன. பெடியைப் பொறுத்தவரை, செங்கிஸ்கானின் ஆதரவாளர்கள் "தரைமீது விரிக்கப்பட்ட கறுப்புத் தரைவிரிப்பு மேல் நிறுத்தி, பேசுவதற்கு அனுமதிக்கப்பட்டவர், மக்களின் மகிழ்வை உரத்து வெளிப்படுத்தினார்." 'அவருக்கு வழங்கப்பட்டது எந்த அதிகாரமாயினும், அது விண்ணகத்திலிருந்து பெறப்பட்டது; தன் மக்களை நேர்மையும் நீதியுடனும் அவர் நிர்வகித்தால், அவரது திட்டத்தை ஆசீர்வதித்து வளம்பெறச் செய்திட கடவுள் தவறமாட்டார்; மாறாக, நேர் எதிராக நிர்வகித்தால், தன்னைப் பரிதாபத்திற்குரியவராக ஆக்கிக் கொள்வார்' என அவர் கண்டித்தார்.

அவரது ஆதரவாளர்கள் அவரைத் தம் தலைகளுக்குமேல் உயர்த்தி, அரியாசனத்தில் அமர்த்துவதாக, ஆர்ப்பரித்து தம் ஆதரவின் தவறாத சமிக்ஞையை வெளிக்காட்டிட இவ்வைபவம் ஒரு சந்தர்ப்பத்தை அளித்தது. அப்புறம் இப்புதிய சக்கரவர்த்தி முன் ஒன்பது முறை வணங்கி எழுந்தனர் தம் பணிதலை வெளிக்காட்டிட. ஒவ்வொரு வம்சாவளியின் இருப்பும் தன் கடப்பாட்டினை செங்கிஸ்கானிடத்தே தெரிவித்தது; ஒவ்வொரு மருத்துவர்-புரோகிதரது இருப்பும், தனது ஆன்மாக்களும் கனவுகளும் அவ்வாறு செய்யுமாறு அறிவுறுத்தியதாக எடுத்துக்காட்டினார். அமைப்பாக்கம் பெற்ற மதம் இல்லாத நிலையில், மருத்துவ-புரோகிதர்கள் அந்நிகழ்வுக்கு ஆன்மிக ஆசீர்வாதத்தை வழங்கினர்;

அதனை அரசியல் நிகழ்வுக்கும் மேலானதாக ஆக்கினர். தம் இருப்பின் மூலம், நித்திய நீல ஆகாயத்திலிருந்து ஆன்மிக ரீதியில் விதிக்கப்பட்ட டெமுஜின்னின் ஊழ் புனிதப் பிரகடனமாயிற்று.

மருத்துவ-புரோகிதர்கள் முரசங்களை அறைந்தனர், இயற்கையின் ஆன்மாவிடம் மந்திரங்கள் உச்சாடனம் செய்தனர், காற்றிலும் தரையிலும் அய்ரக் தெளித்தனர். கூடியிருந்தவர்கள் நித்திய நீல ஆகாயத்தை நோக்கி தம் உள்ளங்கைகளால் ஒருமைப்பட்டு நின்று தொழுதனர். தம் பிரார்த்தனையை, தொன்மையான மங்கோலியத் தொடர் ஹூரீ ஹூரீ, ஹூரீ என்பதுடன் சேர்ந்து ஆகாயத்தை நோக்கி அனுப்பி முடித்தனர்-ஆமென் என்று கிறித்தவர்கள் செய்வது போல. இந்த ஆன்மிகச் செயல்பாடு, அவர்கள் ஒவ்வொருவரையும் தேர்தலின் அங்கமாக்கி, அவர்களுக்கும் அவர்களது தலைவருக்கும் இடையிலானதாக மட்டுமின்றி, ஆன்மிக உலகத்துடனுமான ஒரு மதப் பிணைப்பை மூடி முத்திரையிட்டது.

மன்னர்களோ அதிபர்களோ, பெரும்பாலான தலைவர்கள், அரசின் ஒருவித நிறுவனத்திற்குள்ளே வளர்ந்தனர். அவற்றின் சாதனைகள், அந்நிறுவனங்கள் மற்றும் அவற்றைக் கொண்டுள்ள அரசின் மறு சீரமைப்பு அல்லது புத்தாக்கத்தை வழக்கமாகக் கொண்டிருக்கும். எனினும் செங்கிஸ்கான் புதிய அடித்தளத்தின் மீது, ஓர் அரசையும் தேவையான நிறுவனங்களையும் உருவாக்கிட முற்பட்டார்; அவற்றின் ஒரு பாதியை முந்தைய பழங்குடிகளிடமிருந்து இரவல் பெற்றார், இன்னொரு பாதியை அவர் கண்டு பிடித்தார். அவரது தேச-அரசு உயிர்த்திருக்க, வலுவான நிறுவனங்களைக் கட்டமைக்க வேண்டியிருந்தது; செங்கிஸ்கானைப் பொறுத்தவரை இது, அதிகாரத்தில் அவரை அமர்த்திய ராணுவத்திலிருந்து தொடங்கியது. அதனை அவர் மேலும் வலுவானதாக்கி, அரசாங்கத்திற்கு மையமானதாக்கினார். செங்கிஸ்கானின் கீழே பசு, ஆடு, ஒட்டகம் மேய்ப்போர் தளபதிகளாக முன்னேறி, ஆயிரம் / பத்தாயிரம் வீரர்கள் கொண்ட ராணுவங்களின் தலைமைகளில் இடம் பெற்றனர். பதினைந்திலிருந்து எழுபது வயதுவரையிலான ஆரோக்கியமான ஒவ்வோர் ஆணும் ராணுவத்தின் செயல் துடிப்புமிக்க உறுப்பினராயிருந்தான். பழங்குடி மன்னனாக முதலில் தேர்ந்தெடுக்கப்பட்டபோது செய்திருந்தது போலவே, மிகவும் விசுவாசமுள்ள ஆதரவாளர்களை ஓராயிரம் வீரர்களின் குழுக்களது மற்றும் இல்லங்களது தலைவர்களாக நியமித்தார்.

தனது குடும்ப உறுப்பினர்களுக்கு அவர் அளித்த பொறுப்புகள் சொற்பமே. மிகப் பழைய ஆதரவாளரான பூர்ச்சு பத்தாயிரம் பேர் கொண்ட அலகுகளுக்குப் பொறுப்பாயிருந்தார். மிகவும் அடிமட்டத்திலிருந்தும் கருப்பு-எலும்பு வம்சாவளிகளிலிருந்தும் வந்தவர்களுக்கு, அவர்களது சாதனைகள் மற்றும் யுத்த களனிலும் அதற்கு வெளியிலும் அவர்கள் காட்டும் விசுவாசத்தின் அடிப்படையில் வெகுமதி தந்தார். அவர்களை உயர் பதவிகளில் நிறுத்தினார். தனது தாய், தம்பி சகாதாய் உள்ளிட்ட குடும்பத்தினர் வகித்த பொறுப்புகளில் தனது நம்பிக்கைக்குரிய நண்பர்களை நியமித்தார். சகாதாய் 'பிடிவாதமும் குறுகிய மனமும்' கொண்டிருந்ததால் இம்மாற்றம் தேவையாயிற்று என்றார். தனது ஆலோசகர்கள் காலையிலும் மாலையிலும் தனக்கு ஆலோசனை கூற தன்னருகே இருக்கவேண்டும் எனக் கட்டளையிட்டார்.

ஒரு தேசமாக வார்த்தெடுக்கப்பட்டுள்ள, இன வரைவியல்படி பல்வேறான பெரிய பழங்குடிகளிடையே அமைதியை நிலைநாட்டிட, பழங்குடியினரின் பூசல்-யுத்தத்திற்கான மரபுவழிக் காரணங்களை ஒடுக்கிட, புதிய சட்டங்களைப் பிரகடனம் செய்தார். செங்கிஸ்கானின் மாபெரும் சட்டம் வரலாற்றின் பிற ஆட்சியாளர்களுடையதிலிருந்து வேறுபட்டது. அவர்தான் சட்டத்தை கடவுளிடமிருந்தான தெய்விக வெளிப்பாட்டின் மீது அமைக்கவில்லை; இயக்கமற்ற ஒரு நாகரிகத்தின் தொன்மையான சட்டத்திலிருந்தும் பெறவில்லை. நூற்றாண்டுகளாக பராமரிக்கப்பட்டு வந்தது போல, மேய்ச்சல் பழங்குடிகளின் சம்பிரதாயங்களிலிருந்தும் மரபுகளிலிருந்தும் அவர் திரட்டிக் கொண்டார். அவரது புதிய சமூகத்தின் செயல்பாட்டைத் தடுத்தபோது, பழைய நடைமுறைகளை உடனே ஒழித்தார். மாபெரும் கூட்டத்துடன் முரண்படாத மட்டும், மரபார்ந்த விதியைத் தம் பகுதியில் பின்பற்றிட குழுக்களுக்கு அனுமதி அளித்தார்-மாபெரும் சட்டம் உயரிய சட்டமாக அல்லது ஒவ்வொருவருக்குமான பொதுச் சட்டமாக இயங்கிற்று.

எனினும் மாபெரும் சட்டம், சட்டத்தின் தனியொரு விதிப்படுத்துதலாக இல்லாமல், அவரது வாழ்வில் எஞ்சியிருந்த இரு தசாப்தங்கள் முழுவதிலும் தொடர்ந்து வளர்ந்து கொண்டிருந்த, நிகழ்வுப் போக்கிலிருந்த சட்ட அமைப்பாகவே இருந்தது. செங்கிஸ்கானின் சட்டம் அன்றாட வாழ்வின் அனைத்து அம்சங்களுக்குள்ளும் புகவில்லை; மாறாக, மிகவும்

பிரச்சனைக்குரிய அம்சங்களை முறைப்படுத்தவே அதனைப் பயன்படுத்தினார். ஆண்கள் பெண்களைக் கடத்துவது நீடிக்கும் வரை ஸ்டெப்பியில் பூசல் இருக்கவே செய்யும். செங்கிஸ்கானின் புதிய சட்டம் பெண்கள் கடத்தப்படுவதைத் தடுத்தது-தனது மனைவி போர்ட்டே கடத்தப்பட்டதற்கான எதிர்வினையாக இச்சட்டம் வந்திருக்கவேண்டும். இத்தகைய கடத்தல்களில் தோன்றும் பூசலுக்கான விடாப்பிடியான ஆற்றல், செங்கிஸ்கானின் குடும்பத்திற்குள்ளேயிருந்து இன்னும் அவரை வதைத்தது-அவரது மூத்த மகன் அவருக்குப் பிறந்தவனா அல்லது போர்ட்டேயைக் கடத்தியவனுக்குப் பிறந்தவனா என்ற பூசலில் பிறந்தது-செங்கிஸ்கானுக்கு வயதாகிவர, இவ்வுறுதியற்ற தன்மை இன்னும் கடுமையான பிரச்சனைகளைக் கொண்டுவந்தது.

கடத்தலுக்கு முடிவுகட்டியதுடன், எந்தவொரு மங்கோலியனையும் பிடித்துச் சென்று அடிமைப் படுத்தியதையும் தடைசெய்தார். தாயிசியுட்களால் தான் பிடிக்கப்பட்டு அடிமைப்படுத்தப்பட்டதிலிருந்து, தனி நபரின் வேதனையை அறிந்துகொண்டிருந்தார்; ஒட்டுமொத்த சமூகத்திற்கும் அது எவ்வளவு பாதகமானது என்பதையும் கண்டுகொண்டிருந்தார்; ஸ்டெப்பியின் பழங்குடிகள் இருக்குமிடமெங்கிலும், அது இழைத்து வந்த கடுமையான விரோதங்களையும் வன்முறையினையும் கண்டு கொண்டிருந்தார்.

உள்ளார்ந்த அதிருப்தியின் ஒவ்வொரு தோற்றுவாயினையும் தன் ஆதரவாளர் வட்டத்திற்குள்ளேயே அகற்றிட செங்கிஸ்கான் முற்பட்டார். பிள்ளைகளின் சட்டபூர்வ பிரச்சனைகளைச் சூழ்ந்திருந்த நிரடல்களில் தனது அனுபவங்களைக் கொண்டு, மனைவியிடம் பிறந்தாலும் சரி காமக் கிழத்தியிடம் பிறந்தாலும் சரி, எல்லாக் குழந்தைகளும் சட்டபூர்வமானவையே என அறிவித்தார். மனைவி என்பவள் ஓர் ஒட்டகம் என்பதுபோல, அவளது மதிப்பு குறித்த தடுமாற்றம் தனது ஆண்கள் மத்தியில் அபிப்பிராய பேதங்களை உருவாக்கும் என்பதால், திருமணத்தில் பெண்களை விற்பதற்குத் தடைவிதித்தார். அதே காரணங்களால் கள்ள உறவுக்குத் தடை விதித்தார்-இச்செயலை மங்கோலியர் பெரும்பாலான மக்களைவிட வேறுவிதமாக வரையறுத்தனர். ஒரு பெண்ணுக்கும் அவளது கணவனின் நெருங்கிய உறவினர்களுக்கும், ஓர் ஆணுக்கும் பெண் வேலையாட்களுக்கும் அல்லது தன் இல்லத்திலுள்ள இதர மனைவியருக்குமிடையிலான பாலியல்

உறவுகளை இது உள்ளடக்கவில்லை. கூடார விவகாரங்கள் கூடாரத்திற்குள்ளேயே தீர்க்கப்பட வேண்டும், ஸ்டெப்பியின் பிரச்சனைகள் ஸ்டெப்பியிலே தீர்க்கப்படவேண்டும் என்னும் செங்கிஸ்கானின் விதிக்கேற்ப, கள்ள ஒழுக்கம், வெவ்வேறு இல்லங்களின் மணமானவர்களுக்கிடையிலானதாக ஆனது. குடும்பங்களுக்கிடையே பூசலை உருவாக்காதவரை, அது குற்றமாயில்லை.

மிருகங்களைத் திருடிச் செல்வது எப்போதும் தவறானதாகக் கருதப்பட்டது; ஆனால் சாதாரணமாக நடந்து கொண்டிருந்தது; நீடித்த விரோதம், பிணக்கிற்கான காரணமாயும் இருந்தது. தமது எட்டு காயடிக்கப்பட்ட குதிரைகள் திருடுபோனது தம் குடும்பத்திற்கு ஏற்பட்ட இழப்பினை ஞாபகப்படுத்தி, செங்கிஸ்கான், விலங்குத் திருட்டைப் பெரிய குற்றமாக ஆக்கியிருக்கலாம். காணாது போன விலங்கைப் பார்க்கும் யாரும் அதனை உரியவரிடம் ஒப்படைக்க வேண்டும் என்று விதியாக்கினார். இதன் பொருட்டு அவர் அமைத்த காணாது போனவற்றைக் கண்டறியும் பிரிவு, அவரது பேரரசு வளர்ந்து வந்தது போலவே வளர்ந்து வந்தது. இப்படிக் காணாதுபோன பொருட்கள், பணம் அல்லது மிருகங்களைக் காண்பவர், உரியவரிடம் சேர்க்காது போனால், திருடனாகத் தண்டிக்கப்பட்டு தூக்கிலிடப்படுவார்.

இது ஒருபுறமிருக்க, காட்டு விலங்குகளை வேட்டையாடும் உரிமை குறித்து ஸ்டெப்பி மக்கள் அடிக்கடி வாதிட்டனர். இனப்பெருக்க காலமான மார்ச்-அக்டோபரில் விலங்கு வேட்டையை செங்கிஸ்கான் தடை செய்தார். கோடையில் விலங்குகளைக் காப்பாற்றி, குளிர்காலத்திலும் ஒரு பாதுகாப்பு வலையை அளித்திருந்ததால், வேடர்கள் தம் உணவுக்குத் தேவையானதை மட்டும் வேட்டையாடுவதுடன் நிறுத்திக்கொள்ள வேண்டியிருந்தது. எதையும் வீணாக்காதபடி, விலங்குகளை எப்படி வேட்டையாட வேண்டும், அவற்றை எப்படி வெட்டி நறுக்கவேண்டும் என்றும் விதி சுட்டிக்காட்டியது.

பாலுணர்வு, சொத்து, உணவு ஆகியவற்றுடன் போட்டியிடும் மதங்களின் நிலைகுலைக்கும் ஆற்றலைச் செங்கிஸ்கான் கண்டு கொண்டிருந்தார். ஏதேனும் ஒரு வடிவில், பௌத்தத்திலிருந்து கிறித்தவம் வரை, மேனிக்கஸத்திலிருந்து இஸ்லாம் வரை ஒவ்வொரு மதமும் ஸ்டெப்பியில் மதமாற்றத்தை மேற்கொண்டது

அநேகமாக ஒவ்வொன்றுமே உண்மை மதமாக மட்டுமின்றி ஒரே மதமாகவும் தம்மைக் கூறிக்கொண்டது. உலகில் முதல் முறையாக செங்கிஸ்கானே ஒவ்வொருவருக்கும் முழுமையான மத சுதந்திரம் அளித்தார் எனலாம். அவர் தன் தாயகத்தின் ஆவிகளை வழிபட்டாலும் அவற்றை தேசிய வழிபாடாக ஆக்கிட அனுமதிக்கவில்லை.

எல்லா மதங்களையும் முன்னெடுத்துச் சென்றிட ஏதுவாக, வரிவிதிப்பிலிருந்தும் எல்லா வகைப் பொதுச் சேவைகளிலிருந்தும் மதத் தலைவர்களுக்கு விலக்கு அளித்தார். இதேபோல, மருத்துவர்கள், வழக்குரைஞர்கள், ஆசிரியர்கள், அறிஞர்களுக்கும் விலக்கு அளித்தார்.

மன்னர் பொறுப்பை ஏற்றுக் கொள்வதற்கான சண்டையைத் தடுக்கும் பொருட்டு, செங்கிஸ்கான் பல சட்டங்களை இயற்றினார். அவற்றின்படி, கான் எப்போதும் குறில்தாயால் தெரிவு செய்யப்பட வேண்டும். தன் குடும்பத்தினர் யாரும் தேர்வு செய்யப்படாமல் மன்னர் பொறுப்பைக் கோருவதை பெரிய குற்றமாக்கினார். போட்டி வேட்பாளர்கள் ஒருவரை ஒருவர் கொன்று விடுவதைத் தடுத்திட, எந்தவொரு தனிநபர் மூலமாகவும் அன்றி, ஒட்டுமொத்த குடும்பத்தின் சார்பில் குறில்தாய் மூலம் மட்டுமே மரண தண்டனை விதிக்கப்படும். அதன் மூலம், ஆரம்பத்தில் அதிகாரத்தைப் பெறும் பொருட்டு அவரே மேற்கொண்ட மாற்றாந்தாய் வழிச் சகோதரக் கொலையை சட்ட விரோதமாக்கினார்.

செங்கிஸ்கானால் இயற்றப்பட்ட மங்கோலியச் சட்டம் குழுவின் பொறுப்பையும் குழுவின் குற்றத்தையும் அங்கீகரித்தது. குடும்பச் சூழல் மற்றும் அவன் சார்ந்த பெரிய அலகுகளுக்கு வெளியே, தனி நபருக்குச் சட்ட பூர்வ இருப்பு இல்லை. ஆகவே, தன் உறுப்பினர்களுடைய சரியான நடத்தையை உறுதிப்படுத்துவது குடும்பத்தின் பொறுப்பாகும். ஒருவர் செய்யும் குற்றம் அனைவருக்கும் தண்டனை பெற்றுத்தரும். அதுபோலவே, ஒரு பழங்குடி அல்லது படைவீரரின் ஸ்குவாட், ஒருவர் மற்றவரது செயல்களுக்கு அதேபோல் பொறுப்பைப் பெற்றிருக்கும்; அதன்படி, ராணுவம் மட்டுமல்ல, குடிமை நிர்வாகம் மட்டுமல்ல, ஒட்டுமொத்த தேசமே சட்டத்தை அங்கீகரிப்பதிலும் அமல்படுத்துவதிலும் பொறுப்பேற்றது.

நேர்மையான மங்கோலியனாக இருந்திட ஒருவர் நேர்மையான சமுதாயமாக இருக்கவேண்டும்.

சட்டத்தை அமல்படுத்துவதும் அதற்கு அடிபணிவதும், உயர்மட்டத்திலிருந்து, கானிடமிருந்தே வரவேண்டும். எந்தவொரு தனிநபரை, மன்னரை விடவும் கூட, சட்டத்தின் ஆட்சி உயர்வானது என செங்கிஸ்கான் பிரகடனம் செய்தார். மன்னனைச் சட்டத்திற்கு உட்படுத்தியதன் மூலம், எந்தவொரு நாகரிகமும் இதுவரை சாதித்திராத ஒன்றை அவர் சாதித்துவிட்டார். பல நாகரிகங்களைப் போலின்றி, கடவுள் விருப்பத்தால் மன்னர்கள் ஆள்வதும் சட்டத்திற்கு மேம்பட்டவர்களாக ஆள்வதுமாயுள்ள மேற்கு அய்ரோப்பா போலின்றி, தனது மாபெரும் சட்டம், ஒவ்வொருவருக்கும் போலவே ஆட்சியாளருக்கும் பொருந்தும் என்பது செங்கிஸ்கான் தெளிவுபடுத்தினார். அவரது இறப்புக்குப் பின் சுமார் 50 ஆண்டுகள் வரையே அவரது சந்ததியினர் இந்தச் சட்டத்தின்படி நடந்தனர், பின்னர் கைவிட்டுவிட்டனர்.

பொதுவாகவே பேரரசை நிர்வகிக்க, ஆனால் பல புதிய சட்டங்களை இயற்ற, தன் கட்டுப்பாட்டின் கீழுள்ள பரந்து விரிந்த வெளியில் நடைமுறைப்படுத்தும் பொருட்டு, எழுத்து முறையை மேற்கொள்ள செங்கிஸ்கான் உத்தரவிட்டார். பலநூற்றாண்டுகளுக்கு முன்னர் இஸ்லாமிய வணிகர்களாலும் கிறித்தவத் துறவிகளாலும் எழுத்துமுறை ஸ்டெப்பி மக்களுக்கு அறிமுகப்படுத்தப் பட்டிருந்தாலும், தாத்தாரியர், நைமன்கள், கெரியத்துகள் என மிக நாகரிகமுற்ற பழங்குடியினர்கூட கற்றுக்கொள்ளவில்லை; எந்த மங்கோலியனும் கற்றிருக்கவில்லை. 1204-இல் நைமன்களை வெற்றி கொண்டிருந்த செங்கிஸ்கான், தயாங்கான் சொல்வதை ஒருவர் எழுதி முடிக்க, பின் அலுவலக முத்திரையிடப்பட்டு ஆவணமானதைப் பார்த்தார். மங்கோலிய ஸ்டெப்பியில் தோற்றம் கொண்டிருந்த, உய்குர் மக்களைச் சேர்ந்தவராக இருந்தார் அதனை எழுதிவைத்தவர்; ஒன்பதாம் நூற்றாண்டில் இம்மக்கள், இப்போது மேற்கு சீனத்தின் ஜின்ஸியாங் மண்டலமாயிருக்கும் பாலைவனச் சோலைகளுக்கு புலம் பெயர்ந்திருந்தனர். உய்குர் மொழி மங்கோலிய மொழியுடன் நெருங்கிய தொடர்பு கொண்டிருந்ததுடன், மங்கோலிய மொழியில் எழுதுவதற்கேற்ப தன்னை எளிதாகத் தகவமைத்துக் கொண்டது. ஸ்டெப்பிப் பழங்குடியினருக்கு கிறித்தவத்தைக் கொண்டு சேர்த்த இறை ஊழியத் துறவிகளால் பயன்படுத்தப்பட்ட

சிரியாக் அகர வரிசையிலிருந்து தோன்றிய இவ்வெழுத்து முறை, சித்திர எழுத்துக்களை விடவும் அட்சரங்களிலிருந்து ஆக்கப்பட்டது; ஆனால் சீன மொழியைப் போன்று தாளில் பத்தியாக செங்குத்துவாக்கில் சென்றது.

தன் சட்டங்களை நடைமுறைப்படுத்திட, செங்கிஸ்கான் உச்சநிலை நீதியரசர் பொறுப்பை ஏற்படுத்தி, அதனை அவர் தத்தெடுத்துக்கொண்ட சகோதரன் சிகி குடுஹுவிடம் ஒப்படைத்தார்-பொன்னிற கடுக்கன்களும் மூக்கு வளையமும் அணிந்த இந்த தாத்தாரிய சிறுவனைக் கொண்டு வந்து தன் தாயிடம் வளர்த்துவருமாறு கூறியிருந்தார். திருடர்களைத் தண்டித்து பொய்களைச் சரிப்படுத்தி, தன் முடிவுகளை வெள்ளைத்தாளில் பதிவு செய்து நித்திய ஆகாயத்தின் புனித வண்ணமான நீலநிற நோட்டுப் புத்தகங்களாக பராமரிக்க வேண்டும் என்று சிகியிடம் ஒப்படைத்தார். செங்கிஸ்கான் நிர்வாகத்தில் எழுதுவதற்கும் சட்டத்தைப் பராமரிப்பதற்கும் இடையிலான நெருங்கிய தொடர்பு, புத்தகத்தைக் குறிக்கும் மங்கோலியச் சொல் *nom* கிரேக்கத்தின் சட்டம் என்று பொருள்படும் *nomos*-லிருந்து எப்படி வந்தது என்பதை விளக்கக்கூடும். 13-ஆம் நூற்றாண்டின் மங்கோலிய உலகில் சட்டமும் எழுதப்பட்ட சொல்லும் ஒன்றுதான்.

தனது பாரிய அரசமைப்பில் விசுவாசத்தையும் இணக்கத்தையும் பராமரித்திட, செங்கிஸ்கான் பிணைக்கைதிகளை வைத்திருத்தல் என்னும் பழமையான அரசியல் நடைமுறையில் புதுமை செய்தார். ஆயிரம் மற்றும் பத்தாயிரம் பேருடைய அலகுகளில் தளபதிகள் ஒவ்வொருவரும் தம் பிள்ளைகளையும் பிள்ளைகளின் சிறந்த நண்பர்களையும், தன்னுடைய பத்தாயிரம் பேர் கொண்ட அலகுகளை உருவாக்கிக்கொள்ள தன்னிடம் அனுப்பிவைக்குமாறு கோரினார். அவர்தம் உறவினர்கள் தவறாக நடந்து கொண்டால் அவர்களைத் தண்டிக்காமல், மிகவும் திறம்பட்ட முறையினைச் செங்கிஸ்கான் உருவாக்கினார். பிணைக்கைதிகளாக வரப் போகின்றவர்களை பயிற்சி மேற்கொள்ள வைத்து, திறமையற்ற அல்லது விசுவாசமற்ற அலுவலரின் இடத்தே நியமிப்பதற்கான ஆயத்த சக்திகளாகப் பராமரித்தார். அவ்வுறவினர் கொல்லப்படுவார் என்னும் அபாயத்தை விடவும், களத்தில் விசுவாசத்தை உறுதிப்படுத்திட, இத்தகைய இடப் பெயர்ச்சி ஆற்றல் மிக்கதாய் இருந்தது. அநேகமாக ஒவ்வொரு குடும்பத்திற்கும் நீதிமன்றத்துடன் நேரடியான, தனிப்பட்ட தொடர்பினைத் தந்த, தன் அரசாங்கத்தின்

ஒருங்கிணைந்த அங்கமாக பிணைக்கைதிகளின் நிலையை உருமாற்றினார்.

மேட்டுக்குடி அலகினைப் பகல்காவல் மற்றும் இரவுக்காவல் என்று பிரித்தார். அவரையும் அவரது முகாமைச் சேர்ந்தவர்களையும் அவர்கள் நிரந்தரமாகக் காவல் காத்தனர்; மெய்க்காவலர்கள் என்பதற்கு மேலாகவே செயல்பட்டனர். அரசவையில் பணியாற்றிய சிறுவர் சிறுமியரைத் தம் கட்டுக்குள் வைத்திருந்தனர், வெவ்வேறு மிருகங்களின் மேய்ப்பர்களை ஒன்று திரட்டினர். முகாம் மற்றும் ஆயுதங்கள், பதாகைகள், நீண்ட கழிகள், முரசங்கள் போன்ற படைவீரர் சாதனங்களின் போக்குவரத்தைக் கண்காணித்தனர். சமையலையும் இறைச்சிக்காக மிருகங்களைக் கொள்வதையும் இறைச்சியும் பால் பொருட்கள் சரியாக வினியோகிக்கப்படுவதையும் கண்காணித்தனர். நீதிமன்ற விசாரணைகள் மேற்கொள்ளுதல், தண்டனை நிறைவேற்றங்களில் உதவினர். அரச குடும்ப கூடாரங்களுக்குள் நுழைவது-வெளியேறுவதைக் கட்டுப்படுத்தி, அரசாங்க நிர்வாகத்தின் அடிப்படையாக இருந்ததால், அவர்களால் சட்டத்தை அமல்படுத்த முடிந்தது.

செங்கிஸ்கானது படைப்பிரிவின் உறுப்பினர்களெல்லாம் அண்ணன் நிலையிலிருந்ததால், பத்தாயிரம் பேருடைய பிற ஒன்பது அலகுகளிலுள்ள யாருக்கும் உத்தரவிட்டு, கேள்வி கேட்காமல் செய்து முடிக்கப்படுவதை எதிர்பார்க்க முடிந்தது. ஒவ்வொருவரும் ஒரு பொறுப்பு வகித்திடும் பிற ராணுவங்களைப் போலின்றி, மங்கோலிய ராணுவத்தில் ஒட்டுமொத்த அலகும் ஒரு பொறுப்பு வகித்தது. செங்கிஸ்கானின் பத்தாயிரம் பேருடைய துமெனிலுள்ள அடிநிலை நபர், பிற துமெனிலுள்ள உயர்மட்ட நபர்களை விடவும், தகுதியில் விஞ்சியவனே. ஒவ்வொரு துமெனிலும், ஆயிரம் பேருள்ள தளபதியின் அலகிலுள்ள ஒவ்வொரு உறுப்பினரும் ஓராயிரம் பேருள்ள மற்ற ஒன்பது அலகுகளிலுள்ள ஒவ்வொருவரையும் விடவும் தரத்தில் விஞ்சியவனே.

தனது உத்தரவுகள் உத்தேசிக்கப்பட்டவர்களுக்கு சென்று சேர்ந்திட செய்தித் தொடர்பு நிலவும் வகையில், அம்புத் தூதுவர்கள் எனப்படும் துரிதச் சவாரியாளர்களின் அமைப்பை உருவாக்கினார். ராணுவத்தினர் அதற்கான நபர்களை வழங்க, உள்ளூர்கள் நிலையங்களைத் தந்தன. மங்கோலியரைப் பொறுத்தவரை முக்கியத்துவத்தில் ராணுவத்திற்கு அடுத்த நிலையில் இருந்தது;

ராணுவத்தில் சேவை புரிபவர்களுக்குப் பதிலாக தனிப்பட்ட மங்கோலியர் சேவைபுரிந்திட அனுமதிக்கப்பட்டனர். உள்ளூர் நிலைக்கேற்ப, இந்நிலையங்கள் சுமார் 20 மைல்கள் தொலைவில் நிறுவப்பட்டன, ஒவ்வொரு நிலையத்தையும் பராமரித்து இயக்கிட சுமார் 20 குடும்பங்கள் தேவைப்பட்டன. இந்நிலையங்கள் பொதுமக்கள் பயன்பாட்டிற்குத் திறந்திருந்தாலும், ஒவ்வொரு நிலையத்திலான தகவலின் பெரும் பகுதியும் குறிப்பிட்ட நேரத்தின் மொத்தமும், கவனமுடன் பராமரிக்கப்பட்ட ரகசியமாயிருந்தது, ஆதலின் அத்தகவல் உயிர்த்திருக்கவில்லை. எனினும் இதன் பரந்த தன்மை குறித்த ஒருவித கருத்தினை 18-ஆம் நூற்றாண்டிலிருந்து பெறமுடியும்-அப்போது இவ்வமைப்பு இன்னும் இயங்கிக் கொண்டிருந்தது; மேற்கில் அல்டாய் மலைகளிலிருந்து கிழக்கில் சீனாவுக்குள்ளே பெருஞ்சுவரினூடேயுள்ள நுழைவாயில் வரை, மங்கோலியாவைத் தாண்டிச் செல்ல சுமார் 64 நிலையங்கள் தேவைப்பட்டன.

தீப்பந்தங்கள், விசில் ஓசை இடும் அம்புகள், புகை, வெளிச்சம், கொடிகளைக் குறுகிய தூரங்களுக்கும், சண்டைகள், வேட்டைகள், ராணுவப் போக்குவரத்துகளின் போது தகவலை துரிதமாக கடத்திடவும் பழைய தினுசுதினுசான முறைகளைச் செங்கிஸ்கான் பயன்படுத்தினார். கேட்கின்ற தூரத்தைத் தனிநபர்கள் கடந்துவிட்ட போதும் பயன்படுத்தக்கூடிய, ஆயுத சமிக்ஞைகளின் சிக்கலான அமைப்பை மேய்ச்சல்காரர்கள் முன்னர் வளர்த்தெடுத்திருந்தனர்; செங்கிஸ்கானின் கீழும், யுத்தத்திலோ துருப்புகளைக் கையாள்வதிலோ பயன்படுத்திட, துரிதமாயும் திறம்படவும் ஆன செய்தித் தொடர்பின் இன்னும் விரிவான அமைப்பை உருவாக்கிட நிறுவப்பட்டன.

சமாதானமும் செழிப்பும் செங்கிஸ்கானுக்குச் சில பிரச்சனைகளை ஏற்படுத்தின. செங்கிஸ்கான் கடுமையாக உழைத்து, பழங்குடியினரை ஒன்றுபடுத்தியதை, பூசல்களும் போட்டிகளும் அழித்திடுவதாக மிரட்டிட, ஆறாண்டுகால அமைதி அனுமதித்தது அல்லது ஊக்குவித்தது. அவர் எந்த அளவுக்கு வல்லமை மிக்கவராக ஆனாரோ, அந்த அளவுக்கு அவரது ஆதரவாளர்களிடமிருந்து பிணக்குகள் எழுந்தன-குறிப்பாக அவரது குடும்பத்திற்குள்ளே, குடும்பத்திற்கு வெளியிலிருந்த சகாக்களை விடவும், அதிக அளவிலான பொருட்களையும் பொறுப்புகளையும் பெறுவதற்கு உரியவர்களாக உணர்ந்தனர். செங்கிஸ்கானின் நம்பகமான

ஆலோசகர்களைக் கொண்ட அரசவையில், அநேகமாக அவரது உறவினர்களில் யாரும் இல்லை. தன் தாயினைத் தன் கடைசித் தம்பி டெமுஜினிடம் வசிக்குமாறு விட்டான்-அவன் ஸ்டெப்பி மரபுப்படி, அடுப்பங்கரை இளவரசன் என பொருள்படும் ஓட்சி ஜென் என்றழைக்கப்பட்டான்; முதுமையிலுள்ள பெற்றோரைப் பராமரிக்கும் பொறுப்பைப் பெற்றிருந்தான்.

சீரான விசுவாசமிக்க ராணுவம் மற்றும் போட்டியாளர்களாக குடும்பமோ வயதான உயர்குடியினரோ இல்லாமல், எதிர்பாராதவகையில், செங்கிஸ்கானின் மருத்துவர்-புரோகிதரான டெப் டென் ஜெரியிடமிருந்து, புதிய பிரச்சனை எழுந்தது. நித்திய நீல ஆகாயம் செங்கிஸ்கானுக்குச் சாதகமாயிருந்தது, அவனை உலகின் ஆட்சியாளனாக்கும் எனத் திரும்பத் திரும்ப அறிவித்தான்; செங்கிஸ்கானின் வெற்றிக்குச் சாதகமாயும் அவரது முக்கியத்துவத்திற்கான சமிக்ஞைகளாயும், கனவுகளையும் எல்லாவித அடையாளங்களையும் விளக்கிக் கூறினான்.

டெப் டென் ஜெரி அவரது அரசவைக்குப் பங்களிப்பு செய்திருந்த அதீத இயற்கை மதிப்பை மட்டுமல்லாது, அவரது நடைமுறை மதிப்பையும் பயன்படுத்திக் கொண்டார்; ஹேலூன் மற்றும் டெமுஜி ஓட்சி ஜென்னின் எஸ்டேட்டுகளைக் கண்காணிக்குமாறு அவனை அவர் நியமித்தபோது, டெப் டென் ஜெரி தன்னையும் தனது ஆறு சகோதரர்களையும் வளப்படுத்திக் கொள்வதற்காகத் தன் பொறுப்பைப் பயன்படுத்திக் கொண்டான். இவர்கள் சக்திவாய்ந்த கூட்டணியை உருவாக்கிக் கொண்டு, தமது அதீத ஆற்றலால், செங்கிஸ்கானுக்கு அடுத்த நிலையிலான இடத்தை, புதிதாய் உருவாக்கப்பட்ட மங்கோலிய தேசத்திற்குள் கொண்டிருந்தனர்.

ஒரு சந்தர்ப்பத்தில் ஏழு சகோதரர்களும் சேர்ந்து, கானின் தம்பி காஸரை அடித்து உதைத்து விட்டனர். காஸர் செங்கிஸ்கானின் கூடாரத்திற்குச் சென்று, அவர் கால்களில் விழுந்து தன்னைக் காப்பாற்றுமாறு கெஞ்சினான். தன் குடும்பத்தினரையே முழுதும் நம்பிடாத கான், ஒரு சமயம் தம் பழங்குடியில் வல்லமை மிக்கவனாக விளங்கிய தம்பி எப்படி அடிபட முடியும் என வினவினார். அப்போது மனம் உடைந்து அழுதுவிட்டான் காஸர். கூடாரத்தை விட்டு கோபத்துடன் கிளம்பிய அவன் பயத்திலும் அவமானத்திலும் மூன்று நாட்கள் அண்ணனுடன் பேசாமலிருந்தான்.

காஸருக்கு எதிரான இச்சிறு வெற்றியால் ஊக்கம்பெற்ற டெப் டென் ஜெரி செங்கிஸ்கான் நாட்டை ஆள்வதாகக் கனவு வந்ததாக செங்கிஸ்கானிடம் தெரிவித்தான்; இன்னொரு கனவில் காஸர் ஆட்சி செய்வதாக இருந்தது என்றும் கூறினான். தனது ஆட்சிக்குப் பங்கம் வந்துவிடாதிருக்க, உடனேயும் திடமாயும் தம்பியைத் தாக்குமாறு வலியுறுத்தினான். தம்பியை உடனே கைது செய்து, அவனிடமிருந்து சிறு ஆதரவாளர் பொறுப்பையும் விலக்குமாறு செங்கிஸ்கான் உத்தரவிட்டார்.

செங்கிஸ்கானின் அம்மா தன் தம்பியுடன் செங்கிஸ்கானின் அரசவையிலிருந்து ஒருநாள் பயண தூரத்தில் வாழ்ந்து வந்தாள். இப்பிரச்சனையை உடனே கேள்விப்பட்டாள். தன் எஸ்டேட் நிர்வாகிகளுள் ஒருவராக டெப் டென் ஜெரி இருந்ததற்காக ஏற்கனவே ஆத்திரம் கொண்டிருந்த அவள், தன் பிள்ளைகளுக்கிடையிலான பூசலை அறிந்து கோபம் கொண்டாள். தன் கருப்பு வண்டியில் வெள்ளை ஒட்டகத்தைப் பூட்டி, அஸ்தமன வேளையில் தன் மகனது முகாமுக்குக் கிளம்பினாள்.

தன் அம்மா எதிர்பாராதவிதத்தில் தன் கூடாரத்திற்கு வந்து விட்டதால், ஆச்சரியத்தில் உறைந்து போன செங்கிஸ்கான், கஸாரை அவிழ்த்துவிட்டு, அவனது தொப்பியைப் போட்டுவிட்டு, அவனது இடைவாரைக் கட்டிவிடுவதில் உதவினார். மூத்த மகனிடத்தே இன்னும் கோபம் தீராத நிலையில், சம்மணமிட்டமர்ந்து, அய்ந்து குழந்தைகளுக்குப் பாலூட்டி வளர்ந்து தளர்ந்து தொங்கும் முலைகளைக் கையில் தாங்கியபடி, "இவற்றைப் பார்த்திருக்கிறாயா? இவையே நீ பாலருந்தியவை!" என்று சீறிவிட்டு, தொடர்ந்து நிந்திக்கின்றாள்-செங்கிஸ்கான் தன் மாற்றாந்தாய்வழிச் சகோதரன் பெக்டரைக் கொன்றபோது நிந்தித்த அதே வார்த்தைகளில், தனது நாபிக் கொடியை மென்று தனக்குப் பிறந்ததைத் தின்றுவிடும் மிருகத்தைப் போல செயல்படுகிறான் என. அவளை அமைதிப்படுத்தும் பொருட்டு, கான் காஸரை விடுவித்து சிறு ஆதரவாளர் மீதான பொறுப்பை மீட்டுத்தந்தார்.

இதற்குப் பின் தன் அய்ம்பதுகளில் பிற்பாதியிலிருந்த ஹேலூன் சீக்கிரமே இறந்து விட்டாள். அவளது சொத்து அவளது இளைய மகனுக்குச் சேரவேண்டும்; தன் சொத்துடன் இது சேர்ந்து, பத்தாயிரம் பேர் கொண்ட குழுவாகி, வேறெந்த உறவினரிடமும் இல்லாத நிலையைப் பெற்றவனாகி விடுவான். மருத்துவர்-புரோகிதரான டெப் டென் ஜெரி தன் ஆறு சகோதரர்கள்

மற்றும் செங்கிஸ்கானின் உள்ளடங்கிய சம்மதத்துடன், டெமுஜ் ஓட்சி ஜென்னை ஓரங்கட்டிவிட்டு, ஹேலுன் மற்றும் அவளது ஆதரவாளர்களது எஸ்டேட்டை அபகரித்தனர். தன் ஆதரவாளர்களைத் திரும்பப் பெற்றிட டெமுஜ் முற்பட்டபோது, டெப் டென் ஜெரியும் அவனது சகோதரர்களும், டென்ஜெரியின் பின்னே டெமுஜை மண்டியிடச் செய்து உயிர்ப்பிச்சை கேட்குமாறு நிர்ப்பந்தித்து அவமதித்தனர்.

உறவினர்களிடமிருந்து மீண்டும் மீண்டும் கூக்குரல்கள் எழுந்தும், செங்கிஸ்கான் தன் குடும்பத்தின் பக்கம் நிற்பதைவிடவும் டெப் டென் ஜெரியின் பக்கமே முழுதாக நின்றார். அவர் இன்னும் கவனித்துக்கொள்ள விரும்பிய ஒரே குடும்ப உறுப்பினர் அவரது மனைவி போர்டே தான். திடமாக ஒன்றுபட்டும் மங்கோலிய நாட்டுக்குள்ளே தமக்கென்று ஆதரவாளர்களைப் பெற்றுள்ள ஏழு ஆற்றல் வாய்ந்த சகோதரர்களால் முன்வைக்கப்பட்ட ஆபத்தை, தன் கணவனை விடவும் அவள் தெளிவாக புரிந்துகொண்டாள். சமீபத்தைய சம்பவத்தை, தனது தம்பியின் அவமானத்தை கேள்விப்பட்ட போர்டே டெப் டென் ஜெரிக்கு அதிகப்படியான அதிகாரத்தை அனுமதிப்பதன் மூலம், செங்கிஸ்கானின் பிள்ளைகள்தான் ஆபத்தில் இருந்தனர் என்பதை போர்டே கோபத்துடன் மகனிடம் எடுத்துரைத்தாள். டெமுஜின்னும் ஜமுகாவும் தம் ஆதரவாளர்களை ஒன்றிணைத்திருந்த போது, ஜமுகாவிடமிருந்து விலகுமாறு அவள் ஆலோசனை கூறியது போன்றே, இப்போது டெப் டென் ஜெரி மற்றும் குடும்பத்திடமிருந்து விலகுமாறு ஆலோசனை கூறினாள். கான் வாழ்ந்து கொண்டிருக்கும்போது அவரது சகோதரர்களுக்கு இவ்வளவும் செய்திடும் டெப் டென் ஜெரி, கான் இறந்து விட்டால் அவரது பிள்ளைகளுக்கும் அல்லது விதவைகளுக்கும் என்னதான் செய்ய இயலாது எனக் கணவனை வினவினாள்.

அடுத்த முறை, தனது ஆறு சகோதரர்களுடனும் தந்தை மோங்லிக்குடனும் டெப் டென் ஜெரி நீதிமன்றத்திற்கு வந்தபோது, டெமுஜ் ஓட்சி ஜின் கூடாரத்தினுள்ளே செங்கிஸ்கானுடன் காத்துக் கொண்டிருந்தான். டெப் டென் ஜெரி அமர்ந்ததும் டெமுஜ் அவனிடம் வந்து, அவனது சட்டையின் கழுத்துப்பட்டையைப் பற்றினான். இருவரும் மல்யுத்தம் செய்யப்போவதாக பாவனை செய்த செங்கிஸ்கான், கூடாரத்தின் வெளியே போட்டியை வைத்துக் கொள்ளுமாறு கட்டளையிட்டார். எனினும், டெமுஜ்,

டெப் டென் ஜெரியுடன் மல்யுத்தப் போட்டிக்கு முயலவில்லை; அவனுக்குத் தண்டனை தரவே முற்பட்டான். கூடாரத்தின் வாசல்வழியே டெப் டென் ஜெரியை இழுத்துச் சென்றதும், அவனைப் பிடித்து முதுகில் தாக்க மூவர் காத்திருந்தனர். இறந்தவனுக்குச் சிறிய கூடாரம் நிறுவப்படுமாறு செங்கிஸ்கான் உத்தரவிட்டார், அனைவரும் அங்கிருந்து விலகிச் சென்றனர்.

ஸ்டெப்பிப் பழங்குடிகளிடமிருந்து செங்கிஸ்கான் எதிர்கொள்ள வேண்டியிருந்த இறுதிப் பகைவனாக டெப் டென் ஜெரி இருந்தான். தன்னால் கட்டுப்படுத்த முடியாததை செங்கிஸ்கான் அழித்துவிட்டார். தன் உறவினர்களது அதிகாரத்தை சமநிலைப் படுத்தினார், உயர்குடி வம்சாவளிகளைக் கொன்றார், எதிர்க்கும் கான்களைக் கொன்றார், பழைய பழங்குடிகளை அழித்தார், இறுதியில் ஸ்டெப்பியிலிருந்த மிகவும் ஆற்றல் வாய்ந்த மருத்துவர்-புரோகிதரை கொல்ல அனுமதித்தார்.

டெப் டென் ஜெரியின் இடத்தே புதிதாக ஒருவரை செங்கிஸ்கான் நியமித்தார்; அவரொரு வயதான, பேராசையற்ற பாத்திரம். செங்கிஸ்கானின் ஆதரவாளர்களும் ஒரு பாடத்தைக் கற்றுக் கொண்டனர். செங்கிஸ்கான் ராணுவ அதிகாரத்தைக் கொண்டிருப்பதுடன், அவரது ஆன்மிக அதிகாரம், மிகவும் சக்திவாய்ந்த மருத்துவர்-புரோகிதருடையதை விடவும் அதிகமானது என அவரது வெற்றியை விளக்கினர். பல ஆதரவாளர்களின் பார்வையில், செங்கிஸ்கான் தன்னை ஆற்றல்மிக்க மருத்துவர்-புரோகிதராகக் காட்டிக் கொண்டார்-இன்றுவரையும் பல மங்கோலியர் தக்கவைத்துக் கொண்டிருந்த நம்பிக்கை இது.

நாடோடிப் பழங்குடியினரெல்லாம் ஒன்றுபடவும், செங்கிஸ்கான் தன்னை அவர்களது ஆட்சியாளராக பாதுகாப்புடன் நிறுவிக்கொள்ளவும், அடுத்து என்ன நிகழும் என்பது நிச்சயமற்றதாகத் தோன்றிற்று. ஜமுகாவும் ஓங்கானும் இல்லாமல், அவரது பெரும் பழங்குடி லட்சியமோ குறிக்கோளோ இல்லாதிருப்பதாகத் தோன்றியது என்னும் நாடகத்திற்குள் செங்கிஸ்கான் தன்னைப் பல ஆண்டுகள் பூட்டிக்கொண்டு கழித்திருந்தார். பகைவர்களின்றி ஒன்றிணைந்திட அவர்களிடம் காரணம் இல்லை. புதியவர்களைச் செங்கிஸ்கான் தேடிக் கொண்டிருந்ததாகத் தோன்றிற்று, ஆனால் குறிப்பிடும்படியாக யாருமில்லை. வேறு வலுவான அரசியல் இலக்குகள் இன்றி, 1207-இல் 28 வயதான மூத்தமகன் ஜோச்சியையும் அவனது துமெனையும், மங்கோலியர் ஸிபிர்

(சைபீரியா என்னும் பெயர் இதனின்றும் வந்தது) என்றழைத்திடும் பகுதிக்குள் படையெடுத்துச் செல்ல அனுப்பினார்-காட்டுப் பழங்குடியினரையும் கலைமான் மேய்ப்பர்களையும் பணிய வைப்பதற்காக. மங்கோலிய ராணுவத்திற்கு நிறையப் புதியவர்களைச் சேர்த்து, ஜோச்சி திரும்பினான்; பழங்குடித் தலைவர்களுடன் பல உடன்படிக்கைகளை மேற்கொண்ட செங்கிஸ்கான், ஜோச்சியின் மகள் உள்ளிட்ட பல திருமண உறவுகளையும் ஏற்படுத்திக் கொண்டார். ஜோச்சியுடன் மதிப்புமிக்க அரிய கம்பள ரோமங்களும், வேட்டைப் பறவைகளும் இதர வனப் பொருட்களும் கப்பமாக வந்து சேர்ந்தன.

வடக்கில் மேற்கொண்ட விரிவாக்கம், கம்பளி ரோமம், இறகுகள் தாண்டி வேறெதனையும் கொண்டுவரவில்லை. உலோகம், ஜவுளி, புதுமைப் பொருட்கள் என பல்வேறு தினுசுகளிலான பொருட்களுடன், செங்கிஸ்கானின் கவனத்தை ஈர்த்தது தென் பகுதியே. இப்போது சீனாவின் ஜின்சியாங் தன்னாட்சி மண்டலமாயிருக்கும், தக்லிமகான் பெரும் பாலைகளின் பாலைவனச் சோலைகளிலும் சுற்றுப் புறப் பிரதேசங்களிலும் பண்ணை வேளாண்மை மேற்கொண்ட உய்குர் மக்களிடமிருந்து, முதலில் அவர் நிறையப் பொருட்களைப் பெற்றார். அவர்கள் சரணடைந்ததை ஏற்றுக்கொண்ட செங்கிஸ்கான், தன் குடும்பத்தில் அவர்களைச் சேர்த்துக் கொள்ள முற்பட்டார். தன் மகளை உய்குர் கானுக்கு மணமுடித்து அவரை மருமகனாக்கிக் கொள்ள முன்வந்தார்.

சைபீரியப் பழங்குடிகள், உய்குர் மக்களுடனான உறவுமுறை விரிவாக்கத்தின் மூலம் செங்கிஸ்கான், தன் குடும்பத்திற்கும் அவர்தம் ஆளும் குடும்பங்களுக்குமிடையே திருமண உறவுகளை மட்டும் மேற்கொள்ளவில்லை. ஒட்டுமொத்த பழங்குடியை அல்லது தேசத்தை தனது பேரரசுக்குள் குடும்ப உறுப்பினர்களாக சேர்த்துக் கொண்டார். ஏனெனில் பழங்குடிகளின் அரசியல் மரபில், கானுக்கு உறவுமுறை தந்துவிடுவது, ஒட்டுமொத்த தேசத்துடன் குடும்ப உறவுகளை அங்கீகரிப்பதற்கு இணையானது. இவ்வாறு உறவுமுறை மரபு ஒருவித குடியுரிமையாக விரிவடைந்தது. வருகின்ற ஆண்டுகளில் செங்கிஸ்கான் அம்மரபினைத் தொடர்ந்து பயன்படுத்தி விரிவுபடுத்தியதால், உலகளாவிய குடியுரிமை வடிவமாயிற்று-கிறித்தவ/இஸ்லாமிய மக்களிடையே உள்ளது போல பொது மதத்தின் அல்லது

மரபார்ந்த பழங்குடி பண்பாட்டில் உள்ளது போல, உயிரியலின் அடிப்படையில் அல்லாமல் விசுவாசம், ஏற்றல், சார்புநிலை மீதே அமைந்திருந்தது. நாளடைவில் மங்கோலியப் பேரரசிலிருந்த மங்கோலியரல்லாத அரசுகளெல்லாம் 'காரி' (Khari) எனப்பட்டன- கருமை என்று பொருள்படும் அச்சொல் மருமகன்கள்-மருமகள்களைக் குறித்தன. இப்படி உய்குர், கொரியா போன்ற தெரிவு செய்யப்பட்ட நாடுகளும், தெரிவு செய்யப்பட்ட துருக்கி குழுக்களும் மங்கோலியருக்கு மருமக்களாக இருக்கும் கௌரவம் கொண்டிருந்தன, 'கருப்பு-உறவு' முறைக்கு வெளியிலான பரஸ்பர திருமணம் அனுமதிக்கப்படாது.

சுமார் 1209-இல் தன் திருமணத்திற்காக மங்கோலிய அரசவைக்கு உய்குர்கான் வந்தபோது, தங்கம், வெள்ளி பல்வேறு வடிவங்கள், வண்ணங்கள், அளவுகளிலான முத்துகள் உள்ளிட்ட பகட்டான பரிசுப் பரிசுகள் நிறைந்த ஒட்டகை வரிசை உடன் வந்தது. நெசவு செய்யாத தோல், கம்பளி ரோமம் மட்டுமே மங்கோலியரிடம் இருந்து வந்தது; எனவே அவர்களுக்கு முக்கிய பரிசுப் பொருட்களாக இருந்தவை, பட்டு, போன்றவற்றில் நெசவு செய்யப்பட்ட ஆடைகளாயிருந்தன. உய்குர்களின் வருகை, வேளாண் நாகரிகத்தின் செல்வத்திற்கும் ஸ்டெப்பிப் பழங்குடியினரின் வறுமைக்குமிடையிலான முரண்பாட்டை எடுத்துக் காட்டிற்று. மாபெரும் ராணுவத்தைக் கட்டுப்படுத்திய செங்கிஸ்கான், பெரிதும் வறுமைப்பட்ட மக்களையே ஆட்சிபுரிந்தார்; கோபியைத் தாண்டிய தெற்கே, பட்டுவழிச்சாலை வழியே, அவ்வப்போது முக்கியமான பொருள் போக்குவரத்து நடந்து கொண்டிருந்தது. பொருட்களின் இச்சமநிலையின்மைச் சரி செய்யவும் மற்ற நாடுகளுடன் தனது ராணுவத்தைச் சோதித்துப் பார்க்கவும் அவர் ஆயத்தமாயிருந்தார்; ஆனால் அது பெரும் அபாயத்தைக் கொண்டிருந்தது. சந்தர்ப்பத்தைப் பயன்படுத்திக்கொள்ள செங்கிஸ்கான் ஆர்வமாயிருந்தார், அவரது பிரார்த்தனைக்கான விடைபோல, சந்தர்ப்பம் தானே வந்தது.

துடுக்குத்தனமுள்ள இந்த ஆட்சியாளரையும் புதிதாய்ப் பிரகடனம் செய்யப்பட்ட அவரது மங்கோலிய தேசத்தையும் பற்றி யாரும் இதுவரை கேள்விப்பட்டிருக்கவில்லை. ஆசியாவின் உயர்ந்ததும் உள்ளார்ந்ததுமான ஸ்டெப்பிக்கு வெளியே, ஒரு காட்டுமிராண்டித் தலைவன் கொல்லப்பட்டு, புதியவன் ஒருவன் முடிசூட்டிக் கொண்டதற்கு கவனம் செலுத்திட யாருமில்லை.

ஒரு காட்டுமிராண்டிப் பழங்குடியின் அழிவையோ அதன் போட்டிக் குழுவின் எழுச்சியையோ விவரிக்கவும் இல்லை. குதிரைகள், பெண்கள், ஆடைகளுக்கான சிறு பழங்குடிக் குழுக்களின் சண்டைகள், முக்கியத்துவம் வாய்ந்த உண்மையான நாகரிகங்களின் போராட்டங்களின் தனித்துவம் இல்லாதிருந்தன. இவையெல்லாம் மாற்றமடைய இருந்தன.

பகுதி II

மங்கோலிய உலக யுத்தம்
(1211–1261)

ஜிங்கிஸ் மற்றும் அவரது சந்ததியரின் ஆயுதங்களால் பூமி உலுக்கியெடுக்கப்பட்டது: சுல்தான்கள் தூக்கியெறியப்பட்டனர், கலீபாக்கள் வீழ்ச்சியுற்றனர் மற்றும் சீஸர்கள் தம் அரியணையில் நடுக்கமுற்றனர்.

எட்வர்ட் கிப்பன்
ரோமானியப் பேரரசின் சிதைவும் வீழ்ச்சியும்.

Mongol Empire, 1260
Mongol Empire
Modern Mongolia
Vienna
Moscow
Kiev
Constantinople
Black Sea
Sarai
Caspian Sea
Aral Sea
Urgench
Otrar
Bukhara
Samarkand
Damascus
Baghdad
Nishapur
Herat
Kashgar
Karakorum
Shangdu (Xanadu)
Zhongdu (Beijing)
Kaifeng
Hangzhou
South China Sea
MILES
KILOMETERS
0
1000
0
1500

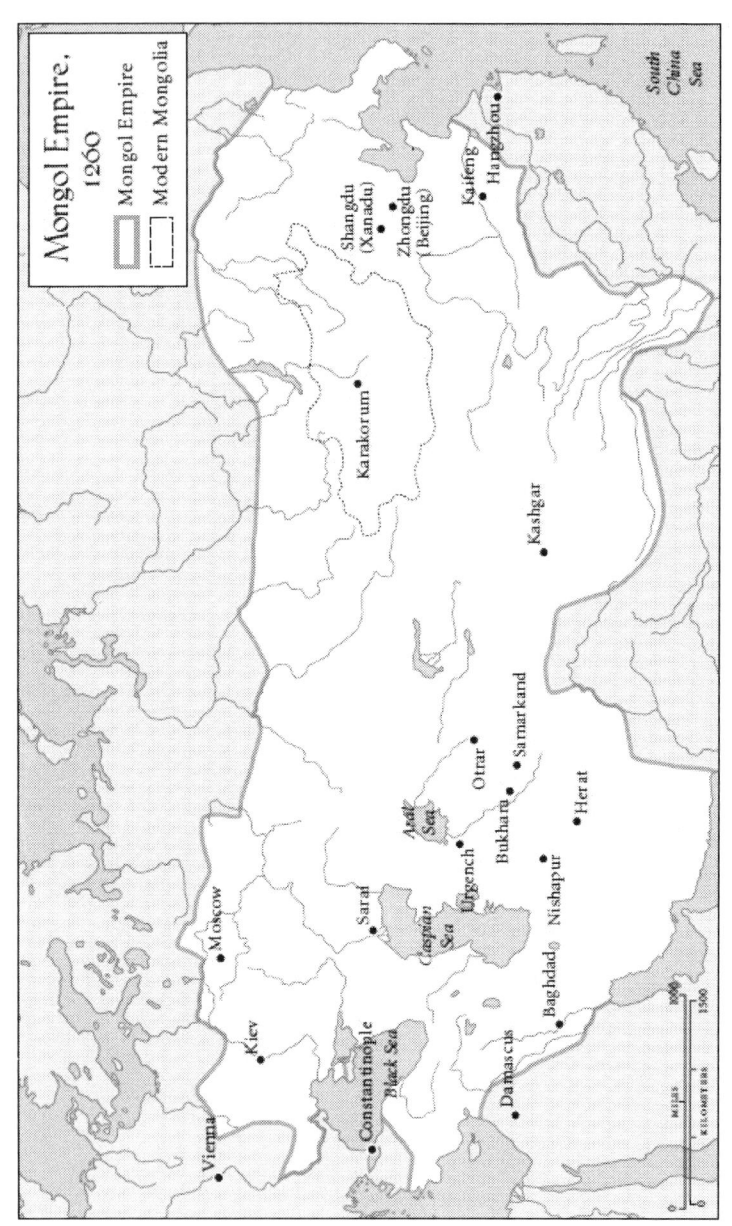

4

பொன்னான கான் மீது உமிழ்தல்

எமது மங்கோலியக் குதிரைகளின் குளம்படிகள் எங்கணும் செல்கின்றன. அவை விண்ணகம் ஏறி கடலில் அமிழ்கின்றன.

Yelü Chucai, 1237

செங்கிஸ்கானின் 48-வது ஆண்டில், அவரது புதிய நாட்டின் நான்காம் ஆண்டில், குதிரை ஆண்டான 1210-இல், ஜுர்செட் அரியணையில் புதிய பொன்னான கான் பொறுப்பேற்றதை அறிவித்தும் செங்கிஸ்கானையும் அடிமை தேசத்தினராக மங்கோலியரையும் அடிபணியுமாறு கோரியும் மங்கோலிய முகாமில் ஒரு தூதுக்குழு வந்து சேர்ந்தது. நவீன பெய்ஜிங் எழுந்து நிற்கின்ற ஜோங்து என்னும் தலைநகரிலிருந்து, சுமார் ஒரு நூற்றாண்டுக்கு முன்னர், 1125-இல் நிறுவப்பட்ட ஜுர்செட் வம்சம், மஞ்சூரியா, நவீன உட்புற மங்கோலியா மற்றும் வட சீனாவை ஆட்சிபுரிந்தது. பழங்குடியினரான அவர்களும் மஞ்சூரிய வனங்களிலிருந்து, ஸ்டெப்பியின் பழங்குடியினர் அனைவரின் மீதும் இறையாண்மை கோர முற்பட்டனர். கடந்த காலத்தில் ஓங்கான் அவர்களிடத்தே விசுவாசம் கொண்டிருக்க முன்வந்தார், ஜுர்செட்கள் தம் மேலாண்மையைச் செங்கிஸ்கான் மீது உறுதிப்படுத்துவதில் ஆர்வங்கொண்டவர்களாகத் தோன்றினர்-

ஸ்டெப்பியின் நாடோடிகளிடையே மேலோங்கியிருந்த ஓங்கானை இடப்பெயர்ச்சி செய்தவராக செங்கிஸ்கான் விளங்கினார்.

ஸ்டெப்பி மீதான ஜுர்செட்களின் அதிகாரம், சீனாவெங்கிலுமிருந்த ஆலைகள், நகரங்களிலிருந்து முல்லை நிலத்தவருக்குச் சென்ற பொருட்களை கடுமையாகக் கட்டுப்படுத்தியதிலிருந்து அல்லாமல், ராணுவ வலிமையில் தங்கியிருக்கவில்லை. ஸ்டெப்பி மன்னனின் அதிகாரம், சண்டையில் வெல்லும் வல்லமை மற்றும் வணிகப் பொருட்களை சீராக வழங்கி, உறுதிப்படுத்தலில் சார்ந்திருந்தது. யுத்தகள வெற்றி தோற்கடிக்கப்பட்டவரிடமிருந்து கொள்ளையடித்துவிடும் வாய்ப்பை வழங்கியதுடன் இவ்விரண்டும் பொருந்திப் போயின. பழங்குடியினரை எல்லாம் தோற்கடித்து ஒன்றிணைப்பதில் முன்னெப்போதும் இருந்திராத செங்கிஸ்கானின் கொள்ளைக்கு முடிவுகட்டி, பொருட்களின் போக்குவரத்தைச் சுருக்கியது. உற்பத்திப் பொருட்களெல்லாம் தெற்கில் தயாரிக்கப்படவே, தென்னக ஆட்சியாளர் ஒருவரிடத்தே செங்கிஸ்கான் சார்புநிலை கொண்டிருக்க வேண்டும், அதன் மூலம் அடிமை நிலை வீரராகப் பொருட்களைப் பெறவேண்டும் அல்லது அவர்களைத் தாக்கி பொருட்களை அபகரிக்க வேண்டும்.

ஜுர்செட்களிடத்தே செங்கிஸ்கான் நம்பிக்கை வைக்கவில்லை. மங்கோலியர் இன வரைவியல்-மொழிசார்ந்த பிணைப்பு கொண்டிருந்தது கிடான்களிடமே, அவர்களை ஜுர்செட்கள் தோற்கடித்து மேலாதிக்கம் செலுத்தினர். புதிய மங்கோலிய ஆட்சியாளரின் அதிகாரத்தை உணர்ந்துகொண்ட பல கிடான்கள், ஜுர்செட்கள் பிரதேசத்திலிருந்து தப்பி, செங்கிஸ்கானின் கீழே புகலிடம் தேடினர். 1208-இல் நான்கு உயர்நீதிமன்ற நீதிபதிகள் மங்கோலியரிடம் தப்பியோடி வந்து, ஜுர்செட்களைத் தாக்குமாறு வற்புறுத்தினர் ஆனால் ஏதேனும் பொறிவைக்கப்பட்டிருக்கலாம் அல்லது கேடான திட்டமெதுவும் இருக்கலாம் என்றஞ்சிய செங்கிஸ்கான் மறுத்துவிட்டார்.

ஜுர்செட்களின் பொன்னான கான் எதிர்பாரா வகையில் இறந்தது மற்றும் 1210-இல் அவரது இளைய மகன் பொறுப்பேற்றது இரண்டும் சேர்ந்து, நிகழ்வுகளின் மாற்றத்தைத் தெரிவித்து, அடிபணிதலைக் கோரும் வகையில் செங்கிஸ்கானுக்கு ஒரு தூதுவர் அனுப்பப்பட்டார். பீஜிங் ரிப்போர்ட்டிலுள்ள 1878-ஆம் ஆண்டு அறிக்கையில், எதிர்பார்க்கப்பட்ட வைபவம்

குறித்த விபரம் உள்ளது-ஜூர்செட்களின் சந்ததியரான மஞ்சுக்களின் அரசவையிலிருந்து வந்த தூதுவரால், ஒரு மங்கோலிய அலுவலருக்குப் பொறுப்பு வழங்கும் விபரத்தை அது தெரிவித்தது. ‘இளமையான மங்கோலியன் தரையில் பவித்திரமாக மண்டியிட்டு, ஆழ்ந்த நன்றியுணர்வுடன், மங்கோலிய அடிமையாக தன்னை ஏற்றுக் கொண்டார்; ஏகாதிபத்தியத்தால் தன் குடும்பம் பெற்றுள்ள சலுகைகளுக்கு சிறிதேனும் பிரதியுபகாரம் செய்ய இயலாது என்பதையும் தன்னிடமுள்ள சொற்பமான அதிகாரத்திற்கு உட்பட்டு தன்னால் முடிந்ததைச் செய்வதாகவும் உறுதிபூண்டார்.’ அப்போது அவர் “அரண்மனைப் பக்கமாகத் திரும்பி, ஏகாதிபத்தியப் பரிசை நன்றியுடன் ஏற்று, தரைமீது தலை தாழ்த்தி வணங்கினார்.”

எப்படி அடிபணிவது என்பதை செங்கிஸ்கான் நன்கறிந்தவர்-புர்கான் கல்தூண் மலையில் நித்திய நீல ஆகாயத்திடம் அவர் திரும்பத்திரும்ப இதனை மேற்கொண்டிருந்தார்-ஆனால் இப்போது சுமார் 50-வது வயதில், அவர் யாருக்கும் அடிபணியமாட்டார். யாருக்கும் அடிமையும் இல்லை. தன் அடிபணிதலைக் காட்டவேண்டும் என்னும் உத்தரவு கிடைத்த மாத்திரத்தில், செங்கிஸ்கான் தெற்குப் பக்கம் திரும்பி, தரையில் காறி உமிழ்ந்ததாகக் கூறப்படுகிறது; அடுத்து, பொன்னான கானை தீராத வசைகளால் இழிவுபடுத்திவிட்டு, தன் குதிரையில் ஏறி, புழுதிப்படலத்தில் தூதுவரை மூச்சுத்திணற வைத்து, வடக்கு நோக்கிச் சென்றார். பொன்னான கானின் தூதரை செங்கிஸ்கான் மீறியது மங்கோலியருக்கும் ஜூர்செட்களுக்கும் இடையேயான யுத்த அறிவுக்கு இணையாக இருந்தது. வர்த்தகப் பொருட்களின் தேவை ஏற்கனவே ஜூர்செட்களும் போர் தொடுப்பதற்கான தேவையை செங்கிஸ்கானுக்கு அளித்திருந்தது; இப்போது அடிபணியுமாறு பொன்னான கானிடமிருந்து வந்த கோரிக்கை, தாக்குதலுக்கான சந்தர்ப்பத்தைத் தந்தது.

ஜூர்செட்களின் தூதுவரைச் சந்தித்த பிறகு, செங்கிஸ்கான் கெர்லென் நதிக்கரை மீதான தன் முகாமிற்குத் திரும்பினார்; செம்மறி ஆட்டு ஆண்டான 1211-இன் வசந்தத்தில், குறில்தாயைக் கூட்டினார். தீர்மானிக்க வேண்டிய விஷயத்தை ஒவ்வொருவரும் அறிந்திருந்தமையால், கூட்டத்திற்கு வராமல் மக்கள் தம் ரத்து அதிகாரத்தை பிரயோகித்திருக்க முடியும்; சொற்பமானவர்களே வந்திருந்தால் செங்கிஸ்கானால் புறப்பட்டிருக்க இயலாது. இந்தச்

சண்டைக்கான காரணத்தை ஒவ்வொருவரும் புரிந்திருந்தனர் என்பது முக்கியமானது. ஒவ்வொரு வீரனது முழுமையான கடப்பாட்டுணர்வைப் பெற்றிட, உயர்மட்டத்திலிருந்து அடிமட்டம் வரை ஒவ்வொருவரும் பங்கேற்று, இம்மாபெரும் திட்டத்தில் தான் எங்கு நிற்கிறோம் என்று புரிந்து கொள்வது முக்கியமாகும்.

சகாக்களான உய்குர், டான்குட் நாடுகளின் பிரதிநிதிகளைச் சேர்த்துக் கொண்டு, அவர்களுடனான உறவு நிலைகளைத் திரட்டி, அதன் மூலம் தன் நிலத்தை வலுப்படுத்திவிட்டு, தன் படையெடுப்பைத் தொடங்கினார். தன் தாயகத்தில் போர் குறித்து தன் மக்களுக்கு தைரியமளித்து, உத்வேகமூட்ட வேண்டியிருந்தது. இரண்டின் பொருட்டும், செங்கிஸ்கான் தன் ஆதரவாளர்களின் கண்ணியத்திற்கு வேண்டுகோள் விடுத்து, கடந்த காலத் தவறுகளுக்குப் பழி தீர்த்திடும் அவசியத்தை முன்வைத்தார்; ஜுர்செட்களின் நகரங்களில் குவிந்துள்ள வரம்பற்ற பொருட்கள் கிட்டும் என்னும் பெரும் வாய்ப்பினையும் முன்வைத்தார். தன் மக்களும் ஆதரவாளர்களும் தன்னுடன் உறுதியாய் நிற்கின்றனர் என்பது நிச்சயப்பட்டதும், செங்கிஸ்கான், குறில்தாயில் கூடியுள்ள பிரதிநிதிகளிடமிருந்து விலகிவந்து, அருகிலுள்ள மலைமீது தனிப்படப் பிரார்த்தனை செய்தார். தன் தொப்பியையும் இடைப் பட்டையையும் எடுத்துவிட்டு, நித்திய நீல ஆகாயத்தின் முன் வணங்கி, தன் கோரிக்கையை அதீத இயற்கைக் காவலர்களிடம் முன்வைத்தார். ஜுர்செட்களுக்கு எதிராகத் தன் மக்கள் கொண்டிருந்த, தலைமுறைகளாக இருந்துவந்த துயரப்பாடுகளை எடுத்துரைத்தார்; தன் மூதாதையர் பட்ட சித்ரவதைகளையும் அழிவுகளையும் விவரித்தார். பொன்னான கானுக்கு எதிராக இச்சண்டைக்குத் தான் முற்படவில்லை என்றும் தான் தொடங்கவில்லை என்றும் விளக்கினார்.

செங்கிஸ்கான் இல்லாத வேளையில் மங்கோலியர் ஆண்கள், பெண்கள், குழந்தைகள் என மூன்றாகப் பிரித்து உண்ணா நோன்பிருந்தனர், பிரார்த்தித்தனர். ஒன்று கூடிய மங்கோலிய நாட்டவர் மூன்று தினங்கள் இரவு பகலாக, வெறுந்தலையுடனும் உண்ணாமலும் நித்திய நீல ஆகாயத்தின் முடிவுகளுக்காகவும் செங்கிஸ்கானின் ஆணைகளுக்காகவும் காத்திருந்தனர். அவர்கள் இரவு பகலாக நித்திய நீல ஆகாயத்திடம் தம் தொன்மையான ஹுரீ, ஹுரீ, ஹுரீ என்னும் பிரார்த்தனையை முணுமுணுத்து வந்தனர்.

நான்காவது நாளின் விடியலில் செங்கிஸ்கான் "நித்திய நீல ஆகாயம் நமக்கு வெற்றியினையும் பழிதீர்க்கவும் வாக்குறுதி அளித்துள்ளது" என்றார்.

தெற்கிலுள்ள அற்புத நகரங்களை நோக்கி மங்கோலிய ராணுவம் புறப்படவும், அவர்களது அதீத தன்னம்பிக்கையுள்ள எதிரிகளான ஜுர்செட்கள் மங்கோலியர் முன்னேறி வருவதைப் பரிகசித்தபடி, காத்திருந்தனர். 'எமது பேரரசு சமுத்திரம் போன்றது, உங்களுடையதோ கையளவு மணலே.' செங்கிஸ்கானைக் குறிப்பிட்டு ஜுர்செட்களின் கான் இப்படிப் பேசியதாக சீன அறிஞர் ஒருவர் பதிவு செய்துள்ளார்: "உன்னைக் கண்டு நாங்கள் எப்படி அஞ்சுவது?"

அவர் சீக்கிரமே அதற்கான விடையினைப் பெற்றிருப்பார்.

13-ஆம் நூற்றாண்டில், இப்போது சீனாவினால் ஆக்கிரமிக்கப்பட்டுள்ள, மங்கோலியாவுக்கு தெற்கிலுள்ள பிரதேசம், உலக மக்கள் தொகையில் மூன்றிலொரு பங்கினைக் கொண்டுள்ள, பல சுதந்திர அரசுகளையும் நாடுகளையும் கொண்டிருந்தது சுமார் 50 மில்லியன் மக்களையுடைய ஜுர்செட் அரசு. இப்போது நவீன சீனத்தில் உள்ளடங்கிய பிரதேசத்தை ஆக்கிரமித்துள்ள பல அரசுகளில் இரண்டாவது பெரியதாக இருந்தது. மிகப் பெரியதும் முக்கியமானதுமான பிரதேசம் சுங்க் வம்ச நிர்வாகத்தில் இருந்தது-தெற்கு சீனத்தில் சுமார் 60 மில்லியன் மக்களை ஆட்சி செய்தபடி, ஹாங்சௌவில் அமைந்த, நூற்றாண்டுகளாக இருந்துவரும் சீன நாகரிகத்தின் வாரிசாக இருந்தது.

நாடோடி நிலையிலான இடையரண் அரசுகளின் வரிசையொன்று, மங்கோலியப் பீட பூமியை சுங்க் அரசிலிருந்து பிரித்தது-ஒவ்வொரு இடையரண் அரசும், முன்னாள் நாடோடிப் பழங்குடியால் ஆட்சி புரியப்பட்ட, வேளாண்-மேய்ச்சல் நிலங்களின் கலவையாய் இருந்தது-மேலும் சாமர்த்தியமாகச் சுரண்டிடும் விதத்தில் தன் மக்களை வென்று, அவர்களிடையே நிலைபெற்றிருந்தது. பவிசான நகர வாழ்வைப் பல தலைமுறைகளாகக் கொண்டிருந்ததால், பலவீனமாகி சிதைந்து விட்டிருந்த பழமையான பழங்குடியை இடப்பெயர்ச்சி செய்திட, ஸ்டெப்பிகளிலிருந்து அடிக்கடி புதிய பழங்குடியொன்று எழுந்தது. நீண்ட காலமாக நிறுவப்பட்ட

ஒரு சுழற்சியில், நாடோடி ராணுவம் ஒன்று ஸ்டெப்பியிலிருந்து கிளம்பி, தெற்கிலுள்ள நகரங்களையும் மக்களையும் வென்று, புதிய வம்சத்தை தோற்றுவித்தது, சில ஆண்டுகளில், படையெடுத்துவரும் இன்னொரு பழங்குடியின் தாக்குதலுக்கு பலியானது. ஆளும் பழங்குடியின் அடையாளங்கள் நூற்றாண்டுக்கு நூற்றாண்டு மாறினாலும், அவ்வமைப்பு ஆயிரக்கணக்கான ஆண்டுகளாக அப்படியே இருந்து வந்திருந்தது.

ஜுர்செட்களுக்குத் தெற்கே டான்குட்களின் அரசுகள் இருந்தன, அடுத்தது உய்குர் அரசு, இறுதியில் கறுப்பு கிடான் எனப்படும் டியான் ஷான் மலைகள். உய்குர் அரசு செங்கிஸ்கானிடம் விசுவாசத்தைக் காட்டியிருந்தது; பயிற்சி யுத்தமாகத் தோன்றிய ஒன்றில், டான்குட்களை அடக்கி வைத்திருந்தது. டான்குட்களின் வெற்றி, 1207-1209-க்கிடையே அடுத்தடுத்த கொள்ளைகளினூடே அடையப் பெற்றது. வரப்போகின்ற, மிகவும் வலுவான ஜுர்செட்களுக்கு எதிரான சண்டைக்கான ஒத்திகையாயிருந்த இப்படையெடுப்பு, கோபியைத் தாண்டிச் சென்று முழுமையுற்றது. சீனாவிலுள்ள நவீன கான்ஸு மாகாணமாக இப்போதுள்ளதின் மஞ்சளாற்றின் மேல் பகுதியை ஒட்டியதாக, குடியானவர்கள்-மேய்ச்சல்காரர்களின் பேரரசை டான்குட்கள் உருவாக்கினர்; திபேத்தியரான டான்குட்கள், இஸ்லாமிய மேற்கிலிருந்து சீனத்தின் கிழக்குவரை, வர்த்தகப் பொருட்களை கட்டுப்படுத்திய, தொலைதூர பாலைவனத்தின் பாலைவனச் சோலைகளைச் சார்ந்து, ஒரு பலவீனமான கண்ணியை ஆக்கிரமித்தனர். தொலைதூரப்பாலைகளினூடே மெல்லிய, நறுவிசான ரிப்பன்களைப் போல நீண்டு கிடந்த இவ்வழித்தடங்கள், கிழக்கிற்கும் மேற்கிற்கும் இடைப்பட்ட மாபெரும் நாகரிகங்களுக்கிடையே, நொய்மையாயிருப்பினும், ஒரே பிணைப்பாக இருந்த இவற்றை அளித்தன. டான்குட்கள் மீதான கொள்ளைகளில், மதில்கள் சூழ்ந்த நகரங்கள், அகழிகள், கோட்டைகளை எதிர்த்தப் போர்முறையில் புதுவகையினை கற்றுக் கொள்ளுமாறு செங்கிஸ்கானைத் தூண்டிவிட்டன. டான்குட்கள் அரண்களுடன் பாதுகாப்பாயிருந்தது மட்டுமின்றி, செங்கிஸ்கான் கொண்டு வந்த ராணுவத்தில் சுமார் இரு மடங்கிலான, 1,50,000 வீரர்களையும் பெற்றிருந்தனர். நகரங்களில் வாழ்ந்து, நூற்றாண்டுகள் பழமையான முற்றுகை உத்திகளில் பரிச்சயம் பெற்றிருந்த தளபதிகளைப் போலின்றி, செங்கிஸ்கான் தனது முறைகளைக் கற்றறிய வேண்டியிருந்தது. உணவு சப்ளையைச்

சூழ்ந்திருந்த மங்கோலிய எதிரிகளை துண்டிப்பது போன்ற எளிய தந்திரங்களைத் துரிதமாகத் தெரிந்து கொண்டார்; மஞ்சள் ஆற்றின் ஒரு கால்வாயை மடைமாற்றி, அரண் செய்யப்பட்டிருந்த டான்குட் தலைநகரை வெள்ளம் சூழவைத்து தாக்கியது போல, மேலும் வழக்கத்திற்கு மாறான வழிமுறைகளைச் சீக்கிரமே கற்றுக்கொண்டார். பொறியியலில் அனுபவமற்ற மங்கோலியர், ஆற்றினைத் திருப்பிவிடுவதில் வெற்றிபெற்றனர்; ஆனால் இதில் டான்குட்களின் முகாமை அழிப்பதற்குப் பதிலாக தம்முடையதையே துடைத்தழித்தனர். இருப்பினும் தம் அபாயகரமான தவறுக்கு தாக்குப் பிடித்தனர். இதில் கற்றுக் கொண்டிருந்த செங்கிஸ்கான் தொடர்ந்து முன்னேறி நகரை வென்றார். எதிர்காலத்தில் மங்கோலியர், இம்முறையை மீண்டும் பயன்படுத்துவர், ஆனால் ஒவ்வொரு முறையும் இதில் தேர்ச்சி பெற்றிருப்பர், இதனை மேலும் வெற்றிகரமாகப் பயன்படுத்துவர்.

1211-இல் கோபியைத் தாண்டி ஜுர்செட்கள் மீது படையெடுக்க வேண்டும் என்னும் செங்கிஸ்கானின் தீர்மானத்தில், அவர் தொடங்கியது இன்னொரு சீன எல்லைப் போர் மட்டுமல்ல. நாளடைவில் உலகையே விழுங்கிவிடுவதான பெரு நெருப்பினை அவர் மூட்டியிருந்தார். ஒரு வேளையில் ஒரு யுத்தத்தினை மேற்கொண்டதுவரை, அவரிடம் உலகளாவிய பேராசைகள் இல்லை. அவரைப் பொறுத்தவரை, ஜுர்செட்களுடன் போரிடுவதற்கான வேளை வந்திருந்தது. ஜுர்செட் படையெடுப்பு தொடங்கியதிலிருந்து, நன்கு பயிற்சிபெற்று கச்சிதமாகக் கட்டமைக்கப் பெற்றிருந்த மங்கோலிய ராணுவம் தன் பீடபூமித் தாயகத்திலிருந்து எழுச்சிகொண்டு, சிந்து நதியிலிருந்து டான்யூப் வரையும், பசிபிக் பெருங்கடலிலிருந்து மத்திய தரைக்கடல் வரையும், ஒவ்வொன்றையும் திருப்பிப் போட்டது. முப்பதே ஆண்டுகளான ஒரு மின்னல் வெட்டில் மங்கோலிய வீரர்கள், ஒவ்வொரு ராணுவத்தையும் தோற்கடித்தனர், ஒவ்வொரு கோட்டையினையும் கைப்பற்றினர், தாங்கள் எதிர்கொண்ட ஒவ்வொரு நகரின் மதில்களையும் தகர்த்தனர். எழுத்தறிவற்ற இளம் மங்கோலிய குதிரைவீரர் முன்னே, இஸ்லாமியர், பௌத்தர், கிறித்தவர், இந்துக்களெல்லாம் சீக்கிரமே மண்டியிடுவர்.

பரந்து விரிந்த கோபியைத் தாண்டிட விரிவான ஆயத்தவேலைகள் வேண்டியிருந்தன. ராணுவம் புறப்படுவதற்கு முன்னர்,

நீர்நிலைகளைச் சரிபார்த்து, காலநிலை, புல்வெளி நிலவரங்களைப் பற்றித் தெரிவித்திட, ஸ்குவாட்கள் அனுப்பப்பட்டன. பிரதான ராணுவம் வந்து சேர்வதற்குள் ஸ்குவாட்கள் ஒவ்வொரு குன்றினைப் பற்றியும் ஒவ்வோரிடத்தைப் பற்றியும் விபரங்களைத் தந்தன என்கிறார் ஒரு சீனப் பார்வையாளர். அப்பிரதேசத்திலுள்ள ஒவ்வொருவரைப் பற்றியும் ஒவ்வொரு ஆதாரத்தைப் பற்றியும் அறிய விரும்பினர், தேவைப்பட்டால் பின்வாங்கிச் செல்லும் வழி ஆயத்தமாயிருப்பதை அறிய முற்பட்டனர்.

நீண்ட தூரங்கள் பயணிக்க மங்கோலியர் லட்சிய ரீதியில் பொருத்தமானவர்கள்; ஒவ்வொருவரும் எது தேவையோ அதை மட்டுமே வைத்திருப்பர், அதற்குமேல் இருக்காது. இடைவாருடன், கணுக்கால்களை எட்டிடும் நீண்ட கம்பள அங்கி, கால்சராய்கள், கம்பளித் தொப்பி, கனத்த குதிகால்களுடன் சேர்ந்த சவாரி பூட்ஸுகள் அணிந்திருப்பர். அத்துடன், நெருப்பு மூட்டுவதற்காக சிக்கி முக்கிக் கல், நீர் / பால் எடுத்து வருவதற்கான குடுவைகள், அம்பு நுனிகளைக் கூர்மைப் படுத்துவதற்கான அரம், விலங்குகள் / கைதிகளைச் சுற்றி வளைப்பதற்கான சுருக்குக் கயிறு, உடைகளைத் தைக்கும் ஊசிகள், கத்தி, கோடரி மற்றும் எல்லாவற்றையும் எடுத்துச் செல்வதற்கான தோல் பை ஆகியவற்றைச் சுமந்து வருவர். பத்துப் பேருடைய ஒவ்வொரு ஸ்குவாடும் சிறிய கூடாரத்தைக் கொண்டு வரும்.

மங்கோலிய ராணுவத்தின் நகர்வையும் உருவாக்கத்தையும் இரு அம்சங்கள் தீர்மானித்தன. முதலாவது, மங்கோலிய ராணுவம், காலாட் படையினரின்றி, குதிரைப்படையும் ஆயுதந்தாங்கிய வீரர்களையுமே கொண்டது. இதற்கு முரணான வகையில், மற்ற ராணுவங்களெல்லாம் காலாட் படையினரால் நிறைந்திருக்கும். 85 ஆயிரம் காலாட்படையினர் மற்றும் 65 ஆயிரம் குதிரை வீரருள்ள ஜுர்செட் ராணுவத்துடன் மோதி நிற்கச் சென்ற மங்கோலிய ராணுவத்தில் 65 ஆயிரம் குதிரை வீரரே இருந்தனர்.

இரண்டாம் அம்சம், படைவீரர்களுடன் எப்போதும் சென்ற குதிரைகளின் ஆயத்தப் பிரிவு தவிர்த்து, தளபதியோ உணவுப் பொருள் வரிசையோ இல்லாமலே மங்கோலிய ராணுவம் சென்றது. போகும்போதே மிருகங்களிடம் பால் கறந்தனர், உணவுக்காக அவற்றைக் கொன்றனர், வேட்டையாடியும் கொள்ளையடித்தும் உண்டனர். கணப்பு மூட்டவோ சமைக்கவோ

கூட நிற்காமல் பத்து நாட்களுக்குக் கூட மங்கோலிய வீரர்கள் பயணிக்க முடியும், குதிரையின் குருதியைக் குடித்தனர், ஒவ்வொரு வீரரும் தன்னுடன் பத்து பவுண்ட் பால் பவுடரை எடுத்துச் சென்றனர், ஒவ்வொரு நாளும் தனது உணவுக்காக அதில் ஒரு பவுண்டை தோல் உறையில் எடுத்து வைத்துக் கொள்வர் என்று பதிவு செய்துள்ளார் மார்கோ போலோ. சவாரி செய்து போகும்போதே தின்பதற்காக, இறைச்சித் துண்டங்களையும் உலர் தயிரையும் வைத்திருப்பர். புது இறைச்சி கிட்டும்போது அதனைச் சமைக்க நேரம் கிடைக்காத போது, அதனைச் சேணத்தின் அடியில் போட்டுவைக்க, அது மிருதுவானதாகவும் உண்ணக்கூடியதாகவும் ஆகிவிடும்.

உணவோ நீரோ இல்லாமல் நீண்ட நாட்களுக்கு உயிர்வாழ்ந்திடும் மங்கோலியரின் திறன் பற்றி சீனர்கள் ஆச்சரியமடைந்தனர். அவர்களுக்குச் சமைக்க நெருப்பு தேவைப்படாததால், ஒட்டு மொத்த ராணுவமும் இப்படித் தாக்குப் பிடித்தது. ஜுர்செட்களுடன் ஒப்பிடுகையில் மங்கோலியர்கள் மிகவும் ஆரோக்கியமானவர்கள், வலுவானவர்கள். அவர்களது உணவில் இறைச்சி, பால், தயிர், மற்றும் இதர பால்பொருட்கள் மிகுந்திருக்கும்; அவர்கள் எதிர்கொண்ட வீரர்கள் தானியங்களின் கஞ்சி குடித்தவர்கள். கஞ்சி உணவு அக்குடியானவ வீரர்களின் எலும்பு வளர்ச்சியை நிறுத்திற்று, பற்களைக் கலகலக்கச் செய்தது, அவர்களைப் பலவீனப்படுத்தி, நோய்க்குள்ளாக்கிற்று. இதற்கு மாறாக, எளிய மங்கோலிய வீரன் பெரிதும் புரத உணவு உண்டதால், அது அவனுக்கு வலுவான பற்களையும் எலும்புகளையும் தந்தது. பெரிதும் கார்போஹைட்ரேட் உணவைச் சார்ந்திருந்த ஜுர்செட் வீரர்களைப் போலின்றி, மங்கோலிய வீரர்களால் உணவு இல்லாமல் ஓரிருநாள் தாக்குப் பிடிக்க முடிந்தது.

மரபார்ந்த ராணுவங்கள், உணவு சப்ளை பின்தொடர, ஒரே வழித்தடத்தில் நீண்ட வரிசையில் அணிவகுத்து வரும். இதற்கு மாறாக மங்கோலிய ராணுவமோ, விலங்குகளுக்கு மேய்ச்சல் நிலம் கிட்டும் வகையிலும் வீரர்களுக்கு வேட்டைக்கான வாய்ப்புகளை அதிகரிக்கும் வகையிலும், பரந்த அளவில் விரிந்து கிடக்கும். மேற்கில் வலப்புற ராணுவமும் கிழக்கில் இடப்புற ராணுவமும் சேர்ந்து வர, மையத்தில் செங்கிஸ்கான் வருவார். சிறியதொரு பிரிவு முன்னோடிப் படையாயிருக்க, இன்னொன்று பின்புறத்தில் வந்து கொண்டிருக்கும்-அங்கேதான் ஆயத்தமாயுள்ள

விலங்குகள் இடம் பெற்றிருக்கும். செங்கிஸ்கான் ராணுவத்தின் பத்தின் அடிப்படையிலான ஒழுங்கமைவு, அதனைப் பெரிதும் மாற்றியமைக்கக் கூடியதாக, இயங்கு தன்மை மிக்கதாக ஆக்கிற்று. பத்தாயிரம் பேர் கொண்ட ஒவ்வொரு அலகும், செங்கிஸ்கான் முகாமின் நுண்வடிவமாக செயல்பட்டது. பத்தாயிரம் பேர் கொண்ட அலகின் தலைவன், தனது ஆயிரம் பேருடைய அலகின் மையத்தில் இடம்பெற்று, மற்ற ஒன்பது அலகுகளைத் தனக்கு இடத்திலும் வலத்திலும் பின்னரும் முன்னருமாக, தேவைக்கேற்ப நிறுத்திக் கொள்வான். ராணுவ அலகுகளின் படிவரிசையாக அல்லாமல், செங்கிஸ்கான் தன் வீரர்களைக் குவிமையமுள்ள வட்டங்களில் ஒழுங்கமைவு செய்தார்.

மங்கோலியர் தம் ராணுவ முகாம்களை அடிக்கடி நகர்த்தினாலும், ஒவ்வோர் அலகுக்குமான மைய முகாம், துல்லியமான வகைமாதிரியில் நிறுவப்பட்டது; அப்போதுதான் புதிதாய் வந்து சேரும் வீரர்கள், எங்கே ஆஜராவது, தமக்குத் தேவைப்பட்டதை எங்கே காண்பது என்பதை எப்போதும் தெரிந்துகொள்ள முடியும். ஆயிரம் பேருள்ள ஒவ்வொரு மங்கோலிய அலகும் அதற்கான மருத்துவ அலகைப் பெற்றிருக்கும், அதில் நோயுற்றவரையும் காயம்பட்டவரையும் குணப்படுத்தும் சீன மருத்துவர்கள் இருப்பார்கள். குறிப்பிட்ட வடிவமைப்பில் கூடாரங்கள் வரிசையாக நிறுவப்படும், ஒவ்வொரு வடிவமும் தனக்கான பெயரையும் நோக்கத்தையும் கொண்டிருக்கும். கூடாரங்களின் உட்புறங்கள் கூட அதேபோலத் துல்லியமாக அமைந்திருக்கும். ஒருநாள் பயணமோ சண்டையோ, வேட்டையோ முடிந்த பிறகு, காவலர்களாலும் வீரர்களாலும் சூழ்ந்த, முகாமின் மையத்தில் அலுவலர்கள் இருக்க, ராணுவம் முகாமிடும். இரவில் குதிரைகள் ஆயத்தமாக நிறுத்தப்பட்டிருக்கும் மற்றும் முகாமின் ஓரத்தில் புறஎல்லை அமைக்கப்பட்டிருக்கும்.

முகாமின் கட்டமைப்பு மிக்கதும் நேரிதாக ஒழுங்கமைக்கப்பட்டதுமான மையத்திற்கு மாறான விதத்தில், பொதுவான வீரர்களில் பெரும்பாலோர் சிறுசிறு கூட்டங்களாகப் பிரிந்து கிராமப்புறத்தில் இரவு வேளையில் முகாமிடுவர், கருக்கலில் சிறு கணப்புகள் மூட்டுவர்- தொலைவிலிருந்து பார்க்கையில் நெருப்பு பிரகாசமாயும், புகை தெரியாதபடி இருண்டும் இருக்கும் கணப்பில் தங்களுக்கான ஒரே சூடான உணவை தயாரித்துக் கொள்வர். உண்டதும் அவர்கள் கணப்பருகே

தாமதித்திருக்கவோ தூங்கவோ மாட்டார்கள்; மூன்றல்லது நால்வராகப் பிரிந்து போய், அப்பகுதி எங்கிலும் சிதறிக் கிடக்கும் மறைவிடங்களில் தூங்குவார்கள். மறுநாள் விடிந்ததும் வலது, இடது, முன், பின்னர் என வேவு பார்த்துவிட்டு, நாளினைத் தொடங்குவார்கள்.

இவ்வளவு பரந்து விரிந்த பரப்பில் வீரர்கள் பரவிக் கிடக்க, செய்தித் தொடர்பு முக்கியமாயும் சிரமமாயும் ஆகிவிடும். பெரிய வரிசைகளில் முகாமிட்டு நகர்ந்து போகும் மரபார்ந்த ராணுவங்களில், தளபதிகளால் எளிதாக எழுத்து பூர்வ செய்திகள் மூலம் தொடர்பு கொள்ள முடியும். மங்கோலியரைப் பொறுத்தவரை, வீரர்கள் பரவிக்கிடப்பர், தளபதிகள் எழுத்தறிவு அற்றவர்களாயிருப்பர். ஒவ்வொரு மட்டத்திலும் செய்தித் தொடர்பு வாய்மொழி ரீதியிலேயே இருக்கும். இதிலுள்ள பிரச்சனை செய்தியின் துல்லியம்-ஒவ்வொரு முறையும் ஒவ்வொருவரிடமும் செய்தியைத் துல்லியமாகத் திருப்பிக் கூறவேண்டும், அப்படியே ஞாபகத்தில் வைத்திருக்க வேண்டும். இந்த ஞாபகம் துல்லியமாயிருந்திட, ஒவ்வொரு வீரருக்கும் பரிச்சயமிக்க, தரப்படுத்தப்பட்ட முறையைப் பின்பற்றி, தளபதியர் தம் உத்தரவுகளைச் சந்தத்தில் உருவாக்கி இருப்பர். செய்தியின் அர்த்தத்திற்கு ஏற்ப, பல்வேறு சொற்களை மாற்றியமைத்துக் கொள்ளக்கூடிய, நிலைத்த இன்னோசைகள் மற்றும் கவிதா பாணிகளை மங்கோலிய வீரர்கள் பயன்படுத்தினார்கள். ஒரு வீரனுக்கு ஒரு செய்தியைக் கேட்பது, ஏற்கனவே அவனறிந்திருந்த பாடலுக்கு புதிய செய்யுளைக் கற்றுக் கொள்வது போன்றதாகும்.

ஸ்டெப்பியின் குதிரை வீரர் கூட்டங்களைப் போல, படைவீரர்கள் சிறு சிறு குழுக்களாக சவாரி செய்து போகையில் இன்றளவும் பாடுகின்றனர். இல்லம், பெண்டிர், சண்டை பற்றிப் பாடுவது போலவே, தமது நெறிமுறைகள், நடத்தை விதிகள் பற்றியும் பாடுவர்; அவையும் மெட்டமைக்கப் பெற்றிருக்கும். விதிகளை ஞாபகப்படுத்தியும் செய்தி-பாடல்களின் வடிவத்தைச் சதா பின்பற்றியும் வர, ஒவ்வொருவரும் எக்கணத்திலும் புதிய செய்தியைக் கற்றுக்கொள்ள ஆயத்தமாயிருப்பர்-நன்கு ஒத்திகை பார்க்கப்பட்ட இப்பாடல்களுக்கான புதிய செய்யுளின் வடிவில்.

அதிக எண்ணிக்கையிலான வீரர்களுடன் அந்நிய மண்ணில் போரிடுவதன் பாதகங்கள் இருப்பினும், ஆயுட்கால யுத்தத்திலிருந்து பாடங்கள் கற்றுக் கொள்ளும் சாதகங்களை செங்கிஸ்கான் பெற்றார்; அவர் தன் வீரர்களையும் அலுவலர்களையும் நன்கறிவார். கால் நூற்றாண்டுக்கும் மேலாக அவர்களுடன் சேர்ந்து போரிட்டுள்ளார்; பூர்ச்சு, ஜெல்மி போன்ற தளபதிகள் சுமார் 40 ஆண்டுகளாக அவருடன் இருந்து வருகின்றனர். நீண்ட படையெடுப்புகளில் அவர்களை நம்பி இருக்க முடியும். ஒவ்வொரு தளபதியரின் வலிமைகளையும் பலவீனங்களையும் நன்கறிந்திருந்தார். அவரது தளபதியரில் ஒருவரான ஜெபி, வழக்கத்திற்கு மாறான சந்தர்ப்பங்களை எதிர்கொண்டு, யுத்தத்தின் போது வீரர்களிடையே தீர்மானகரமான தீரத்தை உத்வேகம் பெறச்செய்து, துரிதமாயும் ஆவேசமாயும் சண்டையிடுவார்; இன்னொரு தளபதி முஹாலி, மெதுவாயும் முறையாயும் இயங்குவார் ஆனால் நீண்ட நேரம் தாக்குப் பிடித்து விரிவான பொறுப்புகளை நிறைவேற்றுவார்.

மங்கோலியர் என்னதான் தம் பயிற்சியில் கடுமை கொண்டிருப்பினும், அவர்தம் ஒழுங்குமுறை என்னதான் துல்லியம் பெற்றிருப்பினும், அவர்தம் விருப்புறுதி என்னதான் தீர்மானகரமாயினும், சம்பிரதாய யுத்த முறையால் அரண்பெற்ற நகரங்களை வெல்ல முடியாதவர்கள். யுத்த களத்தில் முதலாவது அம்பு எய்யப்படு முன்பு யுத்தத்தில் வென்றிட, செங்கிஸ்கான் தனது பழைய ஸ்டெப்பி யுத்தங்களின் அடிப்படை யுத்த தந்திரத்தை மேற்கொண்டார்; எதிரியை வென்றிட முதலில் குழப்பத்தை ஏற்படுத்தி அப்புறம் அவனது துடிப்பை நொறுக்கிட பயத்தை உண்டு பண்ணுவார். மங்கோலியரிடம் ஆயுதங்களோ பிரும்மாண்டமான நகர மதில்களைத் தகர்ப்பதற்கான அறிவோ இல்லாததால், சுற்று முற்றுமுள்ள கிராமப்புறத்தில் அழிவை ஏற்படுத்தினர், அப்புறம் மறைந்து போயினர், நகரம் பாதுகாப்பாய் உள்ளது என்று தோன்றிய மாத்திரத்தில் திரும்பவும் தலைகாட்டினர்.

எதிரிகளிடத்தே உள்ளார்ந்த சமூக கொந்தளிப்போ பிளவோ கண்டு கொள்ளும்படியாக இருப்பின், அதனைப் பயன்படுத்தி அவர்களைத் தாக்கிட முற்படுவார். ஜூர்செட்களுடனான போரில் அவரது முதல் முயற்சி, ஜூர்செட்களால் தம்மை காக்க முடியும் எனச் சீனர்கள் கொண்டிருந்த நம்பிக்கையைத் தகர்த்து, கிடான்களை அவர்தம் ஆட்சியாளர்களிடமிருந்து பிரிப்பது.

ஒரு நூற்றாண்டுக்கு முன்னர், ஜுர்செட்கள் தம்மைத் தூக்கி எறியும் முன், ஆட்சி செய்திருந்த கிடான் அரச குடும்பத்தை மீட்பதை நோக்கமாகக்கொண்ட விடுதலைச் சக்தியாக தம்மை அறிவித்துக்கொண்டு, தேர்ச்சிமிக்க பரப்புரை செய்து, மங்கோலியர் ஜுர்செட் பிரதேசத்திற்குள் நுழைந்தனர். சண்டை தொடங்கும் முன்னே பல கிடான்கள் மங்கோலியருடன் சேர்ந்து கொண்டனர்- ஒரே மொழிபேசும் உறவினராக மங்கோலியரைக் கண்டனர். போரின் முதல் நடவடிக்கைகளுள் ஒன்றாக, செங்கிஸ்கானின் தம்பி கஸாருடன் ஜெபி, ஒரு படைப்பிரிவை லியாவோ ஆற்றின் வழியே கிடான் தாயகத்திற்கு நடத்திச் சென்றார். கிடான்களின் உற்சாகமான ஆதரவைப் பெற்ற மங்கோலிய வீரர்கள், முன்னாள் கிடான் அரச குடும்பத்தைச் சேர்ந்த, எலுவம்ச சந்ததி ஒருவரைத் துரிதமாகப் பார்த்துவிட்டனர். அடுத்த ஆண்டான 1212-இல் கிடான் முடியாட்சியை, மங்கோலியப் பேரரசுக்குட்பட்ட அடிமை அரசாக செங்கிஸ்கான் அதிகாரபூர்வமாகப் புதுப்பித்துத் தந்தார். மங்கோலியர் இன்னும் ஜுர்செட்களின் நிலங்களையெல்லாம் வென்றிருக்கவில்லை ஆனால் அடிமை அரசினை உருவாக்கியதன் மூலம், ஜுர்செட்களை மேலும் பிளவுபடுத்தவும் மங்கோலியர் பக்கம் இன்னும் பலர் சேரவும் வழிவகுத்தார்.

இப்படையெடுப்பு முழுவதிலும், பழைய கிடான் உயர்குடி உறுப்பினர்கள், செங்கிஸ்கான் தான் படையெடுத்துள்ள நிலத்தைப் புரிந்துகொள்ள உதவுவதில் ஆர்வமாயிருந்தனர். அவர்களில் ஒருவராக, கிடான் அரச குடும்பத்தைச் சேர்ந்த 20 வயதான இளைஞர் எலு சுகாய் இருந்தார். சோதிடம் மற்றும் வருங்காலமுரைத்திடும் திறன் காரணமாக அவர் மங்கோலியரின் கவனத்தை ஈர்த்தார்-பலிதரப்படும் செம்மறியாட்டின் / கிடாயின் உஷ்ணமேறிய தோள்பட்டை எலும்பில் விரிசல்களை வாசித்து வருங்கால முரைப்பவர் அவர். அவர் உள்ளூர் கிடானாகவும் அம்மொழி பேசியதாலும் அவரால் சுலபமாக மங்கோலியருடன் தொடர்புகொள்ள முடிந்தது; அத்துடன் சீனப் பண்பாடு குறித்த விரிவான அறிவையும் பெற்றிருந்தார். மங்கோலிய மற்றும் சீன மொழிகளின் புரிந்து கொள்ளலுடன், அங்கு நிலைகொண்ட மக்களிடையே எழுதுவதிலும் சட்டம்-மரபு பற்றிய அறிவிலும் தேர்ச்சி கொண்டிருந்த கிடான் அறிஞர்கள், மங்கோலியப் பேரரசை நிர்வகிப்பதில் மிகவும் பயனுள்ளவர்களாக விளங்கினார்கள்; பேரரசுக்கு உறுதுணையாக இருந்திடும் அனைத்துத் தரப்புகளிலான அறிஞர்களை ஈர்த்துக் கொள்வதில் செங்கிஸ்கான் பெரிதும் கவனம்

செலுத்தினார் அல்லது அவர்களைக் கைப்பற்றினார். அதன் பிறகு அவர் சென்ற இடங்களிலெல்லாம் இத்தகையவர்களை விசாரித்து அறிந்து தன் பக்கம் ஈர்த்து, தன் பேரரசில் அவர்களை எங்கே நிறுத்தலாம் என்று திட்டமிட்டார்.

மங்கோலியரின் போர்முறை, பல்லாயிரம் ஆண்டுகளாக மங்கோலியாவில் வளர்த்தெடுக்கப்பட்டு வந்த, மரபார்ந்த ஸ்டெப்பி அமைப்பின் மெருகேற்றிய வடிவம் சார்ந்ததே. மங்கோலியர் வெற்றிக்கு உயரிய ஆயுதங்கள் காரணமாயிருக்கவில்லை. ஆயுத தொழில்நுட்பம் நீண்ட காலத்திற்கு ரகசியமானதாயில்லை, ஒரு தரப்புக்கு உடனடியாக மேற்கொள்ளப்படக் கூடியதாயிருப்பது, சில ஆண்டுகளில் எதிரிக்கும் பயன்படுவதாக ஆகிவிடும். மங்கோலியரின் வெற்றி, நாடோடிகளாக சிறு சிறு குழுக்களாகப் பணியாற்றி ஆயிரக் கணக்கான ஆண்டுகளில் வளர்ந்து வந்த, அவர்தம் ஒழுக்க முறை மற்றும் இணக்கம், தம் தலைவனிடத்தே கொண்டிருந்த சீரான இணக்கம் ஆகியவற்றிலிருந்து வந்ததாகும்.

எல்லாவிடத்திலும் உள்ள வீரர்கள் தம் தலைவனுக்காக உயிர்துறக்குமாறு கற்பிக்கப்பட்டு வருகின்றனர் ஆனால் செங்கிஸ்கான் தன் வீரர்களைத் தனக்காக மடியுமாறு ஒருபோதும் கேட்டுக் கொண்டதில்லை. எல்லாவற்றுக்கும் மேலாக, மங்கோலிய வாழ்வைப் பாதுகாக்க வேண்டும் என்னும் இந்த யுத்த தந்திர நோக்கத்துடன் போர் புரிந்தார். ஆயிரக் கணக்கிலான வீரர்களை மடியுமாறு ஆணையிட்டிருந்த வரலாற்றின் பிற தளபதிகளையும் மன்னர்களையும் போலின்றி, செங்கிஸ்கான் ஒருவரைக் கூட விரும்பி பலிகொடுத்ததில்லை. தன் ராணுவத்திற்காக அவர் உருவாக்கிய விதிகளில் முக்கியமானது, படைவீரர்களின் இழப்பு குறித்தது. யுத்த களத்திலும் வெளியிலும் போர்வீரன், மரணம், காயம் அல்லது தோல்வி குறித்துப் பேசுவதற்குத் தடை விதிக்கப்பட்டது. அது பற்றி எண்ணுவதே அதனை நிகழ்த்திவிடும். வீழ்ச்சியுற்ற தோழரின் அல்லது மற்ற இறந்துபோன வீரர்களின் பெயரை உச்சரிப்பதே கடுமையான விலக்காகிவிடும். ஒவ்வொரு மங்கோலியப் படைவீரனும், தான் அழியாதவன், யாராலும் காயப்படுத்தப்படவோ தோற்கடிக்கப்படவோ முடியாதவன், எதுவும் தன்னைக் கொல்ல இயலாது என்னும் எண்ணத்துடன் தன் வாழ்வை வாழவேண்டியிருந்தது. எல்லாம் தோற்றுப்போய் நம்பிக்கை ஏதும் எஞ்சாத வாழ்வின் இறுதித் தருணத்தில், மங்கோலிய வீரன் மேலே நோக்கி, பூமியில் தன் இறுதி

வார்த்தைகளாக, நித்திய நீல ஆகாயத்தின் பெயரை அழைத்து, தன் விதியிடம் சமிக்ஞை செய்யுமாறு கருதப்படுகிறான். ஸ்டெப்பியில் சண்டையிடும் நாடோடிகள், வீழ்ச்சியுற்றவர்களின் உடலங்களையும் உடைமைகளையும் களத்தில் விட்டுச் செல்வார்கள்-விலங்குகள் புசித்தும் இயற்கையாக அழுகிக் கிடைக்குமாறும் போட்டு விடுவார்கள்.

வீட்டிலிருந்து தொலைதூரத்திலுள்ள விளை நிலப் பகுதிகளில் இருந்தபோது, பிரேதங்களை அப்படியே அழுகிப் போய்விடச் செய்யாமல், உள்ளூர் மக்கள் அவமதித்து விடுவார்கள் என மங்கோலியர் அஞ்சினர். ஜுர்செட்கள் மீதான படையெடுப்பின்போது, இறந்த வீரர்களின் உடல்களை அனுப்பி, ஸ்டெப்பியில் அடக்கம் செய்யுமாறு செய்தனர். பிரேதங்களைத் தோல் பைகளில் தைத்து ஒட்டகைகள் அல்லது வண்டிகளில் இட்டு போர்க்கைதிகள் மூலம் அனுப்பிவைத்தனர். இது சாத்தியமில்லாதபோது பிரேதங்களை அவற்றின் உடைமைகளுடன் அருகிலுள்ள புல்வெளிக்கு இட்டுச்சென்று ரகசியமாக அடக்கம் செய்தனர். அப்புறம் குடியானவர்கள் கண்ணில் அவைபட்டு, பிரேதங்களுடன் புதைக்கப்பட்டவற்றை அவர்கள் தோண்டி எடுத்துவிடக்கூடாது என்பதற்காக கல்லறைகள் மீது விலங்குகளை நடத்திச் சென்று, இருந்த இடம் தெரியாதவாறு செய்து விடுவார்கள்.

மங்கோலியர் போரிடுவதில் பெருமிதமடையவில்லை, வெற்றிபெறுவதில் தான் அதனை அடைந்தனர். ஒவ்வொரு படையெடுப்பிலும் அவர்களுக்கு முழு வெற்றி என்னும் ஒரே இலக்குதான். சண்டையில் என்ன உத்திகள் மேற்கொள்ளப்பட்டன அல்லது சண்டை எப்படி நிகழ்ந்தது அல்லது எப்படித் தவிர்க்கப்பட்டது என்பது பிரச்சனைக்குரியதாயில்லை. புத்திசாலித்தனமாக ஏமாற்றியோ குரூரமான தந்திரத்தாலோ வென்றால் அது வெற்றிதான், அது அப்பழுக்கற்ற தீரம்தான்-யுத்தகளத்தில் தீரத்தை வெளிக்காட்டிட வேறு சந்தர்ப்பங்கள் நிறையவே வரும் என்பதால். யுத்தத்தில் தோற்றால் தனி நபருக்கு எந்த இழுக்கும் இல்லை. முடிவுறும் மட்டும் எதிலும் நன்மையில்லை என்று செங்கிஸ்கான் கூறியதாகச் சொல்லப்படும்.

ஜுர்செட்களின் மாபெரும் சொத்தான, அவர்தம் பெரிய மக்கள் தொகையினரை, அவர்களுடைய மிகப்பெரிய பொறுப்பாக

உருமாற்றியதில் மங்கோலியரின் அறிவுநுட்பம் உள்ள அளவுக்கு வேறெதிலும் இல்லை. மங்கோலியர் ஒரு நகரத்தைத் தாக்குவதற்கு முன், சுற்றுப்புற கிராமங்களை எல்லாம் காலி செய்து விடுவார்கள். தம் பதின்கணக்கிலான அலகுகள் மூலம் உள்ளூர் ஆட்களைப் படையில் சேர்த்துக் கொள்வார்கள். ஒவ்வொரு மங்கோலிய வீரனும் தனக்குக் கீழ் பணியாற்றும் வகையில் பத்து உள்ளூர் நபர்களைப் பிடித்துவிடவேண்டும்; அவர்களில் யாரேனும் இறந்தால், அந்த இடத்தை நிரப்புவது அவன் பொறுப்பு-அவனிடம் பத்துப் பேர் கொண்ட அலகு எப்போதும் இருப்பதால் இது சாத்தியமே. ராணுவத்தின் நீட்சியாயுள்ள இக்கைதிகள், விலங்குகளுக்கும் வீரர்களுக்கும் உணவும் நீரும் கொண்டுவரும் அன்றாட வேலைகளைப் பார்த்துக் கொள்வார்கள்; முற்றுகையின் போது அகழிகளை நிரப்புவதற்கான கல்லையும் மண்ணையும் கொண்டு வருவார்கள். அரண்களாக உள்ள மதில்களைத் தகர்ப்பதிலும் பிளவுகள் ஏற்படுத்துவதிலும் துணையாக இருப்பார்கள்.

மங்கோலியருக்கு குடியானவரின் வாழ்க்கைப்போக்கு புரிபடாதது. ஜுர்செட்களின் பிரதேசம் மக்களால் நிறைந்திருக்க, விலங்குகள் சொற்பமாகவே காணப்பட்டன- இது மங்கோலியருக்கு முரண்பட்டதாயிருந்தது ஏனெனில் அவர்கள் ஒவ்வொருவரிடத்தேயும் அய்ந்திலிருந்து பத்து விலங்குகள் இருக்கும். அவர்களுக்கு குடியானவரின் வயல்கள், தோட்டங்களைப் போல, புல்வெளிகள்தான்; குடியானவர்கள், மாமிசம் தின்ற மானுடர் என்பதைவிடவும் மேய்ச்சல் மிருகங்களே. புல்தின்னும் இவர்களைக் குறித்திட, மங்கோலியர், பசுக்களையும் கிடாய்களையும் குறித்திடப் பயன்படுத்திய தொடர்களையே கையாண்டனர். குடியானவப் பெருந்திரளினர் மந்தைகளாகவே இருந்தனர். குடியானவர்களைச் சுற்றி வளைக்கவோ துரத்தியடிக்கவோ அனுப்பப்பட்ட வீரர்கள், எருமைகளைச் சுற்றி வளைக்கப் பயன்படுத்திய தொடர்களையே பயன்படுத்தினர்.

அச்சகாப்தத்தின் மரபார்ந்த ராணுவங்கள், கிராமங்களைக் கொள்ளையிடப்படவேண்டிய ஆதாரங்களாகவும், குடியானவர்களை ஏதேனும் வசதியான வழியில் வல்லுறவுக்குள்ளாக்கப்பட வேண்டியவர்களாகவோ கொல்லப்படவேண்டியவர்களாகவோ இல்லாமல் செய்யப்படவேண்டியவர்களாகவோ கருதின. இதற்கு மாறாக, எப்போதும் குறைந்த எண்ணிக்கையில்

இருந்து வந்த மங்கோலியர், பெரும் எண்ணிக்கையிலான மக்களை யுத்த தந்திர செயல்பாடுகளில் ஈடுபடுத்தினர். எதிரியின் மந்தைகளைச் சுற்றிவளைத்து, அவற்றின் உரிமையாளரது யுத்த களன்கள் / இல்லங்கள் நோக்கி நெருக்கடியடித்து விரட்டி, அதன் மூலம் வீரர்கள் தாக்குவதற்கு முன் பெருங்குழப்பத்தை ஏற்படுத்திடும் ஸ்டெப்பிப் போர் முறையினை மங்கோலிய வீரர்கள் மாற்றியமைத்தனர். ஜுர்செட்கள் மீதான படையெடுப்பில் மங்கோலியர் குடியானவ மந்தைகளிடத்தே இந்த உத்தியை மேற்கொண்டனர். சிறு அலகுகளாகப் பிரிந்து கொண்ட மங்கோலிய ராணுவம், பாதுகாப்பற்ற கிராமங்களைத் தாக்கியது, எரியூட்டியது, குடியிருந்தோரை விரட்டி அடித்தது. கலவரமுற்ற குடியானவர்கள் நாலா புறங்களிலும் சிதறியோடினார்கள். நெடுஞ்சாலைகளை அடைத்துக் கொண்டு, ஜுர்செட்களுக்கான உணவு சப்ளை வாகனங்கள் செல்வதைத் தடுத்தார்கள். பத்து லட்சத்திற்கும் மேற்பட்ட ஜுர்செட்கள் கிராமங்களிலிருந்து தப்பியோடி, நகரங்களில் குவிந்தனர். ஏகமாக உணவு உண்டு, சென்ற இடங்களிலெல்லாம் களேபரத்தை ஏற்படுத்தினார்கள்.

அக்கால வகை மாதிரிப்படி, அகதிகள் கூட்டத்தால் பின்தொடரப்படுவதற்குப் பதிலாக, அகதிகள் மங்கோலியருக்கு முன்னே சென்று கொண்டிருந்தனர்; மங்கோலியர் அவர்களை நேரடியாக கவசங்களாயும் நகர வாயில்களில் மோதும் கிடாய்களாயும் பயன்படுத்திக் கொண்டனர். மங்கோலியர் தமது உயிரைப் பாதுகாத்த மட்டும், எதிரிகளின் உயிர் பற்றிக் கவலைப்படவில்லை. எதிரிகள் மடிந்து விழ விழ அகழிகளில் அச்சடலங்களைப் போட்டு நிரப்பவும், கோட்டைக்குள் நுழைய உதவும் பாதைகளாகவும், மேடுகளாகவும் உதவினர். தம் நகரங்களுக்குள் அடைபட்டுப் போன ஜுர்செட்கள் பட்டினி கிடந்து, ஒவ்வொரு நகரமாக நரமாமிசம் புசிக்கத் தொடங்கினர். தம் மக்களைப் பாதுகாக்க முடியாத ஜுர்செட் அதிகாரிகளுக்கு எதிராக அதிருப்தி வளரவும், நகர்ப்புறக் கலவரங்களும் குடியானவக் கலகங்களும் எழுந்தன. இத்தகைய மோசமான கலகம் ஒன்றில், ஜுர்செட் ராணுவம் தனது குடியானவர்களில் சுமார் 30,000 பேரைக் கொன்று குவித்தது.

மெல்ல நகர்ந்து, குறிப்பிட்ட போர் முனை அல்லது யுத்த களத்தில் சண்டையிட்ட பிரும்மாண்டமான காலாட்படைக்கு நேர் எதிரான வகையில், மங்கோலியர் ஒட்டுமொத்த பிரதேசத்திலும் சண்டை

செய்ய, அதன் காரணமாக எழுந்த கொந்தளிப்பும் குழப்பமும், அனைத்து விதமான தந்திரங்களையும் மேற்கொள்ளுமாறு மங்கோலியரை அனுமதித்தது. ஒரு சம்பவத்தில், டேடிங் என்னும் முற்றுகையிடப்பட்ட நகரை விடுவிக்கச் சென்று கொண்டிருந்த உயரதிகாரி உள்ள அணிவரிசையை மங்கோலியர் கைப்பற்றிவிட்டனர். தூதுவரின் உடையிலிருந்த மங்கோலியர் ஒருவர், தன் ஆவணங்களுடன் எதிரியின் நகருக்குள் மாறுவேடத்தில் நுழைந்தார். அவர் நுழைந்த மாத்திரத்தில் முன்னேற்பாட்டின்படி, மங்கோலிய ராணுவம் முற்றுகையை விலக்கி, வெளியேறியது. அம் மங்கோலிய வீரன் நகருக்குள் வந்த மாத்திரத்தில், உள்ளூர் அதிகாரிகள் மங்கோலியரைத் தோற்கடித்து விட்டதாக எண்ணிக் கொண்டனர். உடனே நகரின் தற்காப்பு ஏற்பாடுகள் கலைக்கப்பட்டு, துருப்புகள் பின்வாங்கியதை, மாறுவேடத்திலிருந்த மங்கோலியர் கவனித்துக் கொண்டிருந்தார். பல வாரங்களில் இது முடிவுற, அம்மங்கோலியர் செய்தி அனுப்பவும், மின்னல் வெட்டியது போலப் பாய்ந்து வந்த மங்கோலியர் லகுவாக நகரை ஆக்கிரமித்தனர்.

மங்கோலியர் இத்தகைய தந்திரங்களை மேற்கொண்டதுடன், விடாப்பிடியான தமது பரப்புரையால், எதிரியினிடத்தே பீதியை எழுப்பிவிடும்படியான கதைகளைப் பரப்பினர். அப்படியான ஒரு கதையில், அதிகப்படியான பூனைகளையும் பறவைகளையும் ஜூர்செட் ராணுவத்தினர் தந்துவிட்டால், முற்றுகையிடப்பட்ட ஒரு நகரிலிருந்து பின்வாங்கி விடுவதாக மங்கோலியர் வாக்குறுதி தந்தனர். பட்டினி கிடந்த மக்கள் அப்படியே செய்தனர். பறவைகளையும் பூனைகளையும் வாங்கிக் கொண்டவர்கள், அவற்றின் வால்களில் தீப்பந்தங்களையும் எரியும் பதாகைகளையும் கட்டி ஏவிவிட, அவை நகருக்குள் பாய, நகரம் பற்றி எரிந்தது. யுத்தப் பரப்புரையில் ஒரு நாடக அம்சத்தைச் சேர்ப்பதாக இக்கதை சுற்றுக்கு விடப்பட்டிருக்க வேண்டும்.

ராணுவத்தின் மறுசீரமைப்பு ஒத்திசைவு மற்றும் பரப்புரை முடிந்ததும், தாக்குதல் இறுதியாக மேற்கொள்ளப்பட்டு, எதிரிகளிடத்தே முடிந்த அளவு குழப்பத்தையும் அழிவையும் ஏற்படுத்திட மங்கோலிய ராணுவம் முற்பட்டது. புதர் உருவாக்கத்தைப் போல, தாக்குதலின் பொதுவடிவங்களுள் ஒன்றாக இருந்தது, வீழும் நட்சத்திர அல்லது காகங்கள் மொய்த்தல் என்னும் தாக்குதல். முரசடித்தல் அல்லது இரவில் நெருப்பு

மூட்டுதல் மூலம், குதிரை வீரர்கள் நாலா திசைகளிலிருந்தும் சட்டென்று பாய்ந்து வந்து விடுவார்கள். 'அவர்கள் ஆகாயம் சரிவதைப் போல வந்து, மின்னல் வெட்டென மறைந்து விட்டனர்' என்கிறார் சீனத்துப் பார்வையாளர் ஒருவர். இத்திடீர் தாக்குதலைக் கண்டும் திடீர் மறைவைக் கண்டும் எதிரி நடு நடுங்க, அமளியும் ஆரவாரமும் எழுந்து, நிசப்தம் கவிந்தது. அவர்கள் எதிர்வினை ஆற்றும் முன்பே, ரத்தம் சிந்தியும் குழம்பியும் கிடக்க, மங்கோலியர் மாயமாகி விட்டனர்.

தொலைதூரத்திலுள்ள பெரும் பாறாங்கற்களால் நகரத்து மதில்களைத் தகர்ப்பதற்கான முற்றுகைப் பொறியமைவுகளை எவ்வாறு நிர்மாணிப்பது என்பதைச் சீனப் பொறியாளர்கள் நன்கறிவார்கள் என்பதை டான்குட் படையெடுப்பின்போது செங்கிஸ்கான் கண்டறிந்தார். கற்களை எறிவதற்கான எறிகள் / கவண், பற்றியெரியும் திரவங்களையும் சீனர்கள் அறிந்து வைத்திருந்தனர். கட்டிடங்களைச் சேதப்படுத்திடும் பெரும் அம்புகளை எய்திடும் பொறியமைவும் அவர்களுக்குத் தெரியும். முற்றுகைப் போர் முறையில் இது மிகப்பழமையானது என்றாலும், மங்கோலியருக்குப் புதிது; இவற்றின் ஆற்றலையும் துரிதத்தையும் மங்கோலியர் அறிந்துகொண்ட மாத்திரத்தில் அவர்தம் ஆயுதத் தொகுப்பில் அங்கமாகிவிட்டது. இந்த ஆயுதங்களைப் பயன்படுத்துவதுடன் நில்லாமல், இவற்றை உருவாக்குவதற்கான பொறியியல் அறிவையும் செங்கிஸ்கான் பெற்றார். தம் பக்கம் சேர்ந்து கொள்ளும் பொறியாளர்களுக்கு மங்கோலியர் தாராளமாக வெகுமதிகள் தந்தனர்; ஒவ்வொரு சண்டை முடிவிலும் எதிரிகளிடமிருந்து தேர்ச்சிமிக்க பொறியாளர்களை தம் பக்கம் ஈர்த்துக் கொண்டனர். பொறியியல் பிரிவுகளை ராணுவத்தின் நிரந்தர அங்கமாக்கிக் கொண்டனர்; ஒவ்வொரு புதிய சண்டையிலும் ஒவ்வொரு வெற்றியிலும் யுத்தப் பொறியமைவு தேர்ச்சியும் திறனும் பெறலாயிற்று.

முற்றுகைப் பொறியமைவு மங்கோலியரைப் பெரிதும் ஈர்த்தது ஏனெனில் அது தாக்குவோரை நகருக்கு வெளியிலும் நபருடன் நபர் பொருதுவதிலிருந்தும் விலக்கியது-அதிலும் நபருடன் நபர் மோதுவது மங்கோலியரால் வெறுக்கப்பட்டது. ஒரு கட்டத்தில் ஜுர்செட்கள் நெருப்பீட்டியைப் பயன்படுத்துவதைக் கண்டனர். மூங்கில் குழாயில் வெடிமருந்தை நிரப்பி பற்றவைத்து அப்படியே எறிவதுதான் நெருப்பீட்டியாக மங்கோலியருக்குத் தெரிந்தது.

செங்கிஸ்கானும் நவீன உலகின் உருவாக்கமும் | 173

அம்மூங்கில் குழாயை எறிந்த மாத்திரத்தில், பொறிபறக்கும், பிழம்புகள் வெளிப்படும், புகை எழும். பட்டாசிலிருந்து உருப்பெற்ற இக்கருவி, நெருப்பினைப் பரப்பவும், எதிரிகளையும் அவர்தம் குதிரைகளையும் சிதறடிக்கவும் பயன்பட்டது. பின்னாட்களில் இதனை மேம்படுத்திய மங்கோலியர் மேலும் பல ராணுவ நோக்கங்களுக்காகக் கையாண்டனர்.

எதிரிகளின் அரண்களை வெல்லமுடியாதபோது, பின்வாங்குவது போன்ற தந்திரங்களால், எதிரிகளை வெளிவரச் செய்திட செங்கிஸ்கான் முற்பட்டார்-ஜுர்செட் படையெடுப்பின்போது லியோ யாங் முற்றுகையில் ஜெபியால் இது மேற்கொள்ளப்பட்டது. நாய்ச்சண்டை உத்தி எனப்படும் அணுகுமுறையில், பெரும் பயத்தில் தம் கருவிகளையும் உணவுப் பொருட்களையும் அப்படியே போட்டுவிட்டு வந்தது போல் தோன்றுமாறு பின்வாங்குமாறு செங்கிஸ்கான் தன் வீரர்களுக்குக் கட்டளையிட்டார். நகரத்து அலுவலர்கள், மங்கோலியர் விட்டுச் சென்றவற்றை சேகரம் செய்து கொண்டுவருமாறு தம் வீரர்களுக்குக் கட்டளையிட்டு, வாயில்களையும் திறக்க வைத்தனர். பொருட்களை எடுத்துச் செல்வதில் மும்முரமாயிருந்த வீரர்கள் மீது பாய்ந்த மங்கோலியர், வாயிலைத் தாண்டி வந்து நகரைக் கைப்பற்றினர்.

ஆயுள் முழுதும் நாடோடிகளாயிருந்த மங்கோலியர், நகர்ந்து கொண்டே சண்டையிடுவதை மிக ஆரம்பத்திலேயே கற்றிருந்தனர். படைவீர-விவசாயிக்கு, தப்பியோடுவது தோற்பது; துரத்தியடிப்பது வெல்வதாகும். ஆடாது அசையாது இருந்த படைவீரர், தாக்குபவனை அங்கிருந்து துரத்தி அடிக்க முற்பட்டார். நாடோடி, எதிரியைக் கொல்ல முற்பட்டான்; எதிரியை நோக்கித் தாக்குகையில் அவனைக் கொன்று விட்டானா அவனிடமிருந்து தப்பியோடுகின்றானா என்பது அவனுக்குப் பிரச்சனையாயில்லை. மங்கோலியரைப் பொறுத்தவரை, இருதிசைகளும் சண்டையைப் பிரதிநிதித்துவப்படுத்தின; நின்ற நிலையிலானது போலவே தாவியோடும் வெற்றி அவ்வளவு நல்லதே. எதிரிகளைத் தமது மதில்கள் சூழ்ந்த நகரங்களுக்கு வெளியே மங்கோலியர் ஈர்த்துவிட்ட மாத்திரத்தில், மிருகங்களின் பெருங்கூட்டங்களது நகர்வினைக் கையாளுவதில் கற்றிருந்த உத்திகளை அவர்கள் பொருத்திப் பார்த்தனர். நீள் வரிசையில் தற்காப்பற்றதாக ஆகிவந்த எதிரிகளை அவர்கள் தாக்கினார்கள்; மங்கோலியரின் பொறியில் மாட்டியதும் உடனே தாக்கப்பட்டனர்; அல்லது தப்பியோடிய

மங்கோலியர் சிறுசிறு அலகுகளாகப் பிரிந்து, கூட்டங்களாகத் தம்மைப் பின்தொடர்ந்த எதிரிகளைச் சிதறடித்து வென்றனர்.

தீர்மானகரமான எதிரியால் தோற்கடிக்கப்பட்டு அல்லது பின்தொடரப்பட்ட போதும், மங்கோலியர் தம்மைக் காத்துக்கொள்ள இன்னும் அதிகத் தந்திரங்களைக் கையாண்டனர். அவர்கள் கண்காணிப்பில் இருந்தபோது திடீரென்று கட்டுப்படுத்தப்பட்டால், தாம் வழக்கமாகக் கொண்டு செல்லும் மதிப்புமிக்கவற்றை தரையில் போட்டு விட்டு, தப்பியோடுவர். அவற்றை எடுத்துக் கொள்ளும் பொருட்டு சிதறிவிடும் வீரர்கள், அடிக்கடி தமக்குள்ளே போட்டிபோட்டு நிற்க, மங்கோலியர் சுலபமாகத் தப்பிவிடுவார்கள். இன்னும் சில நேர்வுகளில், மங்கோலியர் மணலை வாரி விடுவார்கள் அல்லது தம் குதிரை வால்களில் மரக்கிளைகளைக் கட்டி, புழுதியைக் கிளப்பிவிட்டு, தம் போக்கினை மறைத்து விடுவார்கள் அல்லது மங்கோலியர் உண்மையில் இருந்ததை விடவும் அதிக எண்ணிக்கையில் இருந்ததாக எண்ணிக்கொள்ளுமாறு செய்துவிடுவார்கள்.

ஜுர்செட் படையெடுப்பு நிகழ்ந்து முதலாண்டு முடிந்ததும், மங்கோலியருக்கான பெரும் ஆபத்து சண்டையிலிருந்து வரவில்லை, தட்பவெப்பத்திலிருந்துதான் என்பது தெளிவானது. உயரம் குறைந்த இடங்களுக்கும் ஆறுகளுக்கும் கடல்களுக்கும் அருகில் இருந்தமையும் காற்றின் ஈரப்பதத்தைத் தக்கவைத்துக் கொண்டன; கோடையில் வெப்பமும் புழுக்கமும் மங்கோலியருக்கும் அவர்தம் குதிரைகளுக்கும் தாங்க முடியாதவை ஆயின; விவசாய, நகர்ப்புறப் பகுதிகளில் இருக்கையில் அவர்கள் திரும்பத் திரும்ப பயங்கர நோய்களுக்கு உள்ளாகினார்கள். கோடையில் படையெடுப்பு அநேகமாக முடிவுக்கு வந்துவிடும்; பெரும்பாலான மங்கோலியரும் மேய்ப்பர்களும், உட்புற மங்கோலியாவின் உயர்ந்த, குளிர்ந்த மேய்ச்சல் நிலங்களில் ஒதுங்கிக் கொள்வர்.

கடைசியில் 1214-இல் செங்கிஸ்கான் ஸோங்து (பெய்ஜிங்)வில் பொன்னான கானின் அரசவையினையே முற்றுகையிட்டார். அந்த அரசவை அப்போதுதான் ஓர் அரண்மனை சார்ந்த திடீர் புரட்சியிலிருந்து விடுபட்டிருந்தது; புதிய பொன்னான கான், நீடித்த முற்றுகையினால் அடையும் துயரங்களை விடவும்

அதிகமானவற்றை உட்பூசல்களால் பெற்றிருந்தார். மங்கோலியரைப் பின்வாங்கச் செய்யும் பொருட்டு, அவர்களுடன் சமாதானம் செய்துகொள்ள ஆயத்தமாயிருந்தார். 3000 குதிரைகள் மற்றும் 500 இளைஞர்-யுவதியருடன் பட்டினையும் வெள்ளியையும் தங்கத்தையும் பெருமளவில் தந்தார். எல்லாவற்றுக்கும் மேலாகத் தன்னை செங்கிஸ்கானின் அடிமையாக ஏற்றுக்கொண்டு, தன் இளவரசிகளில் ஒருவரை அவருக்கு மனைவியாக்கினார்.

இதனால் செங்கிஸ்கான் தன் முற்றுகையை விலக்கிவிட்டு, கோபியின் வட பகுதியிலுள்ள வெளிப்புற மங்கோலியா நோக்கி பின்வாங்கலைத் தொடங்கினார். கிடான்கள் தம் நிலத்தில் பெரும்பகுதியைத் திரும்பப் பெற்றனர், அவர்களது அரச குடும்பம் மீட்கப்பட்டது; ஜுர்செட்கள் சிறியதொரு அரசினை தமக்கென்று வைத்துக்கொள்ள அனுமதிக்கப்பட்டனர். தான் விரும்பிய பொருட்கள் கிடைத்தவரைக்கும், இப்பகுதிகளை ஆட்சி புரியவோ மங்கோலிய அரசை நிறுவவோ செங்கிஸ்கான் ஆர்வங்காட்டியதில்லை. உய்குர்களையும் டான்குட்களையும் விட்டுச் சென்றது போலவே, ஜுர்செட்களும் கிடான்களும் தம் அரசாங்கத்தை நிர்வகித்துக் கொள்ளுமாறு விட்டுச் சென்றார்-மங்கோலியருக்குக் கீழ்ப்படிந்து, கப்பங்கட்டி வரும் மட்டும்.

கிடான்களும் ஜுர்செட்களும் செங்கிஸ்கானைத் தங்களுக்கு மேலான பேரரசராக ஏற்றுக் கொண்டதால், அவர்தம் நாடுகளில் தங்கியிருக்கக் காரணம் இல்லை. கோடைகாலம் தொடங்கியிருந்தது, ஆனால் வெப்பமும் வறண்ட தன்மையும் சேர்ந்து தனது ராணுவம் கோபியைத் தாண்ட முடியாது தடுத்து விட்டது. மாறாக கோபியின் தென்புறத்திலுள்ள டோலோன் நோரில் (ஏழு ஏரிகள்) முகாமிட்டனர். இலையுதிர்காலத்து குளிர்ந்த தினங்களுக்காகக் காத்திருந்த அவர்கள், வேட்டைகளையும் விருந்துகளையும் அனுபவித்தனர்; தாம் கைப்பற்றி உடனழைத்துச் செல்லும் இசைவாணர்கள்-பாடகர்களின் திறன்களை ரசித்தனர்.

புதிதாக வெற்றி கொள்ளப்பட்ட பிரதேசங்களிலிருந்து மங்கோலியர் விலகிக் கொண்டதுமே, ஜுர்செட் அரசினர் தம் ஒப்பந்தத்தை மீறலாயினர். மங்கோலியப் படையெடுப்பாளருடன் ரகசியமாய்ச் சேர்ந்து கொண்டவர்கள் எனத் தன் மக்களைச் சந்தேகித்த பொன்னான கான், ஸோங்துவிலிருந்து தலைநகரத்தை விட்டு வெளியேறி, கைஃபெங்கிற்கு தன் அரசவையுடன்

இடம் பெயர்ந்தார்-மங்கோலிய ராணுவம் நுழைய முடியாதபடி பாதுகாப்பாக இருக்கலாம் என்றெண்ணி. செங்கிஸ்கானுக்கு இது காட்டிக் கொடுத்தலாய் இருக்கவே, கலகம் என்று கருதினார். ஓணோன்-கெர்லென் ஆறுகளுக்கு இடைப்பட்ட தாயகத்தில் மூன்றாண்டுகளுக்கு மேலாக இல்லாதிருந்த போதும், செங்கிஸ்கான் மீண்டும் சண்டையிடத் திரும்புவதற்கு ஆயத்தமானார். நான்காம் ஆண்டில் சண்டையிடத் தன் ராணுவத்தை ஒழுங்கமைத்து, உட்புற மங்கோலியாவிலிருந்து அணிவகுத்து, சிலமாதங்களுக்கு முன்னரே தன்னிடம் சரணடைந்திருந்த தலைநகரை நோக்கிச் சென்றார்.

பழைய தலைநகரைப் பாதுகாக்கும் பொருட்டு பொன்னான கான் அங்கு ஒரு படைப்பிரிவை விட்டுச் சென்றிருந்தான். ஆனால் தாம் கைவிடப்பட்டிருந்ததை அவ்வீரர்களும் மக்களும் அறிவர். முந்தைய படையெடுப்புகளில் செங்கிஸ்கான் பெற்றிருந்த வெற்றி, எதிரியின் வீரர்களிடையே, குறிப்பாகக் கைவிடப்பட்டிருந்தவர்களிடையே ஆதரவு அலையை எழுப்பியிருந்தது. மரபார்ந்த சீனப் பார்வைப்படி, போரில் வெற்றி, விண்ணகத்தால் ஆதரிக்கப்படுவோர்க்கு கிட்டும்-வெற்றிகளின் நீண்ட பட்டியலைக் கொண்டிருந்த செங்கிஸ்கான், விண்ணகத்தின் கட்டளை பெற்று போரிட்டான் என்பது சீனக் குடியானவர்களுக்கும் ஜுர்செட் வீரர்களுக்கும் தெளிவானது; அவரை எதிர்த்துச் சண்டையிடுவது விண்ணகத்தையே புண்படுத்துவது போன்றதாகும். பொன்னான கானின் ராணுவ சேவையிலிருந்த பல ஜுர்செட் மற்றும் பிற பழங்குடி வீரர்களும், செங்கிஸ்கானிடத்தே உண்மையான ஸ்டெப்பி வீரனைக் கண்டுகொண்டனர்-நகரங்களை வென்று குடியேறுவதற்கு முன்னிருந்த தமது மூதாதையரைப் போன்றவனாகக் கருதினர். படையெடுப்பாளர்களுக்குப் பயந்து தம்மைக் கைவிட்டுவிடும் சாதுர்யமற்ற மாசுபடிந்த தம் தலைவர்களை விடவும், அவரிடத்தேயும் அவரது வீரர்களிடத்தேயும் ஓர் இணக்கத்தை உணர்ந்தனர். தம் அலுவலர்களுடனும் ஆயுதங்களுடனும் ஒட்டுமொத்த ராணுவப் பிரிவுகளும் மங்கோலியர் பக்கம் சேர்வதற்குச் சென்றன.

செங்கிஸ்கானும் அவருடன் புதிதாய் இணைந்த சகாக்களும் சேர்ந்து நகரைக் கைப்பற்றினர். எனினும் இம்முறை தோற்றுப்போன ஜுர்செட்கள் கப்பம் செலுத்துவதற்கான

சந்தர்ப்பத்தை செங்கிஸ்கான் தரவில்லை; நகரம் தண்டிக்கப்பட்டு கொள்ளையிடப்படும். மங்கோலியர் அனைத்தையும் அபகரித்துக் கொள்வர். நகரம் சீக்கிரமே வீழும் என்பது தெளிவானதும், செங்கிஸ்கான் தனது இறுதித் தாக்குதலில் ஈடுபடுவார். அதிகரிக்கும் வெப்பத்தால் எரிச்சலுற்று, மந்தமான வாழ்க்கையில் அருவருப்படைந்த செங்கிஸ்கான், ஸோங்துவிலிருந்து கிளம்பி, உட்புற மங்கோலியாவின் உயர்ந்த உலர்ந்த திறந்த நிலப்பகுதிக்குத் திரும்பினார். நகரத்தைக் கொள்ளையிடும் வேலையை, கிடான் தளபதி காடாவிடமும் அவரது வீரர்களிடமும் ஒப்படைத்தார்-நகரங்களைக் கையாள்வதில் பழகிப் போனவர்களான அவர்கள், செல்வத்தை எப்படி அபகரிப்பது என்பதில் கை தேர்ந்தவர்கள். கொள்ளையிட்டவற்றைப் பெற்று பதிவு செய்வதற்காக மங்கோலிய அலுவலர்கள் நகரத்துக்கு வெளியே சிறிது தூரத்தில் காத்திருப்பார்கள். குழுவேட்டையில் வேட்டையாடப்பட்ட விலங்குகளை மங்கோலிய முறையில் பிரித்தளித்தனர்-தரவரிசைக்கேற்ப மங்கோலியர் அனைவருக்கும் பிரித்தளிக்கப்பட்டது. கானுக்கு 10% அநாதைகளுக்கும் விதவைகளுக்கும் குறிப்பிட்ட பங்கு என்ற விதத்தில்.

எனினும் புதிய மங்கோலிய சகாக்கள், அம்முறையைப் புரிந்து கொள்ளவில்லை அல்லது அதனை ஏற்க மறுத்தனர். பெரிதும் ஒடுக்குமுறைக்கு உள்ளாகி, ஜுர்செட்கள் மீது நிறைய புகார்கள் கொண்டிருந்த கிடான்களும் சீனர்களும் பழிவாங்குவதிலும் அழிப்பதிலும் வெறி கொண்டிருந்தனர். ஒவ்வொரு வீரனுக்கும் தான் கைப்பற்றியதை வைத்துக்கொள்ளும் உரிமை உண்டு என்றனர். அரண்மனைச் சுவர்களிலிருந்த தங்கத்தை எடுத்துக் கொண்டனர், நகைகளில் பதிக்கப்பட்டிருந்த விலை உயர்ந்த கற்களைப் பிரித்தெடுத்தனர், தங்க-வெள்ளி நாணயங்கள் நிறைந்த பேழைகளை அபகரித்தனர். மதிப்புமிக்க உலோகங்களை மாட்டு வண்டிகளில் ஏற்றினர், பட்டுத்துணி மூட்டைகளை ஒட்டகைகளின் முதுகில் கட்டினர்.

கொள்ளையிடலை முக்கிய அரசு விவகாரமாகக் கருதிய செங்கிஸ்கான், தலைமை மங்கோலிய நீதிபதி ஸிகி குடுக்குவை நகரத்திற்கு அனுப்பி, கொள்ளையடிக்கப்பட்ட விதத்தை அறிந்து, கொள்ளையடிக்கப்பட்டவற்றை பட்டியலிடுமாறு செய்தார். ஸிகி குடுக்கு எதிர்கொண்டதோ களேபரமாயிருந்தது. நகரத்திற்கு வெளியே காத்திருந்த மங்கோலிய அலுவலர்கள் பொன்னிழை

சேர்ந்த பட்டுப் பீதாம்பரங்களைக் கையூட்டாகப் பெற்றிருந்தனர்-சகாக்கள் கொள்ளையிடுவதைத் தொடர்ந்து அனுமதிப்பதற்காக; ஸிகி குடுக்கு வந்து சேர்ந்ததும் அவருக்கும் ஒரு பங்கு தர முன்வந்தனர். அவர் அதனை மறுதலித்து, இத்தவறினைச் செங்கிஸ்கானிடம் சென்று தெரிவித்தார். ஆத்திரமுற்ற செங்கிஸ்கான் கிடானை நிந்தித்து, பொருட்களைக் கைப்பற்றினார்-தண்டனை விபரம் தெரியவில்லை.

ஜுர்செட்களின் நகரங்களிலிருந்து மங்கோலிய வீரர்கள் பின்வாங்கியதும், அவர்கள் ஏற்கனவே மக்களைத் துரத்தியடித்திருந்த பிரதேசத்தில், ஓர் இறுதித் தண்டனையை நிறைவேற்ற வேண்டியிருந்தது-அக்கிராமங்களுக்கு எரியூட்டினர். தன் ராணுவம் திரும்பும்போது போதுமான மேய்ச்சல் நிலமுள்ள பெரிய திறந்த நிலம் வேண்டியிருக்கும் என செங்கிஸ்கான் விரும்பினார்-உழுத வயல்கள், கல் மதில்கள், ஆழமான குட்டைகள் மங்கோலியக் குதிரைகளைத் தாமதப்படுத்தின, தாங்கள் விரும்பிய திக்கில் திரும்புவதைத் தடுத்தன. மங்கோலியர் வேட்டையாடுவதில் ரசித்த கலைமான்கள், கழுதைகள் மற்றும் பிற காட்டு விலங்குகளின் மந்தைகளது சுதந்திரமான போக்குவரத்தினையும் தடைப்படுத்தின. ஜுர்செட் படையெடுப்பிலிருந்து விடுபட்டிருந்த மங்கோலியர், பண்ணை நிலங்களைக் குதிரைகளால் உலுக்கி எடுத்து, மேய்ச்சல் நிலமாகிட ஆயத்தப்படுத்தினர். குடியானவர்கள் ஒருபோதும் தம் கிராமங்களுக்கோ வயல்களுக்கோ திரும்பலாகாது என்பதை உறுதிப்படுத்திட விரும்பினர். இப்படி, உட்புற மங்கோலியா மேய்ச்சல் நிலமாயிருந்தது; பழங்குடி நிலத்திற்கும் விவசாயிகளின் வயல்களுக்கும் இடையே மங்கோலியர் மேய்ச்சல் நிலங்களும் காடுகளும் நிறைந்த பெரிய உதவி மண்டலத்தை உருவாக்கினர். எதிர்கால கொள்ளைகளுக்கும் படையெடுப்புகளுக்கும் எளிதான பாதையை அனுமதித்த அவர்தம் குதிரைகளுக்கு மேய்ச்சலுக்கான ஆயத்த அங்காடிகளாக புல்வெளிகள் விளங்கின; விவசாயிகளும் கிராமத்தவர்களும் வெளியேற்றப்பட்டதும், திரும்பிவந்த காட்டு விலங்குகளின் மந்தைகளில், ஆயத்த அங்காடியில் இறைச்சி இருப்பது போலாயிற்று.

பன்றி ஆண்டான 1215-இன் முதல்பாதியினூடே மங்கோலியர், மக்கள், மிருகங்கள், பொருட்களின் வரிசையுடன், ஸோங்துவின் கொதிக்கும் சிதைவுகளிலிருந்து, உட்புற மங்கோலியாவின் உயர்ந்த வறண்ட பீடபூமிக்கு மெல்லப் புறப்பட்டனர். அவர்கள்

மீண்டும் டோலோன் நோரில் திரண்டனர்-ஓராண்டுக்கு முன்னர் செங்கிஸ்கான், தாயகம் திரும்புவதற்காகக் காத்திருந்து தோற்ற இடம் அது; கோபியினூடே செல்வதற்கு முன், கோடைகாலம் கழிவதற்காக அவர்கள் அங்கே காத்திருந்தனர். செங்கிஸ்கான் மீண்டும் போரில் வெல்கின்ற திறனை எடுத்துக்காட்டினார்; இப்போது, ஸ்டெப்பிக் கான்களின் வரலாற்றில் முன்னெப்போதும் இருந்திராதபடியான அளவில், தன் மக்களிடம் பொருட்களைக் கொண்டு சேர்த்திடும் தன் திறனை எடுத்துக்காட்டினார்.

சீனத்திலிருந்து பிரகாசமான பட்டு நதி பாய்ந்தது. பட்டு வழித் தடத்தின் வளைந்து நெளிந்து செல்லும் வெவ்வேறான கால்வாய்களையெல்லாம் பெரியதொரு நதியாக இணைத்து, மங்கோலிய ஸ்டெப்பிகளில் பாயும் வகையில் வலதுபுறம் செங்கிஸ்கான் திருப்பிவிட்டது போலிருந்தது. ஒட்டக மற்றும் மாட்டு வண்டிகளின் வரிசை அவ்வளவு பட்டினை கொண்டு சென்றதால், மங்கோலியர் பிற பொருட்களைக் கட்டிவைப்பதற்கான துணியாகப் பட்டினைப் பயன்படுத்தினர். முரட்டுக் கயிறுகளை எறிந்துவிட்டுப் பட்டுக் கயிறுகளைப் பயன்படுத்தினர். மலரும் பூக்கள், பறக்கும் நாரைகள், மோதும் அலைகள், புராணகால விலங்குகள் போன்ற வடிவங்களை வெள்ளி-தங்க இழைகளால் அலங்கரிக்கப்பட்ட பட்டுத் துணிகளால் ஆடைகளைக் கட்டினர்; சிறுசிறு முத்துக்கள் பதித்த காலணிகளைக் கட்டி வைத்தனர். பட்டுத் தரைவிரிப்புகள். சுவர் அலங்காரப் பொருட்கள், தலையணைகள், திண்டுகள், போர்வைகள், இடைவார்கள், காதணிகள், குஞ்சங்கள் போன்றவற்றால் மங்கோலியர் தம் வண்டிகளை நிறைத்தனர். மங்கோலிய மொழியில் சொல்ல இயலாத வண்ணங்களில் விதவிதமான வடிவங்களில் அதிசயமான புனைவுகளில் உருவான பொருட்களைக் கொண்டு சென்றனர்.

இவற்றுடன், அரக்கிலான தளவாடச் சாமான்கள், காகித விசிறிகள், பீங்கான் கிண்ணங்கள், உலோகக் கலசங்கள், வெண்கலக் கத்திகள், மரப்பாச்சிகள், இரும்பு சமையல் பாத்திரங்கள், பித்தளைக் குடங்கள், விளையாட்டுப் பலகைகள் போன்றவற்றையும் கொண்டு சென்றனர். வாசனைத் திரவியங்கள், ஒப்பனைப் பொருட்கள், மணம் வீசும் மெழுகுவர்த்திகள், முகமூடி என்பவற்றையும் சேர்த்துக் கொண்டனர். முடி அலங்காரப் பொருட்கள் முத்து, பவளம், வைரம், வைடூரியம், மரகதம் என விலை உயர்ந்த மணிகள் பதித்த ஆபரணங்கள் உள்ளடங்கி

இருந்தன. ஒயின் நிறைந்த தோல்பைகள், தேன் பீப்பாய்கள், தேயிலைப் பெட்டகங்கள் வாகனங்களை நிறைத்தன. மணப் பொருட்கள், மருந்துகள், வீரியமளிக்கும் தாது மருந்துகள், சந்தனப் பொருட்கள், கற்பூரம், சாதிக்காய் அடங்கிய பொதிகள் ஒட்டகைகளில் வந்தன.

ஒட்டகைகள், மாட்டு வண்டிகள் என வரிசையாக வந்து கொண்டிருந்த பொருட்களின் பட்டியல் ஒவ்வொன்றையும் ஊழியர்கள் வரிசைப்படுத்தினர், சரிபார்த்தனர், மீண்டும் கண்காணித்தனர். வாகன வரிசை சென்றுகொண்ட இசைவாணர்களும் பாணர்களும் பாடி மகிழ்வித்தனர். வாகன வரிசை ஓய்வுகொள்ள நின்ற வேளைகளில், கழைக்கூத்தாடிகள் வித்தைகள் செய்துகாட்டினர்; யுவதியர் வறட்டிகளைச் சேகரித்து நெருப்பு மூட்டினர், பால் கறந்தனர், சமைத்தனர், பரிமாறினர். சிறுவர்கள் விலங்குகளைப் பராமரித்து, பாரங்களைத் தூக்கினர். மிருகங்களின் பின்னே கைதிகளின் முடிவில்லாத வரிசை வந்தது-ஆயிரமாயிரமாக இளவரசர்களும் புரோகிதர்களும். தையல்காரர்களும் மருந்தாளுனர்களும். மொழிபெயர்ப்பாளர்களும் எழுதிவைப்போரும். சோதிடர்களும் நகை செய்வோரும். கலைஞர்களும் ஆரூடம் கூறுவோரும். மாயாஜாலம் காட்டுவோரும் பொற்கொல்லரும். ஏதேனும் திறமை தெரியவந்து மங்கோலியரின் கவனத்தை ஈர்த்துவிட்ட யாரும்.

எல்லா நூற்றாண்டுகளிலும் நடந்த படையெடுப்புகளிலும் கொள்ளைகளிலும் கொண்டு வரப்பட்டவற்றில், செங்கிஸ்கான் அளவுக்கு எந்த தலைவரும் கொண்டுவந்ததில்லை. அவ்வளவு பரந்துபட்டதாக அவை இருந்தும், அவரது மக்களின் ஆசையோ நிறைவுசெய்ய முடியாததாக இருந்தது. தன் படையெடுப்புகளிலிருந்து அவர் திரும்பும்போது, அவரது வாகனவரிசை, மதிப்புமிக்க பொருட்களைக் கொண்டுவர, இன்னும் இன்னும் என ஆசை பெருகிற்று. ஒவ்வொரு மங்கோலியனும் தன் கூடாரத்தில் இந்நாற்காலிகளில் அமர முடிந்தது. ஒவ்வொரு யுவதியும் நறுமணப் பொருட்களைப் பயன்படுத்திட முடிந்தது, ஒப்பனை செய்து ஆபரணங்களை அணிய முடிந்தது. ஒவ்வொரு குதிரைக்கும் உலோகக் கலசங்கள் பூட்டப்பட்டது. ஒவ்வொரு வீரனிடமும் வெண்கல-இரும்புக் கருவிகள் காணப்பட்டன. ஆயிரக்கணக்கான கைவினைக் கலைஞர்களுக்கு தம் தொழிலை மேற்கொள்ள, மரம், களிமண், துணி, வெண்கலம், தங்கம், வெள்ளி என கச்சாப் பொருட்கள் தேவைப்பட்டன. அவர்தம்

குடும்பங்கள் பிழைத்திருக்க பார்லி, கோதுமை மற்றும் பிற உணவுப் பொருட்கள் சீராக வழங்கப்படவேண்டி இருந்தன- மேய்ச்சல்காரர்களின் மேய்ச்சல் நிலங்களையும் தெற்கின் விவசாய நிலங்களையும் பிரித்திடும் பரந்து விரிந்த வெற்று நிலத்தினூடே இவற்றைக் கொண்டுவரவேண்டும்; செங்கிஸ்கான் எவ்வளவுக்கு போர்க்கைதிகளைக் கொண்டு வந்தாரோ அவ்வளவுக்கு உணவுப் பொருட்கள் தேவைப்பட்டன. புதுமைப் பொருட்கள் அவசியமானவை ஆகின; ஒவ்வொரு சரக்கு வரிசையும் மேலும் பொருட்கள் வேண்டியதைத் தூண்டிவிட்டது. எவ்வளவு வெற்றி கொண்டாரோ அவ்வளவு அவர் வெற்றிகொள்ள வேண்டியிருந்தது.

ஸ்டெப்பிகளைத் தனிமைப்படுத்த முடியவில்லை. செங்கிஸ்கான் உணவுப் பொருள் வருகையை ஒழுங்கமைக்க வேண்டியிருந்தது, உற்பத்தியைப் பராமரிக்க வேண்டியிருந்தது மற்றும் முன்னெப்போதும் இருந்திராத அளவில் பொருட்களையும் மக்களையும் இயங்கச் செய்ய வேண்டியிருந்தது. கோபிக்குத் தெற்கேயுள்ள நகரங்கள் மீது பட்டுக்காகவும் அணிமணிகளுக்காகவும் தொடங்கிய கொள்ளை, உலக வரலாற்றின் மிக நீண்ட மூன்று தசாப்த யுத்தமாக மாறியது. செங்கிஸ்கான் எஞ்சியுள்ள தன் ஆயுளின் 15 ஆண்டுகளை, ஆசியாவின் முகமெங்கிலும் சண்டையிடுவதில் கழிப்பார்; தன் மரணத்தின் போது, இரு தலைமுறைகளுக்கு புதிய மக்களை எதிர்த்து, புதிய நாடுகளுக்குள் தன் சந்ததியர் விரிவாக்கம் செய்து கொள்வதற்காக, யுத்தத்தை விட்டுச் சென்றார்.

ஜூர்செட்கள் மீதான படையெடுப்புக்குப் பிறகு செங்கிஸ்கான், கெர்லென்-ஸெங்கெர் ஆறுகளுக்கு இடைப்பட்ட கோடோர் அராலின் ஸ்டெப்பிகளுக்கு நேராகத் திரும்பினார். தனது முந்தைய நடவடிக்கைகளுக்கேற்ப, செங்கிஸ்கான் உடனடியாக கொள்ளையிட்டு வந்த பொருட்களை தனது தளபதிகளுக்கும் அலுவலர்களுக்கும் பிரித்தளிக்க, அவர்கள் தம் கீழ் பணியாற்றுவோருக்கு வழங்கினர். தன் வாழ்வில் முதல்முறையாக அபரிமிதமான கொள்ளைப் பொருட்களை வைத்திருந்தார், அவற்றைப் பிரித்தளிக்கவும் தேவை ஏற்படும் வரை சேமித்து வைக்கவும் வழிமுறைகளைக் கண்டறிய வேண்டியிருந்தது. இச்செழுமை காரணமாக, சில கட்டிட நிர்மாணங்களுக்கு அனுமதி தந்தார். அவற்றைச் சிறிய அவர்கா நதியை ஒட்டி அமைத்தார்-ஒரு

நீரூற்று பொங்கி வரும் ஸ்டெப்பியின் ஓரமாக அது இருந்தது. அவர்தம் மரபுப்படி, போர்டே தன் இளைய மகனின் நோயைப் போக்கிட இவ்வூற்று நீரைப் பயன்படுத்தினாள். மொத்தமாக மஞ்சள் மாளிகை என்றழைக்கப்பட்ட இக்கட்டிடங்கள், படையெடுப்புகளிலிருந்து கொண்டுவரப்படும் பொருட்களுக்கான சேமிப்பு கிடங்காய் விளங்கின. இரு மருங்கிலும் ஆறுகளும், நடுவில் குன்றுகளின் குவியலும் உள்ள அவ்விடத்தை திடீரென்று தாக்குவது சாத்தியமற்றது.

நீண்ட காலம் தன் தாயகத்தில் இல்லாததால், செங்கிஸ்கான் தீர்க்க வேண்டிய பிரச்சனைகள் பல இருந்தன-அவை மங்கோலிய மக்களிடமட்டுமின்றி, வடக்கின் சைபீரிய பழங்குடி மக்களிடமும் தெற்கின் உய்குர் விவசாயிகளிடமும் இருந்தன. 1207-இல் ஜோச்சியின் படையெடுப்பின் போது மங்கோலிய ஆட்சிக்குப் பணிந்து போயிருந்த சைபீரியப் பழங்குடிகளில் சில ஜுர்செட்கள் மீதான படையெடுப்பின் போது நீண்டகாலம் செங்கிஸ்கான் இல்லாததைப் பயன்படுத்தி, கம்பள ரோமம், காட்டுப் பொருட்கள், யுவதிகளைக் கப்பமாகச் செலுத்துவதை நிறுத்திவிட்டன. எனினும் இதுபற்றி விசாரிக்க ஒரு மங்கோலியத் தூதுவர் வந்தபோது, அவர்தம் பெண்டிரின் புகழுக்கேற்ப, இப்போது போடோஹுய்தர்ஹன் (பெரியவள், கடுமையானவள்) எனப்படும் பெண் தலைவியைக் கொண்டிருந்ததைப் பார்த்தார். மங்கோலியருக்கு முப்பது கன்னியரை மனைவியராக ஒப்படைப்பதற்குப் பதிலாக, அவள் அத்தூதுவரையே கைதியாக்கினாள். இத்தூதுவர் திரும்பிவராததால் செங்கிஸ்கான் இன்னொருவரை பேச்சுவார்த்தைக்கு அனுப்ப, அவரையும் கைதியாக்கினாள்.

முயலாண்டு எனப்படும் 1219-இல், கணிசமான வீரர்களுடன் நம்பகமான தளபதியை, என்ன நிகழ்ந்திருந்தது என்று கண்டறிந்துவர அனுப்பினார். திறந்த ஸ்டெப்பிகளிலும் பண்ணை நிலங்களிலும் படையெடுத்து பழகிப் போயிருந்த மங்கோலியருக்கு, அடர்ந்த வனத்தில் சண்டையிட்டோ பயணித்தோ அனுபவமில்லை. வழக்கமாக மங்கோலியர், விரிவான அணியாகப் பரவியும் நேராகவும் ஸ்டெப்பியைத் தாண்டுவதுண்டு. எனினும் வனத்தில் குறுகலான பாதையில் ஒருவரைத் தொடர்ந்து இன்னொருவராக செல்லவேண்டியிருந்தது. மங்கோலியர் வருவதற்கு முன்பே, அவர்களின் வருகை குறித்து போடோஹுய்தர்ஹன் அறிந்திருந்தாள்; அதனால் அனுபவமிக்க

வேட்டைக்காரனைப் போல, அவர்களுக்காகப் பொறி வைத்தாள். அவர்கள் தப்பியோடுவதைத் தடுத்திட, பாதையை மூடிவிடுவதற்காக, தன் வீரர் குழுவை அனுப்பிவிட்டாள்; அப்புறம் மறைந்திருந்து தாக்கினாள். சண்டையில் போடோஹுய்தர்ஹன் வென்றாள், அவளது வீரர்கள் மங்கோலியத் தளபதியைக் கொன்றனர்.

இத்தகைய இழப்பு வழக்கத்திற்கு மாறானதாகையால், செங்கிஸ்கான் ஆத்திரமடைந்தார். முதலில், வெற்றிபெற்ற அரசியைப் பழிவாங்கும் பொருட்டு, தானே ராணுவத்திற்குத் தலைமை தாங்கிச்செல்ல உத்தேசித்தார். அவரது ஆலோசகர்கள் வேறுமாதிரி ஆலோசனை தந்தனர். பெரியதொரு படையெடுப்புக்கு திட்டமிட்ட அவர்கள், எதுவாயினும் வெற்றிபெற்றுவிடத் தீர்மானமாயிருந்தனர். முதலில் மங்கோலியருக்கும் அரசியின் பிரதேசத்திற்கும் இடையிலான எல்லைத் தடத்தையும் கணவாய்களையும் காவல் செய்வதான பாவனையில், மங்கோலிய வீரர்களின் சிறிய படை சென்றது. இதற்கிடையே, ராணுவத்தின் பிரதானப் பிரிவிலுள்ள வீரர்கள், இன்னொரு திசையிலிருந்து வனத்தினூடாக புதிய பாதையை அமைத்தனர். தங்களால் திரட்ட முடிந்த கோடரிகள், ரம்பங்கள், உளிகள் போன்ற கருவிகள்- ஆயுதங்களின் துணையுடன் மங்கோலியர், 'சிவப்பு எருது' எனப்பட்ட சிவப்பு மானின் மலைத் தடத்தைப் பின்தொடர்ந்து சிரமத்துடன் ஒரு பாதையை நிர்மாணித்தனர். இந்த ரகசியப் பாதையைப் போட்டு முடித்ததும் மங்கோலிய வீரர்கள் அரசியின் தலைநகர் மீது பாய்ந்தனர்- "தம் கூடாரங்களின் துளைகளின் வழியே புகை போவது போல" அவர்கள் இறங்கியதாகத் தோன்றிற்று என்கிறது *The Secret History*.

வெற்றிகொண்ட மங்கோலியர், தூதுவர்களை விடுவித்துவிட்டு, பழங்குடிக் கைதிகளை வேலையாட்களாகவும் கூட்டாளிகளாகவும் பணியாற்றக் கொண்டு வந்தனர். தனது இரண்டாவது தூதுவருக்கு அரசி போடோஹுய்தர்ஹனை மணமுடித்துக் கொடுத்தார்- அவரை அரசி கைதியாக்கி கொல்லாது இருந்ததால், ஏற்கனவே கணவனாக்கியிருக்கக் கூடும்.

அவரது நேரிய குடிமக்களில் இடம்பெற்ற, பாலைவனச் சோலையின் உய்குர்களிடையேயான மிகத் தீவிரமான பிரச்சனைகளுடன் ஒப்பிடுகையில், வனத்தின் பழங்குடியினர்

அவருக்கு அவ்வளவாக வேலை வைக்கவில்லை. அவர்கள் அவரை வலுவாக ஆதரித்தனர்; அதனால் இப்போதைய கிர்கிஸ்தான் மற்றும் கஜகஸ்தானின் டியான் ஷான் மலையடிவாரத்திற்கு மேற்கே வாழ்ந்து வந்த உய்குர் முஸ்லீம்கள், தம் பௌத்த ஆட்சியாளரைத் தூக்கியெறிந்து, செங்கிஸ்கானுடன் சேர்ந்துகொள்ள விரும்பினார்கள். இப்போதைய மேற்கு சீனத்தின் ஜின்ஸியாங் மாகாண வணிக நகரமான காஸ்கரின் இஸ்லாமிய மக்களிடமிருந்து மங்கோலியாவுக்கு தூதுவர்கள் வந்தனர். 13-ஆம் நூற்றாண்டின் ஆரம்பத்தில் இவர்கள், மஞ்சூரியாவைச் சேர்ந்த இன்னொரு கிடான் குழுவால் ஆளப்பட்டனர்; ஆனால் அவர்கள் ஜூர்செட்களால் கிழக்கிலிருந்து துரத்தியடிக்கப்படவே, டியான் ஷான் மலைகளிலே நிலைகொண்டனர். கிழக்கில் தங்கிவிட்ட கிடான்களிடமிருந்து அவர்களை வேறுபடுத்திக் காட்ட, 'கருப்பு கிடான்' என்ற பொருளில் கர கிடான் என்று மங்கோலியர் அழைத்தனர்-ஏனெனில் கருமை என்பது தொலைதூர உறவினையும் மேற்கினைக் குறித்த வண்ணத்தையும் அடையாளப்படுத்திற்று.

உய்குர்களில் பலர் தாமாக முன்வந்து மங்கோலியருடன் சேர்ந்துகொள்ள, மற்றவர்கள் கருப்பு கிடானின் கட்டுப்பாட்டிலேயே இருந்தனர், இப்போது செங்கிஸ்கானின் ஒருகால எதிரியான, நைமன்களின் தயாங்கானின் மகன் கூச்லுக்கால் ஆட்சி செய்யப்படுகின்றனர். தன் மக்கள் தோற்றபிறகு, தெற்கில் ஓடிய கூச்லுக், கருப்பு கிடானின் ஆட்சியாளரது மகளை மணந்து கொண்டு, தன் அதிகாரத்தைப் பெற்றார். கூச்லுக் கிறித்தவராயும் கருப்பு கிடான்கள் பௌத்தராயுமிருக்க, முஸ்லீம்களாயிருந்த உய்குர்களின் அவநம்பிக்கையைப் பெற்றிருந்தனர். புதிதாக ஆட்சியாளர் பொறுப்பிலிருந்த கூச்லுக், மத நடவடிக்கைகளுக்கு வரம்புகட்டி, தன் இஸ்லாமிய மக்களை ஒடுக்கினார். பாங்கோசை அழைப்புக்குத் தடைவிதித்து, பொது வழிபாட்டையோ மதக்கல்வியையோ தடுத்தார். ஒரு படையெடுப்பின் பொருட்டு தலைநகர் பலாசாகுனிலிருந்து கூச்லுக் வெளியேறியதும், நகர மக்கள் நகர வாயில்களை மூடி, அவர் திரும்பமுடியாது செய்ய முயன்றனர். அதற்குப் பதிலடியாக, அவர் தலைநகரை முற்றுகையிட்டார், வென்றார், தகர்த்தார்.

தம்மைக் காப்பாற்ற எந்த இஸ்லாமிய மன்னனும் விரும்பாததால், பலாசாகுனின் இஸ்லாமியர், ஒடுக்குகின்ற தம் மன்னனைத்

தூக்கி எரியும் பொருட்டு, செங்கிஸ்கான் பக்கம் திரும்பினர். 2500 மைல் தொலைவில் மங்கோலிய ராணுவம் நின்றிருந்த போதும், கிடான் முடியாட்சியை மீட்ட தளபதியான ஜெபியை, 20,000 மங்கோலிய வீரர்களை இட்டுச் சென்று, ஆசியா நெடுகிலும் போய், அம் முஸ்லீம்களைக் காப்பாற்றுமாறு அனுப்பினார். இந்த யுத்தத்தில் செங்கிஸ்கான் பங்கேற்க விரும்பாதது, இப்பிரதேசம் கொண்டிருந்த குறைவான முன்னுரிமையினையே சுட்டிக்காட்டும். அவரது உலகம் மங்கோலியாவில் இருந்தது, கெர்லென் ஆற்றங்கரைகளையொட்டியிருந்த அவர்கா முகாமில் தன் குடும்பத்தினருடன் தன்னால் எவ்வளவு நேரத்தைச் செலவிடமுடியுமோ, அவ்வளவு செலவழித்திட விரும்பினார். பாலைவனம் மற்றும் மலைகளின் தொலைதூர பாலைவனச் சோலை நகரங்களிடத்தே அவருக்கு ஈர்ப்பில்லை. இப்படையெடுப்பு, தனது பழைய எதிரி கூல் செக்குடன் விவகாரத்தை முடித்துக் கொள்வதற்கான வாய்ப்பை விடவும் கூடுதலாயிருந்தது.

உய்குர் முஸ்லீம்களின் வேண்டுகோளால் இப்படையெடுப்பை மேற்கொண்ட மங்கோலியர், கொள்ளையடிக்கவோ சொத்துக்களை நாசமாக்கவோ குடிமக்கள் உயிரைப் போக்கவோ அனுமதிக்கவில்லை. மாறாக, ஜெபியின் ராணுவம் கூச்லுக்கின் ராணுவத்தைத் தோற்கடித்து, அவரது குற்றங்களுக்குப் பொருத்தமான வகையில், ஆப்கானிஸ்தான், பாகிஸ்தான் மற்றும் சீனாவின் நவீன எல்லைகளுக்கு அருகிலுள்ள வெளியில் தலை துண்டிக்கப்பட்டார். இதனையடுத்து, மத ஒடுக்குமுறைக்கு முடிவு கட்டப்பட்டு, ஒவ்வொரு சமுதாயத்திற்குமுரிய மத சுதந்திரம் மீட்கப்பட்டதை அறிவித்திட, காஸ்கருக்கு ஒரு தூதுவரை மங்கோலியர் அனுப்பினர். பாரசீக வரலாற்றாளர் ஜுவைனி பதிவு செய்துள்ளபடி, காஸ்கர் மக்கள் மங்கோலியரை "ஆண்டவனின் கருணைகளில் ஒருவராயும், தெய்விக அருளின் கருவூலங்களில் ஒருவராயும்" அறிவித்தனர்.

பாரசீக-இஸ்லாமிய ஆவணங்கள் இதனை விலாவாரியாக விவரிக்க, The Secret History ஒரே வரியில் தொகுத்தளித்து விடுகிறது-"நைமன்களின் கூச்லுக் கானைப் பின்தொடர்ந்து சென்ற ஜெபி, மஞ்சள் பாறை முகட்டில் தோற்கடித்து அழித்தார், இல்லம் திரும்பினார்" என்று. மங்கோலியரின் நோக்கில், ஜெபி தன் கடமையை ஆற்றியிருந்தார், அவ்வளவுதான்-எதிரியைக் கொன்று

பாதுகாப்பாக வீடு திரும்பினார். தாயக முகாமிலிருந்து ஆயிரக் கணக்கான மைல் தூரத்தில், செங்கிஸ்கான் இல்லாமலேயே, வெற்றிகரமாகச் செயல்பட்டிடும் மங்கோலியரின் திறமையை இப்படையெடுப்பு சோதித்துப் பார்த்து, நிரூபித்தது.

புதிய குடிமக்களைப் பெற்றது அல்லது ஒடுக்கப்பட்ட மதத்தவரின் பாதுகாவலராகப் புகழடைந்தது என்பதற்கு மேலாக, கருப்பு கிடான்கள் மீது பெற்ற வெற்றி, சீனர்களுக்கும் இஸ்லாமியர்களுக்கும் இடையே பட்டு வழித்தடத்தின் மீது செங்கிஸ்கானுக்கு முழுக்கட்டுப்பாட்டை அளித்தது முக்கியமானதாகும். இப்போது டான்குட், உய்குர், கருப்பு கிடான் மற்றும் வடபுலத்து ஜுர்செட் நிலங்களிடையே அவருக்கு அடிமை அரசுகள் இருந்தன; சுங்க் வம்சத்தின் பிரதான உற்பத்திப் பகுதிகளையோ, மத்திய கிழக்கின் பிரதான கொள்முதல் பகுதிகளையோ அவர் கட்டுப்படுத்தாத போதும், இவற்றிற்கிடைப்பட்டவற்றைக் கட்டுப்படுத்தினார். பெருமளவிலான சீன வணிகப் பொருட்களின் கட்டுப்பாடு இருக்கவே, மத்திய ஆசியா மற்றும் மத்திய கிழக்கிலுள்ள இஸ்லாமிய நாடுகளுடன் வணிகம் புரிவதற்கான மாபெரும் வாய்ப்புகளைக் கண்டார்.

1219-இல் தன் பின்னே ஏராளமான ராணுவ-வர்த்தகச் சாதனைகளைக் கொண்டிருந்த செங்கிஸ்கான் அறுபது வயதை நெருங்கினார். ஜுவைனி விவரிப்பது போல, “அவர் முழுமையான அமைதி-நிம்மதியையும், பாதுகாப்பு-நல்வாழ்வையும் கொண்டு வந்திருந்தார், அதிகப்படியான செழிப்பையும் ஆரோக்கியத்தையும் சாதித்திருந்தார், சாலைகள் பாதுகாப்பானவையாக இருந்தன, இடைஞ்சல்கள் நீக்கப்பட்டன.” தன் நாட்களை அமைதியாகக் கழித்திடவும், தன் குடும்பத்தையும் குதிரைகளையும் அனுபவித்திடவும், தன் மக்களுக்கு கொண்டுவந்து சேர்த்திருந்த புதிய செல்வத்தில் திளைத்திடவும் அவர் திருப்தி அடைந்தவராகத் தோன்றினார்.

அவரால் பயன்படுத்த முடிவதை விடவும் அல்லது தன் மக்களுக்குப் பகிர்ந்தளிக்கக் கூடியதை விடவும் அவரிடம் ஏராளமான பொருட்கள் இருந்தன; வணிகத்தைத் தூண்டிவிடும் வகையில் புதிய செல்வங்களின் பாரிய அளவைப் பயன்படுத்த விரும்பினார். மரபார்ந்த ஆசியப் பொருட்களின் தாராளமான வரவுடன், மத்திய கிழக்கின் தொலைதூர, விசித்திரமான மேற்கு

நாடுகளிடமிருந்து, சிலவேளைகளில் இதர பொருட்களும் கசிந்தன. உலகின் அப்பகுதியிலுள்ள இஸ்லாமியர், மாட்சிமை மிக்கதும் பளபளப்பதுமான, உலோகங்களில் மிக நேர்த்தியானதுமான எஃகினைத் தயாரித்தனர். அவர்களிடம் பருத்தியும் மற்ற ஜவுளிகளும் இருந்தன, கண்ணாடி தயாரித்திடும் மர்மமிக்க உத்தியை அறிந்திருந்தனர். நவீன ஆப்கானிஸ்தானிலிருந்து கருங்கடல் வரையிலான பரந்த பரப்பு, துருக்கி சுல்தான் இரண்டாம் முகம்மதுவின் கட்டுப்பாட்டிலிருந்தது-அவரது பேரரசு க்வாரிஸிம் எனப்பட்டது. இவ்விசித்திரப் பொருட்களை விரும்பிய செங்கிஸ்கான், அதன் பொருட்டு தொலைதூரச் சுல்தானுடன் வணிக ஒப்பந்தம் செய்துகொள்ள முற்பட்டார்.

அப்போதைய செங்கிஸ்கானின் நிலையை பிரெஞ்சு வரலாற்றாளர் பெடிஸ் இப்படி விளக்கினார்: “கிழக்கிலிருந்தோ மேற்கிலிருந்தோ ஆசியாவின் வடபகுதிகளிலிருந்தோ அச்சப்பட எதுவுமற்ற இப்பேரரசர், க்வாரிஸிம் மன்னருடன் நட்புறவு கொள்ள முயன்றார். ஆதலின் 1227-இன் பிற்பகுதியில், அன்பளிப்புகளுடன் மூன்று தூதுவர்களை அம்மன்னரிடம் அனுப்பினார்... தம் மக்கள் பாதுகாப்பாக வணிகம் புரியவேண்டும், ஒருவர் மற்றவருடன் முழுமையான ஒருமைப்பாடு கொள்ள வேண்டும், எல்லா அரசுகளிலும் ஆசைப்படக் கூடிய, பிரதான ஆசீர்வாதங்களான நிம்மதியையும் அபரிமிதமான செல்வத்தையும் பெறவேண்டும்.”

வணிக உடன்படிக்கையின் பொருட்டும், தம் வர்த்தக உறவுகளை முறைப்படுத்திக் கொள்ளவும் செங்கிஸ்கான் க்வாரிஸிம் சுல்தானிடம் ஒரு தூதுவரை அனுப்பினார். “உங்களுடன் சமாதானமாய் வாழ்ந்திடும் பெரிய ஆசை கொண்டுள்ளேன். உங்களை என் மைந்தனாகக் காண்கிறேன். வடக்கு சீனத்தை வெற்றி கண்டுள்ளேன் மற்றும் வடக்கின் பழங்குடிகளையெல்லாம் அடிமைப்படுத்தியுள்ளேன் என்பவையெல்லாம் நீங்கள் அறியாதவை. எனது நாடு படை வீரரது எறும்புப் புற்று, வெள்ளிச் சுரங்கம் மற்றும் இதர அரசுகளைக் கைப்பற்றும் அவசியமற்றது என்பதை அறிவீர்கள்... நம் மக்களுக்கிடையே வணிகத்தை வளர்த்தெடுப்பதில் சம ஆர்வம் கொண்டுள்ளோம்.”

சிறிது சந்தேகம், தயக்கத்துடன் சுல்தான் உடன்படிக்கையை ஏற்றார். மங்கோலியர் வர்த்தகராக இல்லாததால், தான் புதிதாய் பெற்ற உய்குர் பிரதேசங்களில் ஏற்கனவே இயங்கிக் கொண்டிருந்த,

இஸ்லாமிய இந்து வணிகர்கள் பக்கம் செங்கிஸ்கான் திரும்பினார்; அவர்களிடமிருந்து 250 பேரைத் தேர்வு செய்து, வெண்ணிற ஒட்டகைத் துணிகள், சீனப்பட்டு, வெள்ளிக் கட்டிகள், மரகதக் கற்களுடன், ஒரு வணிக அணிவரிசையை மங்கோலியாவிலிருந்து க்வாரிஸிமுக்கு அனுப்பி வைத்தார். சுல்தானுக்கு நட்புறவுச் செய்தியுடன், தூதுக்குழுத் தலைவராக ஓர் இந்தியரை நியமித்து, அனுப்பினார்: "இனிமேல் தீய எண்ணங்களின் புண்ணை, நமக்கிடையிலான உறவுகளையும் ஒப்பந்தத்தையும் மேம்படுத்தி, அகற்றிட முடியும் மற்றும் தேசத்துரோகத்தின் கலகத்தின் சீழினை வெளியேற்ற முடியும்."

தற்போது தெற்கு கஜாகஸ்தானிலுள்ள ஓட்ராரின் வடமேற்கு மாகாணத்தின் க்வாரிஸிமில் வர்த்தக அணிவரிசை நுழைந்தபோது, பேராசையும் திமிரும் கொண்டிருந்த ஆளுனர், பொருட்களைக் கைப்பற்றி, வணிகர்களையும் ஒட்டுநர்களையும் கொன்றுவிட்டார். எதிர்வினை என்னவாயிருக்கும் என்பது குறித்து அவருக்குக் கருத்தேதும் இல்லை. பாரசீகப் பார்வையாளர் ஜுவைனி விளக்கியது போல, "ஆளுனரின் தாக்குதல் வணிக அணிவரிசையை துடைத்தழித்ததுடன், ஒட்டுமொத்த உலகையும் நாசமாக்கியது."

இதனைக் கேள்விப்பட்ட செங்கிஸ்கான், உள்ளூர் அலுவலரை சுல்தான் தண்டிக்குமாறு வேண்டிக்கொள்ள, தூதுவர்களை அனுப்பினார், மாறாக சுல்தான் தானறிந்த நாடகபூர்வ, அவமதிப்பான முறையில், கானைப் பழித்தார். தூதுவர்களில் சிலரைக் கொன்றுவிட்டு, பிறரை ஊனப்படுத்தி திருப்பி அனுப்பினார். இச்செய்தி ஸ்டெப்பி வழியே கானைச் சென்றுசேர சில வாரங்களே பிடித்தது. கானின் ஆவேசத்தை ஜுவைனியின் வார்த்தைகளில் உணர்ந்து கொள்ளலாம்: "கோபத்தின் சூறாவளி, பொறுமை-இரக்கத்தின் விழிகளில் புழுதிவாரிக் கொட்ட, சீற்றத்தின் அனல் அவரது கண்களிலிருந்த நீரைத் துரத்தியடித்து, குருதி சிந்தினாலே தணிக்கக் கூடியதாக, தீப்பிழம்புடன் சீறிற்று." கோபம், அவமானம், விரக்தியில் செங்கிஸ்கான் மீண்டும் புர்கான் கல்தூண் மலையுச்சியில் ஒதுங்கினார்; அங்கே தலையை மூடியிருந்த தலைப்பாகையை அவிழ்த்து, பூமியை நோக்கித் திருப்பி, மூன்று நாட்கள் இரவு பகலாகப் பிரார்த்தித்தார்: 'இப் பிரச்சனையின் மூலகாரணம் நானில்லை, பழிதீர்த்திட எனக்கு வல்லமை தா.' அப்புறம் மலையிலிருந்து இறங்கி, யுத்தத்திற்கு ஆயத்தமானார்.

5

சுல்தானுக்கு எதிராக கான்

நாடோடி மக்களுக்கு யுத்தம் ஒருவித உற்பத்தி.
வீரர்களுக்கு அது வெற்றியும் செல்வங்களும்.

sechen Jagchid
Essays in Mongolien studies

முயலின் ஆண்டான 1219-இல் க்வாரிஸிமுக்கு இட்டுச் செல்லும் மேற்கிற்கு செங்கிஸ்கான் புறப்பட்டார்; டிராகன் ஆண்டின் அடுத்து வந்த வசந்தத்தில் வந்து சேர்ந்தார்-பாலைவனத்தைத் தாண்டி வந்து புகாராவின் எதிரிகளின் பின்னே திடீரென்று தோன்றினார். அந்த ஆண்டு முடிவதற்குள், க்வாரிஸிம் பேரரசின் பெரிய நகரம் ஒவ்வொன்றையும் மங்கோலியர் ஆக்கிரமித்துக் கொண்டனர்; அதன் சுல்தான் காஸ்பியன் கடலிலுள்ள சிறிய தீவில் கைவிடப்பட்டு இறந்து கொண்டிருந்தார்-செங்கிஸ்கானது விடாப்பிடியான வீரர்களது வேட்டையாடுதலிலிருந்து தப்பி அங்கே புகலிடம் அடைந்திருந்தார் அவர்.

புதிய தேசங்களுக்குள் தம் சண்டையைத் தீவிரப்படுத்திய மங்கோலியர், நான்கு ஆண்டுகால படையெடுப்பில், ஈக்களை நசுக்குவது போல, மத்திய ஆசியாவின் நகரங்களை வென்றனர்.

புகாரா, சாமர்கண்ட், ஓட்ரார், உர்கென்ஜ், பால்க், பாணகட், கேஜெண்ட், மெர்வ், நிஸா, நிஸாபூர், டெர்மெஸ், ஹெராட், பாமியான், காஸ்னி, பெஷாவர், காஸ்வின், ஹமதான், அர்தாபில், மராக்ஹெஹ், தப்ரிஸ், திப்லிஸி, டெர்பெண்ட், அஷ்ரகான் என அந்நகரங்களில் பெயர்கள் ஒரு டஜன் மொழிகளின் அசைகளாகச் சுழன்று கொண்டிருந்தன. இமய மலைகளிலிருந்து காகஸஸ் மலைகள் வரை, சிந்து நதியிலிருந்து வோல்கா நதிவரை, தாம் எதிர் கொண்ட ஒவ்வொரு ராணுவத்தையும் செங்கிஸ்கானின் வீரர்கள் நசுக்கி அழித்தனர். வெற்றி கொள்ளப்பட்ட ஒவ்வொரு நகரமும் கொண்டிருந்த கதை, சற்றே வேறுபட்ட நிகழ்வுகளின் போக்கைக் கொண்டிருக்க, முடிவுகள் மாறவே இல்லை. எந்த நகரமும் அவர்கள் தாக்குதலுக்குத் தாக்குப் பிடிக்க முடியவில்லை. எந்தக் கோட்டையும் பிடிபடாமல் போகவில்லை. எந்தப் பிரார்த்தனையும் மக்களைக் காக்க முடியவில்லை. எந்த அலுவலரும் கையூட்டாலோ பேச்சுவார்த்தையாலோ தப்ப முடியவில்லை. மங்கோலியத் தேரினை நிறுத்துவது ஒருபுறமிருக்க, எதுவாலும் தாமதப்படுத்த முடியவில்லை.

துவாரிஸிமை எதிர்த்துச் சென்றுகொண்டிருந்த செங்கிஸ்கான், தன் மங்கோலிய தேசத்தை விடவும் 12 ஆண்டுகளே மூத்த, புதிதாய் உருவான அரசினைத் தாக்கினார்; அவர் தாக்கியது ஒரு பேரரசை மட்டுமல்லாது ஒட்டுமொத்தமான பழமையான நாகரிகத்தையும் ஆகும். அரபு, துருக்கி, பாரசீக நாகரிகங்களை ஒன்றிணைத்த, 13-ஆம் நூற்றாண்டின் முஸ்லீம் நாடுகள், உலகில் மிகவும் செல்வந்த நாடுகளாயும், வானியலிலிருந்து கணிதம், மொழியியல் வரையிலான ஒவ்வொரு அறிவுத் துறையிலும் தேர்ந்தனவாயும் விளங்கின; பொதுமக்களிடையே அதிகபட்ச எழுத்தறிவு விகிதத்தைப் பெற்றிருந்தன. புரோகிதர்களால் மட்டுமே வாசிக்கக்கூடிய அய்ரோப்பா மற்றும் இந்தியா, அரசாங்கத் துறைகளில் இருந்தவர்களாலேயே வாசிக்கக்கூடிய சீனா ஆகியவற்றுடன் ஒப்பிடுகையில், அநேகமாக இஸ்லாமிய உலகின் ஒவ்வொரு கிராமமும், குறைந்த பட்சம் குரானை வாசித்து, இஸ்லாமிய விதிமுறைகளை விளக்கக்கூடிய சிலரையாவது பெற்றிருந்தது. அய்ரோப்பா, சீனா, இந்தியா என்பன மண்டல அளவிலான நாகரிகங்களையே எட்டியிருக்க, மிகவும் நவீனமுற்றுள்ள வர்த்தகம், தொழில்நுட்பம், பொது அறிவுடன் சேர்ந்த உலகத்தரத்திலான நாகரிகத்தை இஸ்லாமியர் பெற்றிருந்தனர்; எஞ்சிய உலகத்தை விடவும் உயர்ந்திருந்த

அவர்கள் மிக மோசமாக வீழ்ச்சியுற்றனர். மங்கோலியரின் குதிரைகளின் குளம்படிகள் பதிந்த வேறெங்கையும் விட, இங்கே அதிக அழிவை ஏற்படுத்தினர்.

முன்னாள் நாடோடி மக்களான கிடான், ஜுர்செட், டான்குட் ஆகியோர் ஆட்சி செய்த குடியானவ மக்களுள்ள வடக்கு சீனத்தைப் போல, மத்திய கிழக்கு எங்கிலும், செல்ஜுக்ஸ், டுர்கோமான் போன்ற முந்தைய நாடோடி துருக்கிப் பழங்குடிகள் வெற்றிகொண்டு ஆட்சி செய்த பல்வேறு அரசுகளில் பெரிதும் விவசாயிகள் நிறைந்து காணப்பட்டனர். நவீனகால இந்தியா, பாகிஸ்தான், ஆப்கானிஸ்தானின் பிரதேசங்களிலிருந்து, பாரசீகத்தின் வழியே, மத்தியதரைக்கடலை ஒட்டிய நவீன துருக்கியின் அனடோலியா மண்டலத்திற்குள், அரசியல் நிலவியலில் துருக்கி அரசுகளின் வரிசை மேலோங்கி இருந்தது. இப்பகுதி நாகரிகம் பாரசீகப் பண்பாடுகளின் தொன்மையான படுகை மீது அமைந்திருந்தது-அரபு உலகம் மற்றும் ரோமிலிருந்து இந்தியா வரையிலான முந்தைய செவ்வியல் நாகரிகங்களின் செல்வாக்குகளைப் பெற்றிருந்தது. மத்திய கிழக்கின் பண்பாட்டுப் பரப்பு, யூதர், கிறித்தவர் மற்றும் இதர மத-மொழியியல் குழுக்களுடைய கணிசமான சிறுபான்மையினரை உள்ளடக்கி இருந்தது. எனினும் ஒட்டுமொத்தத்தில், அறிஞர்களும் நீதிபதிகளும் மதத் தலைவர்களும் அரபி பேசினர், குரானிலிருந்து மேற்கோள் காட்டினர். குடியானவர்கள் பாரசீகத்தின் கிளைமொழிகளில் பேசினர், பாடினர்.

செங்கிஸ்கானின் திடீர் தோற்றத்தின் போது அப்பகுதி செல்வம் மிகுந்திருந்தாலும், அதன் சமூக வாழ்வு அரசியல் போட்டிகள், மத அழுத்தங்கள், பண்பாட்டு வெறுப்புகள் மண்டிக் கிடந்தது. துடுக்குத்தனமிக்க க்வாரிஸிம்மின் சுல்தான் தன் சக முஸ்லீம்களில் யாரையும் தனது சகாவாக கூறிக்கொள்ள முடியாத நிலையில் இருந்தான்; பெரிதும் அரேபியராயும் பாரசீகத்தவராயும் இருந்த அவர்கள் அவனை ஒரு காட்டுமிராண்டியாகவே கருதினர். க்வாரிஸிம் சுல்தானுக்கும் பாக்தாதின் அரேபிய கலீபாவுக்குமிடையிலான உறவில் விரிசல் ஏற்பட்டிருந்தது; ஒருவனின் தலையில் ரகசியமாக ஒரு செய்தியைப் பச்சை குத்தி, அனுப்பி, சுல்தானைத் தாக்குமாறு இக்கலீபா செங்கிஸ்கானை வேண்டிக் கொண்டதாகப் பதிவுகள் உண்டு. இது நம்ப முடியாததாயிருப்பினும், பச்சை குத்தப்பட்ட தூதுவர் குறித்த

கதை முஸ்லீம் உலகில் பரவலாகி இருந்தது; சுல்தான் மீதான செங்கிஸ்கான் நடவடிக்கையை நியாயப்படுத்தியது. அத்துடன் புனித தேசத்தில் சிறைப்படுத்தப்பட்ட சிலுவை வீரர் படைப் பிரிவை செங்கிஸ்கானுக்கு பரிசாக அனுப்பி, மங்கோலியர் தாக்குதலுக்கு கலீபா உதவினார் என்றொரு நம்பும்படியுமான கதையும் உண்டு. செங்கிஸ்கானுக்கு காலாட்படையினர் தேவைப்படாததால், அவர்களை விடுவித்தார்; அவர்களில் சிலர் நாளடைவில் அய்ரோப்பா திரும்பினர்.

தனது இஸ்லாமிய அண்டை அயலாருடனான உறவில் விரிசல்கள் இருக்க, க்வாரிஸிம் சுல்தான் தன் நாட்டிற்குள்ளேயும் குடும்பத்திற்குள்ளேயும் எண்ணற்ற பிரிவுகளை எதிர்கொண்டார். அவரைப் போலவே அதிகாரங்கள் வைத்திருந்த தன் தாயுடன் அடிக்கடி சண்டையிட்டார், மங்கோலியப் படையெடுப்பின் மிரட்டலால் இப்பூசல் அதிகரித்தது-பேரரசை எப்படி நிர்வகிப்பதிலிருந்து யுத்தத்திற்கு ஆயத்தமாவது வரை ஒவ்வொரு பிரச்சனையிலும் முரண்கள், மோதல்கள் நிலவின. முதல் மங்கோலிய அணிவரிசையைப் பிடித்து யுத்தத்திற்கு காரணமாயிருந்தது அவளது சகோதரனே; ஆனால் அவனைத் தண்டிப்பதிலிருந்து மகனைத் தடுத்து அதன் மூலம் யுத்தத்தைத் தடுத்திட முற்பட்டு, மங்கோலியருடனான பதற்றத்தை அதிகரித்து விட்டாள். ஆளும் குடும்பத்திற்குள்ளேயான அழுத்தங்கள் போதாதென்று, பாரசீக-டாஜிக் மக்கள் தம் ஆட்சியாளரிடத்தே எந்தப் பிணைப்பையும் கொண்டிருக்கவில்லை; நகரங்களில் நிறுத்தப்பட்டிருந்த காவல் வீரர்கள் அவர்களைக் காப்பாற்றுவதற்குப் பதிலாக, சுரண்டினர். படைவீரர்களும் தாம் வெறுத்த மக்களைக் காப்பதில் ஆபத்தை மேற்கொள்வதில் நாட்டம் காட்டாதிருந்தனர்.

செங்கிஸ்கான் க்வாரிஸிம் பிரதேசத்தில் வந்திறங்கியதும், 1,00,000-லிருந்து 1,25,000 வரையிலான குதிரை வீரர்களைத் திரட்டினார்; இவர்களுடன் உய்குர் மற்றும் துருக்கி சகாக்களின் வீரர்களும் சேர்ந்து கொண்டனர்; ஆக 1,50,000-லிருந்து 2,00,000 வீரர்களுடன் சீன மருத்துவர் மற்றும் பொறியாளர் குழுவும் இணைந்தது. க்வாரிஸிம் பேரரசரோ தன் பேரரசில் 4,00,000 ஆயுதந்தாங்கிய வீரர்களைக் கொண்டிருந்தார்.

மங்கோலியர் தம்மிடம் சரணடைந்தவர்களுக்கு நியாயம் செய்வதாக உறுதியளித்தனர். எதிர்த்தவர்களை அழித்திட உறுதி

பூண்டனர். மக்கள் ஏற்கப்பட்டு உறவினர்களாக நடத்தப்பட்டதால், அவர்கள் பதிலுக்கு உறவுமுறையை அங்கீகரித்து, உணவளிக்க வேண்டும், அப்புறம் மங்கோலியா பாதுகாப்பு மற்றும் சில குடும்ப உறவுகளுக்கான உத்தரவாதத்துடன், அவர்களைக் குடும்ப உறுப்பினர்களாக நடத்துவார்கள்; மறுதலித்தால், எதிரிகளாக நடத்தப்படுவார்கள். முற்றுகையிடப்பட்டவர்களுக்காக செங்கிஸ்கான் தர முன்வந்தது, திகிலூட்டும் அளவுக்கு எளிமையாயும் இருந்தது: “தளபதியரே, வீரர்களே, பொதுமக்களே, கிழக்கிலிருந்து மேற்கு வரையிலான பூமியின் பேரரசை ஆண்டவன் எனக்கு அளித்துள்ளான், சரணடைபவரெல்லாம் விட்டுவைக்கப்படுவார்கள், எதிர்ப்பவர்களோ தம் மனைவியர், பிள்ளைகள், சார்ந்துள்ளவர்களுடன் அழிக்கப்படுவார்கள்.” இதே தொனி அச்சகாப்தத்தின் பல ஆவணங்களில் வெளிப்படுத்துகிறது; ஆர்மீனிய ஆவணம் ஒன்றில் செங்கிஸ்கானின் மேற்கோள் தெளிவுபட எடுத்துக்காட்டப்படுகிறது: “மங்கோலிய சட்டத்தையும் வரிகளையும் விதித்து, நாங்கள் இப்பூமியைக் கைக்கொள்வதும் ஒழுங்கினை நிலைநாட்டுவதும் கடவுளின் விருப்பமாகும்.” அவற்றை நிராகரிப்பவர்களை, அதைக் கேட்ட மற்றவர்கள் அப்படியே செயல்படாமல் அஞ்சும் பொருட்டு, மங்கோலியர் கொன்று, அவர்தம் சொத்துக்களை அழித்திட கடமைப்பட்டுள்ளனர்.”

சில நகரங்கள் சண்டையிடாது சரணடைந்தன. மற்றவை சில தினங்கள் / வாரங்கள் சண்டையிட்டன, கடுமையான தற்காப்பாளர்களே சில மாதங்களுக்கு நீடித்தனர். ஜுர்செட் நகரங்களின் மீதான படையெடுப்பில், செங்கிஸ்கான் நிறையவே கற்றிருந்தார்; பெரிதும் அரண் செய்யப்பட்ட நகரங்களை எப்படிக் கைப்பற்றுவது என்பதை மட்டுமின்றி, அப்புறம் அவற்றை எப்படிக் கையாள்வது, குறிப்பாக எவ்வளவு சாமர்த்தியமாக அவற்றைக் கொள்ளையடிப்பது என்பதையும் தெரிந்து கொண்டிருந்தார். ஸோங்குவின் குளறுபடியான கொள்ளையின் தவறுகளை அவர் மீண்டும் செய்யவிரும்பவில்லை. க்வாரிஸிம்மில் திறம்பட்டதும் தேர்ந்ததுமான முறையினை அறிமுகப்படுத்தினார். கொள்ளையடிக்குமுன் நகரிலிருந்து மக்களையும் விலங்குகளையும் வெளியேற்றிட வேண்டும், அப்போதுதான் கொள்ளையடிக்கையில் தமது வீரர்களுக்கான ஆபத்தை முடிந்த அளவு குறைக்க முடியும்.

கொள்ளையடிக்கத் தொடங்குமுன்பு, ஒவ்வொரு நகரிலும் இருந்த மக்களிடம் ஒரேமாதிரியான நடைமுறையைப் பின்பற்றினர். முதலில் படைவீரர்களைக் கொன்றனர். குதிரைப்படையைச் சார்ந்திருந்த மங்கோலியருக்கு, அரண்மிகுந்த கோட்டைகளைக் காப்பதில் பயிற்சிபெற்ற காலாட்படையினரால் பயனில்லாது இருந்தது; வழித்தடத்தை தடுத்து நிறுத்திடும் எதிரிகளின் பெரிய ராணுவத்தை அப்படியே விட்டுச் செல்ல அவர்கள் விரும்பவில்லை. தாயகம் திரும்பிட தெளிவான, திறந்த வழியையே எப்போதும் விரும்பினர். படைவீரர்களைக் கொன்றதும், தொழில்வாரியாக மக்களைப் பிரித்திட ஊழியர்களை அனுப்பினர். அலுவலக ஊழியர்கள், மருத்துவர்கள், வானியலாளர்கள், நீதிபதிகள், ஆரூடம் கூறுவோர், பொறியாளர்கள், ஆசிரியர்கள், இமாம்கள், யூத மத குருமார்கள், புரோகிதர்கள் என. மங்கோலியருக்கு வணிகர்களும் ஒட்டகை வளர்ப்போரும் பலமொழிகள் பேசுவோரும் கைவினைக் கலைஞரும் தேவைப்பட்டனர். யுத்தம், மேய்ச்சல், வேட்டை தவிர்த்து வேறெதுவும் தெரிந்திராத மங்கோலியருக்கு இவர்கள் பணியாற்ற வேண்டும். வளர்ந்துவரும் பேரரசுக்கு, கருமான்கள், குயவர்கள், தச்சர்கள், தளவாடம் செய்வோர், நெசவாளர், தோல் பதனிடுவோர், சாயம் தோய்ப்போர், சுரங்கத் தொழிலாளர், காகிதம் செய்வோர், கண்ணாடி உற்பத்தியாளர், தையல்காரர், ஆபரணம் செய்வோர், இசைக் கலைஞர்கள், முடிதிருத்துவோர், பாடகர், கேளிக்கையாளர்கள், மருந்தாளுனர்கள், சமையல்காரர்கள் என ஒவ்வொரு துறையிலும் நபர்கள் தேவைப்பட்டனர்.

தொழில்திறன் இல்லாதவர்களை அடுத்த நகரின் மீதான படையெடுப்பின்போது, சுமைகளைத் தூக்கிச் செல்வது, அரண்களைத் தோண்டுதல், மானுடக் கவசங்களாக விளங்குதல், அகழிகளை நிரப்ப தள்ளிவிடப்படுதல் அல்லது மங்கோலியரின் சண்டையில் உயிர் துறத்தல் என்ற விதங்களில் பயன்படுத்திக் கொண்டனர். இதற்கும் உதவமுடியாதவர்களை மங்கோலியர் கொன்றனர், விட்டுச் சென்றனர்.

செங்கிஸ்கான் மத்திய ஆசியாவை வெற்றிகொண்டதில், சிறைப் பிடிக்கப்பட்டவர்களில் ஒரு குழு மோசமான விதியால் துயருற்றது. மங்கோலியர் செல்வந்தர்களையும் செல்வாக்குள்ளவர்களையும் படுகொலை செய்தனர். சிலுவைப் போர்களின்போது அய்ரோப்பாவிலும் மத்திய கிழக்கிலும் மேற்கொள்ளப்பட்ட விநோதமான யுத்த நெறிகளின்படி, பொதுவான வீரர்களைப்

படுகொலை செய்துகொண்டே, வரும் எதிர்த்தரப்பு மேல்தட்டினர், மேலோட்டமான படாடோபமான மரியாதையை ஒருவர்பால் ஒருவர் வெளிக்காட்டினர். யுத்தகளத்தில் தம் மேல்தட்டு எதிரியைக் கொல்வதற்கு மாறாக, அவரைப் பிணைக் கைதியாக்கி, அவரது குடும்பத்திற்கோ நாட்டிற்கோ பிணைவைத்தனர். மங்கோலியர் இந்நெறியைப் பின்பற்றவில்லை. எதிர்கால யுத்தத்தைத் தவிர்க்கும் வகையில், முடிந்த மட்டில் அவ்வளவு துரிதமாக மேல்தட்டினரைக் கொல்ல முற்பட்டனர்; செங்கிஸ்கான் தன் ராணுவத்தில் எதிர்தரப்பு மேல்தட்டினரை அனுமதித்ததே இல்லை; அதுபோலவே எந்தவிதப் பணியிலும் சேர்த்துக் கொண்டதில்லை.

ஜுர்செட்கள், டான்குட்கள், கருப்பு கிடான்களின் நகரங்களை முதலில் வென்ற செங்கிஸ்கான் செல்வந்தரைப் பாதுகாத்தார், தோற்கடித்த பிறகும் ஆட்சியாளர்கள் தம் பொறுப்புகளில் இருக்க அனுமதித்தார். ஆனால் ஜுர்செட்களும் டான்குட்களும் தம் எதிரி பின்வாங்கியதுமே, காட்டிக் கொடுத்திருந்தனர். ஆனால் மத்திய ஆசியாவின் இஸ்லாமிய நாடுகளில் செங்கிஸ்கான் வந்து சேர்ந்ததுமே, செல்வந்தர்கள்-செல்வாக்குமிக்கவர்களின் விசுவாசம் சார்ந்திருத்தல், பயனுள்ள தன்மை குறித்து பாடம் கற்றுக் கொண்டார். பொதுமக்களின் அணுகுமுறை-அபிப்பிராயம் குறித்து கூரிய விழிப்புணர்வு கொண்டிருந்த அவர், சோம்பேறிகளான செல்வந்தருக்கு என்ன நேர்ந்தாலும் பொதுமக்கள் கவலைப்படுவதில்லை என்பதையும் கண்டுகொண்டிருந்தார்.

உயர்குடியினரைக் கொன்றதன் மூலம் செங்கிஸ்கான், எதிரிகளின் சமூக அமைப்பை சிரச்சேதம் செய்து, அவர்களின் எதிர்ப்பை குறைந்த பட்சமாக்கினார். யுத்தகளத்தில் உயர்குடியினரின் இழப்பிற்குப் பிறகு, அல்லது அவர்தம் குடும்பங்களை அழித்தொழித்ததிலிருந்து, சில நகரங்கள் தம்மைப் புதுப்பித்துக் கொள்ள முடியாமலே போயின. மங்கோலியரின் அதிகார நிலை மற்றும் கண்ணியத்தின் பொருட்டு, அவர்களுக்கு விசுவாசமாயும் கடப்பாட்டுணர்வும் கொண்டிருந்த தனது ஊழியர்களிடம், தன்னால் வழங்கப்பட்ட விருதுகளைத் தவிர வேறெதனையும் அங்கீகரிக்கவில்லை. பழைய விருதொன்றினைத் தக்கவைத்துக்கொள்ள, சகாவான இளவரசனோ மன்னனோ விரும்பினால் கூட, அது மங்கோலிய அரசவையினரால் திரும்பவும் வழங்கப்படவேண்டும். 1245-லிருந்து 1247 வரை

போப்பின் சார்பாக மங்கோலியாவுக்கு வருகை செய்து, அவதானித்திருந்த ஜியோவன்னி டி பிளானோ கார்பினி, உயர்குடியினரிடத்தே மங்கோலியர் மதிப்புக் காட்டாததை அடிக்கடிக் குறிப்பிட்டுள்ளார். மங்கோலியரிடையே அடிமட்டத்தில் இருப்பவர்கூட, வருகைபுரிகின்ற மன்னர்-அரசியர் முன் வந்து முரட்டுத்தனமாகப் பேசமுடியும்.

பேரரசில் மிகவும் அதிகாரமுள்ள பெண்ணாகிய சுல்தானின் தாயினுடைய விதி, உயர்குடிப் பெண்களின் பாலான மங்கோலிய அணுகுமுறையை எடுத்துக்காட்டும். அவர்கள் அவளைச் சிறைப் பிடித்து, அவளது அரசவையிலுள்ள அதிகப்படியான உறுப்பினர்களையும் அவளது குடும்பத்தில் இரண்டு டஜனுக்கும் மேற்பட்டவர்களையும் கொன்று குவித்தனர். அப்புறம் அவள்தான் எஞ்சிய ஆயுளை மங்கோலியருக்குச் சேவை புரிவதில் கழிக்கவேண்டும்-அங்கே அவள் வரலாற்றிலிருந்து மறைந்து போனாள். இத்தகு பெண் தன் பிறப்பால் பெருமிதமோ கண்ணியமோ பெறவில்லை-சிறைப்பிடிக்கப்பட்டவளைப் போல, அவளது திறமைகள், வேலை மற்றும் சேவையின் அளவுக்குத்தான் நல்லவள்.

மங்கோலியர் ஒரு நகரத்தினூடே கடந்து சென்றபோது மதிப்புமிக்கவற்றைச் சிறிதுகூட விட்டுச் சென்றதில்லை. மங்கோலியரிடமிருந்து தப்பிய புவியியலாளர் யாகுட் அல்-ஹமாவி, படையெடுப்புக்குப் பின் எழுதிய கடிதத்தில், "காகிதத்திலிருந்து கோடுகளை அழிப்பதுபோல், பூமியின் முகத்திலிருந்து மங்கோலியரால் துடைத்தழிக்கப்பட்ட, அழகான, ஆடம்பரமான அரண்மனைகள் பற்றிப் பாராட்டி எழுதினார்; அவ்வுறைவிடங்கள் ஆந்தைகளுக்கும் அண்டங் காக்கைகளுக்கும் வாழ்விடங்களாயின; அங்கே கிறீச்சிடும் ஆந்தைகள் ஒன்று மற்றதற்கு பதிலளித்தன; அங்கு வீசிய காற்று முனங்கியது." என்று குறிப்பிட்டார்.

முஸ்லீம்களின் பார்வையில் செங்கிஸ்கான் ஈவிரக்கமற்ற தன்மையை உருவகப்படுத்தினார். அச்சகாப்த வரலாற்றாளர்கள் செங்கிஸ்கான் சொல்லியதாக ஒரு வாசகத்தை முன்வைக்கின்றனர்- "ஒருவர் அறிந்துகொள்ளக்கூடிய மாபெரும் ஆனந்தம், தன் எதிரிகளை வெற்றிகொண்டு துரத்தியடிப்பதே. தம் குதிரைகளில்

சவாரி செய்வதும் அவர்தம் உடைமைகளை அபகரிப்பதும். அவர்களுக்குப் பிரியமானவர்களைக் கண்ணீர் சிந்த வைப்பதும் அவர்தம் மனைவியரையும் மகள்களையும் தழுவிக் கொள்வதும் ஆகும்.'' ஆனால் இவ்வாசகத்தை அவர் சொல்லியிருந்ததற்கான சந்தர்ப்பமே இல்லை. தான் எதிர்கொண்ட ஒவ்வொன்றையும் பயன்படுத்துவதற்கான ஆர்வமிக்க அவர், மங்கோலியரின் அதிகமான எழுத்தறிவு விகிதத்தைப் பயன்படுத்துவதற்கான தேர்ந்த வழிமுறையை வகுத்தார்; சந்தேகப்படாத தன் எதிரிகளை, பொதுமக்கள் அபிப்பிராயத்தை வடிவமைப்பதற்கான ஆற்றல்மிகு கருவிகளாக மாற்றினார். பீதி என்பது வீரர்களது நடவடிக்கைகளால் அல்லாமல், பதிவுசெய்வோர், அறிஞர்களின் பேனாக்களால் சிறப்பாகப் பரப்பப்படுவதை அவர் உணர்ந்து கொண்டார். செய்தித்தாள்களுக்கு முந்தைய சகாப்தத்தில், எழுதப்படிக்கத் தெரிந்தோரின் கடிதங்கள், பொதுமக்கள் அபிப்பிராயத்தை வடிவமைப்பதில், பிரதான பங்கு வகித்தன; மத்திய ஆசியாவின் வெற்றியில், செங்கிஸ்கான் சார்பாக தம் பங்கினைச் சிறப்பாக வகித்தன.

திறன்மிக்க பரப்புரை இயந்திரத்தினை மங்கோலியர் இயக்கினர், அது யுத்தத்தில் கொல்லப்பட்டோர் எண்ணிக்கையை அதிகரித்துக்காட்டி, அச்சொற்கள் சென்றவிடங்களிலெல்லாம் அச்சத்தைப் பரப்பின.

படையெடுப்பிலிருந்த ஆண்டு ஆகஸ்டு 1212-இல், நேர்த்தியான ஒரு லட்சம் காகிதங்கள் வேண்டுமென்று கொரியர்களிடம் மங்கோலிய அலுவலர்கள் கோரிக்கை வைத்தனர். பேரரசு வளர்ச்சியடையவும் மங்கோலியரது ஆவணப் படுத்தும்பணி எப்படி வளர்ந்தது என்பது இதனின்றும் தெரியவரும்; அத்துடன் தம் வரலாறு எழுதிடும் மங்கோலியரது வேட்கையினையும் இது அடையாளப்படுத்தும். செங்கிஸ்கானின் அம்பறாத்தூணியில் காகிதம் முக்கிய ஆயுதமாகி வந்தது. தன் சாதனைகளைப் புகழ்ந்து வைப்பதிலோ தன் திறமைகளை விதந்தோதி வைப்பதிலோ அவருக்கு ஆர்வமில்லை. மாறாக, தன்னைப் பற்றியும் தன் மக்களைப் பற்றியும், மோசமானதும் நம்பமுடியாததுமான கதைகளைப் பரப்ப வைப்பதிலேயே ஆர்வங்காட்டினார்.

வெற்றிகொள்ளப்பட்ட ஒவ்வொரு நகரிலிருந்தும் பிற நகரங்களுக்கு, செங்கிஸ்கானது இயற்கை மீறிய ஆற்றல்மிக்க வீரர்களால்

இழைக்கப்பட்ட, முன்னெப்போதும் இருந்திராத கொடூரங்களை எடுத்துரைக்க தூதுக்குழுக்கள் அனுப்பப்பட்டன. இப்போது ஈராக்கிலுள்ள நகரமான மோசசூவின் வெற்றிச் சகாப்தத்தினூடே வாழ்ந்த வரலாற்றாளர் இபின் அல் அதிர் போன்றோரால் பதிவு செய்யப்பட்ட சரிதங்களில், இச்சொற்களின் ஆற்றலை இன்னும் உணரமுடியும். முதலில் இவ்விவரிப்புகளை நம்ப அதிர் தயாராயில்லை. ஆனால் சீக்கிரமே நம்பத்தலைப்பட்டுவிடுகிறார். "மங்கோலிய வீரர்களுள் ஒருவர், ஒரு கிராமத்திலோ / பகுதியிலோ நுழைந்து, ஒருவர் மாற்றி இன்னொருவராகப் பலரைக் கொன்று குவிப்பர்-அப்போது அக்குதிரை வீரனை எதிர்த்து கைநீட்ட ஒருவர் கூட இருக்கமாட்டார்கள்." இன்னொரு ஆதாரத்திலிருந்து அவருக்குக் கிட்டிய ஒரு செய்தி: "மங்கோலியருள் ஒருவன் ஒரு நபரைச் சிறைப்பிடித்தான், ஆனால் அப்போது அவனிடம் ஆயுதங்கள் இல்லாததால், அக்கைதியிடம் 'தரையில் படுத்து ஆடாது அசையாது இருக்க வேண்டும்' என்று கூறிச் சென்று, தன் வாளினை எடுத்து வந்து அந்நபரைக் கொன்றுள்ளான்."

ஒவ்வொரு வெற்றியும் புதிய பரப்புரையை வெள்ளமாகப் பாயவிட்டது; செங்கிஸ்கானை வெல்ல முடியாமை எங்கணும் பரவியது. காலத்தின் தொலைவிலிருந்து, பார்க்கையில் அபத்தமாகத் தோன்றினும், இக்கதைகள் மத்திய ஆசியா எங்கிலும் மிகுந்த தாக்கத்தைக் கொண்டிருந்தன. மங்கோலிய வெற்றிகளை இஸ்லாம் மற்றும் இஸ்லாமியர் மீதான மரண அடி என்று வருந்தினார் இபின் அல் அதிர். நாடகபூர்வமான திருப்பத்துடன் தொடர்ந்து அவர் எழுதினார்-'இது நிகழுமுன் எனது தாய் என்னைப் பெற்றெடுக்காது இருந்திருந்தால் அல்லது நான் மடிந்து போய் மறந்துபோகப்பட்ட பொருளாகி இருந்திருந்தால்!' 'எனது நண்பர்கள் பலர் இக்கோரச் சம்பவங்களை எழுதுமாறு வற்புறுத்தியதால் எழுதினேன்' என்று குறிப்பிட்டுள்ளார். இப்படையெடுப்பினை, மிகப்பெரிய விநாசம், மோசமான அழிவு... இறைவன் ஆதாமைப் படைத்ததிலிருந்து பொதுவாக அனைவர் மீதும் குறிப்பாக இஸ்லாமியர் மீதும் நிகழ்ந்தது என்று விவரித்தார். மங்கோலியருக்கு முந்தைய வரலாற்றின் மோசமான படுகொலை, யூதர் மீது கட்டவிழ்த்து விடப்பட்டிருந்தது; ஆனால் இஸ்லாமியர் மீதான மங்கோலியரின் தாக்குதல், இன்னும் மோசமானது ஏனெனில் ஒரு நகரில் அவர்கள் இஸ்ரேலிலுள்ள குழந்தைகள் அளவுக்குப் படுகொலை செய்திருந்தனர் என்று ஒப்பிட்டார். வாசகருக்குச் சந்தேகம் வரக்கூடும் என்றெண்ணி, விபரங்களைத் தரத்தொடங்கினார்.

‘இவற்றைக் கேள்விப்பட்டவர்களெல்லாம் அருவருத்தனர், இவற்றை உரிய பின்புலத்தில் முழு விபரங்களுடன் இறைவனே தயவுசெய்து கண்டுகொள்’ என்கிறார். ஆக இபின் அல் அதிரின் உத்தேசம், அவர்தம் வெற்றியைத் துல்லியமாகப் பதிவு செய்வதை விடவும், சக இஸ்லாமியரை கிளர்ந்தெழ வைப்பதாகத் தோன்றுகிறது.

செங்கிஸ்கானின் ராணுவம் முன்னெப்போதும் இருந்திராத அளவில் கொன்று, மரணத்தை அநேகமாக ஒரு கொள்கையாக ஆனால் நிச்சயமாக பீதியை உருவாக்கும் திட்டமிட்ட சாதனமாகப் பயன்படுத்தினாலும், முக்கியமானதும் வியப்பூட்டுவதுமான வழியில், அக்காலத்திய நடைமுறைகளிலிருந்து வேறுபட்டு இருந்தது. மங்கோலியர் சித்திரவதை செய்யவில்லை, உருச்சிதைக்கவில்லை அல்லது ஊனப்படுத்தவில்லை. அக்காலத்தில் யுத்தம் பீதியில் நிகழும் சண்டையாக இருந்தது; மற்ற உடனிகழ்கால ஆட்சியாளர்கள், வெளிப்படையான வதை அல்லது கோரமான உருச்சிதைப்பில், மக்களிடையே கலவரத்தையும் திகிலையும் பதியச் செய்தனர். சுல்தானின் மகன் ஜலாலுதின்னுடன் ஆகஸ்டு 1228-இல் நடந்த சண்டையில், 400 மங்கோலியக் கைதிகள் எதிரியிடம் சிக்கிக் கொண்டனர்; தாம் மடிந்துபோக இருப்பதை அவர்கள் அறிந்திருந்தனர். வெற்றியாளர்கள் அவர்களைக் குதிரையின் பின்னே கட்டி, மக்களுக்குக் களிப்பூட்டுவதற்காக, வீதிகளில் இழுத்து வந்தனர். அப்புறம் வேடிக்கை விளையாட்டாக கொல்லப்பட்டு நாய்களுக்கு இரையாகப் போடப்பட்டனர். இவ்வதை காரணமாக, மங்கோலியர் நாகரிகமடைந்த நகர மக்களை மன்னிப்பதே இல்லை; அதுவும் இறுதியில் ஒரு விலையைத்தர வேண்டியிருந்தது. இன்னொரு நேர்வில், மங்கோலியப்படை தோற்றுவிட, பாரசீகப்படையினர் தோற்றவர்கள் தலைகளில் ஆணியடித்துக் கொன்றனர்-மங்கோலியர் நம்பிக்கைப்படி தலை என்பது ஆன்மாவின் இருப்பிடம். 1305-இல் டெல்லி சுல்தான் மங்கோலியக் கைதிகளை யானைகளால் மிதிக்கச் செய்து சாகடித்தபோது, ஒரு நூற்றாண்டுக்குப் பின் எதிரொலித்தது. கொல்லப்பட்ட / போரில் பிடிபட்ட மங்கோலியரின் துண்டிக்கப்பட்ட தலைகளிலிருந்து அவரொரு கோபுரத்தை எழுப்பினார்.

சீனத்திலிருந்து அய்ரோப்பா வரையிலான நாகரிகமடைந்த ஆட்சியாளர்களும் மதத் தலைவர்களும், அச்சத்தினூடாகத் தம்

மக்களைக் கட்டுப்படுத்தவும், பீதியினூடாக வலுவான எதிரிகளை ஊக்கமிழக்கச் செய்யவும், இக் கோரமான வதைகளைச் சார்ந்திருந்தனர். 1014-இல் பைஸாண்டிய கிறித்தவப் பேரரசர் பாஸில் பல்கேரியரைத் தோற்கடித்தபோது, 15000 பல்கேரியரைக் குருடாக்கினார். ஒவ்வொரு நூறு பேரிலும் ஒருவரை ஒரு கண்ணுடன் விட்டுவிட்டு, மற்ற 99 பேரை அவர்தம் வீடு நோக்கி இட்டுச் சென்று, அதன் மூலம் திகிலை உண்டுபண்ணச் செய்தார். 1098-இல் ஆண்டியோக்கையும் 1099-இல் ஜெருசலேமையும் கைப்பற்றியபோது கிறித்துவ சிலுவை வீரர்கள், யூதர்களைப் பாலின / வயது பேதமின்றி, மதத்தின் காரணமாகவே படுகொலை செய்தனர்.

ஜெர்மனியின் மாபெரும் வரலாற்று-பண்பாட்டு நாயகர்களுள் ஒருவரான, புனித ரோமானியப் பேரரசர் ஃபிரெடரிக் பார்பரோஸா, மேற்கில் பீதியின் பயன்பாட்டைப் பரப்புவதில் சிறந்து விளங்கினார். 1160-இல் நவீன இத்தாலியின் வடக்கிலுள்ள கிரெமோனாவின் லொம்பார்ட் நகரை வெற்றிகொள்ள முற்பட்டபோது, பீதியூட்டும் வன்முறை நடவடிக்கைகளின் வரிசையை உருவாக்கினார். அவரது படையினர் தம் கைதிகளின் தலைகளைத் துண்டித்து, நகரத்து மதில்களுக்கு வெளியே பந்துகளை உதைப்பது போல அவற்றை உதைத்து விளையாடினர். அப்போது கிரெமோனாவைத் தற்காப்பு செய்தவர்கள் தமது ஜெர்மானியக் கைதிகளை நகரத்து மதில்களுக்குக் கொண்டு வந்து, தம் தோழர்களின் முன்னே, அவர்தம் கைகால்களைப் பிய்த்தெறிந்தார்கள். ஜெர்மானியர் ஏராளமான கைதிகளைத் திரட்டி பெருந்திரளாகத் தூக்கிலிட்டனர். நகரத்து அலுவலர்கள் எஞ்சிய தம் கைதிகளை நகரத்து மதில்கள் மேல் தூக்கிலிட்டு எதிர்வினை புரிந்தனர். நேருக்கு நேராக சண்டையிடுவதற்குப் பதிலாக, இரு ராணுவங்களும் தமது பீதியூட்டும் நடவடிக்கைகளைத் தொடர்ந்தன. அப்புறம் ஜெர்மானியர் கைதிகளாக இருந்த சிறுவர்களை, கவண் போன்ற கருவிகளில் பிணைத்து, வாயில்களையும் மதில்களையும் நொறுக்கப் பயன்படுத்தினர்.

நாகரிகமுற்ற ராணுவங்களின் கொடூரமான நடவடிக்கைகளுடன் ஒப்பிடுகையில், மங்கோலியர் தம் நடவடிக்கைகளால் கொடூரங்களை நிகழ்த்தவில்லை, பீதியை ஏற்படுத்தவில்லை- அவர்கள் துரிதமாயும் தேர்ச்சியுடனும் வென்றனர்; செல்வந்தர்-செல்வாக்குள்ளவரை அருவருத்தனர். கிழக்கில் சென்ற

மங்கோலியர் பீதியைக் கட்டவிழ்த்து விட்டனர்; ஆனால் வலிமைமிக்க ராணுவங்களையும் ஊடுருவ முடியாத நகரங்களையும் எதிர்த்துப்பெற்ற, முன்னெப்போதும் இருந்திராத அவர்களது வெற்றிக்காக அவர்தம் படையெடுப்பு குறிப்பிடத்தக்கதாயிருந்தது.

முதலில் மங்கோலியரிடம் சரணடைந்த இந்நகரங்கள், அனுதாபத்துடனும் கடுமையின்றியும் நடத்தப்பட்டதை உணர்ந்தன; பிற துறைகளில் மங்கோலியருக்கிருந்த திறமைகளைச் சந்தேகித்தன. மங்கோலியர் தம் நாட்டை விட்டுக் கடந்து செல்லும் வரை பணிவுடன் காத்திருந்த பெரும்பாலான நகரங்கள், பின்னர் கலகம் செய்தன. மங்கோலியர் சிலவான அலுவலர்களையே பொறுப்பாக விட்டுச் சென்றதாலும், நகரினைக் காக்க ராணுவம் விட்டுச் செல்லப்படாததாலும், மங்கோலியர் வெளியேற்றத்தை தவறாகப் புரிந்து கொண்டு, பிரதான ராணுவம் ஒருபோதும் திரும்பிவராது என எண்ணிவிட்டனர். இந்நகரங்களிடத்தே அவர்கள் இரக்கம் காட்டவில்லை; உடனே திரும்பி முற்றிலுமாக அழித்தனர். அழித்தொழிக்கப்பட்ட ஒரு நகரம் மீண்டும் கலகம் புரியாது.

உமர் கய்யாமின் நகரமான நிஷாபூர் மக்கள் மீது, மிகமோசமான படுகொலைகளுள் ஒன்று நிகழ்த்தப்பட்டது. அந்நகரத்தினர் மங்கோலியருக்கு எதிராக கலகம் செய்தனர். அடுத்து நிகழ்ந்த சண்டையில், நகரின் சுவர்களிலிருந்து எய்யப்பட்ட அம்பொன்று செங்கிஸ்கானின் மருமகன் தொகுசாரைக் கொன்றுவிட்டது. கலகத்திற்குப் பதிலடியாயும் பிற நகரங்களுக்குப் பாடமாகவும், கைப்பற்ற நகரத்தின் மீது எவ்விதமான பழிவாங்கலாமென்று, அப்போது கருவுற்றிருந்த தன் விதவை மகள் தீர்மானித்திட செங்கிஸ்கான் அனுமதித்தார். நகரத்தார் அனைவருக்கும் அவள் மரணத்தை விதிக்கவே, வீரர்கள் ஏப்ரல் 1221-இல் அக்கட்டளையை நிறைவேற்றினர். கொல்லப்பட்ட நகரத்தினரின் தலைகள் ஆண்கள், பெண்கள், சிறுவர்கள் என மூன்று பிரமிட்களாகக் குவிக்கப்பட்டன. அப்புறம் நகரத்திலிருந்த நாய்கள், பூனைகள் என எல்லா விலங்குகளும் சாகடிக்கப்பட்டன. தன் கணவனின் படுகொலைக்காக எந்த உயிரும் பிழைத்திருக்கக் கூடாது என்பது செங்கிஸ்கானின் மகளது கட்டளை.

பௌத்த சுற்றுலாத் தலமும் உலகில் மிகப்பெரிய சிலைகள் உள்ள இடமுமான, ஆப்கானிஸ்தானின் அழகான பாமியான்

பள்ளத்தாக்கில் நடந்த போரில், செங்கிஸ்கானுக்கு தனிப்பட்ட முறையில் மிக வேதனை தரும் சம்பவம் நிகழ்ந்தது. பழங்காலத்துப் பக்தர்கள் மலைகளின் பக்கங்களில் புத்தரின் பிரும்மாண்டமான உருவங்களைச் செதுக்கியிருந்தனர்; இவை ஒவ்வொன்றினைப் பற்றியும் மங்கோலியர் என்ன நினைத்தனரோ. அப்போது நடந்த சண்டையில் செங்கிஸ்கானின் அபிமானத்திற்குரிய பேரன் முட்டுஜென்னை ஓரம்பு தாக்கிக் கொன்றுவிட்டது. முட்டுஜென்னின் தந்தை இதனை அறிவதற்குமுன் தாத்தா செங்கிஸ்கான் தெரிந்துகொண்டுவிட்டார். தன் மகன் சகாதாயை அழைத்து, என்ன நிகழ்ந்தது என்று தெரிவிக்கு முன்பே, அழவோ துக்கப்படவோ கூடாது எனக் கட்டளையிட்டார்.

செங்கிஸ்கான் தன் ஆயுளில் பல தடவைகள், சிறிதளவு சீண்டப்பட்டபோதும், பொதுவெளியில் அழுதுள்ளார். பயத்திலும் கோபத்திலும் துயரத்திலும் அழுதுள்ளார், ஆனால் வேறு யாரையும் விட தான் அதிகம் நேசித்தவரின் மரணத்தின் முன்னே, தானோ தன் மகன்களோ, கண்ணீரின் மூலமோ வருந்துவதன் மூலமோ, தம் வலிகளையோ வேதனைகளையோ எடுத்துக்காட்டிட அனுமதிக்கவில்லை. பெரும் சிக்கலினையோ தனிப்பட்ட வலியினையோ எதிர்கொண்ட போதெல்லாம், செங்கிஸ்தான் அதனைச் சண்டையில் மடைமாற்றிக் கொள்வதுண்டு. ‘கொன்றுவிடு, வருந்தாதே.’ வேதனைதரும் துயரத்தைச் சீற்றமாக்கி, அப்பள்ளத் தாக்கின் மக்கள் மீது பாயுமாறு செய்துவிட்டார். செல்வந்தரோ வறியவரோ, அழகானவரோ அருவருப்பானவரோ, நல்லவரோ கெட்டவரோ யாரும் விட்டுவிடப்படலாகாது. நாளடைவில் இப்பள்ளத்தாக்கில் ஹஸாராக்கள் குடியமர்ந்தனர்- பாரசீகத்தில் அது 10,000 எனப் பொருள்படும்- அந்த அளவுள்ள செங்கிஸ்கான் படையின் சந்ததியர் அவர்கள் எனப்படுகிறது.

பல நகரங்களின் அழிவு முழுமையானதாயிருக்க, வரலாற்றாளர்கள் காலப்போக்கில் தரும் புள்ளிவிபரங்கள் மிகைப்படுத்தப்பட்டதாக / புனையப்பட்டதாக மட்டுமின்றி, அபத்தமாயும் உள்ளன. பாரசீக வரலாற்றாளர், நிஷாபூர் சண்டையில் 1,747,000 பேரை மங்கோலியர் படுகொலை செய்தனர் என்கிறார். ஹேரத்தில் படுகொலை செய்யப்பட்டதாகக் கூறப்படும் 1,60,000-னை இது விஞ்சி விடுகிறது. மதிக்கத்தக்கவரும் ஆனால் மங்கோலிய எதிர்ப்பு வரலாற்றாளருமான ஜூஸ்ஜனி, ஹேரட்டில் கொல்லப்பட்டோர் 2,400,000 பேர் என்கிறார். பிற்பாடு 5

ஆண்டுகளுக்குள், பழமைவாத வரலாற்றாளர்கள் பலர், மத்திய ஆசியா மீது நடந்த செங்கிஸ்கான் படையெடுப்பில் கொல்லப்பட்டவர்கள் 15 மில்லியன் என்கின்றனர். ஓரளவு நடுத்தரமான இம்மதிப்பீட்டின்படியே கூட, ஒவ்வொரு மங்கோலிய வீரனும் நூற்றுக்கு மேற்பட்டவரைக் கொன்றிருக்க வேண்டும்; மற்ற நகரங்களைப் பொறுத்தவரை, ஒவ்வொரு மங்கோலியனும் 350 பேரைக் கொன்றிருக்க வேண்டும். அப்போது மத்திய ஆசியாவில் அவ்வளவு பேர் வசித்திருந்தால், படையெடுத்து வந்த மங்கோலியரைத் திணறடித்து இருக்கவேண்டும்.

உண்மையாக ஏற்கப்பட்டு தலைமுறை தலைமுறையாக திரும்பத் திரும்ப எடுத்துரைக்கப்பட்டு வந்திருந்தாலும், இந்த எண்ணிக்கைகளுக்கு வரலாற்றில் அடிப்படை இல்லை. அவ்வளவு பசுக்களையோ பன்றிகளையோ படுகொலை செய்வது சாத்தியமற்றது. ஒட்டுமொத்தமாகப் பார்க்கையில், படுகொலை செய்யப்பட்டதாகக் கூறப்படுவோர், மங்கோலியரை விடவும் 50-க்கு 1 என்ற விகிதத்தில் விஞ்சியுள்ளனர். மக்கள் அப்படியே ஓடியிருக்க முடியும், மங்கோலியரால் அவர்களைத் தடுத்து நிறுத்த முடியாது போயிருக்கும். மங்கோலியரால் வெற்றிகொள்ளப்பட்ட நகரங்களை ஆராய்ந்து பார்க்கையில், வரலாற்றாளர்கள் தரும் மடிந்தோர் எண்ணிக்கையில் பத்தில் ஒருபாகம் கூட இருந்திருக்க மாட்டார்கள். இப்பகுதிகளின் வறண்ட பாலைவன மண், நூற்றுக்கணக்கான அல்லது ஆயிரக்கணக்கான ஆண்டுகளாக எலும்புகளைப் பாதுகாத்துள்ளது; எனினும் அது கூட, மங்கோலியரால் படுகொலை செய்யப்பட்டதாகக் கூறப்படும் லட்சக்கணக்கானோரின் தடயங்களைத் தருவதாயில்லை.

மக்களைப் படுகொலை செய்தவர் என்பதை விடவும் நகரங்களை அழித்தவர் செங்கிஸ்கான் என்ற விவரிப்பு மிகத்துல்லியமானதாயிருக்கும். ஏனெனில் பழிவாங்குதல் அல்லது அச்சத்தை உண்டுபண்ணுதல் என்பதுடன், யுத்த தந்திர காரணங்களுக்காக, அவர் ஒட்டுமொத்த நகரங்களையே தகர்த்தார். யூரேஷியா வெங்கிலும் வணிகத்தின் பாய்ச்சலை மாற்றியமைத்திடும் பிரும்மாண்டமான, வெற்றிகரமான முயற்சியில், முக்கியத்துவம் குறைந்த அல்லது தொலைதூர வழித்தடங்களிலுள்ள நகரங்களை நாசப்படுத்தினார்-தனது ராணுவத்தால் எளிதாகக் கண்காணித்து கட்டுப்படுத்தத்தக்க வகையில், இன்னும் அதிகமான வழித்தடங்களில் வர்த்தகத்தை

திருப்பிவிடும் பொருட்டு. ஒரு பிரதேசத்தின் ஊடேயான வர்த்தகத்தை நிறுத்திட, அவர் நகரங்களை அவற்றின் அடித்தளம் வரையும் தகர்த்தெறிந்தார்.

சில நகரங்களைத் திட்டமிட்டு அழித்ததுடன், பாசன வசதிகளை, நாசப்படுத்தி, விசாலமான நிலப் பகுதிகளின் மக்களை வெளியேற்றினார். பாசன வசதி இழந்த விவசாயிகளும் கிராமத்தினரும் இல்லாததால், அந்நிலங்கள் மேய்ச்சல் நிலங்களாயின. ராணுவத்துடன் வந்திருந்த மேய்ச்சல்காரர்கள் அங்கேயே தங்கிட ஏதுவாகி, எதிர்கால மங்கோலியப் படையெடுப்புகளுக்கான ஆயத்த சக்திகளாக எதிர்பார்க்கப்பட்டனர். மங்கோலியா திரும்புவதற்காக, செங்கிஸ்கான் வட சீனத்திலிருந்து கிளம்பிய போது, வேளாண் நிலங்களைப் பாழ்படுத்திய நிலையில், ஓய்வெடுக்கவோ முன்னேறிச்செல்லவோ அவருக்குப் பிரச்சனைகளற்ற நிலம் எப்போதும் தேவையாயிருந்தது-அங்கே தம் வெற்றிக்காக அவர்கள் சார்ந்திருந்த குதிரைகளுக்கும் இதர விலங்குகளுக்குமான மேய்ச்சல் நிலம் இருக்கும் என்பதால்.

மத்திய ஆசியாவில் நான்காண்டுகால படையெடுப்பு முடிந்த பிறகு, செங்கிஸ்கான் தனது அறுபதுகளிலிருந்தார். தனது பழங்குடிக்குள்ளே போட்டியாளர் யாருமின்றி அல்லது வெளியிலிருக்கும் எதிரியிடமிருந்து ஆபத்தின்றி அவர் தன் அதிகார உச்சத்தில் இருந்தார். இருப்பினும் யுத்தகளத்திலான இந்த வெற்றித் திளைப்புக்கு மாறான வகையில், அவர் இறப்பதற்கு முன்னரே அவரது குடும்பம் சின்னாபின்னமாயிற்று. மங்கோலியத் தாயகத்தை தன் தம்பி டெமுஜ் ஓட்சிஜென்னின் பொறுப்பில் விட்டுவிட்டு, மத்திய ஆசிய படையெடுப்புக்கு தனது நான்கு மகன்களையும் அழைத்து வந்திருந்தார்-அங்கே அவர்கள் மேம்பட்ட வீரர்களாகிடக் கற்றுக் கொள்வதுடன், எப்படிச் சேர்ந்து வாழ்வது மற்றும் பணியாற்றுவது என்பதையும் கற்றுக் கொள்வார்கள் என்று நம்பினார். தம்மைக் கடவுளராக எண்ணிக் கொள்ளத் தலைப்படும் வெற்றியாளர்களைப் போலின்றி, தன்னை மடிந்துபோகும் மனிதனாக உணர்ந்து கொண்ட அவர், இடைநிலைக்கால மாறுதலுக்குத் தன் பேரரசை ஆயத்தப்படுத்த முற்பட்டார். ஸ்டெப்பி மரபுப்படி, மேய்ச்சல் குடும்பத்தின் ஒவ்வொரு மகனும் குடும்பத்தின் ஒவ்வொரு வகை விலங்குகளில் சிலவற்றையும், மேய்ச்சல் நிலத்தின் ஒருபகுதியினைப் பயன்படுத்திக் கொள்ளவும் உரிமை கொண்டிருப்பான். அதுபோலவே செங்கிஸ்கானும்

ஒவ்வொரு மகனுக்கும், ஒட்டுமொத்த பேரரசையும் கொண்டுள்ள தெய்விக விருப்பத்தை பிரதிபலிப்பதாக, ஒரு நுண்ணிய பேரரசைப் பிரித்தளிக்கத் திட்டமிட்டார். ஒவ்வொரு மகனும், ஸ்டெப்பியின் ஏராளமான மக்களுக்கும் மந்தைகளுக்கும் அதுபோலவே, நகரங்கள், ஆலைகள், பண்ணைகள் கொண்ட பெரிய பிரதேசங்களுக்கும் கானாக இருப்பான். எனினும் ஒரு மகன் மைய அரசாங்கத்தை நிர்வகிப்பவராக, மேல்முறையீட்டு அலுவலராக, மற்ற சகோதரரது ஆலோசனைப்படி, வெளிவிவகாரங்களுக்கான, குறிப்பாகப் போரிடுவதற்கான பொறுப்புள்ளவராக விளங்குவார். சேர்ந்து பணியாற்றுவதும் மாபெரும் கானின் தலைமையின் கீழ் ஒத்துழைப்பதும் இச்சகோதரர்களின் திறனையும் விருப்பத்தையும் சார்ந்தது.

க்வாரிஸம் படையெடுப்பிலிருந்து கிளம்பும் முன்னரே, இத்திட்டம் வேறுபட்ட நிலையில் எதிர்கொள்ளப்பட்டது. மரணத்திற்கு முன்னர் இதனை விவாதிப்பது விலக்கப்பட்டிருப்பினும், இதனைப் பேசி தீர்த்துக்கொள்ள, குடும்ப குறில்தாயைக் கூட்டினார். அப்போது, கடந்த காலப் பூசல்களெல்லாம் ஒருசேர முன்னின்று, எதிர்காலத்தில் இப்பேரரசு எப்படி நொறுங்கிப் போகும் என்பதை முன்னுணர்த்துவதாக, கூட்டத்தின் போக்கு காணப்பட்டது.

செங்கிஸ்கானின் மகன்களுடன், அவரது நம்பிக்கைக்குரிய பலரும் அக்கூட்டத்தில் பங்கேற்றனர்; ஏனெனில் அவரது இறப்புக்குப் பின், வாரிசுரிமையின் உத்தரவாதத்திற்கு அவர்தம் ஒப்புதலும் ஆதரவும் அவசியப்படும். கூட்டம் தொடங்கியதும், ஜோச்சி மற்றும் சகாதாய் என்னும் மூத்த மகன்கள், முறிந்துவிட ஆயத்தமாயிருக்கும் எஃகுப் பட்டைகள் போல, முறுக்கிய முனைப்பில் இருந்தனர். மூன்றாவது மகன் ஓகோதெய், சிறிது மது அருந்திவிட்டு கொஞ்சம் போதையுடன் வந்து சேர்ந்தான். இளையவனான தோலுய் அமைதியாய் இருந்து, தன் அண்ணன்கள் விவாதத்தில் நடுநாயகம் வகிக்க, கூடார மடிப்புகளுக்குள் மாயமாகிவிட்டதாகத் தோன்றியது.

ஒரு வாரிசைத் தெரிவு செய்ய வேண்டியதை விளக்கி, செங்கிஸ்கான் குடும்ப குறில்தாயை ஆரம்பித்து வைத்தார். “ஒருவர் மற்றவருக்குச் சேவை புரிவதை நிராகரித்து, எனது எல்லா மகன்களும் கானாக, ஆட்சியாளராக ஆசைப்பட்டால்,

ஒரு தலைப்பாம்பு-பல தலைகளுள்ள பாம்பின் கதையிலுள்ளது போல ஆகிவிடாதா" என்று அவர் கூறியதாகக் கூறப்படுகிறது. இக்கதையில் குளிர்காலம் வந்ததும், குளிர்காற்றிலிருந்தும் பணியிலிருந்தும் புகலிடம் தேடுகையில், எந்தப் பொந்து சிறந்தது என்று தீர்மானிப்பதில், ஒரு பாம்பின் தலைகளுக்கிடையே பூசல் வந்து ஒன்றுடன் ஒன்று சண்டையிடுகின்றன. ஒரு பொந்தைத் தெரிவு செய்த தலை அதனை நோக்கி இழுக்க, பிற தலைகள் தாம் தெரிவு செய்த பொந்துகளை நோக்கி இழுக்கின்றன. இந்நிலையில் பல வால்களும் ஒருதலையுமுள்ள பாம்பு சட்டென்று ஒரு துளையில் நுழைந்து குளிர்காலம் முழுக்க அங்கேயே இருந்து விடுகிறது; பல தலைகளுள்ள பாம்போ உறைந்துபோய் மடிந்து விடுகிறது.

இப்பிரச்சனையின் தீவிரத்தையும் முக்கியத்துவத்தையும் விளக்கிய பிறகு, செங்கிஸ்கான் தன் மூத்த மகன் ஜோச்சியை வாரிசுரிமை பற்றிப் பேசுமாறு அழைக்கின்றார். இன்றைக்கும் மங்கோலியரிடையே அமரும் முறை, நடப்பது, பேசுவது, அருந்துவது, உண்பது எல்லாம் குறியீட்டு மதிப்புடையவை. முதலில் தன் மூத்த மகனைப் பேசுமாறு அழைத்ததன் மூலம், வாரிசாக வரக்கூடியவர் அவர் என்பதைச் சுட்டிக்காட்டியதாக இருந்தது. தம்பியர் இவ்வரிசை முறையை ஏற்றுக் கொண்டால், ஜோச்சி மூத்தவன் என்ற முறையில் தகுதியுடையவனே என்பதற்கு இணையானதாக இருக்கும்.

இரண்டாவது மகன் சகாதாய் இதனை ஆட்சேபித்தான். ஜோச்சி பேசுவதற்கு முன்னரே சகாதாய் கூச்சலிட்டான்-"வாரிசுரிமையை அவனுக்கு வழங்குகின்றீர்களா?" ஜோச்சியின் சந்தேகத்திற்குரிய தந்தை பிரச்சனையை அவன் எழுப்பிவிட்டான்-நாற்பது ஆண்டுகளுக்கு முன்னர், மெர்கிட் கடத்தல் காரர்களிடமிருந்து போர்டே மீட்கப்பட்டதுமே பிறந்த விவகாரத்தை முன்வைத்தான். "மெர்கிட்டுக்குப் பிறந்த இக்கள்ளக் குழந்தை ஆளுமாறு நாங்கள் எப்படி அனுமதிப்பது?"

தன் தம்பியால் கள்ளக் குழந்தை என்றழைக்கப்பட்டதுமே, ஆவேசமுற்ற ஜோச்சி கூச்சலிட்டபடியே சகாதாயின் கழுத்துப்பட்டையைப் பிடித்து விட்டான். ஒருவரையொருவர் தாக்கினர். அப்போது செங்கிஸ்கான் எந்த அளவு சகாதாயை நேசித்தார், மதித்தார் என்பது நினைவூட்டப்பட்டது.

பழைய காலங்களில் நிலைமை எப்படி வேறுபட்டிருந்தது, ஸ்டெப்பியில் பீதி ஆட்சி புரிந்தது, அண்டை வீட்டார் அண்டை வீட்டாருடன் சண்டை புரிந்தது, யாரும் பாதுகாப்பாக இல்லை என்பவற்றையெல்லாம் தந்தை வேதனையுடன் விளக்கினார். கடத்தப்பட்டபோது தாய்க்கு நேர்ந்தவற்றிற்குக் காரணம் அவளில்லை: "அவள் தன் வீட்டிலிருந்து தப்பியோடவில்லை... இன்னொருவனை விரும்பியிருக்கவில்லை. கொல்ல வந்தவர்களால் திருடப்பட்டாள்."

பிள்ளைகள் பிறந்த சந்தர்ப்ப சூழல்கள் எதுவாயினும், நீங்களெல்லாம் தனியொரு கதகதப்பான கருப்பையிலிருந்து உதித்தவர்கள், தன் இருதயத்திலிருந்து உங்களுக்கான உயிரை அளித்த தாயை அவமதித்தால், உங்கள் மீதான நேசத்தை உறைந்து போகச் செய்தால், பின்னர் இதன் பொருட்டு மன்னிப்பு கேட்பினும், தவறு செய்யப்பட்டுவிட்டது என்றே ஆகும்' எனப் பணிவுடன் மன்றாடுபவராக செங்கிஸ்கான் காணப்பட்டார். பெற்றோர் இருவரும் இப்புதிய தேசத்தை உருவாக்கிட எவ்வளவு அரும்பாடு பட்டனர், பிள்ளைகளுக்கு மேலான உலகத்தை அளித்திட எவ்வளவு தியாகங்கள் செய்தனர் என்றெல்லாம் பட்டியலிட்டார்.

நெகிழ்ச்சி மிக்க இத்தருணத்திற்குப் பிறகு, தன் மரணத்திற்குப் பின்னர் அவர்கள் நிராகரிக்கப் போகும் தெரிவினை, தன் பிள்ளைகளிடத்தே தன்னால் திணிக்க இயலாததை செங்கிஸ்கான் அறிந்துகொண்டார். அனைவரும் ஏற்கக்கூடிய சமரச உடன்பாட்டிற்கு வரவேண்டிய கட்டாயம் அவருக்கு இருந்தது. ஜோச்சியை தன் மூத்தமகனாக தான் ஏற்றுக் கொண்டிருப்பதால், இதனை மற்ற மூன்று மகன்களும் ஏற்றுக்கொள்ளவேண்டும், திரும்பவும் தந்தை யாரென்ற சந்தேகத்தை எழுப்பக்கூடாது எனப் பெற்றோரின் வரம்புக்குட்பட்ட அதிகாரத்திலிருந்து அவர் கண்டிப்புக் காட்டினார்.

சகாதாய் தந்தையின் கட்டளைக்கு கட்டுப்பட்டான் ஆனால் இக்கட்டளைக்குப் பணிந்தாலும், வார்த்தைகளால் அதனை உண்மையாக்க இயலாது என்பதைத் தெளிவுபடுத்தினான். "வாயினால் கொல்லப்பட்ட இரையினை ஒரு குதிரைக்குள் திணிக்க முடியாது. வார்த்தைகளால் படுகொலை செய்யப்பட்ட இரையை தோலுரிக்க முடியாது" என்று இளித்தபடியே கூறினான்.

வெளிப் பார்வைக்கு, தந்தை உயிருடன் இருக்கு மட்டும், பிள்ளைகள் ஜோச்சியின் சட்ட உரிமையை ஏற்றுக் கொள்வர்; ஆனால் உள்ளூர, அப்படிச் செய்ய மாட்டார்கள். எனினும் ஜோச்சியை மூத்த மகனாக அங்கீகரிப்பது, வாரிசுரிமைக்கு உத்தரவாதம் தந்துவிடாது ஏனெனில் இத்தகைய முக்கிய பொறுப்பு திறமை மற்றும் மற்றவரின் ஆதரவு மீது அமைந்திருக்க வேண்டுமே ஒழிய, வயதின் அடிப்படையில் அல்ல.

தந்தையிடம் அவ்வளவு கோபத்தை ஏற்படுத்திய சகாதாய், மாபெரும் கானாக ஆவதற்கு தந்தை உடன்படமாட்டார் என்று உணர்ந்து கொண்டான். அவனொரு சமரச ஏற்பாட்டை முன்வைத்தான்; அது ஜோச்சி வாரிசுரிமையைப் பெற்றுவிடக் கூடாது என்பதற்காக. அது தன்னெழுச்சியாக உதித்திருக்கலாம் அல்லது முன்கூட்டியே பிற சகோதரரது சம்மதத்தைப் பெற்ற திட்டமாயிருக்கலாம். 'ஜோச்சியோ தானோ கானாக வேண்டாம்; அது மூன்றாவது மகனுக்குப் போய்ச்சேரட்டும்-அவன் நல்லியல்பு வாய்ந்தவன், கனிந்தவன், அதிகம் குடிக்கின்ற ஓகோ தெய்.'

சண்டை தவிர்த்து வேறெந்த வழிவகையும் இல்லாத சூழலில், ஜோச்சி அதற்குச் சம்மதித்தான், ஓகோ தெய்யை வாரிசாக அங்கீகரித்தான். அப்புறம் சண்டையிடும் இளையவர்களுக்குப் பெற்றோர் செய்வது போல, ஒவ்வொரு மகனுக்கும் தனிப்பட்ட நிலங்களையும் மந்தைகளையும் ஒதுக்கினார். ஜோச்சியையும் சகாதாயையும் பிரித்தார். "அன்னை பூமி பரந்து விரிந்தவள், அவளது ஆறுகளும் நீரும் எண்ணற்றவை. உங்கள் முகாம்களை விலகியிருக்கும்படி அமைத்துக் கொள்ளுங்கள். உங்களுக்கான அரசை ஆட்சி செய்யுங்கள். நீங்கள் பிரிந்திருப்பதை நான் கவனித்துக் கொள்வேன்." மக்கள் அவர்களைப் பார்த்து நகைத்து விடாதபடி அல்லது அவமதிக்கும் வகையில் நடந்து கொள்ளாதபடி இருக்குமாறு எச்சரித்தார்.

மங்கோலிய அரசவையில் பணியாற்றிய இஸ்லாமிய அறிஞர்களுக்கு, இச்சம்பவத்தைப் பதிவு செய்வது சிரமமாயிருந்தது; அவர்களைப் பொறுத்தமட்டில், ஒருவனது கண்ணியம் அவனைச் சுற்றியுள்ள பெண்களின் பாலியலைக் கட்டுப்படுத்துவதில் உள்ளது. செங்கிஸ்கானைப் போன்ற வல்லமைமிக்க ஒரு மன்னன், இன்னொரு தந்தைக்குப் பிறந்த மகனைக் கொண்டிருப்பதோ, அவ்வாறு தன் பிள்ளைகளாலேயே குற்றஞ்சாட்டப்படுவதோ

எண்ணிப்பார்க்க முடியாததாகும், குடும்பச் சண்டையின் முழுவிபரத்தையும் கொண்டு ஒரு மங்கோலியரால் எழுதப்பட்ட *The Secret History*-க்கு மாறாக, பாரசீக வரலாற்றாளர் ஜுவைனி, இதனை நீக்கிவிட்டு, தூய்மையான ஒழுங்கும் ஏகோபித்த தன்மையும் கொண்டதாக அக்குறில்தாயை மாற்றிவிடுகிறார். அவரது பதிவின்படி, ஓகோதெய்யின் அற்புதமான பண்புகள் குறித்து செங்கிஸ்கான் அழகான உரையாற்ற, எல்லாப் பிள்ளைகளும் ஏற்றுக் கொள்கின்றனர். விசுவாசம் மற்றும் பணிவின் குழுமீது பிள்ளைகள் மண்டியிட்டு, கீழ்ப்படிதலின் நாவால் பதிலளிக்கின்றனர்- "செங்கிஸ்கானின் வார்த்தையை எதிர்க்கும் அதிகாரம் யாருக்குள்ளது, அதனை நிராகரிக்கும் தைரியம் யாருக்குள்ளது..." ஓகோதெய்யின் சகோதரரெல்லாம் அவரது கட்டளையை ஏற்று, எழுத்துபூர்வமாக அறிக்கையிட்டனர்.

ரஷீத் அல்தின் சற்று வேறுபட்ட, நேர்மையான விவரிப்பை முன்வைத்தார்; ஆனால் முக்கிய இடங்களில் விபரங்கள் இல்லாமல் வெறுமையாய் உள்ளது. அவை செங்கிஸ்கானுடைய அல்லது அவரது மனைவியினுடைய கண்ணியத்திற்கு இழுக்கானதாக இருந்திருக்கவேண்டும். இவ்வெற்றிடங்கள் ரஷீத்தினாலேயே விடப்பட்டிருக்க வேண்டும் அல்லது அப்பிரதியை எடுத்து எழுதியவர்களால் செய்யப்பட்டிருக்க வேண்டும். ஒன்று மட்டும் நிச்சயம். வரப்போகும் தலைமுறைகளுக்கு, ஜோச்சியின் தந்தை யார் என்பது எவ்வளவு அரசியல் முக்கியத்துவம் மிக்கதாய் இருக்கும் என்பதுதான்.

செங்கிஸ்கானுக்கும் அவரது பிள்ளைகளுக்கும் இடையிலான கொந்தளிப்பான குடும்பச் சந்திப்பின் இறுதியில், அதன் விளைவுகள் எவ்வளவு பாரதூரமானவையாயிருந்தன என்பதை யாரும் அறிந்திருந்தார்களா என்பது சந்தேகமே. இக்குடும்பத் தேர்வுக்குழு சந்திப்பாளர்கள், வெற்றியாளர்கள், நெப்போலியனது யுத்தங்களை அடுத்து நடந்த வியன்னா மாநாடு, முதலாம் உலகப் போருக்குப் பிந்தைய வெர்ஸெய்ல்ஸ் மாநாடு மற்றும் யால்டா-போட்ஸ்டாமில் நடந்த இரண்டாம் உலகப்போர் நேசநாடுகளின் சந்திப்புகளை முன்னுணர்த்துவது போல, உலகினைச் செதுக்கி வைத்திருந்தனர்.

குடும்பச் சந்திப்புகளில் போர்ட்டே கலந்து கொள்ளாத போதிலும், உயிருடன் இருந்திருக்கவேண்டும். தன் பிள்ளைகளிடையே என்ன

நடந்தது என்பதை அவள் கேள்விப்பட்டிருந்தாளா என்பது தெரியவில்லை, அவளுக்கு என்ன நேர்ந்தது என்பது குறித்து நம்பகமான தகவலில்லை. திருமணமான புதிதில் அவளும் அவளது கணவனும் வசித்து வந்திருந்த இடத்திலிருந்து சில நாட்கள் பயணத் தொலைவிலுள்ள, கெர்லென் ஆற்றங்கரையிலுள்ள அவர்காவின் ஸ்டெப்பி வெளியில், இக்காலகட்டத்தில் அவள் தொடர்ந்து வசித்து வந்தாள் என்கிறது வாய்மொழிமரபு. 1219-1224-க்கிடையே ஒரு நாளில் அங்கோ அருகிலோ அவள் இறந்திருக்கவேண்டும்.

செங்கிஸ்கானின் எஞ்சிய ஆயுளின்போது, குறிப்பாக மத்திய ஆசிய படையெடுப்பின் மீது, இத்துன்பகரமான சம்பவம் திரையை மூடுகிறது. தன் மகன்களுக்கிடையிலான பூசல், தன் மரணத்திற்குப் பின் தன் பேரரசைப் பாதுகாத்திட, தான் எவ்வளவு பணியாற்றவேண்டும் என்பதை உன்னிப்பாக அறிந்திருந்தார். பேரரசின் தேவைகளுக்கு ஈடுதரக் கூடியவர்களாக அவரது பிள்ளைகள் இல்லை. ஸ்டெப்பிப் பழங்குடிகளை ஒன்றிணைக்கவேண்டும் மற்றும் தன்னைச் சூழ்ந்திருந்த ஒவ்வொரு ஆபத்தையும் வெல்லவேண்டும் என்னும் தன் தேடலைப் பின்தொடர்ந்ததில், தன் பிள்ளைகளிடம் காட்டியிருக்கவேண்டிய அக்கறையைச் செலுத்தாதிருந்தார்; இப்போது அவர்கள் நடுத்தர வயதை எட்டி, இன்னும் சாமர்த்தியமில்லாதவர்களாகவே காணப்பட்டனர். தன் உறவினர்களை நம்பாமல், தனது இளமையிலிருந்தே சகாக்களையும் நண்பர்களையும் ஆயுள் முழுக்கச் சார்ந்திருந்த அவர், தன் பிள்ளைகளிடையே ஒரு கலந்துறவாடலை ஏற்படுத்தியிருக்கவில்லை, தன்னிடத்தில் அமரும் வகையில் அவர்களுக்குப் பயிற்சி அளித்திருக்கவும் இல்லை.

தன் இறுதி ஆண்டுகளில், ஆரல் கடலின் தெற்கு சுல்தானின் முன்னாள் தலைநகரம் உர்கெஞ்ச்சிற்கு எதிரான கூட்டுப் படையெடுப்பில் பங்கேற்கச்செய்து, ஜோச்சிக்கும் சகாதாய்க்குமிடையிலான பிணக்கைச் சரிசெய்திட முயன்றும், அவரால் வெற்றிபெற முடியவில்லை. இரு சகோதரர்களுக்குமிடையே கொந்தளித்துவந்த பதற்றம், முற்றுகையின்போது அவர்கள் மோதிக்கொண்ட நிலையில் வெளிவந்தது. ஜோச்சியின் சுவீகார உரிமை காரணமாக அந்நகரம் அவருக்குச் சேரவேண்டியது என்பதை இருவரும் அறிவர்; இதன் காரணமாகவே அதனை வெல்வதற்கான

தந்திரங்களை மேற்கொள்வதில் உடன்பாடு கொள்ளவில்லை. உர்கெஞ்ச் தனக்குச் சேர்ந்துவிடும் என்பதால் தம்பி அதனைத் தகர்த்திட முற்படுவதான சந்தேகம் ஜோச்சிக்கு எழுந்தது. மங்கோலிய வீரர்களை அதிகப்படியாகப் பலிதந்தேனும், நகரின் கட்டிடங்களையும் நினைவுச் சின்னங்களையும் காப்பாற்றுமாறு ஜோச்சியின் பேராசை அவனை உந்தித் தள்ளுவதாக சகாதாய் சந்தேகித்தான்.

பெரும்பாலான நகரங்கள் நாட்கணக்கில் அல்லது வாரக்கணக்கில் வீழ்ந்துவிட, உர்கெஞ்ச்சை வெற்றிகொள்ள, முன்னெப்போதும் இருந்திராதபடி 6 மாதங்கள் பிடித்தது. நகரைக் காவல் புரிந்தவர்கள் கடுமையாகப் போரிட்டனர். நகர மதில்களுக்குள் மங்கோலியர் நுழைந்த பிறகும், தற்காப்பாளர்கள் ஒவ்வொரு வீட்டிலிருந்தும் தொடர்ந்து சண்டையிட்டனர். அநேகமாக சிதைக்கப்பட்டுவிட்ட நகரின் குறுகிய இடங்களுக்குள் சண்டையிடுவதைச் சிரமமிக்கதாக உணர்ந்த மங்கோலியர், நகரை எரித்திட தீயிட்டனர். எரிந்துபோன இடிபாடுகளிலிருந்து தற்காப்பாளர்கள் விடாது சண்டையிட்டனர். கடைசியில், மங்கோலியர் அணையொன்றைக் கட்டி, ஆற்றினைத் திருப்பிவிட்டு, நகரத்தில் வெள்ளப்பெருக்கு எடுக்கச் செய்து, எஞ்சியிருந்த வீரர்களைக் கொன்று, அநேகமாக நகரிலிருந்த அனைத்தையும் அழித்தனர். உர்கெஞ்ச் ஒருபோதும் மீண்டெழவில்லை; ஜோச்சிக்கு ஒதுக்கப்பட்டிருந்த அது, ஜோச்சியும் அவனது வாரிசுகளும் ஆட்சிசெய்ய ஏதுமில்லாது போனது.

தன் மகன்களுக்கிடையிலான சண்டையால் கோபமுற்ற செங்கிஸ்கான், அவர்களை அழைத்து நிந்தித்தார், அவர்களை அரசவையிலிருந்து வெளியேற்றினார்; அப்புறம் சேர்த்துக்கொண்ட போது, அவர்களை அடுத்தடுத்து திட்டினார், கண்டித்தார், அவர்களுடன் மன்றாடினார். வேறெந்த காலகட்டத்தை விடவும் இக்காலகட்டம் குறித்த, அதிகமான உரையாடல்களும் மேற்கோள்களும் கிடைக்கின்றன; அதிகரித்து வந்த கவலையினையும் குடும்பத்தைக் கட்டுப்படுத்துவதிலான அதிகாரம் குறைந்து வருவதையும் அவை எடுத்துக் காட்டுகின்றன. அவர்களது கல்வி புறக்கணிக்கப்பட்டு நீண்ட நாட்களுக்குப் பிறகு, அவர்களுக்கு அனைத்தையும் கற்றுக்கொடுக்க முற்பட்டார், அவ்வாறு தான் கற்றிருந்த பாடங்களையும் கொண்டிருந்த கருத்துகளையும் எடுத்துரைப்பதில் சிரமப்பட்டார். ஆணைகள்

பிறப்பித்துப் பழக்கப்பட்டிருந்த அவருக்கு விளக்கங்களளிப்பது எளிதாயில்லை.

தலைமைப் பொறுப்புக்கான முதலாவது திறவுகோல் சுயகட்டுப்பாடு குறிப்பாக பெருமிதத்தைத் தேர்ச்சி கொள்ளல் என்று கற்றுத்தர முற்பட்டார்; காட்டின் சிங்கத்தை அடக்குவதை விடவும் அதனை அடக்குவது சிரமமானது என விளக்கினார்; மாபெரும் மல்யுத்த வீரனை வெற்றிகொள்வதை விடவும் சினத்தை வெற்றிகொள்வதும் சிக்கலானது என்றார். "உங்களது கர்வத்தை விழுங்கிக்கொள்ள முடியாது போனால், உங்களால் தலைமை தாங்க இயலாது." மிக உயர்ந்த மலைகளும் தம் மீது ஏறிச் செல்லும் விலங்குகளைக் கொண்டுள்ளன என எச்சரித்தார். விலங்குகள் மலையுச்சியை அடைந்ததும், மலையை விடவும் உயரமானவையாக உள்ளன.

கச்சிதமான மங்கோலிய மரபுகளுக்கேற்ப, தன் பிள்ளைகள் அதிகமாகப் பேசலாகாது என எச்சரித்தார். எது தேவையோ அதனை மட்டும் கூறவேண்டும். ஒரு தலைவன் தன் சிந்தனைகளையும் அபிப்பிராயங்களையும் தனது செயல்வழிகளின் மூலமாக அல்லாது வார்த்தைகளின் மூலமாக எடுத்துக்காட்டக்கூடாது. "தன் மக்கள் மகிழ்வடையும் வரை அவன் மகிழ்வடையக் கூடாது. ஓர் இலக்கின்றி ஒருவனால் தனது வாழ்வை நிர்வகிக்க இயலாது எனில் மற்றவர் வாழ்க்கை பற்றிச் சொல்லவே வேண்டாம்."

'சில எண்ணங்கள் மற்றவர்களுடையதிலிருந்து முரண்படுவதாகத் தோன்றின. தலைமைப் பொறுப்பினைக் கைப்பற்றிக் கொள்வதன் முக்கியத்துவத்தை வற்புறுத்திய அளவுக்கு, கவனத்துடன் மரபினைப் பேணுமாறு வற்புறுத்தினார். மூத்தோரின் போதனையிலிருந்து சற்றும் விலகிவிடலாகாது.' அதனை மேலும் விளக்கினார்: "பழைய ஆடை அணிந்திடக் கச்சிதமாயும் வசதியாயும் இருக்கும்; புதர் வாழ்வின் கடுமைகளுக்கு அது தாக்குப்பிடிக்கும்; புதியதோ சீக்கிரமே கிழிந்துபோகும்." தனது நிதானமான, எளிமையான வாழ்க்கை முறைக்கு மாறான, ஆடம்பரமான படாடோபமான வாழ்க்கைப் போக்கை ஒதுக்குமாறு வற்புறுத்தினார். நேர்த்திமிக்க உடைகளையும் துரிதமான குதிரைகளையும் அழகிய பெண்டிரையும் கொண்டிருக்கும் மாத்திரத்தில், உங்கள் நோக்கையும் குறிக்கோளையும் மறந்துபோவது எளிது என்றார்.

'ஓர் அடிமையை விடவும் மேலானவனாக இருக்க மாட்டாய், நீ அனைத்தையும் இழப்பது நிச்சயம்.'

அவரது முக்கிய பாடங்களுள் ஒன்றாக, ராணுவத்தை வெல்வது, ஒரு நாட்டினை வெல்வது போன்றதில்லை எனத் தன் பிள்ளைகளிடம் கூறினார் "மேலான தந்திரங்கள், நபர்களைக் கொண்டு ராணுவத்தை வெல்லமுடியும், ஆனால் மக்களின் இதயங்களை வெற்றிகொண்ட பின்னரே ஒரு நாட்டினை வெல்ல முடியும். அது லட்சியபூர்வமானதாக ஒலிப்பினும், நடைமுறைக் கருத்தினையே பின்பற்றினார்-மங்கோலியப் பேரரசு ஒன்றாயிருப்பினும் அதன் மக்கள் ஒன்றுபட்டுவிட அனுமதிக்கலாகாது: ஏரியின் வெவ்வேறு பக்கங்களிலுள்ள மக்கள் வெற்றி கொள்ளப்பட்டதும், அப்படியே வெவ்வேறு பக்கங்களில் ஆட்சிபுரியப்பட வேண்டும்." அவரது பலவான பாடங்களைப் போன்றே இதுவும் அவரது மகன்களாலும் சந்ததியராலும் புறக்கணிக்கப்படும்.

குதிரை ஆண்டான 1222 கோடையில், நவீன பாகிஸ்தானின் மையத்திலுள்ள முல்டான் நகரில், மங்கோலிய வெற்றி நின்றுபோனது. அந்த ஆண்டின் தொடக்கத்தில் ஆப்கானிஸ்தானிய மலைகளிலிருந்து சிந்து நதி வெளியில் இறங்கிய செங்கிஸ்கான், இமயமலையின் வடபகுதியைச் சுற்றிவந்து, சீனாவின் சுங்க் பிரதேசத்தினூடே வடக்கு நோக்கிப் பயணித்து, வட இந்தியா முழுவதையும் வெற்றிகொள்ள எண்ணியிருந்தார். ஒருவர் வந்த வழித்தடத்திலேயே திரும்பக்கூடாது என்னும் மங்கோலிய நம்பிக்கைக்குப் பொருத்தமாகவும் அது இருந்திருக்கும். எனினும் புவியியலும் தட்பவெப்பமும் அவரைத் தடுத்தன. மலைப் பகுதிகளின் உலர்ந்த சில்லிடும் பகுதியை விட்டு நீங்கியதுமே, வீரர்களும் குதிரைகளும் பலவீனமுற்று நோயுற்றன. அதீத குளிருக்கும் ஸ்டெப்பியின் வெப்பத்துக்கும் பழகிப்போன மங்கோலிய வீரர்கள், குளிர்ந்த காற்றில் பலவீனப்பட்டு, துல்லியத் தன்மையை இழந்துவிட்டதாகத் தோன்றின. இத்தடைகளைச் சந்தித்த செங்கிஸ்கான் பிப்ரவரியில் மலைப்பிரதேசங்களுக்குத் திரும்பினார்; பனிமண்டிய கணவாய்களைச் சுத்தம் செய்த கைதிகளிடையே பெரும் இழப்பு ஏற்பட்டபோதும், அவர்தன் ராணுவத்தை இன்னும் வசதியான, குளிர்ந்த பிரதேசத்திற்கு இட்டுச் சென்றார். அவர் 20,000 பேருள்ள இரு படைப் பிரிவுகளை, இந்தியப் படையெடுப்பைத் தொடரும் வகையில்

விட்டுச் சென்றிருந்தார்; ஆனால் கோடையில் நோயும் சூடும் கடுமையாகத் தாக்கவே நிறைய வீரர்கள் மடிந்தனர்; எஞ்சியோர் இரக்கமிக்கதும் சுகாதாரமானதுமான ஆப்கானிஸ்தானத்திற்கு நொண்டியபடி சென்றனர்.

இந்தியப் படையெடுப்பு வெற்றி அடையாது போயினும், க்வாரிஸிம் பேரரசை வெல்வது மற்றும் மத்திய ஆசியாவையும் மத்திய கிழக்கின் பெரும் பகுதியைக் கட்டுப்பாட்டுக்குள் கொண்டுவருவது என்னும் பிரதான நோக்கங்களை இப்படையெடுப்பு சாதித்துக் காட்டியது. புதிதாக வெற்றிகொண்ட நிலங்களிலிருந்து கிளம்புவதற்கு முன்னர், வரலாற்றில் மிகப்பெரிய வேட்டை என்று சொல்லக் கூடியதானது இடம்பெற்ற கொண்டாட்டத்திற்கு செங்கிஸ்கான் அழைப்பு விடுத்தார். 1222-23 குளிர்காலத்தில் ஆயத்தப் பணிகளின் மாதங்களின் போது, அங்கங்கே நிலங்களில் கம்பங்களை நிறுத்தியும் அவற்றை குதிரைரோமக் கயிற்றால் பிணைத்தும், பெரும் பரப்பினை சுற்றி வளைத்தனர். கயிறுகளில் தொங்கவிடப்பட்ட நீண்ட துணிகள், எப்போதும் அடிக்கும் காற்றில் அசைந்தாடி, விளிம்போரங்களிலிருந்த விலங்குகளை மிரட்டி, மையத்திற்குத் தள்ளின. வெவ்வேறு திசைகளிலிருந்து வந்த வெவ்வேறு படைவீரர்கள் உரிய வேளையில் திரண்டனர். ஆயிரக் கணக்கில் திரண்ட அவர்கள் நடத்திய வேட்டை பலமாதங்களுக்கு நீடித்தது. முயல்கள், பறவைகளிலிருந்து மான் கூட்டங்கள் காட்டுக் கழுதைகள் வரை கிடைத்த விலங்குகளையெல்லாம் மூட்டை கட்டினர்.

இந்த வேட்டை ஒரு பாதி கொண்டாட்டமாயும், மறுபாதி, வேட்டை-வேடிக்கைகளின் இணக்கமான தன்மையை பிள்ளைகளுக்கிடையிலான உறவுநிலைகளைக் கனிவிக்கவும், யுத்தகளத்தின் ஆத்திரத்தை மட்டுப்படுத்தவும், ஒத்துழைப்புமிக்க நிலையில் படையெடுப்பை முடித்துவைக்கவுமாக பயன்பட்டது. பிள்ளைகளில் மிகவும் அபிமானத்துக்குரியவனாக, சகோதரர்களின் புண்படுத்தலால் நொந்துபோயும், தந்தையிடமிருந்து அந்நியப்பட்டும் இருந்த ஜோச்சி, நோய்வாய்ப் பட்டதாகக் கூறி, செங்கிஸ்கான் நேரடியாக உத்தரவிட்டும் இதில் பங்கேற்கவில்லை. தந்தைக்கும் மகனுக்கும் இடையிலான உறவுகள் ஆயுதந்தாங்கிய மோதலாக முரண்பட்டு நிற்க, ஜோச்சி தனது நபர்களுக்கென்று போட்டி வேட்டைக்கு ஏற்பாடு செய்திருந்ததாகவும் செங்கிஸ்கான் கேள்விப்பட்டார்.

தந்தையும் மகனும் திரும்பச் சந்திக்கவில்லை. மங்கோலியாவிற்குத் திரும்பாமல் ஜோச்சி வெற்றிகொண்ட மண்ணிலேயே தங்கிவிட்டான். தன் பிறப்பைப் போலவே இறப்பைச் சுற்றிலும் மர்மத்தைப் படரவிட்டு, சீக்கிரமே மகன் இறந்துவிட, தன் பிள்ளைகளிடையேயும் மங்கோலியப் பேரரசிலும் சமாதானத்தை நிலவச் செய்யும் பொருட்டு, செங்கிஸ்கானே ஜோச்சியைக் கொன்றிருக்கலாம் என்னும் வதந்தியைப் பரவச் செய்தது; மங்கோலிய வரலாற்றின் பலபகுதிகளில் எது உண்மை என்பதை உறுதிப்படுத்த முடியாதபடி உள்ளதோ, இங்கும் அப்படியே வதந்திகளே தப்பியுள்ளன.

செங்கிஸ்கானின் குடும்பத்திற்குள்ளே பதற்றங்கள் நிலவினும், ராணுவம் வெற்றிகரமாகத் திரும்பிவந்தது, பெரும்பாலான மங்கோலியருக்கு தம் வாழ்வின் உச்சத்தைத் தொட்டது. குழுவேட்டையின் வெற்றிகர உணர்வு, மங்கோலியாவுக்கு திரும்பும் மட்டும் நீடித்தது-அங்கே அது ஆனந்தமான திரும்புதல் மற்றும் வெற்றிக் கொண்டாட்டத்தில் வெடித்தது. செங்கிஸ்கானின் ராணுவத்தின் முன்னே கைதிகளின் நீண்ட வரிசை சென்றது. சுமார் 5 ஆண்டு காலத்திற்கு, கொள்ளையடித்த பொருட்களின் மூட்டை முடிச்சுகள் தாங்கிய ஒட்டக வரிசைகள் இஸ்லாமிய நாடுகளிலிருந்து மங்கோலியாவுக்கு அசைந்தாடி வந்தன-விநோதமான பொருட்களின் ஒவ்வொரு சுமைக்கும் அங்கே மக்கள் ஆவலுடன் காத்திருந்தனர். ராணுவம் புறப்பட்டதும் ஆடுகளிலும் எருமைகளிலும் பால் கறப்பதில் நாட்களைக் கழித்திருந்த யுவதியர், பட்டாலும் பொன்னாலும் ஆன துணிமணிகளை உடுத்தினர்; புதிதாய் வந்து சேர்ந்த வேலையாட்கள் பால் கறந்தனர். தம் பால்யத்தில் அரிதாக உலோகங்களைப் பார்த்திருந்த முதியவர்கள், தந்தத்தில் கைப்பிடிகள் கொண்ட டமாஸ்கஸ் கத்திகளால் இறைச்சியைத் துண்டுகளாக்கினர்; இசைவாணர்கள் ஆடிப்பாட, வெள்ளிக் கிண்ணங்களில் மதுவைப் பரிமாறினர்.

செங்கிஸ்கான் தான் நேசித்த மண்ணில் மீண்டும் இருந்தபோதும், இன்னொரு படையெடுப்புக்கு முன்னர் ஓய்வெடுக்க இயலாது இருந்தார். தன் ஆயுளின் இறுதியை நெருங்கிக் கொண்டிருப்பதை அறிந்தோ என்னவோ, அவருக்கு ஓய்ந்திருக்க நேரமில்லாதிருந்தது அல்லது தன் பேரரசு தொடர்ச்சியான படையெடுப்புகளைச் சார்ந்திருந்தது என்பதை உணர்ந்திருக்கக்கூடும். சற்று ஓய்ந்திருந்தால், குழுவாதம் அவரது குடும்பத்திலிருந்து கிளம்பி பேரரசைச்

சிதறுண்டு போகச் செய்வதாக இருந்தது. இதை விடவும் அழுத்தம் தந்தது, அந்நியப் பொருட்களை அவரது ஆதரவாளர்கள் சார்ந்திருந்தது. ஒரு குழந்தையாயிருந்தபோது பரிச்சயப்பட்டிருந்த எளிய பொருட்களிடத்தே அவர்கள் திரும்பமாட்டார்கள். அவர்களின் தீராத இவ்வேட்கையை திருப்திப்படுத்த, அவர் புதிய வெற்றிகளை நாடிச் செல்லவேண்டியிருந்தது.

தனது நீண்ட ஆயுளின் இறுதிப் படையெடுப்பை டான்குட்கள் மீது தொடுத்தார்; 1207-இல் அவர் படையெடுத்திருந்த முதலாவது அந்நிய எதிரிகள் அவர்கள்; மங்கோலியப் பேரரசு உருவான மறு ஆண்டில் அது நடந்திருந்தது. டான்குட்கள் சரணடைந்துவிட்ட போதும், க்வாரிஸிம் மீதான படையெடுப்புக்கு அவர்கள் துருப்புகளை அனுப்பாததால், செங்கிஸ்கான் அவர்கள் மீது பகைமை கொண்டிருந்தார். க்வாரிஸிம் அரசினை செங்கிஸ்கான் தனித்து தோற்கடிக்க இயலாது போனால், அவர் யுத்தம் செய்யாது இருக்கட்டும் என்று செய்தி அனுப்பியிருந்தார் டான்குட் மன்னர். அப்போது எரிச்சலுற்றிருந்த கான், க்வாரிஸிம் படையெடுப்பை முடித்துவிட்டு, இப்போது டான்குட்கள் பக்கம் திரும்பினார். இப்போது தன் ராணுவத்தை தெற்கு நோக்கிச் செலுத்திய அவர், மேலும் ஒரு பாரிய படையெடுப்புக்குத் திட்டமிட்டிருந்தார்-அதில் டான்குட் படையெடுப்பு ஆரம்ப நகர்வு மட்டுமே. டான்குட் அரசில் ஒரு தளத்தை நிறுவி, இறுதி இலக்கான சுங்வம்சத்தை நோக்கி தெற்கில் செல்வது உத்தேசமாயிருந்தது-அவர் க்வாரிஸிம் மீது படையெடுத்தபோது, வடசீனத்தில் அவர் சண்டையிடாது சென்றிருந்ததில் நழுவிப்போன மாணிக்கம் அது.

டான்குட்கள் மீது போர்தொடுக்க, கோபியைத் தாண்டிச் செல்லும் வழியில், 1226-27 குளிர்காலத்தின்போது, காட்டுக் குதிரைகளை வேட்டையாட செங்கிஸ்கான் சென்றார். அவர் சவாரி செய்து சென்ற செஞ்சாம்பல்நிறக் குதிரை, காட்டுக் குதிரைகள் துரத்தியபோது, கானை தரையில் சாய்த்தது. உட்காயத்துடன் காய்ச்சல் கண்டும், மனைவி எசுவாய் ஆலோசனை கூறியும் கேளாமல், தாயகம் திரும்பாமல், டான்குட் படையெடுப்புக்கே அழுத்தமளித்தார். அதன் பிறகு அவரது ஆரோக்கியம் மீளாது போயினும், டான்குட் மன்னருக்கு எதிரான படையெடுப்பைத் தொடர்ந்தார்; அம்மன்னரின் பெயரான புர்கான், கடவுள் என்ற பொருளுடையது-புர்கான் கல்தூண் என்னும் பெயரில் இருப்பது போலவே. அப்பெயர் செங்கிஸ்கானுக்கு அவ்வளவு

புனிதமானதாகையால், டான்குட்களைத் தோற்கடித்ததும், மன்னரைத் தூக்கிலிடும் முன் அவர் பெயரை மாற்றுமாறு வலியுறுத்தினார்.

ஆறு மாதங்களுக்குப் பிறகு, டான்குட்கள் மீதான இறுதி வெற்றிக்கு சில தினங்கள் முன்னர், செங்கிஸ்கான் மரணமடைந்தார். ஒரு கோடைகால முடிவில் அவர் இறந்தார் என்கிறது The Secret History. ஆனால் அது அம்மரணத்தின் சூழல்களைத் தரவில்லை. மரணம் வந்து சேர்ந்தபோது, அவரது தாத்தாரிய மனைவி 'எசுவாய், செங்கிஸ்கான் வாழ்ந்து வந்திருந்த எளிய முறைக்கேற்ப, எளிய அடக்கத்திற்கு உடலை ஆயத்தப்படுத்தினாள் என்கின்றன பிற ஆதாரங்கள். வெண் துகில், துணியாலான பூட்ஸுகள், தொப்பியுடன் உடலை தயார்படுத்தி, சந்தனம் நிரப்பிய வெள்ளைப் போர்வையில் வேலையாட்கள் சுற்றினர்- பூச்சிகளைத் துரத்தி உடலை இனிய மனத்துடன் சந்தனம் வைத்திருக்கும் என்பதால். துணியாலான ஈமப் பேழையை மூன்று பொன் பட்டைகளால் கட்டினர்.

மூன்றாம் நாள், மாபெரும் கானின் உடல் எளிய வண்டியில் கிடத்தப்பட்டு, மங்கோலியா நோக்கி ஓர் ஊர்வலம் புறப்பட்டது- செங்கிஸ்கானின் உயிர்ப்பதாகை தலைமை தாங்கிட, பெண் மருத்துவ-புரோகிதர் அடுத்துவர, தொங்கிய கடிவாளம் மற்றும் செங்கிஸ்கானின் வெற்றுச் சேணமுள்ள குதிரை பின் தொடர.

உலகில் தன்னைப் பற்றிய எவ்விதப் படிமத்தை விட்டுச் சென்றதாக செங்கிஸ்கான் எண்ணியிருப்பார் என்று கற்பிதம் செய்வது சிரமமானது. அவர் தன்னை எப்படிக் கண்டுகொண்டார் என்பதன் சிறு குறிப்பையே மின்ஹாஜ் அல்-சிராஜ் ஜூஸ்ஜனியின் சரிதத்தில் காணக்கூடும்- இவர் செங்கிஸ்கானை சபிக்கப்பட்டவராக அழைத்து, அவரது மரணத்தை நரகத்தை நோக்கி இறங்குவதாக விவரித்தவர். எனினும் அபகீர்த்தி வாய்ந்த வெற்றியாளருடன் ஓர் இமாம் நடத்தியதாகக் கூறப்படும் உரையாடலை ஜூஸ்ஜனி பதிவு செய்துள்ளார். இந்த இமாம், கானின் அரசவையில் பணியாற்றியவர், கானின் அபிமானத்திற்குரியவராக இருந்துள்ளவர். ஒரு நாளன்று நடந்த உரையாடலின்போது, கான், 'இவ்வுலகில் எனக்குப் பின்னே வல்லமை வாய்ந்த பெயர் தங்கியிருக்கும்' என்று கூறியுள்ளார்.

ஏராளமானவர்களைச் செங்கிஸ்கான் கொன்றிருப்பதால், அவரது பெயரை நினைவுகூர யாரும் எஞ்சியிருக்கமாட்டார்கள் எனத் தயக்கத்துடன் இந்த இமாம் கானிடம் கூறியுள்ளார். இந்த எதிர்வினையை விரும்பாத கானின் பதில்: "முழுமையான புரிதல் உங்களுக்கில்லை என்று எனக்குத் தோன்றுகிறது; உங்களது புரிதல் மிகவும் சிறியதே. உலகில் பல மன்னர்களுண்டு. உலகின் பிற பகுதிகளில் நிறைய மக்கள் உள்ளனர், ஏராளமான மன்னர்களும் அரசுகளும் உள்ளனர். அவர்கள் என் கதையை விவரிப்பார்கள்!"

தன் வாழ்வின் இறுதியில் செங்கிஸ்கானின் மனதை அறியவும் தன்னைப் பற்றி என்ன படிமம் கொண்டிருந்தார் என்றறியவும் இது பெரிதும் உதவுகிறது; சீனாவிலுள்ள தாவோயிஸ துறவிக்கு செங்கிஸ்கான் எழுதிய கடிதத்தில் இது அடங்கியுள்ளது; இதன் பிரதியொன்று அத்துறவியின் ஆதரவாளர்களுள் ஒருவரிடமிருந்து எடுக்கப்பட்டிருந்தது.

எளிமையானதும் தெளிவானதும் பொது அறிவு சார்ந்ததுமான வகையில் அவரது குரல் இதில் ஒலிக்கின்றது. தனது எதிரிகளின் வீழ்ச்சிக்கு, தனது மேம்பட்ட திறன்களை விடவும் அவர்தம் திறமையின்மையே காரணம் என்கிறார். 'என்னிடம் தனித்துவமான பண்பு நலன்கள் இல்லை' என்கிறார். தன்னைச் சூழ்ந்துள்ளவர்களின் அகங்காரம், பகட்டான ஆடம்பரம் காரணமாக நித்திய நீல ஆகாயம் அவர்களைத் தண்டித்துள்ளது என்று குறிப்பிடுவார். அளப்பரிய செல்வத்தையும் அதிகாரத்தையும் அவர் பெற்றிருந்தாலும், எளிய வாழ்க்கையினையே நடத்தினார்: "மேய்ச்சல் காரர்களைப் போலவே உடுத்துகிறேன், உணர்கிறேன். ஒரே மாதிரியாகப் பலிகள் தருகிறோம், செல்வங்களைப் பகிர்ந்து கொள்கிறோம்." 'நான் ஆடம்பரத்தை வெறுக்கிறேன், எதிலும் அளவாயிருப்பதை விரும்புகிறேன்' எனத் தன் லட்சியத்தை கோடிட்டுக் காட்டுகிறார். தன் குடிமக்களைத் தன் பிள்ளைகளைப் போல நடத்த முற்பட்டார்; எந்தப் பின்புலத்தைச் சார்ந்தவராயினும் திறமைசாலிகளைச் சகோதரர்களாக நடத்தினார். தன் அலுவலர்களுடன் நெருக்கமானதும் மதிப்புமிக்கதுமான உறவுநிலையைக் கொண்டிருந்தார்: "எமது கோட்பாடுகளில் எப்போதும் உடன்பாடு கொண்டிருந்தோம், பரஸ்பர நேசத்தில் ஒன்றுபட்டிருந்தோம்."

இக்கடிதத்தை அவர் இஸ்லாமிய உலகின் படையெடுப்புக்கு முந்தையநாள் அனுப்பியிருப்பினும், அது சீனமொழியில் எழுதப்பட்டிருப்பினும், அவர் தன்னை அரசுகளின் வாரிசாகவோ பண்பாட்டு மரபுகளின் வாரிசாகவோ கருதிக் கொள்ளவில்லை. தான் உத்வேகம் கொண்டிருந்த, தன் மூதாதையரான ஹூணர்களின் பேரரசையே ஒப்புக் கொண்டிருந்தார். இஸ்லாமிய முறையிலோ சீன பாணியிலோ ஆட்சிபுரிய அவர் விரும்பவில்லை. ஹூணர்களின் வழிவந்த, ஸ்டெப்பிப் பேரரசுக்கு உரிய வகையில் தனது வழியைக் கண்டறிய விரும்பினார்.

நித்திய நீல ஆகாயத்தின் உதவியாலேயே தன் வெற்றிகள் சாத்தியமாயின என்று கூறிக்கொண்டார். 'போரில் வெற்றிகரமாயிருந்த நான் சமாதானத்தில் வெற்றிகரமாயில்லை' என்ற வருத்தம் அவருக்கு இருந்தது. படகுக்கு துருப்புகள் போல அரசுக்கு நல்ல அலுவலர்கள் முக்கியமானவர்கள் என்று கருதினார். தனக்குத் தளபதியராக திறமைசாலிகளைக் கண்டறிய முடிந்த அவரால், நிர்வாகத்தில் அப்படியானவர்களைக் கண்டறிய இயலவில்லை.

செங்கிஸ்கானின் சிந்தனையில் ஏற்பட்ட மாற்றத்தை இக்கடிதம் எடுத்துக் காட்டுகிறது என்பது முக்கியமானது. தனது குறைபாடுகளை ஒத்துக்கொண்டு, தன்னைப் பற்றிய உயரிய எண்ணத்தையும் பூமி மீதான தனது கடப்பாட்டையும் இக்கடிதத்தில் அவர் வெளிப்படுத்துகிறார். ஸ்டெப்பியைத் தாண்டிய முதலாவது பெரும் படையெடுப்பாக, ஜுர்செட்கள் மீது படையெடுப்பை ஆரம்பித்திருந்தார்-கொள்ளையடிப்பதற்கான படையெடுப்புகளின் வரிசையாக, ஆனால் அவற்றின் முடிவில், அடிமை அரசு ஒன்றினை நிறுவிவிட்டார். வெறுமனே கொள்ளையடித்தல், வணிக வலைப் பின்னல்களைக் கட்டுப்படுத்தலாக இருந்துவிடாமல், ஆழமானதும் பரந்துபட்டதுமான திட்டத்தை அவரின் சொற்கள் வெளியிடுகின்றன. வரலாற்றில் யாரும் செய்திராததை சாதிக்கவே தெற்கில் சென்றதாகக் குறிப்பிடுகிறார். 'ஒரு பேரரசில் ஒட்டுமொத்த உலகையும் ஒன்றுபடுத்திட, மாபெரும் பணியைப் பின்தொடர்ந்து கொண்டிருந்தார். 'அவரொன்றும் பழங்குடித் தலைவராயில்லை, சூரியன் உதயமாகும் இடத்திலிருந்து மறையும் இடம் வரையிலுமான அனைத்து நாடுகளுக்கும் மக்களுக்கும் ஆட்சியாளராகிட முற்பட்டார்.

செங்கிஸ்கானின் மறைவு குறித்த கச்சிதமான விவரிப்பை, ரோமானிய வரலாற்றாளரும் பேரரசுகள்-வெற்றிகளின் வரலாறு குறித்த மாபெரும் அறிஞருமான எட்வர்ட் கிப்பன் 18-ஆம் நூற்றாண்டில் தந்துள்ளார்: "சீனப் பேரரசின் வெற்றியைச் சாதிக்குமாறு தன் மகன்களிடம் வேண்டிக்கொள்ளும் இறுதிச் சுவாசத்துடன் செங்கிஸ்கான் ஆயுளிலும் கீர்த்தியிலும் முழுமையுடன் மடிந்தார்." செங்கிஸ்கானின் ஆசைகளையும் ஆணைகளையும் நிறைவேற்றிட, இன்னும் செய்யவேண்டியது நிறைய உள்ளது.

6

அய்ரோப்பாவைக் கண்டறிவதும் வெல்வதும்

நம் பாவங்களால் அறியப்படாத பழங்குடிகள் வந்தன

நோவ்கோரோடின் சரிதம், 1224

தன்னை மாபெரும் கானாக முடிசூட்டிக் கொள்ளும் தாராளமான மிதப்புணர்வில், ஓகோதெய் தனது தந்தையின் கருவூலத்தைத் திறந்து, சேமிக்கப்பட்டிருந்தவற்றையெல்லாம் அள்ளி வழங்கினான். மங்கோலியரால் பெரிதும் போற்றப்பட்ட முத்துக்களையும் மாணிக்கங்களையும் பெட்டி பெட்டியாகத் தந்தான். பட்டாடைப் பொதிகளைப் பொதுமக்களுக்கு எடுத்துத் தந்தான். குதிரைகளும் ஒட்டகைகளும் நேர்த்தியாக அலங்கரிக்கப்பட்டன, மங்கோலியரது கூடாரங்களெல்லாம் அழகிய பட்டு வேலைப்பாடுகளைப் பெற்றிருந்தன. அரசவையினர் நாளொரு வண்ணத்தில் உடுத்தி வந்தனர். 1229 கோடை முழுவதும் அவர்காவில் அவர்கள் குடித்தனர், விருந்துண்டனர், விளையாட்டுகளில் ஈடுபட்டனர். ஆடவரும் பெண்டிரும் நாளெல்லாம் குடித்தனர், சற்றுத் தூங்கினர், திரும்பவும் குடிக்கத் தொடங்கினர்.

இவ்வேளையில், அரச குடும்பம் பொன்னான குடும்பம் / பொன்னான வம்சாவளி என்னும் பெயர் சூட்டிக் கொண்டது. ஸ்டெப்பி மக்களுக்கு பொன் அரச வம்சத்தை அடையாளப்படுத்திற்று ஆனால் அக்குடும்பம் வைத்திருந்து, சீக்கிரமே பயன்படுத்தத் தொடங்கிய அளப்பரும் செல்வத்தை பிரதிநிதித்துவப்படுத்தியிருக்க முடியும். கொண்டாட்டத்தை மட்டாக வைத்துக்கொள்ள செங்கிஸ்கான் இல்லாத நிலையில், இப்போது ஆட்சிபுரிந்த வாரிசுகள், தாம் சம்பாதித்திராத செல்வங்களுடன் தாம் பெரிதும் விரும்பிய பானங்களைக் குடித்தனர். கணப்பொழுதேனும் பேரரசின் உணர்வைக் கட்டுப்படுத்துவதாக இருந்தது. அடா மாலிக் ஜுவைனி இதுபற்றி சீக்கிரமே பதிவு செய்தார்: "ஓகோதெய் எப்போதும் ஆனந்தத்தின் சிவப்புக் கம்பளத்தை விரித்துக் கொண்டேயிருந்தான். சதா ஒயின் அருந்தியவாறும் அழகிய யுவதியருடன் சேர்ந்தும் அதீதத்தின் பாதையில் நடைபோட்டுக் கொண்டிருந்தான்."

செங்கிஸ்கானின் மரணம் மற்றும் ஓகோதெய் முடிசூட்டுவிழாக் கொண்டாட்டத்திற்கு இடைப்பட்ட வேளையில், புதிதாக வெற்றிகொள்ளப்பட்டிருந்த குடிமக்கள் சிலர் பிரிந்து சென்று, கப்பம் செலுத்துவதை நிறுத்தி விட்டனர். மங்கோலிய மேலாதிக்கத்தை நிலைநாட்டிட, வடக்கு சீனத்திற்கும் மத்திய சீனத்திற்கும் ஓகோதெய் பெரும்படைப் பிரிவை அனுப்ப வேண்டியிருந்தது. 1230இல் அவர் பொறுப்பேற்றதுமே, 30,000 வீரர்களைக் கொண்ட படைப் பிரிவுகளை மத்திய ஆசியாவுக்கு அனுப்பினார்-ஆனால் அங்கிருந்த பெரும்பகுதி செல்வம் ஏற்கனவே எடுக்கப்பட்டிருந்தது. இதனால் வடக்குச் சீனத்திலிருந்தும் மத்திய ஆசியாவிலிருந்தும் கப்பம் கட்டுவது புதுப்பிக்கப்பட்டது, ஆனால் கப்பத்தின் அளவு குறைந்திருந்தது.

ராணுவத்துடன் ஓகோதெய் சென்றிருக்கவில்லை. வெற்றி அவனது முன்னுரிமையில்லை. எல்லா மாமன்னர்களையும் போலவே, தன் பேரரசின் பெருமைக்கேற்ற விதத்தில், நிரந்தரமான தலைநகரைப் பெற்றிருக்க வேண்டும் எனத் தீர்மானித்தான். வெறுமனே கூடாரங்களின் கூட்டமாக அல்லாமல், சுவர்கள், கூரைகள் கொண்ட, ஜன்னல்களும் கதவுகளும் கொண்ட உண்மையான கட்டிடங்களாக அமையவேண்டும் என்று. தந்தையின் எண்ணத்திற்கு மாறாக, குதிரை மீதிருந்து வெற்றிகொள்ளப்பட்ட அரசினைக் குதிரை மீதிருந்தே நிர்வகித்திட இயலாது என்பதில் ஓகோதெய்

உறுதியாயிருந்தான்; நிலையான அதிகார மையத்தையும் பேரரசின் நிர்வாகத்திற்கான ஓரிடத்தையும் உருவாக்கிட முற்பட்டான்.

ஓணோன் மற்றும் கெர்லென் நதிக்கரைகளின் மேலிருந்த பழைய தாயகம், மங்கோலிய சம்பிரதாயப்படி இப்போது, இளையவன் தோலுய்க்கு உரித்தானதாகி விட்டதால், இன்னும் மேற்கிலுள்ள தன் பிரதேசத்தில் தலைநகரைக் கட்டிட ஓகோதெய் முடிவெடுத்தான். முன்னர் பழைய கானின் கெரியத் பழங்குடிக்கு உரியதாயிருந்த, ஓர்கோன் நதிக்கரை மீதான பகுதியில், மங்கோலியாவின் மையத்திலிருந்த அதனை அவன் தெரிவு செய்தான்-அதற்கும் முன்னர் அது துருக்கி அரசுகளின் தலைநகரமாக இருந்து வந்திருந்தது. நல்லதொரு முகாமிற்கான நாடோடிகளின் தர நிர்ணயப்படி, இதனைத் தேர்ந்தெடுத்திருந்தான். கொசுக்களை விரட்டிட நல்ல காற்றும், நகரில் வாழும் மக்களால் மாசுபடுத்த முடியாத வகையில் தொலைவில் போதுமான நீரும், பறவைகளுக்கு குளிர்காலச் சரணாலயமாக மலைகளும் கொண்ட திறந்த ஸ்டெப்பி வெளியாக அது இருந்தது. இவ்வெல்லா அம்சங்களிலும், காரகோரம் என அழைக்கப்பட இருந்ததின் மணியான இது கச்சிதமாயிருந்தது; நிரந்தரமான மக்களையுடைய ஒரு நகரத்திற்கு, நல்லதும் தற்காலிகமானதுமான முகாமை விடவும், வேறு தேவைகளும் தேவையாயிருந்தன. ஆண்டு முழுவதும் உணவுப் பொருள் விநியோகம் செய்யப்பட வேண்டியிருந்தது; விளைவிக்க வேறு வழியில்லாததால், நூற்றுக் கணக்கான மயில் தொலைவில் கோபிக்குத் தெற்கிலிருந்து பெருஞ்செலவில் அவற்றைக் கொண்டுவர வேண்டும். மிகவும் கடுமையான குளிர்காலக் காற்றிலிருந்து புகலிடம் தர இந்த ஸ்டெப்பி வெளியில் வழிவகை இல்லை. மலைகளின் பாதுகாப்பில் ஒதுங்கிடக்கூடிய மந்தைகளைப் போல, ஒவ்வொரு பருவகாலத்திலும் நகரத்தை அவ்வளவு எளிதாக மாற்றிவைத்துவிட முடியாது. இப்பிரச்சனைகள் இம்மங்கோலிய தலைநகரத்தை அரித்துத் தின்று, இறுதியில் அழித்துவிடும்.

ஸ்டெப்பியினூடே ஓர் அம்பினை எய்து, அதனைப் பின்தொடர்ந்து கட்டிடத்தின் முதல் பிரிவைக் கட்டிடும் மங்கோலிய பாணியில் கட்டுமானம் தொடங்கியது. மங்கோலிய நில அளவை முறையில், தர நிர்ணயத்திலான அம்பு செல்லும் தொலைவுக்கு இக்கட்டிடம் நீண்டது. இதே போல இன்னொரு பிரிவைக்கட்டி, அவற்றைப் பிணைத்திட உயரிய கூடத்தை

நிறுத்தினான். இவ்வரண்மனைகளைச் சுற்றி மதிலெழுப்ப, இவ்விடம் காரகோரம் எனப்பட்டது-கருங்கற்கள் / கருப்பு மதில்கள் என்பது அதன் பொருள். அமைப்பில் மிக உயரமாயும், பிரும்மாண்டமான தூண்களுடனும் இத்தகு மன்னருக்குரிய மாட்சிமையுடன் அரண்மனை இருந்ததாக ரஷித் அல்தின் குறிப்பிடுகிறார். வண்ணமயமான வடிவமைப்புகளுடனும் சித்திரங்களுடனும் கைவினைக் கலைஞர்கள் கட்டிடங்களை முழுமை செய்தனர்.

ஸ்டெப்பி வெளியில் இருந்தது போலவே, மங்கோலியர் காரகோரத்தைச் சுற்றிலும், தம் கூடாரங்களில் தொடர்ந்து வசித்தனர். அரசவை பருவகாலங்களுக்கேற்ப ஒவ்வோரிடமாக நகர்ந்து கொண்டிருந்தது. தலைநகரிலிருந்து பல தினங்கள் / ஒருவாரப் பயண தூரத்தில் பெரிதும் இருந்தது. சீனக் கட்டிடக் கலைஞர்களும் கைவினைக் கலைஞர்களும் காரகோர கட்டிடங்களை வடிவமைத்து நிர்மாணித்தனர். ஆனால் காரகோரத்திலிருந்து ஒரு நாள் பயண தூரத்திலிருந்த ஓகோதெய்யின் அரண்மனை இஸ்லாமிய பாணியில் இருந்தது. அதிகாரம், கம்பீரம், மாட்சிமைக்கான ஆளுங்குடும்பத்தின் காட்சிப் பொருட்களாக விளங்கிய, இதர உலகத் தலைநகரங்களைப் போலின்றி, காரகோரம் பிரதானமாக பெரிய கிட்டங்கிகளாக, பணிமனைகளாக விளங்கின-ஓகோதெய் உள்ளிட்ட பெரும்பாலான மங்கோலியரால் ஆண்டு முழுவதும் புறக்கணிக்கப்பட்டுக் கிடந்தன. தம் பொருட்களை வைத்துக் கொள்வதற்கான தளமாக இதனைப் பயன்படுத்தினர்-இப் பொருட்களில், அவர்களுக்கென பணியாற்றிய கைவினைக் கலைஞர்களும் அடக்கம். எதுவும் உற்பத்தி செய்யாத இத்தலை நகரம், பேரரசு எங்கிலுமிருந்து கப்பம் வசூலித்தது. பேரரசை நிர்வகிப்பதற்காகப் புதிதாக தெரிவு செய்யப்பட்டிருந்த அலுவலக ஊழியர்கள் தங்கும் பொருட்டு, நகரின் மூன்றிலொரு பகுதி ஒதுக்கப்பட்டது. பேரரசின் ஒவ்வொரு நாட்டிலிருந்தும் மொழிபெயர்ப்பாளர்கள், ஆவணங்கள் எழுதுவோர் அங்கு இடம்பெற்றதால், ஒவ்வொரு நாட்டுடனும் அவர்களால் தொடர்புகொள்ள முடிந்தது.

இந்நகரைப் பற்றிய பழமையான குறிப்பு ஜுவைனியின் பதிவில் காணப்படுகிறது. நான்கு பிரதான திசைகளை நோக்கிய வாயிலுடன் சேர்ந்த சுற்று மதில்களுள் இருந்த தோட்டத்தை அவர் விவரித்தார். இத்தோட்டத்திற்குள்ளே, தோட்டத்தின்

வாயில்கள் போன்ற கதவுகளையுடைய அரண்மனையினை சீனக் கைவினைக் கலைஞர்கள் நிர்மாணித்தனர். அதனுள்ள மூன்று படிவரிசைகளுடன் ஒரு சிம்மாசனம் இருந்தது-ஒரு படிவரிசை ஓகோதெய்க்காகவும், இன்னொன்று அவனது அரசியருக்காகவும் மூன்றாவது பணியாளர்களுக்காகவும் கட்டப்பட்டிருந்தது. அரண்மனை முகப்பில் குளங்களின் வரிசையை ஓகோதெய் அமைத்தார்-அவற்றில் ஏராளமான நீர்க்கோழிகள் திரிந்தன. இவற்றை வேட்டையாடுவதை முதலில் ரசித்துவந்த மன்னன், பிற்பாடு குடிப்பதில் லயிப்புக் கொண்டான். அரண்மனையின் நடுநாயகமாக பொன்னாலும் வெள்ளியாலுமான பிரும்மாண்டமான தொட்டிகளில் மதுபானங்கள் வைக்கப்பட்டு, விருந்துகளின்போது அவற்றை எடுத்துத்தர, ஒட்டகைகளும் யானைகளும் பராமரிக்கப்பட்டன.

அவனுக்கும் பொன்னான குடும்பத்தினருக்குமான அரண்மனைகளுடன், பௌத்தர், இஸ்லாமியர், தாவோயிஸ்டுகள், கிறித்தவ ஆதரவாளர்கள் வழிபாட்டு இடங்களும் நிறுவப்பட்டன. இவர்களில் கிறித்தவர்கள் மேலோங்கிக் காணப்பட்டனர். ஏனெனில் தனது மூன்று தம்பியரைப் போலவே ஓகோதெய், கெரியத்துகள், நைமன்கள் போன்றோரை வெற்றி கொண்டபோது கிறித்தவ மனைவியரை எடுத்துக் கொண்டிருந்தனர்; அவனது சந்ததியருள், குறிப்பாக அவளது அபிமானத்திற்குரிய பேரன் சிறிமுன் (சாலமோன் என்னும் கிறித்தவப் பெயரின் மங்கோலிய வடிவம்), கிறித்தவர்களாயிருந்தனர். கிறித்தவம் மங்கோலியரை ஈர்த்ததற்கான ஒரு காரணம், ஏசு என்னும் பெயராகத் தோன்றியது-ஒன்பது என்னும் எண்ணைக் குறிக்கும் மங்கோலிய வார்த்தை போல அது ஒலித்ததால்-அது அவர்களுக்குப் புனித எண் மற்றும் செங்கிஸ்கானின் தந்தையின் பெயர் எசுகெய், ஒட்டு வம்சத்தையும் நிறுவியவர், கிறித்தவர்களின் உயர்நிலையிலான கண்ணியம் இருந்தபோதும், காரகோரத்தின் சிறு நகரம், அப்போதைய உலகின் மதரீதியில் மிகவும் திறந்த தன்மையுடைய, சகிப்புத்தன்மை மிக்க நகராக இருந்திருக்க முடியும். பல்வேறான மதங்களைப் பின்பற்றுகின்ற ஏராளமானவர்கள், சமாதானத்துடன் அருகருகே வழிபடுவது இயலாது.

தான் விரும்பினாலும் விரும்பாவிட்டாலும், உயர்தரத்தில் இருந்தாலும் இல்லாவிட்டாலும் பொருட்கள் தன் தலைநகருக்கு வந்து சேரும் பொருட்டு, ஓகோதெய் அதிகபட்ச விலை

தந்தான். ஓகோதெய் ஒவ்வொரு நாளும் சாப்பாடு முடிந்ததும், தன் அரசவைக்கு வெளியே நாற்காலியில் அமர்ந்தபடி, உலகில் எங்கணும் காணப்படக்கூடிய பொருட்கள் குவிக்கப்பட்டிருந்ததைக் கவனிப்பான். மங்கோலியர் மற்றும் இஸ்லாமியரின் அனைத்து வகுப்பினர்களுக்கும் அள்ளி வழங்குவதற்கேற்ற அளவைகள் / கொள்கலன்கள் இருக்கும் என்கிறார் ரஷீத் சுல்தின். விலங்குகள், உணவு வகைகளுடன், துணிமணிகள், தந்தங்கள், முத்துக்கள், வேட்டையாடும் ராஜாளிகள், பொற்கிண்ணங்கள், மணிகள் பதித்த இடைவார்கள், வில்லோப் பிடியுடைய கைப்பிடிகள், சிறுத்தைகள், வில்லம்புகள், உடைகள், தொப்பிகள், விசித்திரமான மிருகக் கொம்புகளையும் வர்த்தகர்கள் கொண்டுவந்தனர். சீனாவிலிருந்து நடிகர்கள், இசைக் கலைஞர்கள், பாரசீகத்திலிருந்து மல்யுத்த வீரர்கள், பைஸாண்டியத்திலிருந்து கோமாளி என மக்களும் கேளிக்கை நடத்த வந்தனர்.

அவ்வளவு தூரம் பயணித்து பொருட்கள் விற்க வந்துள்ள வணிகர்களை ஊக்கப்படுத்தவும், மற்ற வணிகர்களை வருமாறு தூண்டிவிடவும், அவர்கள் சொன்ன விலையைப் போல இரு மடங்கு தந்து ஓகோதெய் வாங்கிக் கொண்டான். வியாபாரிகள் கேட்கும் தொகையுடன் பத்து சதம் சேர்த்து வழங்கவேண்டும் என விதியையும் ஏற்படுத்தினான். தேவைப்பட்டபோது வாகன வரிசைகளை ஏற்பாடு செய்வதற்கான முதலீட்டையும் மங்கோலியர் வழங்கினர். பல்வேறு நகரங்களில் பயன்படுத்தப்பட்ட பல்வேறு முகத்தல்-நிறுத்தல் அளவைகளுக்குப் பதிலாக, தரப்படுத்தப்பட்ட அளவைக் கருவிகளைப் பயன்படுத்தினர். பொன்-வெள்ளிக் காசுகளுக்குப் பதிலாக வணிகத்தை லகுவாயும் துரிதமாயும் ஆக்கிய காகித நோட்டுகளைப் பயன்படுத்தினர்.

ஓகோதெய்யின் ராணுவம் மத்திய ஆசியாவில் மங்கோலிய ஆட்சியை நிலைநாட்டியது; மூத்த தளபதி சுபோதெய்யின் தேர்ச்சிமிகு தலைமையில் சுங்க் வம்சத்துடன் சேர்ந்து, ஜூர்செட்களிடம் எஞ்சிய நிலத்தையும் செல்வத்தையும் எடுத்துக் கொண்டனர். போரின்போது யுத்தகளத்தில் வசித்தும், கொள்ளையிட்டவற்றைத் தாயகத்திற்கு அனுப்பியும், அவனது தந்தை பொருட்களில் சீரான வரத்தை உறுதிப்படுத்தியிருந்தார். எனினும், வணிகர்கள் பொருட்களைக் கொண்டுவரும் பொருட்டு, வழித்தடங்களைப் பாதுகாப்பானதாக்கிட, ஓகோதெய், ராணுவ வல்லமையை மிகுதியாகப் பயன்படுத்தினான். சாலைகளையும்

வணிகர்களையும் பாதுகாத்திட நிரந்தரப் படைப்பிரிவுகளை நிறுத்தினான்; உள்ளூர் வரிகள் மற்றும் கட்டாய வசூலை ஒழித்தான். கோடையில் வணிகர்களுக்கு நிழல் தரும் வகையில் மற்றும் பனிக்காலத்தில் சாலையைக் காட்டும் வகையில் சாலையின் இரு மருங்கிலும் மங்கோலியர் மரக்கன்றுகளை வைத்தனர். மரங்கள் வளராத இடங்களில் வழிகாட்டிட இரும்புக் கம்பங்களை நிறுவினர். 'அதீத மேற்கிலோ தொலைதூர கிழக்கிலோ, ஆதாயமோ லாபமோ கிட்டுமிடங்களில் வணிகர்கள் தம் காலடிகளை திருகிப் பதிப்பதை' மங்கோலியச் சாலைகள் உறுதிப்படுத்தின என்றார் ஜுவைனி.

காரகோரத்தில் ஓகோதெய் இறங்கியதும், தந்தை வெறுத்த கல்சுவர்களை நிர்மாணித்ததும் செங்கிஸ்கானின் கொள்கைகளிலிருந்து பெரும் விலகலைக் குறித்தன. அடுத்த நான்கு தசாப்தங்களில் மங்கோலியரை, குதிரைச் சவாரி செய்யும் வீரர்களின் தேசத்திலிருந்து, நாகரிகத்தின் சீர்கேடுகள் சேர்ந்த நிலையான அரசவையாக உருமாற்றியிருந்த நிகழ்வுப்போக்கு அதன் மூலம் ஆரம்பித்தது-அது செங்கிஸ்கானின் வீர மரபுக்கு முரணானது.

1235-இல் ஓகோதெய் தன் தந்தையின் செல்வத்தில் பெரும்பாலான பகுதியை ஊதாரித்தனமாக செலவழித்து காலியாக்கியிருந்தான். ஓகோதெய்யின் நகரம் நிர்மாணிப்பதிலும் இயங்குவதிலும் செலவு பிடிப்பதாயிருந்தது, அவனது பழக்க வழக்கங்கள் ஆடம்பரமானவையாயிருந்தன. பேரரசு எங்கிலுமிருந்து கப்பம் இன்னும் வந்து கொண்டிருந்தது, ஆனால் தந்தை காலத்தில் இருந்த அளவைவிடக் குறைந்து காணப்பட்டது. ஒரு தலைநகரை உருவாக்கிட, நிர்வாகத்தைச் சீர்திருத்திட அவர் என்ன செய்த போதிலும், இறுதியில் மங்கோலியப் பேரரசு சார்ந்திருந்தது வெற்றியைத்தான். அவனும் மங்கோலியரும் பழகிப் போயிருந்த வாழ்க்கை முறையைத் தொடர்ந்திட, செல்வம் அதிகமாகத் தேவைப்பட்டது. மங்கோலியர் எதையும் விளைவிக்கவுமில்லை தயாரிக்கவுமில்லை, அவர்கள் ஏராளமாக வளர்த்து வந்த குதிரைகளை விற்பதையும் வெறுத்தனர். மங்கோலியப் பேரரசு உயிர்தப்ப வேண்டுமாயின், புதிய இலக்கை நோக்கி அவர்களை ஓகோதெய் யுத்தத்தில் ஈடுபடுத்தவேண்டியிருந்தது-அது இதுவரை கொள்ளையடிக்கப் படாதிருக்கவேண்டும். அது எதுவாயிருக்கும், எங்கே இருக்கும்?

எதிர்கால வெற்றிகளின் இலக்குகளைத் தீர்மானிக்க, காரகோரத்தில் புதிதாய் நிர்மாணிக்கப்பட்ட தலைநகரின் அருகிலுள்ள ஸ்டெப்பிவெளியில், ஒரு குறில்தாய்க்கு அழைப்பாணை அனுப்பினான். ஒவ்வொருவரும் வெவ்வேறான செயல்திட்டத்தை முன்வைத்தனர். பரந்துவிரிந்த இந்தியத் துணைக் கண்டத்தை நோக்கி ராணுவம் செல்லவேண்டும் எனச் சிலர் விரும்பினர்- செங்கிஸ்கான் வடபுலத்து மலைகளிலிருந்து கண்டது, ஆனால் மோசமான வெப்பத்தால் படையெடுக்க வேண்டாம் என்று நிராகரித்தது. வேறு சிலர் பாரசீகத்திற்குள் இன்னும் சென்று, புகழ்பெற்ற நகரங்களான பாக்தாத், டமாஸ்கஸ் மீது படையெடுக்க வற்புறுத்தினர். இன்னும் சிலரோ மங்கோலியர் சமீபமாக சகாக்களாகக் கொண்டுள்ள சுங்க் வம்சத்தின் மீது முழுதாகப் போர் தொடுக்க வலியுறுத்தினர்.

இருப்பினும் ஒருவரிடத்தே வேறான முன்மொழிவு இருந்தது. ஜுர்செட்களை வென்று அப்போது திரும்பியிருந்த, செங்கிஸ்கான் ராணுவத்தில் மாபெரும் தளபதியாக விளங்கிய சுபோதெய்யினுடையது அது. முற்றுகை யுத்தம் பற்றிய கூரிய அறிவும் பெரிய தாக்குதல் யந்திரங்களைப் பயன்படுத்திய அனுபவமும் உள்ள அவர், மங்கோலியர் போரிட்ட ஒவ்வொரு படையெடுப்பிலும் முக்கிய பங்கு வகித்தவர், இப்போது 60 வயதை எட்டியிருந்த அவரது கண்ணில் பார்வை இல்லை; குதிரைச் சவாரி செய்ய முடியாத அவரை இரும்பு ரதத்தில்தான் அழைத்துவரவேண்டும் என்கிறது ஓர் ஆதாரம். இந்த உடற்குறைபாடுகள் இருப்பினும், அவரது மனம் கூர்மையானதாக, எழுச்சிகொண்டதாக இயங்கிற்று; யுத்தத்திற்குத் திரும்புவதில் ஆர்வங் கொண்டிருந்தார். அவர் பல வெற்றிகள் பெற்றிருந்த இஸ்லாமிய அல்லது சீன ராணுவங்களுடன் போரிடத் திரும்புவதற்குப் பதிலாக, செங்கிஸ்கானின் இக் கொள்கையிலிருந்து விலகி வருவதை விரும்பினார்; அய்ரோப்பாவை நோக்கி மேற்கில் பெரும் படையெடுப்புக்கு ஏற்பாடு செய்வதை ஆதரித்தார்-முன்னர் அறியப்பட்டிராத இந் நாகரிகத்தை அவர் தற்செயலாக சமீபத்தில்தான் கண்டறிந்து இருந்தார். சீனா, இந்தியா, இஸ்லாமிய தேசங்களைப் போல அய்ரோப்பாவும் பெரும் செல்வத்தைப் பெற்றிருந்தது என வற்புறுத்தினார். அய்ரோப்பிய ராணுவங்களைச் சோதித்துப் பார்த்திருந்த அவர், எப்படி அவை போரிடும், அவற்றை எப்படி எளிதாகத் தோற்கடிக்க முடியும் என அறிவார்.

குறில்தாயில் பங்கேற்றிருந்த அதிகமானோர்க்கு அய்ரோப்பா என்பது அறியப்படாதது. உயிரோடுள்ள தளகர்த்தகர்களில் அங்கே இருந்துள்ள ஒரே நபர் சுபோதெய் மட்டுமே. சிறிய படையுடன் அதனைத் துருவி ஆராய்ந்துள்ளவர். 1221-இல் செங்கிஸ்கான் மத்திய ஆசியா மீது படையெடுத்தபோது, ஒரு தசாப்தத்திற்கு முன்னே அது நடந்தது; அப்போது சுபோ தெய்யும் ஜெபியும் க்வாரிஸிம் சுல்தானைத் தேடி, காஸ்பியன் கடலை வட்டமிட்டிருந்தனர். சுல்தானின் இறப்புக்குப் பின்னர், வடக்கில் என்ன இருக்கின்றது என்று பார்க்க அனுமதி பெற்று, சுற்றி வந்தனர். அங்கே அவர்கள் மூன்றாம் ஜார்ஜ் பிரில்லியண்ட் ஆட்சி செய்த, சிறிய கிறித்தவ அரசு ஜார்ஜியாவைக் கண்டறிந்தனர்.

அவர்தம் தற்காப்பு அரண்களில் ஜெபி ஆராய்ந்தார். சுற்றிலுமுள்ள இஸ்லாமியருடன் நூற்றாண்டுகளாக போரிட்டு வந்திருந்த ஜார்ஜியா, திறன் மிக்கதும் தொழில் முறைத்தன்மை பெற்றதுமான ராணுவத்தால் கர்வம் கொண்டிருந்தது; முன்னர் எண்ணற்ற துருக்கிய, இஸ்லாமிய ராணுவங்களுடன் மோதியது போல, தாக்கும் மங்கோலியரை எதிர்கொள்ள அவ் வீரர்கள் வெளிப்பட்டனர். ஜார்ஜிய வீரர்களுடன் மோதிய மங்கோலியர் ஓரிரு சுற்றுகளிலேயே, பீதி கொண்டு பின்வாங்கியதாக ஜார்ஜியர்களுக்குத் தோன்றும் விதத்தில், தப்பி ஓடினர்; அது நாய்ச்சண்டை செயல்தந்திரமே தவிர வேறொன்றுமில்லை. அதீத நம்பிக்கை மிகுந்திருந்த ஜார்ஜிய வீரர்கள் பிரிந்து மங்கோலியரைத் துரத்தினர், மங்கோலியரோ முந்திப் போய்க் கொண்டே இருந்தனர். பெரும்பாரத்துடன் நீண்ட தூரப் பின்தொடர்தலில் ஜார்ஜியக் குதிரைகள் படிப்படியாக சோர்ந்துவிட்டன; பலவீனமானவை சாய்ந்துவிட, மற்றவை திணறின.

அப்போது திடீரென, ஜார்ஜியைப் படைவீரர்கள் சிதறியோடி ஓய்ந்துவிட, பின்வாங்கிய ஜெபியின் வீரர்கள் அவர்களை நேராக, சுபோ தெய்யின் தலைமையில் காத்துக் கொண்டிருந்த மங்கோலிய அணியிடம் நெருங்கிவிட்டனர்: சுபோ தெய்யின் வீரர்கள் ஜார்ஜியரைத் தாக்கத் தொடங்கவும், ஜெபியின் வீரர்கள் வேறு குதிரைகளில் ஏறி, சண்டையில் சேர்ந்து கொண்டனர். சிலமணி நேரங்களில் மங்கோலியர் ஜார்ஜிய ராணுவத்தையும் அதன் சிறிய மேட்டுக் குடியையும் முழுதாக நாசப்படுத்தினர்; சுபோதெய் இந்நாட்டை அடிமை அரசாக்கினார்-அய்ரோப்பாவில் இது முதலாவது அரசாகும்; வரப்போகும் தலைமுறைகளில்

விசுவாசமிக்கதும் ஆதரவளிப்பதுமான மங்கோலிய அடிமை அரசுகளில் ஒன்றாக விளங்கிற்று.

இப்பரிசோதனை முழுமையுறவும், சுபோதெய்யும் ஜெபியும் மலையிலிருந்து இறங்கி, கிழக்கு அய்ரோப்பாவின் சமவெளிகளைத் தேடி ஆராயவும் எஞ்சிய அறியப்படாத மக்கள் யுத்தகளத்தில் எப்படிப்பட்டவர்கள் என்று பார்க்கவும் புறப்பட்டனர். விடாப்பிடியாகவும் முறையாகவும் மங்கோலியர் அப்பிரதேசத்தைத் துருவி ஆராய்ந்தனர். தகவல் சேகரிப்பு மற்றும் மறு சீரமைப்புக்குத் தரும் வழக்கமான அழுத்தத்துடன், அவர்கள் மக்கள் எண்ணிக்கை, நகரங்களின் இருப்பிடம், அரசியல் பிளவுகள், அவர்களிடையேயான பூசல்கள் ஆகியவற்றைத் தீர்மானித்தனர். கருப்பு மற்றும் காஸ்பியன் கடல்களின் வடகரைகளுக்கிடையே உள்ள சமவெளிகளில், கிப்சாக் என்றறியப்பட்ட சில துருக்கியப் பழங்குடிகள் வாழ்ந்து வந்ததை மங்கோலியர் கண்டனர். மங்கோலியருக்கு மிகவும் பரிச்சயமான மேய்ச்சல் வாழ்க்கைப் பாணியை கிப்சாக்குகள் பின்பற்றினர். கூடாரங்களில் வாழ்ந்து உறவுடைய மொழிகள் பேசும் சகாக்களாக இவர்களைக்கண்ட மங்கோலியர், அவர்களிடமிருந்து நிறையவே கற்றுக் கொண்டனர், சில கிப்சாக்குகளைத் தம்முடன் இணைந்து கொள்ளுமாறு தூண்டினர். சுபோதெய்யின் உண்மையான அக்கறை, தொலைதூர வடக்கிலும் மேற்கிலுமுள்ள வேளாண் நிலங்களே. இப்பிரதேசம் நிறைய நகரங்களைக் கொண்டிருந்தது; அனைத்தும் ஆசாரவாத மதத்தையும் ரஷ்ய மொழியையும் பொதுவாகக் கொண்டிருந்தாலும், போட்டியும் பேராசையும் மிக்க தலைவர்கள் அவற்றை ஆட்சி புரிந்தனர். அவை எப்படி எதிர்வினை புரியும் என்று அறிந்திட, அவற்றை நோக்கி சுபோதெய் தன் படையினரை இட்டுச் சென்றனர். ஏப்ரல் 1223 இறுதியில் கருங்கடலின் வடக்கிலுள்ள டைநீப்பர் நதிக் கரையை அவர் அடைந்தார்.

சமவெளியின் கிறித்தவ நகரங்கள், புறச்சமய படையெடுப்பாளர்களை எதிர்த்து ஒன்றுபட்டு, தம் படைகளை அனுப்பின. அவசர கதியில் திரண்ட படைவீரர்கள், ஸ்மோல்ன்ஸ்க், காலிச், செர்னிகோவ், கீவ், வோல்னியா, குர்ஸ்க், சுஸ்தால், கிப்சாக் ஆகிய சிறிய அரசுகளிலிருந்தும் நகர அரசுகளிலிருந்தும் புறப்பட்டனர். காலிச், செர்னிகோவ், கீவ் ஆகியவற்றின் ராணுவங்கள் இளவரசர்களின் கட்டுப்பாட்டிலிருந்தன; ஸ்டிஸ்லாவ் என்று பெயர் பெற்றிருந்தன. இம் மூன்றில் ஈர்ப்புமிக்க கீவ் ராணுவத்திற்கு தலைமை

தாங்கியவர் இளவரசர் ஸ்டிஸ்லாவ் ரோமனோவிச்; இந் நகரங்களில் மிகவும் பெரியதும் செல்வமிக்கதும் கீவ் நகரமே; தனது இரு மருமகன்களுடன் ரோமனோவிச் படையை நடத்தி வந்திருந்தார். ரஷ்யப் படைவீரர்கள் படிப்படியாக வந்து சேர, சரணடையச் செய்ய அல்ல சகாவாக இணைத்துக் கொள்ளும் பேச்சுவார்த்தை நடத்த, மங்கோலியர் பத்து தூதுவர் கொண்ட தூதுக்குழுவை அனுப்பினர். ரஷ்யர்கள் ஆவேசத்துடன் அவர்களைத் தூக்கிலிட்டுவிட்டனர்-எவ்வளவு பெரிய தவறினை இழைத்திருக்கிறோம், இளவரசர்களும் ரஷ்யர்களனைவரும் விரைவிலேயே என்ன விலை கொடுக்கப் போகிறார்கள் என்பதை அறியாமலேயே.

மங்கோலியர் சிறு பூசலுடன் மோதலைத் தொடங்கினர்; அப்புறம் கிழக்கு நோக்கி பின்வாங்கினர்,-இவ்வளவு பெரியதும் சக்தி மிக்கதுமான எதிரியுடன் சண்டையிடப் பயப்படுவது போல. ரஷ்ய துருப்புகளும் கிப்சாக்குகளில் சிலரும் உல்லாசத்துடன் அவர்களைப் பின்தொடர்ந்தனர், ஆனால் நாளுக்கு நாள் மங்கோலியர், பின்தொடர்ந்து வந்த ரஷ்யர்களுக்கு சற்று தூரத்திலேயே இருந்தனர். சில படைப்பிரிவுகள் ரஷ்ய வீரர்களுடன் சேர்ந்து கொள்ளாதிருக்க, மெதுவாக வந்த படைப் பிரிவுகள் பின்தங்கின; விரைவாக வந்தவை பறந்தோடிய மங்கோலியர் குதிகால்களை மிதித்தேறின. மங்கோலியர் தப்பியோடி, அதிக எண்ணிக்கையிலான குதிரைகளையும், பாரசீகம், ஜார்ஜியா, அஸர்பைஜானிலிருந்து அபகரித்து வந்த பொருட்களையும் இழக்க நேரும் என்று ரஷ்யர் அஞ்சினர். கீர்த்தி மற்றும் கொள்ளைக்கான போட்டியில், முதலில் மங்கோலியரைத் தாக்கிடும் பெருமை பெறும் பொருட்டு, ரஷ்ய இளவரசர்கள் தம் வீரர்களை உந்தித் தள்ளினர்; ஆனால் அவர்கள் பின்வாங்குதல், மறு அணிசேரல் போன்றவற்றிற்குத் திட்டமிடாத முக்கிய தவறை இழைத்தனர். சுமார் இரண்டு வாரங்கள் பின்தொடர்ந்து சென்ற பிறகு, ரஷ்ய ராணுவத்தின் முன்னணிப்படை, கல்கா ஆற்றங்கரையில் மங்கோலியரைப் பிடித்தது-அந்நதி அஸோவ் கடலில் சங்கமிக்கும்; இறுதியில் இங்கே படையெடுப்பாளரைச் சண்டையிடுமாறு நிர்ப்பந்திப்பார்கள்; அவ்விடம் மங்கோலியருக்கு பல அம்சங்களில் சாதகமானது என்பதால், ஜெபியும் சுபோதெய்யும் தெரிவு செய்திருந்தனர். நீண்ட அணிவகுப்பிலிருந்த தம் வீரர்களை ஓய்வெடுக்க அனுமதிக்காமலும் திரும்பவும் மங்கோலியர் தப்பிவிடக்கூடாது என்னும் அச்சத்திலும் தன்னம்பிக்கை

மிக்க ரஷ்ய இளவரசர்கள், தாக்குதலுக்கான வியூகங்களை வடிவமைத்தனர்.

ரஷ்யத் தரப்பில் போரிட்ட வீரர்கள் எண்ணிக்கை நாற்பதாயிரத்திலிருந்து எண்பதாயிரம் வரை இருக்கக்கூடும்; குறைந்தபட்சம் மங்கோலியரைப் போல இருமடங்கு இருப்பர். ஆனால் ரஷ்ய வீரர்கள் பெரிதும் தானிய வயல்கள் உள்ள சிறு கிராமங்களிலிருந்து தெரிவு செய்யப்பட்டவர்கள். குடியானவர்களான அவர்கள் சரியாக உணவளிக்கப்பட்டு வலிமை பெற்று அவ்வப்போதைய படையெடுப்புகளில் பங்கேற்றவர்கள்; ஆனால் அவர்களைத் தொழில்முறை ராணுவத்தினராகக் கருத இயலாது-குறிப்பாக குளிர்கால இறுதியில், சரியான ஊட்டச்சத்து இல்லாதபோது. பெரும்பாலான அவர்களுக்கு வைக்கோலைத் துண்டிக்க சிறிய அரிவாளை வீசுவதில் அல்லது எருதுவை எழச்செய்ய சவுக்கைச் சொடுக்குவதில், யுத்தக் கருவிகளைப் பயன்படுத்துவதைவிடவும், அதிக தேர்ச்சி உண்டு. எனினும் தமது உயர்குடி அலுவலர்களால் லகுவான வெற்றி-கிட்டும் என்னும் உறுதிப்பாடு கொண்டு, இக் குடியானவர்கள் தம் கேடயங்களின் பின்னே ராணுவ ஒழுங்கில் கடமையுணர்வுடன் அணிவகுத்து நின்றனர். ஒவ்வொரு வீரனும் தனக்குக் கிடைத்த ஆயுதத்துடன் அல்லது தற்காலிக வாள், ஈட்டி, தடி என வேளாண் கருவிகளிலிருந்து மாற்றியமைக்கப்பட்டவற்றுடன் நின்றிருந்தான். சிறந்த வில்வித்தை பயிற்சி பெற்றிருந்த சிறிய எண்ணிக்கையிலானவர்கள் அருகில் இருந்தனர்; காலாட்படையின் பின்னே மேட்டுக்குடி அலுவலர்கள் தம் குதிரைகளில் அமர்ந்திருந்தனர்.

எவ்விதமான தாக்குதல் வரும் என்பது நிச்சயப்படாமல், சிதறியோடக் கூடாது என்பதில் தீர்மானகரமாக, தோளுடன் தோளுடன் உரசியபடி ரஷ்ய வீரர்கள் நிமிர்ந்து நின்றனர். ஆனால் தாக்குதல் வருவதாகத் தெரியவில்லை. தாக்குவதற்குப் பதிலாக மங்கோலியர், தம் முரசங்களை அறைந்தபடி பாடத் தொடங்கினர், அப்புறம் திடீரென நிசப்தமாயினர். அது வசந்த காலத்தினமாதலால், தூசு இன்றி தெளிவாயிருந்தது; நிசப்த தாக்குதலுக்குத் திட்டமிட்டிருந்தனர்; கொடிகள் அசைக்கப்பட்டதும் காலாட்படையினரை நோக்கி, வில்லேந்திய குதிரை வீரர்கள் பாய்ந்தனர். குதிரைகளின் குளம்படிகள் தரையில் படிந்து வீரர் வரிசையெங்கும் அதிர்ந்தது; மங்கோலியரின்

தாக்குதலை ஏற்கக் காத்திருந்த, நடுக்கம் கொண்ட வீரர்களின் கால்களில் அவ்வதிர்வு ஏறிற்று. ஆனால் எதிர்த்தரப்பினர் மோதவில்லை. ஸ்வாவ் வீரர்களின் ஆயுதங்களால் எட்ட முடியாத தொலைவில் நின்றுகொண்டு, மங்கோலியக் குதிரை வீரர்கள் காலாட்படையினரை நேராகக் குறிவைத்து அம்புகளை எய்தனர். ரஷ்ய வீரர்கள் குருதி வெள்ளத்தில் சாய்ந்து கிடந்தனர். அவர்களில் யாரும் எதிர்த்தாக்குதல் செய்யவில்லை. வாள் சண்டை செய்யவோ ஈட்டி எறியவோ தடியால் அடிக்கவோ யாருமில்லை. அவர்களுக்கு கிட்டியதெல்லாம் அம்புகளே. விரக்தியுற்ற ரஷ்ய வீரர்கள், அம்புகளை மங்கோலியர் மீண்டும் பயன்படுத்த முடியாதபடி, முறித்துப் போட்டனர்.

காலாட் படையினர் துண்டாடப்படவும், ரஷ்ய வில் வீரர்கள் குறிபார்த்து அடிக்கத் தொடங்கினர்; ஆனால் குறைந்த வலிமையுடைய அய்ரோப்பிய விற்களைக் கொண்டு, குறுகிய தூரத்தில் மட்டுமே அம்பு வீசக்கூடிய அவர்களில் யாரும் இலக்கைத் தொடமுடியாது போயினர். ரஷ்ய அம்புகளை மங்கோலியர் பரிகாசத்துடன் துரத்திப் பிடித்து, அவற்றை முறித்துப் போடாமல், திருப்பி எய்தனர். அதிர்ந்து போன ரஷ்ய வீரர்கள் பீதியில் பின்வாங்கத் தொடங்கினர். அவர்களைப் பின்தொடர்ந்த மங்கோலியர் தப்பியோடும் மானை விரட்டி ஒவ்வொன்றாகக் கைப்பற்றுவது போல, பிடித்து விட்டனர். பின்வாங்கிய படையினர் இன்னும் வந்து சேர்ந்திராத துருப்புகளுடன் மோதி ஒருவர்மேல் ஒருவராகச் சாய்ந்தனர்; பின்வாங்கிய வழித்தடத்தை அடைத்து களேபரத்தை ஏற்படுத்தினர். படுகொலை நடந்தது.

மின்னும் ஈட்டிகள், பளபளக்கும் வாட்கள், வண்ணமயமான கொடிகள்-பதாகைகள், பெருமிதமிக்க சின்னங்கள் சகிதம் ரஷ்ய இளவரசர்கள் தீரமிகு போர்க்குதிரைகளில் அமர்ந்திருந்தனர். அய்ரோப்பியப் போர்க்குதிரைகள் பலப்பரிட்சைக்காக வளர்க்கப்பட்டவை-அணிவகுப்புத் திடலில் உன்னத வீரனின் கவசங்களைச் சுமந்து செல்லும் பொருட்டு-அதனால் யுத்த களனின் துரிதமும் சாமர்த்தியமும் அறியாதவை. ரஷ்ய வீரர்களுக்கு சக அய்ரோப்பிய உயர்குடி வீரர்களிடம் பயமில்லை; ஆனால் தம் காலாட்படையினர் சுற்றிலும் வீழ்த்தப்படவே, அவர்களும் பறந்தோட வேண்டியிருந்தது. அழகாயிருந்த அவர்களது குதிரைகளால், நீண்ட தூரத்திற்கு கனத்த சுமைகளை தாங்கிச்செல்ல இயலவில்லை. ரஷ்யாவின் நகர அரசுகளின் இளவரசர்களை

ஒவ்வொருவராக மங்கோலியர் கொன்று தீர்த்தனர். மங்கோலியர் கருங்கடல் வரையும் துரத்துவதும் படுகொலை செய்வதுமாக இருந்தனர்-படையெடுப்பு தொடங்கியது அங்கேதான். 1224-ஆம் ஆண்டுக்கான நோவ்கோரோட் பதிவின் வார்த்தைகளில் குறிப்பிடுவதானால், மங்கோலியருடன் போரிட அனுப்பப்பட்ட பெரிய ராணுவத்தில், பத்தில் ஒருவரே வீடு திரும்பினர். சுமார் ஆயிரம் ஆண்டுகளுக்கு முன்னர், அய்ரோப்பா மீது ஹூணர்கள் தாக்கியதிலிருந்து, முதல் முறையாக ஆசிய ராணுவம் ஒன்று அய்ரோப்பா மீது படையெடுத்து, பெரும் ராணுவத்தை அப்படியே நாசப்படுத்தியது.

படையெடுப்பு முடிவுற்றதும் சுபோதெய்யும் ஜெபியும் தம் வீரர்களைக் கருங்கடல் மீதுள்ள கிரீமியாவில் வசந்தத்தின் ஆறுதலை அனுபவிக்க இட்டுச் சென்றனர். நாட் கணக்கில் நீடித்த மது விருந்துடன் தம் வெற்றியைக் கொண்டாடினர். தோற்கடிக்கப்பட்ட இளவரசர் ஸ்டிஸ்லாவும் அவரது இரு மருமகன்களும் கௌரவ விருந்தினர்களாயிருந்தனர்-அவர்களை நடத்திய விதத்திலிருந்து, செங்கிஸ்கான் காலத்திலிருந்து மங்கோலியர் எப்படி மாறியிருந்தனர் என்பதைக் காணமுடிந்தது. உயர்குடியினருக்குப் பொருந்தும் விதத்தில் அம்மூவரையும் துணியாலான தரை விரிப்புகளில் சுற்றி, கூடாரங்களின் தரைப்பலகை ஓரங்களில் திணித்து, மெதுவாக ரத்தம் சிந்தாமல், நசுக்கினர்; அவர்களுக்கு மேலிருந்த தரையில் மங்கோலியர் இரவெல்லாம் குடித்து ஆடிக் கொண்டிருந்தனர். தூதுவர்களைக் கொன்றமைக்கான கடும் தண்டனை அது என்பதை ரஷ்யர் உணர்ந்து கொள்ளவேண்டும் என்பது மங்கோலியரின் உத்தேசம்; அதுபோலவே, மங்கோலியன் ஒருவன் அநீதியாகக் கொல்லப்பட்டால் மங்கோலியத் தலைவர்கள் எந்த அளவு சென்று, பழிதீர்ப்பாளர்கள் என்பதைத் தம் மக்களுக்கு உணர்த்துவதும் தான்.

ஆர்மீனியா, ஜார்ஜியா, பழங்கால ரஷ்யாவின் வர்த்தக நகரங்களைச் சேர்ந்த வரலாற்றுப் பதிவாளர்கள் மங்கோலியர் வந்ததைப் பதிவு செய்திருந்தாலும், அவர்கள் யார் என்றும் அவர்கள் திரும்பியபோது எங்கு போய்ச் சேர்ந்தார்கள் என்பது குறித்து தெளிவில்லாமல் இருந்தனர். இந்த அன்னியர்களிடமிருந்து தமக்குக் கிட்டிய தோல்வியைக் கடவுளிடமிருந்தான தண்டனையாகவே கருதினர். மங்கோலியர் அவர்களது நிலங்களை ஆக்கிரமித்து நிற்காமல், மங்கோலியாவுக்கு திரும்பிக் கொண்டே இருந்தமையால்,

அய்ரோப்பியர் மங்கோலிய வெற்றிகளை மறந்துவிட்டு, தமது பூசல்களிடம் திரும்பிவிட்டனர். கிறித்தவ விளக்கப்படி, மக்களை நிந்திக்கும் கடவுளின் விருப்பத்தை மங்கோலியர் நிறைவேற்றியிருந்தனர், எனவே கடவுள் அவர்களை அவர்தம் இல்லத்திற்கு அனுப்பிவிட்டார். நோவ்-கோரோட் சரிதம் இப்படி விளக்குகிறது: "தாத்தாரியர் டைநீப்பர் நதியிலிருந்து திரும்பினர், எப்போது வந்தார்கள் என்றோ, திரும்பவும் எங்கே மறைந்து போனார்கள் என்றோ எமக்குத் தெரியாது. எமது பாவங்களுக்காக கடவுள் அவர்களை எங்கேயிருந்து மீண்டும் கொண்டுவந்தார் என்பது அவருக்குத்தான் தெரியும்."

ரஷ்யர்கள் மீது சுபோதெய் முதலாவது வெற்றிபெற்று 12 ஆண்டுகள் ஆனபிறகு, ஓகோதெய்யின் குறில்தாயில் பங்கேற்றவர்கள், முந்தைய மங்கோலிய வெற்றி குறித்த விபரத்தைப் பரிசீலித்தனர். ஓகோதெய்யின் முதன்மை அக்கறை அய்ரோப்பிய படையெடுப்பில் குவிந்த செல்வத்தின் மீதிருந்ததே ஒழிய, யுத்தத்தின் செயல்திறங்கள் மீதில்லை. சீன / இஸ்லாமியர் மீதான படையெடுப்புகளுடன் ஒப்பிடுகையில், ரஷ்யரை வெற்றிகொண்டாலும், கொள்ளையில் ஒன்றுமே கிடைக்காது போனது. அரண்களுள்ள நகரங்களுக்கு எதிராக முற்றுகையிடுமளவுக்கு சுபோதெய் படையினருக்கு அவகாசமோ வீரர்களோ இல்லை; எனவே அவர்களால் எதையும் கொண்டுவர இயலவில்லை; ஆனால் பல நகரங்கள் இருந்ததை அவர்களது ஆய்வு விபரங்கள் தெரிவித்தன. கிரீமியாவில் தம் குதிரைகள் இளைப்பாறியபோது, ஜெனோவாவின் வணிகர்கள் நிறைந்த வர்த்தக மையங்களை மங்கோலியர் கண்டறிந்தனர்- அவற்றில் சிலவற்றின் மீது கொள்ளையடித்தனர்.

ஓகோதெய் சுபோதெய்யை வெறுக்கவும் அவர் மீதான நம்பிக்கை இழந்தவராகவும் தோன்ற, சுபோதெய்க்கும் அப்படியே ஓகோதெய்யிடமான உறவு ஆயிற்று. சுபோதெய்யின் நிலைப்பாட்டை ஜோச்சியின் குடும்பத்தினரின் வலுவாக ஆதரித்தனர்-தொலைதூர மேற்கு ஸ்டெப்பியில் வசித்த ஜோச்சி, வோல்கா ஆற்றினைச்சுற்றி சுபோதெய் வெற்றி கொண்டிருந்த நிலங்களை சுவீகரித்திருந்தார். ஜோச்சியின் இறப்புக்குப்பின், அவரது மகன் பாட்டுவால் அச்சொத்து உரிமையாக்கப்பட்டது. செங்கிஸ்கானின் பேரன்களில் இரண்டாவது மூத்தவனும் மிகத் திறமைசாலியுமான பாட்டு, கான், ஓகோதெய் இறந்ததும் மாபெரும் கானாக தெரிவு செய்யப்படும் வாய்ப்பைப் பெற்றிருந்தார்; மற்றும்

அய்ரோப்பா மீதான படையெடுப்பு அவரது செல்வத்தையும் பெருமிதத்தையும் போட்டியிடும் உரிமையையும் பெரிதும் அதிகரிக்கும்.

அதே காரணங்களால் பாட்டு படையெடுப்பை விரும்பிட ஓகோதெய் கான் அதனை எதிர்த்தார். சுங்க் வம்சத்தினர் மீதான படையெடுப்பில் அவர் தனிப்பட மிகவும் ஆதாயம் பெறுபவராக இருந்தார். மங்கோலியப் பேரரசின் மையத்தில் அவர் இறந்தமையால், அவரது இரு சகோதரர்களின் குடும்ப நிலங்கள், அய்ரோப்பாவிலிருந்து அவரைப் பிரித்தன. அவரது கடைசித் தம்பி தோலுயின் நிலமே அவருக்கும் சுங்க் வம்சத்திற்கும் இடையில் இருந்தது. மூன்று ஆண்டுகளுக்குப் பிறகு, 40 வயதான தோலுய், ஒரு குடி விருந்துக்குப் பிறகு காலையில் கூடாரத்திலிருந்து வெளிவந்ததும் தள்ளாடி விழுந்து இறந்து போனான்-அது ஓகோதெய்க்கு வசதியாயிருந்தது-மிகவும் புளிக்கவைத்த குதிரைப் பால் அப்போது கிடைத்தது எனப்படுகிறது. மூதாதையரின் தாயகமும் புர்கான் கல்தூணும் சேர்ந்ததான அவனது சொத்தினை இணைத்துக்கொள்ள, ஓகோதெய் உடனே விரைந்தான்-தனது மகன் கோயுக் மற்றும் மறைந்த ஓங்கானின் கெரியத் மருமகளும் தோலுயின் விதவை சொர்கோக்தானிக்குமிடையே திருமண உறவை ஏற்படுத்தி. எனினும் தனது நான்கு மகன்களைக் கவனித்து வளர்க்கவேண்டும் என்பதன் பொருட்டு அவள் சம்மதிக்கவில்லை. பேரரசின் வரலாற்றில் பின்னர் அது முக்கியமானதாக விளங்கியது; இப்போதைக்கு தம் பெரியப்பா மாபெரும் கானுடன் சண்டையிடும் வலிமை இல்லாதிருந்தார்.

சுங்க் வம்சத்திற்கு எதிராக தெற்கில் செல்வதன் மூலம், ஓகோதெய், சொர்கோத்தானியின் சொத்தினைச் சுற்றிலும் தன் இருப்பினை அதிகரிக்கச்செய்ய முடியும். இப்படையெடுப்பை ஒரு சந்தர்ப்பமாக்கி, அவளது கணவருக்கு வழங்கப்பட்டிருந்த சில வீரர்களைத் தன் கட்டுப்பாட்டில் கொண்டுவர, எண்ணியிருந்தான். இவ்வாறு சுங்க் வம்சத்திற்கு எதிரான படையெடுப்பு, இறந்துவிட்ட தம்பியின் நிலங்களையும் ராணுவத்தையும் அவனது விதவையிடமிருந்து இணைத்துக் கொள்ளும் சந்தர்ப்பத்தை அளித்து, சீனாவிலிருந்து மேலும் செல்வத்தை வழங்கிடும் இரட்டை நன்மையினை ஓகோதெய் பெறமுடியும்.

அய்ரோப்பா மீது படையெடுப்பதை விரும்புவோர் மற்றும் சுங்க் வம்சத்தின் மீதான படையெடுப்பை விரும்புவோர் என குடும்பம் பிளவுபட, அவர்கள் குறிப்பிடத்தக்கதும் முன்னெப்போதும் இருந்திராததுமான முடிவை எடுத்தனர்: மங்கோலிய ராணுவம் நாலாதிசைகளிலும் செல்லும்-அது ஒரே நேரத்தில் சுங்க் வம்சத்தையும் அய்ரோப்பாவையும் பிரித்துக் கொண்டு தாக்கும். 5000 மைல்களுக்கும் நீளமான பிரதேசத்தில் நூறு டிகிரிகளுக்கும் மேலான தீர்க்க ரேகையில், மங்கோலியர் போரிடுவர்; இரண்டாம் உலகப்போர் வரையிலும் அது எந்த ராணுவத்தினாலும் மேற்கொள்ளப்படாத சாதனையாகும்-இரண்டாம் உலகப்போரின் போது, அமெரிக்காவும் நேசநாடுகளும் ஒரேவேளையில் அய்ரோப்பாவிலும் அமெரிக்காவிலும் போரிட்டன. தனது அபிமானத்திற்குரிய பிள்ளைகளின் தலைமையில் மூன்று ராணுவங்களை, வெவ்வேறு திசைகளிலிருந்து சுங்க் வம்சத்தினரைத் தாக்கிட ஓகோதெய் அனுப்பினான். அய்ரோப்பியப் படையெடுப்பு பாட்டுகான் தலைமையில் மேற்கொள்ளப்பட, சுபோதெய் அவனுக்கு வழிகாட்டுவார்; ஆனால் பாட்டுகானின் அதிகாரத்தை குறைந்தபட்சமாக்கிடும் நோக்குடன், குடும்பத்தின் நான்கு கிளை வழிகளிலான பேரன்கள், படையெடுப்பின் வெவ்வேறு அம்சங்களைக் கட்டுப்படுத்திட அனுப்பப்படுவர். தனக்குப் பிடிக்காத தன்னைத் தொந்தரவுக் குள்ளாக்கும் மகன் கூயுக்கை ஓகோதெய் அனுப்பினான்.

இம்முடிவு துணிகரமானதாயினும், மங்கோலியப் பேரரசின் வரலாற்றில் மிகமோசமானதாகும். சுங்க் படையெடுப்பில் பல வெற்றிகளைப் பெற்றாலும், சுங்க்கின் பிரதான பிரதேசத்தை மங்கோலியரால் வெற்றிகொள்ள இயலாது போயிற்று; இதில் ஓகோதெய் தன் அபிமானத்திற்குரிய மகனை இழந்தான். அவர்களது குவிமையத்தில் உண்டான பிளவாலும் சுபோதெய்யின் வழிகாட்டுதல் இன்மையாலும்தான். மங்கோலியப் படையினரில் பாதிப்பேரே பங்கேற்றதால், சுங்க் பேரரசால் இன்னொரு நான்கு தசாப்தங்களுக்கு தத்தித் தள்ளாடி நீடிக்க முடிந்தது. இதற்கு மாறாக, குடும்பத்தின் வெவ்வேறு இளவரசர்களிடையே பிணக்குகள் நிலவிய போதும், அய்ரோப்பியப் படையெடுப்பு பிரும்மாண்ட ராணுவ வெற்றியைப் பெற்றது; முன்னர் செங்கிஸ்கானால் இந்நகரங்களில் கைப்பற்றப்பட்டவற்றுடன் ஒப்பிடுகையில், மதிப்புமிக்கதாக எதையும் கைப்பற்ற இயலவில்லை.

அய்ரோப்பா மீதான படையெடுப்புக்கு ஆயத்தமாகிட இரண்டு ஆண்டுகள் பிடித்தது. தூதர்கள் முடிவினை அறிவிக்கவும் பொறுப்புகளை ஒப்படைக்கவும் அனைத்து திசைகளிலும் அனுப்பப்பட்டனர். செங்கிஸ்கானால் நிறுவப்பட்டிருந்த அஞ்சல் நிலையங்களின் அமைப்பு, 1235 குறில்தாய் முடிவின்படி, புதுப்பிக்கப்பட்டது, விரிவாக்கப்பட்டது. இவ்வளவு விரிவான நிலையில் யுத்தம் மேற்கொள்ளப்பட இருந்ததால், துரிதமானதும் நம்பகமானதுமான செய்தித் தொடர்பு எப்போதையும் விட முக்கியமானதாயிற்று. படையெடுப்பு தொடங்கிடும் முன்னர், எதிரியின் தற்காப்பு நிலவரங்களை அறியவும், மங்கோலிய மிருகங்களுக்குப் போதுமான மேய்ச்சல் நிலங்களையும் நீர்நிலைகளையும் கண்டறிந்திடவும், மங்கோலியர் சிறு சிறு ஸ்குவாட்களை அனுப்பிவைத்தனர். ஆடு மாடுகளுக்குப் போதுமான இரையளித்திடும் பள்ளத்தாக்குகளையும் மேய்ச்சல் நிலங்களையும் இக்குழுக்கள் கண்டறிந்தன. இயற்கையான புல்வெளிகள் இல்லாத இடத்தே, வீரர்களை அனுப்பி, கிராமங்களை எரித்து, பண்ணை நிலங்களை உருவாக்கச் செய்தனர். நிலத்தில் உழவும் நடவும் விவசாயிகள் இல்லாதபோது, மங்கோலிய ராணுவம் வருவதற்குள் அது புல் நிறைந்த பூமியாயிற்று.

அய்ந்தாண்டுகால அய்ரோப்பிய படையெடுப்பு, மங்கோலிய ராணுவ வல்லமையின் உச்சத்தைக் குறித்தது, அநேகமாக அனைத்தும் திட்டமிட்டபடி போர்க்களத்தில் நடந்தன. அய்ரோப்பியப் படையெடுப்பில் பங்கேற்றவர்களில் 50,000 மங்கோலியரும் ஒரு லட்சம் சகாக்களின் அணிகளது வீரரும் இடம்பெற்றனர். செங்கிஸ்கானை நெருங்கிச் சென்று கவனித்து, அவர் எப்படிச் சிந்தித்தார், எப்படிப் போரிட்டார் என்று அறிந்திருந்த, பழைய ஸ்டெப்பி வீரர்-வேட்டைக்காரரின் திரண்ட அறிவினை சுபோதெய் தன்னகத்தே பொதிந்து வைத்திருந்தார். அத்துடன், செங்கிஸ்கானின் இரு துடிப்பான சாமர்த்தியமிக்க பேரன்களான மாங்கேயும் பாட்டுவும், அய்ரோப்பிய போர் நடவடிக்கையை கட்டுப்படுத்துவதில் துணை நின்றனர். படையெடுப்பின் தொடக்கத்தில், மங்கோலிய ராணுவம், சீன-இஸ்லாமிய தொழில்நுட்பத்திலும் ராணுவ அறிவிலும் சீரியதை உள்வாங்கி, செங்கிஸ்கானின் தலைமையிலான ராணுவத்தையே விஞ்சுமளவுக்கு, நம்பமுடியாதபடியாக ஆக்கியிருந்தது.

சுபோதெய் தனது ஆரம்ப நோக்கமாக, பல்கேரியரால் ஆக்கிரமிக்கப்பட்டிருந்த வோல்கா நதியின் வெற்றியை வைத்திருந்தார். குரங்காண்டான 1236-இல் பிரதான ராணுவம் புறப்பட்டது. இருநூறு ஸ்குவாட்கள் முன்னரும் இன்னொரு இருநூறு வீரர்கள் பின்னணிப் படையாக பின்னரும் இருக்க, அவர்கள் சென்றனர். அவர்கள் வோல்காவை அடைந்ததும், உண்மையான படையெடுப்பு தொடங்கிற்று. அப்புள்ளியில், தம் ராணுவத்தைப் பிரித்து, ஒரே தடவையில் இரு முனைகளிலாவது சண்டையிடும் யுத்த தந்திரத்தை மேற்கொண்டு பார்ப்பது என முடிவெடுத்தனர். இதில், பிரதான இலக்கு எந்த நகரம் / இளவரசன் என்பதை எதிரியால் சொல்லமுடியாது. இன்னொரு இளவரசருக்கு உதவும் பொருட்டு, யாரேனும் ஒரு இளவரசன் தன் தாயக நகரிலிருந்து ராணுவத்துடன் சென்றால், இன்னொரு மங்கோலியப்படை, தற்காப்பற்ற நகரைத் தாக்கும். தம் தாயகத்திற்கு இத்தகைய நிச்சயமற்ற தன்மையும் ஆபத்தும் இருக்கவே, ஒவ்வொரு இளவரசனும் தனது பிரதேசத்தைக் காத்திட ராணுவத்தை அங்கேயே வைத்துக்கொண்டதால், மற்றவர்களுக்கு உதவ யாரும் செல்லவில்லை.

சுபோதெய் தன் படையை வோல்காவிலிருந்து வடக்கில் பல்கேரியரின் தாயகம் நோக்கி இட்டுச்செல்ல, இறந்துபோன தோலுயின் மூத்த மகன் மாங்கே இன்னொரு படைப்பிரிவை கிப்சாக் துருக்கியரை நோக்கி தெற்கில் இட்டுச் சென்றான். கிப்சாக்குகளில் சிலர் தப்பியோட, மற்றவர்கள் ரஷ்ய நகரங்களைத் தாக்குவதில் மங்கோலியருடன் சேர்ந்துகொள்ள சம்மதித்தனர். வோல்காவின் பல்கேரியரை சீக்கிரமே தோற்கடித்ததும், அப்பிரதேசத்தை மங்கோலியர் தம் அடிப்படை முகாமாகவும், நூற்றுக் கணக்கான மைல்களிலுள்ள ஸ்டெப்பியில் மேய்ந்த லட்சக்கணக்கிலான விலங்குகளுக்கு ஆயத்த இடமாகவும் பயன்படுத்தினர். கிழக்கு அய்ரோப்பிய வெளிகளில் வாழ்ந்துவந்த பழங்குடியினரான நாடோடிகளில் சிலர் மங்கோலியருடன் இணைந்துகொள்ள, மற்றவர்கள் அவர்களிடமிருந்து தப்பி, படையெடுப்பாளர் வரும் முன்பே அச்சத்தையும் பீதியையும் பரப்பினர்.

வோல்காவிலிருந்து, பிற்பாடு ரஷ்யா மற்றும் உக்கரைனாக மாறவிருந்த பிரதேசங்களினூடே, மூன்றாண்டுகால படையெடுப்பை ஆரம்பித்தனர். நகர அரசுகள் இன்னும்

பிளவுண்டு, ஒன்று மற்றதுடன் பகை கொண்டிருந்ததை தம் ஆய்வில் தெரிந்துகொண்டனர்-சுமார் இரு தசாப்தங்களுக்கு முன்னர் மங்கோலியர் படையெடுத்தபோது அவர்கள் இருந்தது போலவே இருந்தனர். மங்கோலியர் அதே சம்பிரதாயத்தை ஒவ்வொரு நேர்விலும் பின்பற்றினர். தூதுவர்களை அனுப்பி, தலைநகரினைச் சரணடைந்து மங்கோலியக் குடும்பத்தில் சேர்ந்து, மாபெரும் கானின் அடிமைகளாக வற்புறுத்தி, ஒவ்வொரு பிரதேசத்திலும் படையெடுப்பை ஆரம்பித்தனர். அவர்கள் சம்மதித்தால், தூதுவர் தமது புதிய அடிமைகளுக்கு அவர்தம் எதிரிகளிடமிருந்து பாதுகாப்பு அளிப்பார், தமது ஆளும் குடும்பத்தையும் மதத்தையும் வைத்துக்கொள்ள அனுமதிப்பார். இதற்கு ஈடாக, அம்மக்கள், அனைத்துச் செல்வங்கள்-பொருட்களில் பத்து சதத்தை மங்கோலியருக்குக் கப்பமாகச் செலுத்தவேண்டும். இதற்கு எந்த நகரும் முன்வரவில்லை.

மங்கோலியர் ரியாஸன் நகரினை முதலாவது இலக்குகளில் ஒன்றாக ஆக்கினர். 1238-ஆம் ஆண்டுக்கான நோவ் - கோரோட் சரிதம் இப்படிப் பதிவு செய்தது: “தாத்தாரியர், வெட்டுக் கிளிகளைப் போல பெரும் எண்ணிக்கையில் வந்தனர்.” முதலில், மங்கோலிய வீரரின் சிறு அலகுகள் கிராமப்புறத்தைத் தாக்கிடப் பிரிந்து கொண்டன. ஒவ்வொரு வீரனும் கணிசமான குடிமக்களைக் கைப்பற்றினான்-அரண்கள் தோண்டவும், மரங்களை வெட்டவும், பொருட்களைத் தூக்கிச் செல்லவும். அப்புறம் அக்கிராமங்களை எரித்தனர், எஞ்சிய குடியானவர்கள், நகரின் மரச் சுவர்களுக்குள்ளே அலறியோடினர். மங்கோலிய ராணுவம் கடைசியில் வந்து சேர்ந்ததும், நகருக்குள்ளே கூடியிருந்தவர்களிடம் ஒரு பெண் தூதரை அனுப்பி, தம் நிபந்தனைகளைத் தெரிவித்து, சரணடையுமாறு கேட்டுக் கொண்டனர். அவளை சூனியக்காரியாகக் கண்டு பயந்த நகர அலுவலர்கள், எந்தப் பேச்சு வார்த்தைக்கும் அனுமதிக்காதுபோகவே, மங்கோலியர் தாக்குதலுக்கு ஆயத்தமாயினர்.

படையெடுத்துவந்த மங்கோலியரைக் குறித்த ஒவ்வொன்றும் ரஷ்யர்களுக்குத் திகிலூட்டுவதாயிருந்தது. “இறுக்கமானதும் வலிமையானதுமான நெஞ்சைப் பெற்றுள்ளனர். மெலிந்த-வெளிறிய முகங்கள், விரைத்த நெடுந் தோள்கள், சிறிய வளைந்த மூக்குகள்; கன்னங்கள் கூரியதாயும் முனைப்பானதுமாயும் உள்ளன, மேல்தாடை தணிந்தும் ஆழமாயும் இருக்கிறது, பற்கள் நீளமாயும்

சிலவாயும் தெரிகின்றன, புருவங்கள் தலைமுடியிலிருந்து மூக்குவரை நீண்டுள்ளன, கண்கள் கருப்பாயும் அமைதியின்றியும் உள்ளன, தோற்றங்கள் நீண்டும் இருண்டும் தெரிகின்றன, கால்கள் தடித்தும் குட்டையாயும் இருக்கின்றன" என்கிறார் ஒரு பார்வையாளர். தாக்கும்போது மங்கோலியர், முகப்பில் கெட்டியாயும் பின்புறத்தில் மெல்லிதாயும் உள்ள தோல் கவசத்தை அணிந்திருந்தனர்- "அதனால் ஓடிச்செல்லுமாறு அவர்களைத் தூண்டுதல் செய்ய இயலாது. சண்டையில் ஈட்டிகள், தடிகள், கோடரிகள், வாள்களைப் பயன்படுத்தினர்... தீரத்துடனும் விட்டுக் கொடுக்காமலும் சண்டையிட்டனர், அவர்களது பிரதான ஆயுதம் வில்தான்... பிடிபட்டால் அவர்கள் ஒருபோதும் மன்றாடுவதில்லை அவர்களும் வீழ்த்தப்பட்டோரை விட்டு வைப்பதில்லை. உலகமனைத்தையும் தம் மேலாதிக்கத்தின் கீழ் கொண்டுவருவது அவர்களது உத்தேசமும் நோக்கமுமாயிருந்தது.

ரியாஸனின் அரண்களைத் தாக்குவதற்குப் பதிலாக, தம்மிடம் பிடிபட்டிருந்த எண்ணற்ற கைதிகளை, குடிமக்களைக் குழப்பிப் பீதிக்குள்ளாக்கிய திட்டத்தில் ஈடுபடுத்தினர். அந்நபர்கள் மரங்களை வெட்டி, நகருக்கு வெளியிலிருந்த மங்கோலிய அணிக்குக் கொண்டு சென்றனர், அரண் கொண்டிருந்த நகரைச் சுற்றி ஒரு மதிலை எழுப்பத் தொடங்கினர். மங்கோலிய மதில் வலுவாயிருந்ததால், நகரின் காவலர்களால் படையினரை உள்ளே வரவழைக்கவும் முடியவில்லை, வெளியே அனுப்பவும் முடியவில்லை. குழுவேட்டையில் மிருகங்களைச் சுற்றி வளைக்கப் பயன்படுத்தப்படும் மரபார்ந்த உத்தி அது. மங்கோலியரின் மதில் நகருக்குள் படைவீரர் உதவிக்கு வருவதையோ, உணவுப் பொருள் வருவதையோ தடுத்துவிட்டது. தப்பிக்கும் வழிவகையின்றி, மக்களை நகருக்குள் மூடி முத்திரையிட்டுவிட்டதுதான், உளவியல் ரீதியில் ஏற்படுத்திய திகிலான தாக்கம். தம் மதில்களுக்கு வெளியே, நகரின் அரண்களிலிருந்து எய்யப்பட்ட அம்புகள் தம்மை எட்டாதபடி இருந்து கொண்டனர்; உள்ளே இருந்தவர்கள் பார்வையில் படாதவாறு, மங்கோலியரால் முற்றுகை சாதனைகளையும் இதர பொறியமைவுகளையும் நிறுத்த முடிந்தது.

புதிதாய் எழுப்பப்பட்ட மதில்களின் பின்னுள்ள குறுகிய மேடையில் பாதுகாப்பு நிலையிலிருந்து மங்கோலிய வீரர்கள் ரியாஸன் நகரை, மங்கோலிய வேட்டைக்காரர்கள் தலைமுறைகளாகத் தம் இரையை மரங்களில் தொங்கிய கயிறுகளின் பாதுகாப்பு

நிலையிலிருந்து பார்த்திருந்தது போல, நோக்கினர். கவண்களைப் பயன்படுத்திய தாக்குதல்களுக்குப் பழகிப் போயிருந்த நகரவாசிகள், மங்கோலியர் வளர்த்தெடுத்திருந்த யுத்த முறையைச் சந்தித்திருந்ததில்லை. மங்கோலியரது கவண்கள் கற்களையும் மரச்சில்லுகளையும் பற்றியெரியும் நாப்தா உருண்டைகளையும் வெடிமருந்தையும் அறியாத பொருட்களையும் வீசி எறிந்தன. தீ மூட்டுபவையாயும் புகை குண்டுகளாயும் மங்கோலியர் இவற்றைப் பயன்படுத்தினர்-அக்காலத்தில் அது அய்ரோப்பியரால் பில்லி சூனிய வித்தையாக, நோயை உண்டாக்குவதாக கருதப்பட்டது. தீயை மூட்டிவிடுவதுடன், இத்தீயீட்டிகளால் அக்னி ஏவுகணைகளை ஏவ முடிந்தது அல்லது ஏரியின் மதில்கள்மேல் வெடிக்கும் கையெறிகுண்டுகளை வீச முடிந்தது. மங்கோலியர் குதிரைகளுடன் மட்டும் பயணிக்கவில்லை, பயிற்சி பெற்று தாக்கும் டிராகன்களுடனும் பயணித்தனர் எனப் பாதிக்கப்பட்டோர் பிற்பாடு கூறுமளவுக்கு இம்மர்மமான சாதனங்கள் தூண்டிவிட்டன.

அறிந்திராத படையெடுப்பாளரின் அறிந்திராத இச்சாதனங்களிலிருந்து வெளிப்பட்ட நெருப்பும் புகையும் குழப்பமும் சேர்ந்து, அவர்களது தற்காப்பு நிலைகளை அழித்த அளவுக்கு, மக்களையும் தார்மிக உறுதி இழக்குமாறு செய்துவிட்டன. திகிலூட்டுவதும் நாசகரமானதுமான அய்ந்து தினங்களின் தாக்குதலுக்குப் பிறகு, மங்கோலியர் தம் மதில்களிலிருந்து வெளிப்பட்டு, சேதமுற்றிருந்த மதில்களை ஏணிகளாலும் மோதும் கிடாய்களாலும் தாக்கினர். ஒரு நாளுக்குள் நகரைக் கைவசப்படுத்தினர். குடிமக்கள் தேவாலயத்தில் புகலிடம் தேட, மங்கோலியத் தாக்குதலில் பற்றிய தீயில் பலர் மாண்டனர். ஆளும் மேட்டுக்குடியினர் சுற்றி வளைக்கப்பட்டு தூக்கிலிடப்பட்டனர். மங்கோலிய ராணுவம் வெளியேறிய பின்னர் பதிவு செய்த உடனிகழ்காலத்து ரஷ்ய வரலாற்றாளர், 'மடிந்தோருக்காக அழுதிட எந்த விழியும் திறந்திருக்கவில்லை'. என்று குறிப்பிட்டார். சிறை பிடிக்கப்பட்டவர்களை திரட்டிய மங்கோலியர், உழைக்கும் பொருட்டு, அடுத்த நகருக்கு வலுக்கட்டாயமாகக் கொண்டு சென்றனர். அடுத்த நகரிலுள்ளவர்களைத் திகிலடையச் செய்யும் விவரணங்களை கொண்டு சென்றது மட்டுமல்லாமல், மங்கோலியர் வந்து தாக்குமுன்பே, அந்நகரின் சாமர்த்தியத்தை குலைத்திடவும் அகதியர் சென்று சேர்ந்தனர்.

புதிய கைதிகள் முற்றுகைச் சுவர்களைச் சரித்ததுடன், மரக்கட்டைகளையும் அடுத்த நகருக்குக் கொண்டு சென்றனர்; அப்புறம் காரகோரத்திற்குப் பொருட்களை எடுத்துச் செல்வதில் இக்கைதியர் ஆயிரக்கணக்கில் ஈடுபடுத்தப்பட்டனர். அநாதைகள், விதவைகளிலிருந்து பொன்னான குடும்பம் வரை வீதாச்சாரப்படி கைதிகளையும் பொருட்களையும் பிரித்துக் கொண்டனர்.

மங்கோலியரைப் பற்றிய விபரங்களை அகதியர் அய்ரோப்பாவெங்கிலும் பரப்பினர் என்பதை இங்கிலாந்தின் ஹெர்ட் ஃபோர்ட்சயரிலுள்ள புனித அல்பன்ஸின் பெனிடிக்டைன் மடாலயத்துறவி மத்தேயு பாரிஸ் எழுதிய சரிதத்திலிருந்து அறிய முடிந்தது. 1240-இல் மங்கோலியரை 'சாத்தானின் அருவருக்கத்தக்க இனத்தைச் சேர்ந்த பெருங்கூட்டம், தாத்தாரஸிலிருந்து கட்டவிழ்த்து விடப்பட்ட பிசாசுகள் போன்றவர்கள்' என்று அவர் குறிப்பிடுவதுதான் மிகவும் பழமையான பதிவு என்று கூறக்கூடியதாயிருக்கும். 'அவர்களது மலைகளின் வழியே ஓடும் தார்தார் நதியின் பெயரால் தார்தாரியர் என்றழைக்கப்படுகின்றனர்' என்பது அவர் தரும் தவறான குறிப்பு. தார்தாரஸ் என்பது நரகத்தைக் குறிப்பிடும் கிரேக்கப் பெயர்; ஹேட்ஸின் அருகிலுள்ள சிறு குகை; கடவுளரிடையே யுத்தத்தை உண்டாக்கியதால், டைட்டன்கள் தண்டிக்கப்பட்ட இடம்.

“மங்கோலியர் கீழைத் தேயங்களை நாசப்படுத்தினர், சென்றவிடங்களி லெல்லாம் தீயையும் படுகொலையையும் பரவச் செய்தனர்” என்றெழுதினார் பாரிஸ். நகரங்களைத் தகர்த்தனர், காடுகளை எரித்தனர், கோட்டைகளைச் சாய்த்தனர், திராட்சைக் கொடிகளை அழித்தனர், தோட்டங்களைச் சிதைத்தனர், குடிமக்களையும் குடியானவர்களையும் படுகொலை செய்தனர், சந்தர்ப்பவசத்தால் உயிருக்கு மன்றாடியவர்களை அடிமைகளாக்கி, தமக்கு முன்னே சண்டை செய்ய வைத்தனர்” என இவர்கள் செய்த திகிலை விலாவாரியாக விவரித்தார். மேலும் அவர்கள் சண்டையிடுவது போல பாவனை செய்தால் அல்லது தப்பியோடுமாறு தம் நாட்டவரை உஷார்படுத்தினால், தார்தாரியர் அவர்கள் பின்சென்று கொன்றனர்; அவர்கள் தீரத்துடன் போராடி வென்றால், குதிரைகளைப் போல நடத்துவார்கள்.

மங்கோலியர் மீதான பாரிஸின் கண்டனம் இன்னும் தொடர்கிறது: “இவர்கள் மனிதாய மற்றவர்கள், மிருகங்களைப் போன்றவர்கள்,

மனிதர்கள் என்பதை விடவும் அரக்கர்களை ஒத்தவர்கள், ரத்த வெறிகொண்டு ரத்தம் குடித்தவர்கள், மனிதர் மற்றும் நாய்களைக் கிழித்துத் தின்றவர்கள்... மாட்டுத் தோல்களை உடுத்திக்கொண்டு இரும்பு ஈட்டிகள் தரித்தவர்கள்; குள்ளமானவர்கள்; கச்சிதமான உடல்வாகுபெற்று வலிமை மிக்கவர்கள்; போரில் வெல்லப்பட முடியாதவர்கள்; உழைப்பில் சோர்வுறாதவர்கள்; உடலின் பின்னே அல்லாமல் முன்னே கவசம் அணிபவர்கள்; அவர்களது சக்திவாய்ந்த பெரிய குதிரைகள் இலைதழைகளைத் தின்பதுடன், சமயங்களில் மரங்களையே தின்றுவிடுபவை;... அவர்களிடம் மானுட நெறி இல்லை, கருணை இல்லை, சிங்கம் / கரடியை விடவும் குரூரமானவர்கள்; மாட்டுத்தோலால் ஆன படகு வைத்திருப்பார்கள், பத்து அல்லது பன்னிரண்டு பேருக்கு ஒரு படகு இருக்கும்; படகு செலுத்துவதில் அல்லது நீந்துவதில் வல்லவர்கள்; எனவே மிகப் பெரியதும் வேகமுள்ளதுமான நதியில் தாமதமின்றி பிரச்சனையின்றி கடந்து விடுவார்கள்; குருதி இல்லாதபோது சேறு மண்டிய நீரைக்கூட குடித்து விடுவார்கள்."

மத்தேயு பாரிஸ் இந்தக் குறிப்புகளையும் 1240-இல் விட்டுச் சென்றுள்ளார்-ரஷ்யாவின் மண்டல நகரங்களையெல்லாம் அநேகமாகக் கைப்பற்றிவிட்ட மங்கோலியர், ஸ்லாவிக் உலகின் முக்கியமான அரசியல்-மத மையமான கீவ் என்னும் பெரிய நகரைக் கைப்பற்ற ஆயத்தமாகிக் கொண்டிருந்தனர். எலி ஆண்டான நவம்பர் 1240-இல் நதிகளைத் தாண்டிச் சென்றிட பனிக்கட்டியைச் சாதகமாக்கிக் கொண்டு, மங்கோலியத் தூதுவர்கள் கீவின் வாயில்களை வந்து சேர்ந்தனர். அந்நகர அலுவலர்களைப் படுகொலை செய்து, உடல்களை நகரவாயிலில் தொங்கவிட்டனர்.

மோங்கேயின் தலைமையின் கீழ் மங்கோலிய ராணுவம், குளிர்காலத் தொடக்கத்தில் நகரைச் சுற்றிலும் திரண்டது-ரஷ்யப் பாதிரியார்கள் 'தார்தார்களின் மேகங்கள்' என இதனை விவரித்தனர். மங்கோலியரின் ஆரவாரம் அமர்க்களப்பட்டதால், நகரத்தினர் ஒருவர் பேசியதை மற்றவரால் கேட்க முடியாது போனது. நகர அரண்களைக் கைப்பற்ற வீரர்கள் முற்பட்டபோது, குடிமக்கள் கன்னிமேரி தேவாலயத்தில் புகலிடம் அடைந்தனர்; கதவுகளைத் தாழிட்டனர். பீதிகொண்ட அகதிகள் உள்ளே நுழைந்திட கூரைகளில் ஏறி முயன்று பார்த்தனர். இன்னும் அதிகமாக மக்கள் ஏற ஏற, பாரம் தாங்காமல் தேவாலயம் சரிய, உள்ளிருந்தோரெல்லாம் நசுங்கிவிட்டனர்.

டிசம்பர் 6, 1240-இல் நகரைக் கைப்பற்றிய மங்கோலியர், கொள்ளையடித்து தீ மூட்டி தரை மட்டமாக்கினர். கீவ் நகரின் தளபதி கடுமையாகப் போரிட்டிருந்தார்; நகரின் உயர்குடியினர் பலர் அவரைக் கைவிட்டிருந்தாலும், அவரின் ராணுவத் திறனைப் பாராட்டிய பாட்டு கான், அவரை விடுவித்து உயிர்வாழ அனுமதித்தான். மங்கோலியப் படையெடுப்பின் ரஷ்ய காலகட்டம் வெற்றிகரமாக முடிவுக்கு வந்து கொண்டிருந்தது. ஓராண்டுக்குப் பின்னர் 1241-ஆம் ஆண்டுப் பதிவில் நோவ்-கோரோட் சரிதம், புதிய ஆட்சியாளரை மங்கோலியரின் கான் பாட்டு என்று மட்டுமல்லாமல், ஜார் பாட்டு என்றும் குறிக்கின்றது- இவ்விருதுப் பெயருக்கு சீஸர் பாட்டு என்று பொருள்; ரஷ்யாவின் போரிடும் பல அரச குடும்பங்களைக் கட்டுப்படுத்திடும் புதிதாய் ஒன்றுபடுத்தப்பட்ட ஆட்சியை அது அடையாளப்படுத்திற்று. பாட்டு கான் முன் நிறுத்தப்பட்ட இளவரசர் மிகைல் கூறினார்: 'இவ்வுலகின் இறையாண்மையை ஆண்டவன் தங்களுக்கு அளித்திருப்பதால், ஜார் மன்னரே தங்களை வணங்குகிறேன்.'

கீவ் நகரம் வீழ்ந்ததும், கிழக்கு அய்ரோப்பா மீதான மங்கோலிய வெற்றி முழுமையுற்றது. மேலும் அகதியரை மேற்கு நோக்கி தப்பியோடச்செய்த மங்கோலியர், தாம் வந்து சேருமுன்பே, தம்மைப் பற்றிய கதைகளால் மத்திய அய்ரோப்பா எங்கிலும் பீதியைப் பரப்பச் செய்தனர். பிப்ரவரி 1241-இல் சுபோதெய் புதிய ஸ்குவாட் குழுக்களை அனுப்பு முன்பு, அகதிகள் வெளியேற நேரமில்லாதிருந்தது; ஆறுகள் இன்னும் உறைந்த நிலையில் இருக்கவே வீரர்களால் ஹங்கேரியின் சமவெளியைச் சுலபமாக அடைய முடிந்தது. அய்ரோப்பாவின் யுத்த களங்களில், மங்கோலியப் பேரரசு மற்றும் உலகின் எதிர்காலத்திற்கான கட்டுப்பாட்டிற்காக, சண்டை நடந்தது-வெல்வதற்கு மங்கோலியருக்கு ஒப்பீட்டளவில் எளிதாயிருந்த சண்டைகளில் மட்டுமல்லாமல், செங்கிஸ்கானின் பேரப்பிள்ளைகளிடையேயான அரசியல் பூசல்களிலும் நடந்தது. தந்தையின் இறப்புக்குப் பின்னே சமரச முயற்சியில் ஓகோதெய் தெரிவுசெய்யப்பட்டது வாரிசுரிமைப் பிரச்சனையைத் தீர்த்திருக்கவில்லை; அது ஒரு தலைமுறைக்காக ஒத்திபோடப்பட்டிருந்தது; அத்தலைமுறை இப்போது, அய்ரோப்பாவெங்கும் மங்கோலிய ராணுவங்களைக் கட்டுப்படுத்தி, தலைமைக்குப் போட்டியிட்டுக் கொண்டிருந்தது.

செங்கிஸ்கானின் நான்கு புதல்வர்களில் ஒவ்வொரு குடும்பத்தினைச் சேர்ந்த பிரதிநிதிகளுடன் சுபோதெய் இருந்தார். ஓகோதெய்யின் அபிமானப் புத்திரன் இறந்தபிறகு, இவ்விளைஞர்களில் ஒருவர் அடுத்த மாபெரும் கானாக ஆவார், அது யார்? மங்கோலிய விதிப்படி, அந்நபர் குறில்தாயில் தெரிவு செய்யப்பட வேண்டும்; அய்ரோப்பியப் படையெடுப்பு, அவர்கள் ஒவ்வொருவருக்குமான நிரூபணக் களமாயும் தேர்தல் பரப்புரையாயும் விளங்கியது. பேரப்பிள்ளைகள் தலைமைப் பொறுப்புக்கும் எழுந்துவரும் படிமுறையில் முன்னுரிமைக்கும் போட்டியிட்டனர்-இதனொரு பகுதியாக, ராணுவ வெற்றிகளில் பெருமை தேடுவது அமைந்தது. பல மங்கோலிய நிகழ்வுப் போக்குகளில் இருந்தது போலவே, யார் முன்னுரிமை பெறுவது என்னும் போட்டியில், அது உச்சத்தைத் தொட்டது. ஒரு வெற்றி விருந்தில் பாட்டு எழுந்து நின்று, ஆரம்பித்து வைத்தான். முதலில் அருந்தி, தன்னை மூத்தவராயும் பேரன்களில் உயர்நிலையில் இருந்தவனாயும் எடுத்துக் காட்டினான்-அடுத்த கானாக தெரிவு செய்யப்படுவதை எதிர்பார்த்திருந்தான் என்பதை வெளிப்படையாக்கினான். தன் தந்தை மாபெரும் கானாக இருந்தமையால், பாட்டுவுக்கு முன் தான் மன்னனாக இருந்திருக்க வேண்டும் என கூயுக் ஆட்சேபித்தான். திமிர் பிடித்தவனும் தீரமிக்கவனும் கான் குடும்பத்தைச் சேர்ந்த இன்னொருவனுமான, புரி, குடித்துவிட்டு போதையில் கடுமையான வார்த்தைகளை உச்சரித்தான்; குடும்பத்தின் பழமையான, வேதனையான விவகாரத்தினை கிளறிவிட்டான்-பாட்டுவின் தந்தை மெர்கிட்டுக்குப் பிறந்த கள்ளக் குழந்தையாதலால், அவன் அக்குடும்பத்தைச் சேர்ந்தவனில்லை எனக் கோபத்துடன் பழித்தான்.

இம்மூன்று இளவரசர்களும் ஒருவர் மற்றவரைப் பார்த்து கத்துவதும் கூச்சலிடுவதுமாக இருந்தனர். 'தாடியுள்ள கிழவிக்கு மேலாக நீயொன்றுமில்லாதவன்' எனப் புரி பாட்டுவைப் பார்த்து இரைச்சலிட்டான். 'பாட்டு நடுங்குகின்ற கிழவி' என எதிரொலித்தான் கூயுக். எஞ்சிய குடும்பத்தால் தாம் அவமதிக்கப்பட்டதில் ஆத்திரமுற்ற கூயுக்கும் புரியும் விருந்திலிருந்து வெளியேறி, குதிரைகளில் ஏறி, சபித்துக்கொண்டே சென்றனர். இச்செய்தி ஓகோதெய்யை எட்டியதும் அவன் சீற்றம் கொண்டான். இவ்விளைஞர்களைத் தன் அரசவைக்கு வரவழைத்தான் முதலில் அவர்களைப் பார்க்க மறுத்த ஓகோதெய், தன் மகன் கூயுக்கை தூக்கிலிட்டுவிடுவதாக மிரட்டினான்.

சரியாக நடந்து கொள்ளாத மகன் "முட்டையைப் போல அழுகி நாறட்டும்!" என்றான்.

நிதானத்திற்கு வந்ததும், கூயுக்கை அரசவையில் அனுமதித்து, குடும்பத்தில் சண்டையிட்டதற்காகவும் படை வீரரை அவமதித்ததற்காகவும் கடுமையாக நிந்தித்தான். 'ராணுவத்திலுள்ள ஒவ்வொரு வீரனது உறுதிப்பாட்டையும் நொறுக்கிவிட்டாய்' என்று குற்றஞ்சாட்டினான்: "உன் வீரர்களிடம் நீ அற்பமாக நடந்து கொண்டதால் ரஷ்யர்கள் சரணடைந்து விட்டார்கள் என்றெண்ணுகிறாயா? உனக்குப் பயந்து அவர்கள் சரணடைந்து விட்டார்கள் என்றெண்ணுகிறாயா? ஒன்றிரண்டு வீரர்களை நீ பிடித்துவிட்டதால், போரில் வென்றதாக நினைத்துக் கொள்கிறாயா? ஆனால் ஓர் ஆட்டுக் குட்டியைக்கூட நீ கைப்பற்றவில்லை."

ஓகோதெய் தன் பழிப்புரையைத் தொடர்ந்தான்: "கூடாரத்திலிருந்து நீ வெளிவந்தது இதுவே முதல் முறை, எனவே உன் ஆண்மையைப் பறைசாற்ற விரும்புகிறாய். எல்லாவற்றையும் சாதித்துவிட்டதாக நடந்து கொள்கிறாய். மக்களை விலங்குகளைப் போலக் கருதி கூச்சலிடுகிறாய், அமளி பண்ணுகிறாய்." மற்ற சகோதரரது பிள்ளைகளின் வார்த்தைகளால் ஆறுதலடைந்து கொண்டான். ராணுவ விவகாரங்களை ஸ்டெப்பியிலேயே முடிக்கவேண்டும் என்னும் தந்தையின் மேற்கோளை எடுத்துக்காட்டி வீரர்களையெல்லாம் அய்ரோப்பிய வெற்றியைத் தொடரலாம் என்றனுப்பினான்.

ஆசியாவில் செங்கிஸ்கான் அடைந்திருந்த முந்தைய வெற்றிகள் பற்றி அய்ரோப்பா கேள்விப்பட்டிருக்கவில்லை, க்வாரிஸம் பேரரசை அவர் அழித்தது பற்றிய மங்கலான சித்திரமே அவர்களுக்கிருந்தது. ஆனால் திடீரென்று கீவ் நகரம் வீழ்ந்ததும், அகதிகளின் கூட்டமும் கதைகளும் கிழக்கு அய்ரோப்பாவிலிருந்து வெளியே கொட்டின. அவர்களின் பின்னே ஒவ்வொரு திசையிலிருந்தும் அஞ்சத்தக்க மங்கோலியக் குதிரைவீரர்கள் வந்ததாகத் தோன்றிற்று. 'மின்னல் வெட்டின் வேகத்தில் மங்கோலியர் மேற்கில் கிறித்தவப் பிரதேசங்களில் படையெடுத்து, நாட்டைப் பாழ்படுத்தி, பெரும் படுகொலையை நிகழ்த்தி, ஒவ்வொருவரிடத்தேயும் சொல்லமுடியாத பீதியையும் பயங்கரத்தையும் பதித்தனர்' என மத்தேயு பாரிஸ் எழுதினார்.

'மின்னல்வெட்டின்' வேகம் என்னும் இக்குறிப்பு, பிற்பாடு ஜெர்மன் மொழியில் பிளீட்ஸ்கிரிக் எனப்பட்டதின் முதலாவது குறிப்பாகும்.

சுபோதெய் 50,000 பேர் கொண்ட மும்முனை ராணுவத்தை ஹங்கேரிக்குள்ளும், 20,000 பேர் கொண்ட சிறு ராணுவத்தை வடக்கில் போலந்தினூடே ஜெர்மனிக்குள்ளும் அனுப்பினார். இம்மங்கோலிய ராணுவங்கள், மங்கோலியாவின் தாயகத்தளத்திலிருந்து சுமார் 4000 மைல் தாண்டி வந்து, கிழக்கு அய்ரோப்பிய சமவெளியினூடே போலந்துக்கும் ஹங்கேரிக்கும் சென்றன-வியன்னா மற்றும் டியூடானிக் வீரர்கள்-ஹான்ஸீடிக் அமைப்பைச் சேர்ந்த ஜெர்மானிய நகரங்களின் சுவர்கள் வரை. வடக்கில், சில்லென்ற குளத்தைத் தாண்டிடும் கல்லைப் போல, போலந்தைத் தாண்டினர். மங்கோலியர் நாட்டினூடே அணிவகுத்துச் செல்ல, ஒவ்வொரு நகரமாக வீழ்ந்து வந்தது. சிலேசியாவின் இரண்டாம் டியூக் ஹென்றி, ஜெர்மனி, பிரான்ஸ், போலந்தின் கண்ணிய வீரர் உள்ளிட்ட முப்பதாயிரம் வீரர்களைத் திரட்டியிருந்தார். தனது பதற்றத்தில் தங்கச் சுரங்கத் தொழிலாளரையும் படையில் சேர்த்திருந்தார். ஏப்ரல் 9, 1241இல் இரு ராணுவங்களும் நவீன ஜெர்மானிய-போலந்து எல்லையருகிலுள்ள லீக்னிட்ஸில் சந்தித்தன. நகரிலிருந்து ஆறுமைல் தொலைவிலுள்ள திறந்த வெளியை சண்டைக்கான இடமாக மங்கோலியர் தெரிவுசெய்தனர்-பிற்பாடு அவ்விடம் ஜெர்மன் மொழியில் 'தெரிவு செய்யப்பட்ட இடம்' என்ற பொருளில் வால்ஸ்டார்ட் என்றழைக்கப்படலாயிற்று.

டியூக் ஹென்றி மங்கோலிய வீரரைத் தாக்குமாறு தன் குதிரை வீரர்களை முடுக்கிவிட்டார். முதல் அலையை முறியடித்த மங்கோலியர், இரண்டாம் அலைக்குப் பணிவதாகத் தோன்றி, அப்புறம் திடீரென்று தப்பியோடினர். வெற்றிக் கூச்சல்களுடன் அய்ரோப்பாவின் கண்ணிய வீரர்கள், மங்கோலியரைத் துரத்தத் தொடங்கினர்-மெல்லப் பின்வாங்கிய மங்கோலியர், கண்ணிய வீரர் தம் ஆயுதங்கள் எட்டும் தொலைவுக்கு சமீபத்தில் நின்றுவிட்டனர். அப்போது அய்ரோப்பியக் குதிரைகள் தம் வீரர்களது கனத்த கவசங்களால் சோர்வு கொள்ளத் தொடங்கியதும், அவர்களைச் சுற்றிலும் இடிக்கும் வெடியோசை எழுந்து பெரும்புகை சூழ்ந்துவிட்டது, பெரும் குழப்பம் உண்டாகிவிட்டது. வரலாற்றாளர் ஜேன் ட்லுகோஸ் விவரிப்பது போல, 'மங்கோலியர் பயன்படுத்திய பெரிய

தலைபோன்ற சாதனத்திலிருந்து, நாற்றத்துடன் வெளிப்பட்ட மேகம், போலந்து நாட்டினரை வளைத்து மயங்கச் செய்து, சண்டையிட முடியாதவர்களாக்கியது.' இப்புகையும் அமளியும் அய்ரோப்பிய கண்ணிய வீரர்களை, வில்வீரர்களிலிருந்தும் காலாட்படையினரிடமிருந்தும் தொலைவிலேயே நிறுத்தின. மீண்டும் மங்கோலியர் தம் எதிரிகளை அதீத நம்பிக்கை கொள்ளச்செய்து, அப்புறம் விதிவசமான பொறிக்குள் கவர்ந்து இழுத்தனர். குழப்பத்தில் சிதறிப்போய் சீக்கிரமே ஓய்ந்துவிட்ட கண்ணிய வீரர்களும் குதிரைகளும் மங்கோலியருக்கு எளிய இலக்குகளை முன்வைக்க, மங்கோலியரோ அவர்களை வீழ்த்தத் தொடங்கினர்.

மங்கோலியர் ஜெர்மானியரை நசுக்கினர். டியூக் ஹென்றியின் 30,000 வீரர்களில் 25,000 பேர் மடிந்ததை அய்ரோப்பிய ஆவணங்கள் பதிவு செய்துள்ளன. ஆனால் மங்கோலியர் இவர்களில் பலரை, குறிப்பாக சுரங்கத் தொழிலாளரைக் கைதிகளாக்கினர்-சுரங்கத் தொழில் என்னவென்று புரிந்துகொள்ளாத மங்கோலியர், அத்தொழிலாளரை மதித்தனர்; புதுப்புதுத் திறமைகளும் நுட்பங்களும் கொண்டுள்ளவர்களை நாடினர். ஓகோதெய்யின் தனிப்பட்ட சொத்தாகிய, மேற்கு மங்கோலியப் பிரதேசமான ஸ்நுங்காரியாவின் வளமான தாதுப் படிவங்களைத் தோண்டியெடுக்க, ஆயிரக்கணக்கிலான சுரங்கத் தொழிலாளரை மங்கோலியர் இட்டுச் சென்றனர்.

கீவ் நகரிலிருந்து ஜெர்மனி வரையிலான ஒட்டுமொத்த படையெடுப்பு, ஹங்கேரியின் புல்வெளி மீது படையெடுப்பது என்னும் உண்மையான மங்கோலிய நோக்கத்திற்கு வீரர்களை அனுப்புவதிலிருந்து அய்ரோப்பியரை விலக்கிவைத்திடும் மங்கோலிய கேளிக்கையாக இருந்தது. பெரும்பாலான வடக்கு ராணுவத்தை கொன்று குவிப்பதில் வெற்றிபெற்று, எஞ்சிய ராணுவத்தை சிதறடித்தும் நடுநிலைப்படுத்தியும், மங்கோலியப் படை போலந்து-ஜெர்மானிய நகரங்களிலிருந்து விலகிக் கொண்டது; உண்மையில் தாம் போரில் வென்று விட்டதாயும் படையெடுப்பாளரை முறியடித்ததாயும் உள்ளூர் மக்கள் எண்ணிக் கொண்டனர். வீழ்ந்துவிட்ட இரண்டாம் டியூக் ஹென்றி, பக்திமான் ஹென்றியாக உயிர்த்தியாகி ஆகிவிட்டார்; அவரது தலையற்ற உடல் காணப்பட்ட அதே இடத்தில் ஒரு பெனிடிக்டைன் மடாலயம் நிறுவப்பட்டது-இடது பாதத்தில்

ஆறு விரல்கள் இருந்ததை வைத்து ஹென்றியின் தாய் புனித ஹெட்விக் கண்டுபிடித்தார் என்கிறது கிறித்தவத் தொன்மவியல். 19-ஆம் நூற்றாண்டில், பிரஸ்ஸிய அரசாங்கம் அம் மடாலயத்தை ராணுவப் பள்ளியாக மாற்றிற்று –யுத்தத்தின் செயல்தந்திரங்களில் அங்கு பயிற்சி அளிக்கப்பட்டது.

ஜெர்மனியின் கண்ணிய வீரரைத் தோற்கடிக்கவும் படுகொலை செய்யவும் பயன்பட்ட மங்கோலிய செயல் தந்திரங்கள், சில நாட்களிலேயே பெரியதொரு களத்தில் மீண்டும் பயன்படுத்தப்பட்டு, ஏராளமான மரணங்களை ஏற்படுத்தின. சுபோதெய்யின் 50,000 வீரர் கொண்ட படை ஹங்கேரியின் பெரும்பகுதியைக் கொள்ளையடித்த பிறகு, மன்னர் பேலாவும் அவரது படையும் அவர்களை எதிர்க்க வந்தபோது, பின்வாங்கத் தொடங்கியது. சுபோதெய் பல தினங்கள் ஓய்வில் இருந்ததும், மங்கோலிய வெற்றிக்குப் பொருத்தமான மோஹி வெளியில் வந்து சேர்ந்தார். வாகனங்கள் மற்றும் இரும்புச் சங்கிலிகளின் வட்டத்தால் அரண் செய்யப்பட்ட அடர்ந்த முகாமில் ஹங்கேரியர் திரண்டிருக்க, மன்னர் அவர்களைப் பல தினங்களுக்கு நிறுத்தி வைத்திருந்தார். மங்கோலியருக்கு தம் குழுவேட்டையில் தம் இரையைக் கயிறாலும் போர்வையாலும் சுற்றி வளைப்பது போலிருந்தது. மங்கோலியர் தம் கவண்களை இழுத்து, ரசகற்பூரத்தைலம், வெடி மருந்து, எரியும் எண்ணெய் போன்ற கலவையான பொருட்களை எறியலாயினர்.

புகையினையும் நெருப்பினையும் தாங்கிக்கொள்ள முடியாத ஹங்கேரியர் தம் முகாமிலிருந்து வெளியேறினர். மங்கோலியரால் வளைத்துக் கொள்ளப்பட்டதாக உணர்ந்தனர்; ஆனால் மங்கோலியர் தம் குதிரை வீரர்களை நிறுத்தத் தவறியிருந்தனர். கிறித்தவ ஹங்கேரியருக்கு அற்புதம் போன்றதாகத் தோன்றிய இடைவெளியில், மூன்று நாள் ஓட்டத்தில் அடைந்து விடக்கூடியதான தலைநகர் பெஸ்ட் இருக்கும் திக்கில் அமைந்திருந்தது. ஹங்கேரியர் தம் இல்லம் நோக்கி நகர்ந்தனர். ஹங்கேரியர் ஓட ஓட, அவர்தம் பீதி வளர்ந்தது. நடந்தும் குதிரை மீதும் பாய்ந்தோடிய அவர்கள், சிதறியும் பரந்தும் சென்றனர்; துரிதமாய் செல்லும் பொருட்டு தம் சாதனங்களை நழுவவிட்டனர். மங்கோலியர் அவ்விடைவெளியைச் சந்தர்ப்பவசத்தால் விட்டுவைக்கவில்லை; தப்பியோடிவரும் ஹங்கேரியரை எதிர்பார்த்து மங்கோலியர் காத்திருந்தனர். மங்கோலியர் இவர்களில் பலரைச் சதுப்பு

நிலங்களுக்குத் துரத்தியடித்து அங்கே மூழ்குமாறு செய்தனர். தற்போது குரேஷியா நகரமாயுள்ள ஸ்பிளிட்டின் துணைப் பேராயராயிருந்த ஸ்பளாட்டோவின் தாமஸ் என்னும் வரலாற்றாளர், மங்கோலியரை தார்தாரிய கொள்ளை நோய் என விவரித்தார்; மற்றும் ஹங்கேரியப் படுகொலை குறித்த தெளிவான பதிவை முன்வைத்தார்: "குளிர்காலத்து இலைகளென இறந்தவர்கள் இடம் வலமாக விழுந்தனர், இப்பரிதாபமானவர்களது கொல்லப்பட்ட உடல்கள் வழியெங்கும் சிதறிக் கிடந்தன. மழைத்தாரையென குருதி ஓடியது."

யுத்தகளத்தில் மங்கோலியரைத் தோற்கடிப்பதில் அவர்தம் கண்ணிய வீரர்கள் தோற்றுவிட, பாதிரியார்களோ அதியற்புத சாதனங்களால் அடக்கிட முற்பட்டனர். பல மங்கோலியர் கிறித்தவர் என எண்ணிக்கொண்டு இறந்தவரின் எச்சங்களை அவர்கள் எவ்வளவுக்கு அருவருத்து அஞ்சினர் என்பதை அறியாமல், கிறித்தவ புரோகிதர்கள் நெருங்குகின்ற ராணுவத்தின் முன்னே தம் ஞானியரது எலும்புகளையும் இதர புனிதச் சின்னங்களையும் அணிவகுத்துக்காட்டி, பெஸ்ட் நகரிலிருந்து மங்கோலியரை வெளியேற்ற முயன்றனர். பிரேதத் துண்டுகளின் காட்சியால் அருவருப்படைந்து ஆத்திரமுற்ற மங்கோலியர், புரோகிதர்களைக் கொன்று, புனிதச் சின்னங்களையும் தேவாலயங்களையும் எரித்து தம்மை தூய்மைப்படுத்திக் கொண்டனர். அய்ரோப்பியரைப் பொறுத்தவரை, இது மதரீதியிலான சரிவின் அளவுக்கு ராணுவ இழப்பும்தான்; வீரர்களும் மன்னரும் கொல்லப்பட்டதுடன், ஒரு பேராயரையும் இரு தலைமைப் பேராயரையும் எண்ணற்ற கண்ணிய வீரரையும் ஹங்கேரி இழந்தது.

மங்கோலியர் அந்நாட்டின் கண்ணிய வீரர் அமைப்பை நாசமாக்கி, மன்னர் நான்காம் பேலாவை அட்ரியாட்டிற்குத் தெற்கே துரத்திவிட்டனர். மங்கோலியப் படையெடுப்பால் ஏற்பட்ட பயங்கரமான உளவியல்-உணர்வோட்டத் தாக்கத்தை பல பிரதிகள் ஆவணப்படுத்தியுள்ளன. ஹங்கேரியிலும் போலந்திலும் சுமார் ஒரு லட்சம் வீரர்களை இழக்க நேர்ந்ததால், அய்ரோப்பிய கண்ணிய வீரர் அமைப்பு மீண்டெழவே இல்லை. மதில்கள் கொண்ட நகரங்களும் கனத்த கவசங்களுடைய கண்ணிய வீரர்களும் முடிந்து போயினர்; 1241-இன் ஈஸ்டர் காலத்திய புகையிலும் வெடிமருந்திலும் கிடைத்த மங்கோலிய வெற்றி, வரவிருக்கின்ற

அய்ரோப்பிய நிலப்பிரபுத்துவம் மற்றும் இடைக்காலங்களின் ஒட்டுமொத்த அழிவையும் முன்னுணர்த்தியது.

மங்கோலிய வெற்றிகள் நிகழ்ந்த சில மாதங்களுக்குள், 1241இல், அக்டோபர் 6 ஞாயிறன்று ஒரு கிரகணம் சூரியனை மறைத்தது. அய்ரோப்பா எங்கிலும் உள்ள மக்கள் புனித தினத்தில் நிகழ்ந்த இச்சூரிய கிரகணத்தை, மங்கோலியரால் இழைக்கப்பட இருக்கும் துயரமாகவே விளக்கினர். தாக்குவோரின் அடையாளம் குறித்த அறியாமையால் பீதி அதிகரித்தது. போர்டெக்ஸ் தலைமைப் பேராயருக்கு தவறான தகவல்களால் எழுதப்பட்டு சுற்றுக்கு விடப்பட்டிருந்த கடிதமொன்றில் ஒரு பாதிரியார், மங்கோலியரை, 'நரகத்திலிருந்து வந்த காட்டுமிராண்டிகளான அவர்கள், யுத்தம் முடிந்ததும் இறந்தவர்களைத் தின்று எலும்புகளை மட்டும் விட்டுவைப்பவர்கள், அவற்றை ராஜாளிகள் கூடத் தொடாது' என்கின்றார். சீண்டிவிடும் நோக்கமுள்ள விலாவாரியான இப்பதிவில், மங்கோலியர் வயதான பெண்களைத் தின்பதை ரசித்தனர், கிறித்தவப் பெண்டிரை ஓய்ந்துவிடும் அளவுக்கு குழுவாக வல்லுறவு செய்து தம் வெற்றியைக் கொண்டாடினர் என்று இடம்பெற்றுள்ளது. அப்புறம் தம் தலைவர்களுக்காக அவர்தம் மார்பகங்களை அருஞ்சுவைப் பதார்த்தமாகத் துண்டித்துப் பராமரித்தனர்; உடலங்கள் காட்டுமிராண்டிகளுக்கு உற்சாகமான விருந்தாயின என்கிறது.

பல்கேரியர், ரஷ்யர், ஹங்கேரியர், ஜெர்மானியர், போலந்து நாட்டினர் ஆகியோர் மீதான அடுத்தடுத்த மங்கோலிய வெற்றிகள் சில பிரதேசங்களில் பரந்துபட்ட எச்சரிக்கையினையும் பீதியையும் ஏற்படுத்தின. இவர்கள் யார், இவர்களுக்கு வேண்டியது என்ன? மத்தேயு பாரிஸ் புலம்பியது போல, அவர்தம் மொழி எந்த அய்ரோப்பியனுக்கும் தெரியாது; "மற்றவர்களுடனான கலந்துறவாடல் வழியே, அவர்தம் சம்பிரதாயங்களைப் பற்றி அல்லது அவர்களைப் பற்றிய விபரம் கிட்டும் வகையில், இதுவரையிலும் எவ்வித ஆதாரத்தையும் அடைய முடியவில்லை அல்லது அவர்களே வெளிவந்து தரவுமில்லை."

துணை நிற்கும் தகவல் இல்லாத நிலையில், கிறித்தவப் பாதிரியார்கள் பதில்வேண்டி பைபிளை நாடினர். தார்தார் என்னும் பெயர் தார்ஸிஷ் போல அவர்களுக்கு ஒலித்தது, "அவர்களது மன்னர் கடலிலிருந்து கடல் வரையும், நதியிலிருந்து பூமியின்

கோடி வரையும் மேலாதிக்கம் கொண்டிருப்பார்." பாசுரமும் இப்படிக் குறித்தது: "கானகத்தில் உறைவோர் அவன்முன் தலை வணங்குவர்; அவனது பகைவர் புழுதியை நக்குவர். தார்ஸிஷஸின், தீவுக் கூட்டங்களின் மன்னர்கள் அன்பளிப்புகளைக் கொண்டு வருவார்கள்."

அன்பளிப்புகளைக் கொண்டுவருகின்ற குறிப்பு பாதிரியார்களுக்கு, குழந்தை ஏசுவுக்குப் பரிசுப் பொருட்கள் கொண்டுவந்த கீழைத்தேயத்து மூன்று மன்னர்களுடன், தார்ஸிஷஸின் மன்னரை இணைத்தது. இப்பத்திகளை மங்கோலியருடன் தொடர்பு படுத்திடும் விளக்கம் ஒன்றினைத் திடீரென்று அவர்கள் கண்டனர். 1164-இல் அயலகப் படையெடுப்புகளிலிருந்து திரும்பிய ஜெர்மானிய சிலுவை வீரர்கள், மூன்று மன்னர்களிடமிருந்து எலும்புகளைக் கொண்டுவந்ததாகக் கூறிக் கொண்டனர்; 1181-இல் ஜெர்மானியர் கொலோனின் அதிசயமான புதிய பேராலயத்தில், புனித எச்சங்களை வைத்திட பொன் பூச்சுள்ள நினைவுப் பொருள் பேழையை நிர்மாணிக்கத் தொடங்கினர். இச் சம்பவத்தையொட்டி, புனித நினைவுச் சின்னங்களின் திருட்டு பற்றிய எண்ணம் எழுந்தது; தம் மூதாதையரின் எலும்புகளை மீட்கும் பொருட்டு, தார்தாரியர்கள் அய்ரோப்பா மீது படையெடுத்தனர் எனக் கிறித்தவர்கள் அஞ்சினர். விஷயம் அதுவாயின், மங்கோலியர் அய்ரோப்பாவின் இருதயத்ினூடே நேராகச் சென்று, கொலோனில் தம் நோக்கத்தை நிறைவேற்றி இருப்பர்.

மங்கோலியர் ஹங்கேரியிலிருந்து தெற்கில் பால்கனை நோக்கி திரும்பியபோது, அதன் காரணமாக கொலோனை அடைய முடியாததால், அவர்கள் மூன்று மன்னர்களின் எலும்புகளைத் தேடவில்லையெனில், பாபிலோனில் சிறைவைக்கப்பட்டு வீடு திரும்பாதிருந்த யூதர்களை நாடு கடத்தியிருக்கவேண்டும் எனப் பாதிரியார்கள் அனுமானித்தார்கள். பாரசீகம் தாண்டி ஓடிய நதியால் அவர்கள் நிறுத்தப்பட்டுவிட்டனர். 1241-ஆம் ஆண்டு யூதக் காலண்டரின் 5000-உடன் தொடர்புடையது; அந்த ஆண்டு பல யூதர்கள் தாவீது மன்னரின் மறுதோற்றத்தை அல்லது மீட்பரின் வருகையை எதிர்பார்த்துக் கொண்டிருந்தனர் என கிறித்தவ வரலாற்றாளர்கள் தெரிவித்தனர்.

மங்கோலியர் எபிரேய மொழி பேசவில்லை, தமக்கென்று விதிமுறைகள் இல்லாதவர்கள், அது கர்த்தர் மோசஸிடம் சட்டத்தை அளிக்கும் பைபிள் விவரிப்புடன் முரண்படுவதாகும் என்பதால் மத்தேயு பாரிஸ் ஆரம்பத்தில் இதுபற்றி அவநம்பிக்கை கொண்டார். எனினும் வேறு சிறப்பான விளக்கங்கள் இல்லாததால், மங்கோலியருக்கும் யூதருக்கும் இடையிலான பிணைப்பையும், மோஸஸின் காலத்திற்கும் தனது சகாப்தத்திற்கும் இடையிலான இணை அம்சங்களையும் நியாயப்படுத்திட ஒரு வழிகண்டார். இப்புதிய மக்கள் நழுவிப்போன எபிரேயப் பழங்குடிகளாக இருக்க முடியும்; "மோஸஸின் அரசாங்கக் காலத்திலிருந்து அவர்தம் கலகத்தன்மையிலான இருதயங்கள், தீயசிந்தனை வழியில் பிறழ்ந்து போயிருந்தன; எனவே அவர்கள் விசித்திரக் கடவுளரையும் அறியப்படாத சம்பிரதாயங்களையும் பின்பற்றினர்; ஆகவே இப்போது கடவுளின் பழிதீர்ப்பால் மிகவும் ஆச்சரியகரமான முறையில், ஒவ்வொரு தேசத்தாலும் அறியப்படாதவராய் உள்ளனர், அவர்தம் இருதயமும் மொழியும் குழப்பிக் கொள்ளப்பட்டது; அவர்தம் வாழ்வு, குரூரமான அறிவற்ற காட்டு விலங்கினுடையதாக மாறிற்று."

யூதர்களின் அதீத மோசமான தன்மை காரணமாக, கிறித்தவர்கள் அவர்களை, மங்கோலியரது சீற்றத்தைக் கள்ளங்கபடமற்ற கிறித்தவர்கள் மீது இறக்கியவர்கள் என்று குற்றஞ்சாட்டினர். 'அய்ரோப்பிய யூதத் தலைவர்கள் ரகசியமான ஓரிடத்தில் பொது அழைப்பாணையில் ஒன்று கூடினர்' என்கிறார் பாரிஸ். நம்பகமற்ற அவரது அறிக்கை தொடர்ந்து செல்கிறது: "அவர்களிடையே இருந்துள்ள மிகப் புத்திசாலிகளும் செல்வாக்குமிக்கவர்களும், முன்னர் வாய் மூடியிருந்த இஸ்ரேலின் பழங்குடிகளது சகோதரர் ஒட்டுமொத்த உலகையும் தமக்கும் நமக்கும் அடிமைகளாக்கிடச் சென்றுள்ளனர். நமது முந்தைய துயரம் எவ்வளவு கடுமையாயும் எவ்வளவு காலத்திற்கு நீடிப்பதாயும் இருந்ததோ, நமக்குக் கிட்டும் கீர்த்தியும் அவ்வளவு பெரிதாய் இருக்கும். கூடியிருந்த யூதரைப் பொறுத்தமட்டில், வாட்கள், குறுவாட்கள், கவசங்களை அவர்கள் எங்கும் விற்க முடியும்; தம் வஞ்சனையைப் பாதுகாப்பாக மறைத்திட, பேழைகளில் திருடிச் சென்றனர்." வேறு சிறந்த விளக்கம் வெளிப்படாததால், கிறித்தவர்கள் இக்கதையினை ஏற்றுக் கொண்டனர்-'யூதரின் மறைவான துரோகம் மற்றும் அசாதாரண வஞ்சனையாக.' ஆகவே அவர்கள் உடனே தூக்கிலிடுவோரிடம்

ஒப்படைக்கப்பட்டனர்-நிரந்தர சிறைவாசத்தில் வைக்கப்படவோ, தமது வாட்களாலேயே கொல்லப்படவோ.

விவரணங்கள் எவ்வளவு அபத்தமானவையாயினும் சரி, சான்றின்மைப் பிரச்சனை இருந்தாலும் சரி இக்கதைகள் அய்ரோப்பாவெங்கிலுமான நாசகரமான, உண்மையான விளைவுகளை எழுப்பின. தம் நாகரிகங்களின் எல்லைகளில் இம்சை புரிந்து கொண்டிருந்த எதிரி மங்கோலியரைத் தோற்கடிக்க முடியாத அய்ரோப்பியர், தாயகத்தில் தமது கற்பித எதிரிகளான யூதரைத் தோற்கடிக்க முடிந்தது. யார்க்கிலிருந்து ரோம் வரையிலும் நகரம் மாற்றி நகரமாக, கோபங்கொண்ட கிறித்தவக் கூட்டங்கள் தம் நகரங்களின் யூத இருப்பிடங்களைத் தாக்கின. மங்கோலியர் தம் படையெடுப்பில் பயன்படுத்தியதாக அவர்கள் கேள்விப்பட்டிருந்த கொடுமையாலேயே, யூதர்களைத் தண்டிக்க கிறித்தவர்கள் முற்பட்டனர். யூத இல்லங்களுக்கு தீயிட்ட கிறித்தவர்கள், அங்கிருந்தவர்களைப் படுகொலை புரிந்தனர். நகரங்களிலிருந்து தப்பிட முடிந்த யூதர்கள், புகலிடம் தேடி ஒவ்வோரிடமாக ஓடினர், ஆனால் அநேகமாக எல்லாச் சமுதாயங்களிலும் எதிர்ப்பையே கண்டனர். யார் யூத அகதிகள் எனத் தெளிவாக அடையாளம் கண்டுகொள்ளவும் புது கிறித்தவ சமுதாயங்களில் நுழைவதைத் தடுக்கவும், யூதர்கள் தனித்துவமான ஆடைகளையும் சின்னங்களையும் அணிய வேண்டுமென்று தேவாலயம் உத்தரவிட்டது.

ஹங்கேரிய ராணுவம் அழிக்கப்படவே, வியன்னாவிற்கான வழித்தடம் திறந்திருந்தது; சில வாரங்களிலேயே நகரின் பகுதிகளில் மங்கோலியரின் அமளியைப் பீதிகொண்ட மக்கள் கேட்டனர். இப்படி முன்னோடிப்படையைச் சேர்ந்தவர் களுடனான பூசலில், ஹாப்ஸ்பர்க் துருப்புகள் ஒரு மங்கோலிய அலுவலரைப் பிடித்துக் கொண்டனர்; அவர் எழுதப்படிக்கத் தெரிந்த நடுத்தர வயது ஆங்கிலேயர் என்பதறிந்து ஆச்சரியமும் அச்சமும் கொண்டனர்; புனித பூமி வழியே சென்றிருந்த அவர், மொழிகளைக் கற்பதிலும் எழுதுவதிலும் தேர்ச்சி பெற்றுள்ளார். இத்தகு கல்வியறிவுடன் இங்கிலாந்திலிருந்து தப்பி வந்தும் இருப்பதால், 1215-இல் மக்னா கார்ட்டாவில் கையொப்பம் இடுமாறு மன்னர் ஜானைக் கட்டுப்படுத்திய முயற்சியில் இவர் ஈடுபட்டிருக்கக்கூடும் என்னும் அனுமானம் நிலவியது. இங்கிலாந்திலிருந்து தப்பி வந்து,

ரோமானிய கத்தோலிக்க தேவாலயத்தின் சமூக விலக்கலின் மிரட்டலை எதிர்கொண்டு, மிகவும் சகிப்புத்தன்மையுள்ள மங்கோலியரின் சேவையில் சேர்ந்திருக்கலாம். மங்கோலிய ராணுவத்தில் ஓர் அய்ரோப்பியன் மற்றும் முன்னாள் கிறித்தவன் இடம்பெற்றிருந்ததால், மங்கோலியர் உண்மையில் மனிதரே, பிசாசுகளின் மந்தையில்லை என்பதைத் தெளிவுபடுத்திற்று; ஆனால் வியன்னாவுக்கு வெளியே மர்மமிக்க மங்கோலியரின் நோக்கம் குறித்த சரியான விபரத்தைப் பெறுமுன்பே, பீதிகொண்டிருந்த கிறித்தவர் அந்த ஆங்கிலேயரைக் கொன்றுவிட்டனர்.

பெயர் தெரியாத ஆங்கிலேயரைப் பிடித்தது, அய்ரோப்பாவில் மங்கோலிய ஊடுருவலின் முடியுடன் பொருந்திப்போனது. மத்திய ஆசியா, ரஷ்யா, உக்ரெய்ன், போலந்து, ஹங்கேரி ஆகியவற்றின் ஸ்டெப்பிவெளியை அவர்கள் பின்தொடர்ந்திருந்தனர்; ஆனால் மேய்ச்சல் நிலங்கள் முடிவுற்ற இடங்களில் மங்கோலியர் நின்று விட்டனர். ஒரு வீரனுக்கு அய்ந்து குதிரைகள் வீதம் இருந்ததால் மேய்ச்சல் நிலம் அவர்களுக்கு அவசியமானதாயிருந்தது. பயிர்கள், குட்டிகள், வெளிகள், காட்டு வேலிகள் கொண்ட வயல்கள், காடுகள், ஆறுகள் வழியே கடந்து சென்றபோது, அவர்களுக்கே உரித்தான துரிதம், இயங்குதிறன், ஆச்சரியமெல்லாம் இழந்துபோயின. குடியானவ வயல்களின் மிருதுவான உழுசால்கள் குதிரைகளுக்குப் பாதுகாப்பற்ற பிடிமானத்தையே தந்தன. வயல்கள் தொடங்குமிடத்தில், வறண்ட ஸ்டெப்பியிலிருந்து கடற்கரை மண்டலங்களின் புழுக்கமான தட்பவெப்பத்திற்கு மாறுவதையும் குறித்தது-அங்குள்ள ஈரப்பதத்தில் மங்கோலிய விற்கள் வலுவையும் துல்லியத்தையும் இழந்துபோயின.

டான்யூப் நதியெங்கிலும் துருவி ஆராய்ந்திருந்த போதிலும், மேற்கு அய்ரோப்பா மீதான முழுமையான மங்கோலியப் படையெடுப்பு நடைமுறையில் தோற்றது. டிசம்பர் 11, 1241-இல் குடிபோதையிலிருந்த ஓகோதெய் இறந்ததாகக் கூறப்பட்டது. காரகோரத்திலிருந்து 4000 மைல் தூரத்திலிருந்த, அய்ரோப்பாவில் முகாமிட்டிருந்த மங்கோலியரிடம் இச்செய்தி, நான்கல்லது ஆறுவாரங்களில் சேர்ந்துவிட்டது. ஏறக்குறைய அதே சமயத்தில் சுபோதெயும் இறந்துவிட்டான்; இவ்விதம் செங்கிஸ்கான் இறந்ததிலிருந்து வெறுமனே 14 ஆண்டுகளுக்குள், அவரது நான்கு மகன்களும் இறந்து போயினர். இப்போது செங்கிஸ்கானின் பேரப்பிள்ளைகளான இளவரசர்கள், மாபெரும் கானாகிவிடும்

தேடலில் ஒருவரை எதிர்த்து இன்னொருவர் மேற்கொள்ளும் சண்டைகளைத் தொடர, தாயகத்திற்குப் பறந்தோடினர். இவர்களிடையேயான போராட்டம் இன்னொரு பத்தாண்டுகள் நீடித்தது-குறைந்தபட்சம் இந்த சகாப்தத்திலாவது எஞ்சியுள்ள உலகம் மங்கோலியப் படையெடுப்பிலிருந்து பாதுகாப்பாய் இருக்கும்.

புலியாண்டான 1242-இன் ஆரம்ப மாதங்களில், மங்கோலியர் மேற்கு அய்ரோப்பாவிலிருந்து பின்வாங்கி, ரஷ்யாவிலுள்ள தம் வலுவிடத்திற்குத் திரும்பினர். அய்ரோப்பிய நகரங்களின் கொள்ளைகளில் மங்கோலியருக்கு அதிகமாகக் கிட்டவில்லை. மங்கோலியர் கொண்டுசென்ற விலை உயர்ந்த பொருட்கள், ஹங்கேரிய மன்னரது முகாமிலிருந்த கூடாரங்களும் தளவாடப் பொருட்களுமே. அவற்றை வோல்கா நதிக்கரை மீதிருந்த தன் ஆதார முகாமிற்காக பாட்டு பயன்படுத்திக் கொண்டான். பொருட்கள் அவ்வளவாக கிடைக்கவில்லை எனினும், சாக்ஸனியிலிருந்து சுரங்கத் தொழிலாளர், பெல்கிரேட் மற்றும் பால்கனிலிருந்து ஆவணம் எழுதுவோர் மற்றும் மொழிபெயர்ப்பாளர்கள் மற்றும் பாரிஸின் பொற்கொல்லர் ஒருவர் உள்ளிட்ட பிரெஞ்சுக் கைதியர் அணி என மங்கோலியர் நிறையவே பெற்றனர்.

தம் படையெடுப்பால் பொருட்கள் கிடைக்காத ஏமாற்றத்தில், ஏதேனும் ஆதாயம் பெறவேண்டும் என்னும் ஆர்வத்தில், மங்கோலிய அலுவலர்கள் கிரீமியாவில் நிறுத்தப்பட்டிருந்த இத்தாலிய வணிகர்களுடன் ஒருபேரம் பேசினர். பெருமளவிலான வணிகப் பொருட்களுக்குப் பதிலாக, தம் அய்ரோப்பியக் கைதிகளை, குறிப்பாக இளைஞர்களில் பலரை எடுத்துக்கொண்டு, மத்திய தரைக்கடலில் அடிமைகளாக விற்க ஏற்பாடு செய்தனர். இது மங்கோலியருக்கும் வெனிஸ் மற்றும் ஜெனோவா வணிகர்களுக்கும் இடையே நீண்டதும் கவர்ச்சிகரமானதுமான உறவினை ஏற்படுத்திற்று-இப்புதுச் சந்தையை இயக்கிட அவ்வணிகர்கள் கருங்கடல் கரையில் வர்த்தக நிலையங்களை நிறுவினர். மத்தியதரைக்கடல் சந்தைகளிலுள்ள ஸ்லாவ்களிடம் விற்கும் உரிமைக்குப் பதிலாக, இத்தாலியர் மங்கோலியருக்கு தமது தயாரிப்புகளை வழங்கினர்.

இளைஞரை விற்பது, மங்கோலியருக்கு எதிர்காலத்தில் பெரிய பிரச்சனையை ஏற்படுத்துவதாக இருந்தது. ஏனெனில் இத்தாலியர்

பெரும்பாலான அடிமைகளை எகிப்திய சுல்தானுக்கு விற்க, அவர் அவர்களைத் தன் அடிமை ராணுவத்தில் பயன்படுத்தினார். அடுத்த 20 ஆண்டுகளில், மங்கோலியர், பெரிதும் ஸ்லாவ்கள்-கிப் சாக்குகளைக் கொண்ட இந்த ராணுவத்தை எதிர்கொள்ள வேண்டியிருந்தது-இந்த அடிமை ராணுவத்தினர் மங்கோலியருடன் போரிட்டு நிறைய அனுபவமிக்கவர்கள், இன்னும் பலர் வெளியே அனுப்பப்படும் முன்னர், மங்கோலிய மொழியை நன்கறிந்தவர்கள். நவீன இஸ்ரேலில் உள்ள கலீலி கடலோரத்திலான அவ்வெதிர்காலச் சந்திப்பு, ரஷ்ய சமவெளியிலான முதல் சந்திப்பை விடவும், மிக வேறுபட்ட விளைவைக் கொண்டிருந்தது.

7

போரிடும் அரசியர்

கடவுள் கையில் வெவ்வேறான விரல்களைத் தந்திருப்பது போலவே, மனிதருக்கு வெவ்வேறான வழிகளை அளித்துள்ளார்.

மோங்கே கான்

அந்நிய நாடுகளில் வென்று மங்கோலிய ஆண்கள் யுத்தகளன்களில் மும்முரமாயிருக்க, பெண்டிர் பேரரசை நிர்வகித்தனர். மேய்ச்சல் செய்யும் பழங்குடியினரிடையே, இல்லற விவகாரங்களைப் பெண்கள் பார்த்துக்கொள்ள, ஆண்கள் வேட்டையாட, மேய்க்க அல்லது சண்டையிடச் சென்று விடுவார்கள்; இப்போது படையெடுப்புகள் மாதக் கணக்கில் அல்லாமல் வருடக் கணக்கில் நீடிப்பதால், இல்லம் என்பது கூடாரங்களின் கூட்டமாக மட்டும் இல்லாமல், பரந்துள்ள பேரரசாயும் இருக்கவே, பெண்கள் தொடர்ந்து ஆட்சிபுரிந்தனர். ஓகோதெய்யின் ஆட்சிக் காலத்தில் ரஷ்யாவிலும் கிழக்கு அய்ரோப்பாவிலும் சண்டை தீவிரமானதாயிருக்க, மங்கோலியப் பேரரசின் எஞ்சிய பகுதிகளது நிர்வாகத்தைப் பெண்கள் பொறுப்பேற்றுக் கொண்டனர். ஓகோதெய்யுடனான பகைமை நிலவினும், செங்கிஸ்கானின் இளைய மகன் தோலுயின் விதவை சொர்கோக்தானி, செங்கிஸ்கான் வளர்ந்துவந்த குடும்ப நிலம் உள்ளிட்ட கிழக்கு மங்கோலியாவையும் வடக்குச் சீனாவையும் ஆட்சி புரிந்தாள். செங்கிஸ்கானின் இரண்டாவது

மகன் சுபோதெயின் விதவை எபுஸ்குன், மத்திய ஆசியாவை / துர்கிஸ்தானத்தை ஆட்சிபுரிந்தாள்.

நீண்ட காலத்திற்கு ஆட்சி செய்த ஓகோதெய், தலைமை தாங்க முடியாதபடிக்கு மிகவும் குடித்தபடி இருந்தான்; இதனால் படிப்படியாக ஆட்சிப் பொறுப்பை தோரெஜீனிடம் ஒப்படைத்தான்-அவள் மூத்த மனைவியாக இல்லாவிடினும் திறமைசாலியாயிருந்தாள். 1241-இல் அவன் இறக்கவும் அவள் அதிகாரபூர்வ ஆட்சிப் பொறுப்பாளர் ஆனாள். அடுத்த பத்தாண்டுகளுக்கு, 1251-வரை, உலக வரலாற்றின் மிகப்பெரும் பேரரசைப் பெண்களின் சிறிய குழுவைக் கொண்டு நிர்வகித்தாள். இப்பெண்களில் யாரும் மங்கோலியரில்லை, மணம் முடித்து அதன் காரணமாக மங்கோலிய அரச குடும்பத்திற்கு வந்தவர்கள், அதிகப்படியானவர்கள் கிறித்தவர்கள். அவர்களது பாலினமோ மதமோ அவர்கள் அதிகாரப் பொறுப்பேற்பதற்குத் தடையாய் இல்லை; ஒவ்வொரு பெண்ணும் ஒட்டு மொத்தப் பேரரசையும் தன் மகனின் கைகளில் வைத்திடப் போட்டியிட்டாள்.

அதிகாரத்திற்கான போராட்டம், எவ்வளவு தீவிரமாக நடந்தாலும், ஒப்பீட்டளவில் அமைதியாயிருந்தது-சண்டையில் தோற்ற பெண்டிர் கொடுமையான விதியை அனுபவிக்க நேர்ந்தபோது, எதிர்கொண்ட அறுதியான நடத்தை தவிர. அரசவைப் போராட்டங்களுக்கு வெளியே, அச்சகாப்தம் பேரரசினூடே அமைதியான சகாப்தத்தைக் கொண்டுவந்தது-பிடிமானங்கள் சிலவற்றை நிலைநாட்டிக் கொள்வதற்கான சந்தர்ப்பத்தை, 1212-1241 ஆண்டுகளின் முதல் மங்கோலிய உலக யுத்தத்திற்கு நான்கு தசாப்தங்களிலிருந்து மீண்டு, அடுத்த யுத்தத்திற்கு ஆயத்தமாகும் நேரத்தை வழங்கியது.

மங்கோலிய அரசவையில் தோரெஜீனின் அதிகாரம் மற்றும் முக்கியத்துவம் குறித்த பழமையான பதிவு, தாவோயிஸ பிரதி ஒன்றினை அச்சிடுவதற்கு அவள் அளித்த ஆணையில் தென்படுகிறது-அவளது கையொப்பத்துடன் ஏப்ரல் 10, 1240 நாளிட்ட ஓகோதெய்யின் முத்திரையும் அதில் இடம்பெற்றுள்ளது. அவள் பேரரசினை நடத்தியது மட்டுமல்லாமல், ஆண்கள் போரிட்டபோது, அவள் கல்வி-மதத்தை ஆதரித்தல், அரசனுக்குரிய மாட்சிமையுடன் முக்கியமான சமூக நிறுவனங்களை நிர்மாணித்தல்

என முற்றிலும் வேறுபட்ட நடவடிக்கைகளில் ஈடுபட்டிருந்தாள் என்பதை இப்பிரதி தெளிவாகக் காட்டுகிறது.

ஓரளவே வெற்றி கிட்டிய சீனப் படையெடுப்பில் அபிமானத்திற்குரிய மகனையும் இதர உறவினர்களையும் இழந்துவிட்ட ஓகோதெய், பொதுவாகவே அரசியல் வாழ்வில் ஆர்வமிழந்து, தன் பேரப்பிள்ளைகளில் ஒருவனைக் கவனித்துக் கொள்ளுமாறு ஏற்பாடு செய்திருந்தான். எனினும் தோரெஜீன், சண்டைக்காரனும் அகங்காரமிக்கவனுமான தன் மகன் கூயுக்கை முன்னிறுத்த ஆசைப்பட்டாள்-அவனோ தந்தையால் வெறுக்கப்பட்டான். ஓகோதெய் இறந்ததுமே, ஓகோதெய்யால் முன்மொழியப்பட்டிருந்த அவரது பேரனுக்குப் பதிலாக, கூயுக்கைத் தெரிவு செய்வதற்காக தோரெஜீன் குறில்தாயைக் கூட்டினாள்; ஆனால் பொன்னான குடும்பத்தின் குறைந்தபட்ச ஆதரவை அவளால் பெற முடியவில்லை. ஆட்சிப் பொறுப்பாளராக நீடித்த தோரெஜீன், கூயுக்கைத் தெரிவு செய்யத் தேவைப்பட்ட, ஆதரவைத் திரட்டுவதற்கான நுணுக்கமான அய்ந்தாண்டு அரசியல் பணியை ஆரம்பித்தாள். தன் இலக்கினைப் பின்தொடர்ந்திட, மறைந்த தன் கணவரது அமைச்சர்களை வெளியேற்றிவிட்டு, தனக்கு வேண்டியவர்களை நியமித்தாள்; அவர்களுள் முக்கியமாயிருந்தவள் பாத்திமா-க்வாரிஸிம் படையெடுப்பின்போது டாஜிக் / பாரசீகக் கைதியாக பிடிபட்டு, காரகோரத்தில் வேலை செய்வதற்காக கொண்டுவரப்பட்டிருந்தவள். அவளை வெறுத்த, பொதுவாகவே அரசியலில் பங்கேற்ற பெண்களையெல்லாம் வெறுத்த, வரலாற்றாளர் அடாமாலிக் ஜுவைனி, தோரெஜீனின் கூடாரத்தில் ‘சதா சென்றுவரும் செல்வாக்குடைய பாத்திமா, நெருக்கமான விவரணங்களைப் பெற்று, ரகசியங்களின் பேழையாக விளங்கினாள்’ என்கிறார். பழைய அமைச்சர்கள் அரசியல் விவகாரங்களிலிருந்து விலக்கப்பட, அவள் அரசியல் பங்காற்றி, கட்டளைகள் பிறப்பிக்கவும் தடை உத்தரவுகள் போடவும் சுதந்திரம் பெற்றிருந்தாள்.

1246-இல் பேரரசு மீதுள்ள தன் கட்டுப்பாட்டை இறுக்கிக்கொண்டு தன் மகனைத் தெரிவு செய்துவிடலாம் என தோரெஜீன் நம்பிக்கை பெற்றாள். கூயுக் தெரிவு செய்யப்படும் நிகழ்வுகளும் தேர்தலும் பொன்னான குடும்பத்தினருக்கும் பிரமுகர்களுக்கு மட்டும் உரிய, தனிப்பட்ட ரகசியமாயிருந்தது; ஆனால் தோரெஜீன் தன் மங்கோலிய மக்களுக்கும் வெளிநாட்டு பிரமுகர்களுக்குமான

பெரிய நிகழ்வாக்கிவிட்டார். ஆகஸ்டில் நிகழும் வைபவம் வரை கோடைகாலம் முழுவதும், பேரரசின் தொலைதூர மூலைகளிலிருந்து அயலகத் தூதுவர்கள் வந்த வண்ணமாக இருந்தனர். எமீர்களும் ஆளுனர்களும் இளவரசர்கள்-மன்னர்களின் பின்னே ஒரே சாலைகளில் தோளோடு தோள் உராய்ந்து சென்றனர். செல்ஜீக் சுல்தான் துருக்கியிலிருந்து வந்தார்; பாக்தாத் கலீபாவின் பிரதிநிதிகளும் வந்தனர்; ஜார்ஜியாவின் மறைந்த மன்னரது சட்டபூர்வ வாரிசான டேவிட் மற்றும் அதே மன்னரின் கள்ளக் குழந்தையான டேவிட் ஆகியோரும் வந்து சேர்ந்தனர். இவர்களில் உயரிய தகுதி நிலையில் இருந்தவர், அய்ரோப்பியப் பிரதிநிதி அலெக்ஸாண்டர் நெவ்ஸ்கியின் தந்தை, விளாடிமிர் மற்றும் சுஸ்தாலின் மாபெரும் இளவரசர் இரண்டாம் யாரோஸ்லாவ் ஸெவால்டோவிச்-தோரெஜீன் காதூண்ணுடன் விருந்துண்டதுமே சந்தேகத்திற்குரிய முறையில் இறந்துவிட்டார்.

ஜூலை 22, 1246 அன்று, பெருங்கூட்டத்தினரிடையே, மேற்கு அய்ரோப்பாவிலிருந்து மங்கோலிய அரசவைக்கு முதலாவது தூதுவர் வந்து சேர்ந்தார். 65 வயது துறவியான பிளானோ கார்பினியின் ஜியோவன்னி, அஸிஸ்ஸியின் புனித பிரான்சிஸின் சீடர்களில் ஒருவராக இருந்து, இன்னோஸண்ட் (IV) போப்பின் முகவராயும் உளவாளியாயும் வந்தார்-அய்ரோப்பியரை மிரட்டியிருந்த இவ் விநோத மக்களைப் பற்றி அறிந்து வருமாறு அனுப்பப்பட்டவர். 1245 ஈஸ்டரில் பிரான்ஸின் வையோன்ஸிலிருந்து கிளம்பிய அவர், அய்ரோப்பாவைத் தாண்டி ரஷ்யாவின் மங்கோலிய பாட்டு முகாமை அடைய சுமார் ஒருவருடம் பிடித்தது. ஆனால் மங்கோலியருடன் பயணிக்கத் தொடங்கியதும் 106 நாட்களில் சுமார் 3000 மைல்கள் பயணித்துவிட்டார்-சுமார் மூன்றரை மாதங்களில் குதிரையில் நாளுக்கு 25 மைல்களுக்கும் மேலாக பயணித்துள்ளார்.

அய்ரோப்பாவில் தம் படையெடுப்புகளின் வெற்றியால், மங்கோலியர் கார்பினியை ஆவலுடன் வரவேற்றனர். போப் மற்றும் ஒட்டுமொத்த மேற்குலக மக்களின் பணிவை அவர் கொண்டுவருகிறார் என்னும் தவறான நம்பிக்கையில்; ஆனால் அவர் கொண்டுவந்த கடிதமோ வேறான செய்தியைப் பெற்றிருந்தது. நான்காம் இன்னோஸண்ட்போப், கானுக்கு ஏசுவின் வாழ்க்கை வரலாற்றுச் சுருக்கத்தையும் கிறித்தவத்தின் அடிப்படை நெறிகளையும் கொண்ட பாதியைக் கொடுத்தனுப்பி

இருந்தார்; அது, அவரது கிறித்தவத்தாய் மற்றும் அவளது உதவியாளர்கள் வாயிலாக அவர் ஏற்கனவே அறிந்திருந்ததாகும். கூயுக் கிறித்தவராகவே இருந்திருக்கலாம் அல்லது கிறித்தவத்தின் மீது நாட்டம் கொண்டிருக்கலாம், தனது நிர்வாகத்தில் கிறித்தவ மங்கோலியரைப் பெரிதும் சார்ந்திருந்தான். அய்ரோப்பா மீது படையெடுத்ததற்காக மங்கோலியரைப் பழித்த போப்பின் கடிதம், இத்தகைய தாக்குதல்களிலிருந்து, குறிப்பாக கிறித்தவரை வதைப்பது போன்றவற்றிலிருந்து விலகியிருக்குமாறு கானுக்குக் கட்டளையிட்டது. "மற்ற நாடுகளை அழிக்குமாறு உங்களை உந்தித் தள்ளியது எது, எதிர்காலத்திற்கான உங்களது உத்தேசங்கள் என்ன... என்பது குறித்து முழுமையாக எமக்குத் தெரியப்படுத்தவும்" என்று கோரியது. பூமியிலுள்ள அதிகாரங்களை எல்லாம் ரோமிலுள்ள போப்பிற்கு கர்த்தர் அளித்துள்ளார், அவரே கர்த்தரின் பொருட்டு பேசிட அதிகாரமளிக்கப்பட்டிருப்பவர் என அக்கடிதம் கானுக்குத் தெரிவித்தது.

கார்பினி கப்பம் கொண்டுவரவில்லை, பணிவைத் தெரிவிக்கவில்லை என்பதை மங்கோலிய அலுவலர்கள் தெரிந்து கொண்டதும், அவரைப் புறக்கணித்தனர். நவம்பர் 1246-இல் கூயுக் எழுதிய கடிதத்தில் நான்காம் இன்னோஸண்டிடம் இயல்பான கேள்விகளை எழுப்பியிருந்தான்- 'கடவுள் யாரை மன்னிக்கின்றார், யாருக்கு கருணை காட்டுகின்றார் என்பது உங்களுக்கு எப்படித் தெரியும்? நீங்கள் பேசும் வார்த்தைகளை கடவுள் அங்கீகரிக்கின்றார் என்பது உங்களுக்கு எப்படித் தெரியும்? உதயகாலச் சூரியனிலிருந்து அஸ்தமனகாலச் சூரியன் வரையிலான உலகின் கட்டுப்பாட்டை, போப்புக்கு அல்லாமல், மங்கோலியருக்கே ஆண்டவன் வழங்கியுள்ளான். கடவுள் தனது கட்டளைகளையும் சட்டங்களையும் செங்கிஸ்கானின் மாபெரும் விதி மூலமாக மங்கோலியர் பரவச் செய்யவேண்டும் என்றே கடவுள் உத்தேசித்தார்.' அப்புறம் போப் தனது இளவரசர்களையெல்லாம் அழைத்துக்கொண்டு, மங்கோலிய கானிடம் மரியாதை செலுத்த காரகோரம் வருமாறு ஆலோசனை கூறினான்.

அய்ரோப்பாவுக்கும் தூரக் கிழக்கிற்கும் இடையிலான முதலாவது நேரடி அரசியல் வட்டாரத் தொடர்பு, மதரீதியிலான புண்படுத்தல்கள் சேர்ந்த ஒப்பீட்டு இறையியல் பரிவர்த்தனையாக சிதைந்து போனது. மங்கோலியருக்கும் அய்ரோப்பியருக்கும் பொதுவான ஆன்மிக நம்பிக்கைகள் விரிவாக இருந்தபோதும்,

ஆரம்பத்தொடர்பு மிகவும் எதிர்மறையானதாக, தவறாக வழிநடத்திற்று; வருமாண்டுகளில் பொதுவான மத அம்சங்களின் அடித்தளம் அடித்துச் செல்லப்பட்டது. கிறித்தவ அய்ரோப்பாவுடன் உறவுகளை வளர்த்தெடுக்க இன்னொரு தலைமுறைக்கு மங்கோலியர் முயன்றனர், ஆனால் கடைசியில், இத்தகைய நம்பிக்கையைக் கைவிடவேண்டியிருந்தது; பௌத்தம் மற்றும் இஸ்லாத்தை ஆதரித்து, கிறித்தவத்தை அப்படியே கைவிட்டனர்.

1246 இலையுதிர் காலத்தில், கார்பினியும் இதர அயலக பிரமுகர்களும் அரச முகாமிலிருந்து தாயகத்திற்குப் புறப்பட்டதும், கூயுக் பொது நிகழ்வின் படாடோபத்திலிருந்து கவனத்தைத் திருப்பி, அதிகாரத்தை நிலை நாட்டுதல் மற்றும் பெயரளவிலும் உண்மையிலும் தன்னை கானாக நிறுவிக் கொள்வதில் குவிமையம் கொண்டான். புதிதாகப் பெறப்பட்ட தன் அதிகாரத்தை உறுதிப்படுத்திட, தன் தாயின் நம்பகமான ஆலோசகரான பாத்திமாவைத் தாக்கினான். அவளைச் சூனியக்காரி என்று கூறும் குற்றச்சாட்டை சந்தர்ப்பமாகக் கொண்டு, அவளைத் தன் அரசவைக்கு வரவழைத்திட கட்டளை இட்டான். அவளை அனுப்பிட தாய் மறுதலித்தாள். “பல முறை மீண்டும் அவன் கட்டளை இட்டான், ஒவ்வொரு முறையும் ஒவ்வொரு காரணம் கூறி அனுப்ப மறுத்தாள். இதனால் தாயுடனான அவனது உறவு மோசமானது... தன் தாய் இன்னும் தாமதித்தால், வலுக்கட்டாயமாக பாத்திமாவை இட்டுவரச் செய்ய ஒரு நபரை அனுப்பினான்.”

அடுத்து என்ன நிகழ்ந்தது என்பது குறித்த பதிவுகள் தெளிவின்றி இருப்பதால், பதில்களைவிடவும் கேள்விகளே அதிகம் எழுகின்றன. பாத்திமா கல்தூரணைக் கட்டுப்படுத்துவதில் கூயுக் வெற்றிபெற, அவனது அம்மா இறந்துவிட்டாள். அம்மா உடல் நலமின்றி இருந்தாளா? கொல்லப் பட்டாளா? கோபத்தினாலோ வருத்தத்தினாலோ மடிந்தாளா? நிறைய ஆவணங்கள் இங்கே மௌனம் சாதிக்கின்றன. தன் கணவன் ஓகோதெய்யுடன் சேர்ந்துவிடுமாறு தோரெஜீன் அனுப்பப்பட்டாள் என்கிறார் பாரசீக வரலாற்றாளர் ஜூஸ்ஜனி. ஓகோதெய் இறந்து 6 வருடமாகிவிட்டதால், இது அவனது இறப்பினைத் தெரிவித்திடும் நாசூக்கான வாசகமே. ஆனால் ஜூஸ்ஜனிக்கு நிச்சயம் ஏற்படாததால், ‘கடவுளுக்கே உண்மை தெரியும்’ என்கிறார்.

நமக்குத் தெரிவதெல்லாம், கூயுக்கின் வீரர்கள் பாத்திமாவைக் கைப்பற்றினர், தோரெஜீன் கல்தூண் இறந்து போனாள் என்பதே.

பாத்திமாவை அமைதியாக காலிசெய்வதற்குப் பதிலாக, கூயுக் குரூரமான சோதனைக்கு உள்ளாக்கினான். மங்கோலியர் இரண்டு கண்டங்களில் பரவியிருந்த பேரரசை ஆண்டபோது, இன்னும் தொலைவில் அதனை விரிவாக்கம் செய்வதற்கான வாய்ப்புகள் அதிகமாக இருந்தபோது, அரசவைப் பேரரசின் மீதல்லாது, இந்த ஒரு பெண்ணின் விவகாரத்தால் பீடிக்கப்பட்டிருந்ததாகத் தோன்றிற்று-அவள் என்ன செய்திருந்தாள், அவளுக்கு என்ன இழைக்கலாம் என்ற ரீதியில். பாத்திமாவின் உடைகளைக் களைந்து கை கால்களைக்கட்டி தன்முன் நிறுத்தவேண்டும் என கூயுக் கட்டளையிட்டான். அப்படியே நிறுத்தப்பட்டாள். "பல இரவு பகல்களாக தாகமாயும் பட்டினியாயும் போடப்பட்டிருந்த அவள், வன்முறைக்குள்ளாகி வெளிறிப்போய் இருந்தாள்." அவளை அடித்து உதைத்தனர், பழுக்கக் காச்சிய கம்பியால் உடலில் இழுத்தனர். இத்தகைய சித்திரவதை அய்ரோப்பிய சமூகத்தில் ஒரு சூனியக்காரிக்கு அல்லது கிறித்தவ தேவாலயத்தில் ஒரு புறச் சமயத்தினருக்குத் தகுதியானது. ஆனால் இது செங்கிஸ்கானின் நடைமுறைக்கு மாறானது. எதிரிகளைக் கொன்று கடுமையாக ஆட்சிபுரிந்த அவர், தேவையின்றி வதைக்கவில்லை, வலி உண்டாக்கவில்லை. இது குறிப்பாக மங்கோலிய மரபுக்கு முரணானது ஏனெனில் இது ஒரு பெண்ணுக்கு எதிரானது, இதனுடன் ஒப்பிடும்படியான உதாரணம் மங்கோலிய வரலாற்றில் கிடையாது.

பாத்திமாவை சித்திரவதை செய்தது, அப்போது நிலவிய சட்டரீதியிலானதே ஏனெனில் அவள் மங்கோலியரைச் சேர்ந்தவளில்லை, யாரையும் மணமுடிக்கவுமில்லை; நிச்சயமற்ற ஆனால் பாதுகாப்பற்ற தகுதி நிலையில் இருந்த போர்க் கைதியே. கடைசியில், சித்திரவதைக்குள்ளானவள், தோரெஜீன் கல்தூண் மற்றும் பொன்னான குடும்பத்தினரின் இதர உறுப்பினர்களை மயக்கியது உள்ளிட்ட தீவினைகளின் பட்டியலை ஒத்துக் கொண்டதும், கூயுக் அவளுக்கு அலாதியான குரூரமும் குறியீட்டுத்தன்மையுமிக்க தண்டனையை விதித்தான். அவளது ஆன்மாவின் சாரங்கள் உடலிலிருந்து வெளியேறிவிடாதபடிக்கு அவளது உடலின் துவாரங்களெல்லாம் அடைக்கப்பட வேண்டும்; அப்புறம் அவளை ஒரு துணியில் சுற்றி ஆற்றில் மூழ்கடிக்க

வேண்டும். அவனது தாயின் ஆலோசகரும், 13-ஆம் நூற்றாண்டின் ஆற்றல்மிக்க பெண்களில் ஒருவருமான பாத்திமாவின் வாழ்க்கை இவ்வாறு முடிவுற்றது.

பாத்திமாவின் சித்திரவதை மற்றும் கொலையால் முன்வைக்கப்பட்ட தொனிக்கேற்ப, கூயுக்கின் குறுகியகால ஆட்சி குரூரமான பழிவாங்கலாயிருந்தது. தன் அதிகாரத்தை நிலைநாட்டிட கொடுமையான நடவடிக்கைகளை மேற்கொண்டு, போட்டியாளர்களை அப்புறப்படுத்தினான். பாத்திமாவுடன் தொடர்புடையவர்களை யெல்லாம் வேட்டையாடிக் கொல்லுமாறு உத்தரவிட்டான். செங்கிஸ்கானின் கடைசிச் சகோதரன் டெமுகே ஓட்சிஜென்னுக்கு எதிராக சட்டபூர்வ நடவடிக்கைகளை மேற்கொண்டான்; அதன் மூலம் தன்னை சட்டபூர்வ வாரிசாக்கிக் கொண்டான்; கூயுக் தெரிவு செய்யப்படுவதற்கு சற்று முன்னர் டெமுகே ஒரு படைதிரட்டி தோரெஜீன் கல்தூணின் நிலங்களில் படையெடுத்தான். டெமுகே ஓட்சிஜென் இளைஞனாயிருந்தபோது மருத்துவர்-புரோகிதர் டெப்டென்ஜெரியுடனான மோதலில் உயிர்பிழைத்தான் ஆனால் அவனது பேரப்பிள்ளை-மருமகனுடனான மோதலில் உயிர்தப்பவில்லை. தேர்தலை நாடாமல் ராணுவ பலத்தின் வாயிலாக, மாபெரும் கானின் அதிகாரத்தைக் கைப்பற்றிட முயன்றமைக்காக, மூடுண்ட கூடாரத்தில் நடந்த ரகசிய விசாரணையில், குடும்பத்தின் ஆண் உறுப்பினர்களெல்லாம் அவனுக்கு மரண தண்டனை விதித்தனர்.

மங்கோலிய ஏகாதிபத்திய ஆட்சியின் பொறுப்பிலிருந்த மற்ற பெண்கள் பக்கம் கூயுக் கவனத்தைத் திருப்பினான். சுபோதெயின் குடும்ப நிலங்களை நிர்வகித்து வந்த ஆட்சிப் பொறுப்பாளரான விதவையை அகற்றினான்; அப்போது சொர்கோக்தானி பொறுப்பிலிருந்த தோலுய் எஸ்டேட் விவகாரங்கள் குறித்து நீதி விசாரணைக்கு உத்தரவிட்டான்-தன் கணவனின் மரணத்திற்குப் பின் கூயுக்கை மணம் செய்துகொள்ள மறுத்தவள் அவள். விசாரணையின்போது, அவளுக்கும் அவளது மகன்களுக்கும் ஒதுக்கப்பட்டிருந்த வீரர்களையெல்லாம் சரணடையுமாறு ஆணையிட்டான். தனது கிழக்கு மண்டலம் பாதுகாப்பில் வந்ததும், தன் படையைத் திரட்டி, மாபெரும் வேட்டையாகத் தான் கருதிய மேற்கின் மீது படையெடுத்தான். உண்மையில் இது ரஷ்யாவிலுள்ள பாட்டு கான் மீதான திடீர் தாக்குதலுக்கான சந்தர்ப்பமாகவே அது இருந்தது. ரஷ்யாவில் வெற்றி விருந்தின்போது

தன்னைப் புண்படுத்திய ஒன்றுவிட்ட சகோதரர்களுக்கு எதிராக பழிவாங்குவதற்கு மட்டும் அவன் விரும்பவில்லை; எல்லாக் கான்களிலும் கூயுக்கே அய்ரோப்பாவின் முக்கியத்துவத்தை உணர்ந்திருந்ததாகத் தோன்றிற்று. அவ்வெற்றியை முழுமையாக்கி, மங்கோலியப் பேரரசுக்குள்ளே தனது தனிப்பட்ட பிரதேசத்துடன் அய்ரோப்பாவைச் சேர்த்துக்கொள்ள விரும்பினான்.

வெளிப்படையாக அவனை மீறிச் செல்லாதபடி, சொர்கோக்தானி, இத்திடீர் தாக்குதலில் கூயுக் தோற்பதை உறுதிப்படுத்திட ரகசியமாக இயங்கினாள். கூயுக்கின் திட்டத்தைக் குறித்து பாட்டுவை எச்சரிக்க, அவள் ரகசியத் தூதுவர்களை அனுப்பினாள். நேரிடையான நடவடிக்கையும் அவள் எடுத்திருக்கக்கூடும் ஏனெனில் கூயுக் தனது மத்திய மங்கோலிய ஸ்டெப்பியின் குடும்ப வலுவிடத்திலிருந்து வெளியேறிய மாத்திரத்தில், 43 வயதான, ஆரோக்கியமாகத் தோன்றிய அவன், 18 மாதங்களே அதிகாரத்திலிருந்த நிலையில், மர்மமாக இறந்து போனான். யாரோ அவனைக் கொன்றிருக்க வேண்டும். ஆனால் அவனைக் கொல்ல விரும்பியவர்களின் பட்டியலோ மிக நீண்டது. மங்கோலிய ஆவணம் எதுவும் மரண விபரங்களைப் பதிவு செய்யவில்லை. பாரசீக ஆவணங்கள் அவனது ‘முன்விதிக்கப்பட்ட வேளை வந்து சேர்ந்தது’ என்று மட்டும் கூறுகின்றன.

பேரரசின் மத்தியில் தொடர்ந்து கொண்டிருந்த அரசியல் போராட்டங்களில், அழகுபடுத்தப்பட்ட ஓரங்கள் அவிழத்தொடங்கின. உருவகங்களில் அபிமானமுள்ள ஜுவைனி இப்படி எழுதினார்: “உலக விவகாரங்கள் நேரிய பாதையிலிருந்து திசை திருப்பப்பட்டிருந்தன, வர்த்தகம் மற்றும் சரியான பேரத்தின் கடிவாளங்கள் நேர்மையின் நெடுஞ்சாலையிலிருந்து ஒதுக்கப்பட்டன.” நாடு இருளில் இருந்ததாக விவரித்தார். “உலகின் கிண்ணம் அக்கிரமத்தின் திரவத்தால் ததும்பி வழிந்தது.”மங்கோலியர்கள் இப்படியும் அப்படியுமாக இழுபட்டு, தங்கியிருக்கவும் முடியாமல் தப்பியோடவும் முடியாமல் தத்தளித்தனர்.

கூயுக்கின் குறுகிய கால ஆட்சிக்குப் பிறகு, உயிர்பிழைத்திருந்த அரசியரின் சண்டைகள் புதுப்பிக்கப்பட்டன இன்னும் தீவிரமாக- ஓகோதெய் இறந்ததும் தோரெஜீன் செய்திருந்தது போலவே,

கூயுக்கின் விதவை ஓகுல் கைமிஷ் பேரரசின் பொறுப்பேற்றிட முன்வந்தாள். ஓகுல் கைமிஷ் தன் மாமியாரின் திறன்கள் இல்லாதவள்; அந்நேரமும் அவளுக்குரியதாக இல்லை; ஏனெனில் அவளது மகள்களே, போட்டி அரசவைகள் அமைத்து, ஆட்சிப் பொறுப்பாளராக இருந்திடும் அவளது உரிமைக்கு சவால்விட்டனர். திறமைசாலிகளான நான்கு பிள்ளைகளின் முழு ஆதரவு, ஆயுட்கால ஆயத்த வேலையுடன் காத்திருந்த சொர்கோக்தானி இறுதியில் முயற்சி செய்தாள். கூயுக்கின் விதவை தலைநகர் காரகோரத்தில் குறில்தாய்க்கு ஏற்பாடு செய்வதற்கு காத்திருக்காமல், பாட்டுகான், தனது ரகசிய சகா சொர்கோக்தானியின் தூண்டுதலால், மங்கோலியாவுக்கு வெளியே, தியான் ஷாண் மலைகளிலுள்ள இஸ்ஸிகுள் ஏரி அருகில் உள்ள பகுதியில் 1250-இல் கூடுமாறு அழைப்பு விடுத்தான்- அவ்விடம் அவன் சென்று சேர வசதியாக இருந்தது. குறில்தாய் சொர்கோக்தானின் மூத்த மகன் மோங்கேயைத் தெரிவு செய்தது; ஆனால் ஓகோதெய் குடும்பம் இத்தேர்தலை புறக்கணித்தது; தேர்தல் நியாயமாக நடந்திட குறிப்பாக அது அவர்களது குடும்பத்தின் கட்டுப்பாட்டிலிருந்த காரகோரத்தில் நிகழவேண்டும் என்றது.

சொர்கோக்தானி சளைக்காதபடி, புத்திசாலித்தனமான திட்டத்தைத் தயாரித்தாள். ஏகாதிபத்தியத் தலைநகரில் அவளுக்கு நெருங்கிய வட்டாரங்கள் இல்லை. ஆனால் செங்கிஸ்கானின் இளைய மகனது விதவை என்ற வகையில், செங்கிஸ்கான் பிறந்திருந்த தெரிவு செய்யப்பட்டிருந்த, அடக்கம் செய்யப்பட்டிருந்த தொன்மையான குடும்ப தாயகத்தை நிர்வகித்தாள். இப்புனித நிலத்தில் நிகழும் குறில்தாயில் கலந்துகொள்ள யாரும் மறுப்பு தெரிவிக்க முடியாது. அவளது சகா பாட்டு கானால் ரஷ்யாவிலிருந்து அவ்வளவு தூரம் கடந்து வர இயலாது; ஆனால் இத்தேர்தல்களிலும் பொறுப்பேற்றல்களிலும் அவளையும் குடும்பத்தையும் பாதுகாத்திட, தன் தம்பி பெர்க் தலைமையில் 30000 மெய்க்காவலர்களை அனுப்ப முடிந்தது. ஜூலை 1, 1251 அன்று நடந்த கூட்டம், மங்கோலிய பேரரசின் மாபெரும் கானாக 43 வயது மோங்கேயைத் தெரிவு செய்தது. இம்முறை யாராலும் ஆட்சேபிக்க முடியவில்லை.

தான் தேர்ந்தெடுக்கப்பட்டதைக் கொண்டாடிட, அன்றைய தினம் ஒவ்வொருவரும் ஓய்வெடுக்க வேண்டும், விலங்குகள் வேலை செய்யவோ சுமை தூக்கவோ கூடாது என மோங்கே

கட்டளையிட்டான். பூமியில் ஆப்படிக்கக் கூடாது, தண்ணீரை மாசு படுத்தக்கூடாது. யாரும் காட்டு விலங்குகளை வேட்டையாடக் கூடாது, விருந்துக்காகக் கொல்லப்பட வேண்டிய விலங்குகளை, புனித பூமியில் குருதி வடியாதபடி கொல்லவேண்டும். புனித நாளுக்குப் பின் ஒருவார விருந்து தொடர்ந்தது. ஒவ்வொரு நாளிலும் விருந்தினர்கள், 300 குதிரைகள் / எருதுகள், 3000 ஆடுகள், 2000 வாகனங்களில் நிரம்பியிருந்த மதுவை-குதிரைப் பாலிலிருந்து எடுக்கப்பட்டது-உண்டனர், அருந்தினர்.

இக்கொண்டாட்டம் சொர்கோக்தானியின் ஆயுட்காலப் பணியின் கொடுமுடியாயிருந்தது, ஒரு விதத்தில், வேறு யாருக்கும் விட, அவளுக்குரிய கண்ணியமாக விளங்கியது. செங்கிஸ்கானின் பிள்ளைகள் ஒப்பீட்டளவில் பலவீனர்களாய், குடியில் பைத்தியம் மிக்கவர்களாய், சுயநலமிக்கவர்களாய் இருந்தனர். ஆனால் அவளோ, வரலாற்றில் ஓர் அடையாளத்தைப் பதித்துச் செல்லும் நான்கு பிள்ளைகளைப் பெற்று பயிற்சி அளித்தாள். ஒவ்வொரு மகனும் கானாக விளங்கினான். வரப்போகும் ஆண்டுகளில் மோங்கே, அரிக் போகே, குப்ளாய் என அனைவரும் பல்வேறு காலங்களில் மாபெரும் கானாக இருந்தனர்; அவளது இன்னொரு மகன் ஹுலெகு, பாரசீகத்தின் இரண்டாவது கானாகி, தன் வம்சத்தை அங்கே நிறுவினான். அவளது பிள்ளைகள் பாரசீகம், பாக்தாத், சிரியா, துருக்கி ஆகியவற்றையெல்லாம் வென்று, பேரரசினை அதன் அதிகபட்சத்தினை எட்டுமாறு செய்தனர். தெற்கில் சீனத்தின் சுங் வம்சத்தை வென்று, வியட்னாம், லாவோஸ், பர்மா வரை தொட்டனர். அஞ்சப்பட்ட அஸ்ஸாஸ்ஸின்கள் பிரிவை அழித்து, முஸ்லீம் கலிபாவைக் கொன்றனர்.

ஓகோதெய் மற்றும் கூயுக் குடும்பத்தினர், தேர்தல் முடிந்த பிறகு குறில்தாய்க்கு வந்து சேர்ந்தனர்-விருந்தின் மத்தியில் கலந்து கொண்டனர். ஓகோதெய் குடும்பத்தின் மூன்று முக்கிய இளவரசர்களும் கூடாரத்தில் திடீரென்று நுழைந்து, புதிய கானுக்கு மரியாதை செய்ய விரும்புவதாகத் தெரிவித்தனர். புதிய கானோ அவர்களைப் பிடித்து கைது செய்ய வைத்தார்-ஏனெனில் அவர்களது வருகை அரசவை நடவடிக்கைகளிலிருந்து திசை திருப்புவதற்காக என்று உளவாளிகள் ஏற்கனவே கூறியிருந்தனர்; அப்போது ரகசிய தாக்குதல் மேற்கொள்ள குடும்பத்தின் இதர உறுப்பினர்கள் அருகில் கூடியிருந்தனர்;

குடித்து போதையிலிருந்தனர். மோங்கே அவர்களையெல்லாம் கைதுசெய்து, இன்னொரு விசாரணைக்குக் கட்டளை யிட்டான். அவன் வதைக்க மாட்டான், செங்கிஸ்கானின் எந்தவொரு சந்ததியும் குருதி சிந்த விடமாட்டான்; பெரிதும் இஸ்லாமிய-கிறித்துவ ஆலோசகர்களைக் கொண்டிருந்த அவன், அவர்கள் குற்றங்களை ஒப்புக் கொள்ளும்வரை, வதைக்கும்படியான சவுக்கடிக்கு உள்ளாக்குவான். விசாரணை முடிவில், தன் ஒன்றுவிட்ட சகோதரர்கள் பல்வேறு குற்றங்கள் புரிந்தவர்கள் என்று புதிய கான் முடிவுக்கு வந்தான். இளவரசர்களில் இருவர் இறக்கும் வரை, வாய்களில் கற்களையும் மண்ணையும் திணித்தனர். சில ஆலோசகர்கள் தற்கொலை செய்து கொண்டனர். மொத்தத்தில் ஓகோதெய் குடும்பத்தைச் சேர்ந்த அல்லது ஓகோதெய் வம்சாவளியைச் சேர்ந்த 77 பேரை மோங்கே கொன்று குவித்தான்.

ஆண்கள் தொடர்பான விசாரணையை மோங்கே கவனித்துக்கொள்ள, அவனது தாய் தன் அரசவைப் பெண்களின் விவகாரங்களைப் பார்த்துக் கொண்டாள். சொர்கோக்தானி, நிராதரவான ஆட்சிப் பொறுப்பாளர் ஓகுல் கைமிஷ் கதூனைக் கைது செய்யுமாறு கட்டளை இட்டாள்; பாத்திமாவின் சோதனைக்கு சற்றே குறைந்த அளவில், முரட்டுத் தோலால் அவளது கைகளைப் பிணைத்து, நிர்வாணப்படுத்தி, துணியில் சுற்றி ஆற்றில் மூழ்கச் செய்தனர். அவர்கள் குடும்பத்தைச் சேர்ந்த மூன்றாவது பெண்ணை துணியில் சுற்றி அடித்து உதைத்துக் கொன்றனர்.

மோங்கே கான் இவ்விசாரணையை அரசவையிலிருந்து பேரரசு நெடுகிலும் விரிவுபடுத்தினான்-தன் குடும்பப் பிரிவினருக்கு விசுவாசமின்றி இருந்ததாகச் சந்தேகப்பட்டவர்களையெல்லாம் விசாரித்து, குற்றஞ்சாட்டி, தண்டிக்கச் செய்தான். விசாரணைகள் கிழக்கில் சீனா, மங்கோலியாவிலிருந்து தெற்கில் ஆப்கானிஸ்தான் வரையும், மேற்கில் பாரசீகம்-ஈராக் வரையும் என உலகளவில் மேற்கொள்ளப்பட்டன. உய்குர்களின் ஆட்சியாளர் போன்ற உயரிய அலுவலர்களும் தூக்கிலிடப்பட்டனர்; ஆனால் மிகப்பெரும் பாதிப்பு பொன்னான குடும்பத்திற்கே தரப்பட்டது. சுபோதெய் மற்றும் ஓகோதெய் ஆகிய இறந்துவிட்ட பெரியப்பாக்களின் குடும்பங்களைச் சேர்ந்த ஆதரவாளர்களையெல்லாம் அழித்துவிட, மோங்கே தீர்மானித்திருந்ததாகத் தோன்றியது. மோங்கே ஓகோதெய்யின் சந்ததியிடமிருந்து காரகோரத்தையும்

அதனைச் சுற்றிய பிரதேசத்தையும் கைப்பற்றினான். தற்காலிக விசாரணை ஆணையங்களின் தண்டனையிலிருந்து தப்பித்திடும், நல்வாய்ப்புள்ள பேரரசின் ஆட்சியாளர்களும் அலுவலர்களும், காரகோரத்திற்கு பயணம் செய்து, புதிய கானின் முன்னே நின்று, தம் விசுவாசப் பதிவேட்டைப் பரிசீலிக்கச் செய்து, சாத்தியப்படும் தண்டனை மிரட்டல்களை எதிர்கொள்ள வேண்டியிருக்கும். இச்சோதனைக்குத் தப்பியவர்கள் தம் பழைய பொறுப்புகளில் புதிய கானால் நியமிக்கப்படுவார்கள். ஓகோதெய் வம்சாவளியினர் அடியோடு ஒழிக்கப்பட்ட பின்னர், பிறவகைகளிலான, அரசியல் சாராத கைதிகளுக்கு மோங்கே கான், பொது மன்னிப்பு வழங்கினான்.

தோலுய் வம்சாவளியினருக்கு அதிகாரம் போய்ச் சேர்ந்தது. சொர்கோக்தானி தன் மகன்களுக்கு அதிகாரம் சென்று சேர்வதில் இருந்த கடைசித் தடைகளை நொறுக்கியிருந்தாள்; பொன்னான குடும்பத்தினரிடமிருந்து தனது நான்கு பிள்ளைகளுக்கும் இனி ஆபத்து இல்லை என்பதை அறிந்த பிறகு இறந்துபோனாள். அவளது சாதனை குறித்த சிறந்த விவரிப்பை எழுத்தாளர் பர் ஹோப்ரியஸ் விட்டுச் சென்றுள்ளார்: "பெண் இனத்தினிடையே இதுபோன்ற இன்னொருத்தியை என்னால் பார்க்க முடிந்தால், பெண்ணினம் ஆணினத்தை விடவும் மிக மேலானது என்பேன்." உலக வரலாற்றில் யாரும், சொர்கோக்தானி தன் பிள்ளைகளுக்குத் தந்திருக்கும் அவ்வளவு பெரியதும் செல்வம் நிறைந்ததுமான பேரரசைப் போல, தந்திருக்கவில்லை. ஆனால் அவள் இறந்த சில ஆண்டுகளிலேயே, அவளது நான்கு மகன்களும் அப்பேரரசைக் கிழித்தெறியத் தொடங்கி விட்டனர்.

பிப்ரவரி 1252-இல் மங்கோலியப் புத்தாண்டுக் கொண்டாட்டத்தை ஒட்டி, பன்றி ஆண்டின் இறுதியிலோ எலி ஆண்டின் தொடக்கத்திலோ சொர்கோக்தானி இறந்துவிட்டாள். 1241-இல் தொடங்கிய ஆட்சி புரியும் பெண்கள் தசாப்தம், அவளது இறப்புடன் முடிவுக்கு வந்தது. ஒருவருடன் ஒருவர் போட்டியிட்டுக் கொண்டாலும், பெண்கள் மங்கோலிய ஆட்சியின் உள்வட்டத்திற்குள், மிகவும் தேவைப்பட்ட திறனை வெளியிலிருந்து கொண்டுவந்தனர்; மடாலயங்கள், பள்ளிகள், புத்தகங்கள் அச்சிடல், கருத்துகள்-அறிவுப் பரிவர்த்தனை ஆகியவற்றை ஆதரித்து பேரரசுக்குப் புதிய அடித்தளத்தைத் தந்தனர். மங்கோலிய உலகப் போர் ஆண்களால் புதுப்பிக்கப்பட்டதும், இப் பெண்களால் நிறுவப்பட்ட இப்புதிய

நிறுவனங்களே, மங்கோலியப் பேரரசின் உள்ளேயும் வெளியேயும் பெரும் தாக்கத்தைக் கொண்டிருந்தன என்பது இறுதியில் தெளிவாயிற்று. ஆனால் அதன் முழுமலர்ச்சி இன்னொரு யுத்தச் சுழற்சிக்கு காத்திருக்க வேண்டியிருந்தது.

மங்கோலியப் பேரரசின் மாபெரும் கானாக மோங்கே 1251இல் பொறுப்பேற்றது, அவனது தாத்தா செங்கிஸ்கான் 1227இல் இறந்து, கால் நூற்றாண்டு கழித்துத்தான் நிகழ்ந்தது. தாய் சொர்கோக்தானி தன்னை வளர்த்து வந்த நிதானமான ஆளுமை குறித்து அவனே ஓரிடத்தில் தொகுத்துக் கூறுகிறான்: 'எனது மூதாதையரின் விதிகளைப் பின்பற்றுகிறேன், பிறநாடுகளின் விதிகளைப் போலி செய்வதில்லை.' ஓகோதெய்யின் மேலோட்டத் தன்மையோ, கூயுக்கின் பொறுப்பற்ற தன்மையோ இல்லாத, தீவிரமிக்கவன் அவன்; பொன்னான குடும்பத்தினரில் அநேகமாக அவன் மட்டுமே மதுவின் நாசகாரத்தன்மையினைத் தவிர்த்தான்.

மங்கோலியப் பேரரசின் மாபெரும் கானாக தன் நியாயத்தன்மையை அதிகரித்துக் கொள்ளவும் தன் தேவைகளுக்கு ஏற்ப வரலாற்றை மீண்டும் எழுதவும் 1252இல் இறந்துபோன தந்தைக்கு மாபெரும் கான் என்னும் விருதை அளித்தான். இளைய மகன் என்ற முறையில் இதனைச் செய்தான். ஆகவே ஓட்சிஜென் அல்லது ஹீர்த்தின் இளவரசன் தோலுய், இறந்துபோன தந்தையின் விருதுகளையும் அவரது தாயகத்தையும் சுவீகரிக்க உரிமையுடையவன்.

20 ஆண்டுகளாக ஓகோதெய் குடும்பத்தின் அதிகார மையமாகவும் அடையாளமாகவும் விளங்கிவந்த காரகோரத்தின் தலைநகரத்தின் பால் மோங்கே தன் கவனத்தைத் திருப்பினான். எனினும் மோங்கே, இந்நகரத்தினை, ஓகோதெய் வம்சாவளியினரின் குடும்ப மையமாக இருந்ததிலிருந்து, மங்கோலியப் பேரரசின் ஏகாதிபத்தியத் தலைநகராக மாற்றிடும் உத்தேசம் கொண்டிருந்தான். ஓகோதெய், காரகோரத்தை நிர்மாணிக்கும் முன்னர், இப்பகுதி கெரியத்களுக்கு, குறிப்பாக மோங்கேயின் தாயும் ஓங்கானின் மருமகளுமான சொர்கோக்தானி உள்ளிட்ட ஓங்கானுக்கும் ஓங்கானின் குடும்பத்திற்கும் உரியதாயிருந்தது.

எனினும் அவன் தலைநகரில் தன் அடையாளத்தைப் பதிக்க விரும்பினான்; ஓகோதெய் ஏற்கனவே சீன, பாரசீக கட்டிடக் கலைஞர்களைப் பயன்படுத்தி இருந்ததால், தனது அய்ரோப்பிய

படையெடுப்பின்போது கைப்பற்றப்பட்ட, கிறித்தவ கைவினைக் கலைஞர்களைப் பயன்படுத்த எண்ணினான்-அந்த உலோகத் தொழிலாளரது தேர்ச்சி அவனைப் பெரிதும் ஈர்த்தது. அவனது படை பெல்கிரேட் நகரினைக் கைப்பற்றியபோது, பாரிஸைச் சேர்ந்த பொற்கொல்லர் கில்லூம் பவுச்சரை பிடித்துக் கொண்டனர். கிறித்தவ மதச் சின்னங்களைத் தயாரிக்கும் திறமை கொண்டிருந்த அவர் சொர்கோக்தானியிடம் ஒப்படைக்கப்பட்டார், அவள் இறந்ததும் மோங்கேயின் தம்பி அரிக் போகேயிடம் மாற்றப்பட்டார். மங்கோலியத் தலைநகருக்கு விநோதமான அய்ரோப்பியச் சாயலைத்தரும் பொருட்டு, மோங்கே பவுச்சரையும் 50 உதவியாளர்களையும் தெரிவு செய்திருந்தான். தன் அரசவைக்கு வந்த பார்வையாளர்களை ஆச்சரியப்படவைத்த விசித்திர பாணியில் செய்ய ஏற்பாடு செய்தான்.

காரகோரத்திலிருந்து மோங்கேயின் நீதிமன்றத்திற்கு வந்த தூதுவர்கள், அவனது அரண்மனையிலிருந்த வழக்கத்திற்கு மாறான படைப்பு குறித்துப் பதிவு செய்திருந்தனர். வெள்ளி மற்றும் இதர விலையுயர்ந்த உலோகங்களில் செதுக்கப்பட்ட ஒரு பெரிய மரம், அரசவையின் மையத்திலிருந்து எழுந்து, சுவர்களிலும் இறவாணத்திலும் கிளைகள் நீண்டிருக்க, அரண்மனையில் பிரும்மாண்டமாகக் கவிந்திருந்தது. கிளைகளில் வெள்ளிப் பழங்கள் தொங்க, நான்கு தங்கப் பாம்புகள் அடிமரத்தைப் பின்னியிருந்தன. மரத்தின் உச்சியில் ஒரு தேவதை வெள்ளியில் செய்யப்பட்டு, பக்கத்தில் ஒரு டிரம்பெட்டை வைத்தபடி இருந்தது. மரத்தைச் சுற்றியிருந்த காற்றுக் கொடிகளின் நுணுக்க வரிசை, புலப்படாத சேவகர்கள் அவற்றின் மீது வீசவும் மாயாஜாலம் செய்திடுமாறு ஆட்டிவைக்கவும் அனுமதித்தன. தன் விருந்தினர்களுக்கு மது வழங்க கான் விரும்பியபோது, இயந்திர தேவதை டிரம்பெட்டை எடுத்து ஊதியது, பாம்புகளின் வாய்களிலிருந்து மதுபானங்கள் வெளியேறி வெள்ளிக்கலன்களை நிரப்பின. ஒவ்வொரு குழாயிலிருந்தும் ஒயின், கருப்பு மது, அரிசி மது மற்றும் தேறல் என விதவிதமான மதுவகைகள் கொட்டின.

காரகோரத்தின் வெள்ளி விருட்சத்திலிருந்த 4 சர்ப்பங்களும், மங்கோலியப் பேரரசு விரிந்து கிடந்த நான்கு திசைகளைக் குறித்தன; அதுபோலவே நான்குவித மதுபானங்களும் தொலை தூரத்ததும் விநோத மிக்கதுமான திராட்சை, பால், அரிசி, தேன் என்னும் நான்கிலிருந்து பெறப்பட்டதை உணர்த்தின.

ஸ்டெப்பியில் மரங்கள் அரிது ஆனால் செங்கிஸ்கானின் மங்கோலியக் குடும்பத் தோற்றுவாயிலும் தாயகத்திலும் முக்கிய பங்காற்றுபவை, மங்கோலியப் பழங்குடிகளை ஒன்றுபடுத்திய முதலாவது மூதாதை, காரகோரம் ஸ்டெப்பியிலிருந்த ஒரு மரத்தின் கீழ் கானாக ஆக்கப்பட்டிருந்தான்; இதே மரத்தின் கீழேதான், மெர்கிட் யுத்தத்திற்குப் பிறகு, டெமுஜின்னும் ஜமுகாவும் உறுதிப் பிரமாணம் எடுத்துக் கொண்டனர். இந்த ஒட்டுமொத்த முரண்பாடும் அதிசயமான கடுமையான, மங்கோலியத் தோற்றுவாய் குறித்த நினைவூட்டுதலை வழங்கிற்று; மற்றும் நாலா திசைகளிலுமுள்ள ஒட்டுமொத்த உலகை வெற்றிகொள்ளும் அவர்களது பணி குறித்த நினைவூட்டலையும். ஒவ்வொன்றையும் மங்கோலிய அரசின் கட்டுப்பாட்டிற்குள் கொண்டுவந்திடும் கடப்பாட்டினை மோங்கே ஏற்றுக்கொண்டான்-மங்கோலிய அரசு பிரபஞ்சத்தின் மத்தியில் உள்ள பிரும்மாண்ட விருட்சம் போல் நின்றது. தனது தேசத்தின் விதியாகவும் தான் சாதிக்கவேண்டிய பொறுப்பாகவும் மோங்கேகான் அக்கட்டளையை மேற்கொண்டான்.

அவனது மேற்கத்தைய சார்பினால், கிறித்தவம் தற்காலிகமாக மோங்கேயின் அரசவையில் ஏற்றம் கண்டது; பொன்னான குடும்பத்தில் ஏராளமான மனைவியர் இடம்பெற்றது இதனை அதிகரிக்கச் செய்தது; ஜார்ஜியா மற்றும் ஆர்மீனியா போன்ற கிறித்தவ நாடுகள் காட்டிய சீரான விசுவாசமும் ஒரு காரணமாகும். எருதின் ஆண்டான 1253-இன் இறுதியில், ஃபிரான்ஸிஸ்கன் துறவி, ருப்ருக்கின் வில்லியம் பிரெஞ்சு மன்னனின் தூதராக மங்கோலிய அரசவைக்கு வந்தார். மங்கோலிய அரசவையில் கிறித்தவர்களுக்கும் மற்ற மதத்தவர்களுக்கும் இடையிலான பூசல்கள் குறித்த விலாவாரியான விவரிப்பை அவரது எழுத்துக்களில் காணமுடிகிறது. *Veni Sanete Spiritus* பாடுவது தவிர்த்து வேறெந்தப் பங்கும் அவருக்கு இல்லாதபோதும், மங்கோலிய அரசவை கிறித்துமஸை எப்படிக் கொண்டாடிற்று என்று பார்க்கும் வாய்ப்பைப் பெற்றிருந்தார். மோங்கே கானும் அவனது மனைவியும் ஒரு தேவாலயத்தில், பொன்னாலான கட்டிலில் அமர்ந்து கிறித்துமஸைக் கொண்டாடினர். அஸ்ஸிரிய கிறித்தவ மரபுப்படி தேவாலய உட்புறம் படாடோபமான அலங்காரமோ வேலைப்பாடுகளோ இல்லாதிருந்தது; ஆனால் இறவாரங்களில் மட்டும் மங்கோலிய கூடாரத்தை நினைவூட்டும்படி பட்டுத் துணிகள் தொங்கிக் கொண்டிருந்தன. ஆராதனை முடிந்த பிறகு, கான் மதம் குறித்து பாதிரியார்களுடன்

சிறிது நேரம் பேசிக் கொண்டிருந்தான். அவன் புறப்பட்டதும், அவனது மனைவி அங்கிருந்த அனைவருக்கும் கிறித்துமஸ் பரிசுகளை வழங்கினாள். அவள் ருப்ருக்கிற்கு ஆடைகளைப் பரிசளிக்க, அவரோ மறுத்துவிட்டார். ஆனால் ருப்ருக்கின் மொழிபெயர்ப்பாளர் அவற்றைப் பெற்று, சைப்ரஸ் சென்றதும் விற்றுவிட்டார்.

பரிசளிப்பு முடிந்ததும், சிவப்பு ஒயின், அரிசி மது, மங்கோலிய மதுக் கிண்ணங்களுடன் கிறித்துமஸ் கொண்டாட்டம் ஆரம்பித்தது. பிரெஞ்சுத் தூதுவர்கள் மீண்டும் பாடவேண்டியிருந்தது. மது பானங்களின் பல சுற்றுகளுக்குப் பிறகு கிறித்துமஸ் விருந்து வந்தது-பெரிய தட்டுகளில் ஆட்டுக் கறியும் மீனுமாக-அவற்றில் உப்போ ரொட்டியோ இல்லை என்று ருப்ருக் வெறுப்புடன் குறிப்பிட்டார். குடித்திருந்த அரசவைச் சீமாட்டி ஒரு வண்டியில் ஏற, பாதிரியார்கள் பாடி ஆரவாரிக்கவும் கிறித்துமஸ் ஆராதனையும் கொண்டாட்டமும் முடிவுக்கு வந்தன.

மங்கோலியக் கிறித்தவர்கள், ஒளியுடனான கர்த்தரின் தொடர்புக்கு, குறிப்பாக தமது தொன்மத்தில் புனிதமாயுள்ள பொன்னொளியுடனான தொடர்புக்கு அழுத்தம் அளித்தனர்; ஏசுவை குணப்படுத்தலுடனும் மரணத்தின் மீதான உயிரின் வெற்றியுடனும் தொடர்புபடுத்தினர். மதம் பொதுவாயினும், ருப்ருக், அஸ்ஸிரிய, ஆர்மீனிய, ஆசாரவாதப் பிரிவுகளை மங்கோலிய அரசவையில் அருவருத்தார். கத்தோலிக்கர் அல்லாதவரையெல்லாம் புறச் சமயத்தவராகக் கருதிய அவர், அஸ்ஸிரியப் பிரிவின் மங்கோலியரை நெஸ்டோரியன்கள் என்றார்; கான்ஸ்டாண்டி நோபிளின் 5-ஆம் நூற்றாண்டு மூதாதைதான் நெஸ்டோரியஸ்- 431-இல் எபீசஸின் குழு அவரை புறச்சமயத்தவராக குற்றஞ்சாட்டிற்று. கன்னிமேரி, கிறித்துவின் தாயே தவிர கடவுளின் தாயல்ல என்னும் அஸ்ஸிரிய நம்பிக்கையினை ருப்ருக் மிகவும் புறச்சமயத்ததாகக் கருதினார். சிலுவையில் தொங்கும் கிறித்தவ விவரிப்பும் மங்கோலியருக்கு உடன்பாடானதில்லை, ஏனெனில் மரணத்தையோ குருதியையோ சித்தரிப்பது மங்கோலிய விலக்காகும். கிறித்தவர்களாகத் தம்மை ஒத்துக்கொண்டபோதும், மங்கோலியர் மதத்தை தமது பிரதான அடையாளமாக எண்ணுவதில்லை. கிறித்தவத்தைப் பின்பற்றிய மங்கோலிய தளபதிகளில் ஒருவர், தானொரு கிறித்தவனில்லை, மங்கோலியனே என்றார்.

பிரெஞ்சுத் தூதுவரை பலமாதங்கள் காத்திருக்குமாறு செய்துவிட்டு, மோங்கே இறுதியில் மே 24, 1254 அன்று தன் அரசவையில் அவரை வரவேற்றார். தனக்குக் கடவுளின் சொல் தெரியுமென்றும் அதனைப் பரப்புரை செய்ய தான் வந்திருந்ததாயும் ருப்ருக் அரசவையினருக்குத் தெரிவித்தார். பல்வேறு மதங்களின் பிரதிநிதிகள் கூடியிருந்த அந்த அவையில், கடவுளின் சொல்லை விளக்குமாறு மோங்கே ருப்ருக்கை கேட்டுக் கொண்டார். சில தொடர்களை உச்சரிப்பதில் தடுமாறிய ருப்ருக் கடவுளை நேசிக்கும் கட்டளையே கிறித்தவருக்கு முக்கியமானது என அழுத்திக் குறிப்பிட்டார். அப்போது இஸ்லாமியத் தலைவர்களுள் ஒருவர் அவநம்பிக்கையுடன் 'கடவுளை நேசிக்காத யாரும் உண்டா?' என்று வினவினார்.

'கடவுளின் கட்டளைகளை நிறைவேற்றாதவர்கள் அவரை நேசிக்காதவர்கள்' என ருப்ருக் உடனே பதிலளித்தார்.

'கடவுளின் கட்டளைகளை அறிந்திடும் வகையில் தாங்கள் விண்ணகத்தில் இருந்தீர்களோ?' என்று இன்னொரு தலைவர் கேட்டார். கடவுளின் கட்டளைகள் உணர்த்துவது குறித்த பொருளை உணர்ந்துகொண்ட அவர் நேரடியாக சவால்விட்டார். 'இதன் மூலம் மங்கோ கான் கடவுளின் கட்டளைகளை நிறைவேற்றுவதில்லை என்கிறீர்களா?'

இவ்விவாதம் சிலதினங்கள் நீடித்தது. தீவிரமிக்க அவ்விவாதத்தில் தான் அவ்வளவாக சோபிக்கவில்லை என்பதைத் தன் பதிவுகளில் ருப்ருக்கே ஒத்துக் கொள்கிறார்.

கத்தோலிக்க கிறித்தவ அடிப்படைக் கருத்துகளை ஏற்காதவர்களுடன் விவாதித்த அனுபவம் அவருக்கில்லை. தன் முன்னிருந்த பிரச்சனையைப் புரிந்துகொண்ட மோங்கே கான், அங்கிருந்த அறிஞரெல்லாம் தம் எண்ணங்களைத் தெளிவாக எழுதி, அப்புறம் முழுமையாக விவாதித்திடத் திரும்பிவருமாறு கூறிவிட்டான்.

மங்கோலியர் அனைத்துவிதமான போட்டிகளையும் ரசித்தனர், போட்டி மதங்களுக்கிடையிலான விவாதங்களை, மல்யுத்தப் போட்டிகளை ஒழுங்கமைவு செய்வது போல ஏற்பாடு செய்தனர். குறிப்பிட்ட நாளன்று, கண்காணிக்கும் நடுவர் குழுவுடன் அது தொடங்கிற்று. இவ்விவாதத்தில் மோங்கே கான், ஒரு கிறித்தவர், ஓர் இஸ்லாமியர், ஒரு பௌத்தர் ஆகிய மூன்று நடுவர்கள் முன்

விவாதிக்குமாறு உத்தரவிட்டான். இதனைப் பார்க்க நிறையப் பேர் கூடியிருந்தனர். சம்பிரதாயமாயும் தீவிரமாயும் விவாதம் ஆரம்பித்தது. ஆட்சேபணைக்குரிய வார்த்தைகளை யாரும் பேசத் துணியலாகாது, மீறினால் மரண தண்டனைதான் என ஓர் அலுவலர் விதிமுறைகளை விளக்கினார்.

ருப்ருக்கும் இதர கிறித்தவரும் ஓரணியாக இணைந்துவிட, பௌத்த சித்தாந்தத்தை மறுதலித்திட இஸ்லாமியர் ஓர் அணியில் நின்றனர். மங்கோலியரின் தூசு படிந்த சமவெளியிலுள்ள கூடாரங்களில் தம் அங்கிகளில் மத அடையாளங்களுடன் இவர்கள் கூடியிருந்தனர்; வரலாற்றில் எந்தப் பிரிவு அறிஞர்களோ இறையியலாளரோ செய்திராத ஒன்றை இவர்கள் மேற்கொண்டிருந்தனர். கிறித்தவத்தின் பல்வேறு பிரிவுகளின் பிரதிநிதிகள் தனியொரு கூட்டத்திற்கு வந்திருந்தனரா என்பது சந்தேகமே. நிச்சயமாக அவர்கள் சமமானவர்களாக பல்வேறு இஸ்லாமிய-பௌத்த மதங்களின் பிரதிநிதிகளுடன் விவாதித்திருக்கவில்லை. இம்மத அறிஞர்கள், ஆயுதம் எதுவுமின்றி, எந்தவொரு ஆட்சியாளர் / ராணுவத்தின் அதிகாரமின்றி, தம் நம்பிக்கைகள்-கருத்துகளின் அடிப்படையில் வாதிட வேண்டியிருந்தது. தம் கருத்துக்களின் திறனைச் சோதித்துப் பார்த்திட, வார்த்தைகளையும் தர்க்கத்தையுமே அவர்களால் பயன்படுத்த இயலும்.

உலகம் எப்படி உருவாக்கப்பட்டது, மரணத்திற்குப் பிறகு ஆன்மாவுக்கு என்ன நேர்கின்றது என்று கேட்டிருந்த வடக்கு சீனத்தின் பௌத்தரை ருப்ருக் ஆரம்பச் சுற்றில் எதிர்கொண்டார். பௌத்த பிக்கு தவறான கேள்விகளை முன்வைத்ததாக ருப்ருக் பதிலளித்தார். எல்லா விஷயங்களும் பிறந்த கடவுளைப் பற்றியதாகவே முதல் பிரச்சனை இருக்கவேண்டும் என்றார். நடுவர்கள் ருப்ருக்கிற்கு இச்சுற்றில் புள்ளிகள் அளித்தனர்.

தீமையும் நன்மையும், கடவுளின் இயல்பு, விலங்குகளின் ஆன்மாக்களுக்கு என்ன நிகழ்கின்றது, அவதாரத்தின் இருப்பு, கடவுள் தீமையை உருவாக்கினாரா என்னும் தலைப்புகளில் விவாதம் முன்னும் பின்னுமாக போய்வந்து கொண்டிருந்தது. விவாதம் போய்க் கொண்டிருந்தபோது, தலைப்புக்கேற்ப, பல்வேறு மதங்களிடையே, அணிகள் மாற்றப்பட்டன. சுற்றுகளுக்கிடையே மங்கோலியர் புளித்த குதிரைப்பாலைக் குடித்தனர்-அது அடுத்த சுற்றுக்கு ஆயத்தம் செய்துகொள்ளும் பொருட்டு.

எத்தரப்பும் எதிர்த்தரப்பினை நிறைவு செய்ததாகத் தெரியவில்லை. இறுதியில், மதுவின் தாக்கம் வலுவாகிட, கிறித்தவர்கள் யாரையும் தர்க்கபூர்வ வாதங்களால் நிறைவுறச் செய்யும் முறையைக் கைவிட்டு, பாடத் தொடங்கினர். இஸ்லாமியர் பாடாமல், குரானை உரத்து வாசித்து கிறித்தவரை மூழ்கடிக்க முற்பட்டனர்; பௌத்தர்களோ நிசப்த தியானத்திற்கு ஒதுங்கிக் கொண்டனர். ஒருவரை மற்றவர் மாற்றவோ கொல்ல முடியாது, இறுதியில், பெரும்பாலான மங்கோலிய வைபவங்கள் முடிவது போலவே, மதுவின் போதை ஏறி அடுத்து விவாதிக்க முடியாது போனது.

காரகோரத்தில் மதத்தலைவர்கள் விவாதித்துக் கொண்டிருக்க, மங்கோலியப் பேரரசுக்கு வெளியிலுள்ள உலகில், அவர்களது சோதரர்கள் ஒருவரையொருவர் தாக்கிக் கொண்டிருந்தனர், மங்கோலியாவில் அநேகமாக ருப்ருக் விவாதித்துக் கொண்டிருந்த அதே வேளையில், அவரை அனுப்பிவைத்த மன்னர் ஒன்பதாம் லூயி, டால்முட் பிரதிகளையும் இதர சட்ட நூல்களையும் குவிப்பதில் மும்முரமாயிருந்தார். பக்திமிக்க அம்மன்னர் அவற்றிற்கு எரியூட்டினார். ருப்ருக் பிரான்ஸில் இல்லாத சமயத்தில் அவரது நாட்டவர் சுமார் 12000 கையெழுத்துப் பிரதிகளையும் விளக்கப்படங்களுள்ள யூத நூல்களையும் எரித்தனர். ஏசு கிறித்துவின் நற்செய்தியை இன்னும் அதிகமாக எடுத்துச் சென்ற இந்த சேவைக்கும் இதர சேவைகளுக்கும் அவரது தேவாலயம் அவரை புனித லூயியாக்கிற்று-அதன் மூலம் அவரை வணக்கத்திற்குரியவராக நல்ல கிறித்தவர்களால் பின்பற்றத் தக்கவராக ஆக்கி, கடவுளுக்கும் மக்களுக்கும் இடைப்பட்டவராக அவரை வழிபடவும் செய்தனர்.

இஸ்லாமிய மற்றும் கிறித்தவ அரசுகளில் அதே வேளையில், ஆட்சியாளர்கள் மதச் சகிப்பற்ற தன்மையை அரசின் கொள்கையாக்கினர். புனித நிலத்தை வெற்றிகொள்ள முடியாத அல்லது கிழக்கு அய்ரோப்பாவில் விரிவாக்கம் செய்யமுடியாத விரக்தியில், கத்தோலிக்க தேவாலயம் தாயகத்தில் மதத்தின் சாயைகள் மீது சகிப்பற்ற தன்மையை மேற்கொண்டது. 1255-இல் தேவாலயம் புறச்சமய நம்பிக்கையுடையவர்கள் எனச் சந்தேகிக்கப்பட்டவர்களைச் சித்ரவதை செய்வதை அனுமதித்தது; பாதிரியார்கள், பெரிதும் டொமினிகன்கள், சந்தேகத்திற்குரியவர்களைக் கண்டறிந்து வதைப்படுத்திட நகரம் நகரமாகப் பயணித்தனர். அதுவரையிலும் சந்தேகத்திற்குரிய

குற்றவாளிகள், துரோகிகள், போர்க்கைதிகளை விசாரிக்கவே அரசு அதிகாரிகள் சித்திரவதையைப் பயன்படுத்தி வந்தனர்; பாதிரியார்கள் மதக்காரணங்களின் பொருட்டு சித்திரவதையைப் பயன்படுத்தவில்லை.

காரகோரத்தில் விவாதம் நடந்த சில தினங்களுக்குப் பிறகு, மோங்கே கான் ருப்ருக்கை வரவழைத்து, அவரது நாட்டிற்கு அவரைத் திருப்பி அனுப்புவதாக இருந்தான். அச்சந்தர்ப்பத்தைப் பயன்படுத்தி அப் பாதிரியாருக்கும் அவர் மூலம் அய்ரோப்பிய ஆட்சியாளர்களுக்கும், தான் எந்த மதத்தையும் சார்ந்தவனல்ல என்பதையும் சகிப்புத் தன்மை மற்றும் நன்மை குறித்த மங்கோலியக் கருத்துகளையும் விளக்கிக் கூறினான்: “மங்கோலியராகிய நாங்கள் ஒரு கடவுளை நம்புகிறோம், அவரால்தான் நாங்கள் வாழ்கின்றோம் அவர் பொருட்டு மடிகிறோம், அவரை நோக்கியதாக எமது நேரிய இருதயத்தை வைத்திருக்கிறோம்... கடவுள், கையில் வெவ்வேறு விரல்களைத் தந்திருப்பது போலவே, மனிதருக்கு பல்வேறு வழிகளை அளித்துள்ளார். உங்களிடம் கடவுள் புனித நூல்களைத் தந்திருக்க நீங்களோ அவற்றைப் பின்பற்றுவதில்லை.” கிறித்தவர்கள் எப்போதும் நீதிக்கு முன்னே பணத்தையே வைக்கின்றனர் என்பதைச் சான்றாக நிறுத்தினான். கடவுள் மங்கோலியருக்குப் புனித நூல்களுக்குப் பதிலாக புனிதர்களை, மருத்துவர்-புரோகிதர்களைத் தந்துள்ளார். அன்றாட வாழ்வில் அவர்கள் எங்களுக்குச் சொல்வதைச் செய்கிறோம் ஒருவர் மற்றவருடன் அமைதியாக வாழ்கின்றோம் என்றும் எடுத்துரைத்தான்.

அப்புறம் மோங்கே கான் பிரெஞ்சு மன்னன் ஒன்பதாம் லூயிக்கு ஒரு கடிதம் அனுப்பினான். அது எளிமையான செய்தியைப் பெற்றிருந்தது: விண்ணகத்தில் ஒரேயொரு நித்திய தெய்வம், பூமியில் தெய்வத்தின் மைந்தனான ஒரேயொரு செங்கிஸ்கானும் மங்கோலியப் பேரரசை அவருக்குப் பின் ஆட்சிபுரிந்த வாரிசுகளும்தான்... அடுத்து மோங்கே கான் பிரெஞ்சுக்காரரையும் அனைத்து கிறித்தவரையும் எச்சரித்தான்- ‘நித்தியமான கர்த்தரின் கட்டளையை நீங்கள் செவிமடுத்து புரிந்து கொள்கையில், அதனைக் கவனிக்கவோ நம்பவோ மறுக்கின்றீர்கள்... ‘எமது தேசம் தொலைதூரத்தில் உள்ளது, எமது மலைகள் வல்லமை மிக்கவை, எமது கடல் பரந்தது’ என்கிறீர்கள்; இந்நம்பிக்கையில்

எங்களுக்கு எதிராக ராணுவத்தைக் கொண்டு வருகிறீர்கள்- எங்களால் என்ன முடியும் என்பதை அறிவோம்."

மோங்கே கான் ருப்ருக்கை இறையியல் விசாரணையில் ஈடுபடுத்தினாலும், அவனது பிரதான அக்கறை அரசியல் உறவும் வணிக நலனும் சார்ந்ததே ஒழிய மதமல்ல. மோங்கேயின் கீழ், அரசு மற்றும் பொன்னான குடும்பத்தின் ஒட்டுமொத்த ஆற்றலும், செங்கிஸ்கான் முடிக்காமல் விட்டிருந்த முயற்சிகளில் திருப்பிவிடப்பட்டது; அது சுங்க் வம்சம் மற்றும் மத்திய கிழக்கின் அரேபிய அரசுகளை வெற்றிகொள்வது. பேரரசைச் சரியான திசையில் கொண்டு செல்லும் பொருட்டு மோங்கே கான் கணக்கெடுப்புகளுக்கு உத்தரவிட்டான்; மக்கள், விலங்குகள், பழத்தோட்டங்கள், பண்ணைகள் மற்றும் பேரரசின் இதர சொத்துகளைப் பட்டியலிட வைத்தான். உள்ளூர் அலுவலர்கள் பெரிய பதிவேடுகளில் பல்வேறு தகவல்களைப் பதிந்து காரகோரத்திற்கு அனுப்பினர்-அவற்றின் மூலம் அவனது பிரும்மாண்ட அரசின் மக்கள்தொகை மற்றும் பொருளாதாரச் சித்திரத்தை அறியமுடியும். தன் கொள்கைகளை வகுக்கவும், வரிகளைத் திட்டமிடவும் வீரர்களையும் தொழிலாளர்களையும் தெரிவு செய்யவும் இவ் விபரங்களை அவன் பயன்படுத்திக் கொண்டான். தகவல்களின் மையப்படுத்திய அவரது கட்டுப்பாடு, உள்ளூர் பகுதிகள் மீது அவருக்கு அதீத அதிகாரத்தை வழங்கியது மற்றும் உள்ளூர் அலுவலர்களைக் கண்காணிக்கும் வழிவகையை அளித்தது.

படையெடுப்புகளைப் புதுப்பித்திட, மோங்கே பொருளாதாரத்தை நிலைப்படுத்தவும் அரசாங்கச் செலவைக் கட்டுப்படுத்தவும் கடந்த தசாப்தத்தில் கூயுக்கும் இதர நிர்வாகிகளும் குவித்துள்ள கடன்களைத் தீர்க்கவும் வேண்டியிருந்தது. குறுகியதும் நாசகரமானதுமான தன் ஆட்சிக் காலத்தில் கூயுக், பொருட்களை ஏராளமாக வாங்கி அவற்றிற்கு கடன் பத்திரங்களை ஈடாகக் கொடுத்திருந்தான்- வியாபாரிகள் அவற்றை பொன்னாக / வெள்ளியாக மாற்றிக் கொள்ள முடியும். கூயுக் இறந்ததும், உள்ளூர் வியாபாரிகள் பலரும் ஆலோசகர்களும் மறைந்த கான் தந்த பத்திரங்களை மாற்றித்தர விரும்பவில்லை, ஆனால் அப்படிச் செய்தால் நம்பகத் தன்மை இழந்து பொருளாதாரம் இன்னும் பாதிப்புறும் என்பதை மோங்கே அறிவான். எனவே அக்கடன்களைத் தீர்க்க

முடிவெடுத்தான். 'ஒரு மன்னன் இன்னொரு மன்னனின் கடனை அடைத்தான் என எந்த வரலாற்று நூலில் படித்திருக்கிறோம் / கேள்விப்பட்டிருக்கிறோம்?' என்று வினவுகிறார் வரலாற்றாளர் ஜுவைனி.

காகித நோட்டு வடிவிலான பரிவர்த்தனைக்கு இன்னும் பழகிப் போயிராத வர்த்தக உலகில், நிதியமைப்பில் நம்பிக்கையினையும் தூய்மையினையும் தக்கவைத்துக் கொள்ளும் முக்கியத்துவத்தை மோங்கே புரிந்து கொண்டிருந்தான். 1227-இல் தனது இறப்புக்கு முன்னர் செங்கிஸ்கான், விலையுயர்ந்த உலோகங்கள், பட்டு ஆகியவற்றின் உத்தரவாதத்துடன் கூடிய காகிதப் பணப் புழக்கத்திற்கு அங்கீகாரம் அளித்திருந்தார். ஆரம்பத்தில் தடுமாறிய அது, மோங்கே கானின் ஆட்சிக் காலத்தில், பொன் மற்றும் வெள்ளியின் உத்தரவாதத்துடன் தரவேண்டிய அவசியமில்லை என்றானது. முந்தைய ஆட்சிக்காலங்களில் தற்காலிக அடிப்படையில் காகித நோட்டுகள் வழங்கப்பட்டது- கடன்கள் பெறப்பட்டதன் ஆபத்துகளை மோங்கே கான் அறிந்திருந்தான். 1253-இல் காகிதப்பண வெளியீடு மற்றும் அதன் தரப்படுத்தலுக்காக பணவிவகாரத்துறையை உருவாக்கினான். காகிதப் பணத்தை மிகுதியாக வெளியிட்டுவிடுதல் மற்றும் பணவீக்கத்தின் மூலம் அது மதிப்பிழந்து போதலைத் தடுத்திட, மத்தியக் கட்டுப்பாட்டுப் பொறுப்பில் ஒரு கண்காணிப்பாளர் நியமிக்கப்பட்டார்.

தன் கட்டுப்பாட்டிலிருந்த ஒவ்வொரு நாடும் மரபார்ந்த வழியில் தான் பயன்படுத்தி வந்த எடையிலும் எண்ணிக்கையிலும் நாணயங்களை வெளியிடுவதற்கு மங்கோலியா அனுமதித்தது: ஆனால் உள்ளூர்ப் பணம் ஒவ்வொன்றும் பிணைக்கப்பட்டுள்ள, 500 அலகுகளாக பிரிக்கப்பட்டுள்ள வெள்ளிக் கட்டியின் அடிப்படையிலான பொது அளவையை உருவாக்கினர். பல்வேறு நாணயங்களை இவ்வெள்ளியுடன் தொடர்புடையதாக தரப்படுத்தியது, கணக்கு வைப்பதிலும் நாணயப் பரிமாற்றத்திலும் வணிகர்களுக்கும் அரசாங்கத்திற்கும் பிரச்சனைகளை லகுவாக்கின. இம்முறை உள்ளூர் வரிகளைப் பொருட்களாகப் பெறுவதற்குப் பதிலாக, பணமாகப் பெற வழிவகை செய்தது. தானியம், அம்புகள், பட்டு, கம்பளி ரோமம், எண்ணெய் போன்ற பொருட்களாக கப்பத்தை வசூலிக்கவும் மாற்றியமைத்துக் கொள்வதற்கும் அரசாங்க அலுவலர்களைச் சார்ந்திருக்காமல்,

அரசாங்கம் பொருட்களை விடவும் பணத்தையே நகர்வு செய்தது. முதல்முறையாக சீனத்திலிருந்து பாரசீகம் வரை தரப்படுத்தப்பட்ட கணக்கின் அலகைப் பயன்படுத்த முடிந்தது. மங்கோலியர் பணக்கட்டுப்பாட்டை பராமரித்து வந்ததுவரை, அரசாங்கத்தின் அதிகாரத்தை இழக்காமலேயே, பொருட்களின் நகர்வு வணிகர்களைப் பொறுப்பேற்குமாறு விட்டது.

1253-இன் வசந்தத்தில் காரகோரத்தில் பேரரசின் நிதிநிலை வலுவாய் இருக்க, புதிய கொள்கைகளையும் முயற்சிகளையும் மேற்கொள்ளும் பொருட்டு, சிறியதொரு குறில்தாயில் பங்கேற்குமாறு தன் சகோதரர்களையும் நெருங்கிய குடும்பத்தாரையும் மோங்கே வரவழைத்தான். மங்கோலியப் பேரரசின் அடிப்படை மீது அவர்கள் திடமான கட்டுப்பாட்டைக் கொண்டிருந்ததால், அவர்கள் செய்வதற்கு என்ன இருக்கிறது? ஓகோதெய் மற்றும் சுபோதெய் என்னும் இரு செங்கிஸ்கானின் பிள்ளைகளது குடும்பங்கள் நசுக்கப்பட்டு, தம் சொத்து சுகங்களை இழந்திருந்தனர். சொர்கோக்தானி வலுவான அணிசேர்க்கையைக் கொண்டிருந்த, ஜோச்சியின் வம்சாவளியினரான மூன்றாம் கிளையினர், ரஷ்ய மற்றும் அய்ரோப்பியப் பிரதேசங்களை ஆளும் உரிமை பெற்றிருந்தனர். மங்கோலியப் பேரரசின் விரிவாக்கத்திற்கு மோங்கே கான் ஆயத்தமாயிருந்தான். ஆனால் அதனை பல ஒன்றுவிட்ட சகோதரர்களுக்கும் செங்கிஸ்கானின் பேரப்பிள்ளைகளுக்கும் ஆதாயம் தரும் விதத்திலன்றி, பிரதானமாக தனக்கும் தன் சகோதரர்களுக்கும் ஆதாயம் தரத்தக்கதாக மேற்கொள்ளவே அவன் முற்பட்டான்.

அய்ரோப்பிய முரண்களையும் வடிவமைப்புகளையும் விரும்பினாலும், அதே திசையில் இன்னொரு படையெடுப்பு நிகழ்த்துவதில் மோங்கே கானுக்கு ஆர்வமில்லை. தென் சீனத்தின் சுங்க் வம்சம் மற்றும் அரேபிய-பாரசீகரின் இஸ்லாமிய நாகரிகத்திற்கு எதிரான செங்கிஸ்கானின் இரட்டைப் படையெடுப்புகளுக்குத் திரும்பினான். சிறந்த ராணுவப் பயிற்சி மிக்க தம்பி ஹுலெகுவிடம், பாக்தாத், டமாஸ்கஸ், கெய்ரோ ஆகிய அரேபிய நகரங்களைத் தாக்கிடும் பொறுப்பை ஒப்படைத்தான். ராணுவ அனுபவம் இல்லையெனினும், சீனப் பண்பாடு குறித்த ஆழ்ந்த அறிவுடைய குப்ளாயிடம் சுங்க்வம்சத்தை வெற்றி கொள்ளும் பணி ஒப்படைக்கப்பட்டது. மாபெரும் கானான மோங்கே மங்கோலியாவின் மையத்தில் இருந்திட, கடைசித்

தம்பியும் குடும்பத்தின் விருந்தோம்பல் இளவரசனுமான அரிக் போக்கே, பேரரசை நிர்வகிப்பதில் அண்ணனுக்குத் துணையாக நின்றான். மே 1253 அன்று தாத்தாவால் கட்டளை இடப்பட்டு இப்போது மீளவும் உறுதிப்படுத்தப்பட்டுள்ள இருபடையெடுப்புகளை நிறைவேற்றிட, ஹுலெகுவும் குப்ளாயும் புறப்பட்டனர்.

படையெடுப்பின் போதான வழமையான மங்கோலிய ஆயத்தங்களுக்கேற்ப, முன்னோடித்துருப்புகளை மத்திய ஆசியாவெங்கும் ஹுலெகு அனுப்பியிருந்தான்-பிரதானப்படை அப்பகுதியைக் கடந்து செல்கையில், நல்ல மேய்ச்சல் நிலத்தை உறுதிப்படுத்திட, மந்தைகளைத் துரத்தி தெளிவாக வைத்திருப்பதற்காக. எதிரித் தரப்பினர் பற்றி ஆராய்ந்து வைக்கவும், தனது பிரும்மாண்டமான படையெடுப்பின் அபாயம் தோன்றுமுன்னரே, ஆற்றல் மிக்க சகாக்களுடன் அரசியல் உறவுகள் குறித்த பேச்சுவார்த்தைகளைத் தொடங்கவும் ஹுலெகு அவர்களுக்கு அனுமதி அளித்திருந்தான். கோடையில் வந்துவிட்ட பிரதான ராணுவம், குளிர்காலத்தில் தொடங்கவிருக்கும் தாக்குதலுக்கு முன், தன் குதிரைகளுக்கு ஊட்டமளித்துப் பராமரிக்க வேண்டும். மின்னல் வேகத்தில், ஒரே வேளையில் நாலா திசைகளிலிருந்தும் இஸ்லாமிய நகரங்களை அணுகிய செங்கிஸ்கானின் வீரர்களைப் போலின்றி, ஹுலெகு வேண்டுமென்றே மெதுவாயும் வெளிப்பகட்டுடனும் படையினரை நடத்திச் சென்றான். ஹுலெகு அணிவகுத்துச் சென்றது நாடோடி ராணுவத்துடன் மட்டுமல்லாமல் நாடோடிப் பேரரசுடனும்தான். ஹுலெகு தன் படையில் மிகுதியான சீன பொறியியல் வல்லுனர்களை வைத்திருந்ததுடன், பாலங்கள், தாக்குதல் யந்திரங்கள், பிற போர்க்கருவிகள் தயாரித்திடும் கைவினைத் தொழிலாளர்களையும் சேர்த்து, விரிவாக்கம் செய்திருந்தான். பெரிய ராணுவத்தை நிர்வகிக்கும் பொருட்டு, மருத்துவப் பணியாளர், ஆவணம் எழுதுவோர், அலுவலக உதவியாளர்களையும் உடன் வைத்திருந்தான்: நாடு தாண்டிச் சென்றபோது தாமாகவே சாப்பிட்டுக் கொண்டே தாத்தாவின் வீரர்களைப் போலின்றி, ஹுலெகுவின் வாகன வரிசையில், கோதுமை, அரிசி, ஒயின் ஆகியன நிரம்பிய வாகனங்களும் உடன் சென்றன.

ஹுலெகுவைப் பொறுத்தவரை அறுதிப்பரிசு, அரேபிய பண்பாட்டு-நிதித்தலைநகரமான பாக்தாதை வெற்றிகொள்வதே, ஆனால் அங்கு சென்று சேர்ந்திட, வழியில் உள்ள ஏராளமான கலகத்தன்மையிலான பிரதேசங்கள் குறித்து மங்கோலிய ஆட்சியாளருக்கு திடப்படுத்த வேண்டியிருந்தது. இவற்றில் மிகச்சிரமமானது, நிஸாரி இஸ்மாயிலிஸின் வலுவிடங்களை வெல்வதே-ஷியாக்களின் புறச்சமய இஸ்லாமியப் பிரிவினரான இவர்கள் மேற்கில் பொதுவாக அஸ்ஸாஸின்கள் எனப்படுவார்கள். ஆப்கானிஸ்தானத்திலிருந்து சிரியா வரையும் வெற்றி கொள்ளப்படாத மலைக் கோட்டைகள் நூறுக்குமேல் நீண்டு கிடந்தன-இவற்றில் மிகமுக்கியமானது, வடக்குப் பாரசீகத்தின் கழுகுக் கூடான அலாமுத் ஆகும். இமாம், பெரிய தலைவர் அல்லது மலையின் முதியவன் எனப் பல்வேறு விருதுப் பெயர்களால் அறியப்பட்ட, பாரம்பரியத் தலைவரின் உத்தரவுகளைக் கேள்வி கேட்காமல் உறுப்பினர்கள் பின்பற்றினர். கடவுள் இமாமைத் தெரிவு செய்தார் என அவர்கள் நம்பியதால், அவர் தவறிழைக்காதவர், அவருக்குப் படிப்பறிவு தேவையில்லை; மனிதர்களுக்கு எவ்வளவு விசித்திரமாகத் தோன்றினும், அவர் செய்த ஒவ்வொன்றும் தெய்விக உத்வேகமிக்கதாகக் கருதப்பட்டது. அறிவுக்கு முரணான நடவடிக்கைகள், விதிகளை அடிக்கடி மாற்றுதல், மானுடருக்கான கடவுளின் திட்டத்திற்குச் சான்றாக மிகப் புனித நெறிகளைத் தலைகீழாக்குவதும் என்று தோன்றியவற்றையெல்லாம் அவரது ஆதரவாளர்கள் ஏற்றுக் கொண்டனர்.

சம்பிரதாயமான ராணுவம் இல்லாவிடினும், இஸ்மாயிலிப் பிரிவு, பயங்கரம்-படுகொலை செய்யவும் பெரிதும் நவீன அமைப்பு மூலம், வலுவான அரசியல் அதிகாரத்தைக் கையாண்டது; இக்குழுவின் ரகசியமும் வெற்றியும் பல தொன்மங்களை உலவவிட்டு இன்றளவும் உண்மையை அறிவதைச் சிரமமானதாக்கிவிடும். இக்குழு ஒரு எளிய, திறம்பட்ட அரசியல் உத்தியைக் கொண்டுள்ளது: தம்மை எதிர்ப்பவர்களை, குறிப்பாக தலைவர்களை அல்லது சக்திவாய்ந்தவர்களை, யாராயினும் கொன்றுவிடு. தாக்குதலில் உயிரைப் பணயம் வைக்கத் தயாராயுள்ள இளைஞர்களை இக்குழு தெரிவு செய்தது; அவர்கள் இஸ்லாத்தின் உயிர்த்தியாகிகளாக உடனே சொர்க்கத்தில் நுழைய முடியும் என உத்தரவாதம் அளித்தது. இக்குழுவின் அரண்மனைகளிலும் கோட்டைகளிலுமுள்ள

தனிச்சிறப்பான தோட்டங்களின் கஞ்சா மற்றும் இதரப் பூவுலக ஆனந்தங்களால் இளைஞர்கள் எப்படி ஈர்க்கப்படுகின்றனர் என்பது குறித்து, சீன, பாரசீக, அரேபிய ஆதாரங்களெல்லாம் ஒரே தன்மைத்தான விவரிப்பைக் கொண்டுள்ளன. மாபெரும் நாயகரின் சேவையில் மடிய நேர்ந்தால், அவர்களுக்கென்று காத்திருக்கும் சொர்க்கத்தின் முன் ருசிதான் இது. அப்புறம் அவர் கஞ்சாவைச் சீராக வழங்கி, பயிற்சி அளித்து கட்டுப்படுத்தி, அவர்களைக் கீழ்ப்படிதல் மிக்கவர்களாக அச்சமற்றவர்களாக ஆக்குவார். இஸ்மாயிலிகளுக்கு கஞ்சா (hashish) முக்கியமாயிருந்ததால், அவர்களைச் சுற்றியிருந்தவர்கள் அவர்களை கஞ்சா குடிப்போர் (hashishashin) என்றனர். நாளடைவில் இப்பெயர் assassin என்றாயிற்று. இக்கொலையாளிகள் உத்வேகத்திற்காக கஞ்சாவைப் பயன்படுத்தினரோ இல்லையோ, உயர் அலுவலர்களைக் கொல்பவர்களைக் குறிப்பதாக, இச்சொல் பல மொழிகளுக்குப் பரவிற்று.

முன்னதாக, செங்கிஸ்கான் இம்மண்டலத்தில் முதலில் படையெடுத்தபோது, பெரும் நாயகர் மங்கோலியருக்கு விரும்பியே பணிந்தார். அடுத்துவந்த தசாப்தங்களில், க்வாரிஸிமின் துருக்கி சுல்தானை செங்கிஸ்கான் தோற்கடித்ததால் உண்டான அரசியல் வெற்றிடத்தில், அஸ்ஸாஸின்கள் செழித்தோங்கினர்; அப்புறம் மங்கோலியப் படைவீரரில் அதிகமானோர் விலகிக் கொண்டனர். மோங்கே கான் அரியணை ஏறியதும், மாபெரும் மங்கோலிய ராணுவம் மீண்டும் வந்தால், தாம் பெற்றுள்ள புதிய அதிகாரத்தில் தலையிடும் என்றஞ்சினர். மோங்கே கானுக்கு மரியாதை செய்வதான பாவனையில் பெரும் நாயகர் ஒரு தூதுக்குழுவைக் காரகோரத்திற்கு அனுப்பினார், ஆனால் உண்மையில் அவர்கள் மோங்கே கானை கொல்வதற்கு பயிற்சி அளிக்கப்பட்டவர்கள் எனச்சில வரலாற்றாளர்கள் குறிப்பிடுகின்றனர். அவர்களை மங்கோலியர் திருப்பி அனுப்பி, படுகொலையைத் தவிர்த்தனர். அதன் காரணமாகவே மோங்கே கான், அப்பிரிவினை நசுக்கி அழித்து, அவர்தம் கோட்டையைத் தகர்த்திட தீர்மானித்தான்.

ஆனால் ஹுலெகுவின் ராணுவம் அஸ்ஸாஸின்களது அரண்களை அடையு முன்னரே, குடிகார-ஒழுக்கக்கேடான பெரும் நாயகர், அவரது குழுவின் அதிருப்தி உறுப்பினர்களாலே கொல்லப்பட, சாமர்த்தியமற்ற அவரது மகனால் இடப்பெயர்ச்சி செய்யப்பட்டார். பெரிதும் அரண் செய்யப்பட்டிருந்த அவர்களது கோட்டைகளை

ஒன்றன் பின் ஒன்றாகக் கைப்பற்றிடும் சிரமமான பணியை மதிப்பீடு செய்து பார்த்த ஹுலெகு, எளிதான நேரடியான திட்டத்தை வகுத்தான். பெரும் நாயகரது புனிதமான பாத்திரம் காரணமாக, பெரும் ராணுவ வலிமையுடன் அவரைக் கைப்பற்றுவது மற்றும் அவர் சரணடைந்தால் மன்னிப்பது என கவனக் குவிப்பு வந்தது அவனிடம். மங்கோலியர் இஸ்மாயிலி அரண்களைக் குண்டு வீசித் தாக்கினர்; கோட்டைகளின் காவலர்கள் ஆச்சரியப்படத்தக்க வகையில் மங்கோலிய வீரர்கள் செங்குத்தான மலைக் கோட்டைகளை அடைந்துவிடும் சாமர்த்தியசாலிகளாய் இருந்தனர். பலம், வெடிமருந்து, மன்னிப்பு வழங்கல் ஆகியவற்றின் சேர்க்கை பலனளித்தது, நவம்பர் 19, 1256 அன்று, தான் அதிகாரத்திற்கு வந்த முதல் ஓராண்டு தினத்தில், இமாம் மங்கோலியரிடம் சரணடைந்தார்.

இமாமின் கட்டுப்பாடு ஹுலெகுவின் கையில் வந்ததும், அவரை ஒவ்வொரு இஸ்மாயிலி கோட்டையாக இட்டுச் சென்று, அங்குள்ள தன் ஆதரவாளர்களைச் சரணடையுமாறு கட்டளையிட வைத்தான். இமாமின் ஒத்துழைப்பை ஊக்குவிக்கவும் படையெடுப்பு முடியுமட்டும் அவரை மகிழ்ச்சி பெற வைக்கவும், ஒட்டகைகள் சண்டையிடுவதையும் இணை சேர்வதையும் பார்த்துவர ஏற்பாடு செய்தான், பெண்களை அனுப்பி வைத்தான். 1257 வசந்தத்தில் அஸ்ஸாஸின்களது கோட்டைகளெல்லாம் கைப்பற்றப்பட்டதும், மங்கோலியருக்கான தனது பயன்பாடு முடிந்துவிட்டது என்பதை உணர்ந்து கொண்ட இமாம், மாபெரும் கானைச் சந்திக்க காரகோரம் செல்ல தன்னை அனுமதிக்குமாறு வேண்டிக்கொண்டார். தன்னைப் புதுப்பித்துக்கொள்வதற்கான திட்டம் ஏதேனும் அவரிடம் இருந்திருக்கலாம். ஹுலெகு அனுமதித்தான். ஆனால் இமாம் காரகோரம் வந்து சேர்ந்ததும், மோங்கே கான் அவரைப் பார்க்க மறுதலித்து விட்டான். மாறாக மங்கோலியக் காவலர்கள் இமாமையும் அவரது கூட்டத்தினரையும் காரகோரத்திற்கு அருகிலுள்ள மலைக்கு இட்டுச் சென்று, கொன்றுவிட்டனர்.

அஸ்ஸாஸின்கள் அழித்தொழிக்கப்பட்டதும், இஸ்லாமிய உலகின் மிகப்பெரியதும் செல்வமிக்கதுமான பாக்தாத் நகரத்திற்கான பாதை ஹுலெகு ராணுவத்திற்கு திறந்து விடப்பட்டிருந்தது. இஸ்மாயிலிகள் இஸ்லாமிய உலகின் பயங்கரவாத விளிம்பை ஆக்கிரமித்திருக்க, டைக்ரீஸ் ஆற்றங்கரையிலிருந்த மாபெரும்

நகரமான பாக்தாத், அதன் மையத்தில் ஆட்சிபுரிந்தது; நகரங்களின் அன்னையான மெக்கா, இஸ்லாத்தின் புனித நகராக விளங்கியது; மக்கள் நெருக்கமுள்ள மையங்களிலிருந்து அது தனித்து இருந்ததால், முக்கியமான அரசியல் / வணிக மையமாக இருக்க முடியாது போனது. இஸ்லாம் நிறுவப்பட்ட ஒரு நூற்றாண்டுக்குப் பிறகு, 762-இல் பாக்தாத் நிர்மாணிக்கப்பட்டதும், அரேபிய உலகம் கலீபாக்களின் அப்பாஸிட் வம்சத்தின் கீழ் தனது பன்னாட்டு குவிமையத்தைக் கண்டு கொண்டது- ஒட்டுமொத்த இஸ்லாமிய உலகின் பெயரளவுத் தலைவராக கலீபா விளங்கினார். கலீபாவாக தற்போது ஆட்சிபுரியும் அப்பாஸிட் தலைவர், முகம்மது நபிக்கு 37-வது வாரிசாவார்; எனவே, இஸ்லாமிய உலகின் மிகவும் ஆற்றல்வாய்ந்த சமயச் சார்பற்ற ஆட்சியாளர் என்பதுடன், அனைத்து முஸ்லீம்களது குறியீட்டுத் தலைவராயும் விளங்கினார். உண்மையில் பேரரசர் மற்றும் போப்பின் கலவையாக பணிபுரிந்தார்.

அரேபிய இரவுகள் அல்லது ஆயிரத்து ஓர் இரவுக் கதைகள் எனப்படும் கதைகளைச் சொல்லும் புகழ்மிக்க கதை சொல்லியான ஷெஹார்ஜாத்தின் நகரமாக பாக்தாத் இருந்தது; 500 ஆண்டுகளாக இஸ்லாமிய உலகின் செல்வம் இந்நகருக்குள் கொட்டியது; அங்கே கலீபாக்கள் அதனை அரண்மனைகள், மாளிகைகள், மசூதிகள், பள்ளிகள், தனிப்பட்ட தோட்டங்கள், பொது நீரூற்றுகளில் செலவழித்து வளமாக்கினர். ஆடம்பரமான குளியல் மையங்களும் ததும்பி வழியும் கடைவீதிகளும் கொண்டதாக பாக்தாத் இருந்தது. தனது முஸ்லீம் பெரும்பான்மையினரது தேவைகளை நிறைவேற்றியதுடன், பல கிறித்தவர்களுக்கு மதத்தின் மையமாக விளங்கிற்று-அவர்கள் தேவாலயங்களை நிறுவினர்; யூதர்களுக்கும் மையமாக விளங்கவே, அவர்கள் யூதாலயங்களையும் பள்ளிகளையும் நிர்மாணித்தனர். டைக்ரீஸ் நதியின் இருகரைகளிலும் நகரம் ததும்பியிருக்க, ஒரு பாலம் அவற்றை இணைக்க, பிரும்மாண்டமான மதில்கள் நகரின் மையத்தைப் பாதுகாத்தன.

செவ்வியல் தன்மையதான மங்கோலிய ராஜதந்திரப்படி, கலீபா மீது தாக்குதல் தொடுக்குமுன்பு, அவருக்கு எதிரான சட்டபூர்வ குறைகளின் பட்டியலுடன் தூதுவர்களை ஹுலெகு அனுப்பினான். கலீபா ஒருமுறை செங்கிஸ்கானுக்கு விசுவாசம் காட்டுவதாகத் தெரிவித்திருந்தும், இஸ்மாயிலி அஸ்ஸாஸின்

பிரிவை ஒடுக்குவதற்கு ராணுவத்தை அனுப்பவில்லை என அவர்மீது குற்றஞ்சாட்டினான் மங்கோலியரின் பார்வையில் இமாம் போலவே கலகத்தன்மையிலான அடிமையாயிருந்த கலீபா, அதே விதியை எதிர்கொள்ளலாயிற்று. மங்கோலிய ஆட்சியாளரிடம் உடனே சரணடைந்து கலீபா தன் தவறுகளுக்கு வருந்தாது போனால், அவரது நகரை வெற்றிகொண்டு அவரைச் சிறைபிடிப்பதாக ஹுலெகு மிரட்டினான். இமாமைப் போலவே மங்கோலியரின் ஆபத்தைப் புரிந்துகொள்ள முடியாதிருந்த கலீபா, அது மங்கோலியரின் கேடுகெட்ட கோரிக்கை என ஏளனம் செய்தார். கலீபாவின் சுதந்திரத்தைக் காத்திட ஒட்டுமொத்த இஸ்லாமிய உலகும் எழும் மற்றும் துரோகமிக்க ஒருநாடு அரேபியத் தலைநகர் பாக்தாதைக் கைப்பற்றிட ஒருபோதும் அனுமதிக்காது என்று அடங்காமல் அறிவித்தார். மங்கோலியப் படையெடுப்பாளர்கள் தொடர்ந்து படையெடுத்தால், மொராக்கோவின் அட்லாண்டிக் கரையோரமுள்ள, தொலைதூரத்து மாக்ரெப் வரையிலான முஸ்லீம்கள் அவர்களைக் கொல்ல விரைந்து விடுவார்கள் என அவர் உறுதிபூண்டார். இறை நம்பிக்கை இல்லாதவர்களிலே பாக்தாத் வீழ்ந்திட இறைவனோ மக்களோ அனுமதிக்க மாட்டார்கள்.

நவம்பர் 1257-இல் இறைவன் சார்பிலோ மக்கள் சார்பிலோ பேசும் தகுதி கலீபாவுக்கில்லை என்று உணர்ந்த ஹுலெகு, பாக்தாத் நோக்கி அணிவகுத்துப் புறப்பட்டான். அவனது தாத்தாவைவிடவும் கவனமாக ஆனால் அதே மங்கோலிய யுத்த தந்திரங்கள்-செயல் தந்திரங்களுடன் அணுகினான். தன் ராணுவத்திற்கு பலம் சேர்க்கும் வகையில், ஆர்மீனியா, ஜார்ஜியா ஆகிய அடிமை அரசுகளின் படைகளையும் பல்வேறு துருக்கிப் பழங்குடிகளையும் வரவழைத்தான். இவ்வாறு, பிரதான ராணுவம் வடக்கிலிருந்தும் கிழக்கிலிருந்தும் பரந்த வளைவில் நெருங்க, மற்றவர்கள் வடக்கிலிருந்தும் மேற்கிலிருந்தும் நெருங்கினர். மெஸபடோமியா மீதான அந்நிய தாக்குதல்களுக்கு டைக்ரீஸ், யூப்ரடீஸ் நதிகள் இயற்கையான தடுப்புகளாக இருப்பினும், மங்கோலியர் உள்ளீடற்ற படகுகளின் உதவியுடன் இந்நதிகளினூடே முன்னும் பின்னுமாக லகுவாகச் சென்றனர். படையெடுத்துவரும் ராணுவம் நெருங்கவும், உள்ளூர் மக்கள், அரண் செய்யப்பட்ட நகரை நோக்கி ஓடினர். ஜனவரி 1258-இன் இறுதி வாரத்தில், படையெடுத்துவரும் ராணுவம் நகரினைச் சுற்றிவளைத்து, நகர மதில்களுக்குப் புறத்தேயிருந்த புறநகர்ப்

பகுதிகளை ஆக்கிரமித்துக்கொள்ள, நகரம் அதிகபட்ச அளவில் அகதிகளால் நிரம்பிவிட்டது.

தாக்குதல் தொடங்கு முன்னர், நகருக்குள்ளிருந்த கிறித்தவர்களுடன் பிணைப்புகளை ஏற்படுத்திக் கொண்டு, ஹுலெகு பாக்தாத் நகரில் அரசியல், மத, இனவரைவியல் பிளவுகளைப் பயன்படுத்திக்கொள்ள முற்பட்டான். அவனது தாயும் இரு மனைவியரும் அதுபோலவே அவனது வீரர்கள் பலரும் கிறித்தவர்களாதலால், மத்திய கிழக்கு எங்கிலும் உள்ள கிறித்தவ சமுதாயங்களில் தொடர்புகளை ஏற்படுத்தி மதிப்பினை வளர்த்துக் கொண்டான்; மற்றும் ஜார்ஜியா, ஆர்மீனியா ஆகிய கிறித்தவ அடிமை அரசுகளுடன் நல்ல தொடர்புகளைக் கொண்டிருந்தான். இத்தொடர்புகளைச் சாதகமாக்கிக் கொண்ட கிறித்தவத் தூதுவர்கள் ரகசியமாக நகருக்கும் மங்கோலிய முகாமுக்குமிடையே வந்து போயினர்; ஹுலெகுவிடம் ஆதாரத் தகவல்களைக் கொண்டுவந்தனர், நகரிலுள்ள கிறித்தவர்களையும் இதரச் சிறுபான்மையினரையும் சிறப்பாக நடத்துவதாக வாக்குறுதிகளை எடுத்துச் சென்றனர். அவனது ஆட்சியின் கீழ் கிறித்தவர்களுக்கு கிடைக்கவிருக்கும் சிறப்பு நடத்தையின் அடையாளமாக, ஹுலெகு கிறித்தவ பாதிரியார்களுக்கு அரசவையில் தலைவணங்குவதிலிருந்து விலக்களித்தான்-அவர்கள் கடவுளுக்கு மட்டும் பணிபவர்கள் என்பதால். பாக்தாத் கிறித்தவர்களின் அச்சங்களை, விரோதமிக்க பயங்கரமான இஸ்லாமியக் கடலிலுள்ள சிறுபான்மையினருடையதாக முன்வைத்தான். இஸ்லாமிய மேலாதிக்கத்திலிருந்து இறுதியில் தம்மை விடுவித்துக் கொள்ளும், கிறித்தவ யூதக் கனவுகளை வளர்த்தெடுத்தான்.

மங்கோலியர் மற்றும் கிறித்தவரின் நெருங்கிய உறவுகளுக்கு நன்மை செய்யும் வகையில் கலீபாவும் தன்னுடையதை பயன்படுத்த முற்பட்டார். கிறித்தவ தேவாலயத்தின் மூதாதை கத்தோலிக்கோஸ் மகிகாவை இஸ்லாமிய அமைச்சருடன் சேர்ந்து அனுப்பி, மங்கோலியருடன் பேச்சுவார்த்தை நடத்தச் சொன்னார். முறைப்படி பணிந்து செல்லவும், பாரிய கப்பம் செலுத்தவும், மசூதியில் வெள்ளிக் கிழமை மாபெரும் கானின் பெயரில் தொழுகை செய்யவும் முன்வந்தார்; அதன் மூலம் அதிகாரபூர்வமாக மங்கோலிய ஆட்சிக்கு அடிபணிவதை அங்கீகரிப்பதாகத் தெரிவித்தார். பூமியிலுள்ள செல்வந்த நகரின் சொத்தெல்லாம் எளிதாக தன்னுடையதாக ஆகிவிடுவதை

விடவும், இத்தகைய பூசல்களைத் தீர்த்து விடுவதில் தான் மிக நெருங்கியிருந்ததாக அறிந்துகொண்டார்.

கிடைத்த சாதனங்களையெல்லாம் சாத்தியப்படும் ஆயுதங்களாக மாற்றிக் கொள்வதில் மங்கோலியர் தம் திறமையை வெளிப்படுத்தினர். அருகிலிருந்த மிக உயரமானவை, அரேபியர் நூற்றாண்டுகளாக வளர்த்து வந்திருந்த உயரமான பேரீச்சை மரங்களே, மங்கோலியர் அவற்றை வெட்டிச் சாய்த்து, அவற்றின் அடிமரங்களை அபாயகரமான ஏவுகணைகளாக நகரின் மீது ஏவினர். ரஷ்ய நகரங்களில் மங்கோலியர் செய்திருந்தது போல, பெரிய நகரமான பாக்தாதைச் சுற்றி வளைத்திடப் போதுமான மரக்கட்டைகள் கிட்டாததால், ஆழமான குட்டையைத் தோண்டியும் ஒரு கொத்தளத்தை நிறுவியும், நகரின் மீது பயங்கரமான குண்டுவீச்சுடன் ஹுலெகு தாக்குதலைத் தொடங்கினான். சண்டையில் அக்னியை வீசும் கருவிகளை அரேபியர் அறிந்திருந்தாலும், வெடி மருந்தின் ராணுவ வல்லமையை அந்தப்புள்ளி வரையும் அறிந்திருக்கவில்லை.

மங்கோலியர் வெடிமருந்தின் சூத்திரத்தையும் மாற்றியிருந்தனர்- மரபான முறையில் மெதுவாக எரிவதை மாற்றி, துரிதமான ஒரே வெடிப்பில் போதுமான ஆக்ஸிஜன் கிடைக்குமாறு செய்திருந்தனர். இது நெருப்பினை விட வெடித்துச் சிதறுதலேயே அளித்துவிட்டது. தனியொருவனால் இயக்கத்தக்க வகையில் சிறிய குழாய்களை கைவினைக் கலைஞர்கள் செய்து தர, அம்பு நுனிகளை அல்லது பிற ஏவுகணைக் கருவிகளை எய்தனர். இவை வெடித்திட மூங்கிலை விடவும் வலுவான சாதனம் தேவைப்பட்டது; இதனால் இரும்புக் குழாய்களைப் பயன்படுத்தினர். கையாள்வதற்கு எளிதாக இருக்க, மரக்கைப்பிடிகளுடன் இரும்புக் குழாய்களை இணைத்து, இயக்கம் எளிதாகிட சக்கரங்கள் மீது பொருத்தினர், பெரிய குழாய்கள், பீங்கான் / உலோக உறைகளில் வெடிகுண்டினை / வெடி மருந்தினை நிரப்பி எறியப்பட்டன-அதில் இரண்டாவது வெடிப்பு தாக்கத்தை ஏற்படுத்திற்று. மங்கோலியர் தம் தாக்குதலில் புகைகுண்டுகள், புராதன கையெறிகுண்டுகள், சிறிய ரக பீரங்கிகள், பற்றி எரியும் ஏவுகணைகள் என ஒரு கலவையான குண்டு வீச்சு வடிவங்களையெல்லாம் இணைத்துக்கொண்டனர்.

அவ்வளவு தொலைவிலிருந்து குண்டுவீசித் தாக்கியது, பாக்தாத் மக்களைக் குழப்பியது, கலவரப்படுத்தியது; அதன் தற்காப்பு

வீரர்களை விரக்தியடையச் செய்தது. அத்துடன் மங்கோலியப் பொறியாளர்கள் மதில்களைத் தகர்க்கும் வகையில் வெடிமருந்தைக் கருவிகளில் கையாளத் தெரிந்திருந்தனர். எவ்வளவு தூரம் விலகி இருக்க முடியுமோ அவ்வளவு தொலைவிலிருந்து இவ்வளவு ராணுவ உத்திகளுடன் மங்கோலியர் தாக்கியது அவ்வளவு தாக்கத்தைக் கொண்டிருந்தது. ஹுலெகு அணைகளை நாசப்படுத்தி, டைக்ரீஸ் ஆற்றின் போக்கைத் திருப்பி, கலீபாவின் ராணுவ முகாமில் வெள்ளம் புகுந்துவிட, படைவீரர்களை நகரில் புகலிடம் தேடவைத்தது. ரஷ்ய நகரங்களின் மக்களிடத்தே மரச் சுவர்கள் ஏற்படுத்தியதைப் போன்ற உளவியல் தாக்கத்தை, பாக்தாத்தின் மக்களிடத்தே நகரைச் சூழ்ந்த நீர்ச்சுவர் ஏற்படுத்தியது. பிப்ரவரி 5, 1258 அன்று மங்கோலியப் படை பாக்தாத் நகரின் மதில்களை நொறுக்கி நுழைந்து விட்டது; அய்ந்து நாட்களுக்குப் பிறகு கலீபா சரணடைந்தார். நகரைக் கொள்ளையிட ஏதுவாக மக்கள் தம் ஆயுதங்களை ஒப்படைத்து விடவேண்டும், பொருட்களையெல்லாம் விட்டுச்செல்லவேண்டும், நகரிலிருந்து வெளியேறவேண்டும் என ஹுலெகு உத்தரவிட்டான். ஆனால் உத்தரவை மீறிய எதிர்தரப்பு ராணுவ வீரர்கள் துரத்தியடிக்கப்பட்டு துண்டு துண்டாக்கப்பட்டனர்.

கொள்ளைப் பொருட்களைத் திரட்டிவர, ஹுலெகு தனது கிறித்தவ வீரர்களை அனுப்பினான்; ஆனால் பலர் நகரிலிருந்து வெளியேற மறுத்து தம் இல்லங்களிலேயே பதுங்கி இருந்தனர். உத்தரவுக்கு பணியாததால் அவர்கள் கொல்லப்பட்டனர். மங்கோலிய ஆணைப்படி நகரிலிருந்த கிறித்தவ சொத்துகள் பாதுகாப்பாயிருந்தன; கலீபாவின் மாளிகைகளில் ஒன்றை கத்தோலிக்கோஸ் மகிகாவுக்கு ஹுலெகு வழங்கினான். பாக்தாத் நகரிலிருந்த கிறித்தவர்கள் மங்கோலியருடன் சேர்ந்து நகரைக் கொள்ளையடித்தனர், முஸ்லீம்களைக் கொன்று குவித்தனர்- அவர்கள் மூலம் தம் மீட்பு இறுதியில் வந்திருந்ததாக எண்ணினர். அவர்கள் மசூதிகளை அவமதித்தும் அழித்தும் பல மசூதிகளைத் தேவாலயங்களாக மாற்றியபோது, நூற்றாண்டுகளாக கனன்று கொண்டிருந்த வெறுப்பும் சீற்றமும் தெறித்து விழுந்தன. அப்பாஸிட் மற்றும் அதற்கு அப்பாலிருந்த நாடுகளெங்கும் கிறித்தவர்கள் ஆனந்தமாகக் கொண்டாடினார்கள். ஆர்மீனிய வரலாற்றாளர் ஒருவர் இந்த ஆனந்தத்தை இப்படிப் பதிவு செய்தார்: “பாக்தாத் நகரம் நிறுவப்பட்டு 515 ஆண்டுகள் கடந்துவிட்டன. திருப்தியுறாத அட்டையைப் போல பாக்தாத் ஒட்டுமொத்த உலகையும்

விழுங்கியிருக்கிறது. எடுக்கப்பட்டிருந்தவையெல்லாம் இப்போது மீட்கப்பட்டிருக்கிறது. பாக்தாத் சிந்தவைத்த குருதிக்காகவும் அது இழைத்த தீமைக்காகவும் இப்போது தண்டிக்கப்பட்டது...” பதினேழு நாட்கள் கொள்ளை நீடித்தது. இத்தடவை படையெடுப்பாளர்கள், தற்செயலாகவோ வேண்டுமென்றேயோ, நகருக்குத் தீயிட்டனர்.

அப்பாஸிட் கலீபாக்களின் நீண்ட கல்லறை வரிசையை நாசமாக்குமாறு, ஹுலெகு கிறித்தவர்களை அனுமதித்தான், அப்புறம் சிறைபிடிக்கப்பட்டுள்ள கலீபாவை, நகருக்கு வெளியிலிருந்த தன் முகாமுக்கு வரவழைத்தான். கலீபாவை மூன்று தினங்கள் உணவோ நீரோ இல்லாமல் அடைத்து வைத்து, பின்னர் வெளியே கொண்டுவந்து, அவரின் தங்கத்தையும் கருவூலத்தையும் அவர் முன்னே குவிக்கச் செய்தான். நகரில் கொள்ளையிடப்பட்ட மலைபோன்ற அக்குவியலைச் சுட்டிக்காட்டி, அத் தங்கத்தைத் தின்னுமாறு கட்டளையிட்டான், கலீபாவால் முடியாதபோது, தன்னைக் காப்பாற்றிக்கொள்ள ஒரு ராணுவத்தை உருவாக்கிக் கொள்ளாமல், செல்வத்தைக் குவித்துள்ளதற்காகத் திட்டினான் என்கிறார் ஆர்மீனிய வரலாற்றாளர் அகான்கின் கிரிகோர். பின்னர் கலீபாவுக்கும் அவரது ஆண் வாரிசுகளுக்கும் மரண தண்டனை விதித்தான், ஆனால் தண்டிக்கப்பட்டவரின் உயரிய நிலையை மதிக்கின்ற இறுதிச் சமிக்ஞையாக, மங்கோலிய முறையில் குருதி சிந்தாமல் தூக்கிலிடப்படவேண்டும் என்றான். அவர்கள் தரைவிரிப்புகளால் சுற்றப்பட்டு அல்லது சாக்குப் பைகளில் கட்டப்பட்டு உதைத்து கொல்லப்பட்டிருக்க வேண்டும் அல்லது குதிரைகளால் மிதிபட்டு இறந்திருக்க வேண்டும்.

மேற்குலகின் அய்ரோப்பிய சிலுவைப்போர் வீரர்களும் கிழக்குலகின் ஸெலுஜ் துருக்கியர்களும் இரு நூற்றாண்டுகளிலான நீடித்த முயற்சியில் செய்யமுடியாதிருந்ததை, மங்கோலிய ராணுவம் இரண்டே ஆண்டுகளில் சாதித்தது. அவர்கள் அரேபிய உலகை வெற்றி கொண்டனர். 2003-இல் அமெரிக்க-பிரித்தானிய துருப்புகள் வரும் மட்டும், இஸ்லாமியரல்லாத எந்தத் துருப்பினரும் பாக்தாத்தையோ ஈராக்கையோ வெல்ல முடியாதிருந்தது.

அரேபியரை மங்கோலியர் தோற்கடித்தபோது, மத்தியதரைக் கடற்கரையோரம் கோட்டைகள், சிறு நகரங்கள் என ஒரு வரிசையை ஆக்கிரமித்திருந்த சிலுவைப் போர்வீரர்கள்

மங்கோலியர் வருகையை எச்சரிக்கையுடன் கவனித்தனர். பாக்தாத் திடீரென வீழ்ந்ததும், மங்கோலியருடன் அணிசேரவும் அவர்தம் வெற்றிகளைப் பகிர்ந்து கொள்ளவும் அவர்களுக்கொரு வாய்ப்பு கிட்டியது. மங்கோலியர் பாக்தாத்திலிருந்து டமாஸ்கஸ் நோக்கி மேற்கில் சென்றபோது, சிலுவைப் போரின் கண்ணியவீரர் ஆண்டியோக்கின் பொஹிமோந்த், மத்தியதரைக்கடல் பகுதியிலிருந்து டமாஸ்கஸைத் தாக்க தன் ராணுவத்துடன் வந்தார்; மங்கோலியருக்கு உதவிட பொருட்களும் உணவும் எடுத்துவந்தார். அது போலவே ஸெலுஜ் சுல்தான் தன் ராணுவத்தை அனடோலியாவிலிருந்து அனுப்பி, மங்கோலியத் தாக்குதலில் இணைந்து கொள்ளுமாறு செய்தார்.

சரணடைந்துவிட்ட டமாஸ்கஸ், பாக்தாத்தின் வீதியிலிருந்து தப்பிற்று. சீக்கிரமே மங்கோலிய வீரர்கள் இரண்டாம் முறையாக மத்தியதரைக் கடற்கரையில் இருந்தனர். 18 ஆண்டுகளுக்கு முன்னர் 1241-இல் பாட்டுவின் தலைமையின் கீழ் மங்கோலியர், அய்ரோப்பா வழியே மத்தியதரைக் கடலை அடைந்திருந்தனர்; இப்போது, இரண்டாம் முறையாக ஆசியா வழியே வந்து சேர்ந்துள்ளனர். காரகோரத்தில் தன் சகோதரர்களைப் பிரிந்து வந்திருந்த ஏழாண்டுகளில், சுமார் 4000 மைல் தூரமெங்கிலும் உள்ள ஒவ்வொன்றையும் வெற்றி கொண்டார் அல்லது மறுவெற்றி கொண்டார்; இன்னும் வளர்ந்து வருகின்ற பேரரசுக்குள் அரேபியர், துருக்கியர், குர்துகள், பாரசீகர்களை லட்சக் கணக்கில் இணைத்தார்.

இஸ்லாம் பிறந்ததிலிருந்து ஆறு நூற்றாண்டுகளில், அது பெரிதும் விரிவாக்கம் பெற்றிருந்தது, எல்லைப் பிரதேசங்கள் சிலவற்றை இழந்திருந்தது, ஆனால் ஒருபோதும் பேகன்களின் ஆட்சியின் கீழ் முஸ்லீம் உலகின் அவ்வளவு பகுதி வீழ்ந்திருக்கவில்லை. புகாரா மீதான செங்கிஸ்கானின் தாக்குதலிலிருந்து, பாக்தாத் மற்றும் டமாஸ்கஸ் வரையிலான நான்கு தசாப்தங்கள், இஸ்லாமிய வரலாற்றின் மிகத் தாழ்ந்த புள்ளியைப் பிரதிநிதித்துவப்படுத்தின. சிலுவைப் போர்வீரர்களால் ஒருசில துறைமுகங்களில் காலடியைப் பதிக்கவே முடிந்தது; மங்கோலியரோ, சிந்து நதியிலிருந்து மத்தியதரைக் கடல் வரையிலுள்ள ஒவ்வொரு இஸ்லாமிய நாட்டையும் நகரத்தையும் வென்றனர். அநேகமாக ஆசியாவிலுள்ள அனைத்து இஸ்லாமிய நாடுகளையும் வென்றனர்;

அரேபிய தீபகற்பமும் வடக்கு ஆப்பிரிக்காவுமே அவர்களின் கட்டுப்பாட்டிற்கு வெளியே இருந்தன.

கிறித்தவர்களின் மெத்தன உணர்வு அவ்வளவு பெரிதாக இருந்திருக்க முடியாது. மங்கோலியரை விடவும் இஸ்லாமியரை அதிகம் வெறுத்தவர்களாக பரிகசித்தவர்களாக கிறித்தவர்கள் இருந்துள்ளதை ஆர்மீனிய வரலாற்றாளர் ஒருவர் பதிவு செய்துள்ளார். அரேபியரை வென்ற ஹுலெகு, ஒரு லட்சம் பன்றிக்குட்டிகளை ஆர்மீனியாவிலிருந்து வரவழைத்து, ஒவ்வொரு அரேபிய நகருக்கும் 200 வீதம் பிரித்தளித்து, நகரின் மத்தியில் அப்பன்றி குட்டிகளுக்கு பாதாமும் பேரிச்சையும் போட்டு, ஒவ்வொரு சனிக்கிழமையும் சோப்புப் போட்டுக் குளிப்பாட்டி வளர்த்துவரவேண்டும் என உத்தரவிட்டான். அத்துடன் அரேபியரெல்லாம் பன்றிக்கறி தின்னவேண்டும் என்றான். மறுத்தவர்கள் தலை துண்டிக்கப்பட்டனர்.

மங்கோலியப் பேரரசு அப்போது இஸ்லாமிய உலகமனைத்தையும் விழுங்கிவிடுகின்ற அபாயம் நிலவினும், மேற்கில் ஒரு வரம்பினை எட்டியிருந்தது. அத்திசையில் விரிவடையாது. ரஷ்யாவின் கிப்சாக் மற்றும் ஸ்லாவிக் மக்களிடமிருந்து வாங்கி, எகிப்திய சுல்தானுக்கு விற்கப்பட்டிருந்த மம்லுக் அடிமைகளின் படை எகிப்திலிருந்து வெளியேறி, இப்போது இஸ்ரேலின் கலீலி கடலருகேயுள்ள கோலியாத் நீரூற்றுகளின் அய்ன் அல் ஜலுத்தில், மங்கோலியப் படைப்பிரிவை எதிர்கொண்டது. செப்டம்பர் 3, 1260 காலையில், மோங்கே கான் இறந்த ஓராண்டில், மம்லுக்குகள் மங்கோலியரைத் தோற்கடித்தனர். பேரரசு அதன் மேற்கெல்லையைத் தொட்டிருந்தது.

மத்திய கிழக்கு எங்கிலும் ஹுலெகுவின் ராணுவ வெற்றிகள் மற்றும் நாடுகள்-மக்கள் மீதான விரிவான வெற்றிகளுடன் ஒப்பிடுகையில், சுங்க் வம்சத்தைத் தூக்கியெறிந்து, தெற்கு சீனத்திலுள்ள நிலங்களை இணைத்திருந்த, அவனது சகோதரன் குப்ளாயின் முயற்சிகள், நிலுவையிலுள்ள யதார்த்தத்தை விடவும் தொலைதூரக் கனவாகவே மங்கோலியருக்கு இருந்து வருகிறது. குப்ளாயிடம் ராணுவ அனுபவம் இல்லாதது அவனது பணியை நிறைவேற்ற இயலாது அரைகுறையாக்கியது: அய்ரோப்பாவிலும் மத்திய கிழக்கிலும் போரிட்டிருந்த தனது சகோதரர்களைப் போலின்றி, குப்ளாய் தன் மிகுதியான வாழ்வை, கோபிக்குத்

தெற்கிலுள்ள மங்கோலியப் பகுதியிலேயே கழித்தவன். அங்கே அவன் மங்கோலிய மத்திய நிலத்தின் காரகோரத்து ஏகாதிபத்திய அரசவையை விடவும் பெரியதும், ஆடம்பரமிக்கதுமான, தனிப்பட்ட அரசவையைப் பராமரித்தான். சண்டையிடுவதை விடவும் விருந்துண்பதை அதிகம் விரும்பினான். கொழுப்புச் சத்தால் பருமனாகிவிடவே, குதிரை மீது வரும் ராணுவத் தலைவனாக அவனால் விளங்க முடியவில்லை. தெற்கில் சீனாவிற்குள் படையெடுத்துச் செல்லுமாறு அண்ணன் மோங்கே கான் உத்தரவிட்டதும், சுங்க் அரசுக்கு மேற்கிலுள்ள எல்லையோரச் சிறிய அரசுகள் மீது படையெடுத்துச் சென்ற குப்ளாய்கான் ராணுவம் அளவான வெற்றி பெற்றது. சுங்க் வம்சத்திற்கு எதிரான படையெடுப்பின் பொருட்டு, வெளிப்படையாக ஆயத்தங்கள் செய்து கொண்டிருந்த குப்ளாய், மெல்ல நகர்ந்தான். மங்கோலிய ஆதிக்கத்தை விரிவுபடுத்துவதற்கு மட்டுமின்றி, தனது நிர்வாகத்திற்குரிய பிரதேசத்திலும் தடைகளை எதிர்கொண்டான், தாவோயிஸ மற்றும் பௌத்த பிக்குகளுக்கிடையே, மேலாதிக்கத்திற்கான போராட்டத்தில் சமயச் சார்பற்ற வன்முறை பீறிட்டது, இதனால் அவனது கட்டுப்பாட்டினை வரம்பிட்டது.

காரகோரத்திற்கு வெற்றிச் செய்திகளை அனுப்பாமலும் கப்பத்திற்குரிய வாகன வரிசையை அனுப்பாமலும், குப்ளாய் எதிர்பாராத நிலைமைகளையும் தாமதங்களையும் காரணங்களாகச் சொல்லிவந்தான். குப்ளாய் கானிடத்தே அனுதாபமிக்க அறிஞர்கள், உந்துதலின் அடிப்படையில் அல்லாமல், கவனமிக்க ஒழுங்கமைவிலிருந்து புறப்பட விரும்பும் பொறுப்புள்ள தலைவன், சீன-மங்கோலிய ராணுவ யுத்த தந்திரங்களில் மேலானவற்றை மேற்கொண்டுள்ள ஒருவன் என்றே தாராள விளக்கம் அளிக்கின்றனர். போர் மீதான மங்கோலிய நாட்டம் அவனிடத்தே இல்லை, ஆனால் மங்கோலிய வெற்றியின் பொதுவான உந்துவிசை மற்றும் தளபதிகளின் தலைசிறந்த போர்த்திறன் காரணமாக, அவனால் தோல்வியைத் தவிர்க்க முடிந்தது என்பது இன்னொரு விளக்கம்.

குப்ளாயிடம் அதிருப்தியுற்ற மோங்கே கான் அவனது பிரச்சனைகளை அறிந்திட விசாரணை அலுவலர்களை அனுப்பிவைத்தான். குப்ளாய் நிர்வாகத்தில் மோசடி-ஊழல் மலிந்திருப்பதற்குப் போதுமான சான்றுகள் கிடைக்கவே, அவனது முக்கிய நிர்வாகிகள் பலர் தூக்கிலிடப்பட்டனர்; குப்ளாயின்

நிதிச் சலுகைகளும் பொறுப்புகளும் பறிக்கப்பட்டன. ஓகோதெய் குடும்பக் களையெடுப்பின் போது நடந்தது போலவே, அதே கேடுகெட்ட முறையிலேயே விசாரணையாளர்கள் நடந்து கொண்டனர். குப்ளாயின் அதிகாரம் மட்டுமின்றி அவனது வாழ்வும் ஆபத்தில் இருந்ததாகத் தோன்றியது.

மோங்கே குப்ளாயை காரகோரத்திற்கு வரவழைத்தான். நிதிமோசடிகளுக்கு பதிலளிக்கும் பொருட்டு என்று கூறப்பட்டது ஆனால் சுங்க் வம்சத்திற்கு எதிரான போரில் ராணுவ வெற்றி பெறாதது உள்ளிட்ட பல காரணங்கள் இருந்திருக்க வேண்டும். குப்ளாயின் சில ஆலோசகர்கள் வற்புறுத்தியவாறு செய்யாமல், அவன் காரகோரம் சென்று தனது அண்ணனின் கருணைக்கு மன்றாடினான். குப்ளாய்கான் வருத்தம் தெரிவித்து விசுவாசத்திற்கு உத்தரவாதம் அளிக்கவே, மோங்கே அவனை மன்னித்து இணக்கம் கொண்டுவிட்டான். ஆனால் இச்சம்பவம் இவ்விருவருக்கிடையிலான மோதலுக்குரிய மூல காரணத்தைத் தீர்த்துவிடவில்லை. சுங்க் வம்சத்தின் மீதான அறுதி வெற்றிக்கு நெருக்கமாக மங்கோலியரைக் கொண்டுவரவுமில்லை. விரக்தியுற்ற மோங்கே கான் வேறொரு புதிய திட்டத்தை வகுக்க வேண்டியிருந்தது.

1257-இன் இலையுதிர்காலத்தில் ஹுலெகுவின் துருப்புகள் பாக்தாத்திற்கு எதிராகச் சென்று கொண்டிருக்க, மோங்கே கான் சிறியதொரு குறில்தாய்க்கு ஏற்பாடு செய்தான்; புர்கான் கல்தூண் புனித மலைக்கு அருகில், ஓணோன் என்னும் பழமையான குடும்ப நதிக்கரை மீதுள்ள கோர்க்கோணக் காட்டுப்பகுதியில். இதன் மூலம் சுங்க் வம்சத்தை எதிர்த்து தானே படையெடுக்க வேண்டும் என்பதைத் தெளிவுபடுத்தி விட்டான். அய்ரோப்பியப் படையெடுப்புகளில் மோங்கே பரவலாகப் பங்கேற்றவன்; மங்கோலியாவின் அனைத்து தளபதிகளிலும் தேர்ச்சிமிக்கவரான சுபோதெய்யின் கீழ் பயிற்சி பெற்றவன்; இரு வருடங்களுக்கு முன்னதாக தன் வழிகாட்டி இறந்ததும், சுங்க் வம்சத்திற்கு எதிரான படையெடுப்பில் தலைமை தாங்கிச் செல்லும் சிறந்த தளபதியாக கருதப்பட்டவன். வர இருக்கும் படையெடுப்பு காலத்தில், தான் இல்லாத போது, காரகோரத்தின் மத்திய நிர்வாகத்தையும், தனது மகன் மற்றும் வாரிசுக்கான பொறுப்பையும் தனது கடைசித் தம்பி அரிக் போகேயிடம் தந்தான். தாவோயிஸ்டுகள் மற்றும் பௌத்தர்களின் பூசலிடும் குழுக்களுக்கிடையான சச்சரவை

தீர்த்துவைக்க, தனது பிரதேசத்திற்குத் திரும்புமாறு குப்ளாய்க்கு ஆணையிட்டான். மற்றும் முக்கியமான படையெடுப்புக்கு தானே தலைமை தாங்கினான்.

பெரிய இலக்கை எதிர்த்துச் செல்வதற்கு முன் சிறியதும் பலவீனமானதுமான பகுதிகளை முதலில் தாக்கிடும், தந்தையின் அடிப்படை ராணுவ யுத்த தந்திரத்தை மோங்கே பின்பற்றினான். அதற்கேற்ப, மேற்கில் சிச்சுவான் நிலப்பகுதி மீது படையெடுத்து, பின்னர் மெதுவாக முக்கிய இரையைக் கைப்பற்றினான். இப்பகுதிகளை மங்கோலியரால் கட்டுப்படுத்த முடிந்தால், சுங்க் அரசினை ஒரேவேளையில் நாலாபுறங்களிலிருந்தும் தாக்க முடியும். ஹுலெகு பாக்தாத்தைத் தரைமட்டமாக்கிய மூன்று மாதங்களிலேயே, மே 1258-இல், மோங்கே கான் மஞ்சள் நதியைத்தாண்டி தன் ராணுவத்தை நடத்திச் சென்றான். ஓராண்டுக்குள் சைபீரிய எல்லையின் குளிர்ந்த ஓணோனிலிருந்து தெற்கின் ஈரப்பதமும் கதகதப்பானதுமான பகுதிவரை அவர்கள் கடந்திருந்தனர்.

வெளிப்புற அரசுகளை அடக்கிவிட்டு, படையெடுப்பின் இரண்டாமாண்டில், மோங்கே சுங்க் வம்சத்தை எதிர்த்து நகரத் தொடங்கினான். ஆனால் தட்பவெப்பம் உஷ்ணம் மிகுந்து காணப்பட்டது. மங்கோலியாவிலோ அய்ரோப்பாவிலோ மோங்கே அனுபவித்திருந்ததைவிடவும் பெரிதும் மாறுபட்டிருந்தது. மங்கோலிய வீரர் பலருக்கு வாந்தி பேதி ஏற்பட்டது, மற்றவர்களுக்கு இதரத் தொல்லைகள். மோங்கே கான் நலிவுற்று பின் தேறினான், அப்புறம் ஆகஸ்டு 11, 1259-இல் திடீரென்று இறந்து போனான். ஒவ்வொரு வரலாற்றுப் பதிவும் ஒவ்வொரு காரணத்தைக் கூறுகின்றது. சீனர்கள் அவன் காலராவால் மடிந்ததாகக் கூற, பாரசீகர்கள் வாந்திபேதியால் மடிந்ததாகப் பதிவு செய்ய, மற்றவர்களோ அம்பு பட்டு மடிந்ததாக வாதிடுகின்றனர். மோங்கே கானின் மரணம் பேரரசை உறையச் செய்துவிட்டது, படையெடுப்பு ஓய்ந்து போனது.

முந்தைய மூன்று கான்களின் மரணத்தின் போதும் செய்திருந்தது போல, மாபெரும் கானை தெரிவு செய்வதைக் காண மங்கோலியத் தலைவர்கள் தாயகம் விரைந்தது போலின்றி, ஒவ்வொரு படைப்பிரிவும் தான் ஏற்கனவே கொண்டிருந்த பிரதேசத்தை காக்கச் சென்றது. மத்திய கிழக்கில் புதிதாய் வென்ற ஹுலெகு வளமான

நிலங்களையும் நகரங்களையும் ஆக்கிரமித்திருந்தான். ரஷ்யாவை ஆண்ட தனது ஒன்றுவிட்ட சோதரரது மதிப்புமிக்க அஸர்பைஜான் மேய்ச்சல் நிலங்களை ஏற்கனவே கைப்பற்றி இருந்தான். தம் பிரதேசங்களை இன்னும் அவனிடம் இழந்துவிடக்கூடாது என்னும் பயத்தில், அவனது ஒன்றுபட்ட சோதரர்கள், தேர்தலில் பங்கேற்க மங்கோலியாவுக்குத் திரும்பவில்லை. மத்திய கிழக்கிலிருந்த ஹுலெகுவோ, ரஷ்யாவிலிருந்த ஜோச்சியின் வம்சாவளியினரான கோல்டன் ஹோர்டேயோ, மங்கோலியாவின் மாபெரும் கானைத் தேர்வு செய்வதில் பங்கேற்று, தம் கட்டுப்பாட்டிலிருந்த பகுதிகளை இழக்க விரும்பவில்லை.

மங்கோலியப் பேரரசு மோங்கே கானின் கீழ் மாபெரும் வீச்சை அடைந்திருந்தது; ஒட்டுமொத்த மங்கோலியப் பேரரசால் மாபெரும் கானாக அங்கீகரிக்கப்பட்டு, ஏற்றுக்கொள்ளப்பட்ட, செங்கிஸ்கானின் கடைசி சந்ததி மோங்கே கான். பேரரசின் பல பாகங்களைப் பல கான்கள் தொடர்ந்து ஆட்சி செய்தனர். அவர்களில் பலர் செங்கிஸ்கானின் வாரிசுகள் என்றும் மாபெரும் கான் என்றும் கூறிக் கொண்டனர். ஆனால் அவர்களில் யாரையும் மற்ற குழுவினரும் வம்சாவளியினரும் அங்கீகரிக்கவில்லை. இரண்டாவது மங்கோலிய உலக யுத்தத்தை மோங்கே கான் ஆரம்பித்தான், ஆனால் முழுமை செய்யவில்லை. அது வெற்றி-தோல்வியின்றி முடிந்தது; அது வெறுமனே அணைந்துபோனது.

சிறுசிறு படையெடுப்புகளை மேற்கொண்ட அவனது தம்பதியர், வெளிப்புற எதிரிகளைவிடவும், ஒருவர் மற்றவர் மீதே குவிமையம் கொண்டனர். குப்ளாய் தன் கவனத்தை திடீரென்று சுங்க் வம்சத்திலிருந்து திருப்பி, காரகோரத்திலிருந்து மங்கோலியாவை ஆண்ட கடைசித் தம்பி அரிக் போகேயிடம் சவால் விட்டான். அவர்கள் ஒவ்வொருவரும் தத்தமது பிரதேசத்தில் தனி குறில்தாய்க்கு அழைப்பு விடுத்தனர். இரு போட்டியாளர்களுக்கு இடையிலான, முக்கியமாக தமது ஆதரவாளர்களுக்கு இடையிலான தெரிவு, கூரியதாயும் தெளிவானதாயும் தோன்றிற்று. சிறந்த படிப்பறிவுள்ள குப்ளாய்க்கு, சீனப் பண்பாடு உயர்வினை எட்டியிருந்த வேளாண் நிலங்கள் ஒதுக்கப்பட்டிருந்தன; ஆனால் பொன்னான குடும்பத்தின் பிற உறுப்பினர்களது முழுநம்பிக்கையினையோ ஒப்புதலையோ அவன் பெற்றதில்லை. குப்ளாய் கட்டிடங்களையும் நகரங்களையுமே விரும்பினான். கூடாரத்தில் இருந்தது போன்றே அரண்மனையில் இதமாக இருந்ததாகக் காணப்பட்டான்;

சீன மொழி பேச ஓரளவு தெரிந்திருக்கலாம். மங்கோலிய மரபிலிருந்துள்ள இவ்விலகல், அவனைச் சுற்றி வளைத்திருந்த அந்நிய ஒளிவட்டத்திற்கு காரணமாயிருந்திருக்கலாம்.

குப்ளாயின் பன்னாட்டு ஆளுமைக்கு முரண்பட்ட வகையில், அரிக் போகே, தன் குதிரையிலிருந்து அதிக தூரம் விலகிச் சென்றிடாத மங்கோலியனாக, ஸ்டெப்பி மனிதனாகவே வாழ்ந்தான். இளைய மகனான அவன் தந்தையைப் போல, ஒட்சி ஜென் குடும்பத்தினனாக, விருந்தோம்பல் இளவரசனாக விளங்கினான்; மாபெரும் கானின் பொறுப்பை ஏற்க அவன் அதே உரிமை கோரமுடியும். மேலும் பொன்னான குடும்பத்தினரின் நில உரிமைகளுக்கு ஆபத்தை முன்நிறுத்தாமல் அரிக் போகேயால் இருக்க முடிந்ததால் அவர்தம் நம்பிக்கையைப் பெற்றான். ஆனால் குப்ளாயின் ஏகாதிபத்திய பாணியோ சந்தேகத்தை எழுப்பிற்று. மங்கோலிய விதிமுறைப்படி, அரிக் போகே தனது குறில்தாயை மங்கோலியத் தாயகத்திலேயே நடத்தினான். மோங்கே கானின் விதவையும் மகன்களும் அவனை சட்டபூர்வ மற்றும் சிறந்த வாரிசாக அங்கீகரித்தனர். ஹுலெகு மற்றும் குப்ளாய் என்னும் அவனது இரு சகோதரர்களைப் போலவே மற்ற குடும்பத்தினரும் அவனை ஆதரித்தனர். ஜூன் 1260-இல் காரகோரத்து குறில்தாயில், குடும்பக் கிளைகளின் பிரதிநிதிகள் அனைவரும் அரிக் போகேயை மாபெரும் கானாக அறிவித்தனர்.

ஆனால் திடீர் புரட்சி ஒன்றை விலக்கிவிடுவதில் குப்ளாய் வெற்றி கண்டான். தனது சீன அமைச்சர்களின் ஆலோசனைப்படி, தனது பிரதேசத்திலேயே தனது குறில்தாயை நடத்திட அழைப்பு விடுத்தான். அவனது ஆதரவாளர்கள் தவிர்த்து வேறு யாரும் வரவில்லை; என்றாலும் சிறு அளவிலான அவர்களே அவனை மாபெரும் கானாக அறிவித்தனர். தனது சீனக் குடிமக்களின் விசுவாசத்தை வென்றெடுக்கும் பொருட்டு, 1260-இல் கூடுதலாக தன்னைப் பேரரசன் என பிரகடனம் செய்துகொண்டான்.

மங்கோலிய சம்பிரதாயத்திலிருந்து அவனது தேர்வுமுறை விலகியிருந்தபோதிலும், குப்ளாய் சீன ராணுவத்திடமும் தனது மங்கோலிய படைப் பிரிவிடத்தேயும் வலுவான கட்டுப்பாட்டைக் கொண்டிருந்தான். காரகோரம் உயிர்த்திருக்கத் தேவையான உணவுப் பொருள் வருவதை உறுதிப்படுத்திக் கொண்டது முக்கியமானது. மங்கோலிய ஸ்டெப்பி நகர

மக்கள், உள்ளூர் மந்தைகளைக் கொண்டே வாழ்ந்திட முடியாத அளவுக்கு பெருகிவிட்டனர்; காரகோரத்தைச் சுற்றியிருந்த நிலங்கள் வேளாண்மைக்கு உகந்ததாயில்லை. குப்ளாயின் கட்டுப்பாட்டிலிருந்த பண்ணை நிலங்களிலிருந்து உணவுப் பொருள் விநியோகம் சீராக இல்லாது போயிருந்தால், காரகோரத்து மக்கள் வெளியேற வேண்டியிருந்திருக்கும்.

குப்ளாய் உணவு விநியோகத்தை நிறுத்தச் செய்து, காரகோரத்தைக் கைப்பற்ற தன் படையை அனுப்பினான். கடுமையாக எதிர்த்துப் போரிட்ட அரிக் போகே, தனது சகோதரனின் பலமான சீன ராணுவத்தை எதிர்க்க முடியாது பின்வாங்கினான். காரகோரம் சீக்கிரமே குப்ளாய் கைவசமானது. ஆனால் 1261-இல் அரிக் போகே அதனை தற்காலிகமாக திரும்பவும் கைப்பற்றினான். இரண்டு கான்களின் ராணுவங்களும் இருமுறை சந்தித்தன, ஆனால் அரிக்கின் ராணுவம் படிப்படியாக பலவீனமுற, கூடவே சகாக்கள் விலகிவிட, விலகத் தொடங்கிற்று- சிறந்த ராணுவ பலமும் அதிக புத்திசாலியுமான அண்ணனை எதிர்த்து தன்னால் தாக்குப் பிடிக்க இயலாது என்பதை உணர்ந்து கொண்டான் அரிக். மங்கோலியருக்கான மோசமான ஆபத்தாகிய விலங்குப் பஞ்சத்தை அரிக் போகேயும் எதிர்கொண்டான். 1250-லிருந்து 1270 வரை மங்கோலியா தட்பவெப்பநிலையின் தாழ்வை அனுபவித்தது. மங்கோலியா போன்ற நொய்மையான சூழலியல் மண்டலத்தில், ஆண்டு வெப்பநிலையில் ஒருசில பாகைகளே மாறினும், சிறு அளவிலான வியர்வையை கடுமையாகக் குறைத்து, புல்லின் வளர்ச்சியைக் கட்டுப்படுத்தும், அதன் வாயிலாக விலங்குகளைப் பலவீனப்படுத்தும் அல்லது கொல்லும். குப்ளாயின் உணவு சப்ளை ஏற்கனவே துண்டிக்கப்பட்டிருந்த, அரிக் போகேயின் ஆதரவாளர்கள், வலுவான குதிரைகளோ போதுமான உணவோ இன்றி, நீடித்த யுத்தத்திற்கு தாக்குப் பிடிக்க முடியாது போயினர். 1263 குளிர்காலம் குரூரமாயிருந்தது, அடுத்த வசந்த காலத்தில் அரிக் போகேக்கு திறமான அதிகாரபலம் இல்லாது போனது. தன் ஆதரவாளர்களுக்கு உணவு அளிக்க முடியாது போன அரிக் போகே, ஷாங்து சென்று அங்கே 1264-இல் குப்ளாயிடம் சரணடைந்தான்.

நீடித்த போராட்டத்தின் இறுதியில் சகோதரர்கள் சந்தித்தபோது, பொதுவில் தலைவணங்குமாறு குப்ளாய் அரிக்கை கட்டாயப்படுத்தினான். அரசவையின் முன்னிலையில் தன்

தம்பியை விசாரித்த குப்ளாய், மாபெரும் கானின் பொறுப்புக்கான போராட்டத்தின் இருபக்கங்களில் எது சரியானது என வினவினான். தோல்வியின் தருணத்தில் கூட அரிக் போகேயின் பதில், அவனது பெருமிதத்தின் வல்லமையை எடுத்துக்காட்டிற்று. "அப்போது நாங்களிருந்தோம், இன்று நீ இருக்கிறாய்." ஹுலெகு உள்ளிட்ட உறவினர்கள் இதற்கு ஆட்சேபித்தனர். அரிக் போகேயின் விதியைத் தீர்மானிக்கவும், முன்னர் சீன மண்ணில் தான் தேர்ந்தெடுக்கப்பட்டிருந்த கறையைப் போக்கவும், குப்ளாய் மங்கோலியாவில் இன்னொரு குறில்தாய்க்கு அழைப்பு விடுத்தான். குப்ளாய் கானிடம் வல்லமை மிக்க ராணுவம் இருந்தும், பொன்னான குடும்பம் கலந்து கொள்ளவில்லை. குப்ளாய் ஆட்சியை அங்கீகரித்தனரே ஒழிய, அரிக் போகேயின் குற்றவியல் விசாரணையில் பங்கேற்கத் தயாரில்லை. ஏனெனில் அரிக் போகேயை மாபெரும் கானாக ஆதரித்தனர். தம் தாயகத்தைவிட்டு நீங்கி ஒருபோதும் திரும்பாதிருக்கும் அளவுக்கு குப்ளாயை நம்பத் தயாராயில்லை. குறில்தாய்க்கான குறைந்தபட்ச பெரும்பான்மை இல்லாததால், குப்ளாய் தன் சகோதரனை மன்னித்தான். சகோதரனது ஆதரவாளர்கள் பலரை விசாரித்து தூக்கிலிட்டான். ஆனால் அரிக் போகே பெற்ற ஒரே தண்டனை, அரசவையிலிருந்து அவனை வெளியேற்றியது. அதன் பிறகு சீக்கிரமே 1226-இல், அரிக் போகே திடீரென நோய்வாய்ப்பட்டு இறந்து போனான். நிச்சயம் அவன் நஞ்சூட்டப்பட்டிருக்க வேண்டும்.

இப்போது குப்ளாய், மாபெரும் கானின் பொறுப்பில் இருந்தான். உலகின் மாபெரும் ராணுவத்தைத் தன் கட்டுப்பாட்டில் கொண்டிருந்தான், பூமியில் அதிக மக்கள் நிறைந்த நாடுகளுள் ஒன்றினை ஆட்சி புரிந்தான். அதிகப்படியான விலை தந்து வெற்றிகள் கிடைத்தன; மங்கோலிய அரச குடும்பத்தினர் சிலர் அவனது சட்டபூர்வ உரிமையை அங்கீகரிக்க மறுதலித்தனர் அல்லது அதிகபட்சம், அடையாளபூர்வ அங்கீகாரமளித்து அவனைப் புறக்கணித்தனர் மற்றும் இன்னொரு தலைமுறைக்கு இடையிடையே அவனுடன் போரிட்டனர்.

வெள்ளி விருட்சத்தின் நான்கு நீரூற்றுகளைப் போல, மங்கோலியப் பேரரசு இப்போது நான்கு பிரதான அரசியல் நிர்வாக மண்டலங்களாகப் பிரிந்திருந்தது. சீனா, திபெத், மஞ்சூரியா, கொரியா, கிழக்கு மங்கோலியா ஆகியவற்றை ஆண்ட குப்ளாய், மங்கோலியா மற்றும் மஞ்சூரியாவில் தன்

சட்டத்தை அமல்படுத்துவதில் தொடர்ந்து பிரச்சனைகளைக் கொண்டிருந்தான். கோல்டன் ஹோர்டே கிழக்கு அய்ரோப்பாவின் ஸ்லாவிக் நாடுகளை ஆட்சி செய்தான், அவர்கள் குப்ளாயை மாபெரும் கானாக அங்கீகரிக்கத் தொடர்ந்து மறுதலித்தனர். ஆப்கானிஸ்தானத்திலிருந்து துருக்கி வரையில் ஹுலெகுவாலும் அவனது சந்ததியராலும் ஆளப்பட்ட நிலங்கள், ‘அடிமைப் பேரரசு’ எனப்பட்டன. இங்கேதான் பாரசீகப் பண்பாடு, நூற்றாண்டுகளாக அரேபிய மேலாதிக்கத்திலிருந்து எழுந்து, நவீன ஈரானுக்கான அடித்தளத்தை நிர்மாணித்தது. மிகவும் மரபுவழி மங்கோலியர், மத்திய ஸ்டெப்பிகளை ஆக்கிரமித்தனர்; அது மொகுலிஸ்தான் என்றறியப்படலாயிற்று; வடக்கில் கஸகிஸ்தான் மற்றும் சைபீரியாவிலிருந்து, தெற்கில் மத்திய ஆசியாவிலிருந்து ஆப்கானிஸ்தான் வரையிலான துர்கிஸ்தானெங்கும் உள்ள நவீனப் பகுதிகளைக் கொண்டிருந்தது. புகாராவிலிருந்து ஆட்சிபுரிந்து, குப்ளாய் கானின் அதிகாரத்திற்கு எதிர்ப்புள்ளியாக விளங்கிய, ஓகோதெய் மற்றும் தோரெஜீனின் பேரன் கைடு வின் கீழ், சிறிதுகாலம் ஒருவித ஒற்றுமை பெற்றிருந்தனர். ஆனால் அப்பகுதி அதன் பிறகான நூற்றாண்டுகளில் திரும்பத் திரும்ப துண்டு துண்டானது. குப்ளாயின் தலைமையில் மங்கோலியரே அதனைக் கொள்ளையடித்து அழிப்பதற்கு முன்னர், மூன்று தசாப்தங்களே காரகோரம், மங்கோலியப் பேரரசின் தலைநகராக விளங்கிற்று. அக்குறுகிய காலத்தில் அது உலகின் மையமாக, அச்சாக இருந்தது. காரகோரம் கொள்ளையடிக்கப்பட்டபோது, வெள்ளி விருட்சம் கலைக்கப்பட்டு, எடுத்துச் செல்லப்பட்டுவிட்டது.

பகுதி III

உலகளாவிய எழுச்சி
(1262 – 1962)

ஆசியா எங்களை விழுங்கிக் கொண்டிருக்கிறது. நீங்கள் பார்க்கும் ஒவ்வொரு திக்கிலும் தார்தாரிய முகங்கள்.

Thomas Mann
The Magic Mountain

Division of Empire around 1300
GOLDEN HORDE
MOGHULISTAN
ILKHANATE
YUAN DYNASTY
TIBET
KOREA
ANNAM
KHMER
Karakorum
Shangdu (Xanadu)
Khanbalik (Beijing)
Kaifeng
Hangzhou
Yellow R.
Yangtze R.
South China Sea
Bay of Bengal
Arabian Sea
Aral Sea
Caspian Sea
Black Sea
MILES
KILOMETERS
0
1000
1500

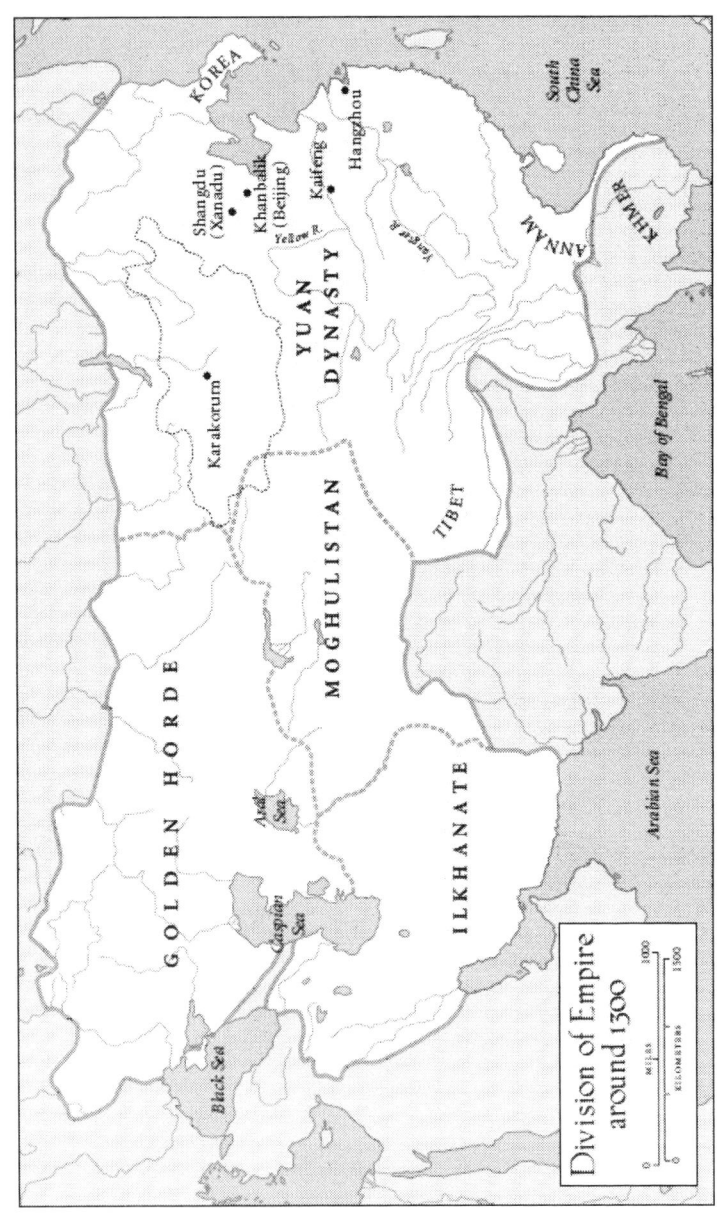

8

குப்ளாய் கானும் புதிய மங்கோலியப் பேரரசும்

குடிமக்களைப் பொறுத்தும் பிரதேசத்தைப் பொறுத்தும் கருவூலத்தைப் பொறுத்தும் மாபெரும் கான் வல்லமை மிக்கவரே.

மார்கோ போலோ

தன்னுடைய ராணுவம் எவ்வளவு பெரியதாயினும் அல்லது தன்னுடைய ஆயுதங்கள் எவ்வளவு நவீனமாயினும், வெறும் அதிகாரத்தால் சீனம் முழுமையினையும் வெல்ல முடியாது என அவர் கண்டுகொண்டதிலிருந்து குப்ளாய் கானின் மேதைமை பெறப்பட்டது. தனது தாத்தாவின் ராணுவத் திறமைகள் இல்லாமலேயே அவன் தன் குடும்பத்திலிருந்த ஒவ்வொருவரையும் விஞ்சியவனாயிருந்தான். நல்ல கருத்துகளைப் பெற்றிருப்பதில் மட்டுமல்லாமல் அவற்றை நடைமுறைப் படுத்துவதிலும் கூரிய யுத்த தந்திரத் திறனும் சாதுர்யமும் கொண்டிருந்தான்; தன் பிரதேசத்தை நிர்வகிப்பதிலும், இன்னும் முக்கியமாக, தெற்கு நோக்கிய அதன் விரிவாக்கத்திலும் இத்திறங்களை மேற்கொண்டான். கடைசியில் மிருக பலத்தின் மூலம் தன் தாத்தாவால் சாதிக்க முடியாதிருந்ததை, அரசியல் மூலம் தன்னால் சாதிக்க இயலும் என நிரூபித்தான்-அது உலகில் அதிக மக்கள்

தொகையுள்ள நாடான சீனாவை வென்று ஒன்றுபடுத்தலாகும். பொது அபிப்பிராயத்தை திறம்பட மாற்றியமைத்து அவன் மக்களை வென்றான்-இதில் ராணுவ வலிமை முக்கியமெனினும், பிரத்யேகமானதில்லை. அவன் சீனத் தலைநகரை நிர்மாணித்தான், சீனப் பெயர்களை மேற்கொண்டான், சீன வம்சத்தை நிறுவினான், சீன நிர்வாகத்தை ஏற்படுத்தினான். சீனர்களைவிடவும் சீனத்தன்மை மிக்கவனாக அல்லது குறைந்த பட்சம் சுங்க் வம்சத்தினரை விடவும் சீனத்தன்மை மிக்கவனாகத் தோற்றமளித்து, சீனத்தின் மீதான கட்டுப்பாட்டை வென்றெடுத்தான்.

தன் வரலாற்றில் பெரும் பகுதியிலும் சீனா மாபெரும் நாகரிகமாக விளங்கியுள்ளதே அன்றி, ஒன்றுபட்ட நாடாக அல்ல. கல்விகற்ற மேட்டுக் குடியினர் எழுத்துமொழி, செவ்வியல் பிரதிகள், கலைப்பாணிகள், உயர்பண்பாட்டின் இதர அம்சங்கள் ஆகியவற்றை பொதுவாய்க் கொண்டிருக்க, பொதுமக்களோ தேசிய எல்லைகள், தற்காலிக வம்சங்கள், ஆளும் குடும்பங்களின் தொடர்ந்து மாறுகின்ற பரப்பில், முற்றிலும் வேறான மொழிகளைப் பேசினார்கள். மக்களெல்லாம் தனியொரு அரசாங்கத்தின் கீழிருக்க, கல்விகற்ற மேட்டுக்குடி, ஒன்றுபட்ட நாடு என்னும் நிறைவேறாத கனவை விடாது பற்றிக் கொண்டிருந்தது. அவ்வப்போது ஒரு தலைவனோ குடும்பமோ, தற்காலிகமாக பல அரசுகளை ஒன்றிணைத்து, ஒன்றுபட்ட சீனத்தை உருவாக்கிடும் யதார்த்தத்தை வழங்குவதாக மீண்டும் கவர்ச்சிகரமான நம்பிக்கையூட்டும். இக்குறுகிய கால ஒன்றுபடுத்தல்களுக்கிடையே, சீனத்தின் கருத்தமைவு, கவிதையில், கையெழுத்துக் கலையில், சீனப் படித்த வர்க்கத்தின் கட்டுரைகளில் ஒரு லட்சியமாக அல்லது புனைவியல் படிமமாக தங்கியிருந்தது.

ஸ்டெப்பிப் பழங்குடிகளது முதலாவது ஒன்றுபடுத்தலின் போது, தனது தாத்தா சந்தித்த அதே பிரச்சனைகளில் பலவற்றை தான் எதிர்கொண்டதாக குப்ளாய் கான் அங்கீகரித்ததாகத் தோன்றிற்று-ஒன்றுக்கொன்று தொடர்பற்ற அதிகப்படியான மக்களை, இணக்கமான தனியொரு அரசியல் சக்தியாக எப்படி ஆக்குவது என்பதே அப்பிரச்சனை. ஒவ்வொன்றும் ஒரு லட்சத்திற்கும் குறைவான பழங்குடிகளின் கூட்டத்துடன் இப்பிரச்சனையைச் செங்கிஸ்கான் எதிர்கொண்டிருக்க, குப்ளாய் கானோ இதே பிரச்சனையை, ஒவ்வொன்றும் பலமில்லியன் மக்களைக் கொண்ட நாடுகளுடன் எதிர்கொண்டான். இரு தலைமுறைகளுக்கு

முன்னர் செங்கிஸ்கானைப் போல, மையமான இனவரைவியல் அடையாளத்துடன் குப்ளாய் கான் அரசு உருவாக்கம் என்னும் சிரமமான நிகழ்வுப் போக்கை ஆரம்பித்தான்; ஆனால் குப்ளாய் கானுக்கு அம்மைய பண்பாட்டு அடையாளம், மங்கோலியனாக அல்லாமல், சீனமாக இருந்தது. அவன் சீன மக்களின் விசுவாசமான ஆதரவை வென்றெடுக்க வேண்டியிருந்தது, அதனை மறுநிர்மாணம் செய்யவேண்டியிருந்தது, அல்லது பல நேர்வுகளில் தொடர்பற்ற மக்களை நீடித்திருக்கும், வலுவான மக்களாக ஒன்றுபடுத்திடும் நிறுவனத்தைக் கண்டறிய வேண்டியிருந்தது.

1260-இல் தன் சகோதரன் அரிக் போகேக்கு எதிராக, உயர்வு பெறும் போராட்டத்தில் குப்ளாய் ஒரு சீன விருதுப் பெயரை வைத்துக் கொண்டான்; அது மங்கோலிய விருதின் மொழிபெயர்ப்பாயிருந்தது; ஆனால் 1264-இல் தன் ஆட்சியின் பெயரை 'முழுமையான ஆரம்பம்' என்ற பொருளுடையதாக மாற்றிக் கொண்டான்; பின்னர் 1271-இல் *Da yuan* என்னும் வம்சப் பெயரின் ஆதாரமாக இதனைப் பயன்படுத்திக் கொண்டான்- 'மாபெரும் ஆரம்பம்' அல்லது 'பெரிய ஆரம்பம்' என்ற பொருளில்; அதன் மூலம் மங்கோலிய வம்சம், சீன வரலாற்றில் அதிகார பூர்வமாக அறியப்படலாயிற்று. இப்புதுப் பெயர் அவனது சீன மக்களுக்கு மட்டும் புதிய தொடக்கத்தைக் குறிக்காமல், மங்கோலிய மக்களுக்கும் புதிய தொடக்கத்தைக் குறிப்பதாக இருந்தது. குப்ளாய் ஒன்றும் செங்கிஸ்கான் இல்லை எனினும் தாத்தாவினுடையதை விடவும் சவால் குறைந்திடாத முயற்சியில்தான் ஈடுபட்டிருந்தான்.

புதிய வம்சத்தின் பேரரசரும் நிறுவனருமான குப்ளாய், தன் படிமத்தை சீனமயமாக்கி, அதனை ஏற்புடையதாக மட்டுமின்றி, தன் சீனமக்களுக்கு கவர்ச்சிகரமானதாகவும் ஆக்க முற்பட்டான். 1263-இல் தன் குடும்பத்திற்கு மூதாதை கோயில் ஒன்றை நிர்மாணித்திட கட்டளையிட்டான். குடும்ப மூதாதையரைக் கண்ணியப்படுத்தும் வகையில், மரபார்ந்த சீனச் சம்பிரதாயங்களை மேற்கொள்ளுமாறு அமைச்சர்களுக்கு ஆணையிட்டான்; ஆனால் மரணத்துடன் தொடர்புடையதான எதனையும் தவிர்த்திடும் மங்கோலிய மரபுப்படி, அவன் தனிப்பட்ட முறையில் அவற்றிலிருந்து விலகியிருந்தான். அடுத்த ஆண்டு, சீன பாணியிலான மூதாதை நினைவிட வரிசையை தன் மூதாதையினருக்கு நிறுவினான். 1277-இல் புதிய

மங்கோலிய வம்சத்தை அறிவித்தபிறகு, தன் மூதாதையினருக்குச் சீனப் பெயர்களை இட்டு, 8 அறைகள் கொண்ட பெரிய ஆலயத்தை நிர்மாணித்தான்-குடும்ப நிறுவனர்களான எசுகை பாதர் மற்றும் ஹேலூனுக்கு ஒன்றும், செங்கிஸ்கானுக்கு ஒன்றும், செங்கிஸ்கானின் 4 மகன்களுக்கு ஒவ்வொன்றும், கூயுக் கான் மற்றும் மோங்கே கான் இருவருக்கு ஒவ்வொன்றுமாக மொத்தம் 8 அறைகள். குடும்ப வரலாற்றின் புதிய அதிகாரபூர்வப் பதிவின்படி, குப்ளாயின் வம்சாவளியினருக்கு மிகவும் விசுவாசமுள்ள சகாவாயிருந்த குடும்பத்தைச் சேர்ந்த ஜோச்சி சட்டபூர்வ குடும்ப உறுப்பினராக முற்றிலும் அங்கீகரிக்கப்பட்டான். மரணத்திற்குப் பிறகு தந்தையை மாபெரும் கானாக ஆக்கிய மோங்கேயைப் போலவே, குப்ளாயும் சீனப் பேரரசர் என்னும் விருதினை அவனுக்குச் சூட்டினான். அவர்களுக்கெல்லாம் சீன பாணியிலான உருவப் படங்களைத் தீட்டச் செய்தான்-அவர்கள் மங்கோலிய வீரர்கள் என்பதை விடவும் மாண்டரின் ஞானிகளாகவே தோன்றினர்.

வலுவான ராணுவம் மற்றும் நல்ல பரப்புரை இரண்டின் பயன்பாட்டையும் குப்ளாய் அங்கீகரித்தான்; ஆனால் அவரது உத்தியின் மூன்றாம் அம்சம் நல்ல நிர்வாகம் மற்றும் கொள்கையிலிருந்து வந்தது. சீன உயர்குடியினருக்கு ஈர்ப்பும் பொதுமக்களுக்குச் சாதாரணமாயுமுள்ள கன்ஃபூஸிய கொள்கைகளைப் பின்பற்றாமல், மக்கள் ஆதரவை கட்டமைக்கவும் தன் ஆட்சியின் அந்நியத் தோற்றுவாயின் மீதான அழுத்தத்தைப் போக்கவும் உதவுகின்ற, திறமான அரசாங்க அமைப்பை நிறுவிட முயன்றான். இந்த இலக்கினை நோக்கியதாக, புதிதாய் வெற்றிகொண்ட பிரதேசத்தில் ஹான் சீனத்தவருடன் நல்லுறவுகளை மீட்க உதவும் விதத்தில், சமாதான ஆணையாளர்களை நியமித்தான். ஆலயங்கள், வழிபாட்டிடங்கள், மக்களுக்கு ஆழ்ந்த உணர்வோட்ட முக்கியத்துவமுள்ள அமைப்புகளுக்கு ஏற்பட்ட போர்ச்சேதங்கள் மற்றும் முந்தைய பாதிப்புகளை பழுது நீக்குவதுடன் இந்த ஆணையாளர்களது பணி தொடங்கிற்று.

ஆற்றல்மிகு சீனத் தலைவராகத் தோன்றுவதற்கு, குப்ளாய்க்கு உண்மையான நகரில் அமையும் கச்சிதமான அரசவை தேவைப்பட்டது. நாடோடித் தன்மையிலான கூடார அரசவையாகவோ, நவீன உட்புற மங்கோலியாவின் ஷுங்துவில்

நிறுவப்பட்டுள்ள தற்காலிக அமைப்பாகவோ இருக்கக்கூடாது. இடம் அவனுக்கு தனிச்சிறப்பான முக்கியத்துவம் கொண்டிருந்தது ஏனெனில் முதலில் அவன் தன்னை மாபெரும் கானாக அறிவித்துக்கொண்டது அங்கு நடந்த குறில்தாயில் தான், ஆனால் அது வெளிப்படையான நன்மைகளைப் பெற்றிருக்கவில்லை. அத்தலைநகரம் அமைந்திருந்தது நாடோடி மண்டலத்தில் என்பது மட்டுமல்லாது, சீனர்கள் அதனை அந்நியமானதாயும் காட்டுமிராண்டித்தனமானதாயும் கண்டனர்; ஆனால் சீன நகரங்களைத் தாக்கும் போதும் கொள்ளையடிக்கும் போதும், மரபார்ந்த மேடையாக தாத்தாவால் பயன்படுத்தப்படவும் செய்திருந்தது. அவ்வரலாற்றின் விரும்பத்தகாத அம்சங்களிலிருந்து தன்னை விலக்கிக் கொள்ளவே குப்ளாய் விரும்பினான்.

ஷுங்துவை கோடை இல்லமாயும் வேட்டைப் பாதுகாப்பிடமாகவும் வைத்துக்கொண்டு, இன்னொரு நகர நிர்மாணத்திற்குக் கட்டளை இட்டான்; மஞ்சள் நதி ஓரமாயுள்ள நிலங்களின் வேளாண் செல்வத்தைப் பயன்படுத்திக்கொள்ள, ஏதுவாக தெற்கில் தொலைதூரத்தில், உண்மையிலேயே சீன பாணியிலான ஏகாதிபத்திய தலைநகராக அது இருக்கவேண்டும். ஜுர்செட்களின் முந்தைய தலைநகரான ஸோங்து இருந்த இடத்தை அவன் தெரிவு செய்தான்-குப்ளாய் பிறந்த 1215-இல் செங்கிஸ்கானால் அது வெற்றிகொள்ளப்பட்டிருந்தது. 1272 –இல் புதிய நகர நிர்மாணத்திற்கு ஆணையிட்டான்; மஞ்சள் நதியுடன் கால்வாய் மூலம் அதனை இணைத்தான். மங்கோலியர் அதனை கானின் நகரம் என்னும் பொருளில் கான்பாலிக் என்றழைத்தனர். சீன மக்கள் மாபெரும் தலைநகரம் என்னும் பொருளில் தாடு என்றழைத்தனர்; அது பெய்ஜிங்கின் நவீனத் தலைநகராக வளர்ந்தது. நாடோடிகளான ஸ்டெப்பி மக்களுக்கும் நிலைபெற்ற நாகரிகத்தினருக்கும் இருந்த ரசனைகளின் சமரசமாக, புதிய பாணியில் தன் நகரை வடிவமைத்திட, குப்ளாய் இஸ்லாமிய கட்டிடக் கலைஞர்களையும் மத்திய ஆசிய கைவினைக் கலைஞர்களையும் வரவழைத்தான்.

அச்சகாப்தத்தின் பெரும்பாலான சீன நகரங்களினது நெளிந்து வளைந்து செல்லும் சந்துகளின் வலைப் பின்னலுக்கு மாறாக, குப்ளாயின் தலைநகரம் அகன்ற, நேரிய தெருக்களைப் பெற்றிருந்தது-கிழக்கு-மேற்கிலான தெருக்கள் செங்குத்தாயிருக்க, வடக்கு-தெற்கு அச்சில் அமைந்திருந்தன அத்தெருக்கள்; எதிர்முனையிலிருந்த

காவலர்களைக் கண்டுகொள்ளக் கூடியவர்களாக வாயிலில் காவலர்கள் நிற்பார்கள். சீனத் தொழிலாளர்களின் ஒற்றைச் சக்கரவண்டிகளையோ கை வண்டிகளையோ கணக்கில் கொள்ளாமல், குதிரைகளையும் ராணுவ வாகனங்களையும் மனதில் வைத்து சாலைகளை நிர்மாணித்தனர். அந்நிய ஆட்சியாளருக்கு எதிராக மக்கள் கொந்தளிக்க நேரும் பட்சத்தில், நகரெங்கிலும் ஒன்பது குதிரை வீரர்கள் பாய்ந்து செல்லத்தக்க விதத்தில் வீதிகள் அகலம் கொண்டிருந்தன.

சர்வதேச வணிகத்தின் மங்கோலிய ஆர்வத்தை அதிகரித்திட, மத்திய கிழக்கு-மங்கோலிய மக்கள் மற்றும் இன்று சீனாவாக உள்ள தன் மக்களுக்கென்று நகரின் பகுதிகளைக் குப்ளாய் கான் பிரித்தளித்தான். இத்தாலி, இந்தியா, வடக்கு ஆப்பிரிக்கா என தொலைதூர நாடுகளிலிருந்து வரும் வர்த்தகர்களுக்கு இந்நகரம் விருந்தளிப்பதாய் இருந்தது. மார்கோ போலோ விவரிப்பதுபோல, ஏராளமானவர்கள் அங்கே தங்கிவிட, அவர்களுக்கு சேவை புரிந்திட பெரும் எண்ணிக்கையில் வேசியர் இருந்தனர். மத்திய கிழக்கிலிருந்து அறிஞர்களும் மருத்துவர்களும் வந்து அங்கே தம் தொழில்களை நடத்தினர். சீனாவில் இருந்த தாவோயிஸ, கன்ஃபூசிய குருமார்களுடன், ரோமன் கத்தோலிக்க, நெஸ்டோரியன், பௌத்த குருமார்கள் வந்து சேர்ந்தனர். இஸ்லாமிய இமாம்கள், இந்திய அனுபூதியாளர்கள், யூத குருமார்களும் பேரரசில் கூடியிருந்த விதவித மக்களுடனும் விதவிதமான கருத்துகளுடனும் இணைந்து கலந்துறவாடினர். காரகோரத்தை விடவும் மிகப்பெரிதாக, ஆனால் அதே சர்வதேச கொள்கைகள் பலவற்றுடன், அந்நகரம் உண்மையிலேயே உலகின் தலைநகராக இருக்கத் தகுதியுடையதாயிருந்தது.

எனினும் நகரத்தின் மையத்தில், குப்ளாய் சீனர்கள் உள்ளிட்ட அந்நியர் நுழைந்திடக்கூடிய மங்கோலியப் புகலிடத்தை உருவாக்கினான். உயர்ந்த மதில்களுடன் மங்கோலிய வீரர்களால் காவல் செய்யப்பட்டு, அரச குடும்பமும் அரசவையும் மங்கோலியராகவே தொடர்ந்து வாழ்ந்தன. நகரின் மத்தியில் விலங்குகளுக்கான பெரிய திறந்த வெளிகள் சீனப் பண்பாட்டில் இருந்திராதவை. மங்கோலியத் தலைநகரின் மத்தியில் உருவாக்கப்பட்ட நுண்ணிய ஸ்டெப்பியாக இந்த விலக்கப்பட்ட நகரம் அமைந்தது. மங்கோலிய சகாப்தத்தில், விலக்கப்பட்ட நகரத்தின் மொத்த வளாகமும் கூடாரங்களால் நிரம்பியிருந்தது,

அங்கே அரசவை உறுப்பினர்கள் வசிக்கவும் உண்ணவும் உறங்கவும் விரும்பினார்கள். கானின் கருவுற்ற மனைவியர் தம் குழந்தைகள் ஒரு கூடாரத்தில் பிறப்பதையும், தம் பள்ளிப்பாடங்களை அங்கே பெற்று வளர்வதையும் உறுதிப்படுத்திக் கொண்டனர். குப்ளாயும் அவரை அடுத்து வந்தவர்களும் சீனப் பேரரசர்களாக தம்மை முன்னிறுத்திக்கொண்டு, தமது விலக்கப்பட்டநகரின் உயர் மதில்களுக்குப் பின்னே, ஸ்டெப்பி மங்கோலியராக தொடர்ந்து வாழ்ந்தனர்.

1320-களில் ஃபிரான்ஸிஸ்கன் பாதிரியார் போர்டெனோனின் ஓடோரிக் மங்கோலியப் பிரதேசங்களுக்கு வந்தபோது, கான்பாலிக்கிலிருந்த விலக்கப்பட்ட நகரை இப்படி விவரித்தார்: "அரண்மனைக்கு அருகில், மரங்களடர்ந்த அழகான குன்று உள்ளது; பசிய மலை என்று அழைக்கப்படுவது; அதன் மீது மன்னனுக்குரிய விசாலமான மாளிகை உள்ளது; அங்கே மாபெரும் கான் வசிக்கிறார். இக்குன்றின் ஒரு புறத்தேயுள்ள மிகப்பெரும் ஏரியில் கம்பீரமான பாலம் நிறுவப்பட்டிருக்கிறது. அந்த ஏரியில் வாத்துகள், நீர்க் கோழிகள் போன்ற நீர்ப்பறவைகள் ஏராளமாய் இருக்கின்றன. அக்குன்றிலே விதவிதமான பறவைகளும் விலங்குகளும் ஏராளமாய் உள்ளன."

குப்ளாய் கானால் நிர்மாணிக்கப்பட்ட மரத்தாலான அரண்மனை, காரகோரத்தில் உள்ள தன் அதே வடிவமைப்பைப் பெற்றுள்ளது. குப்ளாய் கான் தன் அரண்மனையில் வைத்துள்ள இயந்திர மயில்கள், தோகைகளை விரித்து அகவக் கூடியவை-காரகோரத்தின் அரண்மனையிலுள்ள வெள்ளி விருட்சத்தின் மீதான, கில்லமே பவுச்சரின் தேவதையை நினைவூட்டும் விதத்தில். குப்ளாய் உன்னதமான வெள்ளி விருட்சத்தைக் காரகோரம் அரண்மனையிலிருந்து தன்னுடன் எடுத்து வந்து, அதன் ஒருபகுதியையாவது கான்பாலிக்கில் நிறுவியிருக்கவேண்டும். மார்கோ போலோ இப்படி விவரிக்கிறார்: "மாபெரும் கானின் மேசைக்கருகேயுள்ள கூடத்தின் குறிப்பிட்ட இடத்தே, கலைநயமிக்க பெரிய அழகான ஒன்று அமைக்கப்பட்டிருக்கிறது; சதுரமான பணப்பெட்டியின் வடிவிலுள்ளது; நேர்த்தியாக செதுக்கப்பட்ட விலங்குருவங்களைக் கொண்டுள்ளது. உள்ளார்ந்த இயக்கமும் வெள்ளி விருட்சத்தை ஒத்திருக்கிறது. உள்ளீடற்றுள்ள நடுவில் தங்கத்தாலான பெரிய கலன் இருக்கிறது... அதன்

ஒவ்வொரு மூலையிலும் உள்ள ஒத்த அளவிலான கலயங்களில் மது அல்லது வாசனைமிக்க ஒரு பானம்."

விலக்கப்பட்ட நகருக்குள்ளே, குப்ளாயும் அவரது குடும்பத்தினரும் உடையிலும் பேச்சிலும் உணவிலும் விளையாட்டிலும் பொழுதுபோக்கிலும் மங்கோலியராகவே நடந்துகொண்டனர். அதாவது அதிகமாக மதுபானங்களை அருந்தினர், தம் சூப்பினை சலப் சலப்பென்று குடித்தனர், மாமிசத்தைக் கத்தியால் வெட்டினர்-சமையல் செய்யும்போது இவற்றை சமையல் அறையுடன் நிறுத்திக் கொள்ளும் சீனருக்கு இது அருவருப்பாயிருந்தது. மது மற்றும் குடித்தல்-போதை ஏறுதலின் சம்பிரதாயங்களுக்கு அழுத்தமளித்திடும் அரசவைக் காட்சிகள், ஒருவிதத்தில் கனேபரமானதாக இருந்திருக்க வேண்டும்- சுதந்திரமாக உலவிடும், தனிநபர்த்தன்மையிலான மங்கோலியர், சீன அரசவையின் சிக்கலான, பெரிதும் ஒழுங்கமைக்கப்பட்ட சடங்குகள்-சம்பிரதாயங்களை போலச் செய்திடுவதற்கு முற்பட்டது போன்றிருக்க வேண்டும். தரவரிசைப்படி வரிசையாய் நின்றிடும் சீன ஏகாதிபத்தியத்தின் அரசவையினருக்கு மாறான வகையில், மங்கோலியர் கண்டபடி குவிந்து விடுவர்; சீனர்கள் தர்மசங்கடத்தை உணரும் விதத்தில், முக்கிய நிகழ்வுகளின் போதுகூட, மங்கோலியப் பெண்டிர், ஆண்களுடன் தடையின்று கலந்து கொள்வார்கள். சில சமயங்களில் கானின் மெய்க்காவலர்கள், அலுவலர்கள் விருந்தினர்களின் கூட்டத்தை தம் கைத்தடிகளால் விளாசி விரட்டிடும் அளவுக்கு, மங்கோலிய அரசவை வைபவங்கள் குளறுபடியாகிவிடும்.

தன் தாத்தாவைப் போன்றே, குப்ளாய் குடிமை நிர்வாகத்தின் மையத்தில், தெளிவானதும் வலுவானதுமான சட்ட நெறியை விதிப்பதன் முக்கியத்துவத்தைக் கண்டுகொண்டிருந்தான். புதிய விதிகளை உருவாக்குவதும் நடைமுறைப்படுத்துவதும் ஸ்டெப்பியின் தலைவர்களுக்கும் சீன ஆட்சியாளர்களுக்கும் மரபார்ந்த வழிவந்தது-குடிமக்களின் பார்வையில் அது சட்டபூர்வ நியாயத்தை ஏற்படுத்தியது. சட்டத்தை வகுப்பதில், குப்ளாய் சீன நெறிமுறையின் இடத்திலே மங்கோலிய நெறியை இடப்பெயர்ச்சி செய்திடவில்லை; செங்கிஸ்கானின் விதியுடன் பொருந்துமளவுக்கு சீர்திருத்தவே செய்தான்; அதன் காரணமாக மங்கோலிய மற்றும் சீன ஆதரவாளர்கள் என இரு தரப்பினரும் ஒரே வேளையில்

ஆதரிக்கின்ற நிலை உண்டானது. தன் மக்களிடமிருந்து விசுவாசத்தையும் ஆதரவையும் பெறுவதிலான போராட்டத்தில், சட்டம் மேலும் ஒரு கருவியாயிருந்தது; இவ்வாறு அறுதியாக, எதிரியான சுங்க் வம்சத்தை விடவும் மேன்மையினை எட்ட முடிந்தது.

குப்ளாய் கானின் நிர்வாகம், நில உரிமையாளர்களுக்கு சொத்துரிமையின் உத்தரவாதமளித்தது, வரிகளைக் குறைத்தது, சாலை வசதிகளை மேம்படுத்தியது. மேலும் மக்கள் ஆதரவைப் பெற்றிட, சுங்க் வம்சத்தினரின் கடுமையான தண்டனைச் சட்டத்தை எளிதாக்கினர். மங்கோலியர் சீனாவிலிருந்த பெரிய குற்றங்களின் எண்ணிக்கையை 233-லிருந்து 135-ஆகக் குறைத்தனர். மரண தண்டனையைக் குப்ளாய் அரிதாகவே அனுமதித்தான். அவனது 34 ஆண்டு ஆட்சிக்காலத்தில் 4 ஆண்டுகளில்தான் மரணதண்டனை விதிக்கப்பட்டிருந்தது. 1283-இல் வழங்கப்பட்ட 278 மரண தண்டனைகள்தான் ஓராண்டின் அதிக எண்ணிக்கையாகும். மிகக் குறைந்த ஓராண்டு எண்ணிக்கை, 1263-இன் 7 தான். மொத்தமாகப் பார்த்தால் குப்ளாயின் மூன்று தசாப்தத்திற்கும் மேற்பட்ட ஆட்சிக் காலத்தில் சுமார் 2500 குற்றவாளிகளே தூக்கிலிடப்பட்டனர். சீனா அல்லது அமெரிக்கா போன்ற நவீன நாடுகளின் தூக்குத்தண்டனை எண்ணிக்கையை விடவும் அவனது ஆண்டு விகிதம் குறைவானதே.

ஒட்டுமொத்தத்தில், மிகவும் இணக்கமான சட்டங்கள்-தண்டனைகள் உள்ள அமைப்பையும் சுங்க் வம்சத்தை விடவும் கடுமை குறைந்த, மனிதாய மிக்கதையும் அவன் நிறுவினான். பொருந்துமிடத்தில் உடல் தண்டனைக்குப் பதில் அபராதம் விதித்தான்; தவறுகளுக்கு வருந்துவோருக்கு மன்னிப்பளித்தான். மங்கோலிய அலுவலர்கள் சித்திரவதையை ஒழிக்க முற்பட்டனர் அல்லது அதன் பயன்பாட்டை வெகுவாகக் குறைத்தனர். சித்திரவதையை மேற்கொள்ளுமுன், அலுவலர்களிடம் சந்தேகம் மட்டுமின்றி, போதுமான சான்றுகளும் இருக்கவேண்டும் என்று குறிப்பிட்டது மங்கோலியச் சட்டம். 1291-ஆம் ஆண்டு மங்கோலியச் சட்டம், அலுவலர்கள் முதலில் பகுத்தாய்ந்து அனுமானிக்க வேண்டும், திடீரென எந்தச் சித்திரவதையினையும் திணிக்கக்கூடாது என்று குறிப்பிட்டது. ஒப்பீட்டளவில், மங்கோலியர், சித்திரவதையின் பயன்பாட்டை வரம்புக்குட்படுத்திட அக்கறை கொண்டபோது, அய்ரோப்பாவின் தேவாலயமும் அரசும் அதன் பயன்பாட்டை விரிவுபடுத்திட

சட்டம் இயற்றின-சான்றில்லாத குற்றங்களின் வகைமைகளுக்கும் பொருந்தும் வகையில். பற்சக்கரங்களின் மீது போடுதல், சக்கரத்தால் நசுங்க வைத்தல், இரும்புக் கம்பியால் தாக்குதல், பல்வேறு விதங்களில் எரியவைத்தல் எனப் பல நாடுகளிலுள்ள சித்திரவதை வடிவங்களைப் போலின்றி, மங்கோலியர் பிரம்பால் அடிப்பதுடன் மட்டுப்படுத்திக் கொண்டனர்.

ஸ்டெப்பிப் பண்பாட்டைச் சேர்ந்த, மங்கோலியச் சட்டம் மற்றும் தண்டனையின் கடுமையற்ற தன்மை, சில விசித்திர வழிகளில் தென்பட்டது. சீன அலுவலர்கள் ஒரு குற்றவாளியின் குற்றங்களை அவன் நெற்றியில் பச்சைகுத்தி, நிரந்தரமாக அவனை அவ்வடையாளம் மிக்கவனாக ஆக்கி விடுவார்கள். மங்கோலியர் தம் நெற்றியை ஆன்மா உறையுமிடமாகக் கருதியதால், குற்றவாளியின் நெற்றியைக்கூட இப்படி அவமதிக்கலாகாது என்று எண்ணினர். அது நடைமுறையிலிருந்த இடங்களில் அனுமதித்த மங்கோலியர், முதலிரு குற்றங்களுக்கு கையின் மேற்பகுதிகளிலும், மூன்றாவது குற்றத்திற்கு கழுத்திலும் பச்சை குத்தலாமே தவிர, நெற்றியில் கூடாது என நடைமுறைப்படுத்தினர். இத்தண்டனையைப் புதிய பிரதேசங்களுக்கு அல்லது இந்நடைமுறை இல்லாதிருந்த இனவரைவியல் சிறுபான்மையினருக்கு விரிவாக்கப்படாமல் மங்கோலியர் பார்த்துக்கொண்டனர். உடலில் குற்றத்தை எழுதுவதற்குப் பதிலாக, குற்றவாளியின் வீட்டுக்கு முன்னே நிறுவப்பட்ட சுவரில் எழுதப்படுவதை மங்கோலிய அலுவலர்கள் தெரிவு செய்தனர்; அப்போது ஒட்டுமொத்த சமுதாயமும் கவனத்துடன் அவனைப் பார்க்கும் என்பதால். விடுவிக்கப்பட்ட கைதிகள் மாதம் இருமுறை உள்ளூர் அதிகாரிகளிடம் ஆஜராகி, தம் நடத்தையை சரிபார்த்துக் கொள்ளவைக்கும் நடைமுறை இருந்தது. குழுவின் குற்றத்தன்மை மற்றும் குற்றப் பொறுப்பு என்னும் மங்கோலிய நெறிக்கேற்ப, ஒரு கைதியின் சுதந்திரம், மற்ற கைதிகளின் சந்தேகத்திற்கு தனது குற்றத்தை / விஷயஞானத்தை மேற்கொள்ளத்தக்க வகையில், சட்டத்தினை அமல்படுத்திடும் துணை அமைப்பில் சேர்ந்துகொள்ளும் அவனது விருப்பத்தைச் சார்ந்தது. குற்றவாளிகள், பெரிதும் அவர்களது ஒட்டுமொத்தக் குடும்பத்தினர், தண்டனையைப் பெற்றுக் கொண்டதற்கான ஆவணத்தில் கையொப்பமிடவேண்டும்; மற்றும் தமது ஆட்சேபணையை புகாரைப் பதிவு செய்யவேண்டும். நிகழ்வின் பதிவை பாதுகாத்திட கைரேகைகள் பதியப்பெற்று ஆவணங்களுடன் இணைக்கப்படும். முடிந்தவரையில் அலுவலர்கள்

குறுக்கிடாமல் கீழ்மட்டத்திலேயே பிரச்சனைகள் தீர்த்துக் கொள்ளப்படும். குடும்பத்திற்குள்ளேயான குற்றங்கள் குடும்பத்தால் முடித்து வைக்கப்படும்; ஒரே மதத்தைச் சேர்ந்த துறவிகளின் குழுவிற்குள்ளேயான சிக்கல்கள், அம்மதத் துறவியராலேயே தீர்க்கப்படும்; ஒரு தொழில் பிரிவுக் குள்ளேயான குற்றங்கள் அத்தொழில்துறை மன்றத்தாலேயே முடித்துவைக்கப்படும்.

குற்றவழக்கு மேல்முறையீடுகளை / ஆட்சேபணைகளை தீர்த்துவைத்திட குற்றவியல் நூல்கள் அச்சிடப்பட்டன- தனிநபர்களும் சிறு சிறு அமைப்புகளும் அதனால் நன்மையடைந்தன, சரியான வழிகாட்டு நெறிகள் பெற்றன. குற்றம் நிகழ்ந்த இடங்களுக்கு அலுவலர்கள் வருகை புரிந்து சான்றுதேடி பகுத்தாராய்ந்து அறிக்கையிடும் பணியை குறைந்தபட்சமாகக் குறைத்தன. மங்கோலியரைப் பொறுத்தவரை, சட்டம் குற்றத்தைத் தீர்மானிக்கும் கருவி அல்லது தண்டனை வழங்குவது என்பதற்கு மேலாக, பிரச்சனைகளைக் கையாண்டு, ஒருமைப்பாட்டை உருவாக்கி, அமைதியைப் பாதுகாப்பதாகும்.

கவிதை, கையெழுத்துக்கலை போன்ற செவ்வியல் கலைகளில் அலுவலர்களைப் பயிற்றுவிப்பதற்குப் பதிலாக, பல்வேறு வழிகளில் மங்கோலியர் நடைமுறைப் பயிற்சி அளித்தனர். தீக்குச்சி தயாரிப்பவர், வர்த்தகர்களிலிருந்து மருத்துவர்கள், வழக்குரைஞர்கள் வரையிலான தொழிற் பிரிவினருக்கு குறைந்தபட்ச அறிவுத்திறனை விதித்தனர். ஒவ்வொரு தளத்திலும் மங்கோலியக் கொள்கை ஒன்றே போன்றதாகத் தோன்றிற்று. தொழில்களின் மட்டத்தைத் தரப்படுத்தி உயர்த்திட முற்பட்ட அதே வேளையில், பரந்துபட்ட தனிநபர்களுக்கு அதன் வழிவகை கிட்டுவதும், அதன் நன்மைகளையும் ஆதாயங்களையும் உறுதிப்படுத்திற்று.

அதிகப்படியான சீன மக்களை நிர்வகிக்க சிலவான மங்கோலியரே இருந்தமையால், பரிசீலனை-தெரிவு செய்தல் என்னும் நீண்ட நிகழ்வுப் போக்கைக் கொண்டிருந்த மரபார்ந்த மாண்டரின் நிர்வாகத்தை ஏற்கக் கட்டுப்படுத்தப் படுவதைப்போல குப்ளாய்கான் தோன்றினான். ஆனால் அவன் அதனை நிராகரித்தான். பழைய முறையினை நீட்டிக்கச் செய்வதற்குப் பதிலாக, தேர்வுகளை ஒழித்துவிட்டு, பரந்துபட்ட அந்நியரிடத்தே, குறிப்பாக, இஸ்லாமியர் மற்றும் மார்கோ போலோ போன்ற

அய்ரோப்பியரிடத்தே நிர்வாகத்திற்குரிய நபர்களுக்காக நாடிச் சென்றான். ‘சட்டங்களிலும் நகரச் சம்பிரதாயங்களிலும்’ தேர்ச்சி பெற்றவர்களாக முஸ்லீம் நிர்வாகிகளைக்கண்ட தாத்தாவைப் போல, இத்தகையவர்களை, பாரசீகத்திலுள்ள தன் சகோதரனின் பிரதேசத்திலிருந்து குப்ளாய் இறக்குமதி செய்தான். கற்றறிந்தவர்களையும் அறிஞர்களையும் அனுப்பி வைக்குமாறு போப்பினையும் அய்ரோப்பிய மன்னர்களையும் வேண்டி திரும்பத்திரும்பச் செய்திகள் அனுப்பினான், ஆனால் எதிர்வினையே இல்லை.

எந்தவொரு தேசிய இனம் அல்லது இனவரைவியல் குழுவை அதிகம் சார்ந்திராதவாறு பார்த்துக்கொண்டு, ஒருவரை எதிர்த்து இன்னொருவரை மோதச் செய்வதில் நாட்டமிகுந்து, திபெத்தியர், ஆர்மீனியர், கிடான்கள், அரேபியர், தாஜிக்குகள், உய்குர்கள், டான்குட்கள், துருக்கியர், பாரசீகர்கள், அய்ரோப்பியர் ஆகிய பல்திறமான நிர்வாகிகளான அந்நியர்களைச் சீனர்களுடன் சதா கலந்துவிட்டான். ஒவ்வொரு அலுவலகத்திலும் வடக்குச் சீனம், தெற்குச் சீனம் மற்றும் அந்நியர்கள் சார்ந்து அலுவலர்கள் நியமிக்கப்பட்டிருந்தனர்-வெவ்வேறு பண்பாடுகள் / மதங்களைச் சேர்ந்தவர்கள் இருக்கும் விதத்தில். பிறப்பினைவிடவும் திறமைகள்-சாதனைகளின் அடிப்படையில், சமூகத்தின் கீழ்மட்டத்திலிருந்து தலைமையின் உயர் வரிசை வரையும் உள்ளவர்களை முன்னெடுத்துச்சென்ற செங்கிஸ்கானைப் போலவே, குப்ளாயின் நிர்வாகம், சமையல்காரர்கள், வாயில் காப்பவர்கள், ஆவணப் பதிவர்கள், மொழிபெயர்ப்பாளர்கள் என கீழ்மட்டத்திலிருந்து வருபவர்களை தொடர்ந்து முன்னெடுத்துச் சென்றது. கீழ்மட்டத்தினரை முன்னெடுத்துச் சென்றதும், புதிய களங்களுக்குள் அவர்கள் நகர்ந்துபோனதும், மங்கோலியரிடத்தேயான அவர்தம் சார்ந்திருத்தலையும் விசுவாசத்தையும் அதிகரித்தது மற்றும் ஆட்சிபுரிபவரிடத்தேயான அவர்தம் தொடர்பைக் குறைத்தது.

உள்ளூர் பகுதிகளை நிர்வகிக்க, தகுதிநிலைகொண்ட மாண்டரின்களது படிமுறையின் இறுக்கமான தன்மை இல்லாது, பெரிய கூட்டங்கள், ஆலோசனைக் குழுக்கள், தொடர்ச்சியான பரிசீலனைகள் மூலம் முடிவுகள் எடுக்கப்படும் செங்கிஸ்கானின் முறையினைக் குப்ளாய் விதித்தான். சாத்தியப்படும் இடங்களிலெல்லாம் ஸ்டெப்பிகளின் சிறிய குறில்தாய்களின் மாதிரியிலான மன்றங்களால் நிர்வாக அமைப்பை மங்கோலியர்

இடம்பெயரச் செய்தனர். உள்ளூர் மன்றங்கள் தினசரி கூடும், எந்த நடவடிக்கையும் குறைந்தது இரு அலுவலர்களது ஒப்புதல் பெற்றிருக்க வேண்டும். மன்றம் பிரச்சனைகளை விவாதித்து ஒரு கருத்தொற்றுமையை எட்டவேண்டும்; முடிவு எடுக்கப்படவேண்டியது குழுவால் அல்லாமல் ஓர் அலுவலரால் இருக்கக்கூடாது. சீனத் தரநிர்ணயப்படி இது மிகவும் சாமர்த்தியமற்றது, நடைமுறை சாத்தியமற்றது-ஓர் அலுவலர் முடிவெடுத்து அதனை மக்கள் பின்பற்றுவது என்பதுடன் ஒப்பிடுகையில், இது அதிக நேரமும் ஆற்றலும் எடுத்துக் கொள்வதாய் இருக்கிறது. மங்கோலியர் பல்வேறான வழிகளில் சிறிய மன்றங்களின் பயன்பாட்டினை முன்னெடுத்தனர். மருத்துவ சிகிச்சையில் அதிருப்தி கொண்ட நோயாளிகள், மருத்துவத்துறை மற்றும் மருத்துவம் சாராத அலுவலர்களின் பிரதிநிதிகளைக்கொண்ட குழுவிடம் நிவாரணம் தேடிக்கொள்ளலாம். படைவீரர்களிலிருந்து இசைக்கலைஞர்கள் வரையில், பல்வேறான தொழில் துறையினர் சார்ந்த விவகாரங்களைத் தீர்த்துக்கொள்ள, இதுபோன்ற குழுக்கள் உருவாக்கப்பட்டன.

ஊதியமில்லாத ஊழியரைச் சார்ந்திருந்த பழைய நிர்வாக அமைப்பில், அவர்களின் சேவையோ ஒப்புதலோ தேவைப்படும் மக்களிடமிருந்து, அவர்கள் அநியாயமாகப் பணம் வசூலித்தனர்; கீழ்மட்டத்திலான வழமையான நிர்வாகத்திற்கு மங்கோலியர் ஊதியம் பெறும் ஊழியர்களை நியமித்தனர். மங்கோலியா எங்கிலும் ஊதியங்களைத் தரநிர்ணயம் செய்து, மண்டல வாரியான வாழ்க்கைச் செலவுகள் சார்ந்து மட்டும் சிறிது வேறுபாடுகளை அனுமதித்தனர்.

கருத்தொற்றுமை சார்ந்த மன்றமும் ஊதியம் பெறும் ஊழியர் முறையும், மங்கோலியருக்குப் பின் நீடிக்கவில்லை. மிங் வம்சத்தினர் ஆட்சிக்கு வந்ததுமே, அவர்கள் மரபுவழியிலான நிர்வாக முறைக்குத் திரும்பிவிட்டனர். பங்கேற்பு நிர்வாகத்திலான இச்சோதனை, 20-ஆம் நூற்றாண்டு வரையிலும் சீன வரலாற்றில் திரும்பவும் மேற்கொள்ளப்படவில்லை; குடியரசை நிறுவியோரும் கம்யூனிசத்தை நிறுவியோரும், உள்ளூர் மன்றங்கள், விவாதங்கள், ஊதியம்பெற்ற ஊழியரது நிர்வாகம், அரசாங்கத்தில் குடிமக்கள் பங்கேற்பு என்பவற்றில் சிலவற்றை மீண்டும் அறிமுகப்படுத்திடப் போராடினர்.

பேரரசின் ஊடே வர்த்தகத்தின் வேகத்தையும் பாதுகாப்பையும் அதிகப்படுத்திட, குப்ளாய் காகிதப் பணப் பயன்பாட்டினை விரிவுபடுத்தினான். மார்கோ போலோ வந்து சேர்ந்த வேளையில் இம்முறை முழு வீச்சில் இருந்தது. காகிதம் என நாம் கண்டுகொள்ளக்கூடிய வடிவில், மல்பரிப்பட்டையிலிருந்து அது தயாரிக்கப்பட்டது என்று அவர் விவரித்தார்-ஆனால் இன்னும் அய்ரோப்பியரால் அறியப்படாது இருந்தது. காகிதப் பணம், வெவ்வேறு அளவுகளிலான நீள் சதுரங்களாய், அதன் மதிப்பு, முத்திரை கொண்டிருந்தது. கனத்த நாணயங்களை விடவும் கையாளவும் போக்குவரத்திலும் மிக எளிதாயிருந்தது. பேரரசு முழுவதிலும் இப்பணம் ஏற்றுக் கொள்ளப்பட்டது என்கிறார் மார்கோ போலோ: “அதனை மறுதலிப்பது, மரண தண்டனையை வரவழைத்துக் கொள்வதாகும்; பெரும்பாலான மக்கள் காகிதப் பணத்தை விரும்பினர் ஏனெனில் அதைக்கொண்டு அவர்கள் முத்துக்கள், விலையுயர்ந்த கற்கள், தங்கம் அல்லது வெள்ளி என எதனையும் வாங்க முடியும்.” பாரசீகத்திலிருந்த மங்கோலிய அலுவலர்கள் இதனை முயன்று பார்த்தனர் ஆனால் வெற்றிபெற முடியவில்லை. ஏனெனில் அது அங்குள்ள உள்ளூர் வணிகர்களுக்கு அந்நியமாயிருந்தது; வெல்வதற்கான படையினர் தம்மிடம் உள்ளனரா என்பதை மங்கோலியர் உறுதிப்படுத்திக் கொள்ளமுடியாதபோது, அவர்தம் அதிருப்தி கலகத்தின் நிலவரத்தை எட்டியிருந்தது. அவமானகரமான இழப்பை எதிர்கொள்வதை விடவும், காகித நோட்டுகளை விலக்கிக்கொள்ள முடிவெடுத்தனர்.

காதிதப்பணம் நடைமுறையில் இருக்கையில், கடன் பெறவும் நிதிச் சிக்கலை அடையவும் அதிகமான வாய்ப்புகள் உண்டு. சந்தையில் சீரான தன்மையைக் கொண்டுவரும்வகையில் ஏற்படுத்தப்பட்ட முக்கியமான புத்தாக்க முறையில், குறிப்பாக கடன் விரிவாக்கம் சார்ந்தவற்றில், திவால்நிலையினை அறிவிக்க மங்கோலியச் சட்டம் இடமளித்தது; ஆனால் எந்த வணிகரோ வாடிக்கையாளரோ இரண்டு தடவைகளுக்கு மேல் திவால் நிலையை அறிவிக்க இயலாது. மூன்றாம் முறை வரும்போது அந்நபர் தூக்குத் தண்டனைக்கு உள்ளாக நேரும்.

கன்ஃபூசியவாதம், பாதங்களைக் கட்டிவைத்தல் போன்ற சீனப் பண்பாட்டின் சில அம்சங்களை மங்கோலியர் தொடர்ந்து நிராகரித்துவர, நிதியமைப்பின் மேம்பாடு, சீனப் பண்பாட்டின் இதர

அம்சங்களின் மீதான அவர்களது மதிப்பை எடுத்துக்காட்டுகிறது. நடைமுறை மதிப்பை எடுத்துக்காட்டிய, கருத்துகளுக்காகவும் நிறுவனங்களுக்காகவும், சீன வரலாற்றுக்குள் சென்றிட குப்ளாயிடம் விருப்பம் இருந்தது. குப்ளாய் பள்ளிகளை நிறுவினான், சீன ஹான்லின் அகாடெமியை புதுப்பித்தான்; மரபார்ந்த சீனக் கல்வி மற்றும் பண்பாட்டின் சில வகைமைகளை முன்னெடுக்கும் பொருட்டு தேர்ச்சிமிக்க அறிஞர்களைக் கொண்டிருந்தது இந்த அகாடெமி. 1269-இல் மங்கோலியப் பள்ளியையும் 1271-இல் கான்பாலிக்கில் மங்கோலிய தேசியப் பல்கலைக்கழகத்தையும் நிறுவினான். புதிய துறைகளை அமைத்தான்; உடனிகழ்காலத்து நிகழ்வுகளைப் பதிவு செய்யவும், பிரதிகளைச் சரிசெய்யவும் பழைய பிரதிகளை மறுபிரசுரம் செய்யவும், ஆவணங்களைப் பராமரிக்கவும் அறிஞர்களை நியமித்தான்.

மங்கோலிய மொழிக்கு மட்டுமின்றி, அரபி, பாரசீகம், உய்குர், டான்குட், ஜுர்செட், திபெத்தியன், சீன மற்றும் அதிகம் அறியப்படாத மொழிகளுக்கும் ஆவணப் பதிவாளர்கள் அரசவையில் இருந்தனர்; பல்வேறான மொழிகள் காரணமாக சிக்கல் நிறைந்த பிரச்சனைகளையும் எதிர் கொண்டனர். மங்கோலிய-உய்குர் அகரவரிசை மட்டுமே இருந்ததால், பரந்து விரிந்த பேரரசிலிருந்து தங்களுக்குத் தேவைப்பட்ட நிர்வாக விபரங்களையெல்லாம் பதிவதை சிரமமிக்கதாக மங்கோலியர் கண்டனர். அன்றாட நிர்வாகத்தில், சீன நகரங்கள், ரஷ்ய இளவரசர்கள், பாரசீக மலைகள், இந்து மத ஞானியர், வியட்னாமிய தளபதிகள், இஸ்லாமிய இமாம்கள், ஹங்கேரிய நதிகள் எனப் பலதிறப்பட்ட பெயர்களை உச்சரிக்கக் கூடியவர்களாக அலுவலக ஊழியர்கள் இருக்கவேண்டியிருந்தது. மங்கோலியப் பேரரசின் குடிமக்கள் பல்வேறான மொழிகளைப் பயன்படுத்தியதால், அறிவார்த்த-நிர்வாக வரலாற்றில் மிகவும் புத்தாக்கப் பரிசோதனைகளில் ஒன்றினை குப்ளாய்கான் மேற்கொண்டான். உலகின் மொழிகளையெல்லாம் எழுதுவதற்கு தனியொரு அகரவரிசையை உருவாக்கிட முற்பட்டான். இப்பணியை திபெத்திய பௌத்த குரு பாக்ஸ்பாவிடம் ஒப்படைத்தான்; அவர் 1269-இல் திபெத்திய அகர வரிசையிலிருந்து பெறப்பட்ட, 41 அட்சரங்கள் கொண்ட வரிசையைக் கானிடம் சமர்ப்பித்தார். குப்ளாய்கான் அதனை பேரரசின் அதிகார பூர்வ லிபியாக்கினான் ஆனால் அதனை யார் மீதும் திணிக்காமல், சீனரும் பிறரும் தத்தமது லிபிகளை பின்பற்றிக்கொள்ள அனுமதித்தான்-புது எழுத்துமுறை

தன் உயர்வினை எடுத்துக்காட்டி, பழையதை நாளடைவில் இடப்பெயர்ச்சி செய்துவிடும் என்னும் நம்பிக்கையில். தம் தொன்மையான எழுத்து முறையில் மிகுந்த பற்றுடைய சீன மக்கள், புதிதால் தம்முடையது இடப் பெயர்ச்சி செய்யப்படுவதை அனுமதிக்க முடியாதவர்களாக இருந்தனர்; மங்கோலிய அதிகாரம் சரிந்ததுமே பெரும்பாலான மக்கள் அதனைக் கைவிட்டனர்.

தமது வாழ்வின் மிக நெருக்கமான அம்சங்களின் மீது அதிகாரம் செலுத்திய அரசாங்க அலுவலர்களின் நீண்ட வரிசையின் கோடியில், மரபுவழியில் குடியானவர்கள் சிறுமைப்படுத்தப்பட்டனர். மங்கோலியர் இத்தொன்மையான படிவரிசையை, சுமார் 50 இல்லங்கள் கொண்ட அலகுகளாக்கி குடியானவர்களை மாற்றியமைத்தனர். இந்த உள்ளூர் அலகுகள் (she) அவர்தம் வாழ்வில் பெறும் பொறுப்பினையும் அதிகாரத்தையும் செலுத்தின. அவை உள்ளூர் பண்ணை விவசாயத்தைக் கண்காணித்தன, நிலத்தை மேம்படுத்திடும் பொறுப்பைக் கொண்டிருந்தன, நீர் மற்றும் இயற்கை ஆதாரங்களை நிர்வகித்தன, வறட்சி காலத்தில் உணவளித்தன. பொதுவாகப் பார்க்குமிடத்து, அவை செங்கிஸ்கானின் பதின்ம அமைப்பின் அம்சங்களையும் சீனக் குடியானவ மரபினையும் ஒன்றிணைத்து, ஒருவித உள்ளூர் அரசாங்க வடிவமாகச் செயல்பட்டன.

குடியானவர் பிள்ளைகளுக்கு ஒருவித கல்வி தரும் செயல்பாட்டையும் ஷி (she) கொண்டிருந்தது. ஒவ்வொருவரது வாழ்க்கைத் தரத்தையும் மேம்படுத்தும் விதமாக, பொது எழுத்தறிவை மங்கோலியர் முன்னெடுத்தனர். அனைத்துக் குழந்தைகளுக்கும், குடியானவர்கள் குழந்தைகள் உட்பட, அனைவருக்குமான கல்வி வழங்கிட, குப்ளாய்கான் அரசுப் பள்ளிகளை நிறுவினான். அதுவரையிலும் தம் பிள்ளைகளுக்கு கல்வி தரும் நேரத்தையும் வருவாயினையும் செல்வந்தரே பெற்றிருந்தனர்; அதன் மூலம் தலைமுறை தோறும் எழுதப்படிக்கத் தெரியாத குடியானவர் மீது அதிகாரத்தைப் பெற்றிருந்தனர். குளிர்காலத்தில் குடியானவர்களின் பிள்ளைகள் கற்றுக்கொள்ள நேரம் பெற்றிருந்ததை மங்கோலியர் தெரிந்து கொண்டனர்; அவர்களுக்கு செவ்வியல் சீன மொழியில் கற்றுத் தருவதற்குப் பதிலாக, நடைமுறைப் பாடங்களுக்கு பேச்சுவழக்கு மொழியைப் பயன்படுத்தினர். குப்ளாய்கான் ஆட்சியில், 20,166 அரசுப் பள்ளிகள் ஏற்படுத்தப்பட்டதாக மங்கோலிய வம்ச

ஆவணம் பட்டியலிடுகிறது. புள்ளி விபரங்களில் மிகைப்படுத்தல் இருப்பினும், அனைவருக்குமான கல்வியில் வேறெந்த நாடும் இத்தகு முயற்சியை மேற்கொண்டதில்லை என்பதைப் பார்க்கும்போது, மங்கோலியரின் சாதனை வியக்கவைப்பதே. மேற்கில் எழுத்தாளர்கள் தம் பேச்சு மொழியில் எழுதுவதற்கு இன்னொரு நூற்றாண்டு பிடித்தது; பொதுமக்களின் பிள்ளைகளுக்கு கல்வி அளிக்கும் பொறுப்பை அரசாங்கங்கள் மேற்கொள்வதற்கு சுமார் 500 ஆண்டுகள் பிடித்தன.

மரபுவழி வந்த கன்ஃபூஸிய சமூகத்தில், தேசிய தேர்வு அமைப்பில் குறிப்பிட்ட வடிவங்களிலான எழுத்தைப் பயன்படுத்திட இலக்கிய முயற்சிகள் திருப்பி விடப்பட்டிருந்தன. இலக்கியம் எப்போதும் அதிகார மையத்தின் வரம்புகள் மற்றும் அதன் நலன்களுக்குள்ளே பொருந்திப் போகும் என்பதை இது குறிக்கும். எனினும் மங்கோலியர், புலமைமிக்க நிர்வாகிகளால் தெரிவு செய்யப்பட்ட செவ்வியல் பாணியை விடவும் மக்களின் பேச்சுமொழியில் எழுத்தாளர்கள் எழுதுவதை ஊக்குவித்தனர். மங்கோலிய ரசனைகள், நாசூக்கான மேட்டுக்குடியினருடையதை விடவும், பொதுமக்களுடைய ரசனைகளுடன் பொருந்திப் போயின; வழக்காற்று பண்பாட்டையும் அரசவைப் பண்பாட்டையும் ஒன்றிணைத்து, புதியதும் கிளர்ந்தெழ வைப்பதுமான கேளிக்கை வடிவங்களை உருவாக்கின.

1206-இல் செங்கிஸ்கானின் முடிசூட்டு விழாவின்போது நிகழ்த்தப்பட்ட மாபெரும் சம்பிரதாயங்களுக்கேற்ப, மங்கோலியர், ஒரேவேளையில் வாரக் கணக்கில் நீடிப்பதான, ஆயிரக்கணக்கான மக்கள் ஈடுபட்டிருந்த, அதிசயமான சம்பிரதாய நாடகங்களை முன்வைத்தனர். 1275-இல், ராணுவத்தால் நிகழ்த்தப்பட்ட சம்பிரதாய நாடகத்தில், மங்கோலிய ராணுவ வரலாற்றினைப் பொதிந்து வைத்தனர். செங்கிஸ்கானிலிருந்து மோங்கே கான் வரை, மங்கோலியப் பேரரசின் உருவாக்கத்தினுடைய முக்கிய காலகட்டங்களைக் குறிக்கும் தன்மையில், அது ஆறு பகுதிகளைக் கொண்டிருந்தது.

மரபுவழி சீனப் பண்பாட்டில் பெரிதும் புறக்கணிக்கப்பட்டிருந்த கலைவடிவமான நாடகத்தை, மக்களை ஈர்க்கும் விதத்தில் குப்ளாய் உற்சாகத்துடன் ஆதரித்தான். அரசவை வளாகத்தில்

அடிக்கடி நாடகங்கள் நிகழ்த்துமாறு செய்தான். மங்கோலிய அரசவையினர் உடல் சாகசங்கள், உணர்வார்ந்த இசை, பளிச்சிடும் ஒப்பனை, வண்ணமயமான உடைகள் போன்றவற்றை ரசித்தனர். அய்ரோப்பாவில் வில்லியம் ஷேக்ஸ்பியரின் நாடகங்களைப் போல, மங்கோலிய நாடக ஆசிரியர்கள் கேளிக்கையை முன்வைக்க முற்பட்டனர்; நற்பண்புகளுடனான அதிகாரத்தின் உறவு போன்றவற்றைப் புரிந்துகொள்ள ஆர்வங்காட்டினர். குப்ளாயின் ஆட்சிக் காலத்தில் எந்த நாடகமும் தணிக்கை செய்யப்படவில்லை எனப்படுகிறது. சீன இலக்கியத்தில் மிகவும் நீடித்திருப்பவையான நாடகங்கள் கிடைத்தன; மங்கோலிய சகாப்தத்தை சீன நாடகத்திற்கான பொற்காலமாக்கின. யுவான் வம்சத்தின் போது நிகழ்த்தப்பட்ட சுமார் 500 நாடகங்களில், 160 உயிர்த்திருக்கின்றன.

சீன மரபில் நடிகர்கள், பாடகர்கள் போன்ற நிகழ்த்து கலைஞர்கள், வேசியர், காமக்கிழத்தியர் மற்றும் இதர விளிம்பு நிலைத் தொழிலாளர்கள் போலவே மதிப்பிலும் மரியாதையிலும் கீழ்நிலையிலேயே வைக்கப்பட்டனர். மங்கோலிய ஆட்சியாளர்கள் அவர்தம் சமூகத்தகுதி நிலையை தொழில்துறையினராக உயர்த்தினர்; நாடகங்கள் நடத்துவதை சந்தைகள், வேசியர் இல்லங்கள், கேளிக்கை விடுதிகளுடன் நிறுத்திவிடாமல், நாடக அரங்குகளை நிர்மாணித்தனர். சீன நாடகம் மற்றும் மங்கோலிய இசை ஆதரவும் சேர்ந்து, பின்னர் பீகிங் ஆபெராவாகியதற்கான அடித்தளத்தை அமைத்தது.

தம்மையும் மக்கள் திரளையும் பொழுது போக்குவதற்கான மக்கள் செல்வாக்குமிக்க பண்பாட்டை ஆதரிப்பதில் மங்கோலியர், ரத்தம் சிந்துதல் மீதான தம் பண்பாட்டு வெறுப்பைப் பின்பற்றினர். மல்யுத்தத்தையும் வில்வித்தையையும் அவர்கள் ரசித்தாலும், ரோமானியரை வசீகரித்த தீர விளையாட்டுகள்-பொதுவில் நிகழ்த்தும் கொலை போன்றவற்றிற்கு ஈடானவற்றை வளர்த்தெடுக்கவில்லை; அல்லது விலங்குகளை மோதவிடுதல், விலங்குகளை மனிதருடன் மோதவிடுதல் போன்ற மரபார்ந்த அய்ரோப்பிய விளையாட்டுகளிலும் ஈடுபடவில்லை. அய்ரோப்பிய நகரங்களில் சாதாரணமாக நடப்பது போல, குற்றவாளிகளைத் தூக்கிலிடுவதை ஒரு கேளிக்கையாக்கவில்லை. மேற்கத்தைய அய்ரோப்பாவில் கிறித்தவ தேவாலயத்திற்கு அதிகாரம் இருந்த இடங்களிலெல்லாம், அடிக்கடி நிகழ்ந்த மக்களை உயிரோடு

எரித்தல் என்னும் பொதுக் கேளிக்கைக்கு ஈடானவற்றை மங்கோலியர் வளர்த்தெடுக்கவில்லை.

கடந்துபோய் விடுவதான மக்கள் ஆதரவை வெல்லுதல் என்னும் குறுகியகால தந்திரத்தை குப்ளாய் பின்பற்றவில்லை; மாறாக, அவன் தொடர்ச்சியாயும் முறைப்படியும் இரு தசாப்த கால கொள்கையான, ஒரு கண்டத்தின் நாகரிகத்திற்கு விசுவாசமிருத்தலைப் பின்பற்றினான். சீனர்களை ஒன்றுபடுத்துவதற்காக, விண்ணகத்தால் ஆதரிக்கப்பட்ட வலுவான தலைவர்களாக மங்கோலியர் தம்மைச் சித்தரித்துக் கொண்டனர்; சுங்க் வம்சத்தினரோ, ராணுவ ஆற்றலை விடவும், கேடுகெட்ட ஆடம்பரத்திலும் படாடோபமாக செல்வத்தைப் பகட்டிக் காட்டுவதிலும் திளைத்து உழன்றனர். மங்கோலியரைப் போலவே பல அம்சங்களில் மாறுபட்டிருந்த சீனப் பெருந்திரளினர், தமது சீன அலுவலர்களை விடவும் அவர்தம் ரசனையிலும் உணர்வோட்டங்களிலும் பொது அம்சத்தைக் கண்டனர்.

ஆண்டுதோறும் வீரர்களும் அலுவலர்களும் குடியானவர்களும் சுங்க் வம்சத்தினரிடமிருந்து வெளியேறி, மங்கோலியரிடம் வந்து சேர்ந்தனர் அல்லது தம் உள்ளூர்ப் பிரதேசத்தை மங்கோலியர் கைகொள்ளத் துணை நின்றனர். அதிகப்படியான வணிகர்கள் தம் வணிகத்தை மங்கோலியரிடம் எடுத்துச் சென்றனர், அதிகப்படியான புரோகிதரும் அறிஞரும் மங்கோலியரின் கீழ், பாதுகாப்பையும் இயக்க சுதந்திரத்தையும் கண்டனர், நாளடைவில் சீனத் தளபதிகளும் வீரர்களும் மாலுமிகளும் ஒட்டுமொத்தமாக வெளியேறி மங்கோலியரிடம் சேர்ந்தனர். சுங்க் வம்சத்தின் வீழ்ச்சி திடீரென்ற சரிவோ தோல்வியோ அல்ல மாறாக மெதுவாக ஏற்பட்ட அரிமானத்தால் சிதைந்து போனது.

இப்படையெடுப்பு முழுவதிலும் மங்கோலியர் சுங்க் வம்சத்தின் மீது தம் ராணுவ அழுத்தத்தை தந்து கொண்டிருந்தனர். ஒவ்வொரு சிறு வெற்றியும், எதிர்காலம் மங்கோலியருடையதாக இருந்திட விண்ணகம் விரும்பிற்று மற்றும் சுங்க் வம்சத்தைக் கைவிட்டது என்னும் கருத்தினை வலுப்படுத்திற்று. குப்ளாய்கான் பொதுமக்கள் உறவினை ஒழுங்குபடுத்தினானே ஒழிய ராணுவ உறவினை அல்ல; அதனைத் தனது திறமை சான்ற தளபதிகளான பாயன் போன்றோரிடம் ஒப்படைத்து விட்டான்; ரஷ்யாவிலிருந்து

ஹங்கேரி வரையும் அய்ரோப்பிய ராணுவங்களை வீழ்த்துவதில் சுபோதெய் திறமைசாலியாக விளங்கியது போல, பாயன் சீனர்களுடன் போரிடுவதில் தேர்ச்சிமிக்கவராக விளங்கினார். 1276-இல் மங்கோலியத் துருப்புகள் ஹாங்ஸோவில் சுங்க் தலைநகரைக் கைப்பற்றின, அடுத்த சில ஆண்டுகளில் உள்ளூர் எதிர்ப்பு நிறைந்த சிறு சிறு பகுதிகளை துடைத்தழித்தன. பொறுமையான பரப்புரை மற்றும் சாதுர்யமான கொள்கைகள் மூலம், குப்ளாய் கானால் வெல்ல முடிந்தது; அது வலிமைமிக்க ராணுவத்தைக்கொண்டு செங்கிஸ்கானால் சாதிக்க முடியாததாயிருந்தது. சீன நற்பண்புகளின் உருவம் என்னும் தனது புதிய பிம்பத்திற்கு ஏற்ற வகையில், நில உரிமையுள்ள அரச குடும்பத்தினருக்கு அலாதியான பராமரிப்பு கிட்டுமாறும், அவர்களது ஆடம்பர வாழ்வில் குறையில்லாதவாறும் குப்ளாய் பார்த்துக்கொண்டான். தூக்கி எறியப்பட்ட சுங்க் வம்ச வாரிசு கலகத்தின் மையமாகிடக் கூடாது என்று, அவ்விளைஞனைப் படிக்கும் பொருட்டு திபெத்திற்கு அனுப்பிட, அங்கே அவன் 1296-இல் துறவியாகிவிட்டான்.

சீன அறிஞர்களுக்கும் இலக்கியவாதிகளுக்கும், வீழ்த்தப்பட்ட சுங்க் வம்சம், ஒரு பொற்காலத்தின் பால்யகால ஏக்கத்தின் ஞாபகமாயிற்று. கவிஞர் ஸி ஆவோ (ஸியோ ஆவோ) இப் பால்யகால ஏக்கத்தை 'ஹாங்சௌவிலுள்ள முன்னாள் அரண்மனையைப் பார்த்தபோது.' என்னும் கவிதையில் கைப்பற்றி விடுகிறார்.

> "தொல்காலத்து இடிபாடென காவலரின்றியும் வாயில்காப்போர்
> இன்றியும் புல் மண்டிக் கிடக்கிறது.
> சரிந்துள்ள கோபுரங்களும் சிதைந்துள்ள அரண்மனைகளும்
> என் ஆன்மாவை துயரத்தில் ஆழ்த்துகின்றன.
> நீண்ட காலத்திற்கு முந்தைய இறவாணத்திற்கு வந்து
> போகின்றன தூக்கணாங்குருவிகள்
> ஆனால் உள்ளே நிசப்தம். ஜோடிக் கிளிகளின்
> மிழற்றல் இல்லாது போனது."

சுங்க் வம்ச தலைநகரையும் அதன் அலுவலர்களையும் வென்றதன் மூலம் தான் பெற்றிருந்தது எத்தகைய மாணிக்கம் என்பதைக் குப்ளாய்கான் உணர்ந்து கொண்டான். அவை சீன நாகரிகத்தின் உச்சத்தைப் பிரதிபலித்தன; அடுத்து வந்த ஆண்டுகளில், அவர்தம் பேரரசைச் சீர்திருத்துதல்-விரிவுபடுத்துதலின் போது, அவர்தம்

சாதனைகளைப் பாதுகாத்திட முற்பட்டான். ஜப்பானிய அரசர் ஹிடெ ஹிரோ ஓகாதா குறிப்பிட்டது போல, “மங்கோலியப் பேரரசு சீனர்களுக்கு விட்டுச் சென்றுள்ள மாபெரும் சொத்து, சீன நாடுதான்.” சீனக் கிளைமொழிகள் பேசப்படும் பகுதிகளை மட்டும் மங்கோலியர் ஒன்றுபடுத்தவில்லை, மாறாக திபெத்திய, மஞ்சூரிய, உய்குர் அரசுகள் மற்றும் டஜன் கணக்கிலான சிறிய அரசுகளையும் நாடுகளையும் ஒன்றிணைத்தனர். அவர்தம் நிர்வாகத்திலிருந்த புதியநாடு, சீன மொழிகள் பேசிய நாகரிகத்தை விடவும் அய்ந்து மடங்கு பெரியது. உருக்கொண்ட அதிகாரபூர்வ சீன அரசுப் பண்பாடு நிச்சயமாக மங்கோலியருடையதில்லை, சீனர்களுடையதுமில்லை; அது குப்ளாய்கான் உருவாக்கிய கலவை; அவனது முயற்சியால் அப்பண்பாடு, எதிர்பாராத பரிமாணங்களும் முக்கியத்துவமுமிக்க உலகளாவிய தாக்கத்தைக் கொண்டிருந்தது.

அவனது கட்டுப்பாடு அநேகமாக நிலத்தில் அடைந்திடக்கூடிய ஒவ்வொன்றின்பாலும் நீட்சி கொண்டிருந்தது. வெற்றிகொள்வதற்கான புதிய நாடுகளைக் காண அவன் கடல் வழியே தேடவேண்டியிருந்தது. அவனது வர்த்தகம் சார்ந்த பயணங்கள் ஜாவா, சிலோன் போன்ற வாசனைத் திரவியத் தீவுகள் மற்றும் ஜப்பானின் வடக்குத் தீவுகள் குறித்த, விலாவாரியான விபரங்களைக் கொண்டுவந்து சேர்த்தன. விரிவடைந்து கொண்டிருந்த மங்கோலியப் பேரரசில் அவற்றை இணைத்திட விரும்பினான். 1268-இல் ஜப்பானுக்குத் தூதுவர் ஒருவரை அனுப்பி சரணடையுமாறு கோரியிருந்தான், ஆனால் ஜப்பானியர் நிராகரித்துவிட்டனர். ஜப்பான் மீதான தாக்குதலில் இறங்க முடியாதபடி, சுங்க் வம்சத்தின் இறுதி வெற்றியில் குப்ளாய் மும்முரமாய் ஈடுபட்டிருந்தான்; எனவே சரணடையுமாறு வேண்டி மேலும் மேலும் தூதுக் குழுக்களை அனுப்பியபடி இருந்தான்.

தோற்கடிக்கப்பட்ட சுங்க் வம்சத்தின் கடற்படையை குப்ளாய் இணைத்துக் கொண்டதால், தொலைதூரத் தீவுகள் மீது படையெடுக்கத் தேவையான வீரர்களையும் திறனையும் பெற்றுவிட்டான். சுங்க் வம்ச கடற்படையைப் புதுப்பித்து விரிவுபடுத்திய அவன், கடற்கரை-ஆற்றங்கரை மாவட்டங்களின் காவலர்களாக மட்டும் இருந்துவந்த கடற்படையை, வணிக மற்றும் ராணுவ முயற்சிகளில் பெருங்கடல்களில் இயங்கிடும் தேர்ச்சிமிக்க கடற்படையாக உருமாற்றினான். கொரிய தீபகற்பத்தை

பெரியதொரு கப்பல்கட்டும் தளமாயும், ராணுவ-கடற்படை தளமாயும் ஆக்கி, அங்கிருந்து ஜப்பானைத் தாக்கத் திட்டமிட்டான். அவனுடைய கப்பல்கள் அச் சகாப்தத்தில் பெரியவை ஆயினும், துரிதமாகக் கட்டப்பட்டதால் சுமாரான தரமிக்கவையே. தனியொரு கல்லில் செதுக்கி, திடமான நங்கூரத்தை உருவாக்குவதற்குப் பதிலாக, இருபெரும் கற்களை இணைத்து நங்கூரமாக்கி விடுவார்கள். மங்கோலியர் தம் கப்பல்களில் உணவுப் பொருட்கள், கவசங்கள், ஆயுதங்கள் மற்றும் வெடிமருந்து நிரப்பிய, தர்ப்பூசணி அளவிலான கையெறி குண்டுகளை ஜப்பானியக் காவலர்கள் மீது வீசுவதற்காக எடுத்துச் சென்றனர். 1274-இல் 23,000 கொரிய-சீன காலாட்படையினரையும் எண்ணற்ற குதிரை வீரர்களையும் கொண்டுள்ள படைப்பிரிவைக் கொண்டு செல்ல சுமார் 900 கப்பல்கள் நிறுத்தப்பட்டிருந்தன. நவம்பரில் ஜப்பானிலிருந்து கொரியாவைப் பிரித்திட்ட, கொந்தளிக்கும் கடலில் அவர்கள் கலம் செலுத்தினர். மங்கோலியர் நீரிணையூடே பாதிவழியிலிருந்த சுஸிமா தீவு மற்றும் க்யஸிக்கு அருகிலுள்ள இகே தீவினைக் கைப்பற்றினர். ஹகாதா விரிகுடாவை கப்பற்படை அடைந்ததும், படைவீரர்களையும் விலங்குகளையும் இறக்கியது.

சமுராய் வீரர்கள் தனிப்பட்ட மோதலுக்காகப் பாய்ந்துவர, மங்கோலியர் தமது வியூகத்தைக் கொண்டிருந்தனர். வழக்கம் போலவே, மங்கோலியர், தனி நபர்களாக அல்லாது, ஒன்றுபட்ட படையாகப் போரிட்டனர். நேருக்கு நேர் சண்டையில் இறங்காமல், மங்கோலியர், வெடித்துச் சிதறும் ஏவுகணைகளாலும் மழையெனக் கொட்டிய அம்புகளாலும் தாக்கினர். புகழ்பெற்ற ஜப்பானிய வீரர்களை மங்கோலியர் படுகொலை செய்திட, எஞ்சிய ஜப்பானியர் கடற்கரை மண்டலத்திற்கு, ஒரு கோட்டைக்குப் பின்வாங்கினர். தப்பியோடிய ஜப்பானியரை மங்கோலியர் துரத்திச் செல்லவில்லை, நம்பகமான தகவல் தெரியாத இடத்திற்குள் சிக்காமலிருப்பதற்காக அப்படிச் செய்தனர். இதனால் வெற்றிகண்ட பகுதியை சேதப்படுத்திச் சென்றனர். வீரர்கள், குதிரைகள், உணவுப் பொருட்களைக் கப்பல்களில் மீண்டும் ஏற்றினர். ஜப்பானியரைப் பின்தொடரும் பொருட்டு, மறுநாள் திரும்ப இருந்தனரா? இச்சண்டையில் வென்ற பிறகு, அக்கடற்கரையில் இன்னும் சென்று, இன்னொரு புள்ளியைத் தாக்கிடும் உத்தேசம் பெற்றிருந்தனரா? ஜப்பானியரது எதிர்வினையினையும் செயல்தந்திரத்தையும் மதிப்பீடு

செய்வதற்காக அனுப்பப்பட்டிருந்தனரா? தாம் மோசமாகப் பாதிக்கப்பட்டிருந்ததால், பின்வாங்க முற்பட்டனரா?

வீரர்களெல்லாம் கப்பல்களில் ஏறிவிட, கடலினூடே பயங்கரப் புயலடித்தது. தெய்விகக் காற்று என்று பொருள்படும் *The Kamikaze* என்னும் காற்று கடலைக் கொந்தளிக்கச் செய்து, அவசர கதியில் கட்டுவிக்கப்பட்ட கலன்களைப் பாறைகளிலும் கரையிலும் மோதவைத்து நொறுக்கியது. தப்பிக்க முயன்ற சுமார் 13000 மங்கோலியர் பெரிதும் கடலில் மூழ்கி மடிந்தனர்; வரலாற்றில் மிகப்பெரிய கப்பல்படை, பெரிதும் குருதி சிந்தாத படுகொலையாக கடலில் மாறியது.

மற்றவர்களின் பொருட்டு ஆட்சியாளர்கள் கட்டமைத்திடும் தொன்ம விளக்கங்கள், இறுதியில் அவர்களே நம்பிடுபவைகளாகிவிடும்; மங்கோலியர் ஜப்பானியரைத் தோற்கடித்து விட்டதால், இப்படையெடுப்பு வெற்றிகரமானது; அடுத்து ஒட்டுமொத்த கடற்படையும் நாசமாக்கப்பட்டதும் உயிரிழப்பும் முக்கியத்துவமற்றவையாகத் தோன்றின என்றே குப்ளாயும் அவனது அரசவையினரும் நிலைப்பாடு கொண்டிருந்தனர். ஆகவே அடுத்த ஆண்டு தூதுவர்களை அனுப்பி, பேரரசர் நேராக மங்கோலியத் தலைநகருக்கு வந்து பணிதல் வேண்டும், அதன்பிறகு குப்ளாய் அவரை ஜப்பானின் ஆட்சியாளராக ஆக்குவார் என்று செய்தியைத் தெரிவிக்க வைத்தான். நிலத்தில் பெரிய இழப்பு இருந்தாலும் வெற்றி பெற்றிருந்தது தாமே என்றெண்ணிய ஜப்பானியர், மங்கோலியர் கோரிக்கைகளை நிராகரித்தனர். தம்மிடமிருந்த புதிய தன்னம்பிக்கையாலோ அவர்தம் கடவுளர் அளித்த தெய்வப் பாதுகாப்பாலோ ஜப்பானியர் மங்கோலியரை அவமதித்தனர். தூதுவர்கள் தலைகளைத் துண்டித்து, குருதியைத் தெளித்து, துண்டிக்கப்பட்ட தலைகளைப் பார்த்து பொதுமக்கள் பரிகசிக்குமாறு செய்தனர்.

குப்ளாய் இன்னொரு படையெடுப்புக்குத் தயாரானான். படையெடுத்தவர்களுடன் நீரில் சண்டையிட ஜப்பானியர் சிறியதொரு கப்பல்படையை உருவாக்கினர்; மங்கோலிய வீரரையும் குதிரைகளையும் கால்பதிக்காமல் செய்யும் பொருட்டு, கடற்கரையோரமாக கல்சுவரை நிர்மாணித்தனர். குப்ளாயிடமிருந்து 1279-இல் மேலும் தூதுவர்கள் வர, அவர்களும் தூக்கிலிடப்பட்டனர். இருதரப்புகளும் போருக்கு ஆயத்தமாயின.

முதலாவது படையினளவுடைய கொரியப்படையுடன் இப்போது மங்கோலியர் இருதிசைகளிலிருந்து படையெடுப்பர். அதனைத் தொடர்ந்து 3500 கப்பல்களுடன் பிரதான படை சீனத்திலிருந்து வரும்-ஒருலட்சம் வீரர்களைக் கொண்டுவந்து சேர்க்க 60,000 மாலுமிகள் தேவைப்பட்டனர்; இப்போது அவர்கள் இலையுதிர்காலத்தில் இல்லாமல், கோடையில் வருகின்றனர்.

மே 1281-இன் இறுதியில் வந்த கொரிய கப்பல்படை, ஜப்பானியரின் பலத்த எதிர்ப்பை மீறியும், சிலதினங்களுக்குள்ளாகவே அத்தீவினை மீண்டும் வென்றது. கடலில் மங்கோலியரது திட்டம் துல்லியமாக இல்லாததால், எளிதாக நிறைவேற்ற முடியவில்லை. சீனக் கப்பல்கள் எண்ணற்ற சிரமங்களையும் தாமதங்களையும் சந்தித்தது. சீனக்கப்பல்படை துணைக்கு வரும் என்ற எதிர்பார்ப்பில் கொரியக் கப்பற்படை ஹகாதா தீவுக்குள் பயணித்துச் சென்றது. வீரர்கள் நிலத்தில் இறங்க முடியாதபடி கல்சுவர் தடுத்துவிட்டது; சுட்டெரிக்கும் ஜூன்மாத வெய்யிலில் கப்பலிலேயே தவித்த வீரர்கள், சீக்கிரமே நலிவடைந்தனர், தொற்று நோய்க்கு உள்ளாயினர். இரவில் ஜப்பானியரின் சிறு படகுகள் மங்கோலியரின் பெரிய கப்பல்களைத் தாக்க வந்தன; ராணுவத்தாக்குதலை விடவும் பயத்தையும் குழப்பத்தையும் ஏற்படுத்துவதே ஜப்பானியரின் உத்தேசம். நிலத்தில் இறங்க முடியாமலும் இரவுநேரத் தாக்குதலில் உந்தித்தள்ளப்பட்டுமிருந்த கொரியக் கப்பற்படை, ஜூன் 30 அன்று தகாஷிமாவுக்குப் பின்வாங்கி, தெற்குக் கப்பற்படைக்காகக் காத்திருந்தது; அது இருவாரங்கள் கழித்து வந்து சேர்ந்தது. சீர்குலைந்தும் நோயுற்றும், நீண்ட காலம் கடலில் இருந்தும் அல்லது உணவுப் பொருள் தீர்ந்தும் போயிருக்க, ஒட்டுமொத்தக் கப்பற்படையும் ஆகஸ்டு மத்தியில் ஜப்பானுக்குப் பயணித்தது. திரும்பவும் ஒரு புயலில் கடல் கொந்தளிக்க, பல படகுகள் கவிழ்ந்தன, நொறுங்கின. ஒரு லட்சத்திற்கும் மேற்பட்டோர் மடிந்திருக்கக்கூடும். அழிவின் கதையை விவரிக்க எந்தக் கப்பலும் தப்பியிருக்கவில்லை.

குப்ளாயின் ஜப்பானியப் படையெடுப்பு தோற்றுப் போயிருந்தது, ஆனால் ஜப்பானிய அரசியல்-சமூக வாழ்வில் பயங்கரத் தாக்கத்தை ஏற்படுத்தி இருந்தது-ஜப்பானியரை பண்பாட்டு ஒருமைப்படுத்தலை நோக்கியும் ராணுவ அரசாங்கத்தை நோக்கியும் தள்ளிவிட்டிருந்தது. இதற்கிடையே மங்கோலியர் ஜப்பானிலிருந்து வேறுபுறம் திரும்பினர்-தோல்விகள் ஏற்படாதது

போல பாவனை செய்து, லகுவான இலக்குகளாக இருக்கும் என அவர்கள் நம்பியவை பக்கம் திரும்பினர்.

நிலத்திலான மங்கோலிய வெற்றிகள் தொடர்ந்தன. வெப்பமண்டலப் பிரதேசத்தின் அதீத வெப்பம், பரிச்சயமற்ற நிலப்பகுதி ஆகியவை இருந்தும், மங்கோலிய ராணுவம் பர்மாவிலும், வடக்கு வியட்னாமின் அன்னம் பகுதியிலும் லாவோஸிலும் வென்றது. தெற்கு வியட்னாமின் சம்பா மற்றும் இந்தியக் கடற்கரையிலுள்ள மலபார் உள்ளிட்ட பல தெற்கு ஆசிய அரசுகள் தாமாகவே மங்கோலிய ஆட்சிக்குப் பணிந்தன. சில நேர்வுகளில் இப்பணிதல்கள் பெரிதும் சம்பிரதாயமானவையாகவே இருந்தன; ஆட்சிபுரிந்திட மங்கோலியரிடம் ஊழியர்களும் இல்லை. எனினும் குடிமக்கள் யானைகள், காண்டாமிருகங்கள், புத்தரின் பல் உள்ளிட்ட கப்பத்தை மங்கோலியருக்கு அனுப்பிக் கொண்டிருந்தனர். கப்பம் மற்றும் அன்பளிப்புகளின் பரிவர்த்தனை, படிப்படியாக அளவிலும் மதிப்பிலும் அதிகரித்து வந்த வர்த்தகத்திற்கான, மெல்லிய சம்பிரதாயமான சந்தர்ப்பமாய் விளங்கிற்று.

மங்கோலியர்கள் ஒருமைப்படுத்தப்பட்ட சீன அரசை நிர்மாணிப்பதில் மட்டும் வெற்றியடையவில்லை; அவர்களைச் சுற்றியிருந்த சிறு அரசுகளிலும் அவர்களது தாக்கம் இருந்தது. முன்னதாக, பண்பாட்டு ரீதியில் ஒன்றேயாகவும் ஆனால் சண்டையிட்டுக் கொண்டிருந்த கொரிய தீபகற்ப அரசுகளை ஒன்றுபட்ட தேசமாக ஆக்கிட அழுத்தமளித்தனர். அதுபோலவே, மங்கோலியரின் நேரடி நிர்வாகத்திற்கு அப்பாலிருந்த தென்கிழக்கு ஆசியாவில், வியட்னாம் மற்றும் தாய்லாந்திற்கு அடித்தளம் அமைத்துத் தந்த புதிய நாடுகளை வார்த்தெடுத்தனர். மங்கோலிய சகாப்தத்திற்கு முன்னர், தாய்லாந்து, லாவோஸ், வியட்னாம், கம்போடியா ஆகிய நாடுகளை இன்று கொண்டுள்ள பகுதி, பண்பாட்டில் தீர்மானகரமாக இந்தியத் தன்மை பெற்றிருந்தது, இந்து இந்தியாவின் கட்டிடக்கலைப்பாணி, மத நடைமுறைகள், தொன்மங்களைப் பின்பற்றியது. மங்கோலியரும் அவர்களால் கொண்டுவரப்பட்ட சீனப் புலம்பெயர்ந்தோரும், பிற்பாடு இந்தோ-சீன என்றறியப்பட்ட கலவைப் பண்பாட்டை உருவாக்கினர்.

இன்று இந்தோனேசியா என்றறியப்படும் தீவுகளில் மங்கோலியர் அவ்வளவாக வெற்றிபெறவில்லை. 1289-இன் ஆரம்பத்தில்,

அருகிலுள்ள ஆட்சியாளர்களிடம் கோரியது போன்று, அடிபணியுமாறு குப்ளாய் தூதுவர் மூலம் செய்தி அனுப்பினான்; ஆனால் மொலுக்கா தீவுகளிலிருந்து விலை உயர்ந்த வாசனைத் திரவிய வணிகத்தை, ஜாவாவிடமிருந்து கைப்பற்றிட மங்கோலியர் திட்டமிட்டிருக்கலாம் என அஞ்சினான் அந்நாட்டு மன்னன்; அதனால் தூதுவர் முகத்தில் பச்சை குத்தி திருப்பி அனுப்பினான். ஜப்பானில் இத்தகைய நேர்வில் பதிலடி கொடுத்ததுபோலவே, குப்ளாய்கான் ஜாவாவைக் கைப்பற்றிட ஒரு கடற்படையை ஆயத்தம் செய்யுமாறு ஆணையிட்டான். 1292-இல் 20,000 வீரர்களுடன் புதிதாய்க் கட்டப்பட்ட ஆயிரம் கப்பல்களும் படகுகளும் புறப்பட்டன. 1293-இல் வந்து சேர்ந்த மங்கோலியர் எளிதாக வென்றனர், அவமதித்த மன்னனைச் சீக்கிரமே கொன்றனர். அத்தீவை வெற்றிகொண்டனர். ஆனால் அப்புறம் ஒரு பொறியில் சிக்கிக் கொண்டனர். புதிய மன்னரால் சம்பிரதாயமான அடிபணிதலுக்கு ஆயத்தங்கள் நடந்துகொண்டிருந்ததாக நம்பிய மங்கோலியரை தந்திரமாக ஈர்த்து, மறைமுகத் தாக்குதலுக்கு உள்ளாக்கி, பல தலைவர்களைக் கொன்றுவிட்டனர் ஜாவா நாட்டவர்; எஞ்சிய வீரர்கள் அவமானத்தில் பின்வாங்கினர்.

வெற்றிகரமான மங்கோலியரது தந்திரத்தை குப்ளாய் கடலில் மேற்கொள்வதில் தோற்றுவிட்டான். நிலத்தில் நடந்த படையெடுப்புகளுக்கு அடிப்படையாக அவனது தாத்தா பயன்படுத்தியிருந்த, குதிரை ஏறிய வேட்டைக்காரனின் தொன்மையான தந்திரங்கள், கப்பல்களைக்கொண்ட படையெடுப்புகளில் பலிக்கவில்லை. மத்திய தரைக் கடலால் வளைக்கப்பட்டிருந்த, அடைபட்ட சிறிய பகுதிகளில் இயங்கிய, ரோம் மற்றும் ஏதென்ஸ் போன்ற முன்னாள் கடல் அரசுகளுக்கு மாறாக, மங்கோலியர் சீனத்தை கடல் சார்ந்த சக்தியாக உருமாற்றியிருந்தனர். இவ்வகையில், வரப்போகும் நூற்றாண்டுகளில் ஸ்பெய்ன், இங்கிலாந்து, மற்றும் நெதர்லாந்து ஆகிய நாடுகளில் எழப்போகும், கப்பற்படை சார்ந்த ஏகாதிபத்திய அரசு என்னும் புதுவகை அரசை மங்கோலியர் முன்னுணர்ந்தனர்.

எனினும் தற்போதைக்கு, ஜப்பானிலும் ஜாவாவிலுமான குப்ளாயின் தோல்விகள், மங்கோலியப் பேரரசின் கிழக்கு வரம்பினைத் தீட்டியிருந்தன; அப்பேரரசு தண்ணீரைத் தாண்டி ஒருபோதும் விரிவடையாது, தைவான், பிலிப்பைன்ஸ் போன்ற நெருங்கிய தீவுகளுக்குக் கூட. அதுபோலவே குப்ளாயின் ஆட்சித்

தொடக்கத்தில் 1260 –இல், எகிப்திய மம்லுக்குகளிடம் பெற்றிருந்த தோல்வி, தென்மேற்கு எல்லையை அடையாளப்படுத்தியிருந்தது: இருபதாண்டுகளுக்கு முன்னர், போலந்தினையும் ஹங்கேரியினையும் தாமாக முன்வந்து கைவிட்டிருந்தது, வடகிழக்குப் புள்ளியை அடையாளப்படுத்தியது போலவே. இவ்வாறு 1242 மற்றும் 1293- க்கிடையே, மங்கோலிய விரிவாக்கம் அதன் உச்சபட்சத்தைத் தொட்டது; நான்கு சண்டைகள் போலந்து, எகிப்து, ஜாவா, ஜப்பான் ஆகிய நான்கு நாடுகளின் வெளிப்புற எல்லைகளைக் குறித்தன. அந்நான்கு புள்ளிகளுக்குள்ளேயான பகுதி, நாசகரமான வெற்றிகளால் பாதிப்புற்று, வேறுபட்ட ஆட்சியுடன் தீவிர சமரசம் செய்து கொண்டது; ஆனால் முந்தைய வரலாற்றில் இருந்திராத வகையில், வர்த்தக, தொழில்நுட்ப, அறிவார்த்தப் பெரும் முன்னேற்றங்களால், முன்னெப்போதும் இருந்திராத நூற்றாண்டை அனுபவிக்க இருந்தது.

ஒவ்வொரு வசந்தத்திலும் நாரைக் கூட்டங்கள் வடசீனத்தைக் கடந்து, மங்கோலியாவின் ஏரிகளையும் ஆறுகளையும் சுற்றியுள்ள பகுதிகளில் இனப்பெருக்கம் செய்யும்பொருட்டு வடக்கு நோக்கிச் செல்லும்; அப்போது பர்மாவில் கொள்ளையிடப் பட்டவற்றிலிருந்து தனக்கு வந்து சேர்ந்திருந்த 4 யானைகளின் மீதுள்ள அழகான மெருகேற்றப்பட்ட கூடத்தில், புலித்தோல்கள் விரிக்கப்பட்ட கட்டிலில் சாய்ந்தபடி, கிராமப்புறத்தில் குப்ளாய் சுவற்றிற்காகக் காத்திருந்தான். குதிரையில் சவாரி செய்யமுடியாதபடி குண்டாகவும் முடக்குவாதப் பாதிப்பும் கொண்டிருந்ததால், சிறப்பான வகையில் மிக வசதியாக ஏற்பாடு செய்யப்பட்டிருந்த இம்மேடையிலிருந்து அவன் வேட்டையாடினான். அவன் வேட்டையாட ஆயத்தமானதும், மேடையின் மேற்கூரை சுருண்டுவிட, வெள்ளை-சாம்பல் நிற நாரைகள், நீலவானில் மேகங்கள் போலக் காட்சியளிக்கும். குப்ளாயிடமிருந்து சமிக்ஞை வந்ததும், யானைகளின் இருமருங்கிலும் வரிசையாயிருந்த நூற்றுக்கணக்கான ராஜாளி வேட்டையாளர்கள் தம் கைகளிலிருந்த ராஜாளிகளை விடுவர்; நாரைகளைத் துரத்திச் செல்லும் ராஜாளிகள், ஒவ்வொரு நாரையாக வானிலிருந்து பிடித்து தம் வேட்டையாளரிடம் கொண்டுவந்து சேர்க்கும்.

குளிர்காலத்திலேயே வேட்டைக்குச் செல்வதை விதியாக அவனது தாத்தா வகுத்திருந்தாலும், குளிர்காலத்தில் வேட்டையாடுவதை

விரும்பாத குப்ளாய், அவ்விதியை மாற்றினான். கீரித் தோலிலான கோட்டு, குதிரைத் தோலிலான போர்வைகள் அணிந்து, தரையிலும் சுவர்களிலும் புலித் தோலிலான தரை விரிப்புகள் விரித்திருந்தாலும் குளிர்காலத் தட்பவெப்பம் அவனுக்கு இதமாயில்லை; இதனால் தட்பவெப்பம் இதமாயிருக்கும் வசந்த காலத்திற்கு வேட்டையை மாற்றிக் கொண்டான்.

வேட்டை ஊர்வலத்தில் வீரர்கள் குதிரைகளில் சவாரி செய்தனர். ஒட்டகைகள் பொருட்களைக் கொண்டு சென்றன. கான் இரையை விரட்டிச் செல்லவேண்டிய நேர்வில், யானைகள் சிறிய கூடங்களைத் தாங்கிச் சென்றன. பின் தொடர்ந்துவந்த வாகன அணிவரிசை வண்ணமயமான பட்டுத் தோரணங்களால் அலங்கரிக்கப்பட்டிருந்தது. இந்த அணிவரிசையில் வலுவான எருதுகளால் இழுத்துச் செல்லப்படும் கூண்டுகளில் வேட்டைப் புலிகள் இருந்தன; அது போலவே சிறுத்தைகளும் சிவிங்கிகளும் தனித்தோ தம் பயிற்றுனர்களுடனோ வந்து கொண்டிருந்தன. இரை தென்பட்டதும் குப்ளாய், பயிற்சிபெற்ற ராஜாளி ஒன்றை அனுப்பினான். கரடிகளுக்கும் சிறிய விலங்குகளுக்கும் நாய்கள் போதுமானவை, மான்களுக்கு சிறுத்தைகள், காட்டுக் கழுதைகள் / எருதுகளுக்குப் புலிகள். தங்கள் எஜமானன் எந்தத் திசையைச் சுட்டிக்காட்டினாலும் அம்புவிட வில்வித்தையாளர்கள் காத்திருந்தனர். இக் கூட்டத்தில் சோதிடரும் ஆரூடம் பார்ப்போரும், மங்கோலிய மருத்துவர்-புரோகிதரும் திபெத்தியத் துறவிகளும் இடம்பெற்றிருந்தனர்.

யுத்தத்திற்கு முன்னர் செங்கிஸ்கான் மருத்துவர்-புரோகிதரைப் பயன்படுத்திக் கொண்டது போன்றிருந்தது இது. வலிமையுள்ள வேடனைத் தடுத்திடக் கூடிய மேகங்கள், மழை, மோசமான தட்பவெப்பத்தை தடுக்கும் பொருட்டு. இவ்வளவு பிரும்மாண்டமான ஊர்வலத்தின் அமளியாலும் ஆர்ப்பாட்டத்தாலும் தப்பியோடுவதற்கு மிருகங்களுக்குப் போதுவான சந்தர்ப்பம் இருந்தது. அவை ஆச்சரியப்பட இடமில்லை. குப்ளாயின் வாகனவரிசை மரபார்ந்த மங்கோலிய ராணுவம் போல நகர்ந்தது. பேரரசரும் அரசவையினரும் பரிவாரங்களும் மத்தியில் இருக்க, இருபுறங்களிலும் படைவீரர்கள் அணிவகுத்து வந்தனர். ஒருபுறம் ரத்தச் சிவப்பில் உடையணிந்தனர் என்றால், மறுதரப்பில் நீல நிறத்தில். மார்கோ போலோவைப் பொறுத்தவரை, இருதிசைகளிலும் அவர்கள் ஒருநாள் பயணம்

செய்தனர். பெரிய நாய்களும் வேட்டைப் பறவைகளும் உடன்வர, பயிற்சியாளர்கள் விலங்குகளைத் தமக்கு முன்னேயும் மத்தியை நோக்கியும் விரட்டித்தள்ளினர்-நடமாடும் அரண்மனையில் குப்ளாயுடன் யானைகள் வந்து சேர்ந்ததும், சரியாக நிலைகொண்டு நிற்க ஆயத்தமான வகையில்.

வேட்டைக் குழுவினர் நாளின் முடிவில் ஓய்ந்துபோன நிலையில், புத்துணர்வு ஊட்டிட வேலைக்காரர்களின் முன்னோடிப்படை சென்று முகாமிடும். அது நடமாடும் நகரம் போன்றிருக்கும். பெரிய அரங்கில் ஆயிரம் பேர் விருந்துண்ண முடியும். அருகிலுள்ள கூடாரங்களில் தூங்கலாம். கேளிக்கை தரும் பொருட்டு பாடகர்களும், கழைக்கூத்தாடிகளும் ஆயத்தமாயிருப்பார்கள்.

மாலை நேரக் கொண்டாட்டங்களில் ஒவ்வொருவரும் அன்றைய தினத்திற்குரிய வண்ணத்தில் ஒரே பாணியிலான ஆடையினை உடுத்தியிருப்பார்கள்; அவர்களது ஆடைகளில் பொருந்தியுள்ள அணிகலன்கள் மற்றும் முத்துக்களாலேயே அவர்களது தரவரிசை வேறுபடுத்திக் காட்டப்படும்-மற்றபடி பேதமின்றித் தோன்றுவர். பொன்னாலான இடைவார்களும் வெள்ளிக் காலணிகளும் அணிந்திருப்பர். கொண்டாட்டத்தின் மத்தியில் பயிற்சிபெற்ற புலிகளுள் ஒன்று நேரே குப்ளாய் முன்சென்று வணங்கிவிட்டு, மாலைப் பொழுதெல்லாம் அவனது அரியாசனத்தின் பின்னே நின்றிருக்கும். தங்க-வெள்ளித் தட்டுகளில் உணவு பரிமாறப்படும். குப்ளாய்கான் காலத்து உணவுகளின் சேர்மானக் குறிப்புகள் இன்னும் உள்ளன. ஒவ்வொரு வேலையாளும் பரிமாறும் உணவை மாசுபடுத்திடாத வகையில் முகக்கவசம் அணிந்திருப்பான். உணவில் பிரதானமானவை இறைச்சியும் பால் பொருட்களும். ஏலக்காய், லவங்கப் பட்டையுடன் வேக வைக்கப்பட்ட ஆட்டிறைச்சி, சோறு மற்றும் பட்டாணியுடன் பரிமாறப்படும். இறைச்சித் துண்டங்கள், கொழுப்பு, தயிர், ஆரஞ்சுத் தோல், துளசியுடன் கத்தரிக்காயை வதக்கி பதார்த்தமாகத் தருவர்.

மங்கோலிய மரபுப்படி, நொதிக்க வைத்த குதிரைப் பாலிலிருந்து எடுக்கப்பட்ட பானத்தால் அவர்கள் கொப்பளித்தனர். தூய ஆண் வெண்குதிரைகளுடன் இணை சேர்ந்த தூய பெண் குதிரைகளுக்குப் பிறந்தவற்றின் பாலிலிருந்து இது தயாரிக்கப்பட்டது. இது குப்ளாய்க்கும் அவனது அரசவையினருக்கும் மட்டும் உரியது. பணிகள் முடிந்து இரவில் தன் அறைக்குச் செல்லும்போது

தெரிவு செய்யப்பட்ட அழகிய யுவதியர் உடனிருப்பர். அவர்கள் குறட்டை விடுகிறார்களாக, துர்நாற்றம் வீசுகிறதா எனச் சோதித்து அனுப்பப்படுவார்கள். மறுநாள் காலையில் அதீத மதுபானம், உணவு போன்றவற்றின் தாக்கத்திலிருந்து விடுபட, கானின் மருத்துவர்களும் மருந்தாளுனர்களும் ஆரஞ்சு தோல், குட்ஸு பூக்கள், ஜுன்ஸெங் மூலிகை வேர், சந்தனம், ஏலக்காய் சேர்ந்த தேநீரை வழங்குவர். வெறும் வயிற்றில் இதனைக்குடிக்க, சோர்விலிருந்து புத்துணர்வூட்டி இன்னொரு நாளுக்கான வேட்டையாடுதல், உண்ணுதல், குடித்தல் ஆகியவற்றுக்குத் தகுதியுடையவனாக கானை ஆக்கிவிடும்.

சில தலைமுறைகளுக்கு முன்னர்தான் குப்ளாயின் மூதாதையர் வேட்டையினை, உணவு பெறுவதற்கான பிரதான ஆதாரமாகக் கொண்டிருந்தனர். அவனது கொள்ளுத் தாத்தா எசுகை தனது ராஜாளியுடன் வேட்டையாடிக் கொண்டிருந்தபோது, ஹேலூனைக் கண்டு தன் மனைவியாக்கிக் கொண்டான். குப்ளாயின் தாத்தா செங்கிஸ்கான், தந்தை இறந்த பிறகு வேட்டையாடித்தான் குடும்பத்தை வளர்த்தார்; ஒரு பறவை மற்றும் மீன் தொடர்பான வேட்டைத் தகராறையொட்டி, தன் மாற்றாந்தாய் மகன் பெக்டரைக் கொன்றுவிட்டார். பிற்பாடு, சுபோதெய் மற்றும் இதர நல்ல வேட்டைக்காரர்களின் உதவியால், போர் முறையில், விரிவான வேட்டைத் தந்திரங்களையும் உத்திகளையும் ஆயுதங்களையும் இணைத்துக் கொண்டார்-எதிரிகளை வேட்டையாடுவதற்கான இரையாகச் சிக்கவைத்துக் கொன்று, தனது பரந்து விரிந்த பேரரசை வென்றெடுத்தார்.

சம்பிரதாயமான படாடோபம்-அமர்க்களத்துடன் பொழுதுபோக்கு இணைந்ததாக, குப்ளாய் வேட்டையினை ரசித்தான். வில் பயிற்சிக்கு அழுத்தம் தருவது, பயிற்சியாளர்கள், குதிரைப் பாலினை அனுபவித்தல், கூடாரங்களில் தூங்குதல், இடது-வலதென்று ராணுவப் பிரிவுகளை ஒழுங்கமைத்தல் ஆகிய மங்கோலிய வேட்டைவாழ்க்கை முறையின் மரபார்ந்த அம்சங்கள் சிலவற்றில் இன்னும் பங்கேற்று வந்தான். ஆனால் அவனே அதை சீர்கெட்ட, ஆடம்பரப் பொழுது போக்காகிவிட்டான்- இதனால் மேட்டுக்குடியினருக்கும் அவனுக்கும் செலவு பிடிக்கும் கேளிக்கையானது. அவனது பெரும் ஊர்வலம் சாரமிழந்து சக்கையாகிவிட்டது. அதன் பிரும்மாண்ட காட்சி

தன் மக்களிடத்தேயும் அயல்நாட்டவரிடத்தேயும் ஏற்படுத்திய மனப்பதிவும் வியப்பும் முக்கியமாயிருந்தது.

மங்கோலிய ஸ்டெப்பியில் வெவ்வேறு இடங்களில் அவனது வேட்டை மாற்றியமைக்கப்பட்டதால், அவனது வாகன வரிசையின் முன்னே, அவனது உயிர்ப்பதாகை ஏந்திய குதிரைவீரன் செல்வதுண்டு. உயிர்ப்பதாகை அவனை உல்லாசமான மனநிலையில் இட்டுச் சென்றது-ஆனால் எந்த அர்த்தமும் இல்லாத, எங்கும் இட்டுச் செல்லாததாய் இருந்து விட்டது. மங்கோலியப் பேரரசு இன்னொரு நூற்றாண்டு நீடித்தது ஆனால் அது நிறுவப்பட்ட மூன்று தலைமுறைகளிலேயே, தன் வழியை இழந்துவிட்டது. செங்கிஸ்கானின் உயிர்ப்பதாகை, அவரது சந்ததியரையும், அவரது ஆதரவாளர்கள் எனக் கூறிக்கொண்ட மக்களையும் தலைமை தாங்கிச் செல்லவில்லை என்பது ஒவ்வொருவருக்கும் தெளிவானது.

9

அவர்தம் பொன்னிற ஒளி

மாபெரும் கானின் சேவையில் சீன மற்றும் பாரிஸ் கலைஞர்கள் ஒருவருடன் ஒருவர் போட்டியிட்டனர்.

எட்வர்ட் கிப்பன்

1287-88-இன் குளிர்காலத்தில் ஒருநாள் ஆராதனையின்போது, இங்கிலாந்தின் முதலாம் எட்வர்ட் மன்னன், மங்கோலிய சக்கரவர்த்தி குப்ளாய் கானிடமிருந்து புதிதாய் வந்துள்ள தூதர் ரப்பன் பர் சாவ்மாவை கண்ணியப்படுத்தும் வகையில் எழுந்து நின்றான். வரலாற்றில் எந்தத் தூதுவரும் பயணித்திருக்காத வகையில், மங்கோலியத் தலைநகரிலிருந்து மத்திய கிழக்கின் முக்கிய நகரங்களின் வழியே, அய்ரோப்பாவின் தலைநகரங்களைத் தொட்டு, சுமார் 7000 மைல் பயணித்து வந்திருந்தார் சாவ்மா. எட்வர்ட் மன்னர் எழுந்து நின்றது, மங்கோலிய சக்கரவர்த்திக்கு அடிபணிவதற்காக அல்ல, மாறாக கிறித்தவ தெய்வ அடையாள நற் கருணையின் அங்கமாக, மங்கோலியத் தூதுவரின் கையிலிருந்து ரொட்டியை ஏற்றுக் கொள்வதற்காக. மங்கோலியருக்கான ஆரம்பகட்ட அய்ரோப்பியத் தூதர்கள் பாதிரியார்களாக இருந்தமையால், ரப்பன் பர் சாவ்மா விசுவாசமிக்க மங்கோலியராயும் கிறித்தவப் பாதிரியாராகவும்

இருந்தமையால் கான் அவரைத் தெரிவு செய்திருந்தான்-அவர் அஸ்ஸிரிய வழிபாட்டுப் பிரிவினராயிருப்பினும்.

ரப்பன் பர் சாவ்மாவின் பணி குப்ளாய் கானின் தலைநகரிலிருந்து ஜெருசலேத்திற்கான யாத்திரையாக ஆரம்பித்தது; ஆனால் அவர் பாக்தாதை அடைந்ததும், 1287-இல் அவரை அய்ரோப்பாவுக்குக் கான் திருப்பிவிட்டான். பாரசீகத்தில் மங்கோலிய இல்க்கான், கான்ஸ்டாண்டிநோபிளில் பைஸாண்டியப் பேரரசர் இரண்டாம் அண்ரோனிகஸ் பேலியோலாகஸ், ரோமில் கார்டினல்கள் கல்லூரி, பாரிஸில் பிரெஞ்சு மன்னன் நான்காம் பிலிப் ஆகியோரைப் பார்த்துவிட்டு, சாவ்மா தனது பயணத்தின் தொலைதூரப் புள்ளியாயிருந்த, எட்வர்டின் அரசவைக்கு வந்தார். தன் வழித்தடத்திலிருந்த ஒவ்வொரு மன்னனிடத்திலும் பரிசுகளையும் கடிதங்களையும் ஒப்படைத்தார்; ஒவ்வோர் அரசவையிலும் சில வாரங்களோ மாதங்களோ தங்கிவிட்டுப் புறப்பட்டார். இடங்களைப் பார்ப்பதிலும், தான் சந்தித்த அறிஞர்கள், அரசியல்வாதிகள், தேவாலய நிர்வாகிகளிடத்தே மாபெரும் கானைப் பற்றிப் பேசுவதிலும் அவர்தன் நேரத்தைச் செலவிட்டார்; அத்துடன் உலகத்துடனான அமைதியான உறவுகளை வேண்டுகின்ற தாகத்தையும் தெரியப்படுத்தினார். அவர் ரோம் வழியாகத் திரும்புகையில் போப் நான்காம் நிகோலஸ் தன் மொழியில் ஆராதனையைக் கொண்டாட சாவ்மாவை அழைத்திருந்தார்; அப்புறம் 1288-இன் குருத்தோலை ஞாயிறன்று போப் ஆராதனை நிகழ்த்தி, மங்கோலியத் தூதருக்கு நற்கருணை வழங்கினார்.

அய்ரோப்பிய மன்னர்கள் சாவ்மாவை தம் அரசவையில் வெளிப்படையாக வரவேற்றனர்; ஆனால் இதற்கு முந்தைய தூதுவர்கள் அரசாலும் தேவாலயத்தாலும் புறக்கணிக்கப்பட்டனர். 1247-லேயே கூயுக் கான் ஆட்சியின்போது, மங்கோலியரின் தூதர்கள் பிரெஞ்சு அரசவைக்கு வந்ததை, மத்தேயு பாரிஸ் குறிப்பிட்டுள்ளார். அடுத்த ஆண்டு கோடையில் திரும்பவும், போப்பிடம் அனுப்பப்பட்ட இரு தூதர்கள் தார்தாரியரிடமிருந்து வந்தனர் என்பதையும் சொல்லியுள்ளார். முந்தைய வருகைகளில், மங்கோலியரைக் குறித்த எந்தத் தகவலையும் வெளியிட அய்ரோப்பிய அலுவலர்கள் அஞ்சினர். ‘அவர்தம் வருகைக் காரணம் ஒவ்வொருவரிடமிருந்தும் ரகசியமாக வைக்கப்பட்டிருந்தது; அலுவலக ஊழியர்கள், கௌரவ வழக்குரைஞர்கள், போப்புக்கு

நெருக்கமானவர்கள் என யாருக்கும் தெரியாது' என பாரிஸும் பதிவு செய்துள்ளார். 1269-இல் மஃபயோ மற்றும் நிகோலோ என்னும் போலோ சகோதரர்கள் தமது முதல் வருகையை முடித்து ஆசியாவிலிருந்து திரும்பியதும், நூறு பாதிரியார்களை மங்கோலியாவுக்கு அனுப்புமாறு குப்ளாய்கான் விட்ட கோரிக்கையைப் போப்பிடம் தெரிவித்தனர்-அப்பாதிரியார்கள் தம் அறிவினை மங்கோலிய அரசவையினருடன் பகிர்ந்து கொள்ளவேண்டும் என்பதற்காக.

மங்கோலியப் பேரரசு எங்கிலும் மதச் சுதந்திரத்தில் பயங்கரமான சுதந்திரம் வழங்கப்பட்டிருந்ததைக் கண்டிருந்த சாவ்மா, அய்ரோப்பாவில் ஒரேயொரு மதமே நிலவியதைக் கண்ணுற்று வியப்படைந்தார். மதத்தலைவர்கள் நாடுகளில் அவ்வளவு அரசியலதிகாரம் கொண்டிருந்ததும் மக்களின் அன்றாட வாழ்க்கையில் உலகியல் அதிகாரம் பெற்றிருந்ததும் அவரைத் திகைக்க வைத்தது. கிறித்தவர் என்ற முறையில், தனது மதம் அனுபவித்த ஏகபோகம் அவருக்கு மகிழ்ச்சி தந்தது; ஆனால் பலமதங்கள் செழித்தோங்கிய மங்கோலியப் பேரரசு நேர் எதிராயிருந்தது-ஆனால் தமது தேவைகளை நிறைவு செய்யுமுன் பேரரசின் தேவைகளை நிறைவு செய்திடும் அவசியம் பெற்றிருந்தன.

தனது வருகை பெற்ற விளம்பரமும் அய்ரோப்பா எங்கிலும் தான் பெற்ற இருதயபூர்வ வரவேற்பும் இருந்த போதும், அங்கீகரிக்கப்படாத மற்ற தூதர்களைவிடவும், சாவ்மா தனது பணியில் மேம்பட்டுவிடவில்லை; அய்ரோப்பிய மன்னர்களில் ஒருவருடனோ தேவாலய அலுவலர்களில் ஒருவருடனோ, அவரால் உடன்படிக்கைகள் ஏற்படுத்த முடியவில்லை. குப்ளாய்கான் போப்பை பலமுறை வேண்டிக் கொண்டபடி, மங்கோலிய அரசவைக்கு ஆசிரியர்களை அனுப்புவதற்கான கடப்பாட்டினைப் பெறுவதிலேதான் அவர் வெற்றி பெற்றார். தன் அரசியல் பணியில் தோற்ற சாவ்மா, பாரசீகத்தின் இல்க்கான் அரசவைக்குத் திரும்பி வந்து, தன் பயண நிகழ்வுகளைப் பதிவு செய்தார்; அது சிரிய மொழியில் நகலெடுக்கப்பட்டு, *The History of the Life and Travels of Rabban Swama, Envoy and Plenipotentiary of the Mongol Khans to the kings of Europe* என வெளிவந்தது. ரப்பன் பர் சாவ்மாவின் பயணம், குறிப்பாக, ஆங்கிலேய மன்னருக்கு அவர் நற்கருணை வழங்கியது மற்றும் போப்பின்

கைகளிலிருந்து தனிப்பட்ட முறையில் நற்கருணை பெற்றது, மங்கோலிய ராணுவம் அய்ரோப்பாவை படையெடுத்திருந்த 50 ஆண்டுகளில், அவர்கள் எந்த அளவு உலகை மாற்றியிருந்தனர் என்பதை விளக்கிக்காட்டும். ஒரு காலத்தில் தனித்தனியாயும், ஒன்று மற்றதை அறியாமலும் இருந்த நாகரிகங்கள், செய்தித் தொடர்பு, வர்த்தகம், தொழில்நுட்பம் மற்றும் அரசியலின் தனியொரு உலகளாவிய அமைப்பின் அங்கமாயின.

குதிரை வீரர்களையும் முற்றுகை இயந்திரங்களையும் அனுப்புவதற்குப் பதிலாக, மங்கோலியர் இப்போது பணிவான புரோகிதர்களையும் அறிஞர்களையும் தூதுவர்களையும் அனுப்பினர். மங்கோலிய வெற்றிகளின் காலம் முடிவுற்றிருந்தது; மங்கோலிய சமாதான சகாப்தம் ஆரம்பித்திருந்தது அவ்வளவுதான். சர்வதேச களத்தில் சமாதானத்தையும் வளத்தையும் விரிவடையச் செய்வதில் ஆச்சர்யகரமான மாற்றங்களை அங்கீகரிக்கும் வகையில், பிற்பாடு மேற்கத்தைய அறிஞர்கள் 14-ஆம் நூற்றாண்டினை 'அனைத்தும் மங்கோலியா' அல்லது 'அனைத்தும் தாத்தாரியர்கள்' என அழைத்தனர். மங்கோலிய கான் இப்போது, ஆயுதங்களால் தம்மால் ஏற்படுத்த முடியாதிருந்த, வர்த்தக-ராஜதந்திர தொடர்புகளை, அமைதியான வழிமுறைகளில் ஏற்படுத்திட முற்பட்டான். நித்திய நீல ஆகாயத்தின் கீழ் அனைத்து மக்களையும் இணைத்திடுவதான, தமது கட்டாய இலக்கைப் பின்தொடர்ந்து சென்றிட, மங்கோலியர் வேறுபட்ட வழிமுறைகளில் தொடர்ந்து முயன்றனர்.

மங்கோலியரது வர்த்தகச் செல்வாக்கு தம் ராணுவத்தைத் தாண்டியும் தொலைதூரத்திற்குப் பரவிற்று; மங்கோலியப் பேரரசிலிருந்து மங்கோலியக் கூட்டு நிறுவனம் ஆகிய இடைநிலைக் காலம், குப்ளாய்கானின் ஆட்சியின் போது நிகழ்ந்தது. 13-ஆம் நூற்றாண்டு எங்கிலும் 14-ஆம் நூற்றாண்டின் தொடக்கத்திலும், மங்கோலியர் அய்ரோப்பா முழுவதும் வணிக வழித்தடங்களைப் பராமரித்தனர்; ஒவ்வொரு 20 / 30 மைலுக்கும் உணவு / உற்பத்திப் பொருளை இருப்பாக வைத்திருந்தனர். போக்குவரத்திற்கான விலங்குகளையும், சிக்கலான பிரதேசங்களில் துணை நிற்க வழிகாட்டிகளையும் சாலையோர நிலையங்கள் வழங்கின. சாவ்மா அய்ரோப்பாவுக்குச் சென்ற அதேவேளையில், மங்கோலிய அரசவையிலிருந்த மார்கோ போலோ, தன் பயணங்களுக்கு இந்த மங்கோலியச்சாலை நிறுவனங்களைப்

பெரிதும் சார்ந்திருந்தார். தன் அனுபவங்களைத் துல்லியமாக இல்லாவிடினும் உற்சாகத்துடன் விவரித்திருந்த அவர், 'அழகானது' 'கம்பீரமானது' என்று மட்டுமின்றி, 'மன்னருக்கு உரித்தான பட்டு விரிப்புகளும் ஆடம்பரங்களும்' கொண்டிருந்ததாகக் கூறுகிறார். இவ்வழித்தடங்களில் வணிகத்தை முன்னெடுத்துச் சென்றிட, கடவுச்சீட்டும் கடன் அட்டையும் இணைந்த ஆரம்பநிலை வகைமாதிரியை மங்கோலிய அலுவலர்கள் வழங்கினார்கள். மங்கோலிய 'பெய்ஸா' பொன் / வெள்ளி / மரவில்லையாக, உள்ளங்கையை விடப்பெரியதாக, கழுத்து ஆரத்தில் அல்லது உடையில் மாட்டிக்கொள்ளக்கூடியதாக இருந்தது. இவ்வில்லை என்ன உலோகத்தில் செய்யப்பட்டிருந்தது மற்றும் புலி / ராஜாளி என எந்த அடையாளத்தைக் கொண்டிருந்தது என்பதை வைத்து, பயணியின் முக்கியத்துவத்தை உறுதிசெய்து கொள்ளமுடிந்தது, அதற்கேற்ப சேவையை வழங்க முடிந்தது. இவ்வில்லையை வைத்துக்கொண்டு, பேரரசு முழுவதும் சென்றுவர முடியும்; பாதுகாப்பு, தங்கும் வசதி, போக்குவரத்து, உள்ளூர் வரிகளிலிருந்து விலக்கு ஆகியவற்றைப் பெறமுடியும்.

வணிக வழித்தடங்களின் விரிவாக்கமும் பராமரிப்பும், பொதுவாக வர்த்தகத்திற்கும் செய்தித் தொடர்புக்குமான மங்கோலியரது சித்தாந்தக் கட்டுப்பாட்டு உணர்விலிருந்து வரவில்லை. மாறாக, செங்கிஸ்கானால் முறைப்படுத்தப்பட்டிருந்த, மங்கோலியப் பழங்குடி அமைப்பான கூபியில் ஆழமாக வேரூன்றி இருந்தது. கூபி என்றால் பங்கு எனப் பொருள்படும். ஒவ்வொரு அநாதையும் விதவையும் படைவீரனும் போரில் கைப்பற்றப்பட்ட பொருட்களின் உரிய / பொருத்தமான பங்கைப் பெற உரிமை கொண்டிருப்பது போன்றே, பொன்னான குடும்பத்தினரில் ஒவ்வொருவரும் பேரரசின் ஒவ்வொரு பகுதியினுடைய சொத்தின் பங்கில் உரிமை பெற்றிருந்தனர். மங்கோலியரல்லாத நிர்வாகிகளுக்கு ஊதியம் தரப்படுவது போலின்றி, உயர்நிலையிலான மங்கோலிய அலுவலர்கள், பொருட்களின் பங்குகளைப் பெற்றனர்; அவற்றில் பெரும்பாலானவற்றை சந்தையில் விற்று / பரிமாற்றி, பணத்தை / பிற பொருட்களைப் பெற்றுக் கொண்டனர். பாரசீகத்தின் இல்கனாட்டின் ஆட்சியாளராக, ஹுலெகு தன் சகோதரன் குப்ளாயின் கீழ் சீனாவில், 25000 பட்டுத் தொழிலாளர் இல்லங்களைப் பெற்றிருந்தான். ஹுலெகு திபெத்தில் பள்ளத்தாக்குகள் கொண்டிருந்தான், வடக்கு ஸ்டெப்பிகளின் கம்பளரோமம் மற்றும் ராஜாளிகளில் ஒரு

பங்கு இருந்தது; மங்கோலியத் தாயகத்தில் மேய்ச்சல் நிலங்கள், குதிரைகள் மற்றும் வேலையாட்களும் ஒதுக்கப்பட்டிருந்தனர். மங்கோலிய ஆளுங் குடும்பத்தின் ஒவ்வொரு வம்சாவளியும் வானியியலாளர், மருத்துவர், நெசவாளர், சுரங்கத் தொழிலாளர், கலைக் கூத்தாடிகளில் தம் பங்கைக் கொண்டிருந்தனர்.

பாரசீகம், ஈராக்கில் பல பண்ணைகளைப் பெற்றிருந்த குப்ளாய்க்கு, ஒட்டகைகள், குதிரைகள், செம்மறி ஆடுகள், வெள்ளாட்டு மந்தைகளும் உரிமையாயிருந்தன. அலுவலக உதவியாளர்களின் பட்டாளம் பேரரசு எங்கிலும் பயணித்து, ஓரிடத்திலுள்ள பொருட்களை இன்னோரிடத்தில் உள்ளவற்றுடன் சரிபார்த்தது. பாரசீகத்திலிருந்த மங்கோலியர், சீனத்திலிருந்த தம் உறவினர்களுக்கு, வாசனைத் திரவியங்கள், ஆபரணங்கள், முத்துக்கள் மற்றும் ஜவுளிகளை அனுப்பி வைத்தனர்; சீனத்திலிருந்த மங்கோலிய அரசவை பீங்கான் பொருட்களையும் மருந்துகளையும் பாரசீகத்திற்கு அனுப்பிற்று. பொருட்களைத் திரட்டி அனுப்பியதற்குப் பதிலாக, சீனத்திலிருந்த மங்கோலியர் இவற்றில் நான்கில் மூன்று பங்கைத் தமக்காக வைத்துக் கொண்டனர்; இருந்தபோதும், பிற பகுதிகளிலிருந்த தம் உறவினர்களுக்கு கணிசமான அளவில் ஏற்றுமதி செய்தனர். குப்ளாய்கான் பாரசீகத்திலிருந்து மொழிபெயர்ப்பாளர்களையும் மருத்துவர்களையும் 10,000 ரஷ்ய வீரர்களையும் இறக்குமதி செய்தான்; இவ்வீரர்கள் தலைநகருக்கு வடக்கிலிருந்த நிலப்பகுதியைக் குடியேற்றமாக்கினர். இந்த ரஷ்யர்கள் நிரந்தரமாகத் தங்கிவிட்டனர்; 1339-இல் அதிகாரபூர்வமாக சீன ஆவணங்களில் குறிப்பிடப்படும் வரை தங்கியிருந்தனர்.

மாபெரும் கானாக ஆவதில் குடும்பத்தின் போட்டியிடும் கிளைகளிடையே அரசியல் ஒத்திசைவின்மை இருந்தாலும், பொருளாதார-வர்த்தக அமைப்பு, அவ்வப்போதைய சண்டைகளால் ஏற்பட்ட குறுகிய இடைவெளிகள் அல்லது மறைமுக நடவடிக்கைகள் தவிர்த்து, தொடர்ந்து இயங்கிற்று. சிலவேளைகளில் போரின் இடையேயும், சண்டையிடும் தரப்புகள் இப்பங்குகளைப் பரிவர்த்தனை செய்ய அனுமதித்தன. ஓகோதெய் கானின் பேரனும் கிராமப்புற ஸ்டெப்பியின் ஆட்சியாளருமான கைடு, தன் ஒன்றுவிட்ட சகோதரன் குப்ளாயை எதிர்த்து அடிக்கடி கலகம் புரிந்தான். இருப்பினும், சீன நகரம் நான்ஜிங்கைச் சுற்றிலும் கைவினைத் தொழிலாளர்கள் மற்றும்

விவசாயிகள் மீது விரிவான உரிமை இருந்தது. குப்ளாய் கானுடன் சண்டையிடுவதற்கு இடைப்பட்ட நேரங்களில், நான்ஜிங் பொருட்களில் உரிமை கோருவான்; அதில் பரிவர்த்தனையாக, ஸ்டெப்பிப் பழங்குடிகளிலிருந்து வரும் குதிரைகள் மற்றும் பொருட்களில் ஒரு பங்கினைப் பெற்றுக்கொள்ள குப்ளாய்கானை அனுமதிப்பான். மங்கோலியப் பேரரசின் நிர்வாகம் சீனா, மொகுளிஸ்தான், பாரசீகம், ரஷ்யா ஆகிய நான்கு பெரும் பகுதிகளிலான பிரிவுகள், பிற மண்டலங்களில் பொருட்களுக்கான தேவையைக் குறைத்திடவில்லை. அரசியல் பிளவுகள், பங்குகளைக் கொண்டிருந்த பழைய அமைப்பை பாதுகாப்பதற்கான தேவையை அதிகரித்தது. குடும்பத்தின் இதர உறுப்பினர்களுக்கு பங்குகளை வழங்க ஒரு கான் மறுதலித்தால், தம் பகுதிகளில் அந்த கானுக்குரிய பங்கை அனுமதிக்க அவர்கள் நிராகரித்து விடுவார்கள். பரஸ்பர நிதிசார்ந்த நலன்கள் அரசியல் பூசல்களைத் துருப்புச் சீட்டாகப் பயன்படுத்தின.

பங்குகளின் தொடர்ச்சியான சுழற்சி, படிப்படியாக மங்கோலிய யுத்த வழித்தடங்களை வர்த்தக நரம்புகளாக உருமாற்றின. தொடர்ந்து விரிவடைந்து கொண்டிருந்த இவ்வமைப்பின் மூலம், மங்கோலியாவிலிருந்து வியட்னாமுக்கு அல்லது கொரியாவிலிருந்து பாரசீகத்திற்கு, குதிரை / ஒட்டகை வரிசை மூலம் செய்திகளை, மக்களை, பொருட்களை அனுப்பமுடியும். பொருட்களின் நகர்வு அதிகரிக்கவே, மங்கோலிய அலுவலர்கள் பழைய, மரபுவழியிலானவற்றை விடவும், துரிதமான, அல்லது எளிதான வழித்தடங்களைத் தேட முற்பட்டனர். இதனைக் கருத்தில் கொண்டு, குப்ளாய்கான் 1281-இல், மஞ்சள் நதியின் தோற்றுவாயைக் கண்டறிந்து, அளந்தறிந்திட பெரிய ஆய்வுக் குழுவை முடுக்கிவிட்டான். மஞ்சள் நதியை மங்கோலியர் கருப்பு நதி என்றனர். இவ்விபரங்களை ஆய்வாளர்கள் பயன்படுத்தி ஆறு குறித்த விலாவாரியான வரைபடத்தைத் தயாரித்தனர். இந்த ஆய்வு சீனாவிலிருந்து திபெத்திற்கு ஒருவழித் தடத்தைத் திறந்துவிட்டது. மங்கோலிய அஞ்சல் அமைப்பில் திபெத்தையும் இமயமலைப் பகுதியையும் உள்ளடக்கிட, மங்கோலியர் இதனை ஒரு வழிவகையாகப் பயன்படுத்தினர். மங்கோலியச் சகாப்தத்தில் வேறெதனையும் விட, புதிய தொடர்புகள், வர்த்தக ரீதியிலும் மத ரீதியிலும் அரசியல் ரீதியிலும் திபெத்தை எஞ்சிய சீனத்துடன் தொடர்புபடுத்திட அதிகம் உதவின.

ராணுவப் படையெடுப்புகளின் போது மங்கோலிய அலுவலர்கள், எதிரி முகாம்களில் / நகரங்களில் காணப்படும் உலக வரைபடங்கள் நிலவரைபடங்கள் இதர புவியியல் விபரங்களைக் கண்டறிந்து தம்முடையதாக்கிக் கொள்வதில் முனைப்பாயிருந்தனர். குப்ளாய்கானின் ஆட்சியில், அறியப்பட்டுள்ளதில் மிகவும் நவீனமான வரைபடத்தை தயாரித்திட, அறிஞர்கள் சீன, அரேபிய, கிரேக்க அறிவை ஒன்றிணைத்தனர். குப்ளாயினால் கொண்டுவரப்பட்ட அரேபிய புவியியலாளர்களின், குறிப்பாக ஜமால் அல் தின்னுடைய, செல்வாக்கால், கைவினைக் கலைஞர்கள் உலக உருண்டைகளைக் கட்டமைத்தனர்; 1287-இல் குப்ளாய்க்காக உருவாக்கப்பட்டது, அய்ரோப்பா, ஆப்பிரிக்கா, ஆசியா மற்றும் அருகிலுள்ள பசிபிக் தீவுகளைச் சித்தரித்தது.

ஆரம்பத்தில் ராணுவ வெற்றிகளின் மூலம் உருவாக்கப்பட்ட வழித்தடங்கள் வர்த்தகம் சார்ந்திருந்தாலும், நிலத்தில் குதிரைகளின் வாயிலாக பொருட்களைக் கொண்டுபோவது துரிதமாயிருந்தது; பெருமளவிலான பொருட்களை எடுத்துச் செல்ல நீரே சிறந்ததாயிருந்தது. மஞ்சள் மற்றும் யாங்ட்ஸி நதிகளை இணைத்திட்ட மாபெரும் கால்வாயை மங்கோலியர் அகலப்படுத்தினர், நீட்டித்தனர்; வடக்கு மாவட்டங்களுக்கு தானியங்களையும் இதர வேளாண் விளைபொருட்களையும் திறம்பட கொண்டுசெல்ல அது பயன்பட்டது. புதுச் சூழல்களுக்கேற்ப சீனப் பொறியியலையும் தொழில்நுட்பத்தையும் மேற்கொண்டு, தம் பிரதேசங்களினூடே நீர் சார்ந்த திட்டங்களை நிறைவேற்றினர். யுன்னானில் மங்கோலிய ஆளுனர், இணைக்கும் கால்வாய்களுடன் சேர்ந்த ஒரு டஜன் அணைத்திட்டங்களை நிர்மாணித்தார்-நவீன காலங்கள் வரை அவை இருந்தன.

ஜப்பான் மற்றும் ஜாவா மீது தோற்றுப்போன படையெடுப்புகள், மங்கோலியருக்கு கப்பல் கட்டுமானம் குறித்து நிறையவே கற்றுத்தந்தன; தமது ராணுவ முயற்சிகள் தோற்றபோது, அவ்வறிவினைச் சமாதான வழியில் வணிக நோக்கங்களுக்குப் பயன்படுத்திக் கொண்டனர். குப்ளாய்கான் தன் பேரரசுக்குள் பிரதானமாக கப்பல் மூலம் உணவுப் பொருட்களை எடுத்துச் செல்லும் கேந்திர முக்கியத்துவமுள்ள முடிவை மேற்கொண்டான் ஏனெனில் நீர்வழிப் போக்குவரத்து எவ்வளவு மலிவானது, திறமையானது என்பதை அறிந்திருந்தான்-அது காற்றையும் நீரோட்டத்தையும் சார்ந்தது-நிலப் போக்குவரத்தோ மனித-மிருக

உழைப்பு சார்ந்தது, அவர்களுக்கு சதா உணவளிக்க வேண்டும். ஆரம்பகட்டத்தில், மங்கோலியர் சுமார் 3000 டன்களை கப்பல் மூலம் எடுத்துச்சென்றனர்; 1329-இல் அது 2,10,000 டன்களாக உயர்ந்தது. மார்கோ போலோ வீடு திரும்பும்போது, சீனாவிலிருந்து பாரசீகம் வரை பயணித்து, 300 மாலுமியரைக் கொண்டிருந்த மங்கோலியக் கப்பல்களை விவரித்துள்ளார்; 60 சரக்கறைகள் இருந்தன என்கிறார். மாலுமிகளுக்கு அவ்வப்போது புதிய உணவளிக்கும் பொருட்டு, தாவரங்கள் வளரும் மரக்குழாய்களைக்கூட கப்பல்கள் ஏற்றிச் சென்றன என்கிறார் இபின் பதூதா. பெரிய சரக்குக் கப்பல்கள் மற்றும் துறைமுகங்கள் கட்டுமானத்தை குப்ளாய் முன்னெடுத்தான். கடல்பயணத்தில் காந்தமானியின் பயன்பாட்டை மேம்படுத்தி, மேலும் துல்லியமான கடல் வரைபடங்களை உருவாக்கக் கற்றுக்கொண்டனர். தென் சீனத்தின் ஸாய்டுடன் துறைமுகத்திலிருந்து பாரசீக வளைகுடாவிலுள்ள ஹோர்முஸ் வரையிலான வழித்தடம், தூரக் கிழக்கிற்கும் மத்திய கிழக்கிற்குமிடையே, பிரதான கடல் பிணைப்பாகியது; மார்கோ போலோ, இபின் பதூதா போன்றோரால் பயன்படுத்தப்பட்டது.

வழியில், கப்பல்கள் வியட்னாம், ஜாவா, சிலோன், இந்தியத் துறைமுகங்களிலும் நின்று, சர்க்கரை, தந்தம், லவங்கப்பட்டை, பருத்தி போன்ற பொருட்களை ஒவ்வோர் இடத்திலும் மங்கோலியப் பிரதிநிதிகள் கண்டு கொள்ளுமாறு செய்தன- அவை மிகுந்த உழைப்பில் உற்பத்தி செய்யப்பட்டவை. பாரசீக வளைகுடாவிலிருந்து, அரேபிய, எகிப்து, சோமாலியாவின் இன்னும் தினுசு தினுசான பொருட்களைச் சேர்த்துக்கொள்ளும் வகையில், மங்கோலியச் செல்வாக்கிற்கு வெளியிலுள்ள பகுதிகளில் தொடர்ந்து பயணித்தன. இப்பகுதியின் ஆட்சியாளர்களும் வணிகர்களும் மங்கோலியப் பொருட்களில் பங்கு அமைப்பில் இயங்கவில்லை; மாறாக அவர்களுடன் மங்கோலிய அலுவலர்கள் நீண்டகால வணிக உறவுகளை ஏற்படுத்திக் கொண்டனர். மங்கோலியர், படையெடுப்புகளில் வெற்றியாளர்களாக விளங்கியது போல, மங்கோலியப் பாதுகாப்பில், அவர்தம் அடிமை அரசுகள் வணிகத்தில் திறமை மிகுந்த போட்டியாளர்களாக இருந்தனர்; இந்தியப் பெருங்கடலில் வணிகத்தில் மேலாதிக்கம் செலுத்தத் தொடங்கினர்.

மங்கோலியரது அரசியல் கட்டுப்பாட்டிற்கு அப்பாற்பட்ட புதிய பகுதிகளில் வணிகத்தை விரிவாக்கிட, தமது அரசுகளில் சிலவற்றை,

குறிப்பாக தெற்குச் சீனர்களை அந்நியத்துறைமுகங்களுக்குப் புலம்பெயரச்செய்து, அயலகத் துறைமுகங்களில் வணிக மையங்களை நிறுவச் செய்தனர். மங்கோலிய வம்ச ஆட்சி முழுவதிலும், ஆயிரக் கணக்கிலான சீனர்கள் வீட்டைவிட்டு வெளியேறி, வியட்னாம், கம்போடியா, மலேயா தீபகற்பம், போர்னியோ, ஜாவா, சுமத்ரா ஆகியவற்றின் கடலோர சமுதாயங்களுக்குச் சென்றனர். கப்பல் தொழிலிலும் வணிகத்திலும் பெரிதும் பணியாற்றினர்; அனைத்துத் துறைமுகங்களுக்கும் இட்டுச் செல்லும் ஆறுகளில் போவதும் வருவதுமாய் இருந்த வர்த்தகர்களாய் விளங்கினர். படிப்படியாக இதர தொழில்களிலும் ஈடுபட்டனர்.

தெற்கு இஸ்லாமிய நாடுகளின் நீண்ட சுற்றுவழியில் செல்லாமல், நேரிடையாக அய்ரோப்பியச் சந்தைகளை அடைந்திட, கருங்கடல் ஓரமாய் பேரரசின் விளிம்புகளின் மீது வர்த்தக நிறுவனங்களை உருவாக்குமாறு, மங்கோலியர் அந்நிய நாட்டவரை ஊக்கப்படுத்தினர். செங்கிஸ்கான் ஆட்சியின் போது, 1226-லேயே வர்த்தக மையங்களை மங்கோலியர் கொள்ளையடித்திருந்தாலும், கிரீமியாவில் காஃபா துறைமுகத்தில் வர்த்தக மையத்தினைப் பராமரித்திட ஜெனோவா நாட்டினரை அனுமதித்தனர்; பின்னர் டாணாவில் இன்னொன்றை அனுமதித்தனர். நிலத்திலும் நீரிலுமான இம்மையங்களைப் பாதுகாக்க, மங்கோலியர் கொள்ளையரை வேட்டையாடினர். 1340-இல் வெளியிடப்பட்ட வர்த்தக கையேடு *Practica della mercatura (Practice of Marketing)*-இல் ஃபிளாரன்ஸைச் சேர்ந்த வர்த்தகர் ஃபிரான்ஸெஸ்கோ பால்டுக்கி பெகோலோட்டி, மங்கோலிய கேதாய்க்கான வழித்தடங்கள், இரவாய் இருந்தாலும் பகலாய் இருந்தாலும், மிகவும் பாதுகாப்பானவை என்கிறார்.

மங்கோலியப் படையெடுப்பால் பாரசீகத்திலும் ஈராக்கிலும் உற்பத்தி பரவலாக அழிக்கப்பட்ட நிலையில், புதிய வழித்தடங்களைத் திறந்துவிட்டது, சீனத் தயாரிப்புக்கு புதிய வாய்ப்புகளை ஏற்படுத்தித் தந்தது. சீனத்தை மங்கோலியா வெற்றி கொண்டது, மத்திய கிழக்கிலான படையெடுப்புகளை விடவும் குறைந்த பாதிப்பையே கொண்டிருந்தது; மரபார்ந்த சீனப் பொருட்களை இச்சந்தைகளுக்குள் விரிவுபடுத்தவும், இஸ்லாமிய-இந்திய தொழில்நுட்பத்தைச் சீனாவில் பரந்துபட்ட அளவில் இடமாற்றம் செய்யவும் குப்ளாய் வற்புறுத்தினான். மங்கோலிய அரச குடும்பத்தினர் தமது பங்குகள் வாயிலாக,

ஈரேஷியா முழுவதிலுமான உற்பத்தியின் பெரும் பகுதியைக் கட்டுப்படுத்தினர், ஆனால் பொருட்களை எடுத்துச் செல்லவும் விற்கவும், வணிக வர்க்கத்தைச் சார்ந்திருந்தனர். மங்கோலியர் வீரர்களாயிருந்து பங்குதாரர்களாகி இருந்தனர், ஆனால் வர்த்தகர்களாகி விடுவதற்கான விருப்பமோ திறனோ அவர்களிடம் கிடையாது.

மங்கோலிய மேட்டுக் குடியின் வணிகத்துடனான நெருக்கமான ஈடுபாடு, மரபிலிருந்தான விலைகளை பிரதிநிதித்துவப் படுத்திற்று. சீனத்திலிருந்து அய்ரோப்பா வரையும், உயர்குடியினர் பொதுவாக வணிக ஈடுபாடுகளை கண்ணியமற்றதாக, அருவருப்பானதாக, ஒழுங்கீனமானதாகவும் ஒதுக்கித் தள்ளினர்; அதிகாரமிக்கவர்கள் அல்லது பக்தி மிகுந்தவர்களின் நலன்களுக்குக் கீழ்ப்பட்ட நிலையிலான உடலுழைப்புத் தொழிலுடன் சேர்ந்து நின்றது அது. மேலும் அக்காலத்து நிலப்பிரபுத்துவ அய்ரோப்பாவின் பொருளாதார லட்சியம், ஒவ்வொரு நாடும் தற்சார்பானதாக இருத்தல் வேண்டும் என்பது மட்டுமின்றி, ஒவ்வொரு பெரிய அரசும், நடைமுறை சாத்தியமான வகையில் தன்னிறைவு பெற்றதாய் இருக்கவேண்டும் என்பதே. எஸ்டேட்டிலிருந்து வந்த பொருட்கள், நிலத்தின் குடியானவர்களின் பிற பொருட்களுக்காக வணிகம் செய்யப்படலாகாது; மாறாக உயர்குடியிலான குடும்பத்திற்கு அல்லது தேவாலயத்திற்கான ஆபரணங்கள், புனிதச் சின்னங்கள் மற்றும் இதர ஆடம்பரப் பொருட்கள் வாங்க வணிகம் செய்யப்படவேண்டும். நிலப்பிரபுத்துவ ஆட்சியாளர்கள் தம் குடியானவர்கள் தம் உணவை உற்பத்தி செய்யவேண்டும், தமக்கு வேண்டிய மரத்தை வளர்த்துக்கொள்ளவேண்டும், தம் கருவிகளைத் தயாரித்துக் கொள்ளவேண்டும், துணிகளை நெய்துகொள்ளவேண்டும் என முனைந்தனர்-முடிந்த மட்டும் வணிகம் செய்யக்கூடாது என்றனர். நிலபிரபுத்துவ அமைப்பில், இறக்குமதி செய்யப்படும் பொருட்களைச் சார்ந்திருப்பது, தாயகத்திலான தோல்வியைப் பிரதிநிதித்துவப்படுத்திற்று.

மரபுவழிச் சீன அரசுகள் நூற்றாண்டுகால வர்த்தகக் கட்டுப்பாட்டின் கீழ் இயங்கின. தம் எல்லைகளில் மதில்களை எழுப்பியது, இத்தகைய வணிகத்தை வரம்பிடுவதாக இருந்தது; நாட்டின் செல்வத்தை கச்சிதமாயும் மதில்களுக்குள்ளேயும் பராமரிப்பதாக அமைந்தது. இத்தகைய நிர்வாகிகளுக்கு வர்த்தகப் பொருட்களைக் கைவிடுவது, அண்டை அயலாருக்குக் கப்பம் செலுத்துவதைப்

போன்றது; தம்மால் முடிந்த மட்டும் அவற்றைத் தவிர்க்கவே விரும்பினர். வணிகர்களை கொள்ளையருக்கு ஒருபடி மேலாக மட்டும் தரப்படுத்திடும், சீனத்தின் பண்பாட்டு காழ்ப்புணர்வை மங்கோலியர் நேரடியாகவே தாக்கினர்; எல்லா மதங்கள்-தொழில்களுக்கு முன்னோடியாக அதிகாரபூர்வமாக அவர்தம் தகுதிநிலையைத் திரித்து, அரசாங்க அலுவலர்களை இரண்டாம் நிலையினராக வகைப்படுத்தினர் சீனர்கள். மங்கோலியர் அவர்களை மரபார்ந்த சீன சமூகத்தின் மிக உயரிய நிலையிலிருந்து ஒன்பதாம் மட்டத்திற்கு, வேசியருக்குக் கீழாகவும் பிச்சைக்காரர்களுக்குச் சற்று மேலாகவும், கொண்டு வந்தனர்.

செங்கிஸ்கான் காலத்திலிருந்து, ஓரிடத்தில் சாதாரணமாயும் அப்படியே ஏற்றுக் கொள்ளப்படுவதுமான இனங்கள், இன்னோரிடத்தில் விநோத மிக்கவையாயும் திறம்பட வணிகம் செய்யக் கூடியதாயும் இருக்கக்கூடும் என்பதை மங்கோலியர் உணர்ந்திருந்தனர். 13-ஆம் நூற்றாண்டின் பிந்தைய தசாப்தங்கள், புதிய சரக்குகளைத் தேடிடும் வெறிமிக்க காலமாயிருந்தன; இப்புதிய சரக்குகளை, விரிவடைந்து கொண்டிருந்த, மங்கோலிய வணிக வலைப் பின்னலில் எங்கேனும் சந்தைப்படுத்த முடியும் அல்லது புதிய வழியில் பழைய சரக்குகளைச் சந்தைப்படுத்த முடியும். சாயங்கள், காகிதம், மருந்துகளிலிருந்து பிஸ்டசியோ மரக் கொட்டைகள், பட்டாசுகள், நஞ்சு வரை ஒவ்வொன்றையும் வாங்குவோர் இருந்ததாகத் தோன்றியது. அவர் யார், எங்கிருக்கிறார் என்று கண்டறிவதில் மங்கோலிய அலுவலர்கள் தீர்மானகரமாக இருந்ததாகத் தோன்றிற்று. உலகளாவிய சந்தையின் தேவைகளுக்கு ஈடுதந்து, சீனாவிலிருந்த மங்கோலிய ஆலைகள் நாளடைவில், சீனாவின் மரபார்ந்த பீங்கான், பட்டுப் பொருள்களை மட்டுமல்லாது, மடோன்னாவையும் குழந்தை ஏசுவையும் தந்தத்தில் செதுக்கி, அய்ரோப்பாவுக்கு ஏற்றுமதி செய்யும் அளவுக்கு உற்பத்தி செய்து கொண்டிருந்தன.

உள்ளூர்ப் பொருட்களுக்கு சர்வதேச சந்தைகளைக் கண்டறிந்த மங்கோலிய வணிக முன்னெடுப்பு, துணிமணிகளில் புது ரகங்களை அறிமுகம் செய்தது. இத்தகு துணிமணிகளின் தோற்றுவாய்களை அவற்றின் பல பெயர்களது வேர்ச்சொல்லில் இன்னும் காணமுடியும். மிருதுவான, பளபளக்கும் பட்டு ரகம் மேற்கில் ‘சாடின்’ (satin) எனப்பட்டது-அய்ரோப்பாவுக்குத் திரும்பும்போது மார்கோ போலோ புறப்பட்ட, மங்கோலியத்

துறைமுகம் *Zaytun*-னிலிருந்து வந்தது அச்சொல். பெரிதும் அலங்கரிக்கப்பட்ட பட்டுவகை 'டமாஸ்க் சில்க்' எனப்பட்டது- பாரசீகத்தின் இல்கானேட்டிலிருந்து 'டமாஸ்கஸ்' நகரத்தின் வழியே பெரும்பாலான வணிகம் அய்ரோப்பாவுடன் நடந்தது; 'டமாஸ்கஸ்' என்பதிலிருந்து உருவானது 'டமாஸ்க்'. மோஸுலில் தயாரான நேர்த்திமிக்க துணிவகையை மார்கோ போலோ குறிப்பிடுவார், அதன் பெயர் பழைய பிரெஞ்சில் *mouslin*; ஆங்கிலத்தில் *muslin* என்றானது.

மிகவும் அற்பமான பொருட்களும் பெரும் ஆதாயத்தை அளிக்க முடியும். புதிய வர்த்தகம் சீட்டாட்டத்தைத் துரிதமாகப் பரப்பியதும், வணிகர்களுக்கும் மாலுமிகளுக்கும் படைவீரர்களுக்கும் பொழுதுபோக்கினைத் தருவதாயும் புதுமையாயும் விளங்கியது. சதுரங்கம் மற்றும் இதர விளையாட்டுகளுக்குத் தேவைப்படும் பொருட்களைப் போன்று சிக்கலானதாக இல்லாமல், சீட்டுகள் எடுத்துச்செல்ல எளிதாயும் வசதியாயும் இருந்தது. ஒட்டகை வியாபாரி கூட ஒரு கட்டு சீட்டினைச் சாதாரணமாகக் கொண்டு போகலாம். இப்புதிய சந்தை, சீட்டுகள் தயாரிப்பைத் தூண்டிவிட்டு, துரிதமாயும் மலிவாயும் உற்பத்திசெய்ய வைத்தது-புனித நூல்களை அச்சிட வழக்கமாகப் பயன்படுத்தப்படும், செதுக்கப்பட்ட அச்சுகளிலிருந்து அவற்றை அச்சிடும் செயல்முறையிலிருந்து, இதற்கான தீர்வு கிட்டியது. சீட்டுகளுக்கான சந்தைத் தேவை புனித நூலை விடவும் பெரிதாய் இருந்தது.

வரலாற்றில் வெற்றிகொண்ட பெரும்பாலான பேரரசுகள், தம் நாகரிகத்தை வெற்றிகொள்ளப்பட்டதன் மீது திணித்துள்ளன. ரோமானியர் லத்தீன் மொழியை, தம் கடவுளரைத் திணித்தனர்; ஒயினையும் ஆலிவ் எண்ணெயினையும் விரும்ப வைத்தனர்; செழித்தோங்காத இடங்களிலும் கோதுமை விளைவிக்க வைத்தனர். துருக்கியின் எபீஸஸிலிருந்து ஜெர்மனியின் கொலோன் வரை ஒவ்வொரு ரோமானிய நகரும், சந்தைகள், குளியலறைகளிலிருந்து தூண்கள் அல்லது வாயில்களின் நுட்ப விவரிப்புகள் வரை, ஒரே மாதிரியான நகர்ப்புற வடிவமைப்பையும் கட்டிடக்கலை பாணியையும் கொண்டிருந்தது. பிற சகாப்தங்களில் பிரித்தானியர் பம்பாயில் டூடர் கட்டிடங்களை நிறுவினர், டச்சுக்காரர் கரீபியனில் காற்றாலைகளை அமைத்தனர், ஸ்பானியர் மெக்ஸிகோவிலிருந்து அர்ஜென்டினா வரை தமது பாணியில் பேராலயங்களையும் வணிக

வளாகங்களையும் கட்டினர், அமெரிக்கா பனாமாவிலிருந்து சவூதி அரேபியா வரை, தமது தனித்துவமான குடியிருப்பு இல்லங்களை நிறுவச் செய்தனர். ஓரிடத்தின் பௌதிக எச்சங்களைக் கொண்டே தொல்லியலாளர்கள் இந்து, அஸ்டெக், மாலி இன்கா அல்லது அரேபியப் பேரரசுகளின் வளர்ச்சியைக் கண்டறிந்திட முடியும்.

இவற்றுடன் ஒப்பிடுகையில் மங்கோலியர் தாம் வெற்றி கொண்ட உலகில் லேசாகவே கால்பதித்தனர். தம்முடன் தனித்துவமான கட்டிடக் கலைப்பாணியை எடுத்துச் செல்லவில்லை. வெற்றி கொள்ளப்பட்டவர்களிடத்தே தம் மொழியையும் மதத்தையும் கூட திணிக்கவில்லை; பல நேர்வுகளில் மங்கோலியர் அல்லாதவர், தம் மொழியைக் கற்க அனுமதிக்கவில்லை. அந்நியப் பயிரைச் சாகுபடி செய்யுமாறு கட்டாயப்படுத்தவில்லை, தம் குடிமக்களின் கூட்டு வாழ்க்கை முறையில் தீவிர மாற்றத்தை ஏற்படுத்தவும் விரும்பவில்லை.

பெரும் எண்ணிக்கையிலான மக்களைக் கொண்டு செல்வதிலும் போரின் பொருட்டு புதிய தொழில் நுட்பத்தைப் பயன்படுத்துவதிலும் தேர்ச்சி பெற்ற மங்கோலியர், பழமைவாதப் போக்கிலான இடங்களுக்கும் பண்பாட்டிற்கும், மங்கோலிய சமாதானம் மற்றும் நாடோடிச் சமுதாயத்தின் நாடோடிக் கொள்கைகளைத் தொடர்ந்து மேற்கொண்டனர். மங்கோலியர் இசைக் கலைஞர்கள், சமையல்காரர்கள், பொற்கொல்லர்கள், கழைக் கூத்தாடிகள் மற்றும் வண்ணம் பூசுவோரைக் கொண்டுசென்றது போலவே, மொழிபெயர்ப்பாளர்கள், ஆவண எழுத்தாளர்கள், மருத்துவர்கள், வானியலாளர்கள், கணித நிபுணர்களையும் வளைத்துச் சென்றனர். அறிஞர்களையும் கைவினைக் கலைஞர்களையும் விலங்குகளையும் பொருட்களையும் பிரித்து வெவ்வேறு பகுதிகளிலுள்ள அரச குடும்பத்தினருக்கு அரசவையினருக்கு மலை ஏற்றமாகவோ கடற்பயணமாகவோ அனுப்பிவைத்தனர்.

மரபு வழிப் பேரரசுகள் தனியொரு நகரில் செல்வத்தைக் குவித்தன. அனைத்துப் பாதைகளும் தலைநகருக்கு இட்டுச் சென்றன, சிறந்தவை அனைத்தும் அங்கிருந்தன. இத்தகைய பேரரசுகளில் ஒரு நகரமே மேலாதிக்கம் செலுத்த, அப்பேரரசுகளுக்கே அந்நகரங்களின் பெயர்கள் வாய்த்துவிட்டன-ரோம் / பாபிலோன் போல. மங்கோலியப் பேரரசுக்கு தனியொரு பெருநகரம் இருந்ததில்லை; பேரரசுக்குள்ளே மக்களும் பொருட்களும்

ஓரிடத்திலிருந்து இன்னோரிடத்திற்கு சதா பயணித்துக் கொண்டிருந்தனர்.

1261-இல் குப்ளாய் கான் விவசாயிகளின் வாழ்க்கையினையும் மகசூலையும் மேம்படுத்தும் பொருட்டு, எட்டு ஆணையர்களின் கட்டுப்பாட்டில், வேளாண்மைத் தூண்டல் அலுவலகத்தை உருவாக்கினான். அத்துடன் குடியானவர்களின் நலனைப் பாதுகாத்து, முன்னெடுப்பதும் அவர்களின் பொறுப்பாயிருந்தது. விவசாயிகள் சார்ந்த இக்கொள்கை, மங்கோலியரின் ஸ்டெப்பி நாடோடி வாழ்விலிருந்து பெரியதொரு நகர்வாகும். மங்கோலிய ஆக்கிரமிப்புக்கு முன் சீனர்கள் பெரிதும் ஒரே தன்மைத்தான பயிர்களையே விளைவித்தனர்; மண்டல வாரியாக பயிர்கள் வேறுபடுமே தவிர, ஒரு மண்டலத்திற்குள்ளாக அல்ல. தட்பவெப்பம், மண்ணின் இயல்பு போன்றவற்றிற்குப் பொருத்தமான பயிர்களைச் சாகுபடி செய்யுமாறு மங்கோலியர் விவசாயிகளை ஊக்கப்படுத்தினர். இதனால் ஒரு மண்டலத்திற்குள்ளே பல்வேறு பயிர்களை விளைவிக்கவும் உற்பத்தித் திறனைப் பெருக்கவும் உத்வேகம் கிடைத்தது. தேயிலை, நெல் போன்ற பாரம்பரிய சீனப் பயிர்களை பாரசீகம், மத்திய கிழக்கு போன்ற புதிய பகுதிகளில் விளைவிக்குமாறு மங்கோலிய அலுவலர்கள் ஊக்குவித்தனர். தென்கிழக்கு ஆசியாவின் மேம்படுத்தப்பட்ட, முக்கோண வடிவிலான கலப்பையை சீனத்தில் அறிமுகப்படுத்தினர்.

மங்கோலியர் பாரசீகத்தின் கட்டுப்பாட்டை கைக் கொண்டதுமே, அங்கு வேளாண்மையை ஊக்குவித்து, மேம்படுத்திட ஓர் அலுவலகத்தை நிறுவினர். ஆயிரக்கணக்கான ஆண்டுகளாக சாகுபடி செய்து வந்ததால், மண் வளப்பம் இழந்து, உற்பத்தித்திறன் மோசமாகிப் போயிருந்தது. இப்பிரச்சினைகளைத் தீர்க்க மங்கோலியர், சீனத்திலிருந்து விதைகளைத் தருவித்தனர்; தேவைப்பட்டபோது நாற்றுகளையும் கிளைகளையும் ஒட்டுமொத்த மரத்தையும் கூட கொண்டுவந்தனர்-மத்திய கிழக்கின் தட்பவெப்பம் மற்றும் மண்ணுக்கேற்ப மரங்களை நட்டுவித்தனர். நெல், சோளத்தில் புதிய ரகங்களையும் பழக்கன்றுகளையும் கொண்டு வந்தனர்; கிழங்கு ரகங்கள் வந்தன; மங்கோலியர் வருகைக்கு முன்பே, இந்தியாவிலும் சீனாவிலும் பாரசீகத்திலும் எலுமிச்சை ரகங்கள் பயிரிடப்பட்டிருந்தாலும், மங்கோலியர் புதிய வகைகளைக் கொண்டுவந்து வளப்படுத்தினர்.

தெற்கு சீனத்தின் காண்டன் அருகே, மத்திய கிழக்கிலிருந்து இறக்குமதி செய்யப்பட்ட 800 எலுமிச்சை மரங்களைக் கொண்ட பழத்தோட்டத்தை வளர்த்தனர். அதுபோலவே சீனத்திலிருந்து மத்திய கிழக்கிற்கு ஏற்றுமதி செய்யப்பட்ட வேறொரு ரக எலுமிச்சை மரங்களை பாரசீகத்தின் டாப்ரிஸில் தோட்டமாக்கினர். பட்டாணி, அவரை, திராட்சை, பருப்புகள், கொட்டைகள், கேரட், டர்னிப், தர்பூசணி மற்றும் வெவ்வேறு விதமான காய்கறிகளையும் இதுபோலவே இடங்களுக்கு மாற்றி, வளர்க்க வைத்தனர். இதனால் புதிய ரகங்களையும் வீரிய ரகங்களையும் வளர்த்தெடுக்க முடிந்தது. மனிதருக்கும் மிருகங்களுக்குமான உணவுப் பயிர்களுடன், துணிமணிகள் தயாரிப்பதற்கு பருத்தி போன்ற பயிர்களையும், கயிறு, சாயங்கள், எண்ணெய்கள், மை, காகிதம், மருந்து தயாரிப்புக்கான தாவரங்களையும் வளர்க்கச் செய்வதில் மங்கோலிய அலுவலர்கள் விடாப்பிடியான ஆர்வம் கொண்டிருந்தனர்.

கவர்ச்சிகரமான ஜவுளி வாணிகம் மற்றும் அந்நிய வாணிகத்தை உருவாக்குவதிலான முனைப்பு காரணமாக, மங்கோலிய அலுவலர்கள், தம் மந்தைகளிலிருந்து தயாரிக்கப்பட்ட கம்பளிரோம ரகங்களில் குறிப்பாக ஆர்வம் மிகுந்திருந்தனர்; அதுபோலவே பட்டு, பருத்தி போன்ற நூலிழை தயாரிப்புகளிலும். பருத்தி சாகுபடியை முன்னெடுத்துச்செல்ல, 1289-இல் பருத்தி முன்னெடுப்பு அலுவலகத்தை ஆரம்பித்தனர்; இதன் பிரதிநிதிகளை புதிதாய் வெற்றிகொண்ட தென்கிழக்கு கடற்கரை மாகாணங்களுக்கும் யாங்ட்ஸியை ஒட்டிய பகுதிகளுக்கும் அனுப்பினர். கோதுமை விளைவிக்கும் வடபுலங்களிலும் பருத்தி விளைவிக்க இப்பிரதிநிதிகள் ஏற்பாடு செய்தனர்; சிறப்பாக நெசவு செய்யவும் உற்பத்திச் செய்யவும் புது உத்திகளை அறிமுகப்படுத்தினர். சீனாவிலும் சீனத்திற்கு வெளியிலும் பட்டு செல்வாக்குப் பெற்றிருந்தாலும், பருத்தி, மதிப்புமிக்க புதிய நூலிழைப் பயிராக விளங்கிற்று. ஒரு பகுதியிலான புத்தாக்கம் வேறுபல மாற்றங்களையும் கொண்டுவந்து. புதிய பயிர்களுக்கு புதிய பாணியிலான உழவு, நடவு, பாசனம், களையெடுப்பு, அறுவடை, வெட்டுதல், கதிரடித்தல், அரைத்தல், போக்குவரத்து, பாதுகாப்பு, வடித்தல், காய்ச்சுதல், சமைத்தல் தேவைப்பட்டன. புதிய உத்திகளுக்கு புதிய கருவிகள் தேவைப்பட்டன; தயாரிப்பிலும் புதிய உத்திகள் அவசியமாயின.

மங்கோலியர் பண்பாட்டினை எடுத்துச்செல்லக்கூடியதாக ஆக்கினர். பொருட்களை பரிவர்த்தனை செய்தல் மட்டும் போதாது ஏனெனில் இப்புதிய பொருட்களில் பலவற்றைப் பயன்படுத்திட, அறிவின் ஒட்டுமொத்த அமைப்புகளும் எடுத்துச் செல்லப்படவேண்டி இருந்தன. உதாரணமாக, மருந்துகளை எப்படிப் பயன்படுத்துவது என்று தெரியாது போனால், ஆதாயமான வணிகம் நிகழாது. இதன் பொருட்டு மங்கோலிய அரசவை, பாரசீக, அரேபிய மருத்துவர்களை சீனத்திற்கு இறக்குமதிசெய்ய, சீன மருத்துவர்கள் மத்திய கிழக்கில் இறக்குமதி செய்யப்பட்டனர். ஒவ்வொரு அறிவு வடிவமும் வர்த்தகத்திற்கான புதிய சாத்தியப்பாடுகளைக் கொண்டிருந்தது. சீனர்கள் மருந்து தயாரிப்பில் உயரிய அறிவுடனும் வழக்கத்திற்கு மாறான சிகிச்சை முறைகளுடனும் இயங்கினர் என்பது வெளிப்படை. உடலின் முக்கிய புள்ளிகளில் ஊசிகளை நிறுத்தும் அக்குபங்சர், நெருப்பால் / அனலால் பொசுக்கும் முறையான மோக்ஸிபஸ்டைன் போன்ற சிகிச்சைகளை எடுத்துக்காட்டுகளாகக் கூறலாம். எனினும் இஸ்லாமிய மருத்துவர்கள் மிக முன்னேறிய அறுவை சிகிச்சை அறிவைப் பெற்றிருந்தனர், ஆனால் அது தூக்குத் தண்டனைக்குள்ளான குற்றவாளிகளின் பிரேதப் பரிசோதனைகளிலிருந்து பெறப்பட்டது. பொதுவாக உட்புற அவயவங்கள் மற்றும் ரத்த மண்டலம் குறித்த விரிவான அறிவு சீனர்களுக்கு உண்டு. மருத்துவ அறிவை முழுதாகப் பரிமாற்றுவதை ஊக்குவித்திட, இந்தியா, மத்தியகிழக்கு, சீனாவிலிருந்து வந்த மருத்துவர்களைப் பயன்படுத்தி, சீனாவில் மருந்துவமனைகளையும் பயிற்சி மையங்களையும் மங்கோலியர் நிறுவினர். கிறித்தவ அறிஞர் ஒருவரின் வழிகாட்டுதலில், குப்ளாய்கான் மேற்கத்தைய மருத்துவப் படிப்புக்கான ஒரு துறையை நிறுவினான்.

கிழக்கத்தைய-மேற்கத்தைய மருத்துவ அறிவுடன், மருத்துவமனை, ஆய்வு மையம், பயிற்சி மையம் இணைந்த, குணப்படுத்தும் நிறுவனத்தை மங்கோலியர் டாப்ரிஸ் அருகே நிறுவினர். 1313-இல் மங்கோலிய ஆக்கிரமிப்பிலிருந்த பாரசீகத்தில், சீன மருத்துவம் குறித்த முதலாவது அறியப்பட்ட நூலை ரஷீத் அல்தின் வெளியிட்டார்; சீனாவில் மேற்கொள்ளப்பட்ட விளக்கப்படங்களை அது கொண்டிருந்தது. அதிகபட்ச உடல் தொடர்பு இருந்தமையால், இஸ்லாமிய விழுமியங்களின்படி அக்குபங்சர் மத்திய கிழக்கில் செல்வாக்குப் பெறவில்லை. இதற்கு மாறாக நாடிபார்த்து

நோயறியும் சீன முறை அங்கும் இந்தியாவிலும் செல்வாக்கு பெற்றது-நோயாளியின் மணிக்கட்டை தொட்டமாத்திரத்தில், நோயறிந்து சிகிச்சைக்கு ஏற்பாடு செய்துவிடலாம் என்பதால். இம்முறையில் மருத்துவர் குடும்ப கண்ணியத்தை மீறாமல் பெண்ணுக்கு மருத்துவம் பார்க்க முடியும்.

தன்னாட்சியின் கீழ் சீனாவை ஒருங்கிணைத்த சில ஆண்டுகளுக்குப் பிறகு, காலண்டர் வகைகளையும் பஞ்சாங்கங்களையும் பெருமளவில் அச்சிட குப்ளாய்கான் காலண்டர் ஆய்வுக் கழகத்தை நிறுவினான். மக்களை ஆட்சிபுரிந்திடும் அதிகாரத்தை ஒரு மன்னன் விண்ணகத்திலிருந்து பெற்றிருந்தால், காலத்தைக் குறிக்க, நிலவின் வளர்பிறை-தேய்பிறைக் கட்டங்களை கணித்துரைக்க, பருவகாலமாற்றங்கள், சூரிய-சந்திர கிரகணங்களை முன்னுரைக்கும் திறனைக் கொண்டிருக்கவேண்டும்; கிரகணங்களைக் கணித்துரைப்பது பொதுமக்களின் பெருமிதத்திற்கும் அபிப்பிராயத்திற்கும் மிக முக்கியமானதாகும். எனினும் மங்கோலியர் தம் காலண்டரில் இன்னும் பெரிய பிரச்சனையை எதிர்கொண்டனர். ஓர் அரசவை, ஒரு தலைநகரம் கொண்ட மரபுவழிப் பேரரசில், ஓர் அதிகாரபூர்வ காலண்டர் போதுமானது-மற்ற நாடுகள் மற்ற காலண்டர்களைக் கொண்டிருந்தால் பிரச்சனை இல்லை. பன்முகப்பட்ட மங்கோலியப் பேரரசில், மாபெரும் தூரங்களில் தலைநகரங்கள் சிதறிக் கிடந்தன; எனவே பெரும் ராணுவங்களையும் பெரிய அளவிலான பொருட்களையும் கொண்டுசெல்ல, அவற்றை ஒருங்கிணைப்பது முக்கியமானதாகியது. கிழக்கு ஆசியர்கள் பன்னிரண்டாண்டு விலங்கு சுழற்சியைப் பயன்படுத்தினர்; இஸ்லாமியர் தமது மதம் நிறுவப்பட்டதிலிருந்து தொடங்கும், முன்னேறும் ஆண்டுகளைக்கொண்ட நிலவுக் காலண்டரைப் பயன்படுத்தினர். பாரசீகத்தவர் சூரியனின் அயனத்தை வைத்து, ஆண்டின் தொடக்கத்தை குறித்தனர். கோள்களின், குறிப்பாக செவ்வாய் மற்றும் வெள்ளி அல்லது நட்சத்திரங்களின் நகர்வைக்கொண்டு சில நிகழ்வுகள் அடையாளம் காணப்பட்டன. அய்ரோப்பியர் சூரியக் காலண்டரைப் பயன்படுத்தினர்; தவக்காலம், ஈஸ்டர், எபிபனி போன்ற மத வைபவங்களை மட்டும் நிலவுக் காலண்டரின்படி பின்பற்றுவர். இவ்வைபவங்களைக் கணிப்பதில் கிறித்தவப் பிரிவுகளுக்குள்ளேயே ஒற்றுமை இல்லை-இதனால் தொடர்ந்து சரிசெய்து வந்தாலும், அவர்தம் காலண்டர்கள் ஒத்திசைவதில்லை.

வெற்றிகொள்ளும் மங்கோலியப் பேரரசு, இன்னும் பெரிய வணிகப் பேரரசாக விரிவடைய, நிரடலின்றி இயங்கும் காலண்டரின் தேவை முக்கியமாயிற்று; அது பேரரசு எங்கிலும் ஒத்த கொள்கைகளின்படி செயல்படுத்தப்பட வேண்டும். செயல்பாடுகளை ஒருங்கிணைக்கவும், காலத்தை வெவ்வேறு வழிகளில் குறித்திடும் இடங்களில் சமூக வாழ்வை ஒழுங்குபடுத்தவும், மங்கோலியர் ஓரிடத்தை வெற்றி கொண்டதும், நடைமுறை மற்றும் மதக்காரணங்களுக்காக கோள்கள்-நட்சத்திரங்களைத் துல்லியமாக அளவிட, கோளரங்குகளை உருவாக்கினர். டாப்ரிஸ் அருகே உடனே ஒன்றை நிறுவினர்; சீனா பெரிய நாடாக இருந்ததால், பல இடங்களில் ஒரு வரிசையினையே நிறுவவேண்டியிருந்தது. வெற்றிகொள்ளப்பட்ட ஒவ்வொரு புதிய நாட்டிலும், வானியியலாளர்கள், வானியல் கருவிகள், விளக்கப்படங்களை ஏற்பாடு செய்து வைக்குமாறு மைய அரசிலிருந்து அலுவலர்களுக்குத் தெளிவான குறிப்புரைகள் அனுப்பப்பட்டிருந்தன. பாரசீகம் மற்றும் அரேபிய நகரங்களில் கைப்பற்றி வந்த வானியலாளர்களில் பலரை ஹுலெகு, மங்கோலியத் தாயகத்திற்கு அனுப்பி வைத்தான். அச்சகாப்தத்தின் மிகச் சிறந்த வானியியலாளர்களில் ஒருவரான ஜமால் அத்தீன் அவர்களில் அடங்குவார். பெரிய வானியல் சாதனங்களுக்காக வரைபடங்களையும் சீனாவில் அறியப்பட்டிராத அறிவியல் அளவைகளையும் அவர் தன்னுடன் எடுத்து வந்திருந்தார்.

முந்தைய நாகரிகங்களை விஞ்சிடும் அளவில், மக்கள், மிருகங்கள், கட்டிடங்களின் கணக்கெடுப்பில் பெரும் தொகைகளை அளவிட்டுப் பதிவு செய்திட அவை மங்கோலியருக்குத் தேவைப்பட்டன. பொருட்கள் அனுப்பப்பட்டு திரும்ப வரப்பெற்றதிற்கும், அதுபோலவே மந்தைகள், வீரர்கள், வணிகர்களின் நகர்வுக்கும் ஒவ்வோராண்டும் அவர்கள் கணக்கு முடிக்க வேண்டியிருந்தது. புதிய வேளாண் வடிவங்கள், வானியல் தேவைகள், மக்கள் கணக்கெடுப்பு அமைப்பு, நிர்வாகத்தின் எண்ணற்ற பிற தேவைகள் அச்சகாப்தத்தின் எண்ணிக்கை அறிவையும் திறனையும் சிரமப்படுத்தின. எண்ணிக்கையைக் கையாள புதிய அணுகுமுறைகளை அவசியமாக்கின. தேவைப்பட்ட கணக்கினை துரிதமாயும் சாமர்த்தியமாயும் ஆக்கிட, மங்கோலியரின் ஊழியர்கள் அபாகஸ் முறையைச் சார்ந்திருந்தனர்-சில பாசிமணிகளை உருட்டியதும், பெரும் கணக்கீடுகளை, மன ஆற்றல் இல்லாமலேயே யந்திர கதியில்

போட்டுவிட வழிவகை செய்தது; மன ரீதியில் / எழுதிப் பார்த்து கணக்கிடுவதைவிட இது சுலபமானது.

மங்கோலியப் பேரரசு எங்கிலும் லட்சக் கணக்கிலான மக்கள் பரவிக்கிடக்கவும், எண்ணிக்கை சார்ந்த தகவல்களில் ஆர்வமுமிக்க மங்கோலியர், எளிய முறைகளை, குறுக்குவழிகளை, பெரும் தொகைகளைக் கணக்கிடும் வழிகளை நாடினர். பெருந்தொகைகளைக் கணக்கிட, சிக்கலான வரைபடங்களைத் தொகுப்பதன் வாயிலாக தகவலைப் பாதுகாத்திடும், புதிய வழிகள் மற்றும் வெவ்வேறு நாடுகளில் பயன்படுத்தப்படும் எண்ணிக்கை அமைப்புகளை ஒருங்கிணைப்பது தேவைப்பட்டது. அய்ரோப்பிய மற்றும் சீனக் கணிதம் மிக எளியது, நடைமுறைச் சாத்தியமற்றது என மங்கோலியர் அறிந்துகொண்டனர்; அரேபிய-இந்தியக் கணிதத்திலிருந்து பல பயனுள்ள புத்தாக்கங்களை எடுத்துக் கொண்டனர். க்வாரிஸிம் பேரரசின் நகரங்கள் கணித அறிவுக்காக முக்கிய மையத்தைக் கொண்டிருந்தன; 'அல்காரிதம்' (algorithm) என்னும் சொல் 'அல்க்வாரிஸிம்'-லிருந்து வந்தது. இப்புத்தாக்கங்களின் அறிவை மங்கோலியர் பேரரசு எங்கிலும் பரவச் செய்தனர். எண்களின் பத்திகளை அல்லது இட எண்ணிக்கைகளை அரேபிய இலக்கங்களின் பாணியில் பயன்படுத்துவதன் நன்மைகளை சீக்கிரமே அறிந்துகொண்டனர்; பூஜ்யம், எதிர்மறை எண்கள் மற்றும் இயல் கணிதத்தைச் சீனாவில் அறிமுகப்படுத்தினர்.

எண்களில் காலண்டர்களில் மட்டுமின்றி பல தளங்களில் வாழ்க்கையே, முந்தைய வரலாற்றுக்குத் தேவைப்படாத வகையில், பேரரசின் பல்வேறு பகுதிகளில் ஒருங்கிணைக்கப்பட வேண்டியிருந்தது. ஒவ்வொரு நாகரிகத்தையும் அதன் போக்கில் முன்னகர்ந்து செல்லவும், அவற்றின் இலக்கிய மரபுகளில் வளர்த்தெடுக்கப்பட சம்பிரதாயங்களுக்கு ஏற்ப விட்டுவிடவும் முடியாதபடி, வரலாற்றினை எழுதுதல் மிக முக்கியமாயிருந்தது. தம் குடிமக்களிடம் தம்மை எப்படி முன்னிறுத்திக் கொள்கின்றனர் என்பதைக் கட்டுப்படுத்த, மங்கோலியர், மங்கோலியக் கதையுடன் ஒத்திசையவும் எடுத்துரைக்கவுமான விதத்தில், வரலாறு எழுதுவதில் உள்ளூர் தரநிர்ணயங்களை மேற்கொள்ளவேண்டியிருந்தது. வரலாற்றினை எழுதுதல், தகவலைப் பதிவு செய்து வைப்பதற்கும் மேலானது; ஆளும் வம்சத்தை நியாயப்படுத்தவும், அதன் மாபெரும் வெற்றிகள்-சாதனைகள் குறித்து பரப்புரை

செய்யவும், அது கருவியாகப் பயன்பட்டது. மங்கோலியரைப் பொறுத்தவரை, வரலாற்றினை எழுதுதல், வெற்றிகண்டு, திறம்பட ஆளும்வகையில், மற்ற நாடுகளைப் பற்றி அறிந்து கொள்வதற்கு முக்கிய கருவியாக விளங்கியது. 1260-களில் குப்ளாய்கான் தேசிய வரலாற்று அலுவலகத்தை நிறுவினான். சீன நடைமுறைகளுக்கேற்ப, ஜுர்செட், கிடான் அரசுகள் மற்றும் சுங்க் வம்சம் குறித்த முழுமையான வரலாறுகளைத் தொகுத்திட ஏற்பாடு செய்தான். இத்திட்டம் மிகப்பெரும் வரலாற்று திட்டமாக இருந்ததால், முழுமையுற எண்பதாண்டுகள் பிடித்தது-1340-களில் முடிவுற்றது. மங்கோலிய பாரசீகத்தில் உலகின் முதல் வரலாற்றினை எழுதுமாறு, இல்க்கான் காஸன், ரஷீத் அல்தின்னிடம் ஒப்படைத்தார். ஜுவைனிக்கு அடுத்து வந்தவரான ரஷீத், பல்வேறு அறிஞர்களையும் மொழிபெயர்ப்பாளர்களையும் ஈடுபடுத்தி, இப்பிரும்மாண்ட திட்டத்தை மேற்கொண்டார்-சீன, துருக்கி, அய்ரோப்பிய வரலாறுகளைப் பதிவு செய்தார்.

மங்கோலியப் பேரரசில் சேகரிக்கப்பட்ட பெருமளவு தகவலுக்கு புதுவடிவங்களிலான பரவல் தேவைப்பட்டது. ஆவணங்களைக் கையால் பதிவு செய்து வந்தோர் கையாளமுடியாதபடிக்கு அது குவிந்து கிடந்தது. ஆவணங்களைப் பதிவு செய்தனர், கடிதங்கள் எழுதினர், தேவைப்பட்டவருக்கு தகவல் அனுப்பினர்; ஆனால் வேளாண் விபரங்களை, மருத்துவ ஆய்வுகளை, உலகப்படங்களை, வானியல் பட்டியல்களைப் பதிவு செய்ய அவர்களுக்கு நேரமில்லை. பெருமளவில் பரப்பிட பெருமளவில் தகவலை உற்பத்தி செய்யவேண்டியிருந்தது. இதன் பொருட்டு, மங்கோலியர் தொழில் நுட்பத்தின் பக்கம் அச்சிடலின் பக்கம் திரும்பினர்.

மங்கோலியர் அச்சுத் தொழில்நுட்பத்தை மிக ஆரம்பத்திலேயே மேற்கொண்டனர். தனது கணவரின் ஆட்சிக் காலத்தின் போது, தோரெஜீனால் நிறுவப்பட்ட அச்சு வசதியுடன், 1236-லிருந்து ஓகோதெய், மங்கோலியக் கட்டுப்பாட்டிலிருந்த வட சீனத்தில் மண்டல அச்சகங்களின் வரிசையை அமைக்கத் தொடங்கினான். நகரும் எழுத்துகளைக் கொண்ட அச்சிடல் 12-ஆம் நூற்றாண்டின் மத்தியில் சீனாவில் தொடங்கியிருக்க வேண்டும். ஆனால் அதனைப் பெருமளவில் மேற்கொண்டவர்கள் மங்கோலியர்களே; அரசு நிர்வாகத்தின் ஆற்றலுடன் அதனை அவர்கள் இணைத்தனர். சீனர்களைப் போல ஆயிரக் கணக்கிலான சித்திர எழுத்துக்களைப்

பயன்படுத்தாமல், மங்கோலியர் அதே எழுத்துக்கள் திரும்பத் திரும்ப வரும் அட்சரத்தினைப் பயன்படுத்தினர். ஒவ்வொரு எழுத்தின் பல நகல்களைச் செதுக்கி எடுத்து, தேவைப்பட்ட வார்த்தைக்கு ஏற்ப ஒழுங்குபடுத்தினர். அச்சகர் ஒரு புதிய பக்கத்தை அச்சிட விரும்பும் போதெல்லாம், முழுப் பிரதியையும் செதுக்கி எடுக்காமல், ஏற்கனவே செதுக்கியுள்ள எழுத்துக்களை வரிசையில் ஒழுங்குபடுத்தி அச்சிட்டால் போதுமானதாயிருந்தது.

மங்கோலிய வம்சத்தில் எழுத்தறிவு அதிகரித்தது, இலக்கிய வெளியீடுகள் வளர்ந்தன. 1269-இல் அரசின் தீர்மானங்களை மக்களிடம் பரவலாகக் கொண்டுசெல்ல, குப்ளாய் அச்சகம் ஒன்றை நிறுவினான். அரசாங்கத்தைச் சாராதவரும் பரவலாக அச்சகத்தைப் பயன்படுத்த ஊக்குவித்தான். இவற்றில் மத நூல்களுடன், நாவல்கள், அரசு வெளியீடுகள் சேர்ந்தன. புத்தக எண்ணிக்கை அதிகரிக்க, விலையும் குறைந்து வந்தது. மங்கோலியப் பேரரசு எங்கிலும் பரவியிருந்த அச்சகங்கள், வேளாண் பிரசுரங்கள், பஞ்சாங்கங்கள், புனித நூல்கள், சட்ட நூல்கள், வரலாறுகள், மருத்துவ ஆய்வுகள், புதிய கணிதக் கோட்பாடுகள், பாடல்கள், கவிதை எனப் பல்வேறு மொழிகளில் அச்சிட்டுக் கொண்டிருந்தன.

மத சகிப்புத்தன்மை கொள்கை, ஒரேமாதிரியான லிபியை வகுத்தல், தொடர் அஞ்சல் நிலையங்களைப் பராமரித்தல், விளையாட்டுகள், அல்லது பஞ்சாங்கங்கள், பணம் அச்சிடல் அல்லது வானியல் வரைபடங்கள் எதுவாயினும் மங்கோலியப் பேரரசின் ஆட்சியாளர்கள் விடாப்பிடியான உலகளாவிய தன்மையை வெளிப்படுத்தினர். தமக்கென அமைப்பு ஏதேனும் இருந்து, பிறர்மீது அதனைத் திணிக்க வேண்டிய நிர்ப்பந்தம் அவர்களுக்கு இல்லாததால், எங்கேயுமுள்ள அமைப்புகளை மேற்கொண்டு ஒருங்கிணைக்க விரும்பினர். தம் பிரதேசங்களில் ஆழ்ந்த பண்பாட்டுச் சார்புகள் இல்லாமல், சித்தாந்தத் தீர்வுகளை விடவும் நடைமுறைத்தீர்வுகளை நடைமுறைப்படுத்தினர். எது சிறப்பானதோ அதைத் தேடினர்; அதைக்கண்டதும் பிற நாடுகளுக்குப் பரப்பினர். வானியல், பைபிள் நெறிகளுடன் ஒத்துச் செல்கிறதா, எழுத்தின் தர நிலைகள் சீனத்து மாண்டரின்கள் கற்றுத்தந்த செவ்வியல் கொள்கைகளைப் பின்பற்றிச் செல்கின்றனவா, அல்லது தமது அச்சிடலையும்

ஓவியம் தீட்டலையும் முஸ்லீம் இமாம்கள் ஏற்கவில்லை என்பது குறித்து அவர்கள் கவலைப்படவில்லை. எந்தவொரு நாகரிகத்தின் காழ்ப்புணர்வுகளையும் ஒதுக்கி வைத்திடும், தொழில் நுட்பம், வேளாண்மை, அறிவின் உலகளாவிய அமைப்புகளைத் திணித்திட, தற்காலிகமாயினும், மங்கோலியர் அதிகாரம் பெற்றிருந்தனர்; அதன்மூலம், உள்ளூர் மேட்டுக் குடியினர் சிந்தனைமீது கொண்டிருந்த ஏகபோகத்தை நொறுக்கித் தள்ளினர்.

பேரரசை உருவாக்கியதில் மங்கோலியர் யுத்த முறையினை மட்டும் புரட்சிகரமானதாக்காமல், உலகளாவிய பண்பாடு மற்றும் உலக அமைப்பின் அணுக்கருவையும் உருவாக்கினர். இப்புதிய உலகப் பண்பாடு, மங்கோலியப் பேரரசு மடிந்து நீண்ட காலம் ஆன பின்னரும், தொடர்ந்து வளர்ந்தது; வரப்போகும் நூற்றாண்டுகளில் தொடர்ந்து வளர்ந்து வந்ததால், நவீன உலக அமைப்புக்கான புதிய அடித்தளமானது; கட்டற்ற வர்த்தகம், திறந்த செய்தித் தொடர்பு, பகிர்ந்து கொள்ளும் அறிவு, சமயச் சார்பற்ற அரசியல், மத சகவாழ்வு, சர்வதேச சட்டம் ஆகியவற்றின் மீது அசலான மங்கோலிய அழுத்தமுடைய அடித்தளமானது.

அய்ரோப்பா மங்கோலியரால் ஆளப்படவில்லை எனினும், பலவிதங்களில் அவர்தம் உலக அமைப்பிலிருந்து நன்மை அடைந்தனர். மங்கோலிய வெற்றிக்கான விலை கொடாமலேயே, வணிகம், தொழில்நுட்ப இடப்பெயர்ச்சி, புவி விழிப்புணர்வு என்பவற்றின் நலன்களையெல்லாம் அய்ரோப்பியர் பெற்றனர். மங்கோலியர் ஹங்கேரியிலும் ஜெர்மனியிலும் கண்ணிய வீரரையெல்லாம் கொன்றனரே ஒழிய, நகரங்களை அழிக்கவில்லை, ஆக்கிரமிக்கவில்லை. ரோம் வீழ்ச்சியுற்றதிலிருந்து, நாகரிகத்தின் மைய நீரோட்டத்திலிருந்து துண்டிக்கப்பட்டிருந்த அய்ரோப்பியர், புதிய அறிவை உள்வாங்கினர், புதிய உடைகளை அணிந்தனர், புதிய இசையைக் கேட்டனர், புதிய உணவுகளை உண்டனர், ஒவ்வோர் அம்சத்திலும் உயர்ந்து வந்த வாழ்க்கைத் தரத்தை அனுபவித்தனர். 1240-இல் மங்கோலியர் மேற்கொண்ட படையெடுப்புகள் குறித்து, மத்தேயு பாரிஸ் மற்றும் ஸ்பலாட்டோவின் தாமஸ் போன்ற வரலாற்றாளர்களின் நடுங்க வைக்கும் பதிவுகளை அய்ரோப்பியர் லகுவாக மறந்துவிட்டனர். இடைப்பட்ட நூற்றாண்டெங்கிலும், அபரிமிதமான வர்த்தகப் பொருட்களையும் ஆடம்பரமான விஷயங்களையும் அய்ரோப்பியருக்கு பிரதிநிதித்துவம்

செய்பவர்களாக மங்கோலியர் இருந்தனர். 'தார்தார்' என்பது கட்டற்ற பீதியைக் குறிக்காமல் போனது; மாறாக உலகின் மிக நேர்த்தியான ஆடை என்ற பொருளில் 'பன்னி தார்தாரிச்சி' என்று வழங்கலாயிற்று. இத்தாலியின் எழுத்தாளர்கள் தாந்தே மற்றும் பொகாச்சியோ மற்றும் இங்கிலாந்தின் எழுத்தாளர் சாஸர் ஆகியோர் இத்தொடரைக் கையாண்டுள்ளனர். 'தார்தார் ஆடை', 'தார்தார் ஸாடின்' என்னும் தொடர்கள் பிரபலம். இங்கிலாந்தின் மூன்றாம் எட்வர்ட் மன்னர் தனது கண்ணிய வீரர்களுக்கு 150 நாடாக்கள் வேண்டும் என்றபோது அவை தார்தாரிய நீல நிறத்தில் தயாரிக்கப்படவேண்டும் என்றார். இத்தொடர்கள் மங்கோலியரின் துணிமணிகளுக்கோ சாயங்களுக்கோ அல்லாமல், அவர்களால் விற்கப்பட்ட / அவர்தம் பிரதேசத்தில் தோன்றியவற்றை குறிக்கவே பயன்படுத்தப்பட்டன.

தொழில்நுட்பப் புத்தாக்கம் ஒன்று மாற்றி ஒன்றாக அய்ரோப்பாவுக்கு வந்தது. மிக அதிக உடல் உழைப்பைக் கோருகின்ற சுரங்கத் தொழில், ஆலைத் தொழில், உலோகவேலை என்பன அநேகமாக மனித-மிருக உழைப்பையே முற்றிலும் சார்ந்திருந்தது. ஆனால், தண்ணீரும் காற்றின் சக்தியும் ஒன்றிணைந்த பிறகு, அவை சீக்கிரமே இயந்திரமயமாக்கப்பட்டன. கொதிகலனை மேம்படுத்திடும் தொழில்நுட்ப பரவலும், மங்கோலிய வணிக வழித்தடங்களின் மூலம் ஆசியாவிலிருந்து அய்ரோப்பாவுக்கு வந்து சேர்ந்தது. இதனால் உலோகப் பணியாளர்கள் அதிக வெப்பத்தில் உலோகங்களை வார்த்து உலோகத்தின் திறனை உயர்த்த முடிந்தது; தொழில்நுட்ப யுகத்தில் இது முக்கியமானதாயிருந்தது. மங்கோலிய உலக விழிப்புணர்வு காரணமாக, அய்ரோப்பாவில் தச்சர்கள் பொதுவான உளியைக் குறைவாகப் பயன்படுத்தி, தம் வேலையைத் துரிதமாயும் திறமையாயும் செய்திட, குறிப்பிட்ட வேலைக்கு குறிப்பிட்ட கருவிகள் எனப் பயன்படுத்தத் தொடங்கினர்; கட்டிடக் கலைஞர்கள் புதுவகைப் பாரந்தூக்கிகளைப் பயன்படுத்தினர். வளர்ப்பதற்குக் குறைந்த உழைப்பு அல்லது பதப்படுத்த குறைந்த உழைப்பு தேவைப்பட்ட பயிர்களை சாகுபடி செய்தனர்; கேரட்டுகள், சிவப்பு முள்ளங்கிகள், கிரெஸ், பக்வீட், பார்ஸ்னிப்புகள் உணவில் சாதாரணமாகிவிட்டன. சமையலில் உடல் உழைப்பு குறைந்தது. புதிய கருவிகள், இயந்திரங்கள், இயந்திர சாதனங்கள் என்பன கப்பல்கள், துறைமுகங்கள், கிட்டங்கிகள், கால்வாய்கள் போன்றவற்றைத் துரிதமாயும் சிறப்பாயும் கட்ட உதவின-

மேம்படுத்தப்பட்ட பீரங்கிகளும் சுடும் கருவிகளும் சேர்ந்து, மங்கோலியரின் யுத்தமுறை துரிதமாக அழிக்கவும் சிதைக்கவும் துணை நின்றது போல.

மரப்பட்டை மீது எளிமையான ஒருபக்க ஆவணத்தைத் தயாரிக்க, திறன்மிக்க ஊழியர்களின் நீண்ட வரிசையினுடைய உழைப்பு தேவைப்பட்டது. ஆடுகளை வளர்த்த மேய்ப்பர் ஒருபுறமிருக்க, அவற்றைக் கொல்லவும் தோலுரிக்கவும் நுட்பமான திறன் வேண்டும்-தரமான எழுதுபொருள் தயாரிக்க இத்தோலுரித்தல் முக்கியமானதாகும். ஆட்டுத் தோலை சுத்தம் செய்து உரோமத்தை அகற்றிட வாரக்கணக்கிலாகும்-வேதிப்பொருள் சேர்ந்த கரைசலில் ஊறவைத்து, வெயிலில் காயவைத்து, இறுதியில் பொருத்தமான அளவுகளில் துண்டிக்கப்பட வேண்டும். பக்கங்களை அச்சிட்டு நூலாக ஆக்கிட, மை தயாரிப்பு, பிரதியை நகலெடுத்தல், விளக்கப்படங்கள் தீட்டுதல், வண்ணமிடல், தோலால் பிணைத்தல் என உழைப்புகளின் ஒருவரிசையே ஈடுபடுத்தப்பட வேண்டும்.

ஏற்கனவே அறியப்பட்டிருந்த மரப்பட்டையைக் காகிதத்தால் இடப்பெயர்ச்சி செய்திருந்த சீனப் புத்தாக்கம், மங்கோலியச் சகாப்தத்திற்கு முன் அரிதாகவே அய்ரோப்பாவில் பயன்படுத்தப்பட்டது; குறைந்த ஆற்றலுடன் குறைந்த உழைப்புடன், தேர்ந்த உழைப்பாளரால் இதனை முடித்திட இயலும். கிழிந்த கந்தைகளையும் நாரிழைப் பொருட்களையும் சேர்த்து வேதிக்கரைசலில் பதப்படுத்திப் பின்னர் உலர வைக்கவேண்டும்.

அச்சடித்தல் பரவலாகவும் காகிதத் தேவை அதிகரித்தது. இடைக்கால சமூகத்தில் மிகுந்த உழைப்பைக் கோரியது, கையெழுத்துப் படிகளையும் ஆவணங்களையும் நகலெடுத்தல்-மடாலயங்களில் இப்பணி கையால் மேற்கொள்ளப்பட்டது-எழுதுவோர் ஒரு மூலையில் அமர்ந்து நாளெல்லாம் உழைக்க, மடாலயங்கள் புத்தக ஆலைகளாக இயங்கின. உணவுக்கும் அடிப்படைச் செலவுகளுக்குமான அற்பத்தொகைபோக உழைப்பு அநேகமாக இலவசமாயிருந்தது; விற்பனையிலிருந்து ஈட்டப்பட்ட தொகை தேவாலயத்தின் இதர செலவுகளுக்கானது. ஹோகன்னஸ் கூட்டன்பர்க் 1455-இல் 200 பைபிள்களை அச்சிட்டு முடித்ததும், மேற்கில் அச்சு-தகவல் புரட்சியைத் தொடங்கினார். ஒப்பீட்டளவில் சிறியதாக இருந்த புத்தகத் தயாரிப்புத் தொழிலை,

பொதுவாழ்வின் மிக ஆற்றல் வாய்ந்தவற்றில் ஒன்றாக, புதிய தொழில் நுட்பம் ஆக்கிற்று. கிரேக்க காவியங்களின் புதுப்பித்தல், உள்ளூர் மொழிகளினுடைய எழுத்து வடிவங்களின் மேம்பாடு, தேசியவாதத்தின் வளர்ச்சி, புராட்டஸ்டண்ட் சீர்திருத்தவாதம், அறிவியலின் பிறப்பு, வேளாண் பொருளாதாரத்திலிருந்து விலங்கியல் வரை, வாழ்வின் ஒவ்வோர் அம்சத்தையும் அது தூண்டிவிட்டது.

மங்கோலியப் பேரரசின் கருத்துகள், அய்ரோப்பிய மனதில் புதிய சாத்தியங்களை விழித்தெழ வைத்தன. மார்கோ போலோவின் பயண எழுத்திலிருந்து உலுக் பெக்கின் விலாவரியான நட்சத்திர வரைபடங்கள் வரையிலான புது அறிவு, அவர்தம் செவ்வியல் அறிவு பெரிதும் தவறானது என நிரூபணம் செய்து, அதே வேளையில், அறிவார்த்த கண்டுபிடிப்பில் புதுப்பாதைகளைத் திறந்துவிட்டது. ஏனெனில் மங்கோலியப் பேரரசின் பெரும் பகுதியும், வெறும் தொழில்நுட்பத்தின் அடிப்படையில் அமையாமல், புதுமையான கருத்துகள் மற்றும் பொதுவாழ்வினை அமைத்துக் கொள்ளுதல் மீதமைந்தது; இக்கருத்துகள் அய்ரோப்பாவில் புதிய சிந்தனைகளையும் பரிசோதனைகளையும் தூண்டிவிட்டன. காகிதப் பணம், தேவாலயத்தைவிடவும் அரசின் முதன்மை நிலை, மதச் சுதந்திரம், சர்வதேச சட்டம் போன்ற மங்கோலியப் பேரரசின் அடிப்படைக் கொள்கைகள் புது முக்கியத்துவம் பெற்றன.

1620-லேயே ஆங்கிலேய விஞ்ஞானி பிரான்ஸிஸ் பேகன், அய்ரோப்பாவில் தொழில்நுட்பத்தை மாற்றியதன் தாக்கத்தை கண்டிருந்தார். நவீன உலகம் நிர்மாணிக்கப்படுவதற்கான மூன்று தொழில்நுட்ப புத்தாக்கங்களாக அவர் அடையாளப்படுத்தியவை அச்சியந்திரம், வெடிமருந்து மற்றும் திசைமானி. பழங்காலத்தவர் அறியாதவையாக இவை இருந்தாலும், ஒட்டுமொத்த உலகின் தோற்றத்தையும் நிலையினையும் மாற்றியுள்ளன; முதலாவது மாற்றம் இலக்கியத்திலும், இரண்டாவது யுத்த முறையிலும் மூன்றாவது கலம் செலுத்துவதிலும் நடந்தது.' இப்புத்தாக்கங்களை விடவும் முக்கியமாக, அவற்றிலிருந்து எண்ணற்ற மாற்றங்கள் பெறப்பட்டன. இவ்வியந்திர கண்டுபிடிப்புகளை விடவும், எந்தப் பேரரசும் பிரிவும் நட்சத்திரமும், மானுட விவகாரங்களில் பெரிய ஆற்றலையும் செல்வாக்கையும் செலுத்தியிருப்பதாகத் தெரியவில்லை என்று இவற்றின் முக்கியத்துவத்தை உணர்ந்து

அவர் எழுதினார். இவையெல்லாம் மங்கோலிய சகாப்தத்தின் போது மேற்கில் பரவின.

காகிதம் அச்சுக்கருவி, வெடிமருந்து, சுடும் கருவிகளின் பரந்துபட்ட செல்வாக்குகளின் கீழ், திசைமானி மற்றும் இதர கடற்பயண சாதனங்களின் பரவலால் அய்ரோப்பியர் ஒரு மறுமலர்ச்சியை, மறு பிறப்பை அனுபவித்தனர்; ஆனால் அது கிரேக்க-ரோமானிய தொல் உலகின் மறு பிறப்பாக இல்லை; அய்ரோப்பியர் தமது தேவைக்கும் பண்பாட்டுக்கும் ஏற்றவகையில் மாற்றியமைத்துக் கொண்டதாகும்.

மே 1288-இல் ரப்பன் பர் சாவ்மாவிடமிருந்து கடிதத்தையும் அன்பளிப்புகளையும் பெற்ற பிறகு, போப் நான்காம் நிகோலஸ், தனது ஃபிரான்ஸிஸ்கன் பிரிவினருக்காக அஸ்ஸிஸியில் ஒரு தாய்த் தேவாலயத்தை நிறுவுமாறு கட்டளை இட்டார். முதலாவது ஃபிரான்ஸிஸ்கன் போப் என்ற வகையில், நான்காம் நிகோலஸ் சக ஃபிரான்ஸிஸ்கன்களுடன் சேர்ந்து, தம் பிரிவு வளர்ந்து விட்டிருப்பதை அறிவித்திட விரும்புவதாகத் தோன்றினர். இத்திட்டத்திற்கு அவர்தம் புதிய தகுதிநிலையை பிரகடனம் செய்வதுடன், தம் சாதனைகளையும் எடுத்துக் காட்டுவதான படிமத்தை விரும்பினர். மங்கோலிய அரசவையிலிருந்த எந்தவொரு அய்ரோப்பியப் பிரிவுடனும் ஃபிரான்ஸிஸ்கன்கள் நெருங்கிய பிணைப்புகள் கொண்டிருந்தனர். மாபெரும் கானாக கூயுக் தேர்வு செய்யப்பட்டபோது முதல் தூதராகப் பணியாற்றிய பிளானோ டி கார்பினி மற்றும் மோங்கே கான் ஆட்சிப் பொறுப்பேற்றபோது வருகை புரிந்திருந்த ருப்ருக்கின் வில்லியம் என்போரெல்லாம் ஃபிரான்ஸிஸ்கன்கள். மங்கோலியரால் கொண்டுவரப்பட்ட சீன மற்றும் பாரசீகக் கலைப் பொருட்களிலிருந்து கலைஞர்கள் மையக் கருத்துகளையும் உத்திகளையும் இரவல் பெற்றனர்-குறிப்பாக ரப்பன் பர் சாவ்மா கொண்டுவந்த அன்பளிப்புகளிலிருந்து இருக்கக்கூடும்.

இந்த ஓவியங்கள் ஜியோட்டோ டி போண்டோன் மற்றும் அவரது சீடர்களின் படைப்புகளில் பொது ஆதாரத்தைக் கொண்டிருந்தன. அஸ்ஸிஸியிலுள்ள ஃபிரான்ஸிஸ்கன் மடாலய ஓவிய வரிசையிலிருந்து கதிர்வீச்சு பெற்றதாகத் தோன்றுகின்றன. மங்கோலிய பேரரசுக்கு ஆயிரமாண்டுகளுக்கும்

முன்னதாக, கிறித்துவின் வாழ்க்கை நிகழ்வுகளை அத்தேவாலயச் சுவரோவியங்கள் சித்தரித்தாலும், அல்லது புனித ஃபிரான்ஸிஸ் வாழ்வைச் சித்தரித்தாலும், மங்கோலியத் தொடர்பு ஏற்படு முன்னர்தான், இக்கலைஞர்கள் தம் விஷயங்களில் பலவற்றை மங்கோலியரைப்போல சித்தரித்தனர் அல்லது மங்கோலிய துணிமணிகளை அவர்களுக்குப் பயன்படுத்தினர். "இந்தச் சுவரோவிய வரிசையில், புனித ஃபிரான்ஸிஸ் வாழ்க்கை, நேர்பொருளில், பட்டினால் சுற்றப்பட்டுள்ளது, அநேகமாக சித்தரிக்கப்பட்டிருக்கும் ஒவ்வொரு காட்சியும், கதைகளை வரையறுப்பதாக அல்லது கற்பிதமான புல்வெளியில் கீழே தொங்குவதாக உடைகள் தீட்டப்பட்டிருக்கும்" எளிய பட்டுடன், மங்கோலியர் விரும்பியதும், போப்புக்கும் மன்னர்களுக்கும் அன்பளிப்புகளாக அனுப்பியதுமான, சித்திரவேலைப்பாடுமிக்க துணிகளை அவை விவரித்தன. பல்வேறான கிறித்தவ ஓவியங்களில் மங்கோலியரை அவர்தம் தனித்துவமான உடைகள், தலைப்பாகைகள் மற்றும் விற்களுடன் கலைஞர்கள் நிறுத்தினர். மங்கோலிய வர்த்தகத்தின் மூலம் பரவச் செய்யப்பட்ட சீன ஓவியங்களின் பாணியில், கலையில் குதிரைகள் இடம்பெறத் தொடங்கின. பாறைகள், விருட்சங்களைத் தீட்டுவதில் வலுவான ஆசியச் செல்வாக்கையும் இவ்வோவியங்கள் எடுத்துக் காட்டின. இடைக்காலம் முழுதுமே தட்டையாயும் ஒற்றைப் பரிமாணம் மிக்கதாயும் இருந்துவந்த அய்ரோப்பிய ஓவியம், கறாராக அய்ரோப்பியத் தன்மையோ / ஆசியத்தன்மையோ இல்லாத ஒரு புதிய கலவை ஓவியத்தை உருவாக்கியது; ஆழம், ஒளி, ஆடைகள் மற்றும் குதிரைகள் மிகுந்த பாணியில் இருந்தது; பிற்பாடு இது மறுமலர்ச்சிக்கலை எனப்பட்டது.

தம்மளவிலே இப்படிமங்கள், கலைஞர்களின் புது விழிப்புணர்வை பிரதிநிதித்துவம் செய்தனவே தவிர வேறொன்றுமில்லை-உலகின் விதவிதமான மானுட முகங்கள் காணப்பட்டன; ஆனால் படுவாவில் 1306-இல் தீட்டப்பட்ட, கிறித்துவின் அங்கியை விவரிக்கும் சித்திரத்தில், அந்த அங்கி மங்கோலியரின் பாணியில், அவர்தம் ஆடையாக மட்டுமல்லாது, பொன் விளிம்பில் மங்கோலிய அட்சரங்கள் தீட்டப்பட்டிருந்தன-சதுரவடிவிலான பாக்ஸ்பா லிபியில்; குப்ளாய்கானால் ஏற்பாடு செய்யப்பட்ட ஓவியம் இது. அதே தேவாலயத்தில் துரோகத்தின் கேடு குப்ளாய்கானுக்குப் பிடித்தமான மென்மயிர்த் தொப்பி அணிந்துள்ளாள். பழைய ஏற்பாட்டின் தீர்க்கதரிசிகள் வாசிக்க

இயலாத மங்கோலிய லிபியிலான பிரதிகளை உடைய துணிச் சுருள்களுடன் சித்தரிக்கப்பட்டுள்ளனர். குப்ளாய்கானது அரசவை சார்ந்த எழுத்து மற்றும் உடைகளைப் பற்றிய உணர்த்தல்கள், இத்தாலிய மறுமலர்ச்சிக்கால கலைக்கும் மங்கோலியப் பேரரசுக்கும் இடையிலான, மறுக்க முடியாத தொடர்பை எடுத்துக்காட்டின.

மறுமலர்ச்சிக்கால அய்ரோப்பியக் கலையில் மங்கோலிய முகங்களும் லிபியும் இடம்பெற்றது போலவே, அச்சகாப்தத்தின் இலக்கிய-தத்துவ நூல்களில் மங்கோலியக் கருத்துகளும் இடம் பெறலாயின. ஜெர்மானியப் பாதிரியார் கூசாவின் நிகோலஸின் எழுத்தில், மங்கோலிய கருத்துகளும் கொள்கைகளும் தீர்மானகரமாக இடம்பெற்றன; *On Learned Ignorance* என்னும் அவரது 1440-ஆம் ஆண்டுக் கட்டுரை, அய்ரோப்பிய மறுமலர்ச்சியின் திறப்பாகக் கருதத்தக்கது. ஆட்டோ மான்களின் வீழ்ச்சிக்குச் சற்று முன்னர், கான்ஸ்டாண்டிநோபிளில், தேவாலயம் சார்ந்த வணிகத்தில் ஈடுபட்டவர் அவர்; அவரது பிந்தைய எழுத்து வெளிப்படுத்தியது போல, அவர் பாரசீக, அரேபிய கருத்துகளுடன் மங்கோலிய நாகரிகத்துடன் நன்கு பரிச்சயம் கொண்டிருந்தார். 1453-இல் *On the Peace of Faith* என்னும் நீண்ட கட்டுரை எழுதினார்; அதிலே, உலக அமைதியையும் புரிந்து கொள்ளலையும் முன்னெடுத்துச் செல்லும் சிறந்த வழி தொடர்பாக, 17 நாடுகள் மற்றும் மதங்களின் பிரதிநிதிகளிடையே நிகழும் கற்பிதமான உரையாடல்களை முன்வைத்தார். மங்கோலிய மத சித்தாந்தம் குறித்து மேலோட்டமான அறிவை விடவும் கூடுதலாக வெளிப்படுத்தினார்; தார்தாரிய பிரதிநிதி தன் நாட்டை விவரிக்கும் பகுதியில் இதனை அறிந்துகொள்ள முடியும்: ‘எளிய மக்களான அவர்கள் ஒரு கடவுளை வணங்குபவர்கள், மற்றவர்கள் கொண்டுள்ள பல்வேறான சடங்குமுறைகளைக் கண்டு திகைத்து விடுவார்கள். சில கிறித்தவரும் அனைத்து அரேபியரும் யூதரும் சுன்னத்து செய்வதை பரிகசிப்பார்கள், அதுபோலவே சிலர் நெற்றியில் பச்சை குத்திக் கொள்வதையும், ஞானஸ்நானம் செய்து கொள்வதையும் பரிகசிப்பார்கள்.’ அத்துடன் கிறித்தவச் சடங்கு இறையியல் சார்ந்த மங்கோலியரின் திகைப்பையும் குறிப்பிட்டார். கிறித்தவர்கள் ரொட்டியும் ஒயினும் வழங்கும் ஆராதனை ஒன்றுண்டு, அதனைக் கிறித்துவின் உடலும் குருதியும் என்பார்கள். மிகவும் அருவருக்கத்தக்க சடங்குகளுக்குப்

பிறகு இதனை உண்டு, அருந்துவார்கள். தாம் வழிபடுவதை விழுங்குகின்றனர்.

மேலே குறிப்பிடப்பட்ட விவாதத்தில் கற்பிதமான தாத்தார், பிரெஞ்சுத் தூதரிடம் பேசிய மோங்கே கானின் வார்த்தைகளை அப்படியே எதிரொலித்தான்-உலக மதங்களிடையேயான தீராத பகைமையை கான் அருவருத்தான்: ‘கடவுளின் கட்டளைகளை நிறைவேற்றுவது சரி. ஆனால் இக்கட்டளைகளை மோசேயிடமிருந்து பெற்றதாக யூதர் கூற, முகமதுவிடமிருந்து பெற்றதாக அரேபியர் கூற, ஏசுவிடமிருந்து பெற்றதாக கிறித்தவர் கூறுகின்றனர். தம் தீர்க்கதரிசிகளைக் கண்ணியம் செய்து, தெய்விக நெறிகளை அவர்களிடமிருந்து பெற்றுள்ளதாகக் கூறும் இதர நாடுகளும் உண்டு. ஆதலின் நாம் ஒத்திசைவை எட்டுவது எப்படி?’ அரசின் அதிகாரத்தின் கீழ் அனைத்து மதங்களையும் கொண்டுவருவதின் வாயிலாகவே அந்த ஒத்திசைவை எட்ட முடியும் என்பதுதான் மங்கோலியரின் பதில்.

ரப்பன் பர் சாவ்மா போன்ற மங்கோலியத் தூதுவர்களின் வருகை, தொலைதூரத்து விசித்திர மங்கோலியர் குறித்த, மிக வேறுபட்ட பார்வையை அய்ரோப்பியருக்குத் தந்தது. மங்கோலியரிடமிருந்து ஆபத்தை உணராது போன அய்ரோப்பியர், செங்கிஸ்கானின் பேரரசில், தாம் வாழும் சமூகத்திற்கு மர்மமிக்க மாற்றினைக் கண்டனர். அய்ரோப்பியர் அவமதித்த ஒவ்வொன்றையும் முஸ்லீம்கள் பிரதிநிதித்துவப் படுத்துவதாக எழுத்தாளர்கள் முன்வைக்க, மேலும் சிறந்த உலகம் குறித்த புனைவியலான படிமங்களால் மங்கோலியக் கதையினை திகட்டிப்போக வைத்தனர்-ஒருவிதத்தில் அது ஒரு கற்பனை-லட்சிய சமூகமாயிருந்தது. மங்கோலியப் பெருமிதம் குறித்த படிமம், 1390-இல் ஜியோஃப்ரே சாஸரால் முன்வைக்கப்பட்டது; அவர் பிரான்ஸிலும் இத்தாலியிலும் அரசு வர்த்தகம் சார்ந்து பரந்துபட பயணித்தவர்; அவர் எழுதிய நபர்களைவிடவும் மிகுந்த சர்வதேச நோக்குநிலை பெற்றவர். ஆங்கிலத்தில் எழுதப்பட்ட முதல் நூல் *The Canterbury Tales*-இல் ஒரு கனவானின் கதை செங்கிஸ்கானின் வாழ்க்கை மற்றும் சாகசங்கள் குறித்த, புனைவியலும் வசீகரமும் கொண்ட கதையைச் சொல்கிறது.

> இவ்வுன்னத மன்னன் செங்கிஸ்கான் எனப்பட்டான்,
> வேறெங்கிலும் எம் மண்ணிலும்

இவ்வளவு சாதுர்யமானவன் இருந்ததில்லை
எனக் கீர்த்தி பெற்றான் தன் காலத்தில்.
மன்னனுக்குரியவை எதுவும்
இல்லாமலிருந்ததில்லை அவனிடத்தில்.
தான் பிறந்த குலத்தில்
தான் உறுதிபூண்ட விதியைப் பராமரித்தான்.
ஞானமிகுந்தோன், செல்வந்தன், பலசாலி,
பக்தி மிக்கவன், நேர்மையானவன்,
வாளின் கூர்மையை விரும்பியவன்,
அருளாளன், கண்ணியமிக்கவன்,
திடமான மையம் போன்ற உரமிக்கவன்;
இளைஞன், பொலிவுமிக்கவன், வலுவானவன்,
ஆயுதங்களை நாடுபவன்,
தன் இல்லத்து எந்தவொரு நம்பியையும் போலவே.
சீரியவனான அவன் நல்வாய்ப்பாளன்,
தன் அரச குடும்பத்தைச் சிறப்பாக பராமரித்தவன்
இத்தகையோன் எங்கணும் இருந்ததில்லை.
இவ்வுன்னத மன்னன், இந்த தார்தாரிய செங்கிஸ்கான்.

10

மாயத்தின் பேரரசு

1491-இல் ஸ்பெய்னிலிருந்து கிறிஸ்டோபர் கொலம்பஸ் கலம் செலுத்தியபோது, மாபெரும் கானின் நிலமான கேதேயினை நோக்கிச் சென்று கொண்டிருந்தார்.

டேவின் மோர்கன்

1332-இல் குழப்பமும் எச்சரிக்கையும் வலியும் ஷாங்துவின் மங்கோலிய கோடைகாலத் தலைநகரம் ஸாநாடுவின் உல்லாச மாளிகைகளைக் கவ்விக் கொண்டன. கோடை தாண்டியும் அரச குடும்பம் அங்கிருந்தது; அந்நெருக்கடியை ரகசியமாக வைத்திட முயற்சிகள் மேற்கொள்ளப்பட்டும், மங்கோலிய ஆட்சியாளர்கள் ஆழமான கொந்தளிப்பில் இருந்தனர் என்பது வெளிப்படையானது; அவ்வம்சத்தின் நீட்டிப்புக்கே மிரட்டலாயிருந்தது. என்ன நடந்து கொண்டிருந்தது என்பது குறித்து குழப்பமான தகவல்கள் கசிந்து கொண்டிருந்தன; ஆனால் மாபெரும் கானின் ஆட்சிப் பொறுப்பு, சகோதரனிலிருந்து சகோதரனுக்கும் தந்தையிடமிருந்து மகனுக்கும், படுகொலைகள், மாயமாதல்கள், விளக்க முடியாத மரணங்களின் அலைவீச்சில் தாவிக் கொண்டிருந்ததாகத் தோன்றுகிறது. 1328-லிருந்து 1332 வரை பொன்னான குடும்பத்தின் குறைந்தது நான்கு உறுப்பினர்களாவது அரியாசனத்தைக் கைப்பற்றினர்; அவர்களுள் ஒருவனான ஏழு வயது ரின்சின்பால் கான் 1332-இல் நான்கு மாதங்களே பொறுப்பிலிருந்தான். ஒவ்வொருவரையும் அச்சம்

பற்றிக் கொண்டது. குடும்பத்தில் சிறுவரிலிருந்து முதியவர் வரை, கீழ்மட்டத்து வேலையாளிலிருந்து மாபெரும் கான் வரை, ஒவ்வொருவரும் குரூரமாக செத்துக் கொண்டிருந்ததாகத் தோன்றிற்று.

தலைநகரின் உள்ளே இருந்த அளவுக்கு வெளியேயும் அநேகமாக அதே அளவு கொந்தளிப்பும் குழப்பமும் கலக்கிவிட்டது, ஆனால் சமூகத்தை மிரட்டிக் கொண்டிருந்தது அந்நியப் படையெடுப்பாளர்களோ கலகக்காரர்களோ அல்ல. இன்னும் கொடுமையான மர்மமான ஆனால் எங்கணும் புலப்படுவதான விளைவுகளுடன் இருந்தது-அது கொள்ளை நோய். காலையில் ஆரோக்கியமாகத் தோன்றுபவன், மாலையில் திடீரென கடும் காய்ச்சலுக்கு உள்ளாகி விடுவான். காய்ச்சல் சட்டென்று குளிராகி, வாந்தி எடுக்கவும் வயிற்றுப் போக்குக்கு உள்ளாகவும் செய்துவிடும். சிறிது நேரத்திற்கு முன்புதான் துடிப்பாயும் எழுச்சியாயும் இருந்தவர்களின் உடல்கள், எதிர்பாராத வகையில் நொறுங்கி கரையத் தொடங்கிவிடும்-திகிலடைந்த குடும்பத்தினரின் முன்னே. சருமத்திலிருந்து ரத்தம் கசியத் தொடங்கும், சருமத்தின் நிறத்தை மாற்றிடும், தொடையிடுக்குகளில் எழும் கட்டிகளிலிருந்து ரத்தமும் சீழும் வடியும். அக்குளிலும் கழுத்திலும் கட்டிகள் உருவாகும். அது, தொடையிடுக்கைக் குறிக்கும் கிரேக்கச் சொல்லான *bu boes* என்றழைக்கப்பட்டு, அதனின்றும் *bu bonic plague* என்னும் மருத்துவத் தொடர் பிறந்தது. கட்டிகள் பெரிதாகி, வெடிக்கும். உடலில் ஆக்ஸிஜன் சுழற்சி குறையும், சருமத்தின் கீழுள்ள உலர்ந்த ரத்தம், அந்நபரைக் கருப்பானவராக்கும்; இந்நாடகபூர்வ அறிகுறிகாரணமாக அந்நோய் கருப்பு மரணம் என்றழைக்கப்பட்டது. சித்திரவதைக்குள்ளான சில தினங்களிலேயே அந்நபர் மடிந்து விடுவது வழக்கம். சில நபர்களிடத்தே இப்படியில்லாமல், நுரையீரல்களைத் தாக்கும்; நுரையீரலிலுள்ள காற்று மோசமாகி நுரை பொங்குவதாகி நுரையீரல்களை மூழ்கடிக்கும். மடிகின்ற அந்நபர்கள் சுற்றியுள்ளவர்களுக்கு அதனைத் தொற்றச்செய்து, கடுமையான இருமலுக்கும் தும்மலுக்கும் மூச்சுத் திணறலுக்கும் உள்ளாக்குவர்.

சில ஆதாரங்களின்படி, இந்நோய் சீனாவின் தெற்கில் தோன்றியதாக இருக்கவேண்டும்; மங்கோலிய வீரர்கள் வடபகுதிக்கு எடுத்து வந்தனர். பிளேக்கின் பாக்டீரியா ஈக்களில் வசிக்கும்; அது எலிகள் மூலம் பயணித்து உணவின் மூலம்,

அல்லது தெற்கிலிருந்து கிடைத்த கப்பத்தின் பொருட்கள் மூலம் கொண்டுவரப்பட்டிருக்கும். ஈக்கள் மனிதர்களைத் தொற்றுவதில்லை மற்றும் குதிரைகளின் வாசனை அவற்றை விரட்டியடித்தாலும், தானியச் சாக்குகளிலும் மனித உடைகளிலும் மனிதர் இருக்குமிடங்களுக்கு அருகிலும் அவற்றால் வாழமுடியும்-அப்போது அவர்களுக்குத் தொற்றிவிட காத்துக் கொண்டிருக்கும். தொற்று ஏற்பட்ட ஈக்கள் கோபி பாலைக்கு வந்ததும், மர்மோட் மிருக வளைகளில் தம்மை வரவேற்கும் இல்லங்களைக் கண்டுகொண்டன. மங்கோலியாவின் ஸ்டெப்பி வெளியில் கொள்ளை நோய் வீரியமிக்கதாய் இருந்தாலும், குறைவான மக்களே உள்ள சூழலில் மிகுந்த ஆபத்தாக இல்லை. இன்றும் ஒவ்வோராண்டும் கோடையில் கையளவு நபர்களைக் கொல்லும்; ஆனால் ஏராளமான குதிரைகளுடன் சிறிய அளவுள்ள மக்கள் தொகை, மங்கோலிய வசிப்பிடங்களில் ஈக்கள் இல்லாமை இரண்டும் சேர்ந்து இந்நோயை தொற்றாக ஆக்கிவிடுவதில்லை. ஆனால் மக்கள்தொகை அடர்ந்துள்ள சீனத்தின் நகர்ப்புறங்களில், பிற்பாடு பிற நகர்ப்புறங்களில் எலிகள் மிகுந்திருக்கவே தனக்குப் பொருத்தமான சூழலைப் பெற்றுவிடும்-நீண்ட காலமாக மக்கள் அந்நோய்க்கான ஆதாரமாக எலிகளைப் பார்க்காது இருந்துவிட்டனர்.

1331-இல் ஹோபெய் மாகாணத்தின் 90% மக்கள் இறந்துவிட்டதாகப் பதிவுகள் உண்டு. 1351-இல் சீனா தன் மக்கள் தொகையில் சரிபாதியிலிருந்து மூன்றில் இரண்டு பங்குவரை இழந்துவிட்டதாகக் கூறியிருந்தது. 13-ஆம் நூற்றாண்டில் 123 மில்லியனாக இருந்த மக்கள்தொகை, 14-ஆம் நூற்றாண்டின் இறுதியில் 65 மில்லியனாகக் குறைந்து போனது.

மங்கோலிய உலக அமைப்பின் உற்பத்தி மையமாக சீனா செயல்பட்டது; பொருட்கள் சீனாவிலிருந்து பாய்ந்ததும், நோய் பின்தொடர்ந்தது, சட்டென்று எல்லாத் திக்குகளிலும் பரவியதாகத் தோன்றியது. வணிக நிலையங்களின் அருகிலுள்ள கல்லறைகளுக்கான தொல்லியல் சான்று, 1338-இல் சீனாவிலிருந்து டியான் ஷாண் மலைகளுக்குப் பரவிய தொற்று, கிர்கிஸ்தானில் இஸ்ஸிக் ஏரி அருகிலிருந்த கிறித்தவ வணிக சமுதாயத்தைத் துடைத்தழித்துவிட்டதைச் சுட்டிக் காட்டுகிறது. பிளேக் வணிகத்தின் தொற்றாயிருந்தது. 13 மற்றும் 14-ஆம் நூற்றாண்டுகளின் ஈரேஷிய உலகை ஒன்றிணைத்த அதே மங்கோலியச் சாலைகளும் வாகன

வரிசைகளும், பட்டு மற்றும் வாசனை திரவியங்களை விடவும் அதிகமாக இயங்கின. வணிகர்களுக்காக மங்கோலியர் நிறுவிய சாலைகளும் சாலையோர நிலையங்களும், ஈக்களுக்கான தற்செயலான இடமாற்றுப் புள்ளிகளாயும் செயல்பட்டன; அதன் மூலம் நோய்க்கே இடமாற்றுப் புள்ளியாயிருந்தது. ஆடம்பரமிக்க துணிமணிகள், விசித்திர வாசனைகள், படாடோப ஆபரணங்கள் சகிதமாக வந்த வாகன வரிசைகள், ஒரு முகாமிலிருந்து இன்னொன்றிற்கு, ஒரு கிராமத்திலிருந்து இன்னொன்றிற்கு, ஒரு நகரிலிருந்து இன்னொன்றிற்கு, ஒரு கண்டத்திலிருந்து இன்னொன்றிற்கு பிளேக்கைப் பரப்பின ஈக்களைக்கொண்டு வந்தன. கொள்ளை நோய் மலை சார்ந்த கணவாயில் ஒரேயொரு முக்கிய நிலையத்தை நாசமாக்கினால் அல்லது பாலைவனத்தினூடே ஒரு வழித்தடத்தை அடைத்து விட்டால், பெரிய பேரரசுக்குள்ளே ஒரு பெரிய மண்டலத்தை தனிமைப்படுத்தவும் செய்தது.

1345-இல் பிளேக் வோல்காவின் கீழ் மட்டத்திலுள்ள சாரையின் கோல்டென் ஹோர்டேயின் தலைநகரைச் சென்று சேர்ந்தது. அப்போது, கிப்சாக்கின் கானாகிய யானிபெக், ரஷ்ய அடிமைகளை ஜெனோவாவிலிருந்து எகிப்துக்கு ஏற்றுமதி செய்யும் பொருட்டு வணிகர்களால் பிரதானமாக ஏற்படுத்தப்பட்ட வணிக மையமான, காஃபா (இப்போது உக்ரைனிலுள்ள ஃபெயோடோஸிஜா) என்னும் கிரீமியத் துறைமுகத்திற்கு முற்றுகையிட ஆயத்தம் செய்துகொண்டிருந்தான். மங்கோலியர் சிலவேளைகளில் இத்தாலிய அடிமை வர்த்தகர்களுக்கு ஒத்துழைத்தனர் மற்றும் சில வேளைகளில் அவர்தம் வணிகத்தை அடக்கி வைக்க முயன்றனர். மங்கோலிய அலுவலர்கள் அவ்வணிக நிலையத்தை மூடி, ஜெனோவா நாட்டினரைப் பல சந்தர்ப்பங்களில் வெளியேற்றினர்; ஆனால் ஒவ்வொரு முறையும் விட்டுக் கொடுத்து, அவர்கள் திரும்பிவர அனுமதிப்பர். மேலும் மங்கோலியத் தாக்குதல்களிலிருந்து தம்மைக் காத்துக் கொள்ளவும் அடிமைகளாக கொண்டு செல்லப்படுவதிலிருந்து காத்துக் கொள்ளவும், ஜெனோவா நாட்டினர் தம் நகரைச் சுற்றி பாதுகாப்பு மதிலை நிறுவினர்; வணிக நிலையத்தின் மையத்தைப் பாதுகாக்க உட்புறச் சுவரினை எழுப்பினர்.

மங்கோலிய ராணுவத்தில் பிளேக் பரவவே, யானிபெக் முற்றுகையை நீக்கினான், ஆனால் நோய் மங்கோலிய

முகாமிலிருந்து அருகிலுள்ள துறைமுகத்திற்கு பரவிவிட்டது. பிளேக்கிற்குப் பலியானவர் உடல்களை மதில் மேல், நகருக்குள் எறியவைத்தான் யானிபெக்; ஜெனோவா மக்கள் உடல்களைக் கடலில் வீசி எறிய முற்பட்டாலும், நோய் பரவிவிட்டது. ஆனால் இத்தகவலுக்கு சான்றாதாரம் இல்லை; ஒரு வழக்குரைஞரின் ஆவணங்களே இருக்கின்ற ஒரே சான்று. கேப்ரியல் டெ முஸ்ஸிஸ் என்னும் பெயருடைய அவர் ஜெனோவா அருகே பியாஸென்ஸா நகரில் வாழ்ந்தார். சில மாலுமிகளிடமிருந்து இதனைக் கேள்விப்பட்டிருந்ததாகத் தெரிவித்தார். பிரதேசங்கள் தாம் உத்தேசித்திருந்த இலக்குகளில் மூச்சுவிட்டு பொதுவாக நோயைப் பரப்ப முடியாததால், நகரில் தொற்று பரவ, உயிருள்ள ஈக்களைக் கொண்டு செல்லவேண்டியிருந்தது. இக்கதை சந்தேகத்திற்குரியதா யிருக்கிறது, மங்கோலியர் அம்முறையில் நோயைப் பரப்ப விரும்பவில்லை என்பதால் அல்ல, அது வெற்றியடையும் யுத்த தந்திரமாக இருந்திருக்காது என்பதால்தான்.

மானுட உத்தேசத்துடனோ இல்லாமலோ, நோய் ஏற்கனவே பரவிக் கொண்டிருந்தது, தொடர்ந்து பரவும். ஜெனோவா நகரத்தினரும் பிற அகதியரும் படகில் துறைமுகத்திலிருந்து தப்பியபோது, தம்முடன் நோயினையும் கான்ஸ்டாண்டி நோபிளுக்கு எடுத்துச் சென்றனர்; அங்கிருந்து லகுவாக எகிப்தின் கெய்ரோவுக்கும் சிசிலியின் மெஸ்ஸினாவுக்கும் பரவிற்று. நகரம் பிளேக் நோய்க்கான லட்சிய இல்லமெனில், கப்பலின் மூடுண்ட சூழல் லட்சிய குஞ்சு பொறிப்பானாயிருந்தது-அங்கே மனிதரும் எலிகளும் ஈக்களும், குதிரைகளோ நெருப்போ இல்லாமல், நெருக்கமாகக் கலந்துவிட முடியும்-குதிரைகளும் தீயும்தான் ஈக்கள் தவிர்க்க வேண்டியவை. சரியான வண்டி / சரக்கு வண்டிக்காக காத்திருக்க வேண்டியிருந்த நோய், ஒப்பீட்டளவில் வணிக வழித்தடத்தின் மெதுவான நகர்விலிருந்து விடுபட்டு, பாய்மரங்களைத் தள்ளும் காற்றின் வேகத்தில் பரவிற்று. 1348-இல் அது இத்தாலியின் நகரங்களைக் கபளீகரம் செய்தது, அந்த ஆண்டு ஜூனில் இங்கிலாந்தில் நுழைந்தது. 1350 குளிர்காலத்தில் ஃபேரோ தீவுகளிலிருந்து அய்ஸ்லாந்து வழியே வடக்கு அட்லாண்டிக்கைத் தாண்டி கிரீன்லாந்தை அடைந்தது. அய்ஸ்லாந்தில் 60% பேரை கொன்றிருக்கக்கூடும்; கிரீன்லாந்திலிருந்த வைகிங்குகளின் போராடிக் கொண்டிருந்த காலனியின் இறுதி அழிவில் கொள்ளை நோய் முக்கிய காரணியாக இருந்திருக்கும்.

சில மதிப்பீடுகளின்படி, 1340-லிருந்து 1400 வரையிலான 60 ஆண்டுகளில், ஆப்பிரிக்க மக்கள்தொகை 80 மில்லியனிலிருந்து 68 மில்லியனாகக் குறைந்து விட்டது, ஆசிய மக்கள்தொகை 238 மில்லியனிலிருந்து 201 மில்லியனாகக் குறைந்து விட்டது. இன்னொரு இரு ஆண்டுகள் வரை பிளேக் தாக்கியிராத அமெரிக்கக் கண்டங்கள் உள்ளிட்ட உலக மக்கள் தொகை சுமார் 450 மில்லியனிலிருந்து 350-லிருந்து 35-வரை குறைந்துவிட்டது-குறைந்தது 75 மில்லியன் அல்லது எஞ்சிய பதினான்காம் நூற்றாண்டுக்கும் ஆண்டுக்கு ஒரு மில்லியன் மக்கள் இழப்பாகினர். மேலும் சான்றுகள் கிடைக்க இழப்புத்தொகை இன்னும் அதிகமாகிறது. அய்ரோப்பிய மக்கள் தொகை சுமார் 75 மில்லியனிலிருந்து 52 ஆகக் குறைந்தது. சுமார் 25 மில்லியன் பேர் இறக்க, அய்ரோப்பியக் கண்டத்தின் இழப்பு மட்டும், 20-ஆம் நூற்றாண்டில் உலகளாவிய எய்ட்ஸ் நோயாளிகளின் இறப்புத் தொகைக்கு சமமானது. 14-ஆம் நூற்றாண்டில் அய்ரோப்பாவுக்கு இத்தொகை மொத்த மக்கள் தொகையில், மூன்றில் ஒரு பங்கு மற்றும் சரிபாதிக்கு இடையே இருக்கும். ஒப்பிடும்போது, அய்ரோப்பாவில் இரண்டாம் உலகப் போரின் பயங்கரமான அழிவில், பிரிட்டன் தன் மக்கள் தொகையில் 1%-க்கும் குறைவாகவே இழக்க, அதிகமாகச் சண்டை நடந்த பிரான்ஸ் 1.5%-னை இழந்தது. ஜெர்மனியின் இழப்பு 9% சதத்தை எட்டியது. உலகளாவிய பஞ்சமும் சேர்ந்து இரண்டாம் உலகப் போர் இறப்பு விகிதங்களைப் போலந்திலும் உக்ரைனிலும் 19% ஆக்கிவிட்டன; ஆனால் இவைகூட 14-ஆம் நூற்றாண்டில் கொள்ளை நோய் இறப்புக்குக் குறைவாகவே இருந்தன.

பிளேக் சில பிரதேசங்களில் முழுமையாக நாசப்படுத்தியிருக்க, சில நகரங்கள் பாதிப்பின்றி தப்பின. திறம்பட்ட நடவடிக்கைகளில் ஒன்றினை மிலன் நகரம் மேற்கொண்டது. ஒரு வீட்டில் பிளேக் தொற்றியதும், ஒட்டுமொத்தமாக அவ்வீட்டை அலுவலர்கள் மூடி முத்திரை இட்டனர்-நோயுற்றவர், நலமாய் இருப்பவர், நண்பர்கள், வேலையாட்கள் எல்லாரையும் சேர்த்து அடைத்துவிட்டனர். மற்ற நகரங்கள், மணி அடிப்பது அல்லது மணி ஒலிக்கத் தடை செய்வது என்றவாறு திறமில்லாத நடவடிக்கைகளில் இறங்கின. குறிப்பிட்ட சமுதாயத்தில் வெளிப்பட்டதோ இல்லையோ, தொற்றுநோய் கண்டத்தின் ஒவ்வொரு மண்டலத்திலும் வாழ்வை நிரந்தரமாக மாற்றிவிட்டது. ரோம் வீழ்ச்சியடைந்ததிலிருந்து, அய்ரோப்பாவில் மேலோங்கியிருந்த சமூக வாழ்வை பிளேக்

வலுவாக அழித்துவிட்டது-கண்டத்தை அபாயகரமான சிதைபாட்டில் விட்டுச் சென்றது. நகர்ப்புற மக்களை சீக்கிரமே சாய்த்துவிட்ட பிளேக், படித்த வர்க்கத்தினரையும் திறன்மிக்க கைவினைக் கலைஞர்களையும் அழித்துவிட்டது. நகரங்களுக்கு உள்ளேயும் வெளியேயும், மடாலயங்கள் மற்றும் துறவுக் கன்னியர் இல்லங்களின் மூடுண்ட மாசுபடுத்தப்பட்ட சூழல்கள், ஒவ்வொருவரையும் கொல்வதற்கான லட்சிய வாய்ப்பினை இந்நோய் வழங்கிற்று-இத்துயர நிகழ்விலிருந்து, பொதுவாக ரோமானிய கத்தோலிக்க தேவாலயம், குறிப்பாக அய்ரோப்பிய துறவுப் பிரிவு மீளவே இல்லை. கோட்டைகளிலும் மாளிகைகளிலும் அடைபட்டவர் போலவே, மக்கள் நெருக்கமிக்க கிராமங்களும் இதே ஆபத்தைச் சந்தித்தன.

பிளேக்கின் சமுதாயத் தாக்கம் ஃபிளாரென்ஸில் சிறப்பாகப் பதிவு செய்யப்பட்டது; 1348-இல் தொற்று காணப்பட்டது; எண்ணற்ற குடும்ப உறுப்பினர்களையும் நெருங்கிய நண்பர்களையும் இழந்தவர்களுள் ஒருவரான ஜியோவன்னி பொக்காச்சியோவால் சித்தரிக்கப்பட்டது. அவரது டெக்கெமெரானில், பத்து உயர்குடிச் சீமாட்டிகளும் பத்து ஆண்களும் பிளேக்கிலிருந்து தப்பியோடி, கிராமப்புற பண்ணையில் புகலிடம் அடைந்து, கதைகள் சொல்லி நேரத்தைக் கழிக்கின்றனர். பொக்காச்சியோ சித்தரிக்கும் உலகில், கணவன் மனைவியைக் கைவிட்டுப் போகிறான், தாய் குழந்தையைக் கைவிட்டுப் போகிறாள்-பிளேக்கிலிருந்து தப்புவதற்காக. ஏராளமானோர் இறந்ததால், இறுதிச் சடங்குகள் நிகழ்த்த பாதிரியார்களுக்கு நேரமில்லை, வெட்டியான்களால் உடல்களை அடக்கம் செய்ய முடியவில்லை, மொத்தமாக கல்லறைக்குள் குவிக்கப்படுகின்றன அல்லது நாய்களும் பன்றிகளும் தின்னுமாறு விடப்படுகின்றன. "மானுட மற்றும் தெய்விக விதிகளின் வணங்கத்தக்க அலுவலர் இழிவுபடுத்தப்பட்டார்." அலுவலர்களால் தம் கடமையைச் செய்ய இயலாது போகவே, ஒவ்வொருவரும் தனக்குச் சரியென்று தோன்றியதைச் செய்யும் சுதந்திரம் பெற்றிருந்தனர்.

நோயின் உண்மையான காரணத்தை அல்லது பரவல் முறையினைப் புரிந்து கொள்ளாமல், மக்கள் வணிகத்துடன் அது கொண்டிருந்த நெருக்கத்தையும் நகருக்குள்ளேயும் வெளியேயுமான மக்கள் நகர்வையும் சட்டென்று கண்டுகொண்டனர். அக்காலத்தைச் சேர்ந்த பொக்காச்சியோ,பெட்ரார்க் மற்றும்

சிலரது எழுத்துக்கள், அந்நோய்க்கு இரண்டு பிரதான எதிர்வினைகளை எடுத்துக்காட்டுகின்றனர்-நகரினைக் கைவிட்டுச் செல்வது அல்லது அந்நியர் நுழையாதபடி நகரை மூடுவது. எதுவானாலும் அது வணிகத்தை, செய்தித் தொடர்பை, போக்குவரத்தை உடனே நிறுத்திற்று. அய்ரோப்பா எங்கிலும் உள்ளூர் அலுவலர்கள், பரவலைக் கட்டுப்படுத்தவும் மக்கள் எதிர்வினையைக் கட்டுப்படுத்தவும் பிளேக் சட்டங்களை நடைமுறைப்படுத்தினர். 1348-இல், டஸ்கனியிலுள்ள சிறு நகரமான பிஸ்டோயா, தொற்றுள்ள பகுதிகளிலிருந்து மக்கள் வரத்தடை விதித்தனர், பயன்படுத்தப்பட்ட துணிமணிகளின் இறக்குமதியை தடைசெய்தனர்; மரண நாற்றம் வீசக்கூடிய பழ விற்பனை அல்லது விலங்குகள் கொல்லப்படுவதை விலக்கினர்-நோயின் பரவலுக்கு அது காரணம் எனச் சந்தேகிக்கப்பட்டதால், அது போலவே, தோல் பதனிடலுக்கு தடை விதித்தனர்-அது நிகழாது போனால் தோல்பொருட்கள் தயாரிப்பு நின்றுவிடும். மற்ற இடங்களிலிருந்து திரும்புவோர் சுமார் 30 பவுண்டுள்ள சுமையுடனேதான் அனுமதிக்கப்பட்டனர். பிளேக்கினால் இறந்துள்ளவர் வீட்டுக்கு யாரும் பரிசுப் பொருளை அனுப்ப இயலாது அல்லது அங்குச் சென்று பார்க்க முடியாது, புதிய உடை வாங்கிட யாரும் அனுமதிக்கப்படவில்லை.

அரசியல் உறவு சார்ந்த தூதுக்குழுக்களும் கடிதங்களும் நின்றுபோயின. மங்கோலிய போக்குவரத்து அமைப்பு இல்லாததால், கத்தோலிக்க தேவாலயம் சீனாவில் தன் பணிகளை இழந்தது. எல்லா இடங்களிலும் பீதிகொண்டோர் அந்நியர்களைக் குற்றஞ்சாட்ட, அது சர்வதேச வர்த்தகத்தை மேலும் அபாயகரமாக்கியது. அய்ரோப்பாவில் கிறித்தவர்கள் மீண்டும் யூதருக்கு எதிராகத் திரும்பினார்கள்; யூதர்கள் வர்த்தகத்துடனும் கிழக்குடனும் நெருங்கிய தொடர்பு வைத்திருந்தனர்-அங்கிருந்துதான் பிளேக் வந்தது. சில யூதர்கள் அவர்களது இல்லங்களுக்குள் அடைக்கப்பட்டு எரியூட்டப்பட்டனர்; மற்றவர்கள் குற்றத்தை ஒப்புக்கொள்ளும் மட்டும் வதைக்கப்பட்டனர். ஜூலை 1348-இல் போப் நான்காம் கிளெமெண்ட், யூதரைப் பாதுகாக்கும் பொருட்டும் சித்திரவதைகளை நிறுத்துமாறு கிறித்தவர்களைக் கட்டுப்படுத்தியும் ஆணைகளை அனுப்பியும், யூதர்களுக்கெதிரான சித்திரவதை அதிகரிக்கவே செய்தது. 1349-இல் காதலர் தினத்தன்று, ஸ்ட்ராஸ்பர்க் அலுவலர்கள் 2000 யூதர்களை நகருக்கு வெளியிலுள்ள யூதக் கல்லறையில் திரட்டி, மொத்தமாக எரிக்கத் தொடங்கினர்.

தம் குற்றங்களை ஒப்புக்கொண்ட யூதர் சிலரைத் தப்பிச்செல்ல அனுமதித்தனர்; அவர்கள் கிறித்தவர்களாக மாறவேண்டும்; சில குழந்தைகள் வலுக்கட்டாயமாக மதமாற்றப்பட்டனர். ஆயிரத்திற்கும் மேற்பட்டோர் ஆறு தினங்களுக்கும் கூடுதலான காலகட்டத்தில் எரிந்து போயினர்; நகரில் எந்த யூதரும் இருக்கலாகாது என விதிக்கப்பட்டது. தொற்றினைத் தடுக்கும் பொருட்டு நகரம் மாற்றி நகரமாக யூதர்கள் எரிக்கப்படலாயினர். நவம்பர் 1348-லிருந்து செப்டம்பர் 1349 வரை, கொலோனுக்கும் ஆஸ்திரியாவுக்கும் இடையிலிருந்த யூதரெல்லாம் எரிக்கப்பட்டதாகக் கூறுகிறது ஒரு பதிவு. ஸ்பெய்னின் கிறித்தவ வசிப்பிடங்களில் சிறுபான்மை இஸ்லாமியருக்கு எதிராக இதுபோன்ற வதைகள் ஏவிவிடப்பட்டன; கிரானடா மற்றும் மொராக்கோவில் புகலிடம் தேடும்படி, அவர்கள் துரத்தியடிக்கப்பட்டனர்.

தொற்றுநோய் அய்ரோப்பாவைத் தனிமைப் படுத்தியது மட்டுமின்றி, பாரசீகம் மற்றும் ரஷ்யாவிலிருந்த மங்கோலியரையும் சீனாவிலிருந்தும் மங்கோலியாவிலிருந்தும் தனிமைப்படுத்தியது. பாரசீக ஆட்சியாளர்களால் சீனாவில் தாங்கள் வைத்துள்ள நிலங்களிலிருந்தும் ஆலைகளிலிருந்தும் பொருட்களைக் கொண்டுவர முடியவில்லை. சீனத்திலுள்ள பொன்னான குடும்பத்தால் ரஷ்யாவிலிருந்தோ பாரசீகத்திலிருந்தோ பொருட்களைப் பெறமுடியவில்லை. ஒவ்வொரு குழுவும் மற்றதிலிருந்து துண்டிக்கப்பட, பின்னிப் பிணைந்திருந்த உரிமை அமைப்பு நிலைகுலைந்தது. பிளேக் நாட்டினை நாசப்படுத்தியது, வாழ்தலின் உறுதிப்பாட்டைக் குலைத்தது; வணிகத்தையும் கப்பத்தையும் நிறுத்தி, மங்கோலிய பொன்னான குடும்பம் தன் பிரதான ஆதரவுத் தளத்தை இழக்குமாறு செய்தது. சுமார் ஒரு நூற்றாண்டு காலமாக, மங்கோலியர், தம்மைப் பிளவுபடுத்திவரும் அரசியல் குறைபாடுகளைச் சரிசெய்திட, தமது பரஸ்பர உலகியல் நலன்களைப் பயன்படுத்தி வந்திருந்தனர். அரசியல் ஒருமைப்பாட்டினை பலிகொடுக்கும்போதேகூட, ஒன்றுபட்ட பண்பாட்டு-வணிகப் பேரரசை பராமரித்திருந்தனர். பிளேக்கின் தாக்குதலால் மையத்தால் தாக்குப்பிடிக்க முடியவில்லை, சிக்கலான அமைப்பு சரிந்து விழுந்தது. மங்கோலியப் பேரரசு, தனது பிரும்மாண்ட பேரரசு எங்கிலும் துரிதமான, தொடர்ச்சியான மக்கள், பொருட்கள், தகவலின் நகர்வினைச் சார்ந்திருந்தது. அத்தொடர்புகள் இல்லையேல், பேரரசு இல்லை.

அந்நியரான மங்கோலிய வெற்றியாளர்கள் தமது குடிமக்களால் சகித்துக் கொள்ளப்பட்டனர்; அவர்கள் தான் ஆயிரத்திற்கு ஒருவர் என மங்கோலியரை விஞ்சியிருந்தனர்; ஏனெனில் தமது ராணுவ பலம் நலிவுற்ற பிறகும், மிகுந்த அளவிலே பொருட்களைத் தொடர்ந்து உற்பத்தி செய்து கொண்டிருந்தனர். பிளேக்கிற்குப் பிறகு, வணிகமோ பிற மங்கோலிய ராணுவ உதவியோ இல்லாத நிலையில், செங்கிஸ்கானின் பொன்னான குடும்பத்தின் ஒவ்வொரு கிளையும், எளிதில் விரோதமாகிவிடக்கூடிய கொந்தளிப்பான சூழலில், தன்னைத்தானே பார்த்துக்கொள்ள வேண்டியிருந்தது. ராணுவ பலம் மற்றும் வர்த்தக ஆதாயம் என்னும் இரு சாதகங்களையும் இழந்துவிட்ட, ரஷ்யா, மத்திய ஆசியா, பாரசீகம், மத்திய கிழக்கிலிருந்த மங்கோலியர், தம் குடிமக்களுடன் திருமண உறவுகள் வைத்துக்கொண்டும், மொழி, மதம், பண்பாட்டில் அவர்களைப் போலவே பிரக்ஞைபூர்வமாக மாறிக்கொண்டும், புது விதங்களில் அதிகாரத்தையும் சட்டபூர்வ உரிமையையும் தேடினர். மங்கோலிய அலுவலர்கள் தம் குடும்பங்களிலிருந்து புரோகிதர்-மருத்துவப் பொறுப்பு, பௌத்தம், கிறித்தவத்தின் எச்சங்களை துடைத்தழித்தனர்; தம் குடிமக்களின் பிரதான மதமான இஸ்லாத்தின் மீதான கடப்பாட்டை திடப்படுத்திக்கொண்டனர் அல்லது ரஷ்யாவில் கோல்டன் ஹோர்டே விஷயத்தில், அரச குடும்பத்தை அதிகாரத்தில் வைத்திருக்கத் துணைபுரிந்த, துருக்கி ராணுவத்தின் மதத்தில் பற்றுக் கொண்டனர்.

மத்திய கிழக்கிலிருந்த மங்கோலியர் இஸ்லாமியர் ஆனதன் வாயிலாக, குப்ளாய்கானின் எடுத்துக்காட்டைப் பின்பற்றுவதாகத் தோன்றினர்; குப்ளாய்கான் சீனராகத் தோற்றமளித்து சீனத்தில் தன்னை ஆற்றல்மிக்கவராக ஆக்கிக் கொண்டான். இருப்பினும் குப்ளாய்கானை அடுத்து வந்தவர்கள் அதனைப் பின்பற்றத் தவறினார்கள் அல்லது அவனது முறையின் வஞ்சக மேதைமையைப் புரிந்துகொள்ளத் தவறினர். சீனர்களாக மாறுவதற்குப் பதிலாக மங்கோலிய அலுவலர்கள் அடக்குமுறையை அதிகரித்து, தம்மைத் தனிமைப்படுத்திக் கொண்டனர். அக்குளறுபடியான காலத்தில், அரசவையின் மங்கோலிய உறுப்பினர்களில் சிலர், சீனர்களை மேலும் ஒடுக்கும் வகையில் கடுமையான நடவடிக்கைகளை மேற்கொள்ளுமாறு, செங்கிஸ்கான் கனவில் வந்து தெரிவித்ததாகக் கூறிக்கொண்டனர். சீனர்களுக்கு அதிகபட்ச சுதந்திரம் அளித்துவிட்டதாகவும், மங்கோலியர் சீன வாழ்வுக்கு ஏற்பத் தம்மை மிகவும் சரிசெய்து கொண்டிருப்பதாகவும்

அரசவையினர் உணர்ந்தனர். சீனப் பண்பாட்டுக்குள் மேலும் தம்மை ஈடுபடுத்திக் கொள்ளாமல், தம் அந்நிய அடையாளத்தைச் செறிவாக்கி, சீனமொழி, மதம், பண்பாடு, கலப்புத் திருமணம் என்பவற்றிலிருந்து மேலும் தம்மை விலக்கிக்கொள்ள முற்பட்டனர். இப்படி அதிகரித்து வந்த வெறுப்பில், மங்கோலிய அலுவலர்கள், சீன மக்களிடமிருந்த ஆயுதங்களை மட்டுமல்லாது, வேளாண் இரும்புக் கருவிகளையும் பறிமுதல் செய்ய கட்டளை இட்டனர், கத்திகளின் உபயோகத்தை வரம்புக்குட்படுத்தினர். சீனர்கள் குதிரைகளைப் பயன்படுத்த தடைபோட்டனர்; ரகசியச் செய்திகள் கடத்தப்படுகின்றன என்னும் பயத்தில், சீன இசை நாடகங்கள், கதை சொல்லல்கள், மற்றும் இதர பொது / தனிப்பட்ட சந்திப்புகளைத் தடுத்தனர். இத்தகைய அதீத நடவடிக்கைகளால் அதிருப்தியும் அவநம்பிக்கையும் கொண்டனர் சீன மக்கள். சீனக் குழந்தைகளின் பெருந்திரள் அழிப்பு அல்லது குறிப்பான சீனக் குடும்பப் பெயர்கள் கொண்டவர்களைக் கொல்லும் திட்டம் குறித்த வதந்திகள் உலவின.

முடிந்தவரை சீனராக இருக்கக்கூடாது என்னும் புதிய முயற்சியில், மங்கோலியர் பல்வேறு மதங்களுக்கும் சரி உரிமை அளித்து வந்த தமது மரபான அணுகுமுறையைக் கைவிட்டனர்; பௌத்தத்திற்கு, குறிப்பாக திபெத்திய பிரிவுக்கு அதிகச் சலுகையும் அதிகாரமும் அளித்தனர்; அது சீனரின் கன்ஃபூசிய கருத்துகளிலிருந்து மிக வலுவாக வேறுபட்டிருந்தது. தம் மங்கோலிய ஆட்சியாளரை நேரடியாக விமர்சிக்க முடியாத சீனர்கள், மங்கோலியப் பேரரசை நிர்வகிப்பதில் துணை புரிந்துவந்த அந்நியர் மீது தம் வெறுப்பைக் காட்டினார். திபெத்திய பௌத்த பிக்குகள் குறிப்பாக வெறுப்புக்குள்ளாயினர்; ஏனெனில் புதிதாய் திறக்கப்பட்டிருந்த திபெத் செல்லும் வழித்தடத்தை ஒட்டி இருந்த உள்ளூர் மக்கள், துறவியருக்கு உணவு உறையுள் அளித்து அவர்களைத் தூக்கிச் செல்வதுடன், அவர்தம் பொருட்களையும் கொண்டுசெல்லவேண்டிய நிர்ப்பந்தத்தைப் பெற்றிருந்தனர். அடிக்கடி ஆயுதங்களைக்கொண்டு சென்ற பிக்குகள், தமக்குச் சேவைசெய்த மக்களை அவமதித்தனர். பௌத்த-திபெத்திய விவகாரத்துறை அரசவையில் பிக்குகளை வலுவாக ஆதரித்து, அவர்களுக்குச் சிறப்புரிமைகளை வழங்கியது. ஒரு பிக்குவை அடித்தவன் கை துண்டிக்கப்படும் அல்லது ஒரு பிக்குவைப் புண்படுத்தியவன் அல்லது அவமதித்தவன் நாக்கு வெட்டப்படும் என்னுமளவுக்கு அத்துறை விதிமுறைகளை

விதித்தது. நாளடைவில் உடலைச் சிதைப்பதைத் தண்டனையாக நடைமுறைப்படுத்துவதை விலக்கிய, மங்கோலிய நெறியுடன் முரண்பட்ட இதனை மங்கோலிய அலுவலர்கள் திரும்பப் பெற்றுக் கொண்டனர்.

தம் மக்களிடமிருந்து தனிமைப்படுவது அதிகரித்து, பிளேக் பரவுவதை எதிர்த்து கடுமையான நடவடிக்கை எடுக்க முடியாதுபோன, சீனத்தின் மங்கோலிய கான்கள் திபெத்திய பிக்குகளின் ஆன்மிகத்தில் புகலிடம் கொண்டனர்; சமூகத்தின் மாயத்தன்மையிலான பிரச்சனைகளை உடைய வெளி உலகிலிருந்து திரும்பி, அவர்தம் தனிப்பட்ட ஆன்மாவுக்கு துணை நின்றிடும் செயல்பாடுகளை மேற்கொள்ளுமாறு பிக்குகள் அவர்களை ஊக்கப்படுத்தினார்கள். கைதியை விடுவிக்கின்ற ஒவ்வொரு செயலும், மறுபிறப்பில் அடுத்த நிலைக்குத் தகுதியுடையவர்களாக அவர்களை உயர்த்தும் என மங்கோலிய அரசவையினரை பிக்குகள் வலியுறுத்திக் கொண்டிருந்தனர்; அப் பிக்குகள் சீக்கிரமே இதனை வணிகமாக்கிவிட்டனர். இப்படியான ஒரு நேர்வில், அரசவைப் பிக்கு ஒருவர் மங்கோலிய அரசியின் அங்கியணிந்து, மஞ்சள் எருதின் மீதமர்ந்து அரண்மனை வாயில் வழியே சென்று, பறவைகளைக் கூண்டிலிருந்து விடுவதுபோல, கைதிகளை விடுவித்தார்.

திபெத்தியத் துறவிகள் தம் தாந்திரிகச் சடங்குகளில் புது வடிவங்களிலான நடைமுறைகளை ஊக்குவித்தனர்-அது பாலியல் உறவுகள் மூலம் அறிவு விளக்கம் பெற்றிடும் பாதையைப் பிரகடனம் செய்தது. இப்பிரிவு பாலியல் கலையின் வீரியமான வெளிப்படுத்தலை மட்டும் ஏற்படுத்தவில்லை; அத்துடன் அரச குடும்பத்தினர் விரிவான காம நடனங்களிலும் சடங்குகளிலும் ஈடுபடுவதை ஊக்குவித்தது-லாமாவின் கண்காணிப்பின் கீழ் மாபெரும் கானே ஆர்வத்துடன் பங்கேற்கலானார். காமக்களியாட்டங்கள் மற்றும் அது சார்ந்த ரகசியங்கள் சீனர்களிடையே வெறுப்பையும் அவநம்பிக்கையையும் ஏற்படுத்தின; திபெத்திய லாமாக்கள், அரசவையில் மானுடப் பலியிட்டு, கானின் ஆயுளை நீட்டிக்கவும் தள்ளாடும் அரசைப் பாதுகாக்கவும் முற்படுகின்றனர் என சந்தேகித்தனர்.

சீனாவின் மங்கோலிய ஆட்சியாளர்கள் தமது ஆன்மிகத்தையும் காமத்தையும் வெளிப்படுத்துவதில் கவனத்தைக் குவித்திருக்க,

விலக்கப்பட்ட நகருடைய மதில்களைத் தாண்டியுள்ள தலைநகரின் சமூகம் சரிந்து போனது. மங்கோலியர் கடுமையாக உழைத்து நுணுக்கமாக உருவாக்கியிருந்த நாணய அமைப்பைக் கட்டுப்படுத்த முடியாதபடி, மங்கோலிய அலுவலர்கள் தம் கட்டுப்பாட்டை இழந்தது முக்கியத்துவமிக்க அறிகுறியானது. காகிதப் பணத்தைப் பயன்படுத்திய பொருளாதாரத்தின் கொள்கைகள், அலுவலர்களால் உணர்ந்து கொள்ளப்பட்டதை விடவும் சிக்கலானதாக கணிக்க முடியாததாக இருந்தது; மற்றும் அது படிப்படியாக கட்டுப்பாட்டிலிருந்து விலகி திருகு சுழலானது. மங்கோலிய நிர்வாகத்திலுள்ள பலவீனத்தின் சொற்பமான சைகையாக, காகிதப் பணத்திலான நம்பிக்கை நழுவிப் போனது; தாமிரத்தின் வெள்ளியின் மதிப்பை உயர்த்திக்கொண்டே, அதன் மதிப்பை இழக்க வைத்தது. பணவீக்கம் ஆவேசத்துடன் உயர்ந்துவர, 1356-இல் காகிதப் பணம் பயனற்றதாகியது.

பாரசீகத்திலும் சீனத்திலும் சீர்குலைவு சீக்கிரமே ஏற்பட்டது-முறையே 1335-லும் 1368-லும். பாரசீக இல்க்கனாட்டின் மங்கோலியர் மாயமாகினர்-கொல்லப்பட்டு அல்லது தமது முந்தைய பெருமளவு மக்களால் உள்வாங்கப்பட்டு. சீனாவில் மாபெரும் கான் டோகூன் டுமுர் மற்றும் சுமார் 60,000 மங்கோலியர், மிங் கலகக்காரர்களிடமிருந்து தப்பிவிட்டனர்; எஞ்சிய சுமார் 4 லட்சம் பேர் பிடிபட்டு கொல்லப்பட்டனர் அல்லது சீனர்களால் உள்ளீர்த்துக்கொள்ளப்பட்டனர். மங்கோலியாவுக்குத் திரும்ப முடிந்தவர்கள், தமது நாடோடித் தன்மையிலான முல்லை நில மேய்ச்சலுக்குத் திரும்பினர்-1211-லிருந்து 1368 வரையிலான ஒட்டுமொத்த சீன நிகழ்வும் அநேகமாக அவர்தம் தெற்கு கோடை முகாமில் வெறுமனே நீட்டிக்கப்பட்ட தங்கலாக இருந்துவிட்டதுபோல. ரஷ்யாவின் பொன்னான மந்தை சிறு சிறு மந்தைகளாகச் சிதறியது, நான்கு நீண்ட நூற்றாண்டுகளினூடே அதிகாரத்தில் சரிவுற்றது. இத்தகைய நீட்டித்த கலந்துறவாடலின் போது, மங்கோலியரும் அவர்தம் துருக்கிய சகாக்களும், துருக்கிய மங்கோலியரின் வெவ்வேறான இனவியல் குழுக்களாக, ஒருவருடன் மற்றவர் இணைந்துவிட்டனர்-அது ஒருவரிடமிருந்து மற்றவர் மற்றும் மிகப்பெரும் ஸ்லாவிக் சமூகத்திடமிருந்து தனி அடையாளத்தை பராமரிக்கச் செய்தது.

மங்கோலிய ஆட்சி தூக்கி எறியப்பட்ட பிறகு, வெற்றிகண்ட மிங் ஆட்சியாளர்கள், சீனர்கள் மங்கோலிய ஆடைகளை அணியக்கூடாது, தம் பிள்ளைகளுக்கு மங்கோலியப் பெயர்களை இடக்கூடாது, அந்நியப் பழக்கவழக்கங்களைப் பின்பற்றக்கூடாது என ஆணைகள் பிறப்பித்தனர். அரசாங்கம் மற்றும் சமூக வாழ்வின் சீன நெறிமுறைகளுக்கு புத்துணர்வூட்டும் முயற்சியில், மிங் ஆட்சியாளர்கள் மங்கோலியக் கொள்கைகள் மற்றும் நிறுவனங்கள் பலவற்றை நிராகரித்தனர். சீனாவில் குடியமருமாறு மங்கோலியர் ஊக்கப்படுத்தியிருந்த இஸ்லாமியரை கிறித்தவரை யூத வணிகரை வெளியேற்றினர்; மங்கோலியரின் வர்த்தக அமைப்பில் விழுந்த பெரும் அடியாக, மிங் அலுவலர்கள் காகிதப் பணத்தை முற்றிலுமாக ஒழித்து, உலோகப் பணத்திடம் திரும்பினர். மங்கோலியர் முன்வைத்த திபெத்திய லாமாக்களின் பௌத்தத்தை நிராகரித்து, மரபுவழிவந்த தாவோயிஸம் மற்றும் கன்ஃபூஸிய சிந்தனையால் இடம்பெயரச் செய்தனர். மங்கோலிய வர்த்தக அமைப்பினைப் புதுப்பிக்கும் முயற்சி நிறைவேறாது போகவே, புதிய ஆட்சியாளர்கள் மங்கோலியரின் கலன்களை எரித்தனர், சீனர்களுக்கு அயல்நாட்டுப் பயணத்தை விலக்கினர், நாட்டு மொத்த வருவாயில் பெரும்பகுதியினை, அந்நியர் நுழையாதவாறும் சீனர்கள் அங்கேயே இருக்குமாறும், பிரும்மாண்டமான சுவர்களை எழுப்பியதில் செலவழித்தனர். அப்படிச் செய்ததன் மூலம், தென்கிழக்கு ஆசியத் துறைமுகங்களில் வாழ்ந்து வந்த ஆயிரக்கணக்கிலான அவர்களது குடிமக்கள் திண்டாடினர்.

மங்கோலியரின் புதிய படையெடுப்பு நிகழாதவாறு, மிங் வம்சத்தினர் முதலில் தலைநகரை சீனத்தன்மை மிகுந்திருந்த நான்ஜின்கிற்கு மாற்றினர்; ஆனால் பெரும்பாலான சீன மக்களது அணுகுமுறைகளில் செயல்பாடுகளில், ஒன்றுபட்ட சீனத்தின் ஆதிக்கம், தமது வடக்குத் தலைநகருடன் நெருங்கிய தொடர்பு கொண்டிருந்ததால், பழைய மங்கோலியத் தலைநகர் கான்பாலிக்கிற்கு அரசவையை மாற்றவேண்டியிருந்தது. மிங் வம்சத்தினர் மங்கோலியத் தோற்றத்தை அகற்றி, தமக்குரிய பாணியில் புதிய விலக்கப்பட்ட நகரினை எழுப்பி, நகரை மாற்றியமைக்க முற்பட்டனர். சிறிய விதிவிலக்குகளுடன் பெயர் மாற்றங்களுடன் தலைநகரம் அப்படியே இருந்தது; பெய்ஜிங் இன்னமும் சீனருக்குத் தலைநகரமாக விளங்குகிறது-

மங்கோலியரின் கீழ் கொண்டிருந்த அதே தேசிய எல்லைகளை இன்னும் கொண்டிருக்கிறது.

நாடுமாற்றி நாடாக ஏற்பட்ட உள்ளூர் கலகங்கள் மங்கோலியரை வெளியேற்றிட, உள்ளூர் மேட்டுக் குடியினர் அரசாங்கத்தின் கடிவாளங்களைக் கையில் பற்றினர். கொரியா, ரஷ்யா, சீன நாடுகள் உள்நாட்டு வம்சங்களின் கைகளில் திரும்பிட, இஸ்லாமியப் பிரதேசங்கள் மங்கோலிய ஆட்சியிலிருந்து மேலும் சிக்கலான மாற்றத்திற்கு உள்ளாகின. வணிகர்களாக, தரகர்களாக, வங்கியாளர்களாக, கப்பல் நிறுவனங்களை நடத்துபவர்களாக, ஆசியாவையும் அய்ரோப்பாவையும் இணைத்திட்ட வாகன வரிசை ஓட்டிகளாக இருந்துவந்த அரேபியரின் கட்டுப்பாட்டிடம் திரும்புவதற்குப் பதிலாக, புதியதொரு பண்பாட்டு கலவை எழுந்து, பாரசீகத்தின் சட்ட நிறுவனங்களுடன் பாரசீகத்தின் தொன்மையான பண்பாட்டு மரபுகளைச் சேர்த்து, துருக்கிய-மங்கோலிய ராணுவ அமைப்புடன் ஒன்றிணைத்தது. இஸ்லாமிய உலகின் கீழ்ப்பகுதி, அரேபியரின் மேலாதிக்கம் அற்ற, தாங்கள் இன்னும் இஸ்லாமியராக இருக்கக்கூடிய புதியதொரு பண்பாட்டுச் சுதந்திரத்தைக் கண்டறிந்தது-அரேபியர் மீண்டும் அதிகாரத்தைப் பெற்றிட அனுமதிக்கவில்லை. வெடிமருந்துப் பேரரசுகள் என சிலவேளைகளில் அழைக்கப்பட்ட, துருக்கியின் ஆட்டோமான்கள், பாரசீகத்தின் சாஃபாவித்துகள், இந்தியாவின் மொகலாயர்கள் போன்ற புதிய வம்சங்கள், மங்கோலிய ஆயுதங்களின் பாரிய புத்தாக்கங்களைப் பெரிதும் சார்ந்திருந்தன; குதிரைப்படை ஆயுதந்தாங்கிய காலாட்படை மீது அமைந்த ராணுவ அமைப்பு அது; அயலக எதிரிகளை எதிர்த்துப் போராடவும், இன்னும் முக்கியமாக, இனவியல் ரீதியில் பல்வேறான குடிமக்கள் மீது உள்நாட்டு அதிகாரத்தைப் பராமரிக்கவும் சுடும் கருவிகளின் பயன்பாட்டை அறிந்திருந்தது அது.

கொள்ளை நோய், வர்த்தக அமைப்பின் சீர்குலைவு, கலகங்கள், அடுத்து நிகழ்ந்த மங்கோலியப் பேரரசின் முடிவு எல்லாம் இருந்தும், பழைய பேரரசு முற்றிலுமாகப் போய்விடுவதில் கலகக்காரர்கூட தயக்கம் காட்டினர். புதிய ஆட்சியாளர்கள் தமது புதிய ஆட்சியை நியாயப்படுத்திட, பழைய அமைப்பின் குஞ்சங்களுடனும் மாயங்களுடனும் தொங்கிக் கொண்டிருந்தனர். உள்கட்டமைப்பு நிலைகுலைந்து, மங்கோலியரெல்லாம்

போய்விட்ட பிறகும், மங்கோலியப் பேரரசின் முகப்பு தொடர்ந்து நின்று கொண்டிருந்தது.

பொதுவாழ்வில் மங்கோலியச் செல்வாக்கினை அகற்றியதையடுத்து, மிங் ஆட்சியாளர்கள், மங்கோலியரின் அதிகாரபூர்வ முத்திரையைத் தேடுவதில் அக்கறை காட்டினர்; கடந்த காலத்துடனான தொடர்ச்சியைப் பராமரிக்கும் விதமாக, அரசியல் சார்ந்த உறவில் மங்கோலிய மொழியின் பயன்பாட்டைப் பாதுகாத்தனர். 1453-இல் கான்ஸ்டாண்டி நோபிளை ஆட்டோமான்கள் வெல்லும் வரையும், சீன அரசவை தன் கடிதங்களை மங்கோலிய மொழியிலேயே அனுப்பிவந்தது. 1644-இல் மிங்குகளைத் தோற்கடித்த மாஞ்சு, செயல் தந்திரவகையில், செங்கிஸ்கான் வாரிசுகளுடன் திருமண உறவுகொண்டு, இரத்த ரீதியிலும் உணர்வு ரீதியிலும் அவரது வாரிசுகளாக, சட்டபூர்வ உரிமை கொண்டாட முடிந்தது.

மத்திய ஆசியாவின் மையத்தில், செங்கிஸ்கானின் சந்ததியர் மொகுலிஸ்தான் என்னும் பகுதியில் அதிகாரத்தில் நீடித்து வந்தனர்-மங்கோலியப் பிரதேசம் என்று பொருள்படும் பாரசீகப் பெயர்தான் மொகுலிஸ்தான். 14-ஆம் நூற்றாண்டின் இறுதியில், மத்திய ஆசியாவிலிருந்த மங்கோலியப் பகுதிகள், டிமுரின் கட்டுப்பாட்டில் வந்தது-டிமுர் தி லேம் அல்லது டேமர்லேன் எனவும் அறியப்படுபவன் இவன்; அவ்வளவாகச் சான்றில்லாமல் தன்னைச் செங்கிஸ்கானின் சந்ததி என்று கூறிக்கொள்ளும் ஒரு துருக்கி வீரன். மங்கோலியப் பேரரசைப் புதுப்பிக்க முற்பட்டு, இந்தியாவிலிருந்து மத்தியதரைக்கடல் பகுதிவரையிலுள்ள பிரதேசத்தின் பெரும்பகுதியை வென்றவன். செங்கிஸ்கானுடனான தனது நெருங்கிய தொடர்பை நிறுவும் விதமாக, சில புத்தகங்கள் எழுதப்படுமாறு செய்தான். தனது வம்சாவளி செங்கிஸ்கான் மற்றும் மங்கோலியரின் ரத்தத்தைப் பெற்றிடும் விதத்தில், செங்கிஸ்கானின் உண்மையான சந்ததியரில் ஒருவர் குடும்பத்தில் திருமண உறவு செய்து கொண்டான். மங்கோலியப் பேரரசை மீட்டெடுத்திட இவ்வளவு செய்துவந்த எமீர் டிமுர் செங்கிஸ்கானின் வழிகளைப் பின்பற்றவில்லை. காரணமின்றிக் கொன்றான்; சித்திரவதை செய்வதிலும் அவமானப்படுத்துவதிலும் மகிழ்ந்தான். துருக்கியின் ஆட்டோமான் அரசின் சுல்தானைப் பிடித்து, சுல்தானின் மனைவியும் மகள்களும் தனக்கு நிர்வாணமாக விருந்து பரிமாறுவதை சுல்தான் காணுமாறு கட்டாயப்படுத்தினான் அல்லது அப்பெண்களுடன் வல்லுறவுகொண்டு திருப்தியடைந்தான்

எனப்படுகிறது. இச்சுல்தானை மிருகத்தைப்போல தனது தேரினை இழுத்துவருமாறு செய்து, அப்புறம் ஒரு கூண்டிலடைத்துக் காட்சிப் படுத்தவும் செய்துள்ளான்.

டிமுர் தன்னையொரு மங்கோலியன் என்று கூறிக்கொண்டதாலும், சட்டபூர்வமாக செங்கிஸ்கான் வம்சத்தின் மருமகன் ஆனதாலும், இரு தரப்பினராலும் வெற்றி கொள்ளப்பட்டிருந்த மக்களின் மனங்களில், அசலான மங்கோலியரது சம்பவங்களுடன் அவனுடையவை பிரிக்கமுடியாதபடி பின்னிப் பிணைந்தவை ஆகிவிட்டன. ஒரு மங்கோலியனை இன்னொருவனிலிருந்து பிரித்து அறிவது சிரமம். டிமுர் சித்திரவதை செய்வதில் மகிழ்ந்தபோது அல்லது தான் வென்ற நகரங்களுக்கு வெளியே தலைகளை பிரமிடாகக் குவித்தபோது, அவன் மங்கோலியரின் மரபுகளை எடுத்துவந்து கொண்டிருப்பதாகக் கருதப்பட்டது. டிமுரின் நடவடிக்கைகள் காலத்திற்குப் பொருந்தாத விதத்தில் செங்கிஸ்கானிடம் ஒதுக்கீடு செய்யப்பட்டன.

டிமுரின் சந்ததியர் வரலாற்றில் இந்திய மொகலாயர்களாக அறியப்பட்டனர். 1519-இல் புதிய வம்சத்தின் நிறுவனரான பாபர், செங்கிஸ்கானின் இரண்டாவது மகன் சகாதாயிடமிருந்து வந்த பதின் மூன்றாம் தலைமுறையைச் சேர்ந்தவர். பாபரின் பேரன் அக்பர் காலத்தில் மொகலாயப் பேரரசு அதன் உச்சத்தைத் தொட்டது; 1556-லிருந்து 1608-வரை அவர் ஆட்சிபுரிந்தார். நிர்வாகத்திலும் வணிகத்தைப் பெருக்கியதிலும் செங்கிஸ்கானின் மேதைமையைப் பெற்றிருந்தார். முஸ்லீம் அல்லாதவர் மீது விதிக்கப்பட்ட, பெரிதும் வெறுக்கப்பட்ட ஜிஸ்யா வரியை ஒழித்தார். அக்பர் தன் குதிரைப் படையை, மரபார்ந்த மங்கோலிய பாணியில், பத்தின் அலகுகளாக 5000 வீரர் வரை ஒழுங்கமைத்தார். தகுதியின் அடிப்படையில் குடிமைப் பணிப்பிரிவை ஏற்படுத்தினார். மங்கோலியர் அச்சகாப்தத்தின் மிகவும் உற்பத்தித் திறனுள்ள தயாரிப்பு மற்றும் வர்த்தக மையமாக சீனாவை ஆக்கியது போலவே, மொகலாயர் இந்தியாவை உலகின் மிகப்பெரிய உற்பத்தி மற்றும் வர்த்தக மையமாக ஆக்கினர்; இஸ்லாமிய, இந்து மரபுகள் இரண்டுக்கும் முரணான வகையில், பெண்களின் நிலையை உயர்த்தினார். மதத்தைப் பொறுத்தவரை சமமான அணுகுமுறை கொண்டிருந்தார், அனைத்து மதங்களையும் தீன் இல்லாஹ் என்னும் ஒரு தெய்விக மார்க்கமாக்கினார்-அதன்படி விண்ணில் ஓர் இறைவன், மண்ணில் ஒரு சக்கரவர்த்தி.

அரசியலிலிருந்து கலை வரை அனைத்திலும் மங்கோலியப் பேரரசின் மாயத்தைப் பராமரித்திட பல பேரரசுகள் முயன்றிட, அது இருந்திருக்கவில்லை என்று நம்புவதற்கு தயாராக இல்லாததாக பொது அபிப்பிராயம் இருந்துள்ளது என்று தோன்றியது. அப்பேரரசு மீதான நம்பிக்கை வேறெங்கேயும்விட அய்ரோப்பாவில் முக்கியமானதாக அல்லது நீடித்ததாக இருந்தது; 1492-இல், கடைசி சுல்தான் சீனாவை ஆண்டு ஒரு நூற்றாண்டுக்குமேல் கழிந்த பிறகு, கிறிஸ்டோபர் கொலம்பஸ், செங்கிஸ்கானின் மங்கோலிய அரசவையுடன் கடல்வழித் தொடர்பை ஏற்படுத்தி, இழந்துவிட்ட வர்த்தகத்தைப் புதுப்பிக்க முடியும் என்று இஸபெல்லாவிடமும் ஃபெர்டினாண்டிடமும் உறுதிப்படுத்தினார். மங்கோலியரது செய்தித்தொடர்பு நொறுங்கியதால், பேரரசின் வீழ்ச்சி மற்றும் செங்கிஸ்கான் தூக்கி எறியப்பட்டது பற்றி அய்ரோப்பியர் கேள்விப் படாதிருந்தனர். எனவே, அய்ரோப்பாவிலிருந்து மங்கோலிய அரசவையுடனான நிலவழித்தடத்தை இஸ்லாமியர் தடுத்திருந்தாலும், அய்ரோப்பாவிலிருந்து உலகப் பெருங்கடல் தாண்டி, மார்கோ போலோ விவரித்த நிலத்திற்கு தன்னால் சென்றுசேர முடியும் என்று வலியுறுத்தினார்.

மார்கோ போலோவின் பயணங்கள் நூலின் பிரதியுடன் மங்கோலியரைக் காண கொலம்பஸ் தன் கடற்பயணத்தைத் தொடங்கினார்; மங்கோலிய அரசவை வந்து சேருவது தொடர்பாக, அப்பிரதியில் நிறைய குறிப்புகளையும் பார்வைகளையும் அவர் பதிந்துவைத்தார். அவரைப் பொறுத்தவரை போலோ ஓர் உத்வேகம் மட்டுமல்லாது, நடைமுறை வழிகாட்டியும் ஆவார். சிறு சிறு நாடுகள் பலவற்றுக்குச் சென்றுவிட்டு கியூபாவை அடைந்த கொலம்பஸ், மாபெரும் கானின் பிரதேசத்தின் விளிம்பில் இருந்ததாயும், சீக்கிரமே மங்கோலிய அரசின் கேதேயினைக் கண்டுவிட முடியும் என நம்பினார். இன்று நாம் அமெரிக்கா என அறிந்துள்ளதற்குச் சற்று வடக்கில் கானின் பிரதேசம் உள்ளது என உறுதிகொண்டார்.

மங்கோலியாவின் மாபெரும் கானினுடைய நாட்டினைத் தான் கண்டறியாததால், தான் சந்தித்த மக்கள், இந்தியாவிலுள்ள மங்கோலியரின் தெற்குத் திசை அண்டை வீட்டாராக இருக்கவேண்டும் எனத் தீர்மானித்தார்; எனவே அமெரிக்காவின் பூர்வகுடி மக்களை இந்தியர்கள் என்றார்-அதனின்றும் அப்பெயராலேயே அவர்கள் அழைக்கப்பட்டு வருகின்றனர்.

மறுமலர்ச்சிகால எழுத்தாளர்களும் ஆய்வாளர்களும் செங்கிஸ்கானையும் மங்கோலியரையும் வெளிப்படையான போற்றுதலுடன் சித்தரிக்க, அய்ரோப்பாவில் எழுந்த 18-ஆம் நூற்றாண்டின் அறிவு விளக்கம், ஆசிய எதிர்ப்புணர்வை உருவாக்கியது; அவ்வுணர்வு குறிப்பாக மங்கோலியர் மீது குவிமையம் கொண்டது; அம்மாபெரும் கண்டத்தில் கேடான / குறைபாடுள்ள ஒவ்வொன்றின் அடையாளமாக அது இருந்தது. 1748-லேயே பிரெஞ்சு தத்துவவாதி மாண்டெஸ்க்யு *The Spirit of the Laws* என்னும் ஆய்வுநூலில், ஆசியர்களை அவ்வளவு வெறுத்தார்; அருவருக்கத்தக்க அவர்தம் குணங்களில் பலவற்றை மங்கோலியரிடம் கண்டதாக குற்றஞ்சாட்டினார்; அடிமைத்தனமுள்ள வேலையாட்கள், குரூரமான எஜமானர்கள் அவர்கள் என்றார். தொல்கால கிரேக்கத்திலிருந்து பாரசீகம் வரையிலான, நாகரிகத்தின் மீதான அனைத்துப் பெரும் தாக்குதல்களையும் அவர்களுக்கே உரியதாக்கினார்: "இந்தியாவிலிருந்து மத்திய தரைக்கடல்வரை ஆசியாவை அவர்கள் நாசப்படுத்தினர்; பாரசீகத்திற்கு கிழக்கிலுள்ள நாட்டையெல்லாம் பாலைவனமாக்கினர்." ஆசியாவின் பழங்குடி மக்களை நிந்தனை செய்த மாண்டெஸ்க்யு, அய்ரோப்பியரின் பழங்குடித் தோற்றுவாய்களை ஜனநாயகத்தின் முன்னோடிகளாகப் போற்றினார்: "கிரேக்கப் பேரரசை அழித்த தார்தாரியர்கள் வெற்றிகண்ட நாடுகளில் அடிமை முறையினையும் சர்வாதிகார அரசையும் நிறுவினர்; ரோமானியப் பேரரசை அடக்கிய கோத்கள் முடியாட்சியையும் விடுதலையையும் நிறுவினர்... ஆசியாவில் நிலவிய அடிமை உணர்வினை அவர்களால் ஒருபோதும் தூக்கி எறிய முடியவில்லை; அத்தேசத்தின் வரலாறுகளனைத்திலும், சுதந்திர உணர்வைக் கொண்டுள்ள ஒரு பத்தியைக் கண்டறிவது சாத்தியமில்லை; அதீதமான அடிமைத்தனம் தவிர்த்து வேறெதனையும் காண இயலாது."

செங்கிஸ்கான் தாக்குதலுக்குரிய மைய உருவமானார். வால்டேர் தனது அரசியல்-சமூகத் திட்டத்திற்குப் பொருந்தும்படி, சி சுன்-ஸியாங் எழுதிய மங்கோலிய வம்ச நாடகம் *The Orphan of Chao*-னைத் தழுவி எழுதினார்; அதில் ஒரு பிரெஞ்சு மன்னனுக்குப் பதிலாக, அறியாமையும் குரூரமுமிக்க வில்லனாக, செங்கிஸ்கானைச் சித்தரித்திருந்தார். *The Orphan of china* என அவரால் பெயரிடப்பட்டு 1755-இல் பாரிஸில் அரங்கேற்றப்பட்டது-அப்போது வால்டேர் நாடு நீங்கிய

வாழ்வில் பாதுகாப்பாக ஸ்விட்ஜர்லாந்தில் இருந்தார்; "எனது திட்டத்தை செங்கிஸ்கானின் மிகப்பெரும் சகாப்தத்துடன் நிறுத்திக் கொண்டேன். தார்தாரியர் மற்றும் சீனர்களின் பழக்கங்களை விவரித்திட முற்பட்டுள்ளேன்; பழக்கங்களை விவரிக்காதபோது மிகவும் சுவையான நிகழ்வுகள் ஒன்று மற்றவைதான்; கலையின் மாபெரும் ரகசியங்களுள் ஒன்றான இவ் விவரிப்பு, கண்ணியம்-சீலம் என்னும் எண்ணங்களுக்கு உத்வேகம் அளிக்காதபோது, ஒருவேடிக்கையே தவிர வேறொன்றுமில்லை... மன்னர்களின் மன்னரான செங்கிஸ்கான் ஆவேசமிக்கவர், ஆசியாவின் வளமான மண்ணை தரிசாக்கியவர்... ஆயுதங்கள் ஏந்துமாறு வளர்க்கப்பட்ட, கடுமையான சித்திய வீரன். ரத்த வணிகத்தில் பயிற்சி பெற்றவர். கூடாரங்களிலும் தேர்களிலும் வயல்வெளிகளிலும் வாழ்கின்ற மங்கோலிய வீரர்கள் கொள்ளையின் காட்டுப் புதல்வர்கள்... நம் கலைகளை சம்பிரதாயங்களை சட்டங்களை வெறுப்பவர்கள்; எனவே அவற்றையெல்லாம் மாற்றவேண்டும் என்பார்கள்; இந்த அழகான பெரும் பேரரசை தம்முடையதைப் போன்ற பாலைவனமாக ஆக்க இருப்பவர்கள்."

வால்டேர் நாடகத்தில் இடம்பெறும் செங்கிஸ்கானிடமுள்ள ஒரே நல்ல பண்பு, நன்கு கல்வி கற்றவரின் தார்மிக உயர்வினை வேண்டா வெறுப்புடன் அங்கீகரிப்பதாகும். "இந்த ஆச்சரியகரமான மக்களை, கலைகளிலும் போரிலும் ஈடுபாடுமிக்கவர்களை, கற்றலிலும் சம்பிரதாயங்களிலும் உயர்ந்தவர்களை எந்த அளவுக்குக் கான்கின்றேனோ அந்த அளவுக்குப் போற்றுகிறேன். இவர்தம் மன்னர்கள் அறிவின் அடிப்படையில் தம் அதிகாரத்தை நிறுவினர்." செங்கிஸ்கான் நாடகம் இப்படி முடிகின்றது: "எனது வெற்றிகளாலும், குருதிக்கறை படிந்த குற்றம் படிந்த மலர் வளையங்களாலும் நான் அடைந்திருப்பது என்ன?... கண்ணீர், பெருமூச்சுகள், சமூகத்தின் சாபங்கள்." இவ்வார்த்தைகளால் வால்டேரே மங்கோலியர் மீதான நவீன சபித்தலை ஆரம்பித்து வைக்கின்றார்.

செங்கிஸ்கானது எதிர்மறைப் படிமங்களையே முன்வைத்தாலும், வால்டேரின் உண்மையான இலக்கு பிரெஞ்சு மன்னனே; அவனை நேரடியாக விமர்சிக்க அவர் அஞ்சினார். மாறாக கேடானவற்றையெல்லாம் மங்கோலியர் பிரதிநிதித்துவப் படுத்துவதாக முன் வைத்தார். உடனே மற்ற எழுத்தாளர்களெல்லாம் உலகின் கேடுகளுக்கு மங்கோலியரை குறியீடாக்கிட,

நீட்டித்த இலக்கிய-அறிவியல் தாக்குதலுக்கு மங்கோலியரைப் பலியாக்கினார். இப்புதிய விமர்சனக் குறிப்பு, இத்தாலிய கவிஞரும் நாடகாசிரியருமான ஜியோவன்னி கஸ்டியின் படைப்பில் தோன்றியது; அவர் தன் காலத்தின் பெரும்பகுதியை ஹாப்ஸ்பர்க் அரசவையிலும், பின்னர் ரஷ்யாவின் மாபெரும் கேதரினா அரசவையிலும் கழித்தவர். தன்னை ஆதரித்த மன்னர்களை நேரடியாக விமர்சிக்க விரும்பாமல், மங்கோலியரின் படிமத்தைப் பயன்படுத்தினார்-Poema Tartaro மற்றும் 1778-இன் இசை நாடகம் Kublai, the Great khan of the Tartars என்னும் படைப்புகளில்; ஹாப்ஸ்பர்க் அரசவையில் மோஸார்ட்டின் போட்டியாளராக விளங்கிய ஆண்டனியோ சாலியெரிதான் இந்த இசை நாடகத்திற்கு இசையமைத்தார். மிக அபாயகரமான கருத்துகள் இந்த இசைநாடகத்தில் இருப்பதை அறிந்துகொண்ட புனித ரோமானியப் பேரரசர், அது புரட்சியாளர்களை ஊக்குவிக்கும் என்று பயந்து, அதனை ஒடுக்குமுறைக்கு உள்ளாக்கினார்.

எனினும் ஆசியாவின் தாழ்ச்சிக்கான மோசமான நியாயம் அய்ரோப்பாவின் தத்துவாசிரியர்கள், கலைஞர்களிடமிருந்து எழவில்லை-அறிவு விளக்க காலத்தால் வளர்த்தெடுக்கப்பட்ட புதிய வகை அறிவுஜீவிகளான அறிவியலாளர்களிட மிருந்துதான் எழுந்தது. 18-ஆம் நூற்றாண்டின் மத்தியில், பிரெஞ்சு இயற்கையியலாளர் கோம்ட் டெ புஃப்போன், இயற்கை வரலாற்றின் முதலாவது கலைக் களஞ்சியத்தை தொகுத்தார்; அதில் அவர் முதலாவது பிரதான மனித குழுவை விவரிக்கையில், ஆசியாவில் முக்கியமானவர்களாக மங்கோலியர் உள்ளனர் என்கிறார். 500 ஆண்டுகளுக்கு முன்னர் எழுதிய மத்தேயு பாரிஸ் மற்றும் ஸ்பலாட்டோவின் தாமஸ் ஆகியோரது நரம்பியல் நடுக்கமிக்க எழுத்துகளுக்கு அவர் திரும்பிச் செல்வது போன்று அவரது விவரிப்பு இருக்கிறது: "உதடுகள் பெரிதாய், கெட்டியாய், குறுக்கு வெட்டுப் பிளவுகளுடன். நாக்கு நீண்டு கெட்டியானதாக முரடாக. மூக்கு சிறியதாக உள்ளது. சருமம் அழுக்கான மஞ்சள் சாயலில், நெகிழ்ச்சியில்லாமல், உடலின் அளவை விடப் பெரியதாக இருக்கிறது... தார்தாரியப் பெண்கள் ஆண்களைப் போலவே அவ்வளவு உருச்சிதைந்தவர்களாக. அவர்தம் முகங்களைப் போலவே அவர்தம் பண்பாடும் அருவருப்பாக. பெரும்பாலான இப்பழங்குடியினர் மதத்திற்கு ஒழுக்கவியலுக்கு கண்ணியத்திற்கு அந்நியமானர்களாய் உள்ளனர். தொழில் ரீதியாக

அவர்கள் கொள்ளைக்காரர்கள்." பிரெஞ்சிலிருந்து பெரும் அய்ரோப்பிய மொழிகளிலெல்லாம் மொழிபெயர்க்கப்பட்ட அவரது நூல், 18-19-ஆம் நூற்றாண்டுகளில் தகவலுக்கான செவ்வியல் நூல்களில் ஒன்றாகத் திகழ்ந்தது.

நாயின், குதிரையின் ரகங்களிலிருந்து ரோஜா, டோண்டலியன் பூவகைகள் வரை அய்ரோப்பிய விஞ்ஞானிகள் ஒவ்வொன்றையும் வகைப்படுத்த முற்பட்டனர். 1776-லிருந்து 1835-வரை கோத்திங்ஜென் பல்கலைக்கழகத்தில் மருத்துவப் பேராசிரியராக விளங்கிய ஜெர்மானிய விலங்கியலாளர் ஜோஹன் ஃபிரெடரிக் ப்ளூமென்பாக், மனிதர்களுக்கான விலங்கியல் வகைபாடுகளை உருவாக்கினார்; அது ஒப்பியல் உடற்பகுப்பாய்வு அடிப்படையிலானது; குறிப்பாக சருமத்தின் நிறம், முடி மற்றும் கண்ணின் நிறம், கபால வகை மற்றும் மூக்கு, கன்னங்கள், உதடுகளின் அளவு-வடிவம் சார்ந்த முகக் கூறுகள் அடிப்படையிலானது. அவரது ஆய்வுப்படி, மனிதர்கள் மூன்று பிரதான இனங்களாகப் பிரிக்கப்படுகின்றனர்; ஆப்பிரிக்கா, ஆசியா மற்றும் அய்ரோப்பா சார்ந்து; அத்துடன் அமெரிக்கா மற்றும் மலாய் சார்ந்து இரு உட்பிரிவுகள். ஆசிய நாட்டினர் மங்கோலியாவில் தோன்றினர் என்னும் கோட்பாட்டு அடிப்படையில், அவர்களையெல்லாம் மங்கோலியர் என்னும் தலைப்பில் வகைப்படுத்தினார். அய்ரோப்பிய விஞ்ஞானிகள் உடனே அவரது கோட்பாட்டை ஏற்று, அதனை அறிவியல் நற்செய்தி ஆக்கினர்.

ஸ்காட்லாந்து விஞ்ஞானி ராபர்ட் சேம்பர்ஸால் எழுதப்பட்டு, 1844-ஆம் ஆண்டின் சிறந்த விற்பனை செய்யப்பட்ட நூல் *Vestiges of the Natural History of Creation*-இல் எடுத்துரைக்கப்பட்ட வெவ்வேறு இனங்களின் பரிணாம வரிசைப் படுத்தலையும் இவ்வகைமைகள் உணர்த்தின. "மனித சமூகத்தின் வெவ்வேறு இனங்களினது தலைமைப் பாத்திரங்கள், மிக உயரியதன் அல்லது காகஸிய வகையின் வளர்ச்சியிலுள்ள, குறிப்பிட்ட கட்டங்களின் பிரதிநிதிகள்தான்." வெள்ளை இனத்துடன் ஒப்பிடுகையில், மங்கோலியன், புதிதாய் பிறந்ததும் வளர்ச்சி நின்றுபோன கைக்குழந்தை.

மங்கொலாய்ட் இனம் ஆசிய மனிதக் குரங்கான ஓராங்குடானுடன் நெருக்கமான உறவினை வெளிப்படுத்துகிறது என்பது இக்கோட்பாட்டாளர்களுக்கு சீக்கிரமே தெளிவானது. ஒத்த

தன்மை முகக் கூறுகளில் மட்டுமல்லாது, தோற்றங்களிலும் தெரிந்தது. ஓராங்குடான்களைப் போலவே ஆசியர்கள் மங்கோலிய அல்லது பௌத்த நிலையில் கால்களை மடக்கி அமர்வார்கள். மங்கொலாய்ட் வகைமை, "அமெரிக்க இந்தியர், எஸ்கிமோக்கள், வடக்கு-தெற்குச் சீனர்கள், திபெத்தியர், தெற்கு சீனத்தின் பழங்குடியினர், மங்கோலியர், துருக்கியரில் சிலர் டுங்குக்குகள், கொரியர், ஜப்பானியர் மற்றும் பேலியோ-ஏசியாடிக் மக்களை எல்லாம் உள்ளடக்கும் விதத்தில் விரிவடைந்தது."

மேற்கத்தைய அறிவியலில் ஏற்கப்பட்டதும், மங்கொலாய்ட் வகைமை, புதிய பொருத்தப்பாடுகளுக்கு உத்வேகமளித்தது. ஆசிய முகக் கூறுகளுடையனவாக வளர்ச்சி குன்றிய சில குழந்தைகளின் உடலியல் விவரிப்புகளின் அடிப்படையில், அவையும் மங்கொலாய்ட் இனத்தைச் சேர்ந்ததாக இருக்கவேண்டும் என்பது அச்சகாப்த விஞ்ஞானிகளுக்கு வெளிப்படையானது. வளர்ச்சி குன்றிய குழந்தைகளுக்கும் மங்கொலாய்ட் இனத்திற்கும் இடையிலான, முதலாவது பதிவுபெற்ற பிணைப்பு, 1844-இல் ராபர்ட் சேம்பர்ஸின் ஆய்வில் இடம்பெற்றது-அவர் இப்பிரச்சனையை பொருந்தா காமத்துடன் தொடர்புபடுத்தினார்: "நெருக்கமான உறவு முறையுள்ள பெற்றோர் மங்கோலிய வகைமையிலான பிள்ளைகளைப் பெற்றெடுக்கத் தலைப்படுவர்; அதாவது, பருவ வயதிலும் ஒரு விதத்தில் குழந்தைகளாக இருப்பவர்கள்." 1867-இல் இங்கிலாந்தின் சர்ரேயில் *Eastwood Asylum for Idiots*-இன் மருத்துவ கண்காணிப்பாளர், டாக்டர் ஜான் லாங்டன் ஹேடன் டவுண், வகைமைகளின் புதிய அமைப்பை முறைப்படுத்தினார். அது *British Journal of Medical science*-இல் *Observations on the Ethnic classification of Idiots* என்னும் தலைப்பில் வெளியானது. மங்கொலாய்ட் நிலைமைக்குக் காரணங்களாக முன்வைக்கப்பட்ட பொருந்தா காமம் மற்றும் மீறிய நடத்தை வடிவங்களுடன், சத்தான உணவுக் குறைபாடுகள், தாயின் பதற்றம், வாசனைப் பொருட்களை அதிகம் பயன்படுத்துதல், பெற்றோரின் குடிப்பழக்கம் மற்றும் இருதலை விந்தணுக்கள் ஆகியவற்றை மருத்துவர்கள் எடுத்துக்காட்டினார்கள்.

இக்குழந்தைகள் ஏன் ஆசிய உடலியல் பண்புகளைப் பெற்றுள்ளன என்பதற்கான மிக நேரடி வரலாற்று விளக்கத்திற்கான தேடலில், 13-ஆம் நூற்றாண்டில் அய்ரோப்பா மீது மங்கோலியர் மேற்கொண்ட படைஎடுப்புகளைத் திரும்பிப்பார்த்து, அறிவியலாளர்கள்

துல்லியமான உயிரியல் தொடர்பைக் கண்டறிந்தனர். அவர்களது புதிய விளக்கத்தின்படி, ஹூணர்கள், அவார்கள், மங்கோலியர் ஆகிய மூர்க்கமான பழங்குடிகள், வெள்ளையினப் பெண்டிரை வல்லுறவு கொண்டபோது, அய்ரோப்பாவில் தமது மரபணு தாக்கத்தை விட்டுச் சென்றனர். இம்மரபணுக்களின் சந்ததியர் அவ்வப்போது நவீன யுகத்தில் எழுகின்றனர்-இயல்பான அய்ரோப்பியப் பெண்கள் பெற்றெடுக்கும் குழந்தை மங்கோலியத் தன்மையுடையதாக உள்ளது. டாக்டர் டவுணின் மகன் தன் தந்தையின் கோட்பாட்டுக்கு மெருகேற்றினார்-இத்தகைய மனோதிடமற்ற பண்புகள் மங்கோலிய இனத்தின் ஆரம்பகட்ட வடிவத்திலிருந்து பெறப்பட்டவை மற்றும் 'மனிதன் என்பதை விடவும் மனிதனுக்கு முந்தையதாக'கருதப்படவேண்டும் என்றார்.

1924-ஆம் ஆண்டின் செல்வாக்குப்பெற்ற நூல் *The Mongol in our Midst* என்பதில் பிரித்தானிய மருத்துவர் ஃபிரான்ஸிஸ் ஜி. க்ரூக்க்ஷங்க், மங்கொலாய்ட்களை, ஓர் இனமென்றும் ஒரு மனவியல் வகைமை என்று இவ்விரண்டுக்குமிடையில் முன்னும் பின்னுமாக எளிதாக இயங்கினார்; ஆண்கள், பெண்கள் இரண்டின் மத்தியில், சிறிய காதுமடல்கள், துருத்திக் கொண்டிருக்கும் குதங்கள், சிறிய பாலுறுப்புகள் உள்ளிட்ட 'மங்கோலிய அவமான அடையாளமாக' அவர் விவரித்தார். வளர்ச்சி குன்றிய குழந்தைகளை இன்னொரு இனத்துடன் பிணைப்பதன் இயல்பான முடிவு, இக்குழந்தைகள் சமுதாயங்களையோ தாம் பிறந்துள்ள குடும்பங்களையோ சேர்ந்தவை அல்ல என்பதே. க்ரூக்க்ஷங்க், வணங்கியபடி, இத்தனி நபர்கள் தனித்த இனத்தினர் நல்லதற்கோ கெட்டதற்கோ, தம்மைச் சுற்றியுள்ள மற்ற ஆடவரை பெண்டிரைப் போல அவர்கள் இயல்பானவர்கள் அல்ல. அவர்கள் உண்மையில் 'மங்கோலியப் புலம்பெயர்ந்தவர்கள்.' ஆகவே இக்குழந்தைகள் பெற்றோரிடமிருந்து வேறுபடும் இனத்தைச் சேர்ந்ததாக இருப்பதால், அகற்றப்படவேண்டியவை என்று வாதிட்டனர் மருத்துவர்களும் அலுவலர்களும். வளர்ச்சி குன்றிய குழந்தை, அதிக்கிரமமான மங்கோலியம் (அல்லது *Organism*) என்னும் பரந்துபட்ட நிகழ்வுக்கான அதீத உதாரணமாகவே இருந்தது. இக்கொள்கையின்படி, வளர்ச்சிக் குறைவுக்கு மட்டுமல்ல, மேற்கில் காணப்படும் குற்றம் மற்றும் நொய்மையான தன்மையின் பெரும் பகுதிக்கும் மேற்குலக மங்கோலியரே பொறுப்பு; யூதர்கள், மங்கோலியரது தாக்கத்தின் பெரும்பகுதியையும் தக்கவைத்துள்ளனர் ஏனெனில்

கஸார் மற்றும் பிற ஸ்டெப்பிப் பழங்குடியினருடன் சேர்ந்து வளர்ந்த அவர்கள், அந்தக் கேடுகெட்ட மரபணுச் செல்வாக்கை அய்ரோப்பா எங்கிலும் தம்முடன் கொண்டுவந்தனர்.

இனம் மற்றும் வளர்ச்சி குன்றுதலின் பரிணாமக் கொள்கைகளில், அறிவியல் சமூகம் கறாரானதும் பாரபட்சமற்றதுமான என்று அனுமானிக்கப்படும் ஆதாரத்தை வழங்கியது-19 மற்றும் 20-ஆம் நூற்றாண்டின் ஆரம்பகட்ட அரசியல் பேச்சாளர்களும் தினசரிகளின் ஆசிரியர்களும் மஞ்சள் அபாயம் என்றழைத்ததின் ஆதாரத்தை வழங்கியது. பல கிழக்காசிய நாடுகள் மேற்கத்தைய காலனியாதிக்கத்தை ஏற்க தயக்கம் காட்டியதால், காலனிய அய்ரோப்பியர் அவர்கள் மீது வசைகளைக் கொட்டினர். மஞ்சள் அபாயம் மீதான அச்சம் பிலிப்பைன்ஸ் நாட்டினர், கொரியர் என எந்தக் குழுவினருக்கும் பொருந்தியது என்றாலும், சீனா மற்றும் ஜப்பானின் இருபெரும் அபாயங்களில் அது குவிமையம் கொண்டது. ஜப்பான் தொழில் வளர்ச்சியடைந்து பெரிய ராணுவத்தைக் கட்டி எழுப்பியிருக்கவும், சீனா தொடர்ந்து காலனியாதிக்கத்தை அல்லது வலுக்கட்டாயமான கிறித்தவ மத மாற்றத்தை எதிர்த்து வந்தாலும், மேற்குலகின் பார்வையில் ஆசியர்கள் எதிரிகள் ஆனார்கள்.

19-ஆம் நூற்றாண்டெங்கிலும் ஆசியர்கள் மீதான அச்சம் அய்ரோப்பாவில் ஏறியது; ரஷ்ய குறியீட்டியல் கவிஞர் விளாடிமிர் செர்ஜீவிச் ஸோலவிவ் 1894-இல் எழுதிய *Mongolism* என்ற கவிதையில் இதனைத் தெளிவாகக் காணலாம், நவீன நாகரிகத்தின் விழுமியங்களுக்கான சீன-ஜப்பானின் அச்சுறுத்தல், செங்கிஸ்கான் சகாப்தத்துடன் ஒப்பிடக் கூடியதாக இருந்தது என்கிறார் கவிஞர்; அப்போது கிழக்கிலிருந்து வந்த இனந்தெரியாத, அயல்கிரகவாசிகள் நாகரிகத்தைத் தாக்கி அழித்தனர். அதே விஷயம் இன்று திரும்பவும் நிகழ்கின்றது-பழங்குடிகளின் கூட்டமொன்று புதிய தாக்குதலுக்கு ஆயத்தமாகிறது.

“அல்டாயிலிருந்து மலேசியக் கரைகள் வரை
கீழைத் தீவுகளின் தலைவர்கள்
திரட்டியுள்ளனர் படைப்பிரிவுகளை
சீனத்தின் வீழ்த்தப்பட்ட சுவர்களையொட்டி
வெட்டுக் கிளிகளென எண்ணற்று
தீராத வேட்கையுடன்

அசாதாரண ஆற்றலுடன்
தெற்கில் நகர்கின்றன பழங்குடிகள்"

மஞ்சள் சிறுவரிடையேயுள்ள பொம்மைகளென, சீக்கிரமே உங்கள் கிழிபட்ட பதாகைகள் கடந்து போய்விடும் என்று எச்சரிக்கின்றார் வாசகர்களை. 'Pan Mongolism! பெயரே ராட்சசத்தனமானது'

மறுமலர்ச்சி மற்றும் மங்கோலியப் பேரரசு காலத்திலிருந்து உள்ள இடைப்பட்ட ஆண்டுகளில், மானுட வரலாற்றின் மிகத்தாழ்நிலைக்கு செங்கிஸ்கான் இழிவுபடுத்தப் பட்டிருந்தார். புதிதாகத் தான் கண்ட காலனிய அதிகாரத்திலும் உலகை ஆட்சி புரியவேண்டும் என தானே விதித்துக்கொண்ட பணியிலும், நவீன அய்ரோப்பாவில், ஆசிய வெற்றியாளர்களுக்கு இடமில்லை. கிறித்தவ காலனியாதிக்கவாதிகளும் கம்யூனிச சர்வாதிகாரிகளும் ஒருசேர, செங்கிஸ்கானாலும் அவரது மங்கோலிய மேய்ப்பர்களாலும் திணிக்கப்பட்ட, காட்டுமிராண்டித்தனமான சர்வாதிகாரம் மற்றும் ரத்தவெறிகொண்ட காட்டுமிராண்டித்தனத்தின் கொடூரத்திலிருந்து ஆசியர்களை மீட்க முற்பட்டனர். ஆசியப் பிரச்சனைகளுக்கான தோற்றுவாயாக மங்கோலியர் மீதான குவிமையம், ஆகவே ஜப்பானிலிருந்து இந்தியா வரையில் அய்ரோப்பிய வெற்றிக்கான நியாயம், அய்ரோப்பிய வெற்றி மற்றும் காலனியப்படுத்தலின் சித்தாந்தத்தின் ஒருங்கிணைந்த மையக் கருத்தாக வளர்ந்தது. செங்கிஸ்கான் மற்றும் மங்கோலியரின் குரூரங்களாகக் கூறப்படுபவை மிகவும் நாகரிகமடைந்துள்ள ஆங்கிலேயர், ரஷ்யர் மற்றும் பிரெஞ்சு காலனியாதிக்கவாதிகளின் ஆட்சிக்கான காரணத்தின் பகுதியாயிற்று.

அய்ரோப்பிய அறிவியலாளர்கள்-அரசியலாளர்களுக்கு நேர் எதிரான வகையில், ஆசிய அறிவுஜீவிகளும் செயல்பாட்டாளர்களுமான, அச் சித்தாந்தத்தால் பலியானவர்கள், செங்கிஸ்கானிடத்தே புதிய நாயகனைக் கண்டனர். இந்தியாவிலிருந்து ஜப்பான் வரை ஆசியா எங்கிலும், 20-ஆம் நூற்றாண்டில் புதிய தலைமுறை ஆசியர்கள், அய்ரோப்பிய மேலாதிக்கத்திலிருந்து தம்மை விடுவித்துக்கொள்ள விரும்பி, செங்கிஸ்கானிடம் உத்வேகத்தைக் கண்டறிந்தனர்; மங்கோலியரை வரலாற்றின் மாபெரும் ஆசிய வெற்றியாளராயும் அய்ரோப்பிய உயர்வுத் தன்மை சித்தாந்தங்களுக்கு தெளிவான பதிலாயும் அறிந்து கொண்டனர். ரஷ்யர் உள்ளிட்ட அய்ரோப்பியர்,

உலக வரலாற்றில் செங்கிஸ்கானின் நினைவையும் அவரது பாத்திரத்தையும் ஆவேசமாகத் தாக்கி அவப்பெயர் ஏற்படுத்தினர்; இதனால் ஆசிய அரசியல் செயல்பாட்டாளர்களின் பெரிய அணி, வழிகாட்டுதலுக்காகவும் மேற்கின் அதிகாரம் மற்றும் விழுமியங்களை நிராகரிப்பதற்கான வழியாகவும் அவரது நினைவுக்குத் திரும்பியது.

செங்கிஸ்கானை மறுமதிப்பீடு செய்தவர்களுள் முதலாமவர், இந்திய சுதந்திரத்தின் தந்தையும் சமாதானவாதியுமான ஜவஹர்லால் நேரு. 1931 புத்தாண்டு தினத்தன்று தனிக்கொட்டடியில் அடைக்கப்பட்டிருந்த அவர், பிரித்தானிய அரசு தன் மனைவியைக் கைது செய்து, இன்னொரு சிறையில் சித்திரவதை செய்யப்படுவதாகக் கேள்விப்பட்டார்; சரியாக நடத்தப்படவில்லை என்றன செய்தித் தாள்கள். இந்தியாவின் பிரதமராக வளரவிருந்த, அவர்களது 13 வயதுப்பெண் இந்திரா, இருவாரங்களுக்கு ஒருமுறையே பெற்றோரைப் பார்க்க முடியும் என்பதால் சோர்ந்து வருந்துவாள் என நேரு எண்ணினார். இதனால் காலனித்துவப் பள்ளிகளில் அவளுக்கு கற்பிக்கப்பட்டிருந்தவற்றுக்கு மாற்றாக, வரலாற்றை விளக்கும் வகையில் வரிசையாகக் கடிதங்கள் எழுதத் தொடங்கினார். அனேகமாக நாளொன்றுக்கு நான்கைந்து பக்கங்கள் வீதம், 3 வருடங்கள் இப்படி எழுதி வந்தார்; தன்னிடம் மேற்கத்தையக் கல்வி இருப்பினும் அக்கடிதங்களில் உலக வரலாற்றில் தன் நாட்டினுடைய மற்றும் ஆசியக் கண்டத்தினுடைய இடத்தைப் புரிந்துகொள்ள முயன்றார். கடந்த காலத்தைக் கனவு காணவும், கடந்தகாலத்தை விட எதிர்காலத்தை பெரியதாக்குவதற்காக நம் வழியைக் கண்டறியவும் அது அவரது வழியாயிருந்தது. “அய்ரோப்பாவின் பெருமையை அங்கீகரிக்காது இருப்பது முட்டாள்தனம் அப்படியே ஆசியாவின் பெருமையை மறுப்பது அதே அளவில் முட்டாள்தனமாகும்” என முதல் கடிதத்திலேயே அவர் குறிப்பிட்டார்.

ஆசியா குறித்த கடுமையான படிமங்களை மேற்குலகம் உருவாக்கிக் கொண்டிருந்தபோது, ஆசிய மனிதர் மற்றும் அறிஞர் என்ற முறையில் தனது அறிவார்த்தப் பணிகளுள் ஒன்று, செங்கிஸ்கானின் வரலாற்றுப் பாத்திரத்தை புரிந்துகொள்வதாகும். அய்ரோப்பிய ஆதிக்கத்திற்கு எதிரான ஆசிய மக்களின் பழமையான போராட்டத்தின் பகுதியாக செங்கிஸ்கானை நேரு சித்தரித்தார். உலக அரங்கில் மங்கோலியரின் திடீர் தோற்றம்

குறித்து அவர் எழுதினார்: "இந்த எரிமலை வெடிப்பின்போது ஈரேஷிய உலகின் திகைப்பு என்னவாய் இருந்திருக்கும் என்பதை ஒருவரால் கற்பிதம் செய்துகொள்ள முடியும். நிலநடுக்கம் போன்ற இயற்கைப் பேரிடராகவே அது தோன்றிற்று-அதன் முன்னே மனிதனால் ஏதும் செய்ய இயலாது. வலுவான ஆண்களும் பெண்களுமாகிய இவர்கள், மங்கோலியாவின் நாடோடிகளாக, வடக்கு ஆசியாவின் பரந்த ஸ்டெப்பிவெளிகளில் கூடாரங்களில் வாழ்ந்திடும் கடுமைக்குப் பழகிப் போனவர்கள். குறிப்பிடத்தக்க மனிதரானவரை ஒரு தலைவராக அவர்கள் உருவாக்காது போயிருந்தால், அவர்தம் வலிமையும் கடுமையான பயிற்சியும் அவர்களுக்குக் கிட்டாது போயிருக்கும்." அப்புறம் நேரு செங்கிஸ்கானை 'கவனமும் எச்சரிக்கையுமிக்க நடுத்தர வயது மனிதர், அவர் செய்த மகத்தான ஒவ்வொன்றுக்கும் முன்னே சிந்தனையும் ஆயத்தமும் இருந்தன' என்று விவரிக்கிறார்.

மங்கோலியர் நகரங்களில் வாழாதபோதும், குறிப்பிடத்தக்க நாகரிகத்தை உருவாக்கி இருந்ததை நேரு உணர்ந்து கொண்டிருந்தார்: "அவர்களுக்கு நகரக் கலைகள் பலவற்றைத் தெரியாது. ஆனால் அவ்வாழ்க்கைக்கு பொருத்தமான வாழ்க்கை முறையை வளர்த்துக் கொண்டனர்; மற்றும் நுண்ணிய அமைப்பினை உருவாக்கினர். அவர்கள் எண்ணிக்கையில் சிறியதாக இருப்பினும், யுத்த களனின் மாபெரும் வெற்றிகள் பெற்றனர். அவர்தம் ஒழுக்கமும் அமைப்புமே அதற்குக் காரணம். எல்லாவற்றிற்கு மேலாக, செங்கிஸ்கானின் அற்புதத் தலைமை காரணம். சந்தேகத்திற்கிடமின்றி, செங்கிஸ்கான் மாபெரும் ராணுவ மேதை மற்றும் வரலாற்றுத் தலைவர். அவரின் முன்னே அலெக்ஸாண்டரும் சீஸரும் அற்பமாய்த் தோன்றினார்... நாகரிகத்தை நாடோடி வாழ்வுடன் இணைப்பது அவர் கருத்தாக விளங்கிற்று. ஆனால் அது சாத்தியமாகவில்லை, சாத்தியப்படாது. எப்போதும் மாற்றமுடியாத சட்டத்தில் மங்கோலிய கான் நம்பிக்கை வைத்திருந்தார். யாரும் அதற்கு அடிபணியாமல் இருக்க முடியாது. பேரரசர் கூட அதற்குக் கட்டுப்பட்டவர். தேவைக்கும் அதிகமாகவே, செங்கிஸ்கான் பற்றிய விபரங்களையும் தகவலையும் அளித்திருக்கிறேன். அம்மனிதர் என்னை வசீகரிக்கிறார்."

மஞ்சள் ஆபத்து மீதான அச்சம் வளரவும், ஆசியர்கள் அதனை தமக்கு பொது அடையாளத்தை வழங்குவதற்கான சரியான

பாதையாக, அனைத்து மங்கோலிய வாதம் கருத்தமைவை அதிகமாகப் பரிசீலித்தனர். மங்கோலியப் பேரரசு ஒரு காலத்தில் இருந்ததுபோல, அவர்களால் ஒன்றிணைய முடிந்திருந்தால், மேற்கு நாடுகளின் வளர்ந்துவரும் அதிகாரத்தை எதிர்த்து சிறப்பாக சண்டையிட்டிருக்க முடியும். தேசியவாத விசுவாசங்களைத் தாண்டிச்சென்று, பொதுத் தேடலில் ஒன்றிணைந்து பணியாற்றிட இக்கொள்கை ஆசியருக்கு வழிகாட்டியது. மங்கோலியாவின் உள்ளே, 1206-ஆம் ஆண்டின் அடிப்படையில், தற்காலிகமாக ஒரு காலண்டரை உருவாக்குமாறு இப்புதிய உணர்வு இட்டுச் சென்றது; அப்போது செங்கிஸ்கான் முதலாண்டாக மங்கோலிய தேசத்தை உருவாக்கினார். புதிய மங்கோலிய காலண்டரின்படி, 1937 செங்கிஸ்கான் ஆண்டு 731 ஆனது. இருபதாம் நூற்றாண்டின் முற்பாதியில் தன்னை ஆசியாவின் தலைவனாகக் கண்டுகொண்ட ஜப்பான், அய்ரோப்பாவிலிருந்து தன்னைத் தனித்துக் காட்டிட இன்னும் நிறையத் தேவைப்பட்ட நிலையில், அனைத்து மங்கோலிய வாதம் ஓர் ஈர்ப்பினைப் பிரயோகித்தது. புதிய ஆசியாவின் தலைவனாகிடும் நெருக்கடியில், செங்கிஸ்கானின் படிமம், மதிப்புமிக்க பரிசாகிவிட்டது. தன் உடல், தன் ஆலயம், அல்லது தாயகத்தின் மீது கட்டுப்பாட்டைக் கொண்டுள்ளதாக கூறிக்கொள்ளும் யாரும், தன் பாரம்பர்யம் மீதான கட்டுப்பாடு கொண்டவனாகி, ஒருகாலத்தில் தான் ஆட்சி செய்திருந்த நாடுகளின் மீது கட்டுப்பாட்டைப் பெறமுடியும். செங்கிஸ்கான் ஒருகாலத்தில் சமுராய் வீரனாக இருந்து, அதிகாரப் போட்டியால் தாயகத்திலிருந்து தப்பியோடி, ஸ்டெப்பி நாடோடிகளிடம் புகலிடமடைந்து, அப்புறம் அவர்களுக்குத் தலைமை தாங்கி உலகை வென்றார் என்றொரு கதையை சில ஜப்பானிய ஆய்வாளர்கள் சுற்றுக்கு விட்டனர்.

இரண்டாம் உலகப்போர் வரையிலும் செங்கிஸ்கான், பரப்புரை மற்றும் சித்தாந்தத்திற்குரிய தலைப்பாக மட்டுமின்றி, நடைமுறை சார்ந்த ராணுவ உத்திகளிலும் முக்கியத்துவம் பெற்றிருந்தார். புதிதாய் கிட்டிய *The Secret History*-யை வாசித்து, மொழிபெயர்த்து, விளக்குவதில் சோவியத்துகள், ஜப்பானியர், ஜெர்மானியர் என அனைவரும் முண்டியடித்துச் சென்றனர்; சீனா மற்றும் ரஷ்யாவை கட்டுப் படுத்திடுமாறு அவர்களை அனுமதித்த, மங்கோலிய ராணுவ உத்திகளை அறிந்திட அது பயனுள்ள சாவியைத் தரக்கூடும் என்னும் நம்பிக்கையில்.

இருபதாம் நூற்றாண்டு பீரங்கி வண்டியை வளர்த்தெடுத்து, ஒரு ராணுவ அலகாக குதிரைப்படையும் காலாட்படையும் ஒன்றிணைந்திட வழிவகுத்தது; மங்கோலிய குதிரை வீரர்கள் வில் ஏந்தும் மட்டும் அது நடைமுறை ரீதியிலானதாக இருந்ததில்லை. பீரங்கி சார்ந்த போர் முறையில் எப்படிப் போரிடுவது என்பதற்கான குறிப்புகளை அறிந்துகொள்ள, அனைத்து நாடுகளது ராணுவ மனங்களும், ஆரம்பகட்ட மங்கோலிய முன்மாதிரிகளை நாடின. ஜெர்மானியர் மிகவும் திறம்பட்ட தாக்குதலை பிளிட்ஸ்கர்க் உத்தியில் கண்டறிந்தனர்-அது பெரிதும் நடமாடும் ராணுவத்துடன் மங்கோலியர் திடீரென்று தோன்றுவதைப் பின்பற்றியது; அது நிலமெங்கும் பாய்ந்து சென்று எதிரியை திடுக்கிட வைக்கும், நிலைகுலைய வைக்கும். மங்கோலிய செயல் தந்திரங்களை மிகத் துல்லியமாகப் புரிந்துகொள்ளும் முயற்சியில், அவர்கள் The Secret History-னை ஜெர்மனியில் மொழிபெயர்க்கத் தொடங்கினர். பெர்லினிலுள்ள ஃபிரடெரிக் வில்லியம் பல்கலைக்கழகத்தின் சமூகவியல் பேராசிரியர் எரிக் ஹேனிச் ஒரு ஜெர்மன் மொழிபெயர்ப்பை தயாரித்தார். The Secret History அசலான மங்கோலியப் பிரதியைத் தேடி, எரிக் மங்கோலியா சென்றார்; ஆனால் அவரால் காண இயலவில்லை. சீன-மங்கோலியப் பிரதியிலிருந்து தனது மொழிபெயர்ப்பையும் அகராதியையும் நிறைவு செய்தார். போர் காரணமாக அதனை அச்சிடுவது 1941-வரை தாமதமானது; அப்போது சிறியதொரு பதிப்பு அச்சிடப்பட்டது; அப்போதும் போக்குவரத்துப் பிரச்சனைகளால் விநியோகம் தாமதப்பட்டது. 1943-வரையும் புத்தகப் பெட்டிகள் லீப்ஸிக்கிலேயே இருந்தன; நேச நாடுகளின் குண்டு வீச்சால் அவை எரிந்து போயின. வரலாற்றின் ரகசியங்கள் நாஜிகளிடம் ரகசியங்களாகவே இருந்தன.

ஜெர்மானிய ராணுவம் மங்கோலியர் குறித்த ஆய்வுகளைச் செய்து கொண்டிருக்க, சோவியத்துகளும் அதே பணியை செய்து கொண்டிருந்தன. செங்கிஸ்கான் மற்றும் தைமூர் ஆகிய இரு ஆசிய வெற்றியாளர்களைப் புரிந்துகொள்ள வேண்டும் என்னும் பீடிப்பிலிருந்த ஸ்டாலின், தைமூரின் உடலைத் தோண்டியெடுத்துப் பரிசோதிக்க வைத்தார்; செங்கிஸ்கானின் உடலைக் கண்டறிய பல குழுக்களை புர்கான் கல்தூண் பகுதிக்கு அனுப்பினார், ஆனால் அது நிறைவேறவில்லை. மற்ற அறிஞர்கள் மொழிபெயர்ப்புகள் மங்கோலிய வரலாறு குறித்த சில விசித்திரமான விளக்கவுரைகள் என மும்முரமாய்

இருந்தனர்-மங்கோலியாவில் சூரியன் பூமியைத் தொடுகின்ற கோணமும் ஆற்றலும் பூமியில் மற்ற இடங்களில் உள்ளதை விட வேறுபட்டிருக்கிறது என்பது போல. அபத்தமும் தீவிரமும் மிக்க கலவையிலிருந்து, இரண்டாம் உலகப்போரில் மங்கோலிய யுத்த தந்திரத்தில் தமது உத்தியை சோவியத்துகள் பின்பற்றினர். இந்தத் தந்திரங்களை பெரிய அளவில் மேற்கொண்ட சுபோதெய், 1223-இல் கல்கா நதியருகே ரஷ்யர்களைத் தோற்கடித்தார். ஜெர்மானியரை ரஷ்யாவிற்குள் வெகு தொலைவுக்கு உள்ளீர்த்த சோவியத்துகள், பரந்துபட்ட அளவில் ஜெர்மானியர் வந்ததும், எதிர்தாக்குதலை ஆரம்பித்து, ஒவ்வொருவராகச் சாய்த்தனர்.

இரண்டாம் உலகப்போரின் இறுதி வேதனைத் துடிப்புகளின் போது, 1944-இல் யாரும் கவனியாதபடி, புகாராவின் முன்னாள் எமீரும் செங்கிஸ்கானின் கடைசி ஆளும் சந்ததியுமானவர் ஆப்கானிஸ்தானின் காபூலில் இறந்துபோனார்; இளைஞராக தான் ஆட்சி செய்திருந்த நகரிலிருந்து, நாடு கடத்தலில் கால் நூற்றாண்டு காலம் இருந்தவர் அவர். ஜோச்சி மற்றும் கோல்டன் ஹோர்டே வழி சந்ததி என்று கூறிக்கொண்ட இந்த எமீர், குடும்பத்தின் இதர கிளைகளைவிடவும் அதிக காலம் வாழ்ந்தவர். 1857-இல் பிரித்தானிய ராணுவம் இந்தியாவின் கடைசி மொகலாய சக்கரவர்த்தி, இரண்டாம் பகதூர் ஷாவை அகற்றிவிட்டு, அடுத்த ஆண்டு பர்மாவுக்கு நாடுகடத்திற்று-அவரது விருதுப் பெயரை விக்டோரியா ராணிக்குச் சூட்டும் பொருட்டு-1877-இல் விக்டோரியா, மகாராணி ஆனார்.

மங்கித் வம்சத்தின் ஆலிம்கான் 1910-இல் புகாராவின் எமீராகப் பொறுப்பேற்றுக்கொண்டதும், அவரது தாயகத்தை இரு தலைமுறைகளாக கட்டுப்படுத்தி வந்த ரஷ்யர்களின் பிடியில் பொம்மையாகவே இருந்தார்-முந்தைய நூற்றாண்டுகளில் தனது மூதாதையரை விடவும். 1189-இல் கருப்பு இதய வடிவ மலையோரமுள்ள நீல ஏரிக்கரையில் கூடிய முதலாவது பழங்குடி குறில்தாய்க்கு 731 ஆண்டுகளுக்குப் பிறகு, குறில்தாய் என்று கூறிக்கொண்டே வேறுபட்ட குழு கூடியது; ஆனால் புகாரா கம்யூனிஸ்ட் கட்சியின் பிரதிநிதிகளைக் கொண்ட அது, அவரது கடைசி சந்ததியைப் பதவியிலிருந்து இறக்கக் கூடிற்று.

ஆகஸ்டின் இறுதி வாரத்தில் அவர் புகாராவிலிருந்து தப்பி, தஜிஸ்கானிலிருந்து சிறியதொரு எதிர்ப்பை முன்வைக்க முற்பட்டு, ஆப்கானிஸ்தானில் பிரித்தானியப் பாதுகாப்பில் புகலிடம் பெற்றார்-தனது எஞ்சிய வாழ்வை அங்கேயே வாழ்ந்தார். எமீர் இறந்ததும், மிகைல் வாஸில்எவிச் ஃப்ரூன்ஸ் தலைமையில் போல்ஷ்விக் படை, புகாராவிலுள்ள கோட்டையைத் தாக்கிற்று; அதே கோட்டையில் சரியாக ஏழு நூற்றாண்டுகளுக்கு முன்னர், செங்கிஸ்கானின் உயிர்ப்பதாகை, மத்திய ஆசியாவிலான தம் முதல் வெற்றிக்கு மங்கோலியரை இட்டுச் சென்றிருந்தது. செப்டம்பர் 2, 1920 அன்று, ஃப்ரூன்ஸ், 'செம்படை மற்றும் புகாரியின் படைப்பிரிவின் வலுவான தாக்குதலையடுத்து, இன்று புகாராவின் பழைய கோட்டை கைப்பற்றப்பட்டது' என லெனினிடம் அறிவித்தார். கொடுங்கோன்மையும் வன்முறையும் வெல்லப்பட்டது, புரட்சியின் செங்கொடி ரெஜிஸ்டான் மீது பறக்கின்றது என நாடகபூர்வமாகவும் குறிப்பிட்டார்.

இருபதாம் நூற்றாண்டின் பெரும்பகுதியும், செங்கிஸ்கானின் தாயகத்தை தம்மிடையே பிரித்துக்கொண்டு, ரஷ்யாவும் சீனாவும் ஒரு உடன்பாட்டைப் பராமரித்தன. கோபியின் தென்பகுதியான உட்புற மங்கோலியாவை சீனா ஆக்கிரமித்தது; கோபியின் வடபகுதியான வெளிப்புற மங்கோலியாவை ரஷ்யா ஆக்கிரமித்தது. சோவியத்துகள் தமக்கும் சீனர்களுக்கும் இடையிலான பெரிய காலிப் பகுதியாக, பாதுகாப்பு அரணாக மங்கோலியாவை மாற்றி இருந்தனர். 19-ஆம் நூற்றாண்டில் இந்தியாவின் கடைசி மொகலாய சக்கரவர்த்தியின் மகனையும் பேரனையும் பிரித்தானியர் தூக்கிலிட்டது போலவே, 20ஆம் நூற்றாண்டில் சோவியத்துகள், மங்கோலியாவிலிருந்த செங்கிஸ்கானின் சந்ததியர் என அறியப்பட்டோரை களையெடுத்தனர்; குடும்பத்தினரை அப்படியே காடுகளுக்கு இட்டுச்சென்று, சுட்டு, அடையாளமற்றக் குழிகளில் புதைத்தனர்; சைபீரியாவிலுள்ள சோவியத் முகாம்களுக்கு நாடு கடத்தி, சாகும்வரை வேலைசெய்ய வைத்தனர் அல்லது வரலாற்றின் இரவுக்குள் அவர்தம் மர்மமான மறைவைச் செய்து கொண்டிருந்தனர்.

ஏப்ரல் 1964-இல் சோவியத்தின் அதிகாரபூர்வ தினசரி பிராவ்தா 'ரத்தவெறிகொண்ட காட்டுமிராண்டி செங்கிஸ்கானை, வரலாற்று ரீதியில் முற்போக்கான ஆளுமையாக' பீடத்தில் நிறுத்துவதற்கு முயல்வதை எதிர்த்து கடுமையாக எச்சரித்தது. ரஷ்யா மீதான

படையெடுப்பால், உயரியப் பண்பாட்டைப் பெற்றிடும் வாய்ப்பு ரஷ்யர்களுக்கு கிடைத்தமையால், ரஷ்யர் மங்கோலியரை இன்னும் போற்றவேண்டும் என சீனக் கம்யூனிஸ்டுகள் பதிலடி தந்தனர். தமது நாயகன் மீதான சோவியத்துகளின் தாக்குதலால் மங்கோலியர் எவ்வளவு புண்பட்டிருந்தாலும், ரஷ்யர்களிடம் மிக விசுவாசமாகவே இருந்தனர்.

மங்கோலியாவில் தொடர்ந்து கொண்டிருந்த அடக்குமுறைகள், மொழியியலாளர்கள், வரலாற்றாளர்கள், தொல்லியலாளர்கள் மற்றும் பிற அறிஞர்களென்று ஒட்டுமொத்த தலைமுறையினையே அழித்தன-இவர்கள் செங்கிஸ்கான் அல்லது மங்கோலியப் பேரரசு தொடர்பான விஷயங்களில் ஆய்வு செய்துகொண்டிருந்தனர். 1960-களில் ஒருமுறை, செங்கிஸ்கான் பிறந்து எட்டு நூற்றாண்டுகளுக்குப்பின், ஈரேஷியா எங்கும் அவர் ஏந்திச் சென்ற உயிர்ப்பதாகை, கம்யூனிச அலுவலர்கள் பராமரித்து வந்த இடத்திலிருந்து மறைந்து போனது. இதன் பிறகு உயிர்ப்பதாகையை யாரும் பார்க்கவுமில்லை. எந்த விபரமும் தரப்படவுமில்லை. அவரது ஆன்மா மீதான விரோதத்தின் இறுதி நடவடிக்கையாக அலுவலர்கள் அதனை அழித்துவிட்டதாகவே பல அறிஞர்கள் அனுமானிக்கின்றனர். எனினும், இப்பதாகை தூசுமண்டிய அடித்தளம் ஒன்றில் மறந்து போகப்பட்டு இருக்கவேண்டும் அல்லது அறை ஒன்றில் பூட்டப்பட்டு, அங்கிருந்து ஒருநாள் எடுத்துவரப்பட்டு, மங்கோலியரை மீண்டும் இட்டுச் செல்வதற்கான உத்வேகத்தை அளிக்கும் எனச் சிலர் நம்புகின்றனர்.

பின்னுரை

செங்கிஸ்கானின் நித்திய உயிர்ப்பு

நாம் நமது வரலாற்றினை மறந்திருப்பது நமது தவறா?

டி. ஜர்கல் சாய்கான்

செங்கிஸ்கானின் பேரரசு உலக வரலாற்றின் இறுதிப் பழங்குடிப் பேரரசாக விளங்கிற்று. நாடோடிப் பழங்குடிகளுக்கும் நாகரிக உலகத்திற்கும் இடையிலான 10,000 ஆண்டுப் போரின் வாரிசாக, விவசாயிக்கு எதிரான வேட்டைக்காரன்-மேய்ப்பனின் தொன்மையான போராட்டமாக அவர் இருந்தார். நகரின் சிலை வழிபாட்டை நொறுக்கும் பொருட்டு, முகம்மதுவைப் பின்பற்றிவந்த பெடோவின் பழங்குடிகளின் கதை போன்று, ஹூணர்களுக்கு எதிரான ரோமானியப் படையெடுப்பு போன்று, அலைந்து திரியும் சித்தியன்களுக்கு எதிரான கிரேக்கரின் யுத்தம் போன்று, எபிரேய மேய்ப்பாளர்களின் நாடோடிப் பழங்குடிகளை வேட்டையாடிய எகிப்து-பாரசீகத்தின் நகரவாசிகளின் பகைமை போன்று, அறுதியாக, வேட்டைக்காரனான தன் சகோதரன் ஏபெலைக் கொன்ற உழவன் கெய்ன் போன்று அவ்வளவு தொன்மையான வரலாறாக இருந்தது.

நாடோடி மற்றும் நகரப் பண்பாடுகளுக்கிடையிலான மோதல் செங்கிஸ்கானுடன் முடிந்துபோகவில்லை, ஆனால் அவர் கொண்டுவந்து சேர்த்த மட்டத்தினை ஒருபோதும் மீண்டும் அடையாது. நாகரிகம், பழங்குடிமக்களை உலகின் தொலைதூர விளிம்புகளுக்குத் தள்ளிவிட்டது. லகோடா சியுக்ஸின் சிட்டிங்புல்

மற்றும் கிரேஸி ஹார்ஸ், மங்கோகீயின் ரெட் ஈகிள், ஷானீயின் டெகும்ச் மற்றும் சவுத் ஆப்பிரிக்காவின் ஷகா ஜூலு போன்ற தலைவர்கள் வரப்போகும் நூற்றாண்டுகளில் செங்கிஸ்கான் தேடலை தீரத்துடன் மேற்கொண்டனர் ஆனால் பயனில்லை. மங்கோலியரைப் பற்றியோ செங்கிஸ்கானைப் பற்றியோ எதுவும் அறியாமல், இத்தலைவர்கள் ஆப்பிரிக்கா எங்கிலும், அமெரிக்கக் கண்டங்கள் முழுவதிலும், அதே போராட்டங்களைப் பார்த்தனர், அதே சண்டைகளை நடத்தினர்; ஆனால் வரலாறு அவர்களுக்கு அப்பால் நகர்ந்துவிட்டது. இறுதியில் நிலைபெற்ற நாகரிகம் நீண்ட உலகப் போரினை வென்றது; பழங்குடிகளின் திறந்த நிலங்களை எப்போதும் ஆக்கிரமித்த, கெய்னின் நாகரிகமுற்ற குழந்தைகளுக்கு உரியது எதிர்காலம்.

தொன்மையான பழங்குடியின் கடந்த காலத்திலிருந்து வந்தாலும், செங்கிஸ்கான் வர்த்தகம், செய்தித்தொடர்பு, பெரிய சமயச் சார்பற்ற அரசுகளான நவீன உலகை, வேறெந்த தனிநபரை விடவும் அதிகமாக வடிவமைத்தார். அவரது தொழில் ரீதியிலான யுத்த முறை, உலகளாவிய வர்த்தகத்தின் மீதான ஈடுபாடு, சர்வதேச சமயச் சார்பற்ற சட்டம் ஆகியவற்றில் அவர் முழுமையான நவீன மனிதர். நாடோடிக்கும் உழவனுக்கும் இடையிலான அழித்தல் யுத்தமாகத் தொடங்கியது, மங்கோலியரது பண்பாடுகளின் இணைப்பாக முடிந்தது. வயதாக ஆக வெவ்வேறு வாழ்க்கை முறைகளின் அனுபவங்கள் கிடைக்கக் கிடைக்க, அவரது தொலைநோக்குப் பார்வை முதிர்ச்சி கண்டது. தன் மக்களுக்கு புதிதானதை மேலானதை உருவாக்கிடப் பாடுபட்டார். ஒரு நாகரிகத்தை இன்னொன்றிலிருந்து பிரித்த பாதுகாப்பு மதில்களைத் தகர்த்தும், பண்பாடுகளை ஒன்றாக இணைத்தும், மங்கோலிய ராணுவம் தன்னைச் சுற்றியிருந்த நாகரிகங்களின் தனித்துவத்தை அழித்தது.

வரலாற்றின் மாபெரும் நடிகர்களை பயிரியல் மாதிரிகளைப் போல ஒரு புத்தக உறைகளுக்குள் செருகி, கோப்பாக வைத்துவிட முடியாது. அவர்தம் நடவடிக்கைகளை, வந்துபோகும் ரயில்களைப்போல அட்டவணைப்படி விளக்கமுடியாது. ஒரு சகாப்தத்தின் ஆரம்பத்தையும் முடிவையும் துல்லியமாக அறிஞர்களால் விவரிக்க முடிந்தாலும், மாபெரும் வரலாற்று நிகழ்வு நிகழ்வுகள், குறிப்பாக திடீரென்றும் தீவிரமாகவும் வெடித்தெழுபவை, மெல்ல வளர்ந்து, தொடங்கிவிட்டால்,

முடிவுறுவதில்லை. செயல்பாடு பார்வையிலிருந்து மங்கிய பிறகும் அவற்றின் தாக்கம் நீண்ட காலம் வாழ்கின்றது. அடிப்பதை நிறுத்திய பிறகும் நம்மால் உணரக் கூடியதான மணியின் அதிர்வுகளைப் போலவே, செங்கிஸ்கான் காட்சியிலிருந்து மறைந்து நீண்ட காலமாகியும், அவரின் செல்வாக்கு நம்காலத்தினூடே தொடர்ந்து அதிர்ந்து கொண்டிருக்கிறது.

போர்டேயைக் கடத்த வந்திருந்த மெர்கிட்களின் தாக்குதலிலிருந்து, எட்டு நூற்றாண்டுகளுக்கு முன் தப்பிச் சென்ற, டெமுஜின்னும் அவனது குடும்பத்தினரும் போன பாதையை ஏப்ரல் 2000-இல் பின்தொடர்ந்தேன். டெமுஜின் முகாம் மீது தாக்குதல் நடந்திருக்கக்கூடிய புள்ளி, மெர்கிட்கள் வந்திருக்கக்கூடிய திசை மற்றும் அக்குழுவின் தப்பிச்சென்ற பாதையைக் கண்டுகொண்ட பிறகு, ஸ்டெப்பியிலிருந்து மலைகளுக்குப் புறப்பட்டோம். இப்போது நாங்கள் பின்தொடர்ந்து செல்லும் தடத்தில் போனவர்களின் வயதுடையவர்களாகவே உள்ளூர் மேய்ச்சல் பையன்கள் இருந்தனர். அவர்கள் தமது தொன்மையான மூதாதையர் போன்றே குதிரைகளுடன் சாமர்த்தியசாலிகளாய் விளங்கினர். மரபுவழியிலான மங்கோலியரைப் போலவே, பளபளக்கும் பொன்நிறப் பட்டிலான இடைப் பட்டியை அணிந்திருந்தனர். அவ்வப்போது பேஸ் பால் தொப்பி, கண்ணாடிகள், ஜீன்ஸ்களை அணிந்துகொண்டாலும், அவர்களது உடைகள் இன்னும் அவர்களது மூதாதையர் அணிந்திருந்த, கம்பளிரோமம், மென்மயிர் போன்றவற்றாலான உடைகளையே அணிந்தனர்.

தப்பிச் சென்ற ஹேலூன் குடும்பத்தின் குதிரைகள் போலவே, எங்களது ஒன்பது குதிரைகளும் காயடிக்கப்பட்டவை, *The Secret History*-யில் இடம்பெறும் விவரிப்புகளுடன், வயது, நிறம், வடிவம் மற்ற இதர பண்புகளை வைத்து எங்களால் பொருத்திப் பார்க்க முடியும். மாறாக, எங்களது பணிக்குப் பொருத்தமானவை என வயதான, குடிகார மேய்ப்பன் ஒருவன் எங்களுக்குத் தந்த குதிரைகளில் அப்படியே பயணித்தோம். நாடோடிகளின் உள்ளுணர்வு, வழிகாட்டுதலுக்கும் அப்பால், வழித்தடத்தை தேடியறியும் அவசியமின்றிச் சென்றோம். ஒரு குதிரையும் அதில் சவாரி செய்பவனும் இங்கிருந்து அங்கே எப்படிப் போவார்கள் என்பதைத் துல்லியமாக அறிந்திருந்தனர். ஆற்றினைத் தாண்ட முடியாதவாறு எங்கே பனிக்கட்டி மெல்லிதாயிருக்கும், எங்கே

ஆழமாகப் படிந்திருக்கும், பாய்ந்து செல்லும் குதிரைகளில் ஒன்றை தடுமாறி விழவைக்கும் மர்மோட் வளைகள் எங்கே இருக்கும் என்பவற்றை எல்லாம் அறிந்திருந்தனர்.

மங்கோலியரின் மிகப் புனித மலை, புர்கான் கல்தூணின் பாறை மண்டிய சரிவில் நாங்கள் மெல்ல ஏறியபோது, குதிரையின் குளம்படிகளைச் சுற்றியிருந்த புதுப்பனிப்படர்வை காற்று நடனமாட வைத்தது. குதிரை நடுக்கத்துடன் காற்றுக்குள் தனது ஈரப்பதமான நீராவிப் புகையை வெளியிட்டது. அதன் தலை வெட்டி இழுத்தது. நீளமான சிரமமான மலையேற்றத்தில் உரத்து ஒலித்த அதன் இருதயத்துடிப்பை வீசியடிக்கும் காற்றில் என்னால் கேட்க முடிந்தது; என் கால்களின் வழியே என் இருதயத்தைத் தொடுவதை உணர முடிந்தது. படிக்கத் தெளிவான ஒளியில் சற்று நின்றதும், எல்லா திக்குகளிலிருந்தும் செல்லும் பாதையெல்லாம் தொடுவானை எட்டுவதை, சிகரங்கள், பாறைப் பரப்புகள் நெளிந்து வளைந்து செல்லும் நதிகள், உறைந்த ஏரிகளெங்கும் பார்க்க முடிந்தது.

தன் வேலை முடிந்ததும், ஒவ்வொரு வெற்றிக்குப் பின்னும் செங்கிஸ்கான் ஓய்வு எடுக்கவும் புதுப்பித்துக் கொள்ளவும் எப்போதும் இங்கு வருவதுண்டு. உலகை மாற்றிய அவர், தான் பிறந்த மண்ணில் எதையும் மாற அனுமதித்ததில்லை. அவர் காலத்தில் இருந்தது போலவே இன்று வசந்தத்தில் பருந்துகள் தலைக்கு மேலே பறந்தன, பூச்சிகள் பாடின. நாடோடிகள் இலையுதிர்காலத்தில் மலைகளுக்குச் செல்வர், ஓநாய்கள் குளிர்காலத்தில் திரியும். என் கண்களை மூடிக் கொண்டதும், சீனா, அய்ரோப்பா, இந்தியா என அவர்கள் பாய்ந்து சென்றபோது, அவரது குதிரைக் குளம்படிகளின் தொலைதூரத்து இடிமுழக்கத்தை இன்னும் என்னால் கேட்கமுடிகிறது.

காடுகளடர்ந்த மலைகளை விட்டுவிட்டு, எங்களது ஜீப்புகளை நோக்கி குதிரைகளில் திரும்பியதும், கதையும் ஆய்வுப் பயணமும் தொடங்கிய, மெர்கிட்கள் டெமுஜின்னிடமிருந்து போர்டேயை கடத்திய இடத்தை அடைய முடிவெடுத்தோம். விருட்சங்களின்றி தரிசாக, கட்டிடங்கள், சாலைகள், வேலிகள், மின்னிணைப்பு வரிசைகள் அல்லது நவீன உலகின் இதரத் தழும்புகளால் மாசுபடுத்தப்படாமல், ஒவ்வொரு திசையிலும் தொடுவானிற்கு நீண்டு கிடந்தது ஸ்டெப்பி. மீண்டும் மீண்டும் நான் சென்றபோது,

மங்கோலியர் செய்வது போலவே, அப்பருவகால வண்ணத்தால் நிலத்தில் அடையாளமிடக் கற்றுக் கொண்டேன். குறுகிய பசிய கோடைகாலம் இணைசேரும் பறவைகளை ஈர்த்தது; மஞ்சள் நிற இலையுதிர்காலம் பாய்ந்தோடுவதற்கு குதிரைகளையும், உலர்ந்துவரும் செடி கொடிகளை மேய்ந்திட வெள்ளாடுகளையும் கவர்ந்திழுத்தது: வெண்ணிறக் குளிர்காலம், வறண்ட புல் திட்டுகளைத் தேடி உறைந்த நதிகளில் இங்குமங்கும் திரிகின்ற ஓட்டகைகளைக் காணும்; பழுப்புநிற வசந்தம் புதுப்புல்லுக்காகக் காத்திருக்கும் நேரத்தை மட்டுமே, அதனைக் கொண்டு உயிர்வாழும் மிருகங்களுக்கும் மனிதர்களுக்கும் வழங்கும். தனித்து, தொலைதூரத்தில், இவ்வளவு நூற்றாண்டுகளில் மாற்றமுறாமல் உள்ள இவ்விடம், டெமுஜின் வளர்ந்து, பழங்குடியிலிருந்து தேசமாக மங்கோலியரை மாற்றியதை அடையாளப்படுத்துகிறது.

கடத்தல் நிகழ்ந்திருக்கும் என நாங்கள் எண்ணிய, காற்றடிக்கும் இடத்திற்கு திரும்பியபோது, எங்களைச் சுற்றிலும் வீசியடித்த காற்றில் எங்கள் குழு நிசப்தமாயிருந்தது. எமது பணியை நிறைவுசெய்திருந்தோம்; இங்கே என்ன நிகழ்ந்திருந்தது என்னும் திகைப்புணர்வுடன் திரும்பினோம். கடுங்காற்றில் கூடாரத்தை அடித்து நிறுத்த ஒருகாலத்தில் பயன்பட்ட பெரிய கற்களால், பழைய முகாமிடங்களின் உருவரைகள் அடையாளமிடப்பட்டிருந்தன. மங்கோலிய முகாம்கள் இப்போது சில்லிட்டு வெறுமையாய்க் கிடந்தன. இருப்பினும் புழுதியை உதைத்தால் போதும், அவரது இறுதி கனைப்பிலிருந்து எழுகின்ற தகிக்கும் சாம்பலின் கதகதப்பை என்னால் உணரக்கூடும் என்று தோன்றிற்று. பனிப்படலத்தை துடைத்தால் போதும், உறைந்துள்ள சகதியில் அவரது குதிரைகளின் தடங்களை என்னால் காணக்கூடும். உரிமையாளர் எத்தருணத்திலும் திரும்பிவந்து, தூசுதட்டி, தன் எருமைகளுக்கும் செம்மறியாடுகளுக்குமான குளிர்கால முகாமையோ உலகின் ஏக ஏகாதிபத்தியத் தலைநகரையோ அத்தருணத்தில் எது தேவையோ அதனைத் திரும்பவும் நிறுவக்கூடும் என்பதுபோல, அக்கற்கள் அங்கே இயல்பாக விட்டுச் செல்லப் பட்டிருந்ததாகத் தோன்றுகிறது.

வீசியடிக்கும் காற்றில், எங்கள் சட்டைகளை இறுகப் பற்றியபடி, தொப்பிகளை இழுத்துவிட்டுக்கொண்டு, தரையை வெறித்தவாறு நிசப்தமாக நின்றோம். குழுவின் உறுப்பினர்கள்

ஒவ்வொருவராக கலைந்துசென்று சில கற்களைப் பொறுக்கி, நாடோடி மக்கள் ஆயிரமாயிரமாண்டுகளாக முக்கிய இடங்களை அடையாளப்படுத்திடச் செய்து வந்ததுபோல, ஓரிடத்தில் குவித்தோம். உள்ளூர்க்காரரான மூத்த குதிரை வீரர் ஒருவர் குதிரை எரு முட்டைகளை சேகரித்து வந்து அக்கற்களுக்கு முன்னே குவித்து பற்றவைத்தார்-குடும்பத்தினர் தம் கூடாரத்தை நிறுவுமுன்பு ஒரு தாய் தீ மூட்டுவது போல.

எருமுட்டை பற்றிக் கொண்டதும், பேரா. ஓ. சுக்பாதர் செடார் மரப்பொடி கலந்த நீரை நெருப்பில் தெளித்தார். நீண்ட நெடிய தேடலினை மிருதுவாக்கிய அதன் இதமான தாக்கம், அதே வேளையில், நெருப்பின் மீதே எங்களது கவனத்தைக் குவிக்கச் செய்தது. அம்மணப் பொருளிலிருந்தும் சாணத்திலிருந்தும் எழுந்துவந்த புகை, எமது தேடலின் இக்கட்டத்தினுடைய வெற்றியினையும் நிறைவினையும் அடையாளப்படுத்திற்று. அனைவரும் சற்று பாதங்களை நகர்த்தி சரிசெய்து கொண்டு, படிப்படியாக நிமிர்ந்து நின்றோம். ஒவ்வொரு பண்பாட்டிலும் உடையணிந்து மதிப்புமிக்கவராகத் தோன்றிட அதற்குரிய வழிமுறை உள்ளது. மங்கோலியர்களுக்கு, மார்பில் வரும் மூன்று பொத்தான்களும் போடப்பட்டிருக்க வேண்டும், மணிக்கட்டுகளையும் மேல் கையின் ஒரு பாதியையும் மூடும் வகையில் கைப்பகுதி இருக்கவேண்டும். ஒவ்வொருவரும் இடுப்புப் பட்டையினை இறுக்கிவிட்டு, சட்டையின் மேல்பகுதியை சற்று தளர்த்திவிட்டுக்கொள்ள வேண்டும்.

முந்தைய வழியினூடாக இங்கே இவ்விடத்தை நாங்கள் அடையாளங் கண்டிருந்தபோது, என்ன நிகழ்ந்தது என்பதை ஒவ்வொருவரும் அறிந்துகொள்ளும் வகையில், ஒரு கல்லால் அடையாளப்படுத்துமாறு பேரா. சுக்பாதரிடம் உள்ளூர் மேய்ச்சல்காரர்கள் கேட்டுக் கொண்டனர். அருகில் வசித்துவந்த ஒருபெண், இத்தகைய விஷயம் நீண்டகாலமாக தடைசெய்யப்பட்டிருந்ததால், தம் பிள்ளைகள் இப்போது அறிந்து கொள்வதை விரும்புவதாகத் தெரிவித்தாள். அவர்களைப் பொறுத்தவரை, நினைவில் வைத்திருப்பதற்கான வழி, கல்லில் செதுக்குவது. மேய்ச்சல்காரரெல்லாம் மூத்த பேராசிரியரை மதித்தனர். அறிஞர்கள் களையெடுக்கப்பட்ட காலத்திலிருந்து அவரை அறிவார்கள். அப்போது தனியே உயிரைப் பணயம் வைத்து, தன்னைப் பாதுகாத்துக் கொள்வதிலும் தனக்கு தங்கவும்

உணவளிக்கவும் மேய்ச்சல்காரரின் விருந்தோம்பலைச் சார்ந்து, செங்கிஸ்கானின் வழித் தடத்தைத் தேடி, ஒரு மில்லியனுக்கும் மேலான கி.மீ. பயணித்திருப்பவர் என.

இப்போது எங்கள் பயணத்தை முடித்துள்ளதால், டெமுஜின்னிடமிருந்து போர்டே கடத்திச் சென்றதை நினைவு கூர்ந்திட, ஒரு கல்லினை நிறுவும் வேண்டுகோளுக்குப் பேராசிரியர் இசைந்தார். அவர் வாசகத்தை எழுத்தருவது, பேரா. டி. ஜமியான்சுரேன் பழைய மங்கோலிய லிபியில் எழுத்துக்களை வடிவமைத்துத் தருவது மற்றும் மாணவர்கள் அவற்றைச் செதுக்குவதற்கான கற்பலகையைக் கொண்டு வருவது என உடனே தீர்மானிக்கப்பட்டது. நன்கு அரிக்கப்பட்டிருந்த பஞ்சாங்கத்தை எடுத்து வருமாறு ஒரு மாணவனை அனுப்பிவிட்டு, வரைபடங்கள், உருவப்படங்களைப் பரிசீலிப்பதில் பேராசிரியர் ஈடுபட்டார். காகிதத் துண்டில் குறிப்புகளை எழுதினார், சில கணக்குகளைப் போட்டுப் பார்த்தார், பஞ்சாங்கத்தில் சில கட்டங்களை நோட்டமிட்டார். அப்புறம் இங்கே கல்லினை நிறுவிட, மாணவர்கள் வந்து சேரவேண்டிய மிக நல்ல நாளை அறிவித்தார்.

அப்புறம் பேராசிரியர் காக்வஸுரென் தன் ஆடையிலிருந்து ஒரு வோட்கா பாட்டிலை எடுத்து, சில துளிகளை கல்மீதும் இன்னும் சில துளிகளைக் காற்றிலும் தெளித்துவிட்டு, தன் நெற்றியில் ஒற்றிக் கொண்டார். ஏதோ ஒரு விதத்தில் ஒவ்வொருவரும், நாங்கள் ஆய்வு செய்துகொண்டிருந்த விஷயத்துடன் நேரடியாகத் தொடர்பு கொண்டனர். காக்வஸுரென் தன் ஆசிரியரும் வழிகாட்டியுமான, தொல்லியலாளர் பெர்லீயுடன் இங்கே பலமுறை பயணித்துள்ளார்; அலுவலர்கள் பெர்லீயை சிறையிலடைத்தபோது, தேசியவாதி என்ற காரணத்தால் காக்வஸுரெனின் தந்தையையும் கைது செய்தனர். அவரது தாயை தொலைதூரப் பகுதியில் உள்நாட்டு நாடுகடத்தலில் வைத்தனர்; அரசியல் கைதிகளின் பிள்ளைகளான காக்வஸுரெனும் அவரது இளைய தம்பிகளும் உலான்பாதரின் வீதிகளில் விடப்பட்டனர். அவரை சிறுவர் சிறைக்குக் கொண்டுபோவதற்காக அலுவலர்கள் வருவதற்கு முந்தைய மாதங்களில், நகருக்கு வெளியே, தன் உடன்பிறந்தாருக்கான இல்லமாக இருந்திடும் விதத்தில் அவர்கள் தனித்திருந்த குளிர்காலமெல்லாம் சிறிய குடில் மீது போதுமான அளவு மண்ணைக் குவித்திருந்தார். தன் பதின் பருவத்தை சிறையிலும் ஒரு மாவட்ட எல்லையில் கடின உழைப்பிலும் கழித்த பிறகு, தனது வழிகாட்டியின் தொல்லியல் பணியைத் தொடர்ந்தார்.

மேய்ப்பரோ அறிஞரோ, ஒவ்வொருவருக்கும் எங்களைச் சூழ்ந்திருந்த வரலாறு, சூக்குமமானதாகவோ தொலைதூரத்ததாகவோ இல்லை; அந்நிகழ்வுகளெல்லாம் கடந்த வாரமே நிகழ்ந்தது போல, அவர்தம் மங்கோலிய வரலாறு அவர்தம் வாழ்வில் ஊடுருவியிருந்தது. என்னைப் பொறுத்தவரை, மங்கோலியா எங்கிலும் மற்றும் காலத்தில் பின்னோக்கியுமான இத்தேடல் அநேகமாக குழந்தைப் பருவ குறுகுறுப்பில் ஆரம்பித்து, அறிவார்த்த, அறிஞனுக் குரிய தேடலாக வளர்ந்திருந்தது. என்னோடிருந்த மங்கோலிய சகாக்களுக்கு, எங்கள் தேடலில் ஒவ்வொரு காலடியும் மிகவும் தனிப்பட்டதாயும் மிகவும் உணர்வோட்டமுள்ளதாயும் வளர்ந்தது. ஒவ்வொரு நாளும் அவர்தம் மூதாதையரது சிரமங்களையும் தீரத்தையும் சிறப்பாகப் புரிந்து கொள்ளவும், மேலும் காலத்திற்குள் ஆழமாக நழுவினோம். நாங்கள் நின்ற இடம் இன்னொரு வரலாற்று இடமாக மட்டுமில்லை; இந்த இடத்தில் மங்கோலிய தேசத்தின் தாய் தாக்கப்பட்டிருந்தாள், கடத்தப்பட்டிருந்தாள், அவமதிக்கப்பட்டிருந்தாள். டெமுஜின்னிடமிருந்து அவள் எடுத்துச் செல்லப்பட்டதும், இளைஞனான அவன் அவளை மீட்க, தன் உயிரைப் பணயம் வைத்தான். அவளை மீட்டுக் கொண்ட அவன், தன் எஞ்சிய ஆயுளெல்லாம் தன் மக்களை வெளிப்புறத் தாக்குதலிலிருந்து பாதுகாத்திட போரிட்டான்-அந்நியரைத் தாக்குவதிலேயே தன் ஆயுளைக் கழித்துவிடுவான் என்று அர்த்தப்படுவது போல வாழ்ந்தான். இந்நிகழ்ச்சிப் போக்கில் அவன் உலகை மாற்றினான், ஒரு தேசத்தை உருவாக்கினான்.

புகை வருகின்ற எரு முட்டைக் குவியலின் முன் அவர்கள் மண்டியிட்டு நுகரவும், அவர்தம் வழிகளின் ஓரங்களில் கண்ணீர் மல்கியது. அந்தியின் மங்கிய ஆனால் பொன்னிற ஒளியில், எட்டு நூற்றாண்டுகள் கரைந்துவிட்டன; நீண்ட காலத்திற்கு முந்தைய, அப்பீதி நிரம்பிய விடியலின் வலி, எங்களைச் சூழ்ந்திருந்த புகையில் மிதந்தது. சிறிய கற்குவியலில் மணப் பொருள் எரிய, ஒவ்வொருவரும் முன்னே அடியெடுத்து வைத்து, அவ்விடத்தை கண்ணியப்படுத்தினர். அவர் தன் தொப்பியை கையிலெடுத்து, கற்களின் முன்னே மண்டியிட்டு, இப்புனித இடத்தின் உறைந்துவிட்ட மண்ணில் தலையை வைத்து வணங்கிவிட்டு, எழுந்து காற்றில் வோட்காவைத் தெளித்தபடியே, கற்களை மூன்று முறை நடந்து வந்தார்.

அக்கற்கள் மீது விட்டுச் செல்வதற்காக ஒவ்வொருவரும், சர்க்கரைக்கட்டி, தீக்குச்சிகள், சாக்லெட்கள், தேயிலை இலைகள் என

எதையேனும் தனிப்பட்டாக அன்பளிப்பாக எடுத்துப் போட்டனர். கடத்தல்காரர்கள் குதிரையில் ஏற்றி, அறியப்படாத எதிர்காலத்தை நோக்கி பாய்ந்து செல்ல, பீதியுற்று தப்பியோடும் போர்டேக்கு ஊட்டமும் கதகதப்பும் வழங்கிடும் இச்சிறிய அன்பளிப்புகளை வழங்க, அவ்வளவு நூற்றாண்டுகள் தாண்டி அங்குச் சென்றிட அவர்கள் ஆசைப்பட்டது போலிருந்தது. ஊமையாகிப் போன எங்கள் உறுப்பினர்கள், தம் தாயான அவளிடம், எல்லாம் சரியாகிவிடும், அவளும் அவளின் பிள்ளைகளான அவர்களும் எட்டு நூற்றாண்டுகளுக்கு மேல் பிழைத்திருப்பார்கள் என்று அவளிடம் சொல்ல விரும்பியதாகத் தோன்றியது. அவர்கள் இன்னமும் பொன்னிற ஒளியின் பிள்ளைகளே, ஓநாய் மற்றும் பெண் மானின் சந்ததியே; மற்றும் மங்கோலியாவின் நித்திய நீல ஆகாயத்தின் சுருள் மேகங்களில், செங்கிஸ்கானின் உயிர்ப்பதாகை இன்னும் பறக்கின்றது.

கலைச்சொற்கள் பயன்பாடு

1. நுண்ணோவியர் – miniaturist
2. நேர்பொருள்வாதி – literalist
3. அதீத அனுபவவாதி – extreme empiricist
4. மருத்துவ-புரோகிதர் – shaman
5. பத்துப் பேர் கொண்ட குழு – squad / arban
6. பத்துக் குழுக்கள் – company / Zagun
7. பத்துக் கம்பெனிகள் – battalion (mirgan)
8. பத்து பட்டாலியன்கள் – tumen
9. வாகன வரிசை – caravan
10. புறச் சமயத்தினர் – Heathens
11. கண்ணிய வீரர் – Knight
    கௌரவ ராணுவ விருதளிக்கப்பட்டு, வீரச் செயல் புரிந்திட பிரமாணம் எடுத்துக் கொண்டவர்.
12. விருந்தோம்பல் இளவரசன் – Prince of Hearth
13. நற்கருணை – communion
14. அளந்தறிதல் – expedition
15. பேராலயம் – cathedral
16. அறிவு விளக்கம் – Enlightenment
17. அனைத்து மங்கோலியவாதம் – pan Mongolism

நூற்பட்டியல்

Abu-Lughod, Janet L. *Before European Hegemony: The World System A.D. 1250–1350.* New York: Oxford University Press, 1989.

Achenbacher, Joel. "The Era of His Ways: In Which We Chose the Most Important Man of the Last Thousand Years." *Washington Post,* December 31, 1989.

al-Din, Rashid. *The Successors of Genghis Khan.* Trans. John Andrew Boyle. New York: Columbia University Press, 1971.

Allsen, Thomas T. *Mongol Imperialism: The Politics of the Grand Qan Mongke in China, Russia, and the Islamic Lands,* 1251–1259. Berkeley: University of California Press, 1987.

———. *Commodity and Exchange in the Mongol Empire: A Cultural History of Islamic Textiles.* Cambridge, U.K.: Cambridge University Press, 1997.

———. *Culture and Conquest in Mongol Eurasia.* Cambridge, U.K.: Cambridge University Press, 2001.

Amitai-Preiss, Reuven. *Mongols and Mamluks,* Cambridge, U.K.: Cambridge University Press, 1995.

Amitai-Preiss, Reuven, and David O. Morgan, eds. *The Mongol Empire and Its Legacy.* Leiden: Koninklijke Brill NV, 1999.

Arnold, Lauren. *Princely Gifts and Papal Treasures: The Franciscan Mission to China and Its Influence on the Art of the West, 1250–1350.* San Francisco: Desiderata Press, 1999.

Atwell, William. "Volcanism and Short-Term Climatic Change in East Asia and World History, c. 1200–1699." *Journal of World History* 12, no. 1 (Spring, 2001).

Bacon, Francis. *Novum Organum.* Vol. 3, *The Works of Francis Bacon.* Ed. and trans. Basil Montague. 1620. Reprint, Philadelphia: Parry & MacMillan, 1854.

Bacon, Roger. *Opus Majus.* 2 vols. Trans. Robert Belle Burke. Philadelphia: University of Pennsylvania Press, 1928.

Barfield, Thomas J. *The Perilous Frontier: Nomadic Empires and China, 221 B.C. to A.D. 1757.* Cambridge, Mass.: Blackwell, 1992.

———. *The Nomadic Alternative.* Englewood Cliffs, N. J.: Prentice-Hall, 1993.

Barthold. V. V. "The Burial Rites of the Turks and the Mongols." Trans. J. M. Rogers. *Central Asiatic Journal* 14 (1970).

Bawden, Charles R. *The Mongol Chronicle Altan Tobchi.* Weisbaden: Göttinger Asiatische Forschungen, 1955.

Bazargür, D., and D. Enkhbayar. *Chinggis Khaan Historic-Geographic Atlas.* Ulaanbaatar: TTS, 1997.

Becker, Jasper. *The Lost Country: Mongolia Revealed.* London: Hodder & Stoughton, 1992.

Beckingham, Charles F., and Bernard Hamilton, eds. *Prester John, the Mongols, and the Ten Lost Tribes.* Aldershot, U.K.: Variorium, 1996.

Berger, Patricia, and Terese Tse Bartholomew. *Mongolia: The Legacy of Genghis Khan.* London: Thames & Hudson, 1995.

Biran, Michal. *Qaidu and the Rise of the Independent Mongol State in Central Asia.* Richmond, U.K.: Curzon, 1997.

Blake, Robert P., and Richard N. Frye. "History of the Nation of the Archers (the Mongols) by Grigor of Akanc." *Harvard Journal of Asiatic Studies* 12 (December 1949).

Boinheshig, *Mongolian Folk Design.* Beijing: Inner Mongolian Cultural Publishing House, 1991.

Bold, Bat-Ochir. *Mongolian Nomadic Society: A Reconstruction of the "Medieval" History of Mongolia* New York: St. Martin's Press, 2001.

Boldbaatar, J. *Chinggis Khaan.* Ulaanbaatar: Khaadin san, 1999.

Bretschneider, E. *Mediæval Researches from Eastern Asiatic Sources.* Vol. 1. New York: Barnes & Noble, 1967.

Browne, Edward. G. *The Literary History of Persia.* Vol. 2. Bethesda, Md.: Iranbooks, 1997.

Budge, E. A. Wallis. *The Monks of Kublai Khan, Emperor of China; or, The History of the Life and Travels of Rabban Swama, Envoy and Plenipotentiary of the Mongol Khans to the Kings of Europe, and Markos Who as Mar Yahbhallaha III Became Patriarch of the Nestorian Church in Asia.* London: Religious Tract Society, 1928.

———. *The Commentary of Gregory Abu'l Faraj, Commonly Known as Bar Hebraeus.* London: Oxford University Press, 1932.

Buell, Paul D. *Historical Dictionary of the Mongol World Empire.* Lanham, Md.: Scarecrow, 2003.

Buell, Paul D., and Eugene N. Anderson. *A Soup for the Qan: Chinese Dietary Medicine of the Mongol Era as Seen in Hu Szu-Hui's Yin-Shan Chang-Yao.* London: Kegan Paul, 2000.

Buffon, George Louis Leclerc. *Buffon's Natural History.* Vol. 1. London: Bishop Watson, J. Johson, et al., 1792.

Bulag, Uradyn E. *Nationality and Hybridity in Mongolia.* Oxford, U.K.: Clarendon Press, 1998.

———. *The Mongols at China's Edge.* Lanham, Md.: Rowman & Littlefield, 2002.

Carpini, Friar Giovanni DiPlano. *The Story of the Mongols Whom We Call the Tartars.* Trans. Erik Hildinger. Boston: Branding Publishing, 1996.

Chambers, James. *Genghis Khan.* London: Sutton Publishing, 1999. Chan, Hok-Lam. *China and the Mongols.* Aldershot, U.K.: Ashgate, 1999.

Chan, Hok-Lam, and William Theodore de Bary, eds. *Yüan Thought: Chinese Thought and Religion Under the Mongols.* New York: Columbia University Press, 1982.

Ch'en, Paul Heng-chao. *Chinese Legal Tradition Under the Mongols: The Code of 1291 as Reconstructed. Princeton.* N.J.: Princeton University Press, 1979.

Christian, David. "Silk Roads or Steppe Roads?" *Journal of World History* 11, no. 1, (Spring 2000).

———. *A History of Russia, Central Asia, and Mongolia.* Vol. 1, *Inner Eurasia from Prehistory to the Mongol Empire.* Malden, Mass.: Blackwell, 1998.

The Chronicle of Novgorod: 1016–1471. Trans. Robert Michel and Nevill Forbes. Camden 3rd Series, vol. 25. London: Offices of the Society, 1914.

Cleaves, Francis Woodman. "The Historicity of the Baljuna Covenant." *Harvard Journal of Asiatic Studies* 18, nos. 3–4 (December 1955).

———. trans. *The Secret History of the Mongols.* Cambridge, Mass.: Harvard University Press, 1982.

Conermann, Stephan, and Jan Kusber. *Die Mongolen in Asien und Europa.* Frankfurt: Peter Land GmbH, 1997.

Cook, Theodore F., Jr. "Mongol Invasion." *Quarterly Journal of Military History* (Winter 1999).

Crookshank, Francis G. *The Mongol in Our Midst: A Study of Man and His Three Faces.* New York: Dutton, 1924.

Curtin, Jeremiah. *The Mongols: A History.* Westport, Conn.: Greenwood Press, 1907.

Dardess, John W. *Conquerors and Confucians: Aspects of Political Change in Late Yüan China.* New York: Columbia University Press, 1973.

———. "Shun-ti and the End of Yüan rule in China." In *The Cambridge History of China,* vol.6, *Alien Regimes and Border States, 907–1368,* ed. Herbert Franke and Denis Twitchett. Cambridge, U.K.: Cambridge University Press, 1994.

Dawson, Christopher, ed. *The Mongol Mission: Narratives and Letters of the Franciscan Missionaries in Mongolia and China in the Thirteenth and Fourteenth Centuries.* New York: Sheed & Ward, 1955.

DeFrancis, John. *In the Footsteps of Genghis Khan.* Honolulu: University of Hawaii Press, 1993. de Hartog, Leo. *Russia and the Mongol Yoke.* London: British Academic Press, 1996.

———. *Genghis Khan: Conqueror of the World.* New York: Barnes & Noble, 1999.

Delgado, James P. "Relics of the Kamikaze." *Archaeology* (January 2003).

D'Encausse, Helene Carrere. *Islam and the Russian Revolution: Reform and Revolution in Central Asia.* Trans. Quintin Hjoare. Berkeley: University of California Press, 1988.

Di Cosmo, Nicola. "State Formation and Periodization in Inner Asian History." *Journal of World History* 10, no. 1 (Spring, 1999).

DiMarco, Vincent J. "The Historical Basis of Chaucer's Squire's Tale." *Edebiyat*, vol. 1, no. 2 (1989), pp. 1–22.

Dlugosz, Jan. *The Annals of Jan Dlugosz.* Trans. Maurice Michael, Chichester, U.K.: IM Publications, 1997.

Dols, Michael W. *The Black Death in the Middle East*. Princeton, N.J.: Princeton University Press, 1977.

Dunn, Ross E. *The Adventures of Ibn Battuta*. Berkeley: University of California Press, 1989.

Elias, N., and E. Denison Ross. *A History of the Moghuls of Central Asia: Being the Tarikhi-I-Rashidi of Mirza Muhammad Haidar, Dughlát*. London: Curzon Press, 1895.

Elverskog, Johan. "Superscribing the Hegemonic Image of Chinggis Khan in *the Erdeni Tunumal Sudur*." In *Return to the Silk Routes*, ed. Mirja Juntunen and Birgit N. Schlyter. London: Kegan Paul, 1999.

Endicott-West, Elizabeth. "Imperial Governance in Yüan Times." *Harvard Journal of Asiatic Studies* 46 (1986).

———. *Mongolian Rule in China: Local Administration in the Yuan Dynasty*. Cambridge, Mass.: Harvard University Press, 1989.

Fernandez-Gimenez, Maria E. "Sustaining the Steppes." *Geographic Review* 89, no. 3 (July 1999).

Fletcher, Joseph F. "The Mongols: Ecological and Social Perspectives." *Harvard Journal of Asiatic Studies* 461 (June 1986).

Frank, Andre Gunder. *The Centrality of Central Asia*. Amsterdam: VU University Press, 1992.

———. *ReORIENT: Global Economy in the Asian Age*. Berkeley: of University of California Press, 1998.

Franke, Herbert. "Sino-Western Contacts Under the Mongol Empire." *Journal of the Royal Asiatic Society* (Hong Kong Branch) 6 (1966).

———. *From Tribal Chieftain to Universal Emperor and God: The Legitimization of the Yüan Dynasty*. München: Verlag der Bayerischen Akademie der Wissenschaften, Vol. 2, 1978.

———. *China Under Mongol Rule*. Brookfield, V.: Ashgate, 1984.

———. "The Exploration of the Yellow River Sources Under Emperor Qubilai in 1281." In *Orientalia Iosephi Tucci memoriae dicata*, ed. G. Gnoli and L. Lanciotti. Rome: Instituto ital- iano per il medio ed estermo oriente, 1985.

Franke, Herbert, and Denis Twitchett, eds. *The Cambridge History of China*. Vol. 6, *Alien Regimes and Border States,* 907–1368. Cambridge, U.K.: Cambridge University Press, 1994.

Gibbon, Edward. *Decline and Fall of the Roman Empire* Vol 5. London: J. M. Dent, 1910. Ginsburg, Tom. "Nationalism, Elites, and Mongolia's Rapid Transformation," *Mongolia in the Twentieth Century: Landlocked Cosmopolitan.* Ed. Stephen Kotkin and Bruce A. Elleman. Armonk, N.Y.: M. E. Sharpe, 1999.

Gluschenko, Nick. "Coinage of Medieval Rus." *World Coin News* (June 1998). Gottfried, Robert S. *The Black Death.* New York: Free Press, 1983.

Grousset, René. *Conqueror of the World.* Trans. Marian McKellar and Denis Sinor. New York: Orion Press, 1966.

———. *The Empire of the Steppes: A History of Central Asia.* Trans. Naomi Walford. New Brunswick, N.J.: Rutgers University Press, 1970.

Haenisch, Erich. *Die Kulturpolitik des Mongolishchen Welstreichs.* Berlin: Preussische Akademie der Wissenschaften, 1943.

Halperin, Charles J. *Russia and the Golden Horde.* Bloomington: Indiana University Press, 1985.

———. *The Tatar Yoke.* Columbus, Ohio: Slavica Publishers, 1985.

Heissig, Walther. *A Lost Civilization: The Mongols Rediscovered.* Trans. D. J. S. Thompson. London: Thames & Hudson, 1966.

———, ed. *Die Geheime Geschichte der Mongolen.* Düsseldorf: Eugen Diederichs Verlag, 1981. Herlihy, David. *The Black Death and the Transformation of the West.* Cambridge, Mass.: Harvard University Press, 1997.

Hildinger, Erik. "Mongol Invasion of Europe." *Military History* (June 1997).

———. *Warriors of the Steppe.* Cambridge, Mass.: Da Capo, 1997.

Hoang, Michel. *Genghis Khan.* Trans. Ingrid Canfield. London: Saqi Books, 2000.

Holmgren, J. "Observations on Marriage and Inheritance Practices in Early Mongol and Yüan Society, with Particular Reference to the Levirate." *Journal of Asian History* 20 (1986).

Howorth, Henry H. *History of the Mongols.* pt. I, *The Mongols Proper and the Kalmuks.* London: Longmans, Green, 1876.

Hsiao Ch'i-ch'ing. "Mid-Yüan Politics." In *The Cambridge History of China,* vol. 6, *Alien Regimes and Border States, 907–1368,* ed. Herbert Franke and Denis Twitchett. Cambridge, U.K.: Cambridge University Press, 1994

Humphrey, Caroline. *Shamans and Elders*. New York: Oxford University Press, 1996.

Hyer, Paul. "The Re-Evaluation of Chinggis Khan." *Asian Survey 6* (1966).

Jackson, Peter. "The State of Research: The Mongol Empire, 1986–1999," *Journal of Medieval History*. 26–2. (June 2000).

Jagchid, Sechen. *Essays in Mongolian Studies*. Provo: Brigham Young University Press, 1988.

Jagchid, Sechen, and Paul Hyer. *Mongolia's Culture and Society*. Boulder: Westview, 1979.

Jagchid, Sechen, and Van Jay Symons. *Peace, War, and Trade Along the Great Wall*. Bloomington: Indiana University Press, 1989.

Jones, Eric L. *Growth Recurring: Economic Change in World History*. Oxford, U.K.: Clarendon Press, 1988.

Juvaini, Ata-Malik. *Genghis Khan: The History of the World Conqueror*. Trans. J. A. Boyle. Seattle: University of Washington Press, 1997.

Kahn, Paul. *The Secret History of the Mongols: The Origins of Chingis Khan*. Boston: Cheng & Tsui, 1998.

Kaplonski, Christopher. "The Role of the Mongols in Eurasian History: A Reassessment." In *The Role of Migration in the History of the Eurasian Steppe,* ed. Andrew Bell. New York: St. Martin's Press, 2000.

Keegan, John. *A History of Warfare*. New York: Knopf, 1993.

Kessler, Adam T. *Empires Beyond the Great Wall: The Heritage of Genghis Khan*. Los Angeles: Natural History Museum, 1993.

Khan, Almaz. "Chinggis Khan: From Imperial Ancestor to Ethnic Hero." In *Cultural Encounters on China's Ethnic Frontiers,* ed. Stevan Harrell. Seattle: University of Washington Press, 1995.

Khazanov, Anatoly M. *Nomads and the Outside World*. Madison: University of Wisconsin Press,1994.

Khoroldamba, D. *Under the Eternal Sky*. Ulaanbaatar: Ancient Kharakhorum Association, 2000.

Klopprogge, Axel. *Ursprung und Auspraegung des abdendlaendischen Mongolenbildes im 13. Jahrhundert: Eine Versuch zur Ideengeschichte des Mitterlaters*. Wiesbaden: Harrassowitz Verlag, 1993.

Komaroff, Linda, and Stefan Carboni, eds. *The Legacy of Genghis Khan: Courtly Art and Culture in Western Asia,* 1256–1353. New York: Metropolitan Museum of Art, 2002.

Komroff, Manuel, ed. *Contemporaries of Marco Polo,* New York: Liveright, 1928.

Kotkin, Stephen, and Bruce A. Elleman, eds. *Mongolia in the Twentieth Century: Landlocked Cosmopolitan* Armonk, N.Y.: M. E. Sharpe, 1999.

Kwanten, Luc. *Imperial Nomads: A History of Central Asia,* 500–1500. Philadelphia: University of Pennsylvania Press, 1979.

Lamb, Harold. *Genghis Khan.* New York: Garden City Publishing, 1927.

Lane, George. *Early Mongol Rule in Thirteenth-Century Iran: A Persian Renaissance.* London: RoutledgeCurzon, 2003.

Larner, John. *Marco Polo and the Discovery of the World.* New Haven: Yale University Press, 1999.

Latham, Ronald. *Introduction to The Travels of Marco Polo,* by Marco Polo, trans. Ronald Latham. London: Penguin, 1958.

Lattimore, Owen. *Studies in Frontier History.* New York: Oxford University Press, 1962.

———. "Chingis Khan and the Mongol Conquests." *Scientific American* 209, no. 2 (August 1963). Legg, Stuart. *The Barbarians of Asia: The Peoples of the Steppes from 1600 B.C.* New York: Dorset,1970.

Levathes, Louise. *When China Ruled the Seas.* New York: Simon & Schuster, 1994.

Lhagvasuren, Ch. *Ancient Karakorum.* Ulaanbaatar: Han Bayan, 1995.

———. *Bilge Khaan.* Ulaanbaatar: Khaadin san, 2000.

Liu, Jung-en, ed. *Six Yüan Plays.* Middlesex, U.K.: Penguin, 1972.

Livi-Bacci, Massimo. *A Concise History of World Population.* 2nd ed., Trans. Carl Ipsen. Malden, Mass.: Blackwell, 1997.

Lynch, Kathryn L. "East Meets West in Chaucer's Squire's and Franklin's Tales." *Speculum* 70 (1995).

McNeill, William H. *Plagues and People.* Garden City, N.Y.: Doubleday, 1976.

———. *The Pursuit of Power. Chicago*: University of Chicago Press, 1982.

Man, John. *Gobi: Tracking the Desert.* New Haven: Yale University Press, 1999.

Mandeville, Sir John, *The Travels of Sir John Mandeville, the Voyage of Johannes de Plano Carpini, the Journal of Friar William de Rubruquis, the Journal of Friar Odoric.* New York: Dover, 1964.

Marshall, Robert. *Storm from the East.* Berkeley: University of California Press, 1993.

Montesquieu, Baron de. *The Spirit of the Laws.* Trans. Thomas Nugent. New York: Hafner,1949.

Morgan, David. *The Mongols.* Cambridge, Mass: Blackwell, 1986.

Moses, Larry, and Stephen A. Halkovic Jr. *Introduction to Mongolian History and Culture.* Bloomington, Ind.: Research Institute for Inner Asian Studies 1985.

Needham, Joseph. *Science and Civilization in China.* vol. 3, 4, 6. Cambridge: U.K. Cambridge University Press, 1954–1998.

Nehru, Jawaharlal. *Glimpses of World History.* New York: John Day, 1942.

Nicolaus of Cusa. *Toward a New Council of Florence: "On the Peace of Faith" and Other Works by Nicolaus of Cusa.* Ed. William F. Wertz Jr. Washington, D.C.: Schiller Institute, 1993.

Olbricht, Peter, and Elisabeth Pinks. *Meng-Ta Pei-Lu and Hei-Ta Shih-Lüeh: Chinesische Gesandtenberichte über die frühen Mongolen 1221 und 1237.* Weisbaden: Otto Harrassowitz, 1980.

Olschki, Leonardo. *Marco Polo's Precursors.* Baltimore: Johns Hopkins University Press, 1943.

———. *Guillaume Boucher: A French Artist at the Court of the Khans.* New York: Greenwood, 1946.

Onon, Urgunge, trans. *The History and the Life of Chinggis Khan (The Secret History of the Mongols).* Leiden: E. J. Brill, 1990.

———. *The Secret History of the Mongols: The Life and Times of Chinggis Khan.* Richmond, U.K.: Curzon Press, 2001.

Ostrowski, Donald. *Muscovy and the Mongols.* Cambridge, U.K.: Cambridge University Press, 1998.

Paris, Matthew. *Matthew Paris's English History from the Year 1235 to 1273.* Trans. J. A. Giles, 1852. London: Henry G. Bohn. Reprint, New York: AMS Press, Vol. 1, 1968.

Pegg, Carole. *Mongolian Music, Dance, and Oral Narrative.* Seattle: University of Washington Press, 2001.

Pétis de la Croix, François. *The History of Genghizcan the Great: First Emperor of the Ancient Moguls and Tartars.* London: Printed for J. Darby, etc., 1722.

Polo, Marco. *The Travels of Marco Polo*. Trans. Ronald Latham. London: Penguin, 1958.

———. *The Travels of Marco Polo: The Complete Yule-Cordier Edition*. 2 vols. New York: Dover, 1993.

Prawdin, Michael. *The Mongol Empire: Its Rise and Legacy*. Trans. Eden Paul and Cedar Paul. London: George Allen & Unwin, 1940.

Purev, Otgony. *The Religion of Mongolian Shamanism*, trans. Narantsetseg Pureviin and Elaine Cheng. Ulaanbaatar, Mongolia: Genco University College, 2002.

Rachewiltz, Igor de. *Papal Envoys to the Great Khans*. Standford, Calif.: Stanford University Press, 1971.

———. "The Secret History of the Mongols: Introduction, Chapters One and Two." *Papers on Far Eastern History* pp. 115–163. (Canberra: Department of Far Eastern History, Australian National University) no. 4 (1971).

———. "The Secret History of the Mongols: Chapter Three." *Papers on Far Eastern History* (Canberra: Department of Far Eastern History, Australian National University) no. 5 (1972), pp. 149–175.

———. "Some Remarks on the Ideological Foundations of Chingis Khan's Empire." *Papers on Far Eastern History* (Canberra: Department of Far Eastern History, Australian National University) no. 7 (1973), pp. 21–36.

———. "The Secret History of the Mongols: Chapter Four." *Papers on Far Eastern History* (Canberra: Department of Far Eastern History, Australian National University) no. 10 (1974), pp. 55–82.

———. "The Secret History of the Mongols: Chapter Five." *Papers on Far Eastern History* (Canberra: Department of Far Eastern History, Australian National University) no. 13 (1976), pp. 41–75.

———. "The Secret History of the Mongols: Chapter Six." *Papers on Far Eastern History* (Canberra: Department of Far Eastern History, Australian National University), no. 16 (1977), pp. 27–65.

———. "The Secret History of the Mongols: Chapter Seven." *Papers on Far Eastern History* (Canberra: Department of Far Eastern History, Australian National University), no. 18 (1978), pp. 43–80.

———. "The Secret History of the Mongols: Chapter Eight." *Papers on Far Eastern History* (Canberra: Department of Far Eastern History, Australian National University), no. 21 (1980), pp. 17–57.

———. "The Secret History of the Mongols: Chapter Nine." *Papers on Far Eastern History* (Canberra: Department of Far Eastern History, Australian National University), no. 23 (1981), pp. 111–146.

———. "Töregene's Edict of 1240." *Papers on Far Eastern History* 23 (March 1981), pp. 39–63.

———. "The Secret History of the Mongols: Chapter Ten." *Papers on Far Eastern History* (Canberra: Department of Far Eastern History, Australian National University), no. 26 (1982), pp. 39–84.

———. "The Secret History of the Mongols: Chapter Eleven." *Papers on Far Eastern History* (Canberra: Department of Far Eastern History, Australian National University), no. 30 (1984), pp. 81–160.

———. "The Secret History of the Mongols: Chapter Twelve." *Papers on Far Eastern History* (Canberra: Department of Far Eastern History, Australian National University), no. 31 (1985), pp. 21–93.

———."The Secret History of the Mongols: Additions and Corrections." *Papers on Far Eastern History* (Canberra: Department of Far Eastern History, Australian National University), no. 33 (1986), pp. 129–138.

Rashid al-Din. *The Successors of Genghis Khan.* Trans. John Andrew Boyle. New York: Columbia University Press, 1971.

Ratchnevsky, Paul. *Genghis Khan: His Life and Legacy.* Trans. Thomas Nivison Haining. Oxford, U.K.: Blackwell, 1991.

Reid, Robert W. *A Brief Political and Military Chronology of the Mediaeval Mongols, from the Birth of Chinggis Qan to the Death of Qubilai Qaghan.* Bloomington, Ind.: Publications of the Mongolia Society, 2002.

Riasanovsky, Valentin A. *Fundamental Principles of Mongol Law.* Uralic and Altaic Series, vol.43. Bloomington: Indiana University Publications, 1965.

Ronay, Gabriel. *The Tartar Khan's Englishman.* London: Cassell, 1978.

Roosevelt, Theodore. Forward to *The Mongols,* by Jeremiah Curtin. Westport, Conn.: Greenwood, 1907.

Rossabi, Morris. *Khubilai Khan: His Life and Times.* Berkeley: University of California Press, 1988.

———. "The Reign of Khubilai Khan." In *The Cambridge History of China,* vol. 6, *Alien Regimes and Border States,* 907–1368, ed. Herbert Franke and Danis Twitchett. Cambridge, U.K.: Cambridge University Press, 1994.

Roux, Jean-Paul. *Genghis Khan and the Mongol Empire*. Trans. Toula Ballas. New York: Harry N. Abrams, 2003.

Sabloff, Paula L. W., ed. *Modern Mongolia: Reclaiming Genghis Khan*. Philadelphia: University of Pennsylvania Museum of Archaeology and Anthropology, 2001.

Saunders, J. J. *The History of the Mongol Conquests*. Philadelphia: University of Pennsylvania Press, 2001.

Schmieder, Felicitas. *Europa und die Fremden*. Sigmaringen: Thorbecke, 1994.

Shen, Fuwei. *Cultural Flow Between China and the Outside World Throughout History*. Beijing: Foreign Languages Press, 1996.

Sinor, Denis, ed. *The Cambridge History of Early Inner Asia*. Cambridge, U.K.: Cambridge University Press, 1990.

———. *Studies in Medieval Inner Asia*. Brookfield, Vt.: Ashgate Publishing, 1997.

Skelton, R. A., Thomas E. Marston, and George D. Painter. *The Vinland Map and the Tartar Relation*. New Haven: Yale University Press, 1965.

Soloviev, Sergei M. *Russia Under the Tatar Yoke, 1228–1389*. Vol. 4 of *History of Russia*. Trans. Helen Y. Prochazka. Gulf Breeze, Fla.: Academic International Press, 2000.

Spence, Jonathan D. *The Chan's Great Continent*. New York: W. W. Norton, 1998.

Spuler, Bertold. *The Mongols in History*, Trans. Geoffrey Wheeler. New York: Praeger, 1971.

———. *History of the Mongols Based on Eastern and Western Accounts of the Thirteenth and Fourteenth Centuries*. Trans. Helga and Stuart Drummond. Berkeley: University of California Press, 1972.

Stuart, Kevin. *Mongols in Western/American Consciousness*. Lampeter, U.K.: Edwin Mellen, 1997.

Sweeney, James Ross. "Thomas of Spalato and the Mongols." *Florilegium: Archives of Canadian Society of Medievalists 12* (1980).

Tanaka, Hedemichi. "Giotto and the Influence of the Mongols and Chinese on His Art." *Art History* (Tohoku University) vol. 6 (1984).

———. "Oriental Scripts in the Paintings of Giotto's Period." *Gazette des Beaux-arts* Vol. 113 (January–June 1989).

Togan, Isenbike. *Flexibility and Limitation in Steppe Formations*. New York: Brill, 1998.

Trubetzkoy, Nikolai S. *The Legacy of Genghis Khan*. Trans. Anatoly Liberman. Ann Arbor: Michigan Slavic Publications, 1991.

Vaughan, Richard. *Chronicles of Matthew Paris*. New York: St. Martin's Press, 1984. Vladimirtsov, Boris Y. *The Life of Chingis-Khan*. Trans. Prince D. S. Mirsky. New York: Benjamin Blom, 1930.

Voltaire. *The Orphan of China. In The Works of Voltaire*, vol. 15, trans. William F. Fleming. Paris: E. R. DuMont, 1901.

Waldron, Arthur N. *The Great Wall of China*. Cambridge, U.K.: Cambridge University Press, 1992.

Waley, Arthur. *The Travels of an Alchemist*. London: Routledge & Kegan Paul, 1931.

———. *The Secret History of the Mongols and Other Pieces*. New York: Barnes & Noble, 1963. Wang, Edward. "History, Space, and Ethnicity: The Chinese Worldview." *Journal of World History* 10, no. 2 (1999).